മൂന്ന് വര

INSIGHT PUBLICA ®

Nadakkavu, Kozhikode, Kerala, 673011
www.insightpublica.com
e-mail: insightpublica@gmail.com
Title: **Moonnu Vara**
Author: **Maythil Radhakrishnan**
Edited by: **Vidya Sundar**
(Malayalam)
First Edition: October 2023
Cover Design: Deni Lal
Printed and Published by
InsightinPublica Printers & Publishers Pvt. Ltd.
ISBN 978-93-89155-07-5
₹890

മൂന്ന് വര

മേതിൽ രാധാകൃഷ്ണൻ

എഡിറ്റർ: വിദ്യാ സുന്ദർ

INSIGHT PUBLICA®

പംക്തിയെഴുത്തിൽ ഒരു മാരത്തോൺ ഓട്ടക്കാരനാണ് ഒരേ മികവോടെ കഥകളും കവിതകളും ലേഖനങ്ങളും എഴുതിക്കൊണ്ട് മലയാളത്തിലെ ദീർഘകാല ഓൾ റൗണ്ടറായി തുടരുന്ന മേതിൽ.

ബി.എ. ഒന്നാം വർഷത്തിനു പഠിക്കുമ്പോൾ നവയുഗം വാരികയിൽ 'രാധ എഴുതുന്നു' എന്ന പംക്തിയിൽ നിന്ന് തുടങ്ങിയ മാരത്തോൺ ഇപ്പോഴും തുടരുന്നു. ഇന്ത്യൻ എക്സ്പ്രസിന്റെ ഞായറാഴ്ചപ്പതിപ്പിൽ, 1980-കളിൽ ആരംഭിച്ച പംക്തി 'Zebra Crossing' ആയിരാമത്തെ ലക്കത്തോടെ മേതിൽ ഉപസംഹരിച്ചത് ആദ്യത്തെ ലോക്ക്ഡൗൺ പ്രഖ്യാപനത്തിന് എത്രയോ മുൻപേ താൻ സൃഷ്ടിച്ച വെബ്സൈറ്റും (19etc.com) മാതൃഭൂമി ആഴ്ചപ്പതിപ്പിലെ '19' എന്ന പംക്തിയും ഒരേ സമയത്ത് കൈകാര്യം ചെയ്യാൻ വേണ്ടിയായിരുന്നു. മേതിലിന്റെ മാരത്തോണിലെ ഒരു താരയാണ് മാധ്യമം വാരികയിലൂടെ ജനപ്രീതി നേടിയ 'മൂന്ന് വര'.

ഔദ്യോഗികം

ദേശാഭിമാനി വാരാന്തപ്പതിപ്പിന്റെ ആദ്യത്തെ പത്രാധിപരായി ആരംഭിച്ചു; ഇന്ത്യൻ എക്സ്പ്രസിൽ 'യൂത്ത് എക്സ്പ്രസ്'' (YES) പത്രാധിപരായി വിരമിച്ചു. ഇതിന്നിടയിൽ, വർഷങ്ങളോളം, ഒരു നോർവീജിയൻ ഷിപ്പിങ് സ്ഥാപനത്തിൽ കംപ്യൂട്ടർ പ്രവർത്തനങ്ങളുടെ ഏകോപകനായി പ്രവർത്തിച്ചിരുന്നു. പിന്നീട് കോയമ്പത്തൂരിൽ, ദക്ഷിണേന്ത്യയിലെ ആദ്യത്തെ 'കാഡ്'' (കംപ്യൂട്ടർ-എയ്ഡഡ് ഡിസൈൻ) പരിശീലന കേന്ദ്രം നടത്തിയിരുന്നു. ഇപ്പോൾ ഒരേയൊരു അഭിനിവേശം വെബ്സൈറ്റുകൾ നിർമ്മിക്കൽ.

സമീപഭൂത പ്രസിദ്ധീകരണങ്ങൾ

നോവലെറ്റുകൾ: ആൽബട്രോസിന്റെ കരച്ചിൽ, സൂര്യമത്സ്യത്തെ വിവരിക്കൽ. ഗദ്യകൃതികൾ: 19, ഇവിടെ ഒരു വവ്വാൽ ഇല്ല, ചൂണ്ടുന്ന എലി ചൂണ്ടെലി.

മേതിൽ രാധാകൃഷ്ണൻ

ചിലയ്ക്കുന്ന അണ്ണാൻ
വാലിൽ ഒരു കാറ്റാടി
മുതുകിൽ ഒരു ഹൈക്കുവും

- മേതിലിന്റെ ഹൈക്കു

ഉള്ളടക്കം

ശത്രുവിന്റെ മുങ്ങിക്കപ്പലോ ഒരു പ്രേമഗാനമോ?

ബോയിംഗ് എന്നാണ് അതിനെ വിളിക്കുന്നത്. അത്യന്തം വിചിത്രവും വിഭ്രാമകവുമായ ഈ ജലാന്തര ശബ്ദം അമേരിക്കയുടെ നാവികപ്പടയെ ശല്യപ്പെടുത്താൻ തുടങ്ങിയിട്ട് അമ്പതിൽപ്പരം ആണ്ടുകൾ കഴിഞ്ഞു. എന്നുവെച്ചാൽ നാവികപ്പടയിലെ ശബ്ദകാര്യ വിദഗ്ദ്ധന്മാർക്ക് സൂക്ഷ്മ ജലാന്തര സംഭവങ്ങൾക്ക് ചെവി കൊടുക്കാനുതകുന്ന സാങ്കേതികോപകരണങ്ങൾ ലഭിച്ചതിനുശേഷം.

പലതും നഷ്ടപ്പെടാനുള്ളതിനാൽ, അപരിചിതമായ ചെറിയചെറിയ ഒച്ചയനക്കങ്ങൾക്കുപോലും ചകിതമാക്കാൻ കഴിയുന്ന ഒന്നാണ് അമേരിക്കയുടെ മനസ്സ്. അതിൽ ബോയിംഗ് സൃഷ്ടിച്ച പ്രതീതി ആഴത്തിൽ ശത്രുക്കൾ പതിയിരിക്കുന്നൊരു മുങ്ങിക്കപ്പലിന്റേതാണ്.

സത്യത്തിൽ ബോയിംഗ് ശബ്ദത്തിലെ നിർദ്ദിഷ്ടമായ ഇടവേളകൾ പരിശോധിച്ചാൽ ഒരു യാന്ത്രിക സാന്നിധ്യമാണ് ആർക്കും തോന്നുക. ശാന്തസമുദ്രത്തിന്റെ വടക്കിലൊരിടത്താണ്, അവിടെ മാത്രമാണ്, ആ ശബ്ദമുള്ളത്. സമുദ്രങ്ങളിലെ ജന്തുജീവിതത്തെപ്പറ്റി പഠിക്കുന്നവർക്ക് ഒരു തുമ്പ് കിട്ടിയതുപോലെ തോന്നി.

മുങ്ങിക്കപ്പലോ?! അവർ ചോദിച്ചു. ഇതൊരു കൂറ്റൻ കടൽജീവിയുടെ ശബ്ദമാകാൻ ഇടയില്ലെന്നുണ്ടോ? ശൈത്യത്തിലാണ് ബോയിംഗ് കേൾക്കാറുള്ളതെന്ന ജൈവകാലാവസ്ഥാ സൂചനയും അവർ ശ്രദ്ധിച്ചു.

പിന്നെ, പോയവർഷത്തെ നവംബറിന്റെ ലാഭം പോലെ ഹവായിയുടെ തീരങ്ങളിലെ ഡോൾഫിനുകളേയും തിമിംഗലങ്ങളേയും ശ്രദ്ധിക്കാൻ നിയോഗിക്കപ്പെട്ട സർക്കാർവക ജീവശാസ്ത്രജ്ഞനായ ഷാനൻ റാൻകിൻ തനിക്കവകാശപ്പെട്ടൊരു കാഴ്ചക്ക് ദൃക്സാക്ഷിയായി.

കേൾവി പെട്ടെന്ന് കാഴ്ചയാവുന്നതുപോലെയുള്ള അത്ഭുതത്തിൽ, ഡേവിഡ് സ്റ്റാർ ജോർദാൻ എന്ന ഗവേഷണക്കപ്പലിലെ ഉപകരണങ്ങൾ ഒരു ബോയിംഗിന്റെ ഉറവിടം പിടിച്ചേടത്തുനിന്നും ഇരുപത്തിമൂന്നടി നീളമുള്ളൊരു ജീവി പ്രത്യക്ഷപ്പെട്ടു.

പരിചയപ്പെടുത്തട്ടെ, ഇതാണ് മിൻകെ തിമിംഗലം. വേട്ടക്കാരന്റെ പേര് വേട്ടമൃഗത്തിന് പതിച്ചുകിട്ടൽ ജന്തു-മനുഷ്യ ബന്ധങ്ങളിലെ ഞെട്ടിപ്പിക്കുന്ന അസമതുലിതാവസ്ഥക്ക് ഒരുദാഹരണമാണ്. മിൻകെ അതിലൊന്ന്. മത്സ്യബന്ധനം സംബന്ധിച്ച അംഗീകൃത നിയമങ്ങളുടെ കണ്ണുവെട്ടിച്ച് കടൽവേട്ട നടത്തിയ ഒരു അധമനാവികന്റെ പേരാണ് മിൻകെ.

ശാന്തമുദ്രത്തിലെ ഒരു പരിമിത ജലവിഭവത്തിൽ മിൻകെ തിമിംഗലങ്ങൾ പെറ്റ് പെരുകുന്നു. അറിയാവുന്നിടത്തോളം തിമിംഗല വർഗ്ഗങ്ങളുടെ സ്വഭാവശാസ്ത്രമനുസരിച്ചുപറഞ്ഞാൽ, ഇണതേടുന്ന മിൻകെയുടെ പ്രേമഗാനമാണ് അമേരിക്കൻ നാവികപ്പടയെ പരിഭ്രമിപ്പിച്ച മുങ്ങിക്കപ്പൽ!

എവിടെയും എക്കാലത്തും ചിലരുടെ പ്രേമഗാനങ്ങൾ മറ്റുചിലർക്ക് ആപൽസൂചനകളാണല്ലോ.

മുയലുകൾ കസീനോ സന്ദർശിക്കാറില്ല

ഡോൺ റ്റക്കർ പറഞ്ഞു: മുയലുകൾ മിക്ക പ്രശ്നസാഹചര്യങ്ങളിലും ശരിയായ പരിഹാരം തെരഞ്ഞെടുക്കുന്നു. പക്ഷേ, ലാസ് വേഗാസിലെ ആളുകൾ അങ്ങനെ ചെയ്യേണ്ടവരില്ല.

കോടിക്കണക്കിന് ഡോളറുകളുടെ ബിസിനസ് കേന്ദ്രങ്ങളാണ് അമേരിക്കയിലെ ലാസ് വേഗാസ് പോലുള്ള സ്ഥലങ്ങൾ. എഞ്ചിനീയറിംഗിന്റെയും കരകൗശലത്തിന്റെയും സുന്ദര സമ്മിശ്രമായ റൂലെറ്റ് ചക്രങ്ങൾ വെറും ചൂതാട്ടക്കാരെ പ്രലോഭിപ്പിക്കുന്ന നിർമ്മിതികളായതിൽ ചിലർക്ക് പ്രയാസം തോന്നാം. പക്ഷേ, റ്റക്കറെപ്പോലുള്ള ഗവേഷകരുടെ ശ്രദ്ധ അനർഹമെന്ന് ചിലർക്കുറപ്പുള്ള സാംഗത്യങ്ങളിലെത്തിപ്പെടുന്ന സൗന്ദര്യ സങ്കൽപ്പങ്ങളല്ല. റൂലെറ്റ് ചക്രത്തിന് ചുറ്റും കാശ് വെച്ച് കളിക്കുന്നവരുടെ അസാധാരണ മനഃശാസ്ത്രമാണ്. പൺടറെ പരിചയപ്പെടുക.

ഒരുതരം പരന്ന തോണിയിലെ ഊന്നുകാരന്റെ പേരാണ് റൂലെറ്റ് ചക്രത്തിന്റെ കറക്കത്തിൽ ഭാഗ്യം പരീക്ഷിക്കാൻ കസീനോയിലേക്ക് കയറിച്ചെല്ലുന്ന ചൂതാട്ടക്കാരന് കിട്ടിയിട്ടുള്ളത്. പൺടർ. പക്ഷേ, അയാളുടെ ഊന്നൽ എവിടെയാണ്?

കസീനോയിലെ വെളിച്ചം മാന്ത്രിക ഗണിതങ്ങളൊന്നും ഉണ്ടാക്കുന്നില്ല. ഒരു പക്ഷേ, ഒരു സ്ഥിതിവിവരക്കണക്കുകാരൻ സാഹസപ്പെടില്ലാത്ത അതിരിലേക്ക് നമ്മുടെ പൺടർ തുനിഞ്ഞേക്കുന്നവരില്ല. പക്ഷേ, അയാൾ ആസക്തനാണ്. ചുവപ്പും കറുപ്പും.

ചുവപ്പ് തോൽവിയും കറുപ്പ് വിജയവുമാകുന്ന കളിയിൽ തുടരെത്തുടരെ ചുവപ്പ് വന്നുകൊണ്ടിരിക്കുമ്പോൾ പൺടർ കരുതുന്നു. ഓരോ പ്രാവശ്യവും പ്രതീക്ഷിക്കുന്നു: അടുത്ത തവണ കറുപ്പാകുമെന്ന്. എന്തെന്നാൽ, ഇത്രയും തവണ ചുവപ്പുമാത്രം വന്നതുകൊണ്ട് ഇനിമേൽ അനിവാര്യമായ ശരാശരീകരണം കറുപ്പിന് അനുകൂലമാകേണ്ടതല്ലേ?

നിർണ്ണായക തർക്കം.

പന്തയമെന്തെന്നറിയാത്തോർക്ക് ഭ്രാന്തെന്ന് തോന്നുന്ന പെരുമാറ്റം ഇനിയാണ്. എത്രത്തോളം തോൽക്കുന്നുവോ അത്രത്തോളം പൺടർക്ക് വിജയത്തിലുള്ള വിശ്വാസം വർദ്ധിക്കുന്നു. അയാളുടെ വാശി ആവിഷ്ടരുടെ വാശിയാണ്. പലപ്പോഴും അയാളുടെ പ്രയാണം ഹെമിങ്‌വേയുടെ കിഴവന്റെ ഹതാശമായ പാച്ചിലിനെ ഓർമ്മിപ്പിക്കുന്നു.

ഓരോ തവണ തോൽക്കുമ്പോഴും കളി തുടരാനുള്ള തീരുമാനം അയാളുടെ മനസ്സിൽ നടക്കുന്നത് ആലോചനാപൂർവ്വമല്ല. ഒരു സെക്കന്റിന്റെ നാലിലൊരംശം സമയത്തിനുള്ളിൽ അയാൾ പ്രതികരിക്കുന്നു. അത്രയും വേഗത്തിലാകയാൽ അതിനെ ഒരു ന്യൂറൽ ബ്ലീപ് എന്നേ വിവരിക്കാനാവൂ.

ഓരോ തവണ കാശ് നഷ്ടപ്പെട്ടുമ്പോഴും അതയാളുടെ നെറ്റിക്ക് പിന്നിലുള്ള വൈകാരിക പരിവാഹ വ്യവസ്ഥയെ, എം.എഫ്.സി. എന്നറിയപ്പെടുന്ന മീഡിയൽ ഫ്റോന്റൽ കോർടെക്സിനെ, വല്ലാത്ത ശക്തിയിൽ ബാധിക്കുന്നു.

അടിസ്ഥാനപരമായി, നഷ്ടം തിരിച്ചറിയാനുള്ള ഒരു ഉപകരണം (ലോസ് ഡിറ്റക്ടർ) പോലെ പ്രവർത്തിക്കാൻ കഴിവുള്ള ഭാഗമാണ് ഈ എം.എഫ്.സി. വിജയപരാജയങ്ങൾ തമ്മിലുള്ള വ്യത്യാസം അതിന് വേദ്യം. പക്ഷേ, നല്ലൊരു നീക്കവും അങ്ങിനെയല്ലാത്ത നീക്കങ്ങളും തമ്മിലുള്ള വ്യത്യാസം അതിന് തിരിച്ചറിയാനാവില്ല. അതിലുപരി വലിയൊരു നഷ്ടവും ചെറിയൊരു നഷ്ടവും തമ്മിലുള്ള വ്യത്യാസം അതിന് പിടിച്ചെടുക്കാനാവില്ല.

നഷ്ടത്തിന്റെ വലുപ്പം തികച്ചും അപ്രസക്തമാകുന്നേടത്താണ് കസീനോയുടെ തടവുകാരുടെ വർഗ്ഗമുദ്ര. ഏതുകാര്യത്തിലും കുറച്ചൊക്കെ നഷ്ടം സഹിക്കാൻ തയ്യാറായ സാധാരണക്കാരനിൽനിന്ന് അവർ ഗുണപരമായി വേർതിരിയുന്നത് ഇവിടെയാണ്. ഒരു നല്ല നീക്കംവഴി നഷ്ടത്തെ അമ്പത് ഡോളറിൽനിന്ന് അഞ്ച് ഡോളറായി ചുരുക്കാൻ കഴിഞ്ഞാലും അവരുടെ മസ്തിഷ്കത്തിൽ ഒരു ഓളംതല്ലിമറിയലുണ്ടാവും. ഒരു ഉൽക്ഷേപം-ആസൂത്രണത്തിൽ പെട്ടെന്ന് മാറ്റമാവശ്യപ്പെട്ടുകൊണ്ട് സാഹചര്യങ്ങൾ മാറുമ്പോൾ, ഇടപെടലുകൾ ഉണ്ടാവുമ്പോൾ, പല ജന്തുക്കളിലും നമുക്കത് കാണാൻ കഴിയും. പക്ഷേ, മുയലുകളുടെ വിവേകം ലാസ് വേഗാസിലെ ചൂതാട്ടക്കാരിൽ പ്രതീക്ഷിക്കാനാവില്ലെന്ന് പറയുമ്പോൾ മനഃശാസ്ത്ര വിദഗ്ദ്ധനായ ഡോൺ റ്റക്കറുടെ മനസ്സിലുള്ളത് ഈ പ്രതിസന്ധിയാണ്.

മുയലുകളുമായുള്ള താരതമ്യത്തിന് പാരിണാമിക പ്രാധാന്യമുണ്ട്. ആധുനിക ജീവിതശൈലിയുടെ എല്ലാ അവതാരങ്ങളുമായും

പിടിച്ചുനിൽക്കാനുള്ള പ്രാപ്തി നാം നേടിക്കഴിഞ്ഞിട്ടില്ലെന്നാണ് ചൂതാട്ടക്കാരന്റെ സവിശേഷ ചിത്തവൃത്തി സൂചിപ്പിക്കുന്നത്.

ഒരു പക്ഷേ, നമ്മിൽ ഓരോരുത്തരിലും ഒരു ചൂതാട്ടക്കാരനുണ്ട്. അനിഷ്ട സംഭവങ്ങളെ അപേക്ഷിച്ചുള്ള അമിത പ്രതികരണശേഷിയുടെ കാര്യമാണ് പറയുന്നത്. അനിഷ്ടസംഭവങ്ങളെന്ന് പറഞ്ഞത് വാസ്തവിക/സാങ്കൽപ്പിക ദുസ്സംഭവങ്ങളാകാം. ഏതോ ദുസ്സംഭവത്തെ സ്പർശിച്ച കൈകളാണ് ചിലർ എപ്പോഴും എപ്പോഴും കഴുകി വൃത്തിയാക്കുന്നത്. എപ്പോഴും എപ്പോഴും വിളക്കുകൾ അണച്ചുകൊണ്ടിരിക്കുന്നവരും ഒരു അനിഷ്ടസംഭവത്തോട് പ്രതികരിക്കുന്നു. ഇത്തരം വിചിത്ര സ്വഭാവചേഷ്ടകൾ 'ഒബ്സെസീവ് കമ്പൽസീവ് ഡിസോഡേഴ്സ്' എന്ന തലക്കെട്ടിന് കീഴിൽ വരും. ഇവയുടെ ബാധയിൽപ്പെട്ട രോഗികൾക്കും അന്യഥാ ചിത്തരോഗികളെന്ന വിശേഷണം ചേരാത്ത ചൂതാട്ടക്കാർക്കും തമ്മിൽ നിർണ്ണായകമായൊരു ശാരീരികശാസ്ത്രബന്ധമുണ്ട്. രണ്ട് കൂട്ടരിലും നഷ്ടസൂചകമായി വർത്തിക്കുന്ന മസ്തിഷ്കഭാഗം, നേരത്തേ പറഞ്ഞ എം. എഫ്. സി., ഒരേപോലെ അമിത പ്രതികരണവാസനയുള്ളതാണ്.

ചെങ്കടൽ മോശക്ക് വഴിമാറിക്കൊടുക്കുമായിരുന്നോ?

പഴയ സിനിമാ പ്രേമികളുടെ ഓർമ്മകളിൽ സ്പെഷൽ ഇഫക്ടിന്റെ ഏറ്റവും ആദ്യത്തെ ഗംഭീര മാതൃകയായി തങ്ങിനിൽക്കുന്നത് ഒരുപക്ഷേ, 'ദ് റ്റെൻ കമാന്റ്മെന്റ്സ്'' എന്ന ചിത്രത്തിൽ മോശക്കും അനുയായികൾക്കും കടന്നുപോകാൻ ചെങ്കടൽത്തിരകൾ വഴിമാറി ക്കൊടുക്കുന്ന ദൃശ്യമായിരിക്കും.

ഒരു ദിവ്യാത്ഭുതം.

പക്ഷേ, യഥാർത്ഥ ലോകസാഹചര്യങ്ങളിൽ അങ്ങനെയൊരു സംഭവം നടക്കാനുള്ള സാദ്ധ്യതയെന്ത്? സാദ്ധ്യത തീർത്തും തള്ളി ക്കളയാനാവാത്തതെന്ന് കരുതുന്നൊരു ഗണിതശാസ്ത്രജ്ഞനുണ്ട് റഷ്യയിൽ. സെന്റ്പീറ്റേഴ്സ് ബർഗിലെ നോം വോൾട്സിങർ.

വെളിച്ചമുണ്ടാക്കിയ ആജ്ഞാശൈലി ('Let there be' രൂപത്തിൽ) ഉപയോഗിച്ചല്ല ദൈവം കടലിൽ വിടവുണ്ടാക്കിയതെന്നത് വളരെ ശ്രദ്ധേയം. ഞാൻ പുറപ്പാട് പുസ്തകം നോക്കി. ദൈവോപാധി കാറ്റായിരുന്നു. രാത്രിമുഴുവൻ ശക്തമായി വീശിയൊരു കിഴക്കൻ കാറ്റ്(Exodus 14). ചീപ്പുകൊണ്ട് തലമുടി ഇരുവശത്തേക്കു വകയു ന്നതുപോലെ കാറ്റുകൊണ്ട് തിരകളെ മാടിവെക്കുക. അവക്കിടയിൽ സിന്ദൂരരേഖപോലെ നിലം. മോശയും സംഘവും കടന്നുപോകുന്നു.

വോൾട്സിങറുടെ സിദ്ധാന്തത്തിലും കാറ്റാണ് തിരകളെ ചലി പ്പിച്ച ശക്തി.

സിദ്ധാന്തമനുസരിച്ച് സംഭവം നടന്നേടത്ത് വെള്ളത്തിനടിയി ലുള്ളത് ആറോ ഏഴോ മീറ്ററോളം കട്ടിയുള്ള ചങ്ങലപ്പാറയാണ്. സൂയസ് ഉൾക്കടലിനരികെ ഈ ശിലാസംഘാതം സങ്കൽപ്പിക്കുക. വൻ ശക്തിയുള്ള ഒരു കാറ്റുണ്ടെങ്കിൽ, തിരകളുടെ ചലനം ഉചിതമാ ണെങ്കിൽ, മിക്കവാറും കാലുകൾ നനയാതെത്തന്നെ ഈ വഴിക്ക് ചെങ്കടൽ താണ്ടുകയെന്നത് ഒരു ശാസ്ത്രീയ അസാദ്ധ്യതയല്ല.

ഇനി കാറ്റുവീഴ്ച.

ചെങ്കടലിനെ രണ്ടായി പകുക്കുംവിധം അത്രമേൽ ശക്തമായൊരു കാറ്റ് പെട്ടെന്ന് നിലച്ചാൽ എന്തു സംഭവിക്കും? കരിങ്കല്ലിൽ തീർത്ത രണ്ട് വൻമതിലുകൾ ഇടിഞ്ഞുപൊളിഞ്ഞുവീഴുന്നതുപോലെ കൂറ്റൻ തിരകൾ ഇരുവശത്തുനിന്നും വിടവിലേക്ക് ആഞ്ഞടിക്കും. അപ്പോൾ അവിടെ ഉള്ളവയെല്ലാം ആ ആഘാതത്തിൽ തകർന്ന് ചിതറും. മോശയെ അക്രമാസക്തമായി പിന്തുടർന്ന ഈജിപ്തുകാർക്ക് അതാണ് പറ്റിയത്; മോശക്ക് പിന്നിൽ കടൽ അടയുന്നു. ഫറോവയുടെ സൈന്യവും രഥങ്ങളും സാരഥിമാരും മറ്റും കടലിലെ വിടവിൽ എത്തുമ്പോഴാണ് കാറ്റ് വീശുന്നത്.

ഇതിവൃത്തത്തിലെ പടവുകളുടെ കൃത്യമായ വിന്യാസമാണ് ഈ റഷ്യൻ സിദ്ധാന്തത്തിന്റെ യുക്തിയും സൗന്ദര്യവും.

ആദായനികുതി വകുപ്പുകാർ ശ്രദ്ധിക്കുന്നുണ്ടോ?

ആളുകൾ ആദ്യംതൊട്ട് അവസാനംവരെ വായിക്കാത്ത പുസ്തകങ്ങൾ രണ്ടുതരം. ഒന്നാമത്തേത് മടുപ്പ് തോന്നിക്കു ന്നതോ മനസ്സിലാക്കാൻ പ്രയാസമുള്ളതോ ആയ കൃതികൾ. രണ്ടാമ ത്തേത് റഫറൻസ് ഗ്രന്ഥങ്ങൾ. ഒന്നാമത്തെ വകുപ്പിൽപ്പെട്ട പുസ്ത കങ്ങൾ ഏറെക്കുറെ എളുപ്പത്തിൽ തിരിച്ചറിയാം. അവയുടെ തുടക്ക ത്തിലെ ഏടുകൾ ഉലഞ്ഞോ, മുഷിഞ്ഞോ, വക്കുകൾ തേഞ്ഞോ, മൂലകൾ നായച്ചെവികളായോ പ്രത്യക്ഷപ്പെടുന്നു. മറ്റുള്ള ഏടുകളിൽ നിന്ന് വേർപെട്ടു നിൽക്കുന്നു.

തുടക്കത്തിൽ മാത്രം.

ആളുകൾ ധാരാളമായി വായിച്ചിട്ടുള്ളൊരു പുസ്തകത്തിൽ ഇത് രണ്ടറ്റത്തും കാണാം. ചില പൊതു പ്രത്യേകതകൾ; ഇതുപക്ഷേ, നിറയെ ഇതളുകളുള്ളൊരു പൂവിന്റെ ഏറ്റവും വക്കിലുള്ള നിര യിൽ കാണാവുന്ന വേർതിരിവാണ്. രണ്ടാമത്തെ വകുപ്പിൽപ്പെട്ട ലോഗരിതം പുസ്തകത്തിലും ടെലിഫോൺ ഡയറക്ടറിയിലും മറ്റും ഇതു കാണാം. ടെലിഫോൺ ഡയറക്ടറിയുടെ തുടക്കത്തിലെ ഏടുകളിൽ അത് ഉപയോഗിക്കുന്നവർക്കെല്ലാം പൊതുവായ ചില നിർദ്ദേശങ്ങളുണ്ട്. പലരുമത് വായിക്കും.

അതങ്ങനെ പോകുന്നു.

ഇവിടെ നമ്മുടെ ശ്രദ്ധാകേന്ദ്രം ലോഗരിതം പുസ്തകമാണ്. ഗണി തത്തിന്റെ ആവശ്യമുള്ള വിദ്യാർത്ഥികൾക്ക് അത്യാവശ്യമായൊരു പുസ്തകം. ഇലക്ട്രോണിക് കാൽക്കുലേറ്ററുകളുടെ വരവിനു മുമ്പ് വലിയവലിയ സംഖ്യകളെടുത്തു പെരുമാറുമ്പോൾ നമ്മെ സഹായി ക്കാൻ ആകെ ഉണ്ടായിരുന്ന ഒരേയൊരുപാധി. രണ്ട് സംഖ്യകൾ തമ്മിൽ പെരുക്കണോ, പുസ്തകത്തിൽ ആ സംഖ്യകളുടെ ലോഗരി തങ്ങൾ കണ്ടുപിടിക്കുക. അവ തമ്മിൽ കൂട്ടുക, പിന്നെ ആ സംഖ്യ

യുടെ ആന്റി-ലോഗരിതം കണ്ടെത്തുക, അതാ കിടക്കുന്നു ഉത്തരം. പുസ്തകത്തിന്റെ ഉപയോഗം ഇതായതുകൊണ്ട് ഒരു ലൈബ്രറിയിലുള്ള പഴയ പ്രതിയിൽ ആളുകൾ എല്ലാ പുറങ്ങളും ഏതാണ്ട് ഒരേപോലെ ഉപയോഗിച്ചിരിക്കേണ്ടതാണ്.

ഇത് സാമാന്യബോധം.

പക്ഷേ, യാഥാർത്ഥ്യമെന്ത്?

പല ശാസ്ത്രജ്ഞന്മാരും എൻജിനീയർമാരും ഉപയോഗിച്ചിട്ടുള്ളൊരു ലോഗരിതംപുസ്തകം സൂക്ഷ്മമായിപ്പഠിച്ച സൈമൺ ന്യൂകോം എന്ന ജ്യോതിശാസ്ത്രജ്ഞനാണ് യാഥാർത്ഥ്യം കണ്ടെത്തിയത്. ആളുകൾ ഏറ്റവുമധികം ഈ പുസ്തകം ഉപയോഗിക്കുന്നത് ഒന്ന് എന്ന അക്കം തൊട്ട് തുടങ്ങുന്ന സംഖ്യകളുടെ ലോഗരിതമറിയാനാണ്. രണ്ടുതൊട്ട് ഒമ്പതുവരെയുള്ള സംഖ്യകൾ കൊണ്ട് തുടങ്ങുന്ന സംഖ്യകളുടെ ഉപയോഗം അതേ ക്രമത്തിൽ ചുരുങ്ങിച്ചുരുങ്ങിവരുന്നു. ഒരു സംഖ്യ ഏതെങ്കിലുമൊരു അക്കം കൊണ്ട് തുടങ്ങാനുള്ള സാദ്ധ്യതയെക്കുറിച്ച് ഒരു സമവാക്യംതന്നെയുണ്ടാക്കി ന്യൂകോം. പക്ഷേ ഗണിതശാസ്ത്രജ്ഞർ താൽപ്പര്യം കാണിച്ചില്ല.

അറിവാളികൾ ഒറ്റപ്പെടുന്നു.

സംഭവം നടന്നത് പത്തൊമ്പതാം നൂറ്റാണ്ടിൽ. ഏതാണ്ട് 1881ൽ. തുടർന്നുള്ള അര നൂറ്റാണ്ടിലധികം കാലം ന്യൂകോമിന്റെ സമവാക്യം പല ആർക്കൈവ്സുകളിൽ അദൃശ്യ പദവിയിൽ കിടന്നു. പിന്നെ 1939ൽ, അമേരിക്കയിലെ ഒരു വൻകിട സ്വകാര്യ സ്ഥാപനത്തിലെ ഭൗതികശാസ്ത്രജ്ഞനായിരുന്ന ഫ്രാങ്ക് ബെൻഫോഡ് യദൃച്ഛയാ ന്യൂകോം പറഞ്ഞത് കണ്ടെത്തി. അത് ബെൻഫോഡിനെ ആകർഷിച്ചു. യഥാർത്ഥ ലോകസാഹചര്യങ്ങളിലെ വളരെ വ്യത്യസ്തമായ തുറകൾ അദ്ദേഹം പരിശോധിച്ചു. ചില പുഴകളുടെ സഹായത്തോടെ ജലസേചനം നടക്കുന്ന സ്ഥലങ്ങളുടെ വിസ്തൃതി, ഓഹരിച്ചന്തയിലെ കണക്കുകൾ, വ്യത്യസ്ത കെമികദ്രവ്യങ്ങളുടെ വിവിധ ഗുണങ്ങൾ.... അമ്പരപ്പിക്കുന്ന ഈ വൈവിധ്യത്തിൽനിന്ന് 20,000 സംഖ്യകൾ അദ്ദേഹം ശേഖരിച്ചു.

മാതൃകാ സ്ഥിതിവിവരം.

ബെൻഫോഡിന്റെ ശേഖരത്തിൽ 1 കൊണ്ട് തുടങ്ങുന്ന സംഖ്യകൾ 30 ശതമാനം, 2 കൊണ്ട് തുടങ്ങുന്ന സംഖ്യകൾ 18 ശതമാനം. ആ അവരോഹണക്രമത്തിൽ 9 കൊണ്ട് തുടങ്ങുന്ന സംഖ്യകൾ 4.6 ശതമാനം. അന്ധവിശ്വാസപരമായി ഓരോരോ അക്കങ്ങളോട് പ്രിയമുള്ളവർ കോടിക്കണക്കിലുണ്ടെന്ന് നമുക്കറിയാം. പക്ഷേ, പ്രകൃതിയുടെയും മനുഷ്യരുടെയും 'സാംഖ്യ'വ്യാപാരങ്ങൾ സ്വയം ഒന്ന് എന്ന അക്കത്തിന് ഒന്നാം സ്ഥാനം നൽകിയതിലെ ആശ്ചര്യം അപാരമായി നമുക്ക് അനുഭവപ്പെട്ടേക്കാം.

ഇത് സാർവത്രികമാണോ?

അല്ല, പരിമിതികളുണ്ട്.

സ്വതവേതന്നെ അങ്ങേയറ്റം ക്രമബദ്ധമോ ക്രമരഹിതമോ ആയ മേഖലകളിൽ, വ്യവസ്ഥകളിൽ, ബെൻഫോഡിന്റെ നിയമം നമ്മെ തുണച്ചെന്ന് വരില്ല. പക്ഷേ, അതിന് നിർണ്ണായക പ്രധാന്യമുള്ളൊരു കാര്യം നമ്മുടെ സാമൂഹിക വ്യാപാരങ്ങളുടെ കേന്ദ്രത്തിലുണ്ട്. കണക്കെഴുത്ത്, അക്കൗണ്ടൻസി. അമേരിക്കൻ ഐക്യനാടുകളിലെയും യൂറോപ്പിലെയും ഏറ്റവും വലിയ ചില സ്ഥാപനങ്ങളും ഉപദേഷ്ടാക്കളും കണക്കിലെ തട്ടിപ്പ് കണ്ടെത്താൻ ഉപയോഗിക്കുന്ന ഡിജിറ്റൽ അനാലിസിസ് ഉദാഹരണം.

ഇവിടെ ഓർക്കേണ്ടൊരാളുണ്ട്.

മാർക് നൈഗ്രിനി.

വാങ്ങൽ/വിൽക്കൽ കണക്കുകളും ഇൻഷൂറൻസ് ലോകത്തിലെ നഷ്ട അവകാശ/പരിഹാര കണക്കുകളും മറ്റും ബെൻഫോഡിന്റെ നിയമത്തെ അനുസരിക്കുന്നതെങ്ങനെയെന്ന വിഷയത്തെപ്പറ്റി ഗവേഷണ പ്രബന്ധമെഴുതിയാണ് അദ്ദേഹം ഡോക്ടർ നൈഗ്രിനിയായത്. ഒരിക്കൽ അദ്ദേഹം തന്റെ വിദ്യാർത്ഥികൾക്ക് നൽകിയ അസൈൻമെന്റ് രസാവഹമായിരുന്നു. ഏതെങ്കിലും യഥാർത്ഥ സ്ഥാപനത്തിൽ കടന്ന് അവരുടെ യഥാർത്ഥ വിൽപ്പനക്കണക്കുകൾ പഠിക്കുക. ഒരു വിദ്യാർത്ഥി തെരഞ്ഞെടുത്തത് തന്റെ അളിയന്റെ ഇരുമ്പ്സാമാനക്കടയായിരുന്നു.

കണ്ണഞ്ചിക്കുന്ന കണക്ക്.

വിൽപ്പന സംബന്ധിച്ച സംഖ്യകളിൽ 93 ശതമാനവും ഒന്ന് എന്ന അക്കത്തിൽ നിന്ന് തുടങ്ങുന്നു. രണ്ടുതൊട്ട് ഏഴുവരെയുള്ള അക്കങ്ങളിൽനിന്ന് തുടങ്ങുന്ന ഒരൊറ്റസംഖ്യ കൂട്ടത്തിലില്ല. നാല് സംഖ്യകൾ എട്ടിൽനിന്നും ഇരുപത്തൊന്ന് സംഖ്യകൾ ഒമ്പതിൽനിന്നും തുടങ്ങുന്നു. ബെൻഫോഡിന്റെ നിയമമനുസരിച്ച് അസാദ്ധ്യമായൊരു അവസ്ഥയാണ്. അളിയൻ കള്ളക്കണക്കെഴുതുകയായിരുന്നുവെന്ന് പിൽക്കാല അന്വേഷണത്തിൽനിന്ന് തെളിഞ്ഞു. ആദായനികുതി വകുപ്പുകാർ ശ്രദ്ധിക്കുന്നുണ്ടോ?

പെൺപാച്ചിൽ, ഒരു പ്രവചനം.

ഒളിമ്പിക്സിലെ ഓട്ടക്കാരെക്കുറിച്ച് രണ്ട് പ്രധാന നിരീക്ഷണങ്ങൾ ഉണ്ടായിട്ടുണ്ട്. ഒരു നിരീക്ഷണമനുസരിച്ച് ഓട്ടക്കാരുടെ വേഗം മനുഷ്യസാദ്ധ്യതയുടെ പാരമ്യത്തോടടുക്കാൻ തുടങ്ങിക്കഴിഞ്ഞു. അത്ര വലിയ അട്ടിമറികളൊന്നും ഇനിയങ്ങോട്ട് പ്രതീക്ഷിക്കേണ്ടതില്ല. മറ്റൊരു നിരൂപണമനുസരിച്ച് 1970-കളിലും 80-കളിലും ഓട്ടക്കാരികളുടെ പെട്ടെന്നുള്ള മികച്ച പ്രകടനത്തിന് കാരണം മയക്കുമരുന്നായിരുന്നു. ഡോപ്പിങ്ങ് നിരോധന തന്ത്രങ്ങൾ കൂടുതൽക്കൂടുതൽ സൂക്ഷ്മവും ശക്തവുമാവുന്നതോടെ അത്രയും വേഗമുള്ള പ്രകടനങ്ങൾ തുടർന്നുകാണാനാവില്ല.

പ്രവചനങ്ങൾ ശരിയോ?

ഒന്നാമത്തെ വിഷയം ഒരു തർക്കവിഷയമായി തുടർന്നേക്കാം. രണ്ടാമത്തെ നിരീക്ഷണം തെറ്റാണ്.

ചെറിയ ദൂരങ്ങളോടുന്ന സ്പ്രിന്റർമാരെ സംബന്ധിച്ചാണ് നിരീക്ഷണങ്ങൾ. ആതൻസിലെ ഒളിമ്പിക്സിൽ (2004) നൂറ് മീറ്റർ പാച്ചിലിൽ ഒന്നാമിയായി വന്നത് ബെലറസിലെ യൂലിയ നെസ്റ്ററെൻ കോ. ഓടാനെടുത്ത സമയം 10.93 സെക്കന്റുകൾ. ഇവിടംതൊട്ട് മുന്നോട്ടും പിന്നോട്ടും സാദ്ധ്യമായ ചില കാഴ്ചകളുണ്ട്. ഒന്നാമനായ ജസ്റ്റിൻ ഗാറ്റ്ലീന് വേണ്ടിവന്ന സമയം 9.85 സെക്കന്റുകൾ. ആൺപെൺ വ്യത്യാസം 1.08 സെക്കന്റുകൾ.

ഇവിടെയൊരു നേർവരയുണ്ട്

ചരിഞ്ഞുയരുന്ന നേർവര.

ആംസ്റ്റർഡാം ഒളിമ്പിക്സിൽ നൂറ് മീറ്ററിലെ ഒന്നാമിയായ എലിസബത്ത് റോബിൻസൻ (യു.എസ്.എ.) 12.20 സെക്കന്റുകളെടുത്താണ് ഓട്ടം പൂർത്തിയാക്കിയത്. ആധുനിക ഒളിമ്പിക്സ് 1896-ൽ തുടങ്ങിയെങ്കിലും ആണുങ്ങളുടെ 100 മീറ്റർ സംബന്ധിച്ച് ഏറ്റവും പഴയരേഖ പാരീസിലെ(1900) മത്സരത്തിന്റേതാണ്. ഫ്രാങ്ക്

ജീർവീസ് 11.00 സെക്കന്റുകൾ. മനുഷ്യശരീരത്തിലെ മാറ്റങ്ങളെക്കുറിച്ചുള്ള പഠനത്തിന്റെ ഭാഗമായി ഇന്ന് പല പ്രമുഖ ശാസ്ത്രജ്ഞന്മാരും കായികരംഗത്തിലെ പുരോഗതി (അല്ലെങ്കിൽ അധോഗതി) ശ്രദ്ധിച്ചുകൊണ്ടിരിക്കയാണ്. കൂട്ടത്തിൽ നൂറ് മീറ്റർ രേഖകൾ വഴി മനുഷ്യപ്പാച്ചിലിനെക്കുറിച്ച് പ്രത്യേകിച്ച് പഠിക്കുന്ന ഗവേഷകരുണ്ട്.

ഉദാഹരണം ഡോ: ടാറ്റം.

ആൻഡ്രൂ ടാറ്റം 1900 തൊട്ട് ഒളിമ്പിക്സ് ഓട്ടങ്ങൾ ശ്രദ്ധിക്കുകയായിരുന്നു. പ്രവണതകൾ, ശാസ്ത്രീയ സാധുതയുള്ള സൂചനകൾ, അവക്കുമേൽ സാദ്ധ്യമായ പ്രവചനങ്ങൾ; സ്ഥിതിവിവരക്കണക്കിന്റെ ശൈലിയിൽ പ്രോജക്ഷൻസ് എന്ന് പറയുന്നതാവും കൂടുതൽ ശരി. അതനുസരിച്ച് 2008-ലെ ഒളിമ്പിക്സിൽ 100 മീറ്റർ പൂർത്തിയാക്കാൻ ഒരു പക്ഷേ ആൺ ചാമ്പ്യന് 9.58 സെക്കന്റുകളും പെൺ ചാമ്പ്യന് 10.34 സെക്കന്റുകളും മതിയാവും.

പക്ഷേ, ഇതല്ല പ്രധാനം.

ഒളിമ്പിക്സിൽ 1900 മുതൽ ആണിന്റേയും പെണ്ണിന്റേയും 100 മീറ്റർ രേഖകൾ കൂടുതൽക്കൂടുതൽ മെച്ചപ്പെട്ട് വരികയായിരുന്നു. പക്ഷേ, വേഗക്കൂടുതലിന്റെ നിരക്ക് പെണ്ണുങ്ങളിലാണ് കൂടുതൽ. ആകയാൽ ആൻഡ്രൂ ടാറ്റമിന്റെ പ്രവചനം: നിലവിലുള്ള പ്രവണത അതേപടി തുടരുകയാണെങ്കിൽ 2156-ലെ ഒളിമ്പിക്സിൽ ആണിനേക്കാൾ വേഗം ഓടുക പെണ്ണായിരിക്കും.

ഒളിമ്പിക് താരകൾ പെൺപാച്ചിലിന്റെ ഐതിഹാസിക രേഖാഭേദനം കാത്തുകിടക്കുന്നു.

മുന്നറിയിപ്പ്: ഈ ലേഖനം ബിയർകുടിയന്മാരെ ഉത്സാഹിപ്പിക്കാനുള്ളതല്ല

അസംബന്ധ നാടക സങ്കൽപ്പത്തിന്റെ ഏറ്റവും വലിയൊരു പ്രയോക്താവെന്നതുപോലെ ബിയറിന്റെ ഏറ്റവും വലിയൊരു വക്താവുമാണ് ചെക്ക് റിപ്പബ്ലിക്കിന്റെ ഒന്നാമത്തെ രാഷ്ട്രപതിയായി ത്തീർന്ന വാട്സ്ലാവ് ഹാവൽ. താനൊരു ബിയർ ഫാക്ടറിയിലെ തൊഴിലാളിയായിരുന്ന കാലത്തെ അനുഭവമാണ് ഹാവലിന്റെ നാടകങ്ങളിലൊന്നിന്റെ പശ്ചാത്തലം.

ആകസ്മികമല്ലാത്ത ചേർപ്പുകൾ.

ബിയറിന്റെ ചരിത്രത്തിലും വർത്തമാനത്തിലും ചെക്ക് റിപ്പബ്ലിക്കിനുള്ളത്രയും ഒന്നാം സ്ഥാനങ്ങൾ മറ്റൊരു രാഷ്ട്രത്തിനും അവകാശപ്പെടാനാവില്ല. ആളൊന്നുക്കുള്ള ബിയർകുടിയുടെ കാര്യത്തിൽ മാത്രമല്ലത്. ബിയർ വാറ്റലിലും (Brewing)) ഒന്നാം സ്ഥാനം തന്നെ. പിന്നെ, ലോകത്തിലെ ഏറ്റവും ആദ്യത്തെ ബിയർ മ്യൂസിയവും ബിയർനിർമ്മാണത്തെക്കുറിച്ചുള്ള ആദ്യത്തെ പാഠപുസ്തകവും.

First Pilsener

First Budweiser

രണ്ടും ഉത്തമ മാതൃകകൾ.

ഇപ്പോൾ മറ്റൊരു ഒന്നാം സ്ഥാനം കൂടി: ബിയറിനെക്കുറിച്ചുള്ളൊരു ആഗോള മിത്ത് ആദ്യമായി തകർത്ത രാജ്യമെന്ന പദവി.

മദ്യപാനികളല്ലാത്തവരെ അപേക്ഷിച്ച് മാത്രമല്ല, മറ്റുതരം മദ്യങ്ങൾ ഉപയോഗിക്കുന്നവരെ അപേക്ഷിച്ചുപോലും ബിയർ കുടിക്കുന്നവർക്ക് കൂടുതൽ തടിയുണ്ടെന്ന പൊതുധാരണയാണ് ഞാൻ സൂചിപ്പിക്കുന്നത്. അൽപ്പം കൂടുതലല്ല, വളരെ കൂടുതൽ. ബിയർക്കുമ്പ (ബിയർ ബെല്ലി) എന്ന പ്രയോഗത്തിൽ ഈ ധാരണയുടെ സാമൂഹിക മുഴപ്പുകാണാം.

ബിയർക്കുമ്പ യാഥാർത്ഥ്യമോ?

എങ്കിൽ അതെങ്ങനെ അറിയാം?

ബിയർക്കുമ്പപോലുള്ള ക്രമഭംഗങ്ങൾ തിരിച്ചറിയാവുന്നത് രണ്ടുതരം അനുപാതങ്ങൾ പരിശോധിക്കുമ്പോഴാണ്. ഒന്ന് പൊക്കവും തൂക്കവും തമ്മിലുള്ള അനുപാതം (height to weight ratio). രണ്ട് അരക്കെട്ടും അതിനു താഴെയുള്ള ഭാഗവും തമ്മിലുള്ള അനുപാതം (waist to hip ratio). ചെക്ക് റിപ്പബ്ലിക്കിലെ പൗരന്മാരേക്കാൾ ആധികാരികമായി ഇതു സംബന്ധിച്ച നിഗമനങ്ങൾ സ്ഥിരീകരിക്കാൻ മറ്റാരെക്കിട്ടും! അതുകൊണ്ട് ചെക്ക് ശാസ്ത്രജ്ഞൻ ബ്രിട്ടനിൽനിന്ന് വന്നൊരു വിദഗ്ദ്ധസംഘത്തിന്റെ സഹായത്തോടെ നൂറുകണക്കിന് ബിയർപ്രേമികളുടെ ദേഹമളന്നു. ആണുങ്ങളും പെണ്ണുങ്ങളും കൂട്ടത്തിലുണ്ടായിരുന്നു.

ആണുങ്ങളുടെ കാര്യം:

ഗവേഷകർ അവരെ രണ്ട് സംഘങ്ങളായി തിരിച്ചു. മദ്യം തൊട്ടുതീണ്ടാത്തവരും, ബിയർ മാത്രം കുടിക്കുന്നവരും (ആഴ്ചയിൽ ശരാശരി മൂന്നു ലിറ്ററിനേക്കാൾ കൂടുതലെങ്കിലും അകത്താക്കുന്നവർ). ശരീരപ്രകൃതിയെ സംബന്ധിച്ച് ഈ രണ്ട് കൂട്ടരും തമ്മിൽ പ്രത്യേകിച്ചെന്തെങ്കിലും വ്യത്യാസമുണ്ടെന്ന് അളവുകണക്കുകൾ തെളിയിച്ചില്ല. ബിയർബെല്ലിയെന്ന കുടവയറുണ്ടാകാനുള്ള സാദ്ധ്യത രണ്ടുകൂട്ടരിലും തുല്യമാണ്.

പെണ്ണുങ്ങളുടെ കാര്യം:

ആണുങ്ങളുടേതിൽനിന്നും അൽപ്പം വ്യത്യസ്തമാണ് അവരുടെ നില. പെണ്ണുങ്ങളുടെ അരക്കെട്ടും നിതംബവും തമ്മിലുള്ള അനുപാതം ബിയറിനോടുള്ള സമീപനവുമായി ബന്ധപ്പെട്ടിരിക്കുന്നു, ചെറിയൊരു പരിധിയോളം. തെളിവ് വയറിന് അനുകൂലം. കൂടുതൽ തടിച്ച ശരീരമുള്ളത് ബിയർ കുടിക്കാത്ത പെണ്ണുങ്ങൾക്കാണ്.

അപ്പോൾ വോട്ട് ബിയറിനോ?

തിടുക്കപ്പെടരുത്. ഒന്നിനേയും പേടിക്കാതെ ബിയർകുടിയന്മാർക്ക് കുപ്പികളിലേക്ക് മാരത്തോൺ തുടരാമെന്ന് ആരും പറയുന്നില്ല. കലോറികളുടെ പ്രശ്നമുണ്ട്, ചിലരിലെങ്കിലും ഇത് മാരകമാവാം. അപമാനകരമായൊരു കുടവയറിനേക്കാൾ വലിയ അപകടങ്ങളുണ്ടാക്കാൻ ബിയറിന്റെ ചില ഘടകങ്ങൾക്ക് കഴിയും.

കലോറികൾക്കു പുറത്തോ?

ചെക്ക് ജനതക്ക് ബിയർ മദ്യമല്ല. ഒരു ദേശീയ പാരമ്പര്യമാണ്. ലഹരിയല്ല, സാമൂഹിക താദാത്മ്യമാണ്. സോവിയറ്റ് കമ്യൂണിസ്റ്റ് ഗുണ്ടകളുടെ നേതൃത്വത്തിൽ കൂട്ടബലാൽസംഗത്തിന് വിധേയമായ ഈ ജനതയുടെ ആഴമനസ്സിൽ ബിയറിന്റെ കയ്പും ചരിത്രത്തിന്റെ

കയ്യും രണ്ടല്ലാതായ ഘട്ടങ്ങളുണ്ടായിട്ടുണ്ട്. കയ്യുകളുടെ ഈ അഭേദത്വം ബിയറിനെ ഒരു നാടിന്റെ ആത്യന്തിക രൂപകമാക്കുന്നു.

ചരിത്രജിഹ്വയിലെ നുര.

ബിയറിന്റെ വിലക്കയറ്റംപോലും ഒരു രാഷ്ട്രീയ സാംസ്കാരിക സൂചനയാണ്. സ്ഥലത്തെ ഏറ്റവും വലിയ ബിയർകുടിയനെ മുഖ്യ കഥാപാത്രമാക്കിയ യാറോസ്ളാവ് ഹാസക്കിന്റെ നോവൽ (The Soldier Svejk) ഞാൻ ഓർക്കുന്നു. ഈ കഥാപാത്രം പറഞ്ഞു: ബിയറിന്റെ വില കൂട്ടുന്നൊരു സർക്കാർ ഒരൊറ്റ കൊല്ലത്തിനകം തറപറ്റും. 1984-ൽ കമ്യൂണിസ്റ്റുകൾ ബിയറിന്റെ വില ഇരട്ടിപ്പിച്ചു. പക്ഷേ, ഹാസക്കിന്റെ പ്രവചനം ഫലിക്കാൻ അഞ്ചുവർഷം വേണ്ടി വന്നു.

വെൽവെറ്റ് റെവല്യൂഷൻ.

1989-ൽ വാട്സ്ളാവ് ഹാവലിനെ ഭരണത്തിലെത്തിച്ച ബഹുജ നമുന്നേറ്റിന്റെ പേരാണത്. അതിന്റെ അകലുഷനിർവ്വഹണത്തിൽ ഒരു പബ്ബിന്റെ സാംസ്കാരിക സ്പർശമുണ്ട്. വെൽവെറ്റ് കലാപം കഴിഞ്ഞ് ഏതാണ്ട് ആറുവർഷത്തിനുശേഷം ഹാവൽ പറഞ്ഞു: "പബ്ബുകളിലിരുന്ന് ബിയർ കുടിക്കുന്ന സ്വഭാവം ചെക്ക് ജനതയുടെ പെരുമാറ്റത്തെ നല്ല രീതിയിൽ സ്വാധീനിച്ചിട്ടുണ്ടെന്ന് ഞാൻ കരുതുന്നു. വീഞ്ഞിലോ വോഡ്കയിലോ വിസ്കിയിലോ ഉള്ളത്രയും ചാരായം ബിയറിൽ ഇല്ല. അതുകൊണ്ട് പബ്ബുകളിൽ ആളുകളുടെ രാഷ്ട്രീയ വെടിപറച്ചിൽ ഏറെ ഭ്രാന്തമല്ല."

ഇതിനൊരു മാറ്റൊലിയുണ്ട്.

ഹാവൽ ഇപ്പോൾ തന്റെ ചരിത്രപരമായ ദൗത്യം പൂർത്തിയാക്കി, ശാരീരികമായി താറുമാറായി, മരണം കാത്തുകിടക്കുകയാണ്. പക്ഷേ, പോയവർഷം ഒരു ചെക്ക് പൗരൻ പറഞ്ഞു: "1989 ലെ കലാപം വെൽവെറ്റായത് ഞങ്ങളുടെ ബിയർകുടി കാരണമാണ്. പബ്ബിൽനിന്ന് പുറത്തിറങ്ങിയിട്ട് വേണ്ടേ തെരുവിൽച്ചെന്ന് തച്ചടക്കാൻ...... ഹാ!..... ഹാ!"

ഫാസ്റ്റ്ഫുഡ് സ്ലോ മോഷനിൽ

പയ്യെ തിന്നാൽ പനയും തിന്നാമെന്ന പഴഞ്ചൊല്ല് കേട്ടപ്പോൾ ഒരു കുട്ടി ചോദിച്ചു. "എന്നുവെച്ചാൽ? എത്ര വേണമെങ്കിലും തിന്നാമെന്നോ?" നല്ല ചോദ്യം. ഇതോടനുബന്ധിച്ചാണ് ഞാൻ ഫാസ്റ്റ്ഫുഡിനെതിരെ വീട്ടുഭക്ഷണത്തെ സ്ലോഫുഡായി കരുതുന്നത്. പനയും തിന്നാമെന്ന് പറഞ്ഞതിനർത്ഥം എത്രവേണമെങ്കിലും തിന്നാമെന്നാണെങ്കിൽ അത് സാധിക്കാൻ നമുക്ക് വേണ്ടതൊരു സ്ലോ സമീപനമോ ഫാസ്റ്റ് സമീപനമോ?

ശരിയുത്തരം ഫാസ്റ്റ്. പന ഫാസ്റ്റ്ഫുഡാണെങ്കിൽ!

വിശക്കുമ്പോൾ നമുക്ക് നമ്മുടെ വിശപ്പിന്റെ വലുപ്പത്തെക്കുറിച്ച് ഒരേകദേശ രൂപമുണ്ട്. വയറിലെ ഒഴിവുസ്ഥലത്തിന്റെ വ്യാപ്തി. ഒരു വാക്വം ക്ലീനറിന്റെ കുതിരശക്തി. തീൻമേശക്കരികിലിരുന്ന് കിണ്ണത്തിലേക്ക് പ്രാതലിന്റെയോ അത്താഴത്തിന്റെയോ വിഭവങ്ങൾ വിളമ്പിയെടുക്കുമ്പോൾ നാം ഒരു മനക്കണക്കിനെ ആശ്രയിക്കുന്നു. സാധാരണ നിലക്ക് ഇതിൽ അത്ര വലിയ തെറ്റൊന്നുമുണ്ടാകാറില്ല.

കലോറികളെ സംബന്ധിച്ചും ഈ കണക്ക് ശരിയാണ്.

ഏത് സമൂഹത്തിന്റെയും ലക്ഷണമൊത്ത മുഴുഭക്ഷണങ്ങൾ പൊതുവെ അവർക്കാവശ്യമായ കലോറികൾ അടങ്ങിയതാണ്. പല തലമുറകളിലൂടെ തുടർന്നുവന്നൊരു കണക്കുകൂട്ടലിന്റെ ഫലമായ അക്കങ്ങളുടെയും അഭിരുചികളുടെയും ചേർപ്പാണത്. പക്ഷേ, പരമ്പരാഗത ആഹാരക്രമത്തിലെ ശരാശരികളെ ഫാസ്റ്റ്ഫുഡ് തകർക്കുന്നു.

കമ്പ്യൂട്ടറിലെ സിപ്പ് ഫയലുകൾപോലെയാണ് ഫാസ്റ്റ്ഫുഡ്. ഞെരുക്കി ചെറുതാക്കപ്പെട്ട (compressed) രേഖകളാണവ. ഉപയോഗവേളയിൽ അത് വികസിതരൂപത്തിലാവും. ഫാസ്റ്റ്ഫുഡ് ഇനങ്ങളിൽ കലോറികൾ ഞെരുക്കപ്പെട്ടിരിക്കുന്നു. പാരമ്പര്യമനുസരിച്ചുള്ളൊരു ഉച്ചഭക്ഷണത്തിൽ നമ്മുടെ ആവശ്യത്തിന്റെ ദൃശ്യമായ അളവുകളും കലോറികളും അനുപാതം പുലർത്തുമ്പോൾ ഒരു പിറ്റ്സ കണക്ക് തെറ്റിക്കുന്നു. അതിന്റെ 45 ഡിഗ്രി മതിയാവും ചിലപ്പോൾ

വീട്ടുഭക്ഷണത്തിൽ ഉള്ളതിൽ കൂടുതൽ കലോറികൾ കിട്ടാൻ. പക്ഷേ, അത് നിങ്ങൾക്ക് വിശപ്പടക്കാൻ മതിയായെന്നു വരില്ല. ഇത് ശരീരത്തെ ചതിക്കും.

കലോറികൾ കുമിയുന്നു, വയറോ നിറയുന്നില്ല.

ഫാസ്റ്റ്ഫുഡിൽ ഭ്രമമുള്ളവർ മനഃപൂർവ്വമല്ലാതെതന്നെ ഇങ്ങനെ അമിതാഹാരികളായി മാറുന്നു. അത് തുടർന്നാൽ മേദുരത (ഒബീസിറ്റി) ഒരാളെ മാരക ഘട്ടങ്ങളിലെത്തിക്കാം. ഏതാനും മാസങ്ങൾക്കു മുമ്പ് ലോകാരോഗ്യ സംഘടനയുടെ ഒരു രേഖയിൽ കണ്ട കണക്കനുസരിച്ച് വൃഥാസ്ഥൂലതയുടെ തടവുകാരായി കഷ്ടപ്പെടുന്നവർ 3000 ലക്ഷത്തിലധികമുണ്ട് ഈ ഭൂമിയിൽ.

ഫാസ്റ്റ്ഫുഡ് നമ്മുടെ ജൈവപരിണാമശൈലിയോടും ഇടഞ്ഞു നിൽക്കുന്നതായി കാണാം.

ആഹാരവസ്തുക്കൾ ദുർല്ലഭമായിരുന്ന ചുറ്റുപാടുകളിൽ, ചുരുങ്ങിയ കലോറികളോട് പൊരുത്തപ്പെട്ട് പരിണമിച്ചൊരു ജീവിവർഗ്ഗത്തിന്റെ ചരിത്രമാണ് നമ്മുടേത്. പല ഉൾനാടൻ സമൂഹങ്ങളും ഇപ്പോഴും ആ പൗരാണികരീതിയാണ് തുടരുന്നതെന്നും അവരിൽ മിക്കവർക്കും ദുർമ്മേദസ്സ് ഒരു വിദൂരഭീഷണിപോലും അല്ലെന്നുമാണ് ഭക്ഷണശാസ്ത്രവിദഗ്ദ്ധയായ ഡോ. സൂസൻ ജെബ് പറയുന്നത്.

താറാവിന്റെ ക്വാക് മാറ്റൊലിയുണ്ടാക്കുമോ?

ഡെയ്സി എന്ന താറാവ് ചരിത്രം സൃഷ്ടിച്ചിരിക്കുന്നു. താറാവുകളെ സംബന്ധിക്കുന്നൊരു നാഗരിക ഐതിഹ്യം (urban legend) തെറ്റാണെന്ന് തെളിയിക്കാൻ ഒരു കൂട്ടം ശബ്ദശാസ്ത്ര വിദഗ്ദ്ധരെ സഹായിച്ചുകൊണ്ടാണ് ഡെയ്സി അങ്ങനെ ചെയ്തത്.

താറാവിന്റെ ക്വാക്-ക്വാക് മാറ്റൊലിയുണ്ടാക്കുമോ?

ഇല്ലെന്നാണ് മേൽപ്പറഞ്ഞ ഐതിഹ്യം പറയുന്നത്.

ട്രെവർ കോക്സ് എന്ന ശാസ്ത്രജ്ഞൻ രണ്ട് വ്യത്യസ്ത മുറികളിൽവെച്ച് ഡെയ്സിയുടെ ശബ്ദം രേഖപ്പെടുത്തി. മാറ്റൊലികൾക്ക് തീരെ പഴുതില്ലാത്ത ഒരറയിലും, പിന്നെ ചില കത്തീഡ്രലുകളിലെന്നതുപോലെ മാറ്റൊലികൾ നീണ്ടുനിൽക്കുന്ന ഒരറയിലും. അടുത്ത ഘട്ടം: കീഴ്ക്കാംതൂക്കുകൾ തൊട്ട് കലാപ്രദർശനഹാളുകൾവരെയുള്ള പല വ്യത്യസ്ത അന്തരീക്ഷങ്ങളിൽ താറാവുകൾ ക്വാക് ചെയ്യുന്നതിന്റെ കമ്പ്യൂട്ടർ മാതൃകകൾ ഉണ്ടാക്കുക. എന്നിട്ട് ഡെയ്സിയുടെ ശബ്ദരേഖയെ ഇവയുമായി ബന്ധപ്പെടുത്തി പരിശോധിക്കുക.

നിഗമനം: ക്വാകിന് മാറ്റൊലിയുണ്ടാക്കാൻ കഴിയും.

എങ്കിൽപ്പിന്നെ വസ്തുതാവിരുദ്ധമായൊരു ധാരണയെങ്ങിനെയുണ്ടായി? പൊതുവെ ക്വാകിന് വലിയ ഒച്ചയില്ല. അതിലുമുപരി അതിനൊരു ശാബ്ദിക സവിശേഷതയുണ്ട്. ചലച്ചിത്രത്തിലെ ഫെയ്ഡ് ഇൻ, ഫെയ്ഡ് ഔട്ട് എന്നീ സങ്കേതങ്ങളെ ഓർമ്മിപ്പിക്കും വിധം തെളിഞ്ഞും മങ്ങിയുമുള്ളൊരു രീതിയാണ്. അതിന്റെ അവസാന ഭാഗം (quack ലെ ack) പ്രത്യേകിച്ചും നേർത്ത് നേർത്ത് ഇല്ലാതാകുന്നതുപോലെയാണ്. അത് മാറ്റൊലിക്കൊരു മറയാകുന്നു.

താറാവിന്റെ സ്വാഭാവിക ഭൂദൃശ്യങ്ങളിലും ഒരു കാരണമുണ്ട്. സാധാരണ നിലക്ക് ജലാശയങ്ങളും മറ്റുമായി തുറന്നുകിടക്കുന്ന

സ്ഥലവിസ്തൃതികളാണ് താറാവുകളുടെ തന്നിടങ്ങൾ. ഒച്ചകളെ പ്രതിഫലിപ്പിക്കാൻ മാത്രം ഉയരത്തിൽ നിൽക്കുന്ന കെട്ടിടങ്ങളോ പർവ്വതങ്ങളോ ഈ ദൃശ്യങ്ങളിൽ സാധാരണമല്ല. സ്വതവേതന്നെ മാറ്റൊലിക്ക് വഴങ്ങാത്ത ഒച്ചകൾ ഇവിടങ്ങളിൽ എങ്ങനെയാവും?

സോണിയ ഗാന്ധി കാർട്ടൂണിലായാൽ

സോണിയ ഗാന്ധിയുടെ രാഷ്ട്രീയസ്വാധീനവും പദവിയും എത്ര വലുതായിരുന്നാലും അവരെ ഒരു കാർട്ടൂണിൽ കണ്ടാൽ നാം ചിരിക്കും. എന്നാൽ നേരിട്ടോ ഒരു ടെലിവിഷൻ വാർത്താപരിപാടിയിലോ അവരെ കണ്ടാൽ ആ ചിരി നാം ചിരിക്കാറില്ല.

എന്തുകൊണ്ട്?

എവിടെയാണ് വ്യത്യാസം?

ചുരുക്കത്തിൽ കാർട്ടൂണുകളുടെ അല്ലെങ്കിൽ കാരിക്കേച്ചറുകളുടെ ശരിയായ രഹസ്യമെന്താണ്?

ഉത്തരത്തിലേക്കുള്ള ആദ്യത്തെ തുമ്പുകൾ കിട്ടിയത് ഏത് പ്രകാരവും അന്യോന്യം ബന്ധപ്പെടുത്താനാവാത്ത രണ്ട് ഉറവിടങ്ങളിൽനിന്നായിരുന്നു.

ഒന്നാമത്തെ ഉറവിടം ജന്തുസ്വഭാവശാസ്ത്രത്തിൽ ആചാര്യപദവിയുള്ള കോൺറാഡ് ലോറൻസിന്റെ ഒരു ക്ലാസിക്. സാധാരണ മനുഷ്യർക്കുവേണ്ടി അദ്ദേഹം എഴുതിയ 'സോളമൻ രാജാവിന്റെ മോതിരം' (King Solomon's Ring) എന്ന അസാധാരണ കൃതിയിൽ മൃഗങ്ങളെ നോക്കി ചിരിക്കൽ എന്ന പേരിൽ ഒരദ്ധ്യായമുണ്ട്.

രണ്ടാമത്തെ ഉറവിടം പ്രശസ്ത കാർട്ടൂണിസ്റ്റായ ആർ. കെ. ലക്ഷ്മണിന്റെ ഒരു പരമ്പര. അതിൽ ഇന്ത്യയിലെ രാഷ്ട്രീയത്തോടും രാഷ്ട്രീയക്കാരോടും പ്രതികരിക്കുന്ന 'സാധാരണ മനുഷ്യൻ' (Common Man) എന്നൊരു കഥാപാത്രമുണ്ട്.

ഒരു സർക്കസിലോ മൃഗശാലയിലോ അല്ലെങ്കിൽ വയലിലോ വളപ്പിലോ കാണാവുന്ന എല്ലാ ജീവികളേയും നോക്കി നാം ചിരിക്കാറില്ല. അബോധപൂർവ്വമെങ്കിലും അതിശക്തമായൊരു വിവേചനനയമാണ് നാം ഇക്കാര്യത്തിൽ സ്വീകരിച്ചിട്ടുള്ളത്. ഒരു ജീവിയുടെ

പെരുമാറ്റം നമ്മുടെതന്നെ ചലനങ്ങളെയോ ചേഷ്ടകളെയോ ആംഗ്യങ്ങളെയോ ശീലക്കേടുകളേയോ ഓർമ്മിപ്പിക്കുമ്പോഴാണ് നാം അതിനെ നോക്കി ചിരിക്കുന്നതെന്ന് ലോറൻസ് വളരെ കൃത്യമായി നിരീക്ഷിക്കുന്നു. ഇക്കാരണം കൊണ്ടാണ് കുരങ്ങുകളും ആൾക്കുരങ്ങുകളും മറ്റേത് ജീവികളെക്കാളുമധികം നമ്മിൽ ചിരിയുയർത്തുന്നത്. നരനെ വാനരനായി കണ്ടതുകൊണ്ടായാലും വാനരനെ നരനായി കണ്ടതുകൊണ്ടായാലും നരവാനരന്മാർ രണ്ടല്ലാതാവുന്ന അവസ്ഥയിലെ ചിരിയാണതെന്ന് ഒരർത്ഥത്തിൽ പറയാം.

ആർ. കെ. ലക്ഷ്മണിന്റെ 'യൂ സെഡ് ഇറ്റ്' എന്ന പരമ്പരയിൽ തികച്ചും വ്യത്യസ്തമായൊരു തലത്തിൽ ഇങ്ങനെയൊന്ന് കാണാം. കാർട്ടൂണിസ്റ്റ് ഒട്ടും ഉദ്ദേശിച്ചകാര്യമല്ല. പക്ഷേ, അദ്ദേഹത്തിന്റെ സാധാരണ മനുഷ്യനെ ഒരു ദുരൂഹത വലയം ചെയ്യുന്നേടത്ത് താൻതന്നെ കണ്ടെത്തിയിട്ടില്ലാത്തൊരു അർത്ഥം വന്നുചേരുന്നു. ഈ 'കോമൺ മാൻ' ഇന്ത്യയിലെ കോടിക്കണക്കിന് സാധാരണ മനുഷ്യരിലൊരാളാണെന്നാണ് വെയ്പ്. പക്ഷേ, ശാരീരികമായിപ്പോലും അയാൾ വി. ഐ. പി. കൾക്ക് സ്വപ്നംപോലും കാണാനാകാത്തത്രയും നാട്ടിലെ ഏറ്റവുമുയരത്തിലുള്ള രാഷ്ട്രീയ നേതാക്കന്മാർക്ക് അടുത്താണ്. അവരുടെ ഏറ്റവും രഹസ്യമായ കാര്യങ്ങൾ (ഏറ്റുപറച്ചിലുകൾ, ഗൂഢാലോചനകൾ, അന്തർഗ്ഗതങ്ങൾ, എല്ലാം എല്ലാം) അയാൾ അടുത്തുനിന്ന് കേൾക്കുന്നു. അവരുടെ ചുവരുകൾക്കുപോലുമില്ലാത്ത ചെവിയും വീട്ടിനുള്ളിൽ ഒളിച്ചുവെച്ച കാമറയുമാണ് 'കോമൺ മാൻ'. ഈ അസാദ്ധ്യതക്ക് വിശദീകരണമില്ല.

പക്ഷേ, ഇതിനൊരു മറുവശമുണ്ട്. കാരിക്കേച്ചറിന് അതിവർണനയെന്നൊരർത്ഥം കൂടിയുണ്ട് നിഘണ്ടുവിൽ. സമൂഹത്തിലെ സെലിബ്റിറ്റികളുടെ മൂക്കോ മീശയോ താടിയെല്ലോ അതിശയോക്തിയിൽ അവതരിപ്പിക്കപ്പെടുന്ന ഹാസ്യ ചിത്രങ്ങൾ അവരെ പെട്ടെന്ന് നമ്മുടെ കൂട്ടത്തിൽ പെടുത്തുന്നു. നമുക്ക് പ്രാപ്യമാക്കുന്നു. പിന്നെ, ഉള്ളടക്കത്തിൽ ഏതോ മണ്ടത്തരത്തിന്റെ പേരിൽ, കള്ളത്തരത്തിന്റെ പേരിൽ വിമർശിക്കപ്പെടുമ്പോൾ അവർ നമ്മെപ്പോലെ വെറും മർത്ത്യരാകുന്നു. സാധാരണ മനുഷ്യർ. ഇപ്പോൾ നമുക്ക് അവരെ നോക്കി ചിരിക്കാം. ഈ പ്രത്യേക അർത്ഥത്തിൽ, ലക്ഷ്മൺ ഒരിക്കലും ഉദ്ദേശിച്ചിട്ടില്ലാത്തൊരു പ്രസക്തിയിൽ, പ്രധാനമന്ത്രിയുടെ ആത്മഗതം സാധാരണ മനുഷ്യന് കേൾക്കാം.

സോണിയ ഗാന്ധിയെ നേരിൽ കണ്ടാൽ നാം ചിരിക്കാത്ത ചിരി അവരുടെ ഹാസ്യചിത്രഭാഷ്യത്തിന് നമ്മിൽ ഉണർത്താൻ കഴിയുന്നത് ഇങ്ങനെയാണ്.

ചിരിയും നർമ്മബോധവും നമ്മുടെ സാമൂഹ്യ മണ്ഡലങ്ങളിലെ 'മൂഡ് സെറ്റേഴ്സ്' തന്നെയാണെങ്കിലും അവയുടെ പ്രവർത്തനരഹസ്യം

ശാസ്ത്രത്തിന് പരിചിതമായിരുന്നില്ല. പക്ഷേ, അടുത്തകാലത്ത് സ്റ്റാൻഫോഡ് സർവ്വകലാശാലയിലെ ചില ഗവേഷകർ, അതിസൂക്ഷ്മമായ ഒരുപകരണത്തിന്റെ സഹായത്തോടെ, കാർട്ടൂൺ കണ്ട് രസിക്കുന്ന ഒരു കൂട്ടം ആളുകളുടെ മസ്തിഷ്കം സ്കാൻ ചെയ്തപ്പോൾ ഒരു കാര്യം സ്പഷ്ടമായി. ഏതെങ്കിലും കാരണത്താൽ നാം സമ്മാനിതരാണെന്ന് തോന്നുമ്പോൾ ഉത്തേജിതമാകുന്നതുകൊണ്ട് 'റിവാഡ് സെന്റേഴ്സ്' എന്നറിയപ്പെടുന്ന ഭാഗങ്ങളെയാണ് നമ്മുടെ മസ്തിഷ്കത്തിൽ ചിരി ഇക്കിളിപ്പെടുത്തുന്നത്. ഒരാൾ നമ്മെ നോക്കി ചിരിക്കുന്നതും നാം ഒറ്റക്കിരുന്നോ ഒരു പൊതുസ്ഥലത്തുവെച്ചോ ചിരിക്കുന്നതും സാമൂഹിക സമ്മാനങ്ങളാണ്. കാർട്ടൂണുകൾ സൃഷ്ടിക്കുന്ന ചിരിയിൽ ഉത്തേജിതമാകുന്ന അതേ മസ്തിഷ്കഭാഗങ്ങളാണ് പണം കിട്ടുമ്പോഴോ കൊക്കെയിൻ അകത്തുചെല്ലുമ്പോഴോ പന്തയത്തിൽ ജയിക്കുമ്പോഴോ ഒരു സുന്ദരമുഖം കാണുമ്പോഴോ നമ്മിൽ ഉത്തേജിതമാകുന്നത്.

ലോറൻസിനും ലക്ഷ്മണിനുമിടയിൽ പല രേഖകൾ സമ്മാനകേന്ദ്രങ്ങളിലൂടെ കടന്നുപോകുന്നു.

ചിയേസ്, ഗേൾസ്!

കാളികൾക്ക് കൊഴുപ്പ് കൂട്ടാനുള്ള കാഴ്ചവസ്തുക്കളാണോ ചിയർ ലീഡർമാർ? അതോ പാർശ്വിക സെക്സ് അപ്പീലോ?

ചലച്ചിത്രങ്ങളിലും പൊതുവെ സമൂഹമനസ്സിലും ചെമ്പൻ തലമുടിയുള്ള പെൺകുട്ടികളുടെ ലക്ഷണമൊത്ത പതിവുരൂപങ്ങളാണവർ. ബ്ളോൻഡ് സ്റ്റീരിയോടൈപ്പ്, ചില യൗവ്വനാരംഭ അനുഷ്ഠാനങ്ങൾക്കായി വേഷംകെട്ടിയ സ്കൂൾപിള്ളേർ. നോട്ടം പറിക്കുന്ന ചമയങ്ങളും കുതിപ്പുകളും പോംപോമുകളും കണ്ടാൽ തോന്നും എളുപ്പത്തിൽ അവരെ തഴയാമെന്ന്. പക്ഷേ, ഇതൊരു പ്രതീതിയിൽക്കവിഞ്ഞ് ഒന്നുമല്ല. ചിയേസിന്നപ്പുറത്തും അവർ നയിക്കുന്നുണ്ട്.

'അമേരിക്കൻ ചിയർലീഡർ' എന്ന ആനുകാലികത്തിന്റെ പത്രാധിപ ഡയരക്കുറായ ഷൈല നൂൺ അവരെ കായികാഭ്യാസികളെന്ന് വിളിക്കുന്നു. ആ വാക്കിന്റെ സാങ്കേതികമായി കണിശമായ അർത്ഥം പരിഗണിച്ചാൽ അവരെ അങ്ങനെ വിളിക്കാനാവില്ല. സ്ഥാനവശാൽ ചിയർലീഡർമാർക്ക് എതിരായി എന്തെങ്കിലും പറയാൻ നിർവ്വാഹമില്ലാത്തൊരു വ്യക്തിയാണ് ശ്രീമതി നൂണെന്ന് കാണാൻ പ്രയാസവുമില്ല. എങ്കിലും അവരുടെ വിവക്ഷയിൽ ശരിത്വമുണ്ട്!

ഹെർമൻ ജെ. ഏൻഗൽസ് ഇത് സ്ഥിരീകരിക്കുന്നു.

ചിയർലീഡർമാരെക്കുറിച്ച് വളരെയധികം വിവരങ്ങൾ ശേഖരിച്ച് പഠിച്ച ഈ ശാസ്ത്രജ്ഞൻ പറയുന്നു: പ്രത്യർത്ഥികളായ (competitive) ചിയർലീഡർമാർ തീർത്തും കായികാഭ്യാസികളാണ്. അവരെ നാം ആ നിലക്ക് പരിഗണിക്കണം. 'പ്രത്യർത്ഥികൾ' എന്ന വിശേഷണമാണ് ഇവിടെ നിർണ്ണായകം.

ചിയർലീഡർമാർക്കിടയിൽ പ്രത്യർത്ഥികളുണ്ട്. കേവലം പാർശ്വവർത്തികളുമുണ്ട്. ആഹാരരീതികളിൽ വളരെ പ്രധാനപ്പെട്ട പോഷകവസ്തുക്കൾ വർജ്ജിക്കയും സോഡ പോപ്പ് പോലുള്ള ശൂന്യമായ കലോറികൾ ധാരാളം അകത്താക്കുകയും ചെയ്യുന്നവരാണ്

രണ്ട് കൂട്ടരും. പക്ഷേ, ഒരു വ്യത്യാസമുണ്ട്; ആർപ്പും വിളിയും മാറ്റി നിർത്തിയാൽ പരിചയശൂന്യരായ സാധാരണ പെൺകുട്ടികളിൽ നിന്ന് വ്യത്യസ്തകളല്ല പാർശ്വവർത്തികൾ.

പ്രത്യർത്ഥികളുടെ കാര്യം ഒന്നു വേറെയുണ്ട്. ഉയരത്തിലും, മെലിഞ്ഞതെങ്കിലും വേണ്ടത്ര തൂക്കമുള്ള ശരീരത്തിന്റെ കാര്യത്തിലും, പിന്നെ പലതരം വ്യായാമപദ്ധതികളിലും അവർ പാർശ്വവർത്തികൾക്ക് ഉപരിയാണ്. വളരെ വളരെ. രണ്ടുതരം ചിയർലീഡർമാരുടേയും ഉടൽ ഘടനയും ആഹാരരീതികളും ശരീരാന്തരപ്രവർത്തനങ്ങളും പഠിച്ച വിദഗ്ദ്ധരുടെ അഭിപ്രായത്തിൽ ഒളിമ്പിക് തലത്തിലുള്ള കാൽപ്പന്തുകാർക്കും ജിംനാസ്റ്റുകൾക്കുമുള്ള ശാരീരിക അനുയോജ്യത ഉള്ളവരാണ് പ്രത്യർത്ഥികളായ ചിയർലീഡർമാർ.

ചിയേസ്, ഗേൾസ്!

കുതിരമുകളേറിയ മന്നന്റെ

ലോകത്തിന്റെ പല ഭാഗങ്ങളിലും വലിയ നഗരമോ ചെറിയ പട്ടണമോ എന്ന വ്യത്യാസമില്ലാതെ, നാൽക്കവലകളിൽ കാണാവുന്നൊരു ദൃശ്യമുണ്ട്. അശ്വാരൂഢനായൊരു സൈനികന്റെ പ്രതിമ. ചിലേടങ്ങളിലെങ്കിലും ഇത്തരം പ്രതിമകളെക്കുറിച്ചുള്ള പട്ടണഐതിഹ്യത്തിന് ആധാരം ഒരു സിദ്ധാന്തമാണ്. കുതിര നിൽക്കുന്നതെങ്ങനെയെന്ന് നോക്കിയാൽ കുതിരപ്പുറത്തെ ആൾക്കെന്തുപറ്റിയെന്ന് അറിയാമെന്നതാണ് സിദ്ധാന്തം. ചില ഉദാഹരണങ്ങൾ:

ഒന്ന്:

ഒരു കുളമ്പ് പൊക്കി നിൽക്കുന്ന പട്ടതിയിലാണ് കുതിരയുടെ രൂപം തീർത്തിട്ടുള്ളത്. അർത്ഥം: യുദ്ധത്തിൽ അശ്വാരൂഢന് മുറിവേറ്റിരിക്കണം. ഒരു പക്ഷേ, പിൽക്കാലത്ത് ഇതിന്റെ ഫലമായി അയാൾ മരിച്ചിരിക്കണം.

രണ്ട്:

കുതിരയുടെ രണ്ട് കുളമ്പുകൾ വായുവിലാണ്. അർത്ഥം: അശ്വാരൂഢൻ യുദ്ധത്തിൽ മരിച്ചിരിക്കണം.

മൂന്ന്:

നാലുകാലുകളും നിലത്തൂന്നിയാണ് കുതിര നിൽക്കുന്നത്.

അർത്ഥം: പരിക്കുപറ്റാതെ അശ്വാരൂഢൻ എല്ലാ യുദ്ധങ്ങളിലും ജയിച്ചിരിക്കണം.

'മൂന്ന് വര' സ്ഥിരമായി വായിക്കുന്നൊരാൾ ചോദിച്ചു: "ഇതിൽ എന്തെങ്കിലും സത്യമുണ്ടോ? " ഉണ്ടെന്നു തോന്നുന്നില്ല. ശിൽപ്പിയുടെ കലാപരമായ ചായ്‌വന്യേ മറ്റൊന്നും മുകളിൽപ്പറഞ്ഞ ഉദാഹരണങ്ങളിലില്ല. അഥവാ, അവയിലെ വ്യത്യാസങ്ങൾക്കു പിന്നിൽ ശിൽപ്പിയുടെ സോദ്ദേശ്യകതയുണ്ടെങ്കിൽ അത് ഘനജ്യാമിതിയുമായോ ദ്രവ്യങ്ങളുടെ പെരുമാറ്റവുമായോ ഭൂഗുരുത്വവുമായോ അല്ലേ

ങ്കിൽ സിവിൽ എഞ്ചിനീയറിംഗിന്റെ മറ്റേതെങ്കിലും പരിഗണനയു മായോ ബന്ധപ്പെട്ടിരിക്കുന്നു.

അമേരിക്കയുടെ കരസൈന്യത്തിന്റെ ചരിത്രം കാണാവുന്ന വെബ്സൈറ്റ് ഞാൻ പരിശോധിച്ചു. അതിലിങ്ങനെ കാണാം: ഒരു അശ്വാരൂഢ പ്രതിമയിൽ കുതിര ഉയർത്തിപ്പിടിച്ച കുളമ്പുകളുടെ എണ്ണവും അശ്വാരൂഢന്റെ യഥാർത്ഥ ജീവിത യുദ്ധാനുഭവവും തമ്മിൽ എന്തെങ്കിലും ബന്ധമുണ്ടെങ്കിൽ അത് തികച്ചും യാദൃച്ഛികമാണ്.

ആലിബാബയും 100 കള്ളിമാരും: വിവാഹത്തിന്റെ ഗണിതം

ഏറ്റവുമധികം പ്രലോഭനത്തെ ഏറ്റവുമധികം അവസരവുമായി കൂട്ടിച്ചേർക്കുന്നതുകൊണ്ടാണ് വിവാഹം പൊതുജനപ്രീതി നേടിയതെന്ന് ബെർനാഡ് ഷാ പറഞ്ഞതിന്റെ മർമ്മത്തിൽ ആരോ ഗ്ഗോൾ കളിക്കുന്നില്ലേ?

അയ്യായിരത്തിൽപ്പരം വർഷങ്ങൾക്കുമുമ്പ് സുമേരിയക്കാരുടെ വിവാഹ ആചാരങ്ങളിൽ കാണാമായിരുന്ന വിശേഷാൽ പുരുഷനാണ് ഇപ്പോഴും ഇവിടെ നിലവിലുള്ള 'ബെസ്റ്റ്മാൻ', വരന്റെ ഉറ്റ സുഹൃത്ത്. പക്ഷേ, 'റഫ് ഹൗസ്'' ചട്ടങ്ങൾ ഭരിച്ച അന്നത്തെ ചടങ്ങുകളിൽ അയാളുടെ നിയോഗം കൂടുതലും ഒരു അംഗരക്ഷകന്റേതായിരുന്നു. വരൻ പെണ്ണിനെ തട്ടിക്കൊണ്ടുപോകുമ്പോൾ ഉണ്ടാകുന്ന എതിർപ്പ് സംഘട്ടനത്തിൽ കലാശിച്ചാൽ എതിരാളികളെ അടിച്ചൊതുക്കുന്നതിന് നേതൃത്വം നൽകുന്ന ചുമതല അയാളുടേതായിരുന്നു.

റോമാക്കാർക്ക് തോന്നി ഇത് തനി തറയാണെന്ന്. വിവാഹം നടക്കണമെങ്കിൽ വധുവിന്റെയും വരന്റെയും സമ്മതം വേണമെന്ന് അവർ നിയമം കുറിച്ചു.

പക്ഷേ, എത്രാം വയസ്സിൽ?

ഏതാണ്ട് രണ്ടായിരത്തി അഞ്ഞൂറാണ്ട് പഴക്കമുള്ളൊരു രേഖ ഈജിപ്റ്റിൽ ഒരിടത്ത് പുരാവസ്തു ഗവേഷകർ കണ്ടെത്തിയിരുന്നു. അന്ന് ലഭ്യമായതിലേക്കും വെച്ച് പഴക്കമുള്ളൊരു ഔദ്യോഗിക വിവാഹരേഖ. പക്ഷേ, സർട്ടിഫിക്കറ്റെന്നതിനേക്കാൾ ഒരുതരം ഉടമ്പടിയാണത്. വരൻ ഏഴ് പശുക്കളെ കൊടുത്ത് ഒരു പെൺകുട്ടിയെ നേടിയെന്ന് അത് സാക്ഷ്യപ്പെടുത്തുന്നു.

പെൺകുട്ടി പതിനാലുകാരി!

ഒരൊറ്റ ആധുനിക സമൂഹത്തിനും ഇത് സ്വീകാര്യമാവില്ല. എങ്കിൽ പിന്നെ നിങ്ങളുടെ നിർദ്ദേശമെന്ത്? ആണും പെണ്ണും ഏത് പ്രായത്തിലാണ് വിവാഹിതരാകേണ്ടത്? സാമാന്യബോധമനുസരിച്ച്

രണ്ടറ്റങ്ങൾ തൊട്ടുവിച്ച് പോയേ തീരൂ. ഈ അറ്റത്ത് യൗവനം, ഉർവ്വരത, പക്ഷേ, വിവേകവും ലോകപരിചയവും പോരാ. മറ്റേ അറ്റത്ത് മറിച്ചും. ഉചിത അനുപാതം ഇടയിലെവിടെയോ? പക്ഷേ, അത് കൃത്യമായും എവിടെയാണ്?

ഇനി മറ്റൊരു പരിഗണന.

ആലിബാബയും 100 കള്ളിമാരും.

ആലിബാബക്ക് വിവാഹം കഴിക്കണം. വധുവായി പരിഗണിക്കാൻ 100 പേരുണ്ട്. കാലത്തിലൂടെ തുടരുന്നൊരു നിര. എന്നുവെച്ചാൽ, ഒന്നാമിയെ ഇഷ്ടപ്പെട്ടില്ലെങ്കിൽ രണ്ടാമിയെ സമീപിക്കാം. പക്ഷേ, രണ്ടാമിയെ അത്രപോലും ഇഷ്ടപ്പെട്ടില്ലെങ്കിൽ മൂന്നാമിയെ പരിഗണിക്കുക. മറിച്ച് ഒന്നാമിയെ വീണ്ടും പരിഗണിക്കാൻ പറ്റില്ല. അതേ പോലെ, എല്ലാവരേയും പരിഗണിക്കാനും വയ്യ, കാരണം നൂറാമിയിലെത്തുന്നതിന് എത്രയോ മുമ്പേ ആലിബാബ വൃദ്ധനായിരിക്കും.

ആലിബാബയുടെ ഉദാഹരണം എന്റേതെങ്കിലും ഇതിലെ അടിസ്ഥാന സങ്കൽപ്പം ഗണിതശാസ്ത്രജ്ഞനായ ഡോ. ഡി. വി. ലിൻഡ്‌ലെയുടേതാണ്. ഗൂഗോൽ എന്ന കളിപോലെയാണിതെന്ന് അദ്ദേഹത്തിന്റെ ഒരു പുസ്തകം (Making Decisions) പറയുന്നു. കളിയിൽ ഒരു സ്നേഹിതൻ ഒരു നൂറ് കടലാസ് ചീന്തുകളുണ്ടാക്കുന്നു. ഓരോന്നിലും ഏതെങ്കിലും ഒരു അക്കം കുറിക്കുന്നു. പിന്നെ, ചീന്തുകൾ ഓരോന്നായി നിങ്ങൾക്ക് കാണിച്ചുതരുന്നു. നൂറക്കങ്ങളിൽ ഏറ്റവും വലുതേതെന്ന് ഊഹിക്കലാണ് നിങ്ങളുടെ ലക്ഷ്യം. ഏത് ഘട്ടത്തിൽ വെച്ചുള്ളതാവും ഏറ്റവും മികച്ച ഊഹം?

സമയം ഒരു ഘടകമാണ്.

ഗണിതശാസ്ത്രപരമായ സങ്കീർണ്ണ വിശദാംശങ്ങൾ ഒഴിവാക്കി വളരെ ലളിതമായി പറഞ്ഞാൽ, അനുവദനീയ സമയത്തെ ഒരു പ്രത്യേക സംഖ്യകൊണ്ട് ഹരിച്ചാൽ ഉത്തരം കിട്ടും. അതനുസരിച്ച് മുപ്പതാമത്തെ പെണ്ണുകാണൽ കഴിഞ്ഞാൽ ഏതാണ്ട് ആലിബാബയുടെ പ്രശ്നപരിഹാര പരിസരമായി. ലിൻഡ്‌ലെയുടെ ഉത്തരം ഞാൻ ഇവിടെ ഉപസംഹരിക്കട്ടെ.

ഒന്ന്: പെണ്ണ് ഇരുപത്തേഴാം വയസ്സിൽ വിവാഹം കഴിക്കുന്നതാവും ഗണിതശാസ്ത്രപരമായി ഉചിതം. ആണിന് പറ്റിയത് മുപ്പത്തിരണ്ടാം വയസ്സും.

രണ്ട്: ആയുസ്സിന്റെയും പുനരുൽപ്പാദനകാലത്തിന്റെയും കാര്യത്തിൽ ആണും പെണ്ണും തമ്മിലുള്ള വ്യത്യാസം പരിഗണിച്ചാൽ വരന് വധുവിനേക്കാൾ ആറുവയസ്സ് ചുരുക്കമൊവുന്നതാകും നല്ലത്. പല സമൂഹങ്ങളുടെയും കീഴ്‌വഴക്കത്തിന് നിരക്കാത്ത കാര്യമാണിത്.

പക്ഷേ, ലൈംഗിക കർമ്മത്തിൽനിന്നും ലോകത്തിൽനിന്ന് തന്നെയും ഏതാണ്ട് ഒരേസമയത്ത് വിരമിക്കാൻ ഇത് ദമ്പതികളെ സഹായിക്കും. സമയം (Timing) ലൈംഗിക സംതൃപ്തിയുടെ മാത്രം അനിവാര്യ പരിഗണനയല്ലല്ലോ.

ഇതൊരു ഗണിതശാസ്ത്രമാതൃക മാത്രമാണെന്ന് വീണ്ടും ഓർക്കുക. പക്ഷേ, ഏറ്റവുമധികം പ്രലോഭനത്തെ ഏറ്റവുമധികം അവസരവുമായി കൂട്ടിച്ചേർക്കുന്നതുകൊണ്ടാണ് വിവാഹം പൊതുജനപ്രീതി നേടിയതെന്ന് ബെർണാഡ് ഷാ പറഞ്ഞതിന്റെ മർമ്മത്തിൽ ആരോ ഗോൾ കളിക്കുന്നില്ലേ? ഇപ്പോൾ അതൊരു കോർപ്പറേറ്റ് ഗണിതശൈലി പോലെ തോന്നുന്നു.

ഷെർലക്ക് ഹോംസിന് ഒരു ചോദ്യം

ഡോക്ടർ വാട്സൺ: "മിസ്റ്റർ ഹോംസ്, ഇതു ശ്രദ്ധിക്കണം. ഈ കാലടയാളത്തിന് ഒരു പ്രത്യേകതയുണ്ട്. ഈ അടയാളമുണ്ടാക്കിയ ആളുടെ കാലിന്റെ പെരുവിരലിന് രണ്ടാം വിരലിനേക്കാൾ ഏറെ നീളവും എടുത്തുപിടിയുമുണ്ട്. ഇതിൽ നിന്ന് നിങ്ങളെന്താണ് മനസ്സിലാക്കുന്നത്? "

ഷെർലക്ക് ഹോംസ്: "പ്രാഥമികം, എന്റെ പ്രിയപ്പെട്ട വാട്സൺ എന്റെ നിരീക്ഷണമനുസരിച്ച്...."

തുടരേണ്ടതില്ല. ഇത് ഞാൻ കെട്ടിച്ചമച്ചതാണ്. സത്യത്തിൽ, "എലമെന്ററി, മൈ ഡിയർ വാട്സൺ" എന്ന പ്രശസ്ത വചനം ഒരു മിത്താണെന്നും ഷെർലക്ക് ഹോംസ് ഒരൊറ്റ കഥയിലും അങ്ങനെ പറയുന്നില്ലെന്നും ഒരു വിദഗ്ദ്ധ നിരീക്ഷണമുണ്ട്. ആയിരിക്കാം. പക്ഷേ, മുകളിൽ വാട്സൺ ചോദിച്ച ചോദ്യത്തിന് ഉത്തരമെന്ത്? ഹോംസ് എന്താവും പറയുക?

ഹോംസ് കാത്തുനിൽക്കട്ടെ. ഒരു പ്രധാന വാർത്തയുണ്ട്.

വേഗവും സമയവും ഇടയുന്ന കായികമത്സരങ്ങളിൽ സ്വർണ്ണത്തിന്റെയും നാലാംസ്ഥാനത്തിന്റെയും ഇടയിലെ അകലം നിമിഷങ്ങൾ മാത്രം. ഒപ്പം ഓടുന്നവരെ അപേക്ഷിച്ച് ഒരൊറ്റ ചുവട് കൂടുതൽ വേഗം മുന്നോട്ടുവെക്കാൻ ഒരാൾക്കെങ്ങനെ കഴിയുമെന്നാണ് ഓട്ടക്കാരും ഓടാൻ പഠിപ്പിക്കുന്നവരും അന്വേഷിക്കുന്നത്. ഉത്തരം പോഷകശാസ്ത്രത്തിലാവാം, സാങ്കേതിക ശാസ്ത്രത്തിലാവാം, ഉടലിൽ തന്നെയാവാം.

ഷൂവുകളുടെ കാര്യമെടുക്കുക.

വളരെ അടുത്ത കാലത്താണ് ആഡിഡാസ് ഒരു സ്മാർട്ട് പാദരക്ഷാ മാതൃക അവതരിപ്പിച്ചത്. ഓടുന്ന ആളുടെ ആക്കവും തൂക്കവും ചുവടും, ഷൂ തറയിൽ തട്ടുമ്പോഴുള്ള ആഘാതവുമെല്ലാം പരിഗണിച്ച് അകത്തെ പതുപതുപ്പ് (Cushioning level) സ്വയം

ക്രമീകരിക്കാൻ അതിന് കഴിയും. ബുദ്ധിപൂർവ്വമായ പെരുമാറ്റത്തിന്റെ പ്രതീതിയുണ്ടാക്കുന്ന ഒരു മൈക്രോചിപ്പാണ് ഷൂവിന്റെ അടിഭാഗത്ത് കിടന്ന് ഇത് സാദ്ധ്യമാക്കുന്നത്. പക്ഷേ, മികച്ച ഷൂവുകൾക്കേ മികച്ച ഓട്ടമുണ്ടാക്കാൻ കഴിയൂ എന്ന തോന്നലുണ്ടാവരുത്.

കാലുകളുടെ കാര്യമെടുക്കുക.

തുടക്കത്തിൽ ഡോ. വാട്സൺ ചോദിച്ച ചോദ്യത്തിലേക്ക് നാം തിരിച്ചുപോവുന്നത് ഇവിടെവെച്ചാണ്.

ഷെർലക്ക് ഹോംസ് പറയുന്നു: "ഈ കാലടയാളം വീഴ്ത്തിയ ആൾ ഓട്ടത്തിലോ സ്കീയിങ്ങിലോ പാടവമുള്ള ആളായിരിക്കാൻ സാദ്ധ്യതയുണ്ട്. കാരണം കാലിലെ രണ്ടാം വിരലിനെ അപേക്ഷിച്ച് കൂടുതൽ നീളവും വലുപ്പവും ശക്തിയുമുള്ള പെരുവിരലുള്ളവർ ഈ രണ്ട് സ്പോർട്സുകളിൽ പ്രത്യേക ശാരീരിക ആനുകൂല്യമുള്ളവരാകാനിടയുണ്ട്. ശരീരത്തുക്കം മുഴുവൻ ചില നിർണ്ണായക സന്ദർഭങ്ങളിൽ ഏറ്റെടുക്കാൻ ഇത്തരമൊരു പെരുവിരലിനു കഴിയും. കൂടുതൽ നീളമുള്ള രണ്ടാംവിരലുള്ളവർക്ക് ഇത് കഴിയില്ല. "

"ആശ്ചര്യകരം മിസ്റ്റർ ഹോംസ്! പക്ഷേ, മറ്റൊരു വസ്തുത താങ്കളുടെ ശ്രദ്ധയിൽ പെട്ടിട്ടുണ്ടോ?"

"അതെന്ത്? "

"താങ്കളുടെ വിവരണം കേട്ടപ്പോൾ അനിവാര്യമായും ഓർത്തുപോയതാണ്. കൂടുതൽ നീളമുള്ള രണ്ടാം വിരൽ മൂലമുണ്ടാകാവുന്നൊരു വേദനാജനകമായ പാദരോഗമുണ്ട്. മോർടൻസ് റ്റോ"

ചുവപ്പും ഓറഞ്ചും ഒളിവിൽ

ചുവപ്പിനെയും ഓറഞ്ചിനെയും ഒളിപ്പിക്കുന്നൊരു ജീവിയുടെ വിനീതമായ തവിട്ടുനിറത്തിന്റെ അർത്ഥം?

ഇപ്പോൾ പൊട്ടുമെന്ന് തോന്നിക്കുന്നൊരു ജന്തുവിനെക്കുറിച്ചായിരുന്നു എന്റെ കുട്ടിക്കാലത്തെ ഭാഷാ കൗതുകങ്ങളിലൊന്ന്.

ഹിപ്പൊ പോട്ടമസ്!

പക്ഷേ, ഇപ്പോൾ ഹിപ്പോ ഒരു ഹീറോ ആയിക്കഴിഞ്ഞിരിക്കുന്നു. ജപ്പാനിലെ കീയോ സർവ്വകലാശാലയിലെ ചില ശാസ്ത്രജ്ഞന്മാർ നേച്ചർ മാസികയിലെഴുതിയൊരു ലേഖനത്തിനുശേഷം ആരോ പറയുന്നത് കേട്ടു. കടൽക്കരയിൽ ചെന്ന് കൂളായി വിലസണമെങ്കിൽ, 'ഹിപ്പ്' ആകണമെങ്കിൽ എന്തു ചെയ്യണമെന്നറിയാമോ? ഹിപ്പോയുടെ വിയർപ്പെടുത്ത് പൂശുക. പക്ഷേ, ഞാനതു ശുപാർശ ചെയ്യില്ല.

ഹിപ്പോയുടെ വിയർപ്പല്ലത്.

ദുർഗന്ധമോ, ദുസ്സഹവും.

ദേഹത്തിന്റെ രോമാവരണത്തെ അപേക്ഷിച്ച് മനുഷ്യനോളം തന്നെ നഗ്നചർമ്മിയെങ്കിലും, ചുട്ടുപഴുക്കുന്ന വിഷുവൽസൂര്യനിൽപ്പോലും ഹിപ്പോ പിടിച്ചുനിൽക്കുന്നു. വെയിലിൽ അത് സ്വന്തം സൺസ്ക്രീൻ സൃഷ്ടിക്കുന്നു. വിയർപ്പ് ഗ്രന്ഥികളിൽനിന്ന് വരുന്നതല്ലെങ്കിലും വിയർപ്പുപോലെ ഉടലിനെ ആവരണം ചെയ്യുന്നൊരു ദ്രാവകത്തിന്റെ പടലം. തുടക്കത്തിലത് വിയർപ്പുപോലെ തെളിഞ്ഞതാണ്. പിന്നീട് അതിനൊരു തവിട്ടുനിറം കൈവരുന്നു. ഹിപ്പോയുടെ നിറമതാണ്.

ചായക്കൂട്ടുകൾ, പിഗ്മെന്റുകൾ.

ചുവപ്പും ഓറഞ്ചും.

ചുവന്ന പിഗ്മെന്റാണ് ഹിപ്പോയുടെ കവചമെന്ന് പറയാം. ദൃശ്യവും

അൾട്രാവയലറ്റുമായ രശ്മികളെയാണ് അത് ഒപ്പിയെടുക്കുന്നത്. പുറമേ ഈ വിചിത്രലേപനം അതിശക്തമായൊരു ആന്റിബയോട്ടിക്ക് ഓയിന്റ്മെന്റ് കൂടിയാണ്.

ഇപ്പോൾ നമുക്കറിയാം ചുവപ്പിനെയും ഓറഞ്ചിനെയും ഒളിപ്പിക്കുന്നൊരു ജീവിയുടെ വിനീതമായ തവിട്ടുനിറത്തിന്റെ അർത്ഥം.

കഴുത്തിലെ കൗപീനം കണ്ണുകളിൽ ചെയ്യുന്നത്

സമയലോകത്തിൽ ഒരു പെൻഡുലത്തിനുള്ള പ്രതാപത്തോടെ കോർപ്പറേറ്റുകളുടെ ലോകത്തിൽ ചില തളങ്ങൾ ചിട്ടപ്പെടുത്തുന്ന നെക്ടൈയിന് മലയാളികൾ ഒരു പരിഹാസപ്പേർ നൽകിയിട്ടുണ്ട്: കണ്ഠകൗപീനം. ഇപ്പോൾ ആ പ്രൗഢ പ്രതീകത്തെ ഉലക്കുന്നത് ആധുനിക വൈദ്യശാസ്ത്രമാണ്.

പല്ല് തേക്കാനും ഷേവ് ചെയ്യാനും കൈ കഴുകാനുമൊക്കെ നാം ദിവസവും ഉപയോഗിക്കുന്ന സിങ്കിന് ചുവട്ടിലെ ജലക്കുഴൽ അടഞ്ഞാൽ എന്തുണ്ടാവുമെന്ന് എല്ലാവർക്കുമറിയാം. സിങ്കിൽ സംഭവിക്കുന്നത് നിങ്ങളുടെ കണ്ണിൽ സംഭവിക്കാം. കെട്ടിനിൽക്കരുതാത്ത ചില ദ്രാവകങ്ങൾ കണ്ണിൽ കെട്ടിനിൽക്കുമ്പോഴുണ്ടാകുന്ന ഐ.ഒ.പി. (Intra ocular pressure) എന്ന ആന്തരിക സമ്മർദ്ദം ചിലപ്പോൾ നിങ്ങളുടെ കാഴ്ചയുമായി ബന്ധപ്പെട്ട ഞരമ്പിനെ നശിപ്പിച്ചേക്കാം. ഗ്ലൂക്കോമ എന്നറിയപ്പെടുന്ന ഈ അവസ്ഥ കാഴ്ചശക്തി മോഷ്ടിച്ചേക്കാം, മുന്നറിയിപ്പും ലക്ഷണങ്ങളുമില്ലാതെപോലും!

കണ്ണുകൾ അടയുന്നേടത്ത് നെക്ടൈക്കെന്തു കാര്യം?

വെറും മൂന്നുമിനിറ്റ് നേരത്തേക്ക് നെക്ടൈ ധരിച്ചാൽപ്പോലും നമ്മുടെ ആന്തരിക നേത്ര രക്തസമ്മർദ്ദം വല്ലാതെ വർദ്ധിക്കുമെന്ന് വളരെ അടുത്ത കാലത്താണ് ബ്രിട്ടനിലെ ഒരു സംഘം ഗവേഷകർ കണ്ടെത്തിയത്. അറുപതു തൊട്ട് എഴുപത് ശതമാനം വരെയാണ് വർദ്ധന. ഗ്ലൂക്കോമ പിടിപെട്ടവർക്കും ഒരു തരം നേത്രരോഗവും ഇല്ലാത്തവർക്കും പത്ത് ശതമാനത്തിന്റെ ഏറ്റക്കുറച്ചിലുകളൊഴിച്ചാൽ ഇത് ഒരേപോലെ ബാധകമാണ്. നെക്ടൈ കഴുത്തിൽ മുറുക്കുന്നതിനുമുമ്പും അയക്കുന്നതിന് പിമ്പുമുള്ള നിമിഷങ്ങളിൽ ഈ രണ്ട് കൂട്ടർക്കുമിടയിൽ ഐ. ഒ. പി. വ്യത്യാസങ്ങളില്ല! എന്തു പാഠമാണ് നാം ഇതിൽനിന്ന് പഠിക്കേണ്ടത്?

നെക്കൈട്ട ധരിക്കുന്നവരിൽ ഭൂരിപക്ഷം ആളുകളും ഈ ഗവേഷണത്തെപ്പറ്റി കേൾക്കാതിരിക്കാനാണ് സാദ്ധ്യത. അല്ലെങ്കിൽത്തന്നെ നെക്കൈട്ട ഉപേക്ഷിക്കാൻ വൈദ്യശാസ്ത്രം നിർദ്ദേശിച്ചാൽ കോർപ്പറേറ്റുകൾ അതിന് ചെവികൊടുക്കുമോ? ആപേക്ഷികമായി പറഞ്ഞാൽ, സ്ത്രീകളുടേതിന് വിരുദ്ധമായി പറയത്തക്ക നിമ്നോന്നതങ്ങളൊന്നുമില്ലാത്ത സമതലരേഖയാണ് പുരുഷന്മാരുടെ വസ്ത്രധാരണ ചരിത്രം. പക്ഷേ, നെക്കൈട്ടകൾ അപ്രത്യക്ഷമായാൽ മനുഷ്യവംശത്തിന്റെ ആഗോള ഡ്രെസ്സ്കോഡ് തകരുമെന്ന് യുക്തിപൂർവ്വം ഞാൻ കരുതുന്നു. ഫ്രോയ്ഡിന്റെ മനഃശാസ്ത്രത്തിൽ പറയുന്ന വരിയുടക്കലിന്റെ (കാസ്ട്രേയ്ഷന്റെ) കോർപ്പറേറ്റ് ഭാഷ്യമായിരിക്കുമത്.

കോർപ്പറേറ്റുകൾ ഈ പ്രതീകഭംഗം അനുവദിക്കുമോ?

എനിക്കറിഞ്ഞുകൂടാ. പക്ഷേ, നെക്കൈട്ട ധരിക്കുക പതിവുള്ളവർ ആപ്പീസിനുപുറത്ത് വൈയക്തികതലത്തിൽ സ്വീകരിക്കേണ്ടൊരു കാര്യമുണ്ട്. എപ്പോഴെങ്കിലും നിങ്ങളൊരു നേത്രചികിത്സാ വിദഗ്ദ്ധനെ കൺസൾട്ട് ചെയ്യാൻ പോകുകയാണെങ്കിൽ അതിനുമുമ്പുതന്നെ നെക്കൈട്ട അഴിച്ചുമാറ്റുകയോ വളരെ അയച്ച്കെട്ടുകയോ ചെയ്യുക. അല്ലെങ്കിൽ നിങ്ങൾക്ക് ഉയർന്ന ഐ. ഒ. പി. യോ ഗ്ലൂക്കോമപോലുമോ ഉണ്ടെന്ന് ആ വിദഗ്ദ്ധൻ തെറ്റിദ്ധരിക്കാം.

ഉപസംഹാരമായി വ്യക്തിപരമായ ഒരു നിരീക്ഷണം.

വർഷങ്ങൾക്കുമുമ്പ് ഒരു ഹൃദയാഘാതത്തെത്തുടർന്ന് എന്റെ കഴുത്തിന്റെ ഭാഗത്തെ ജഗ്യുലർ വെയ്ൻ (ഹൃദയത്തിലേക്ക് ചോര വഹിച്ചുകൊണ്ടുപോകുന്ന കുഴൽ) ലോലമാണെന്ന് തിരിച്ചറിഞ്ഞ വിദഗ്ദ്ധൻ നിർദ്ദേശിച്ചു: “കട്ടിയിൽ കോളറുള്ള വസ്ത്രങ്ങൾ ഒഴിവാക്കുക.” നെക്കൈട്ടയും ഹൃദയാഘാതവും തമ്മിലൊരു ബന്ധം ആരെങ്കിലും കണ്ടെത്തിയാൽ അതിൽ ഒട്ടും ആശ്ചര്യപ്പെടാത്ത ആൾ ഞാനായിരിക്കും.

ന്യൂട്ടൻ ആപ്പ്ളിൽ ഉണരുമ്പോൾ

ആപ്പ്ൾ ഒരു ശവപേടകമാവുമോ? സ്മാരക മന്ദിരമാവുമോ? ആപ്പ്ളിന് ആളിന്റെ വല്യപ്പമില്ലാത്തതുകൊണ്ട് ആളെ ആപ്പ്ളിനുള്ളിൽ അനശ്വരമായി ഒതുക്കിയാലോ?

ജൈവസ്മൃതി ചിമിഴിൽ

1990 ഡിസംബറിൽ പുറത്തിറങ്ങിയ 'ഒട്ടകത്തെ ഏറ്റുപറച്ചിൽ' എന്ന കവിത പറയുന്നു: "എനിക്കറിയാം ഭ്രമിയുടെ ആചാരങ്ങൾ;/ എന്റെ മരണം ഒരു ഒട്ടകമല്ലെന്നതും,/എന്റെ ഒരു കോശം ഒരു ഞാഞ്ഞൂളിന്റെ ഭാഗമായും/എന്റെ മറ്റൊരു കോശം ഒരു വേരിന്റെ ഭാഗമായും/ഇനിയും ചില കോശങ്ങൾ മറ്റുള്ളവയുടെ ഭാഗമായും മാറുമെന്നതും,/ഒരു മരണം പല ജനനങ്ങൾക്ക് സംഭാവന നൽകുമെന്നതും,/ഓരോ ജനനവും പല മരണങ്ങളുടെ സംഭാവനയാണെന്നതും/ ഇങ്ങനെ പുനർജന്മം തികച്ചുമൊരു ഭൗതിക യാഥാർത്ഥ്യമാണെന്നതും/ആകയാൽ മരണത്തിന് ശേഷവും ഞാൻ തുടരുമെന്നതും/ എത്രയോ സ്പഷ്ടമായ ഭൗമികചര്യകൾ. "

ആപ്പ്ളിന്റെ പ്രസക്തി?

ജി.എം. (genetically modified)എന്നപേരിൽ ജനിതക ഭേദഗതിക്ക് വിധേയരാകുന്ന ആഹാരോപായങ്ങളുടെ കാലത്ത്, ശാസ്ത്രവിദ്യാർത്ഥികളെപ്പോലും അസൂയപ്പെടുത്തും വിധം ലണ്ടനിലെ റോയൽ കോളജ് ഓഫ് ആർട് വിദ്യാർത്ഥികളായ ജോർജ് ട്രെമലും ഷിഹോ ഫുകുവാരയും ജീവനെ അടക്കാനുള്ളൊരു ശവക്കല്ലറയുപകരണം ചെയ്തു.

(Transgenic tombstone)

ജി. എം. ആപ്പ്ൾമരം.

വീഴുന്ന ഓരോ ആപ്പ്ളും ന്യൂട്ടന്റെ കഥ പറയുന്നു. പക്ഷേ, കൂടുതൽ ജീവത്തായൊരർത്ഥത്തിൽ പരേതനായ ഈ പ്രിയ ശാസ്ത്രജ്ഞന്റെ ലൗകിക സാന്നിധ്യം ഒരാപ്പ്ളിൽ ഉണ്ടാക്കാൻ കഴിയുകയാണെങ്കിലോ? ന്യൂട്ടൻ മരിച്ചുകിടക്കുന്നത് സങ്കൽപ്പിക്കുക. അദ്ദേഹത്തിന്റെ

ശരീരത്തിൽനിന്നും നാം ഇത്തിരി ജനിതക ദ്രവ്യം (കൃത്യമായി പറഞ്ഞാൽ ഡി.എൻ.എ.) എടുത്ത് ഒരു ആപ്പ്ൾമരത്തിലേക്ക് കടത്തിവിടുന്നു.

ന്യൂട്ടന്റെ ജീവശാസ്ത്ര ചൈതന്യം നിത്യപ്പച്ചയിൽ തുടരുന്നൊരു പേടകത്തിൽ കവിഞ്ഞ അവസ്ഥാന്തരമാണത്. പരേതന്റെ ജനിതക മാറ്റൊലി ഓരോ സെല്ലിലും ചെന്നലക്കുമ്പോൾ മരക്കൊമ്പിലൊരു ജനനമണി മുഴത്ത് തൂങ്ങുന്നു. ഒടുങ്ങാത്തൊരു ജൈവ റിലേ.

ആപ്പ്ൾമരം. ആപ്പ്ൾ....

ഇതത്ര എളുപ്പമാണോ?

വിഴുങ്ങാൻ പറ്റാത്തൊരു ആപ്പ്ളിന്റെ പ്രശ്നം പ്രായോഗിക തലത്തിലുണ്ട്. ബയോ ആർട്ടിസ്റ്റെന്നറിയപ്പെടുന്ന ജോ ഡേവിസിന്റെ സൃഷ്ടികളാണ് മുഖ്യ പ്രചോദനം. പ്രശസ്ത യവനചിന്തകനായ ഹിറക്ലൈറ്റസിന്റെ ഒരു പാഠശകലം താനൊരു ഈച്ചയുടെ ജീനിലേക്ക് കോഡ് ചെയ്തിട്ടുണ്ടെന്ന് ഡേവിസ് അവകാശപ്പെട്ടിട്ടുണ്ട്. അദ്ദേഹത്തെ പിന്തുടരുന്ന കലാ വിദ്യാർത്ഥികളുടെ പദ്ധതിക്ക് അതിസങ്കീർണ്ണമായ പല കോഡിംഗ് ഘട്ടങ്ങളിലൂടെ വേണം മുന്നോട്ട് പോകാൻ. ഏറെ സമയവും പണവും ചെലവിടാതെ അത് പൂർത്തിയാക്കാനാവില്ല. വൻതോതിലുള്ള ദുർവ്യയംപോലും ഒഴിവാക്കാനാവില്ലെന്ന് ചില വിദഗ്ദ്ധർ ഉറപ്പിച്ച് പറയുന്നു.

ആപ്പ്ൾ മരത്തിൽ തൂങ്ങുന്നൊരു വേതാളമല്ല ന്യൂട്ടൻ. അദ്ദേഹത്തിന്റെ ഡി. എൻ. എ.ക്കുപോലും അത്ര എളുപ്പം ഒരു കനിയിലേക്ക് കൂടു പായാനാവില്ല.

പറഞ്ഞുവരുമ്പോൾ, ന്യൂട്ടൻ എന്റെ ഉദാഹരണമാണ്. ഞാൻ പറഞ്ഞ വിദ്യാർത്ഥികൾ അതുവരെയൊന്നും പോകുന്നില്ല. കുറേക്കൂടി ആസന്നമായ പരിസരങ്ങളിലാണ് അവരുടെ വ്യാപാരം. ന്യൂട്ടനുപകരം പരേതയായൊരു മുത്തശ്ശി മതി. എങ്കിൽപ്പിന്നെ 'ന്യൂ സയന്റിസ്റ്റ്' സൂചിപ്പിച്ചതുപോലെ ആപ്പ്ളെന്തിന്? പരജീവ പ്രവേശങ്ങളെന്തിന്? നമ്മുടെ മാതാപിതാക്കളിലൂടെയും നമ്മിലൂടെയും തുടർന്ന ജൈവ പരമ്പര തന്നെയല്ലേ പ്രിയപ്പെട്ട മുത്തശ്ശിയുടെ ഏറ്റവും സാക്ഷാത്തായ ജനിതക സ്മാരക മന്ദിരം?

ആപ്പ്ളിൽ സ്മാരകം വിനിവേശിപ്പിക്കാനുള്ള അവകാശം മരത്തിന് വിട്ടുകൊടുക്കുക. ആപ്പ്ൾ വീഴുന്ന ചടുല നിമിഷത്തിന്റെ ഉദ്വേഗതയാവട്ടെ ന്യൂട്ടന്റെ സ്മാരകം.

പണിയെടുത്ത് പണമുണ്ടാക്കുക, മസ്തിഷ്കം പറയുന്നു.

എളുപ്പവഴിക്ക് പണമുണ്ടാക്കാൻ ശ്രമിക്കുന്നവർക്ക് സാമൂഹിക ഭ്രഷ്ട് കൽപ്പിക്കുന്ന എത്ര നാഗരികതകളുണ്ടെന്ന് എനിക്കറിഞ്ഞുകൂടാ. ഒരാൾ പെട്ടെന്നൊരു ദിവസം മെയ്യനങ്ങാതെ ഒരു ഓൺലൈൻ/ഓഫ്‌ലൈൻ ലോട്ടറിയടിച്ച് കോടീശ്വരനാകുന്നത് ഇപ്പോൾ ഒരു അസുലഭകാഴ്ചയല്ല. അങ്ങനെയായൊരാൾ മതിമറന്ന് ആഹ്ലാദിച്ചാൽ അതിൽ ആർക്കും കുറ്റംപറയാൻ കഴിയുകയുമില്ല. പക്ഷേ, ഒന്നോർക്കണം, ഈ ആഹ്ലാദത്തിൽ പങ്കുചേരാൻ വിസമ്മതിക്കുന്നൊരു അവയവം അയാളുടെ ശരീരത്തിൽ തന്നെയുണ്ട്. മസ്തിഷ്കം.

മസ്തിഷ്കം പറയുന്ന പണിയെടുത്ത് പണമുണ്ടാക്കുക.

സമ്മാനിതരോ സന്തുഷ്ടരോ ആയ മനുഷ്യരുടെ മസ്തിഷ്ക പ്രവർത്തനങ്ങൾ സൂക്ഷ്മമായി പിടിച്ചെടുക്കാൻ കഴിയുന്നൊരു കേന്ദ്രം തലയോടിനകത്തുണ്ട്. പേര് സ്ട്രൈയാറ്റം. ഇതിന്റെ പെരുമാറ്റം പഠിക്കുന്നൊരു പരീക്ഷണത്തിൽ രണ്ടുകൂട്ടം ആളുകൾ പങ്കെടുത്ത് പണം വാങ്ങി. ഒരു വ്യത്യാസം. ഒന്നാമത്തെ കൂട്ടത്തിന് പണം കിട്ടാൻ ഒരു കമ്പ്യൂട്ടർകളി കളിക്കേണ്ടിയിരുന്നു. രണ്ടാമത്തെ കൂട്ടത്തിനാകട്ടെ ചുമ്മാതിരുന്നാൽ മതിയായിരുന്നു.

കോടിക്കണക്കിന് അമേരിക്കൻ ഡോളറുകളുടെ ലോട്ടറി ജാക്ക്പോട്ടുകൾ മനുഷ്യഭാഗധേയങ്ങളെ തകിടം മറിക്കുന്ന യഥാർത്ഥ ലോകസാഹചര്യങ്ങളിൽ, വളരെ പ്രസക്തമായ പരീക്ഷണം. നമ്മുടെ മസ്തിഷ്കത്തെച്ചൊല്ലി നമുക്ക് ഗർവ്വ് കൊള്ളാമെന്നാണ് അത് തെളിയിച്ചത്.

സമ്മാനങ്ങൾ ആരെയും സന്തുഷ്ടരാക്കുമെങ്കിലും പരീക്ഷണത്തിൽ അതിനുവേണ്ടി പണിയെടുത്തവരുടെ മാത്രം സ്ട്രൈയാറ്റം

ഉത്തേജിതമായി. മറ്റേ കൂട്ടത്തിന്റെ വിജയത്തിൽ മസ്തിഷ്കം കാര്യമായി പ്രതികരിച്ചില്ല.

പരീക്ഷണം സംവിധാനം ചെയ്ത ഗ്രെഗ് ബേൺസ് സൂചിപ്പിച്ചതുപോലെ, അലസമായൊരു സ്ഥലത്ത് ചടഞ്ഞുകിടന്ന് മടിയിൽ പണം വീഴുന്നതുനോക്കി ആനന്ദിക്കാൻ നമ്മെ പ്രേരിപ്പിക്കുംവിധമല്ല മസ്തിഷ്കം പരിണമിച്ചതെന്ന് ഈ പരീക്ഷണം തെളിയിക്കുന്നു. സാംസ്കാരിക പെരുമാറ്റച്ചട്ടത്തിനപ്പുറത്ത് അടിസ്ഥാന ജൈവശാസ്ത്രതലത്തിൽ പ്രവർത്തിക്കുന്ന കർത്തവ്യനിഷ്ഠ ചില പുതിയ മാനുഷിക സാദ്ധ്യതകളിലേക്ക് ചൂണ്ടുന്നു.

വൻകിട ലോട്ടറി വിജയികളുടെ പിൽക്കാല ജീവിതനിരീക്ഷണങ്ങൾ തെളിയിക്കുന്നത് സംഭവം നടന്ന് ഒരു വർഷത്തിനുശേഷം അവർ സന്തുഷ്ടരല്ല എന്നതാണ്. അദ്ധ്വാനിച്ചുണ്ടാക്കിയ പണമാേ ഒരാളെ എപ്പോഴും സന്തുഷ്ടനാക്കുന്നു.

സ്ഫടികം ഒഴുകും കാലം

ഘടികാരത്തിലെ സമയം ഒഴുകിയാലും ഘടികാരം ഒഴുകില്ലെന്ന് കരുതുക. സാൽവഡോർ ഡാലിയുടെ സങ്കൽപ്പലോകമല്ലല്ലോ (നമ്മുടെ 'യഥാർത്ഥ' ലോകം പോലുമല്ലല്ലോ) വസ്തുക്കളുടെ വാസ്തവിക ലോകം. പക്ഷേ, ഘടികാരവൃത്തം മൂടുന്ന ചില്ലിന്റെ കാര്യത്തിൽ എനിക്കൽപ്പം സംശയമുണ്ട്.

ഡാലിയിൽ പാതിസത്യമില്ലേ?

വർഷങ്ങൾക്കുമുമ്പ് വളരെ പഴക്കമുള്ളൊരു കെട്ടിടത്തിൽ വെച്ച് എനിക്കുണ്ടായൊരനുഭവം ഓർക്കുന്നു. പോൾ വലേറിയുടെ ഒരു വരി (How to hide a man?) മനസ്സിൽ അച്ചടിച്ചു കണ്ട് ഒരു ചില്ല് ജനാലയിലൂടെ പുറത്തേക്ക് നോക്കുകയായിരുന്നു. ഇടക്കുവെച്ച് എന്റെ നോട്ടം പുറത്തുപോകാതെ ചില്ലിൽ തട്ടി ചുവട്ടിൽ വീണു. അക്ഷരാർത്ഥം കണ്ണാടിച്ചില്ല് മരച്ചട്ടത്തിൽ പിടിപ്പിച്ചിരിക്കുന്നത് ശ്രദ്ധിക്കുമ്പോൾ ഒന്നുതോന്നി. ആദ്യം വെറുമൊരു തോന്നൽ, പിന്നെ തിരിച്ചറിവ്. കണ്ണാടിച്ചില്ലിന് മുകളിലുള്ളതിനേക്കാൾ കട്ടി ചുവട്ടിലുണ്ട്.

വാസ്തവമോ പ്രതീതിയോ?

മെഴുകുതിരികളെ ഓർക്കുക.

കത്താൻ തുടങ്ങുന്നതോടെ ഒരു മെഴുകുതിരിയുടെ ഉടനീള ചുറ്റളവ് ഒന്നല്ലാതാവാൻ തുടങ്ങുന്നു. മെഴുക് ഉരുകി ചുവട്ടിലേക്കൊഴുകുന്നു. അതിനിടയിൽ തണുത്തു കട്ടിയാവുന്നു. അങ്ങനെ ചുവടോടടുക്കുന്തോറും മെഴുകുതിരിക്ക് കട്ടികൂടുന്നു. ഇവിടെ താക്കോൽവാക്ക് ഒഴുക്കാണെങ്കിൽ, മെഴുകുതിരികൾ കത്തുന്ന പഴയ ക്രൈസ്തവ ദേവാലയങ്ങളിലെ കണ്ണാടി ജനാലകളിലും അങ്ങനെയൊന്നിന്റെ പ്രതീതി. ചുവട്ടിൽ കൂടുതൽ കട്ടിയുള്ള ചില്ലുകൾ, സ്ഫടികം ഒഴുകുമെന്ന ധാരണ ഇങ്ങനെയാണുണ്ടായത്. പിന്നെ രണ്ടാം വിചാരങ്ങൾ.

എന്താണ് സ്ഫടികം?

കൊഴുത്തൊരു ദ്രാവകമോ?

ജ്യോതിശാസ്ത്രജ്ഞന്മാർക്കറിയാം .

ഒരു നൂറ്റാണ്ടിൽ അധികമായി അവർ ലെൻസുകൾ നിർമ്മിക്കാനും ഉപയോഗിക്കാനും തുടങ്ങിയിട്ട്. വൻദൂരങ്ങളെ കീഴടക്കുന്ന ദൂരദർശിനികളിലെ ലെൻസുകൾക്ക് അസാധാരണ വലുപ്പം മാത്രംപോരാ, സൂക്ഷ്മത കൂടി വേണം. കാചനിർമ്മാതാക്കളുടെ നട്ടുവൊടിക്കുന്ന കൃത്യത. ഒരു മീറ്ററിന്റെ 50 ബില്യനിലൊരംശം പോലും പിശകുണ്ടാകരുത്. അതായത്, നമുക്ക് കാണാവുന്ന വെളിച്ചത്തിലെ ഒരു തരംഗദൈർഘ്യത്തിന്റെ പത്തിലൊരംശം. ആകയാൽ, സ്ഫടികം ഒഴുകുമെങ്കിൽ ലോകത്തിൽ ആദ്യമായി അത് കൃത്യമായി അറിയുക ജ്യോതിശാസ്ത്രജ്ഞന്മാരായിരിക്കും. പക്ഷേ, അവരിൽനിന്ന് ഇതേവരെ അങ്ങനെയൊരു സൂചനയുണ്ടായിട്ടില്ല. എങ്കിലും ചുവട്ടിൽ കട്ടികൂടിയ ചില്ലുകൾ ഒരു യാഥാർത്ഥ്യം.

ഇതെങ്ങനെ വിശദീകരിക്കും?

സ്റ്റിഫൻ ഹോക്സിനറിയാം.

അദ്ധ്വാന ജീവിതം മുഴുവൻ മധ്യകാല കണ്ണാടിജനലുകളോടൊപ്പം കഴിച്ചുകൂട്ടിയ ഒരാളാണ് ഹോക്സ്. അഴിച്ചുമാറ്റുക, കേടുപാടുകൾ തീർക്കുക, മറ്റൊരിടത്ത് ഘടിപ്പിക്കുക. താനെടുത്തുപെരുമാറിയ ജനാലച്ചില്ലുകളിൽ അധികഭാഗവും ചുവട്ടിൽ കട്ടിയുള്ളവതന്നെ. എന്നാൽ മുകളിൽ കൂടുതൽ കട്ടിയുള്ള ആയിരക്കണക്കിന് ചില്ലുകൾ മദ്ധ്യകാല കെട്ടിടങ്ങളിൽ താൻ കണ്ടിട്ടുണ്ട്. എങ്കിൽപ്പിന്നെ ഇതിലെ രഹസ്യമെന്ത്?

രഹസ്യം ഒഴുക്കിലല്ല.

നിർമ്മാണപ്പിശകിലാണോ?

മിനുസവും പരിപൂർണ ഉപരിതലവുമുള്ള സ്ഫടികശലാകകൾ അത്ര എളുപ്പത്തിൽ നിർമ്മാണത്തിന് വഴങ്ങില്ല. കണ്ണാടി മാളികകൾക്ക് നൂറ്റാണ്ടുകളുടെ പഴക്കമുണ്ടെങ്കിലും വെറും നാൽപ്പത്തഞ്ചു വർഷം മുമ്പ്പോലും തികച്ചും ഉയർച്ചതാഴ്ച്ചകളില്ലാതെ ഒരേപോലെ പരന്ന പ്ലേറ്റുകൾ അസാദ്ധ്യമായിരുന്നെന്ന് പറയാം. അങ്ങനെ ഒരറ്റത്ത് കട്ടികൂടുതലുള്ള കണ്ണാടിച്ചില്ലുകളുണ്ടായി. പിന്നെ ജനാലച്ചട്ടങ്ങളിലെത്തിയപ്പോൾ അവയുടെ കട്ടിയുള്ള ഭാഗം ചുവട്ടിലായതത്? പണിക്കാർ അവരുടെ ജന്മായത്ത സാമാന്യബോധം ഉപയോഗിച്ചതുകൊണ്ട്. ചെടിയുടെ വേരിലെന്നതുപോലെ നമ്മുടെ മനസ്സിലുമുണ്ട് ഭൂഗുരുത്വവുമായി ബന്ധപ്പെട്ടൊരു വാസന. പൊതുവെ എന്തെങ്കിലുമൊന്നിനെ കുത്തനെ നിറുത്തുമ്പോൾ അതിന്റെ ഗുരുഭാഗം ചുവട്ടിലാക്കുകയെന്നത് നമുക്ക് സ്വാഭാവികം. ഇത് കത്തീഡ്രലിന്റെ ജനാലയിൽ ഒഴുകുന്ന ദ്രവ്യത്തിന്റെ പ്രതീതിയായത് രസാവഹം. പക്ഷേ, അവസാന ചിന്തയിൽ നാം ആദ്യത്തെ സന്ദേഹത്തിൽ തിരിച്ചെത്തുന്നു.

സ്ഫടികം ഒഴുകാതിരിക്കുന്നില്ല.

പക്ഷേ, നാമതറിയുകയില്ല.

ബ്രസീലിൽ സാഓ കാർലോസിലെ ഫെഡറൽ സർവ്വകലാശാലയിലെ ശാസ്ത്രജ്ഞനായ എഡ്ഗർ സാനോറ്റോയാണ് സ്ഫടികം ഒഴുകുമെന്ന് പറഞ്ഞ് എന്റെ ഒരു ബാല്യകാല വിഭ്രാന്തിയെ വസ്തുതയാക്കിയത്. എത്ര വേഗത്തിലാണ് (അഥവാ കൃത്യമായി പറഞ്ഞാൽ, എത്ര പതുക്കെയാണ്) സ്ഫടികം ഒഴുകുന്നതെന്ന് പഠിച്ച് അദ്ദേഹം ഏകദേശം ആറുവർഷം മുമ്പ് തയാറാക്കിയ കണക്ക് അടുത്തകാലത്താണ് എന്റെ ശ്രദ്ധയിൽപ്പെട്ടത്. ഒച്ചുകൾക്കൊരു സന്തോഷവാർത്തയാണത്.

ശരി, എത്ര പതുക്കെ?

ആയിരമോ പതിനായിരമോ ഡിഗ്രി ചൂടുപിടിപ്പിച്ചാൽ സ്ഫടികം എന്താവുമെന്ന് നമുക്ക് പരിഗണിക്കേണ്ടതില്ല. ഒരു സാധാരണ ദിവസത്തിൽ ഒരു സാധാരണ മുറിയിലെ താപ നിലയിൽ സ്ഫടികം ഉരുകുന്നത് കാണാൻ നമുക്കെത്രകാലം വേണ്ടിവരും? സത്യത്തിൽ, അങ്ങനെയൊരു കാഴ്ച കാണാൻ നമുക്ക് നാഗരികതകളുടെയോ നക്ഷത്രങ്ങളുടെ ആയുസ്സ്പോലും മതിയാവില്ല. സാനോറ്റോയുടെ കണക്കനുസരിച്ച് പറഞ്ഞാൽ ഈ പ്രപഞ്ചത്തിന്റെ വയസ്സിന്റെ 10,000 ദശലക്ഷം ദശലക്ഷം ദശലക്ഷം മടങ്ങുള്ള ഒരു കാലയളവോളം നമുക്ക് കാത്തിരിക്കേണ്ടി വരും.

പ്രപഞ്ചത്തിലെ ഏറ്റവും ആശ്ചര്യകരമായ ചില കാഴ്ചകൾ നമ്മെ ഉദ്ദേശിച്ചുള്ളതല്ലെന്നർത്ഥം.

പ്രാവുകൾ ഭൂപടം വായിക്കുമ്പോൾ

ചാരന്മാരുടെയും ഇതരഗോളജീവികളുടെയും കാര്യം മാറ്റി നിർത്തിയാൽ, ഹൈവേകളും റെയിൽവേകളുമടക്കം നമ്മുടെ ഭൂപടം ശ്രദ്ധിച്ചുകൊണ്ട് മുകളിൽനിന്ന് നോക്കുന്നവരാരെങ്കിലുമുണ്ടോ? ദേശാടനത്തിനിറങ്ങുന്ന പക്ഷികളും ഷഡ്പദങ്ങളും മറ്റും നമ്മുടെ ഗതാഗത വ്യവസ്ഥാരേഖകൾ തിരിച്ചറിയുകയും പ്രയോജനപ്പെടുത്തുകയും ചെയ്തിരുന്നെങ്കിൽ! പലപ്പോഴും ഞാനിങ്ങനെ ആഗ്രഹിച്ചുപോയിട്ടുണ്ട്.

ഞാൻ ഒറ്റക്കല്ല.

അങ്ങനെയൊന്ന് സാദ്ധ്യമാണെന്നതിന്റെ സൂചനകൾ പലരും പിടിച്ചെടുത്തിട്ടുണ്ട്. പലകാര്യങ്ങൾക്കായി (പന്തയം മുഖ്യം) പ്രാവുകളുടെ തലമുറകളെത്തന്നെ കൈകാര്യം ചെയ്യുന്നവർ, ആകാശത്താരകളിലൂടെ ദേശാടനപ്പക്ഷികളുടെ പ്രയാണത്തെക്കുറിച്ച് പഠിക്കുന്നവർ എന്നിങ്ങനെ ചിലർ. സൂചനകൾ തെറ്റിയിട്ടില്ല. നമ്മുടെ ചില 'ഇൻഫ്രാസ്ട്രക്ചർ' ദൃശ്യങ്ങൾ എന്തിനെന്ന് കൃത്യമായി തിരിച്ചറിഞ്ഞില്ലെങ്കിൽപ്പോലും അവയെപ്പറ്റി എന്തോ ഒരുതരം അവബോധമുള്ള ജീവികളുണ്ട്.

ഉദാഹരണം പ്രാവുകൾ.

സ്ഥാനനിർണ്ണയത്തിനുപയോഗിക്കുന്ന ഏറ്റവും ആധുനികമായ ചില ഉപാധികളുടെ സഹായത്തോടെ ഇറ്റലിയിൽ റോമിന് ചുറ്റുമായി 200ൽ പരം പറക്കലുകൾ പഠിച്ച ഹാൻസ്-പീറ്റർ ലിപ്പ് സ്ഥിരീകരണം നൽകുന്നു. ഇരുപത് കിലോമീറ്റർതൊട്ട് എമ്പത് കീലോമീറ്റർവരെയുള്ള ദൂരമെങ്കിലും ഒരു റെയിൽവേത്താരക്ക് മുകളിലൂടെ പിന്തുടരുന്ന പറവക്കൂട്ടങ്ങൾ റോമിലുണ്ട്. ചിലപ്പോൾ അൽപ്പം വഴിവിട്ടായാലും വിളംബമുണ്ടായാലും പാതകൾക്ക് മുകളിലൂടെ പറക്കാനുള്ള സൗകര്യം പല പക്ഷികളും ഉപയോഗപ്പെടുത്തുന്നു.

ഒരു വിശേഷതയുണ്ട്.

പ്രാവുകളുടെ തനതു താരയും മനുഷ്യനിർമ്മിത ഗതാഗത രേഖകളും

ഒന്നിക്കുന്നത് യാത്രയുടെ ആദ്യഘട്ടങ്ങളിലാണ്. തനതുവഴി വിട്ട് ചരിക്കുമ്പോൾ ശക്തമായും പ്രതികൂലമായും വീശുന്ന കാറ്റുകളുണ്ടെങ്കിൽപ്പോലും മനുഷ്യ വഴികൾ പിന്തുടരുന്നതിലുള്ള ശാഠ്യമാണ് ചില പക്ഷികളുടെ പെരുമാറ്റം പ്രത്യേകിച്ചും ശ്രദ്ധേയമാക്കുന്നത്. എന്തുകൊണ്ടിതെന്ന് വിശദീകരിക്കാൻ ഇനിയും നീണ്ട ഗവേഷണങ്ങൾ വേണ്ടിവരും. പക്ഷേ, ഒരു പ്രയോജനം വ്യക്തമാണ്. മിച്ചോർജ്ജം. ഉള്ളിൽ മാത്രമുള്ളൊരു വടക്കുനോക്കിയേയും ദേശാടനരേഖകളേയും ആശ്രയിച്ച് പറക്കുകയെന്നത് സിരകൾക്കും മസ്തിഷ്കത്തിനും വലിയ ഊർജ്ജച്ചെലവുള്ള കാര്യമാണ്. മനുഷ്യഭൂപടങ്ങളെ ആശ്രയിക്കുന്നതിൽ ഒരു ഹിച് ഹൈക്കിന്റെ സൗകര്യമുണ്ട്. അത്രയും ചെലവ് ചുരുക്കാം.

ഇതുപക്ഷേ, സാർവത്രികമല്ല.

എങ്ങോട്ടുപോയാലും കൃത്യമായി വീട്ടിൽ തിരിച്ചെത്താൻ കഴിവുള്ള പറവകൾ ഒന്നിലധികം തന്ത്രങ്ങൾ ഉപയോഗിക്കുന്നു. ഒന്നിൽനിന്ന് മറ്റൊന്നിലേക്കുള്ള മാറ്റം അനായാസമാണ്. അതുകൊണ്ട് ഹാൻസ്-പീറ്റർ ലിപ്പിന്റെ ആശ്ചര്യകരമായ നിരീക്ഷണം ഒരേ പക്ഷിക്കൂട്ടത്തിന്റെ പോലും എല്ലാ യാത്രകളെ സംബന്ധിച്ചും ശരിയാവണമെന്നില്ല. ഇരുന്നൂറ് കിലോമീറ്ററുകളിലധികമുള്ള അകലങ്ങൾ താണ്ടുമ്പോൾ കൂടുതൽ വ്യതിചലനങ്ങൾ നമ്മുടെ ഭൂമിചിഹ്നങ്ങളെ അപേക്ഷിച്ച് പ്രകടമായിക്കാണാം. പക്ഷേ, വെറും ഒരു കിലോമീറ്ററാണെങ്കിൽപ്പോലും നമ്മുടെ ഒരു പാതയെ ശാഠ്യപൂർവ്വം പിന്തുടരുന്നൊരു പറവ നമുക്ക് ആശ്ചര്യമാകേണ്ടതാണ്. തികച്ചും അന്യവും അജ്ഞാതവുമായ ചില രേഖകളുടെ അർത്ഥത്തെ സ്വാംശീകരിക്കലാണത്, ഏത് പ്രകാരത്തിലായാലും.

കാറ്റുമില്ലുകളെ ആരാണ് തോൽപ്പിച്ചത്?

ലോക സാഹിത്യ ക്ലാസിക്കുകളൊന്നിലെ നിർണ്ണായക ദൃശ്യമൊരു സാങ്കേതിക ശാസ്ത്ര ക്ലാസിക്കാവുകയെന്നത് തികച്ചും അസാധാരണമാണ്. പക്ഷേ, ആ അസാധാരണതയാണ് കാറ്റുമില്ലുകൾ.

കാറ്റുമില്ലുകളോട് പൊരുതിയാണ് ഡോൺ കിഹൊട്ടെ തന്റെ ഐതിഹാസിക മാനങ്ങൾ നേടിയത്. തടവിൽ കിടക്കുന്നൊരു എഴുത്തുകാരന്റെ അന്തർഗ്ഗതങ്ങളിൽ, മുപ്പതോ കൂടുതലോ ഭീമാകാര സത്വങ്ങളെ വെല്ലുകയെന്ന ദൗത്യവുമായി ഇറങ്ങിത്തിരിച്ച കിഹോട്ടെ സാഹസികമായി ചരിച്ചത് ഷിവൽറിയുടെ യുഗത്തിന്റെ സാന്ധ്യപ്രജ്ഞയിലൂടെയായിരുന്നു.

ഒ. വി. വിജയന്റെ ഒരു പ്രയോഗമാണ് 'സാന്ധ്യപ്രജ്ഞ' എന്നോർക്കുമല്ലോ? അതേ വിവക്ഷ പിടിച്ചുപറഞ്ഞാൽ, ഷിവൽറിയുടെ സന്ധ്യ കാറ്റുമില്ലുകളുടെ സന്ധ്യയായിരുന്നില്ല.

കിഹോട്ടെ വിഹരിച്ച ലാ മാൻച സമതലങ്ങളിലെന്നതുപോലെ യൂറോപ്പിൽ പലേടങ്ങളിലും കാറ്റുമില്ലുകൾ ധാരാളമായി പ്രത്യക്ഷപ്പെട്ട് പ്രവർത്തിക്കാൻ തുടങ്ങുന്നത് പന്ത്രണ്ടാം നൂറ്റാണ്ടിന്റെ ഒടുവിലാണ്. പിന്നീട് 200 വർഷം കഴിഞ്ഞാൽ കിഹോട്ടെയെക്കുറിച്ചുള്ള പുസ്തകത്തിലെ ചരിത്രഘട്ടമാവുകയായി. കാറ്റിനെ റാഞ്ചിയൊരു പക്ഷിക്കൂട്ടത്തിന്റെ പ്രതീതിയിൽ കാറ്റുമില്ലുകൾ ശക്തിപ്രഭവങ്ങളായി ചിറകടിക്കുന്ന പ്രായോഗിക ദൃശ്യം പിടിച്ചാണ് കിഹോട്ടെയുടെ ചരിത്ര/ഗൃഹാതുര വിഭ്രാമകം നീങ്ങുന്നതെന്നത് ശ്രദ്ധേയമാണ്. ഏതായാലും അതിനെക്കുറിച്ചുള്ള ആഖ്യാനം പുസ്തകരൂപത്തിൽ രണ്ടുഭാഗങ്ങളായി പുറത്തിറങ്ങുന്നത് പതിനെട്ടാം നൂറ്റാണ്ടിന്റെ ആദ്യത്തെ പതിനഞ്ച് വർഷങ്ങൾക്കിടയിലാണ്.

പിന്നെ 1760.

അപ്പോഴേക്കും കാറ്റുമില്ലുകൾ അവയുടെ സങ്കീർണ്ണ ഉപരിസിദ്ധി

കളിൽ എത്തിക്കഴിഞ്ഞിരുന്നു. ആളുകളുടെ സഹായമില്ലാതെ, കാറ്റിന്റെ ദിശയും വേഗവും പെരുമാറ്റവുമനുസരിച്ച് ഏറ്റവും കാര്യക്ഷമമായ രീതിയിൽ യാന്ത്രിക സ്വയംക്രമീകരണം സാദ്ധ്യമായ അവസ്ഥ. കാറ്റിന് ഉന്മുഖമായി തിരിയാനുള്ള സംവിധാനമാണ് ഇതിൽ ഏറെ ശ്രദ്ധേയം.

കാറ്റിന്റെ സൂര്യകാന്തിപ്പൂക്കൾ!

സത്യത്തിൽ ഒരു സാങ്കേതികശാസ്ത്രപ്രേമിയുടെ മനസ്സിൽ ഗൃഹാതുരത്വം ഉളവാക്കാനുള്ള സാദ്ധ്യതക്കപ്പുറത്തൊരു മുന്നോടിത്തം കാറ്റുമില്ലുകളുടെ ഘടനയിലുണ്ട്. ആഗോളതലത്തിൽതന്നെ ഒരു യന്ത്രകാര്യ വിദഗ്ദ്ധനായ ജോൺ ലൈൻ ഹാർഡ് എന്നൊരാളെ ഞാൻ ഇന്റർനെറ്റുവഴി പരിചയപ്പെട്ടിട്ടുണ്ട്. അദ്ദേഹവുമായി ഇ-മെയിൽ വഴി ആശയവിനിമയം നടത്തിയിട്ടുമുണ്ട്. പതിനെട്ടാം നൂറ്റാണ്ടിലെ കാറ്റുമില്ലുകളിലെ ഒരു ഘടകം (വേരിയബിൾ പിച്ച് പ്രപല്ലേഴ്സ്) വിമാനങ്ങളിൽ കടന്നുകൂടിയെന്ന് പറഞ്ഞത് ലൈൻ ഹാർഡാണ്. വിമാന സംവിധായകർ 1930 കളിൽ അത് രണ്ടാമതും കണ്ടെത്തുകയാണുണ്ടായത്.

കാറ്റുമില്ലുകൾ ഇപ്പോഴും തിരോഭവിച്ചിട്ടില്ല. വികസിത രാഷ്ട്ര ങ്ങളിൽപ്പോലും അവക്ക് ഒറ്റക്കും തെറ്റക്കും അസ്തിത്വ പഴുതുകളുണ്ട്. ഇന്ത്യയെപ്പോലുള്ള രാജ്യങ്ങളിൽ, ഡോൺ കിഹോട്ടെയുടെ കഥാസൂചനകളില്ലാതെ തന്നെ എത്രയോ പ്രദേശങ്ങൾ കാറ്റുമില്ലുകളുടെ കലാപം കാത്തുകിടക്കുന്നു. പക്ഷേ...

കാറ്റുമില്ലുകളുള്ളേടത്ത് കിഹോട്ടെമാരുണ്ട്.

സ്ഥലകാല വിമുക്തരായി എവിടെയും എപ്പോഴും അവർ പ്രത്യക്ഷപ്പെടാം. വർത്തമാനത്തിന്റെ അറിവുകളേയും പ്രയോഗങ്ങളെയും കുറിച്ചുള്ള അജ്ഞതയെത്തന്നെ അവയോടുള്ള എതിർപ്പിന് കാരണമായി അവതരിപ്പിക്കുന്ന സമർത്ഥ കുതർക്കമാണവർ. ഞാൻ ഇതെഴുതുന്നതിന് മൂന്ന്നാല് ദിവസം മുമ്പ് അവർ അവതരിച്ചത് പൂനെയിലെ സതാര ജില്ലയിലെ ചില രാഷ്ട്രീയ മാടമ്പിമാരായിട്ടാണ്. കാറ്റുമില്ലുകൾ മഴമേഘങ്ങളെ കാറ്റിൽ പറത്തുകയാണെന്നും അതാണ് നാട്ടിലെ വരൾച്ചക്ക് കാരണമെന്നും അവർ പറയുന്നു. ആകയാൽ സതാരയിൽ കാറ്റുമില്ലുകൾകൊണ്ട് പ്രവർത്തിക്കുന്ന കളങ്ങളെല്ലാം മേയ് 15ന് മുമ്പ് അടച്ചിട്ടില്ലെങ്കിൽ കുഴപ്പമുണ്ടാകുമെന്ന് അവർ ഭീഷണിപ്പെടുത്തുന്നു. ജൂണിനും ഒക്ടോബറിനുമിടയിലെ കാലത്തിൽ കാറ്റിന് ഊക്ക് കൂടുമ്പോൾ സ്ഥലത്തെ വിദ്യുച്ഛക്തിയുടെ 80 ശതമാനവും കാറ്റുമില്ലുകളുടെ സംഭാവനയാണെന്ന് ഇവിടെ പ്രത്യേകിച്ച് ഓർക്കേണ്ടതാണ്. കാറ്റുമിൽക്കളങ്ങൾ അടച്ചാൽ സതാര ഇരുട്ടിലാവും. കാറ്റുമില്ലുകൾക്ക് വർഷബാധ കാറ്റുകൾക്കുമേൽ നിയന്ത്രണമില്ലെന്ന്, മേൽപ്പറഞ്ഞ മാടമ്പികളെ ബോധ്യപ്പെടുത്താൻ

ശ്രമിക്കുകയാണ് ഇന്ത്യൻ വിൻഡ് എനർജി അസോസിയേഷൻ (IWEA). ഏതായാലും 1970-കളിലേക്ക് തിരിച്ചുപോവുക.

ജെയിംസ് വാട്ട് ഈ വർഷങ്ങളിൽ വളരെ വിപുലമായി ആവിശക്തിയുടെ യാന്ത്രിക സാദ്ധ്യതകൾ വികസിപ്പിച്ചെടുത്ത് ശാസ്ത്രസമൂഹത്തിന് വെളിപ്പെടുത്തി. അതോടെ കാറ്റുമില്ലുകളിൽ അഗാധതാൽപ്പര്യമുണ്ടായിരുന്ന വിദഗ്ദ്ധന്മാർപോലും ആവിയന്ത്രത്തിന്റെ താര പിന്തുടരുകയായി. ഈ അർത്ഥത്തിൽ, ജെയിംസ് വാട്ടാണ് കാറ്റുമില്ലുകളെ തോൽപ്പിച്ച ഒരേ ഒരു കിഹോട്ടെ.

പുഞ്ചിരിയോ? വിശ്വസിക്കരുത്. പൊട്ടിച്ചിരിയോ? വിശ്വസിക്കാം.

ഒരു പൊട്ടിച്ചിരിയെ പിറ്റ്മാന്റെ ഷോർട്ട് ഹാൻഡിലാക്കിയാൽ അതൊരു പുഞ്ചിരിയാകുമോ? കാഴ്ചക്ക് അങ്ങനെ തോന്നാം. പക്ഷേ ചിരിക്കു പിന്നിലെ ശാരീരിക മാനസിക തന്ത്രങ്ങളനുസരിച്ച് രണ്ടും രണ്ടാണ്.

നമുക്ക് പല പ്രകാരത്തിൽ ചിരിക്കാൻ കഴിയും. നിങ്ങൾക്ക് പരിചിതമായ മുഖങ്ങൾ ഓരോന്നായി ഒരു 'സ്ലൈഡ് ഷോ' പോലെ മനസ്സിലൂടെ ഓടിച്ചുനോക്കുക. പെട്ടെന്ന് നിങ്ങൾക്ക് മനസ്സിലാകും, നിങ്ങൾ പതുക്കെ ചിരിക്കുകയാണെന്ന്. ചിരിയുടെ സാമൂഹികതയാണത്. അങ്ങനെ സാമൂഹികമായ എന്തിന്റേയും വ്യാപ്തി അതിന്റെ സാധാരണതയെ ആശ്രയിച്ചിരിക്കുന്നു. നമ്മുടെ സാമൂഹിക പരിചയമെന്നല്ല, ശാസ്ത്രവും ഇത് ശരിവെക്കുന്നു. ആകയാൽ ശാസ്ത്രീയമായി തിരിച്ചറിയപ്പെട്ട ചിരികളുടെ കൂട്ടത്തിലൊന്ന് ഒരേതരവും അതിസാധാരണവും ഒരു പാട്ടുപോലുള്ളതുമായ ഇനമാണ്. വിചിത്രമെന്നു പറയട്ടെ, ഏത് തരംതിരിവനുസരിച്ചും, ശ്രോതാക്കൾക്ക് ഏറ്റവും സാക്ഷാത്തായി, പോസിറ്റീവായി, അനുഭവപ്പെടുന്നത് ഈ ചിരിയാണ്.

എങ്ങനെയൊക്കെയാണ് നമ്മുടെ മനസ്സിലെ സ്ലൈഡ് ഷോവിലെ മുഖങ്ങൾ ചിരിക്കുന്നത്? നാമെന്താണ് അതിൽ വായിക്കുന്നത്?

ഉദ്ദേശ്യപൂർവ്വമായ മാനുഷിക നീക്കങ്ങളേയും അതുമായി ബന്ധപ്പെട്ട് രൂപം കൊള്ളുന്ന മാനുഷിക ബന്ധങ്ങളേയും ഓരോ ചിരിയിലേയും രണ്ടുചുണ്ടുകളായി കാണുകയാണെങ്കിൽ ഒരു കാര്യം വ്യക്തമാവും: ചിരിയുടെ ശബ്ദശാസ്ത്രം പ്രവർത്തിക്കുന്നത് ഒരു ക്രയവിക്രയത്തിന്റേതുപോലുള്ള സന്ദർഭത്തിലാണെന്ന് പറയാം. പെട്ടെന്ന് നടക്കുന്ന ഒരുതരം വിലപേശൽ, വ്യാപാരം അതിൽ

അടങ്ങിയിട്ടുണ്ട്. ശ്രോതാവിന്റെ വൈകാരിക പ്രതികരണവുമായി അത് ബന്ധപ്പെട്ടിരിക്കുന്നു.

വ്യക്തിപരമായ അടുപ്പങ്ങളിലൂടെ സാമൂഹിക ബന്ധങ്ങൾ ആകൃതിപ്പെടുത്തുന്ന ചര്യകളിലൊന്നായാണ് ചിരിയുടെ ജൈവപരിണാമമുണ്ടായതെന്ന് നമുക്ക് സങ്കൽപ്പിക്കാം.

ആദിയിൽ പുഞ്ചിരിയുണ്ടായി.

അങ്ങനെയാണ് ആധുനികശാസ്ത്രം കരുതുന്നത്. സൗഹൃദത്തിലുള്ള താൽപ്പര്യം, വ്യഗ്രത, അതിന് നിദാനമായ മാനസികാവസ്ഥയുടെ വെളിപ്പെടൽ. തുടക്കത്തിലെ നൈസർഗ്ഗിക ദശയിലെങ്കിലും പുഞ്ചിരി ഇങ്ങനെ ചിലതായിരുന്നു. ചുണ്ടുകൾക്കിടയിലെ ഈ നേർത്ത കീറൽ വായെടുത്ത് വികസിച്ചാണ് നാം ഇന്നറിയുന്ന തരത്തിലുള്ള സാർവ്വലൗകിക വൻചിരികളുണ്ടായത്.

കൂടുതൽ വിപുലമായൊരു ശബ്ദശാസ്ത്രത്തിലുള്ള നിഷ്കർഷക്കുമാത്രം അതിനെ വികസിപ്പിച്ചെടുക്കാൻ കഴിയുമായിരുന്നില്ല. സാധാരണ നിലക്ക് അങ്ങനെയൊരു നിഷ്കർഷപോലും ആവശ്യമാകുമായിരുന്നില്ല. പക്ഷേ പുഞ്ചിരിയുടെ സംജ്ഞ സന്ദിഗ്ധമാകുകയായിരുന്നു. മുളയെടുത്ത വിത്ത് വിള്ളുന്നതുപോലെ സ്വാഭാവികമായൊരു ആവിഷ്കാരസംജ്ഞയായി തുടങ്ങിയ പുഞ്ചിരിയെ അനുകരിക്കാൻ എളുപ്പമാണെന്ന് നാം പതുക്കെപ്പതുക്കെ കണ്ടെത്തുകയായിരുന്നു. പുഞ്ചിരിക്ക് ഹൃദയപൂർവ്വമല്ലാത്തൊരു ചേഷ്ടയാകാൻ കഴിയും. തീർച്ചയായും കഴിയും.

അത്ര എളുപ്പത്തിൽ അനുകരിക്കാനാവാത്തവിധം സങ്കീർണ്ണമായ ശബ്ദ ചിഹ്ന വ്യവസ്ഥകൾക്കുമേൽ അങ്ങനെയൊരു പരിണാമിക സമ്മർദ്ദമുണ്ടായി. പുഞ്ചിരിയേക്കാൾ വിപുലമായ ചിരികളുടെ ഉൽപ്പത്തി ഇതാണ്. സത്യത്തിൽ, ചിരിയുടെ സാദ്ധ്യതകളിൽ നടന്ന പരീക്ഷണങ്ങളാണ് വാക്കുകളായും ഭാഷകളായും കലാശിച്ചതെന്ന് എനിക്ക് പലപ്പോഴും തോന്നാറുണ്ട്.

ഹൃദ്യമായൊരു പൊട്ടിച്ചിരി അഭിനയിക്കുകയെന്നത് ആപേക്ഷികമായി കുറേക്കൂടി പ്രയാസമുള്ള കാര്യമാണ്. പൊട്ടിച്ചിരിക്ക് കൂടുതൽ നാഡീവ്യവസ്ഥകളുടെയും പേശിവ്യവസ്ഥകളുടെയും പ്രവർത്തനം ആവശ്യമാണ്. പൊട്ടിച്ചിരി കൂടുതൽ ഊർജ്ജവ്യയമുള്ള കാര്യവുമാണ്.

ഭൂമിയിൽ കളിച്ചാലും ബഹിരാകാശത്തു കളിച്ചാലും

ഭൂഗുരുത്വം പൂജ്യത്തിലോ പൂജ്യത്തിനടുത്തോ നിൽക്കുന്നൊരവസ്ഥയിൽ ആരെങ്കിലും എറിഞ്ഞുതരുന്നൊരു പന്ത് എളുപ്പത്തിൽ പിടിക്കാമെന്ന് സാമാന്യ യുക്തിക്ക് തോന്നും. പക്ഷേ, ഈ അവസ്ഥയിൽ നടക്കുന്നൊരു കളിയിൽ പന്തുപിടിക്കുന്നതിൽ കൂടുതൽ തെറ്റുപറ്റാമെന്നാണ് ബഹിരാകാശ സഞ്ചാരികളുടെ യഥാർത്ഥ ലോകാനുഭവം നിസ്സംശയം തെളിയിക്കുന്നത്. കാരണം നാം ഭൂഗുരുത്വത്തിന്റെ നിർമ്മിതികളാണ്.

വളരെ സ്പഷ്ടമായിത് മനസ്സിൽ കാണാൻ ശ്രമിക്കുക.

നമ്മുടെ നേർക്കുവരുന്നൊരു പന്ത് പിടിക്കാൻ കൈപ്പടങ്ങൾ ചേർക്കേണ്ടത് കൃത്യമായും എപ്പോഴാണെന്ന് നാം നിശ്ചയിക്കുന്നതെങ്ങനെ? രണ്ട് സൂചനകളുണ്ട്. ഒന്ന് പന്തിന്റെ സ്ഥാനം, മറ്റേത് പന്തിന്റെ വേഗം (നമ്മുടെ മനക്കണക്കനുസരിച്ചുള്ള വേഗത). പക്ഷേ വീഴുന്നൊരു വസ്തുവിന്റെ വേഗസ്വഭാവത്തെക്കുറിച്ചും ഭൂഗുരുത്വത്തെക്കുറിച്ചും നമ്മിൽ രൂഢമൂലമായ അറിവാണ് കൂടുതൽ നമ്മെ സ്വാധീനിക്കുന്നത്. ബഹിരാകാശത്തുപോലും!

ഭൂമിയിൽ നമ്മുടെ പ്രതികരണങ്ങൾ സൂക്ഷ്മ സമയിതമാവും. പല വേഗങ്ങളിൽ പന്തെറിഞ്ഞുകൊടുക്കുന്നൊരു യന്ത്രമുപയോഗിച്ച് ശാസ്ത്രജ്ഞന്മാർ ബഹിരാകാശത്തുനടത്തിയ പരീക്ഷണത്തിൽ പങ്കെടുത്തവർക്ക് ഈ സൂക്ഷ്മത അസാദ്ധ്യമായിരുന്നു. പന്ത് കൈയിൽ എത്തുംമുമ്പെ അത് പിടിക്കുന്ന ആംഗ്യം പൂർത്തിയായിക്കഴിഞ്ഞിരിക്കും. ആവശ്യത്തിൽക്കവിഞ്ഞ് നേരത്തേയുള്ള പ്രതികരണം കാരണം, ഭൂമിയെ അപേക്ഷിച്ച് ഗണിച്ചുണ്ടാക്കപ്പെട്ടൊരു ഗുരുത്വമാതൃക അവരുടെ മനസ്സിൽ ദൃഢബദ്ധമായിക്കഴിഞ്ഞിരുന്നു.

ഗുരുത്വം വളരെത്താണ അവസ്ഥകളിൽപ്പോലും കൈയുയർത്തൽ

പോലുള്ള ലളിതക്രിയകൾക്ക് പെട്ടെന്ന് അനുയോജനം സാധിക്കും. മുൻപറഞ്ഞ പരീക്ഷണത്തിൽ പതിനേഴോ പതിനെട്ടോ ദിവസങ്ങൾ കഴിയുമ്പോഴേക്കും ബഹിരാകാശ സഞ്ചാരികൾക്ക് അതിന്റെ താളം ചിട്ടപ്പെടുത്താൻ കഴിഞ്ഞിരുന്നു. പക്ഷേ, ഭൗമികർക്ക് സുപരിചിതമായ ഭൂഗുരുത്വത്തേയും അതുമായി ബന്ധപ്പെട്ട ചലനങ്ങളേയും സംബന്ധിച്ച കൂട്ടിക്കിഴിക്കലുകളിൽ നിന്ന് ബഹിരാകാശത്ത് മോചനമില്ല. നമ്മുടെ മനസ്സിന്റെ അടിസ്ഥാന സംവിധാനം തന്നെ ഭൂഗുരുത്വവുമായി താളപ്പെട്ട് പ്രവർത്തിക്കുന്ന വിധത്തിലാണ്.

സാധാരണ നിലക്ക് ഒരു വ്യക്തിയുടെ ജീവിതത്തിൽ ഉടനീളം മാറ്റമില്ലാതെ തുടരുന്ന ഒരേയൊരുകാര്യം ഭൂഗുരുത്വം മാത്രമാണ്. പരിണാമികമായൊരു പക്ഷപാതത്തോടെയാണ് നാം ജനിക്കുന്നതുതന്നെ. ഭൂഗുരുത്വത്തോടുള്ള പക്ഷപാതം. നാൽക്കാലിയായി കഴിഞ്ഞൊരു ജീവി ഇരുകാലിയായി കുത്തനെ നിൽക്കാൻ ശ്രമിച്ച നിമിഷം തൊട്ട് നമ്മിൽ പ്രവർത്തിച്ചൊരു ശാഠ്യമാണതെന്ന് ഞാൻ കരുതുന്നു.

തുമ്പികൾ പടം മുടക്കുന്നു, അപ്രത്യക്ഷമാവുന്നു.

തുമ്പിയെക്കുറിച്ചൊരു വസ്തുത 2003 ജൂൺ മാസത്തിൽ എന്റെ ശ്രദ്ധയിൽപ്പെട്ടു. തുമ്പികൾ പശ്ചാത്തലത്തിലുള്ളൊരു വാർത്ത 2004 ഏപ്രിലിൽ ഞാൻ വായിക്കാനിടയായി. ഈ വസ്തുതയും വാർത്തയും ഇപ്പോൾ എന്റെ മനസ്സിൽ സമ്മിളിതമാണ്. സ്റ്റെൽത് (stealth) എന്ന വാക്ക് അവയെ ബന്ധിപ്പിക്കുന്നു. മാധ്യമങ്ങൾ ശ്രദ്ധിച്ചിട്ടില്ല.

സ്റ്റെൽത് (സാമാന്യം):

പഴയ പ്രയോഗമനുസരിച്ച് മോഷണത്തേയും മോഷണവസ്തുവേയും കുറിക്കുന്നു. പുതിയ പ്രയോഗമനുസരിച്ച് ഒളിവിലും മറവിലും നടക്കുന്ന കാര്യങ്ങളെല്ലാം വിവക്ഷയിൽപ്പെട്ടുമെങ്കിലും കൂടുതൽ കൃത്യവും സാങ്കേതികവുമായ ഒരർത്ഥം കാണാം. ആരുടേയും എന്തിന്റേയും നോട്ടത്തിൽ പെടാതെ സാധിക്കുന്നൊരു നീക്കം, ചലനം, പ്രവൃത്തി. ഉദാഹരണം സ്റ്റെൽത് വിമാനങ്ങൾ. സാധാരണ നിലക്ക് റഡാറുകൾക്ക് ഈ വിമാനങ്ങളുടെ സാമീപ്യം പിടിച്ചെടുക്കാനാവില്ല. പക്ഷേ, ചെക്ക് റിപ്പബ്ലിക്കിൽനിന്ന് കള്ളക്കടത്തായി ഇറാഖിലെത്തിയ ഒരുപകരണത്തിന് അമേരിക്കയുടെ സ്റ്റെൽത് വിമാനങ്ങളെ 'ഡിറ്റക്ട്'' ചെയ്യാൻ കഴിഞ്ഞിട്ടുണ്ടെന്ന് പറയുന്നത് കേൾക്കുന്നുണ്ട്.

സ്റ്റെൽത് (വിശേഷം):

പതിമൂന്ന് കോടി അമേരിക്കൻ ഡോളറിന്റെ ബജറ്റോടെ ഷൂട്ടിംഗിന്റെ ഘട്ടത്തിലെത്തി നിൽക്കുന്നൊരു അടിപിടിച്ചിത്രം. റോബ് കോഹൻ സംവിധാനം ചെയ്യുന്നു. തെമ്മാടിയായൊരു സ്റ്റെൽത് വിമാനത്തെ തളയ്ക്കാൻ നടക്കുന്നൊരു സൈനിക ശ്രമത്തെക്കുറിച്ചാണ് പടം. അങ്ങനെ രണ്ട് സ്റ്റെൽത്തുകൾ ഒന്നിക്കുന്നു. പക്ഷേ സമ്മിളിതം ശരിക്കും ത്രിമാനമാണ്. ഇതറിയാൻ, ഞാൻ ആദ്യം

സൂചിപ്പിച്ച വാർത്തയും വസ്തുതയും മുൻതലത്തിലേക്ക് കൊണ്ടുവരിക.

തുമ്പികൾ വാർത്ത.

സ്റ്റെൽത് എന്ന പടത്തിന്റെ പ്രധാനഭാഗത്തിന്റെ ഷൂട്ടിംഗ് നടക്കേണ്ടിയിരുന്നത് ആസ്ട്രേലിയയിൽ സിഡ്നിക്കടുത്ത്, വടക്കൻ കൊറിയയെ അനുകരിക്കുന്ന നീലഗിരികളുടെ ദൃശ്യത്തിലായിരുന്നു. വേൾഡ് ഹെറിറ്റേജിന്റെ ഭൂപടത്തിലുള്ളൊരിടം. പക്ഷേ, ഷൂട്ടിംഗ് നടന്നില്ല. ഇവിടം, പ്രത്യേകിച്ചും ഹേ(Hay) പർവത പരിസരങ്ങൾ പരിതോവസ്ഥാപരമായി വളരെ സൂക്ഷ്മതയോടെ കൈകാര്യം ചെയ്യേണ്ട സ്ഥലമാണ്. തികച്ചും തദ്ദേശീയമായൊരു കൂറ്റൻ തുമ്പി വർഗ്ഗം ഇവിടെയുണ്ട്. 'സ്റ്റെൽത്' പോലുള്ളൊരു പടത്തിനാവശ്യമായ ഒരുക്കങ്ങളും നീക്കങ്ങളും ഈ തുമ്പികളുടെ ലാർവകളെ നശിപ്പിച്ചേക്കാമെന്ന് ആശങ്കയുണ്ട്. അതുകൊണ്ട്, ഒരു ആസ്ട്രേല്യൻ കോടതി പടംപിടിക്കൽ ഉടനടി നിർത്തിവെക്കാൻ ഉത്തരവിട്ടു.

വെറുമൊരു തുമ്പിക്കുവേണ്ടി പതിമൂന്ന്കോടി ഡോളറിന്റെ പടം പിടിപ്പ് നിറുത്തുകയോ? ഇതെന്തൊരു ഭ്രാന്ത്!

തർക്കം മറ്റൊരിടത്ത് തുടരും.

പടംപിടിക്കൽ മറ്റൊരിടത്താവും.

ആസ്ട്രേലിയ കുഴപ്പത്തിൽ.

പക്ഷേ, തുമ്പികൾ രക്ഷപ്പെട്ടു.

ഇവിടെ തുമ്പികൾക്ക് അനുകൂലമായൊരു രസികൻ തർക്കമുണ്ട്. സാങ്കേതിക കാര്യക്ഷമതയനുസരിച്ച് പറഞ്ഞാൽ, തുമ്പികൾ സ്ഥലത്തെത്തിയാൽ അമേരിക്കൻ 'സ്റ്റെൽത്' വിമാനങ്ങൾ സ്ഥലംവിടേണ്ടതാണ്. കാരണം സ്റ്റെൽത് എന്ന ഒളി നീക്കത്തിന്റെ കാര്യത്തിൽ തുമ്പികളുടെ മിടുക്ക് യുദ്ധവിമാനങ്ങൾക്കില്ല.

തുമ്പികൾ വസ്തുത.

തുമ്പികൾക്ക് അദൃശ്യരാവാം.

മറഞ്ഞിരിക്കൽ (കാമൌഫ്ളാഷ്) ജൈവലോകത്തിൽ അപൂർവ്വമല്ല. നിറത്തിന്റെയോ ആകൃതിയുടെയോ കാര്യത്തിൽ സ്വശരീരവുമായി സാദൃശ്യമുള്ള പശ്ചാത്തലത്തിൽ സ്ഥിതിചെയ്യുമ്പോൾ ജീവികൾക്ക് മറഞ്ഞിരിക്കൽ സാദ്ധ്യമാവുന്നു. പക്ഷേ, മറഞ്ഞിരിക്കലിന്റെ നിർണ്ണായകഘടകം നിശ്ചലതയാണ്. സ്റ്റെൽത്തിന്റെ കാര്യം മറിച്ചാണ്. അതിന്റെ ഉദ്ദേശ്യംതന്നെ ചലനാത്മക നിഗൂഹനമാണ്. അമേരിക്കയുടെ യുദ്ധവിമാനങ്ങളെ അതിശയിക്കുന്ന തുമ്പിയുടെ രഹസ്യം അതാണ്. കാണുന്ന ജീവിയുടെ(ഉദാഹരണത്തിന് ഇരയുടെ) ദൃഷ്ടിയെ അപേക്ഷിച്ച് പശ്ചാത്തലത്തിനെതിരെ തന്റെ ശരീരത്തിന്റെ സ്ഥാനം ക്രമീകരിച്ചാൽ താൻ ചലിക്കുന്നുണ്ടെന്ന് ആർക്കും തോന്നില്ല. അപരജീവിയുടെ ദൃശ്യപടലത്തിൽ ഒരേയിടത്ത്

നിശ്ചലമായി വർത്തിക്കുന്നൊരു ബിന്ദുവാകും തന്റെ ശരീരം. ഏറ്റവും ആധുനികമായൊരു സാങ്കേതിക തന്ത്രമാണത്: അൾട്രാപ്രിസൈസ് പൊസിഷനൽ സെൻസിംഗ്. ഫലത്തിൽ ഇത് അദൃശ്യമാകലാണ്. ഭൂമിയിലെ ഏറ്റവും പഴക്കമുള്ള ആകാശവർത്തിയായ ഇരപിടിയനാണ് തുമ്പി. ഇരക്കുനേരെ അതു ചാടുമ്പോൾ ഇരയൊരു അന്ധമായ റഡാറായിരിക്കും! ഏറ്റവും മുന്തിയ ത്രിമാന ഛായാഗ്രഹണവിദ്യ ഉപയോഗിച്ച് ആൺതുമ്പികളുടെ സാമ്രാജ്യത്വപ്പോരുകൾ പകർത്തി പഠിച്ചപ്പോഴാണ് അകികോ മിസുട്ടാനി എന്ന ശാസ്ത്രജ്ഞനും സംഘവും തുമ്പികളുടെ രഹസ്യം കണ്ടെത്തിയത്. ഒരു യാദൃച്ഛികത; ആസ്ത്രേലിയയിലാണ് ഈ ഗവേഷണവും നടന്നത്. പടം മുടങ്ങിയ വാർത്തയുമായി ഇതിനെ ബന്ധിപ്പിക്കുന്നതിൽ മാധ്യമങ്ങൾ പരാജയപ്പെട്ടതുകൊണ്ടാണ് ഞാൻ ഈ കുറിപ്പെഴുതുന്നത്.

ഏതായാലും, തുമ്പികൾ വിഹരിക്കുന്നേടത്ത് കടന്നുവരാതിരുന്നാൽ യുദ്ധവിമാനങ്ങൾക്ക് പേരുദോഷം കൂടാതെ കഴിക്കാം.

പൽയക്ഷിക്ക് ഒരു സമയപേടകം

ആർക്കോവേണ്ടി തൽക്കാലം ഒരു ക്യൂവിൽ സ്ഥലംപിടിച്ച നിൽക്കുന്നവരെപ്പോലെയാണ് നമ്മുടെ ആദ്യത്തെ പല്ലുകൾ. കൂടുതൽ സ്ഥിരവും ശക്തവുമായൊരു ദന്ത നിര രൂപപ്പെട്ടുവരുന്നതോടെ ഈ ശിശുപ്പല്ലുകൾ അഥവാ പാൽപ്പല്ലുകൾ ഓരോന്നായി കൊഴിയാൻ തുടങ്ങും. ആദ്യം കൊഴിയുന്ന പല്ലും ഒരു കുട്ടിയുടെ ജീവിതത്തിലെ അതിപ്രധാന സംഭവങ്ങളിലൊന്നാകാം. ചിലപ്പോൾ പല്ലുകളുടെ മുൻ നിരയിലുണ്ടാവുന്നൊരു വിടവ് ഒന്നിലധികം അർത്ഥത്തിൽ ഒരു വ്രണമാകാം.

നാവിന്റെ തുഴയൽ.

സമ്മിശ്രവികാരങ്ങൾ.

ഒരു പക്ഷേ, ഇതുകൊണ്ടാവാം പാൽപ്പല്ലുകളെ ചുറ്റിപ്പറ്റിയുള്ള ആചാരങ്ങളും ഐതിഹ്യങ്ങളും പല മനുഷ്യസമൂഹങ്ങൾക്കുമുള്ളത്. പല്ലുകളെ മറവുചെയ്യൽ ഇതിലെ ഒരു സാധാരണ ഇതിവൃത്തമാണ്. ആചാരങ്ങളിൽ പലപ്പോഴും പല്ലുകൾ മൃതശരീരങ്ങളെപ്പോലെ ആദരവ് പിടിച്ചുപറ്റുന്നു. മാന്യമായൊരു സംസ്കാരം ആവശ്യപ്പെടുന്നു.

പൽയക്ഷിയുടെ ഐതിഹ്യം അങ്ങനെയുണ്ടാകുന്നു.

കൊഴിഞ്ഞ പല്ലുകൾ തലയണക്കടിയിൽ സൂക്ഷിക്കാൻ അത് കുട്ടികളോട് ആവശ്യപ്പെടുന്നു. യക്ഷി വന്ന് പല്ലുകൾ ശേഖരിക്കും, പകരം സമ്മാനങ്ങൾ തരും. പക്ഷേ, ഇപ്പോൾ യഥാർത്ഥലോകത്തിൽതന്നെ, കൊഴിഞ്ഞുവീഴുന്ന പാൽപ്പല്ലുകൾ സംഭാവനയായി സ്വീകരിക്കാനും ചില കൊച്ചു സമ്മാനങ്ങൾ വിതരണം ചെയ്യാനും നിയോഗിക്കപ്പെട്ടൊരു യക്ഷിയുണ്ട്. പേര് കെയ്ജ ടർവി. ബ്രിസ്റ്റൾ സർവ്വകലാശാലയുടെ അതിവിപുലമായ ദന്തശേഖര പദ്ധതിയുടെ ആകർഷണമാണവർ. പത്ത് മാസം മുമ്പ് അവസാനമായി ഞാനറിയുമ്പോൾ പന്തീരായിരത്തിലധികം പല്ലുകൾ യാദാസ്തിലുണ്ടായിക്കഴിഞ്ഞിരുന്നു.

എന്തുകൊണ്ടാണ് ഗവേഷകർ പല്ല് ശേഖരിക്കുന്നത്?

പാൽപ്പല്ല് ഒരു സമയപേടകമാണ്. റൈറ്റം കാപ്സ്യൂൾ.

അതിന്റെ കവിടിയടരുകൾ(enamel layers) ശിശുശരീരത്തിലെ വിവിധ പോഷകഘടകങ്ങളുടെ വിതാനം രേഖപ്പെടുത്തുന്നു. ശിശുവിന്റെ ശ്വാസകോശങ്ങളും പ്രതിരോധവ്യവസ്ഥയും എത്രത്തോളം വളർച്ച പ്രാപിച്ചിട്ടുണ്ടെന്നത് പിറവിയുടെ ഘട്ടത്തിൽ വളരെ നിർണ്ണായകമായതുകൊണ്ട്, ഗർഭസ്ഥാവസ്ഥയിൽത്തന്നെ വളരാൻ തുടങ്ങുന്ന പാൽപ്പല്ലുകൾ ഒന്നാന്തരം സൂചികകളാണ്. കുട്ടികളുടെയും അമ്മമാരുടെയും ആരോഗ്യം സംരക്ഷിക്കാൻ ഉതകുന്ന സൂചികകൾ.

കെയ്ജയെപ്പോലുള്ള ആധുനിക കക്ഷികൾ ഐതിഹ്യങ്ങളെ പരീക്ഷണശാലയിൽ മെരുക്കിയെടുക്കുന്നു.

മെക്സിക്കൻ തരംഗം ഉണ്ടാകുന്നത്

കളിമൈതാനത്തിന് ചുറ്റും നിരന്ന കാണികൾക്കിടയിൽ ചിലർ പെട്ടെന്ന് കാലിൽ തിരയെടുത്ത് ഒരു കൂട്ടമായെഴുന്നേറ്റ്, കൈകൾ വായുവിലേക്കെറിയുന്നു. പിന്നെ അവർ ഒരു താളം കുറിച്ച് ഇരിപ്പിടങ്ങളിലേക്ക് താഴുമ്പോൾ, തൊട്ടടുത്തുള്ള മറ്റൊരു കൂട്ടം ആളുകൾ അതേ ആംഗ്യചലനഭാവങ്ങളുമായി മേൽപ്പോട്ടുയരുക യായി. പായുന്ന പാമ്പിന്റെ ഒരു വളവ് അതിനടുത്തുള്ള വളവായി മാറുന്ന വടിവിൽ അതങ്ങനെ ഒരു വലയത്തിലൂടെ ആവർത്തിക്കുന്നു.

ഇതാണ് 1986-ലെ ലോകകപ്പ് മത്സരത്തോടെ കാൽപ്പന്താരാധ കരുടെ ഏറ്റവും വിനിമയ ശക്തിയുള്ളൊരു ആഗോള ദൃശ്യാചാരമാ യിത്തീർന്ന 'മെക്സിക്കൻ തരംഗം.'

എപ്പോഴാണ് ഈ ആൾക്കൂട്ട ഓളം ഉണ്ടാകുന്നത്?

അതറിഞ്ഞേതീരൂ എന്ന ശാഠ്യത്തോടെ എത്ര കായികാഭ്യാസ വിദഗ്ദ്ധന്മാർ ഈ ചോദ്യത്തെ നേരിട്ടിട്ടുണ്ടെന്ന് എനിക്കറിഞ്ഞു കൂടാ. പക്ഷേ, ഇതിനൊരുത്തരം കണ്ടെത്തിയ ആളെ എനിക്കറി യാം. റ്റമസ് വിച്സെക്ക്, ഹങ്കറിയിൽ ബുഡാപെസ്റ്റ് സർവ്വകലാ ശാലയിലെ ഒരു ജൈവ ഭൗതികശാസ്ത്രജ്ഞൻ.

കളിയിലെ വാശിയും കളിക്കാരുടെ വീറും അതോടൊപ്പം കാണികളുടെ ആവേശവും ജ്വരാത്മകമായ ഉച്ചിയിലെത്തുമ്പോഴാണ് ഒരു മെക്സിക്കൻ തരംഗമുണ്ടാകുന്നതെന്ന് ഒറ്റ നോട്ടത്തിൽ സാമാ ന്യബുദ്ധിക്ക് തോന്നാം. അതാണതിന്റെ പ്രത്യക്ഷയുക്തി.

പക്ഷേ, നേരെ മറിച്ചാണ് സത്യം.

അരലക്ഷം കാഴ്ചക്കാരുടെ വ്യാപ്തിയുള്ള പതിനാല് മെക്സിക്കൻ തരംഗങ്ങൾ മറ്റു മേഖലകളിൽ നിന്നുള്ള ചില ശാസ്ത്രീയ മാതൃ കകളുമായി തട്ടിച്ചുനോക്കി സൂക്ഷ്മമായി പഠിച്ചവരുടെ കണ്ടെത്തൽ അതാണ്. നിർണ്ണായകമായി വളയാൻ സാദ്ധ്യതയുള്ള ഉയർച്ച താഴ്ചകളില്ലാതെ പന്തുകളി വെറുമൊരു പരപ്പൻ വിരസതയാകാൻ തുടങ്ങുമ്പോഴാണ് കൂടുതൽ കാണികൾക്കിടയിൽ പെട്ടെന്നൊരു

തരംഗമുണ്ടാകുന്നത്. ഒരു വൻ കൂട്ടത്തിന്റെ മുഴുവൻ മനസ്സിലെ മട്ടുപ്പ് തിരിച്ചറിഞ്ഞിട്ടെന്നതുപോലെ ഏതാനും പേർ മൂരി നിവർന്നെഴുന്നേറ്റ് ചില ചില അർത്ഥമുള്ള ആംഗ്യങ്ങൾ കാണിക്കാൻ തുടങ്ങുന്നേടത്താണ് അതിന്റെ തുടക്കം. ചിലപ്പോൾ അത്രയും മതി മൈതാനത്തിനു ചുറ്റും ഒരു ഉത്തേജിത വലയമുണ്ടാക്കാൻ.

എത്ര ആളുകൾ വേണം ഒരു മെക്സിക്കൻ തരംഗം ഉണ്ടാക്കാൻ എന്ന ചോദ്യത്തിനുള്ള ഉത്തരം ഇവിടെ സൂചിതമാണ്. നിർണ്ണായക വലുപ്പം(ക്രിറ്റിക്കൽ മാസ്) ഇരുപത്തഞ്ചോ മുപ്പത്തഞ്ചോ ആളുകളിലൊതുങ്ങും. കളിസ്ഥലത്തിന് ചുറ്റുമായാലും ആളുകൾ കൂടുന്ന മറ്റേതിടത്തായാലും സംഗതി വ്യത്യസ്തമല്ല. ഒരു 'ലാഓലാ' അന്തരീക്ഷം എവിടെയും സാദ്ധ്യം.

അങ്ങനെ പറഞ്ഞുവരുമ്പോൾ ശരിക്കും എന്താണൊരു മെക്സിക്കൻ തരംഗം? കാലപരമായി 1986ലും സ്ഥലപരമായി മെക്സിക്കോയിലും സന്ദർഭപരമായി ലോകകപ്പിലും ഒതുങ്ങാത്ത ഇതിവൃത്തമെന്ത്?

ഓളങ്ങൾക്ക് വളവുകൾ മാത്രമല്ല; വലുപ്പവുമുണ്ട്.

കുളത്തിൽ കല്ലുവീണേടത്തുനിന്ന് വട്ടം തല്ലിത്തുടങ്ങുന്ന ഓളങ്ങൾ കരയോടടുക്കുന്തോറും വലുതായി വലുതായി വരുന്നത് കൊച്ചുകുട്ടികൾക്കുപോലും തിരിച്ചറിയാം. അഥവാ കുട്ടികളും ശാസ്ത്രജ്ഞരുമാണ് ഇത്തരം കൊച്ചുവിശദാംശങ്ങൾക്ക് മുന്നിൽ വിസ്മയിച്ച് നിൽക്കുന്നത്.

ചില പ്രത്യേക സന്ദർഭങ്ങളിൽ ഏതാനും ചില വ്യക്തികൾക്കുമാത്രം വലിയൊരാൾക്കൂട്ടത്തിന്റെ മുഴുവൻ ചലനങ്ങളേയും ഗതികളേയും പെരുമാറ്റത്തെയും സ്വാധീനിക്കാൻ കഴിയുന്നതിന്റെ ഇതിവൃത്തമാണ് മെക്സിക്കൻ തരംഗം. ആകയാൽ, കളി മൈതാനത്തുപോലും അതിന് മറ്റൊരു പ്രസക്തിയുണ്ട്.

നൃത്തവും താളവുമാകാൻ കഴിവുള്ള മെക്സിക്കൻ തരംഗത്തിന്റെ ചുവടുകളും ഭൗതികമായ അളവുകണക്കുകളും പിഴക്കാം. അപ്പോൾ കാണികളുടെ ഏകോപനം തകരും, കാണികൾക്കും കളിക്കാർക്കും ഇടയിലെ അതിർത്തി തകരും. എത്രയോ കളികൾ തച്ചുടക്കലിലും രക്തച്ചൊരിച്ചിലിലും അവസാനിക്കുന്നു. ഗാലറികൾ കത്തുന്നു. കണ്ണീരിലും കണ്ണീർവാതകങ്ങളിലും ഒരു സ്റ്റേഡിയം അന്ധമാകുമ്പോൾ ഭൗതികശാസ്ത്രത്തിനുമാത്രം ചിലത് തിരിച്ചറിയാം. ആക്രമികമായി പ്രേരിതമായൊരു ആൾക്കൂട്ടം എങ്ങനെ ചലിക്കുമെന്നും അതിനെ എങ്ങനെ തടയണമെന്നും പഠിക്കാൻ നിയമപാലകരെ സഹായിക്കുന്ന ചില പാഠങ്ങൾ കളിക്കളത്തിലുണ്ട്.

ഗാലറിയിൽ കത്തുന്ന തീ കാട്ടുതീയല്ല. അത് കൊളുത്തിയ ആൾക്കൂട്ടമാണ് കാട്ടുതീക്ക് തുല്യം.

എന്റെ ഉപമ സ്വയം വിശദീകരണക്ഷമമല്ല. പക്ഷേ, അതൊരു വിചിത്ര വസ്തുതയുമായി ബന്ധപ്പെട്ടിരിക്കുന്നു. പതിനാല് ഓളങ്ങളിൽ അമ്പതിനായിരം കാഴ്ചക്കാർ എഴുന്നേൽക്കുന്നതും ഇരിക്കുന്നതും എങ്ങനെയെന്ന് പഠിക്കാൻ ഹങ്കറിയിലെ നിരീക്ഷകർ ഉപയോഗിച്ചത് കാട്ടുതീ പടരുന്നതെങ്ങനെയെന്ന് പഠിക്കാൻ ശാസ്ത്രജ്ഞന്മാർ ഉപയോഗിക്കുന്ന കണിശ മാതൃകകളായിരുന്നു.

വാക്കുകൾക്ക് അപ്രാപ്യമായ പലതും ചിലപ്പോൾ അക്കങ്ങൾക്ക് പിടിച്ചെടുക്കാൻ കഴിയും.

അവസാനമായി ചില വസ്തുതകൾ.

മെക്സിക്കൻ തരംഗം പടരുന്നത് (കാട്ടുതീ പോലെ) വലംവെച്ചാണ്. ഘടികാരാനുസൃതം അതിന്റെ വേഗം ഏറെക്കുറെ നിശ്ചിതമാണ്. ഒരു സെക്കന്റിൽ പത്തുമീറ്റർ. ഏത് ഘട്ടത്തിലും ഒരോളത്തിന്റെ വീതി പതിനഞ്ച് ഇരിപ്പിടങ്ങൾ ചേർത്തുവെച്ചാൽ കിട്ടുന്ന വീതിയാണ്.

വരാനിരിക്കുന്ന ആക്രമിക ദിവസങ്ങളിൽ ഇതുപോലുള്ള നിശിത നിരീക്ഷണങ്ങൾ തതിസംവിധാനം (Crowd managent) എന്നൊരു പുതിയ വിജ്ഞാനശാഖ തന്നെ ഉണ്ടാക്കുമെന്ന് എന്റെ പ്രവചനം. വൻകിട അത്യാഹിതങ്ങൾക്കു മാത്രമാവും ഇത് ബാധകം എന്നില്ല. ആന വിരണ്ടാൽ ആളുകൾ എങ്ങനെയോടുമെന്നതു സംബന്ധിച്ച് കൃത്യമായ അളവ് കണക്കുകളോടെ തൃശ്ശൂർപൂരം നടത്തുന്നതിൽ ഒരു തരം സുഖവും സംതൃപ്തിയുമില്ലേ?

പക്ഷികൾ - ഡു മോറിയേയുടെ, ഹിച്ച്കോക്കിന്റെ, പ്ലൂടാർക്കിന്റെ

'പക്ഷികൾ' എന്ന കഥയെഴുതുമ്പോൾ ഡാഫ്നി ഡു മോറിയേ ചരിത്ര പുരുഷനായ അലക്സാണ്ടറുടെ ജീവചരിത്രം ഓർത്തിരിക്കാൻ ഇടയില്ല. വളരെ സാധാരണമായൊരു ദിവസത്തിലെ സാധാരണമായൊരു ദൃശ്യമായിരുന്നു തന്റെ പ്രചോദനം. വയലിൽ ഒരു കർഷകൻ, മുകളിൽ പറക്കുന്ന പക്ഷികൾ. അന്തരീക്ഷസൃഷ്ടിയിൽ അതുല്യയായ എഴുത്തുകാരിക്ക് അത് കണ്ടപ്പോൾ തോന്നി 'ഇപ്പോൾ പക്ഷികൾ പെട്ടെന്ന് കർഷകനെ ആക്രമിച്ചാലോ!' കണ്ണിൽപ്പെട്ട് മനുഷ്യരെയെല്ലാം ഒരുമ്പെട്ട് ആക്രമിക്കുന്ന പേപ്പക്ഷിക്കൂട്ടങ്ങളെക്കുറിച്ചുള്ള വിഭ്രാമകം ഉണ്ടായതങ്ങനെയാണ്.

പക്ഷികൾ എന്ന ചലച്ചിത്രം നിർമ്മിക്കുമ്പോൾ ആൽഫ്രഡ് ഹിച്ച്കോക്കും അലക്സാണ്ടറെ ഓർത്തിരിക്കാൻ ഇടയില്ല. തനിക്ക് അവലംബം ഡു മോറിയേയുടെ കഥയായിരുന്നല്ലോ.

പക്ഷേ, അലക്സാണ്ടറുടെ ജീവചരിത്രകാരനായ പ്ലൂടാർക്ക് ഇപ്പോൾ ജീവിച്ചിരിപ്പുണ്ടായിരുന്നെങ്കിൽ ഡു മോറിയേയുടെ (അല്ലെങ്കിൽ ഹിച്ച്കോക്കിന്റെ) പക്ഷികളെക്കണ്ട് അമ്പരക്കുമായിരുന്നു. താൻതന്നെ ഒരിടത്ത് വിവരിച്ചൊരു യഥാർത്ഥ ലോകസംഭവത്തിന്റെ പകർപ്പല്ലേ ഈ വിഭ്രാന്തി!

ഒരു വ്യത്യാസമുണ്ട്. പ്ലൂടാർക്ക് കണ്ട പക്ഷിക്കൂട്ടം മനുഷ്യരെ ആക്രമിക്കുകയുണ്ടായില്ല; പകരം, പേ പിടിച്ചതുപോലുള്ള ചേഷ്ടകളിൽ അവ പരസ്പരം കൊത്തിക്കീറി ചത്തുവീണു.

ചില പക്ഷികൾ വീണത് അലക്സാണ്ടർക്ക് മുന്നിൽ! ജേതാവ് ഒരു യാത്രയെത്തുടർന്ന് ബാബിലോൺ മതിലിന്റെ പരിസരത്തെത്തിയപ്പോഴാണ് സംഭവം നടന്നത്.

ഇപ്പോൾ ബഗ്ദാദെന്നറിയപ്പെടുന്ന സ്ഥലത്തിനരികിൽ താൻ കാലെടുത്തുവെച്ചപ്പോൾ കണ്ട ഈ അത്യാഹിതം അലക്സാണ്ടറെ ഞെട്ടിച്ചുവോ? ചത്തുവീണ പക്ഷികളിൽ അദ്ദേഹം ഒരു ശകുനം, ഒരു

ദുസ്സൂചന വായിച്ചുവോ? പ്രകൃതിയിലെ ദൃശ്യസംജ്ഞകളെ വെളിപാടുകളായി കാണാനുള്ള വാസന അദ്ദേഹത്തിനുണ്ടായിരുന്നുവോ?

ഇതൊന്നും പ്ലൂടാർക്ക് നമ്മോട് പറഞ്ഞിട്ടില്ല. മനുഷ്യമനസ്സ് ഫോസിലുകൾ അവശേഷിപ്പിക്കാറുമില്ല. എന്നാൽ ഒന്നറിയാം. പക്ഷികളുടെ വീഴ്ചയെത്തുടർന്ന് ഏറെ താമസിയാതെയാണ് അലക്സാണ്ടർ വീണത്.

രണ്ടാഴ്ചയോളം നീണ്ടുനിന്നൊരു രോഗബാധ, ചരിത്രത്തെ ഇന്നും വല്ലാത്തൊരു ദുരൂഹതയുടെ അസ്വാസ്ഥ്യത്തിലേക്ക് നയിക്കുന്ന രോഗകാരണങ്ങളും, ഒടുവിൽ വെറും മുപ്പത്തിരണ്ടാം വയസ്സിൽ ഒരു സമ്രാട്ടിന്റെ മരണവും.

വളരെ അടുത്തകാലത്ത് മാസിഡോണിയക്കാരനായ അലക്സാണ്ടർ മൂന്നാമന്റെ മരണകാരണമാരാഞ്ഞ രണ്ടുപേർ ജോൺ മാറും ചാൾസ് കാലിഷറുമാണ്. രണ്ടുപേരുടേയും വൈദഗ്ദ്ധ്യം പകർച്ചവ്യാധിശാസ്ത്രത്തിലാണ്. ഈ വിഷയത്തിൽ ഗവേഷണം നടത്തുന്നവരെ ഉദ്ദേശിച്ചുള്ളൊരു ഓൺലൈൻ കമ്പ്യൂട്ടർ പ്രോഗ്രാമിനെയാണ് അവർ ആശ്രയിച്ചത്. രോഗലക്ഷണങ്ങളും രോഗിയെക്കുറിച്ചുള്ള മറ്റുവിവരങ്ങളും പരിശോധിച്ച് കൃത്യമായി രോഗം നിർണ്ണയിക്കാൻ ഈ പ്രോഗ്രാമിന് കഴിയും.

അവസാന ദിവസങ്ങളിൽ അലക്സാണ്ടറെ പീഡിപ്പിച്ച രോഗലക്ഷണങ്ങളെക്കുറിച്ചുള്ള വിവരങ്ങൾ ആവുന്നത്രയും മാറും കാലിഷറും ശേഖരിച്ചു. ശ്വാസകോശങ്ങളിലെ പകർച്ച, കരളിലെ ക്രമക്കേട്, ശരീരത്തിലെ തിണർപ്പ്, എല്ലാം പരിശോധിച്ച് കമ്പ്യൂട്ടർ പ്രോഗ്രാം രോഗം കുറിച്ചു. വെസ്റ്റ് നൈൽ വൈറസ് രോഗം നൂറു ശതമാനവും. പടിഞ്ഞാറൻ ഏഷ്യയിലും അറേബ്യയിലും മറ്റും അതിനൊരു നീണ്ട ചരിത്രമുണ്ട്. അതിന് പിന്നിൽ കൊതുക്കളുമുണ്ട്.

വെസ്റ്റ് നൈൽ രോഗാണുവിന്റെ വാഹനം കൊതുകാണ്. കൊതുകിൽനിന്ന് പക്ഷിമൃഗാദികളിലേക്ക്, പിന്നെ മനുഷ്യരിലേക്ക്. കാകവർഗ്ഗത്തിൽപ്പെട്ട പക്ഷികൾ എടുത്തുപറയത്തക്കവിധം ഈ രോഗത്തിന് വശഗരാണ്.

മഹാനായ അലക്സാണ്ടറെ ദൃക്സാക്ഷിയാക്കി മെസപ്പൊട്ടേമിയയിൽ ഒരിടത്ത് ചത്തുവീണ പക്ഷികൾ കാക്കകളായിരുന്നു!

പക്ഷികളുടെ ദുരന്തവും അലക്സാണ്ടറുടെ അകാലചരമവും തമ്മിലുള്ള ബന്ധം കണ്ടെത്താൻ ഒരു പ്ലൂടാർക്കിനുപോലും അന്നത്തെ സാഹചര്യങ്ങളിൽ കഴിയുമായിരുന്നില്ല. കഴിഞ്ഞിരുന്നെങ്കിൽ പോലും അതൊരു വ്യക്തിപരമായ അന്ധവിശ്വാസമോ അല്ലെങ്കിൽ ഡു മോറിയേയുടെ കഥയിലെ വിഭ്രാന്തിയോ ആകുമായിരുന്നു. പക്ഷേ, ജോൺ മാറിനും ചാൾസ് കാലിഷറിനും ഏറ്റവും ഉചിതമായ തുമ്പ് നൽകിയത് പക്ഷികളെക്കുറിച്ചുള്ള ആ വിവരണമായിരുന്നു.

അവരുടെ സുഘടിത സിദ്ധാന്തം ശരിയാണെങ്കിൽ, അൽപ്പം മുമ്പ് ഞാൻ ഉപയോഗിച്ച, ചരിത്രത്തിൽ എല്ലാവരും ഉപയോഗിക്കുന്ന 'മഹാൻ' എന്ന വിശേഷണം എന്നെ വല്ലാതെ ശല്യപ്പെടുത്തുന്നു. ലോകചരിത്രത്തിലെ ഏറ്റവും പ്രശസ്തനായൊരു യോദ്ധാവിനെ വെറുമൊരു വൈറസ് നിലം പരിശാക്കിയതിലെ നിശിത വിനയ പാഠമല്ല ഞാൻ ഉദ്ദേശിക്കുന്നത്.

ഒരു ശാസ്ത്രജ്ഞൻ പറഞ്ഞു. ഇത്തരമൊരു രോഗം പിടിപെട്ടാണ് അലക്സാണ്ടർ മരിച്ചതെങ്കിൽ, അദ്ദേഹം ഒരു മഹാൻ ആയിരുന്നിരിക്കാൻ ഇടയില്ല. വൈദ്യശാസ്ത്രദൃഷ്ട്യാ ഇതൊരു നിസ്തർക്ക വസ്തുതയാണെന്നുകാണാം.

ലോകജേതാക്കളെക്കുറിച്ച് നമുക്ക് ചില മിനിമം സങ്കൽപ്പങ്ങളുണ്ടാകാം. നല്ല ആരോഗ്യം, നല്ല കരുത്ത് എന്നിങ്ങനെ. അലക്സാണ്ടറുടെ അൽപ്പായുസ്സിൽ ഈ സങ്കൽപ്പങ്ങൾ തകരുന്നു. കാരണം, സാധാരണ നിലക്ക് നല്ല ആരോഗ്യമുള്ളവരെ വെസ്റ്റ് നൈൽ വകവരുത്താറില്ല. ശാരീരിക പ്രതിരോധാവസ്ഥയിലെ കുഴപ്പങ്ങൾ കാരണമോ മറ്റോ, അല്ലെങ്കിൽത്തന്നെ ആരോഗ്യം തകരാറിലായവരാണ് അതിന്റെ ഇരകൾ.

മാരകവും നിഗൂഢവുമായൊരു ദൗർബല്യം ഉള്ളിൽപ്പേറിയാണ് തന്റെ ഐതിഹാസിക ജൈത്രയാത്രയുടെ താരയത്രയും അലക്സാണ്ടർ പിന്നിട്ടതെന്നോർക്കുമ്പോൾ ഒരു നടുക്കമുണ്ട്. ഹിച്ച്കോക്കിന്റെ ചിത്രത്തിൽ കുട്ടികളുടെ ജിമ്മിലെ ഉരുപ്പടികൾക്കുമേൽ, നിശ്ശബ്ദമായി കൂട്ടംചേർന്ന് തയ്യാറെടുക്കുന്ന പക്ഷികൾ കാണികളിലുണ്ടാക്കുന്ന നടുക്കമാണത്.

മുതല ഒരു ഹൃദയാധിദേവത

ചളുപ്പിന്റെ തണുവിൽ, മറവിൽ, അഭയത്തിൽ കിറുങ്ങിക്കിട ക്കുന്നൊരു മുതലയാണ് ഞാനെന്ന് തോന്നിച്ച ചില ദിവസ ങ്ങളുണ്ടായിരുന്നു. ഒരു ഹൃദയാഘാതത്തെത്തുടർന്ന് കാർഡിയാക് കെയർ യൂനിറ്റിൽ കിടന്നിരുന്നപ്പോഴാണത്.

ആരോ ഉള്ളംകൈയാൽ ജീവൻ മണപ്പിക്കുന്നതുപോലെ ഓക്സിജൻ മാസ്ക്. മൂക്കിലെ ആ ഉപാധിയാണ് കൂടുതലും ഒരു മുതലയുടെ മുഞ്ഞിയുടെ പ്രതീതി ഉണ്ടാക്കിയത്. മുറിയിലെ അരണ്ട വെളിച്ചവും മൗനവും കൂടി ചേർന്നപ്പോൾ അനുഭവം പൂർത്തിയായി. ജീവിതത്തി നും മരണത്തിനുമിടയിലെ ഉഭയപ്രജ്ഞയിൽ ഒരു വെളിപാട്.

പിന്നെ ആപത്ഘട്ടം കടന്നപ്പോൾ തോന്നി: മുതല ഞാനല്ല. ഉയിരിലേക്കും ഉണർച്ചയിലേക്കും തിരിച്ചെത്തിച്ച ജൈവേച്ഛ യാണ്. കാല്പനിക ഭാഷയിൽ പറഞ്ഞാൽ, എന്റെ ഹൃദയാധിദേവത. ഇതുമായി ബന്ധപ്പെട്ട ചില യഥാർത്ഥലോക വസ്തുതകളുമായി ഞാൻ പിൽക്കാലത്ത് പരിചയപ്പെടാൻ പോകുന്നു.

ചരിത്രകാരിയായ ഡൊറോതി തോംസൻ പഴയ റോമാക്കാരുടെ കീഴിലായിരുന്ന ഈജിപ്തിനെക്കുറിച്ച് വിശദമായി എഴുതിയിട്ടുണ്ട്. പ്രത്യേക വിരുന്നു ദിനങ്ങളിൽ റോമാക്കാർ മുതലകളെ പ്രത്യേക വേഷവിധാനങ്ങളോടെയും വിലപിടിച്ച ആഭരണങ്ങളോടെയും അണിയിച്ചൊരുക്കി വിദേശീയരുടെ ആസ്വാദനത്തിനായി പ്ര ദർശിപ്പിച്ചതെങ്ങനെ? വീഞ്ഞും തേനും കൊണ്ടുള്ള പാനീയങ്ങളും പലതരം മധുരവസ്തുക്കളും അവർ മുതലകൾക്ക് കൊടുത്തതെങ്ങനെ?

തീറ്റിസ്സാധനങ്ങൾ കൊണ്ട് മുതലകളുടെ വയറ് കുത്തിനിറക്കാൻ വേണ്ടി നിർഭയം അവയുടെ വാ തുറന്ന് ഉള്ളിൽ കൈയിട്ടിരുന്നത് ഈജിപ്തിലെ പുരോഹിതന്മാരായിരുന്നു.

ചാവുംവരെ മൂക്കറ്റം ഭക്ഷിച്ചും ചാവിനുശേഷം മമ്മികളായി സംസ്കരിക്കപ്പെട്ടും ഈജിപ്തിലെ രാജാക്കളേയും രാജാത്തികളേയും പോലെ പ്രത്യേകാവകാശങ്ങളോടെ മുതലകൾ കഴിഞ്ഞു. പഴയ

ചില ശവക്കല്ലറകളിലെ മമ്മികൾക്കകത്തുള്ളത് മുതലകളാണെന്ന് കണ്ടെത്തിയത് നേരത്തെ പറഞ്ഞ ചരിത്രകാരിതന്നെയാണ്. പക്ഷേ, മമ്മികൾക്കപ്പുറത്തുള്ളൊരു സങ്കൽപ്പതലത്തിൽ മുതല ഉർവ്വരതയുടെ ദേവതയായിരുന്നു.

സംഭവങ്ങളെ ഉത്സവങ്ങളുടെ പദവിയിലെത്തിക്കാൻ പഴയ റോമക്കാർക്കുണ്ടായിരുന്ന കഴിവ് ശ്രദ്ധേയമാണ്. ഒരുതരത്തിൽ പറഞ്ഞാൽ അവർ ദൈവ നിർമ്മാതാക്കളായിരുന്നു. ഇതിനുപുറമെ ആധുനിക ജന്തുശാസ്ത്രത്തിന്റെ കണ്ടെത്തലുകളെപ്പറ്റി അല്പം ചില വെളിപാടുകളുണ്ടായിരുന്നെങ്കിൽ അവരുടെ ഐതിഹ്യങ്ങളിൽ മനുഷ്യഹൃദയത്തിന്റെ അധിദേവതയായി കടന്നുകൂടാൻ മുതലക്ക് കഴിയുമായിരുന്നു.

പ്രതീക്ഷക്ക് പഴുതില്ലാത്തവിധം പ്രാകൃതരാണ് മുതലകളെന്ന് ചിലരുടെ അലസഭാവനക്ക് തോന്നാം. പക്ഷേ, ജന്തുലോകത്തിലേക്കുംവെച്ച് പ്രവൃദ്ധമായ(advanced) ഹൃദയസംവിധാനം കാണാനാവുന്നത് മുതലയുടെ ശരീരത്തിലാണ്. ഭൂമിയിൽ ഇരുനൂറ് വർഷമെങ്കിലും പഴക്കമുള്ളൊരു ജീവിവർഗ്ഗത്തെക്കുറിച്ചാണ് ഇതു പറയുന്നതെന്ന് ഓർക്കുക. മുതല ഒരു ബൈപാസ് വിദഗ്ദ്ധനാണ്. ലക്ഷണമൊത്തൊരു ബൈപാസ് ശസ്ത്രക്രിയയുടെ കാര്യമെടുക്കുക. പല രോഗികളെ സംബന്ധിച്ചും ആശയറ്റൊരു അന്ത്യക്രിയയാണിത്; വൈദ്യന്മാരെ സംബന്ധിച്ച് ഒരു വെല്ലുവിളിയും. പക്ഷേ, ഹൃദയത്തിൽ രക്തസേചനം നടത്തേണ്ട ധമനികൾ അടയുമ്പോൾ ഏറെ പരിഹാര സാദ്ധ്യതകളില്ല.

മുതലകൾ പറയും മനുഷ്യരുടെ ഹൃദ്വ്യവസ്ഥ വളരെ വളരെ പഴഞ്ചനാണെന്ന്. കാരണം, ഫലത്തിൽ ആരുടേയും സഹായമില്ലാതെ സ്വന്തം ധമനികളെ ബൈപാസ് ചെയ്യാൻ മുതലകൾക്ക് കഴിയും.

പ്രാഥമികങ്ങളിൽനിന്ന് തുടങ്ങുക. മനുഷ്യ ഹൃദയംപോലെ കൃത്യമായി രണ്ടായി വിഭജിതമാണ് മുതലയുടെ ഹൃദയവും. രണ്ടിലും ഒരു വശത്തുനിന്ന് പുറപ്പെട്ട് ശ്വാസകോശങ്ങളിൽ ചെന്ന്, പുത്തൻ പ്രാണവായു നിറഞ്ഞ്, ശരീരമാസകലമുള്ള യാത്രക്ക് തയാറായി ചോര മറുവശത്ത് തിരിച്ചെത്തുന്നു. പക്ഷേ, ഒരു വ്യത്യാസം.

പതിവായി മണിക്കൂറുകളോളം വെള്ളത്തിനടിയിൽ കഴിയാതിരിക്കാനോ, എന്നാൽ അതേസമയത്ത് മറ്റുള്ള ജലജീവികളെപ്പോലെ പെരുമാറാനോ കഴിയാത്തതുകൊണ്ട് മുതലയുടെ ദൈനംദിന ജീവിതത്തിൽ ശ്വാസരഹിതമായ ഊഴങ്ങളുണ്ട്. ജീവനെസംബന്ധിച്ച് ഇതൊരു നിസ്സാരകാര്യമല്ല.

വെയിൽകായൽ മതിയായതുകൊണ്ടോ, കരയിൽ ചില ഇടപെടലുകളുണ്ടായതുകൊണ്ടോ വെള്ളത്തിനടിയിലേക്ക് കുതിക്കുമ്പോഴാണ് മുതലയുടെ ശാരീരിക ഉൽക്കർഷം പുറത്തുവരുന്നത്.

ശസ്ത്രമില്ലാത്ത ബൈപാസ് ക്രിയ!

ഇനി കുറേ നേരത്തേക്ക് ഓക്സിജൻ റീഫിൽ സാദ്ധ്യമല്ലെന്ന് വരുമ്പോൾ അടയുകയും തുറക്കുകയും ചെയ്യുന്ന ചില അസാധാരണ വിധാനങ്ങളുടെ സഹായത്തോടെ ചോരക്ക് ഒരു ചുറ്റിവളവ് സാധിച്ചു കൊടുക്കാൻ മുതലയുടെ ഹൃദയത്തിന് കഴിയും. പ്രാണവായു വിട്ടുവിക്കുന്നതിൽ മുതലച്ചോരക്കുള്ള സിദ്ധി അപാരമാണ്. അതുപയോഗിച്ച് ചോരയൊരു ചുറ്റിക്കളിയിലൂടെ ശ്വാസകോശങ്ങളെ അവഗണിച്ച് മസ്തിഷ്കത്തിലേക്കും നേരിട്ടൊഴുകുന്നു.

ഇനിയാണ് നാം വീർപ്പടക്കി കാത്തിരിക്കുന്ന കാഴ്ച. വെള്ളത്തിനടിയിൽ കിടക്കുന്നൊരു മുതലക്ക് തന്റെ ഹൃദയമിടിപ്പുകൾ മിനിറ്റിൽ രണ്ടോ വെറും ഒന്നോ ആക്കിച്ചുരുക്കാൻ കഴിയും! എന്നല്ല ഏതാണ്ട് രണ്ട് മണിക്കൂറോളം ആ സ്റ്റാൻബൈ മോഡ് തുടരാനും അതിന് കഴിയും.

ലോകപ്രശസ്തനായൊരു ഹൃദ്രോഗ വിദഗ്ദ്ധൻ പറഞ്ഞു. “ഈ സാഹസികവിദ്യ അനുകരിക്കാൻ കഴിഞ്ഞാൽ കൂടുതൽക്കൂടുതൽ മനുഷ്യഹൃദയങ്ങളെ രക്ഷിക്കാൻ നമുക്ക് കഴിയും” ഒരു പക്ഷേ, വിശ്വാസികളായ ഹൃദ്രോഗികളുടെ ആരാധന പിടിച്ചു പറ്റേണ്ട ദേവത മുതലയായിരിക്കാം.

സൈക്കിൾ ഓടുന്നതുപോലെ ഉറുമ്പുകൾ

ജേംസ് സ്റ്റാർലി ജനിച്ചത് ഒരു കളപ്പുരയിലായിരുന്നു. പിൽക്കാലത്തൊരിക്കൽ കുറച്ചുകാലത്തേക്ക് ഒരു പൂന്തോട്ടത്തിൽ പണിയെടുത്തിട്ടുമുണ്ട്. പക്ഷേ, ഈ രണ്ട് കാര്യങ്ങൾ മാറ്റി നിർത്തിയാൽ, കൃഷിപ്പണിയിലോ ഒരു കാർഷികാന്തരീക്ഷവു മായി ബന്ധപ്പെട്ട പ്രകൃതിപ്രതിഭാസങ്ങളിലോ സ്റ്റാർലിക്ക് ഒരുതരം താൽപ്പര്യവുമുള്ളതായി തോന്നുന്നില്ല. മറിച്ച് സാങ്കേതികമായ കണ്ടുപിടിത്തങ്ങളിലും നിർമ്മിതികളിലും തനിക്കുള്ള താൽപ്പര്യം സ്റ്റാർലിയെ ലോകപ്രസിദ്ധനാക്കുകയുണ്ടായി. കുട്ടിക്കാലത്ത് താൻ വീട്ടിൽനിന്ന് ഓടിപ്പോയതുതന്നെ ഈ ആഭിമുഖ്യം കാരണമായിരി ക്കാനാണ് വഴി.

പശ്ചാത്തല വിവരണം ഇത്രയും നീണ്ടുപോയതിനൊരു കാര ണമുണ്ട്. 1870-ൽ സ്റ്റാർലി നിർമ്മിച്ചൊരു യന്ത്രത്തിന് പിന്നിലെ ഭൗതികതത്ത്വവും ഈ നൂറ്റാണ്ടിന്റെ തുടക്കത്തിൽ ചില ഷഡ്പദനി രീക്ഷകർ കണ്ടെത്തിയൊരു പ്രകൃതിദൃശ്യത്തിന് പിന്നിലെ തത്ത്വവും ഒരുപോലിരിക്കുന്നു!

നമ്മുടെ നാട്ടിലെ പഴയ ഗുണകോഷ്ഠകൃതികളിൽപ്പോലും പ്രത്യ ക്ഷപ്പെട്ടിട്ടുള്ള രണ്ട് ബ്രിട്ടീഷ് നാണ്യങ്ങളിലാണ് ഇതിന്റെ തുടക്കം. പെനിയും ഫാർതിങ്ങും. പെനിയുടെ നാലിലൊന്നാണ് ഫാർതിങ്ങെന്ന ചെമ്പുകാശ്. പക്ഷേ, കൂടുതൽ പ്രാധാന്യം അവയുടെ വലുപ്പത്തിലുള്ള വ്യത്യാസമാണ്.

പെനി വലിയ നാണ്യം. ഫാർതിങ് ചെറിയ നാണ്യം. ദ്വിചക്രവാ ഹനങ്ങളുടെ ചരിത്രത്തിൽ കലാപം കുറിച്ചൊരു നിർമ്മിതി പെനി ഫാർതിങ് സൈക്കിളായത് അങ്ങനെയാണ്. അതിന്റെ മുൻചക്ര ത്തിന്റെ ഉയരം അഞ്ചടി, പിൻചക്രത്തിന്റെ ഉയരം രണ്ടിൽ താഴെ!

സൈക്കിളിനെ സംബന്ധിച്ച സമകാലിക സൗന്ദര്യ സങ്കൽ പ്പത്തിന് ഈ നിർമ്മിതി ഒരു പക്ഷേ, ചിരിക്കു വക നൽകും.

എങ്കിലും ചരിത്രത്തിലെ ആദ്യത്തെ കാര്യക്ഷമമായ സൈക്കിളാണ് പെനി-ഫാർതിങ്ങ് എന്നൊരു വിദഗ്ദ്ധനിരീക്ഷണമുണ്ട്. വളരെ അടിസ്ഥാനപരമായ പരിഗണനകളനുസരിച്ച് അതിന്റെ തുടർച്ച യാണ് പിൽക്കാല സൈക്കിൾ മാതൃകകൾ.

നാം ആദ്യമേ പരിചയപ്പെട്ട ജേംസ് സ്റ്റാർലിയാണ് പെനി-ഫാർ തിങ്ങിന്റെ സ്രഷ്ടാവ്. നടന്നത് 1870ൽ. പിന്നീട്, 130-ൽ അധികം വർഷങ്ങൾക്കു ശേഷം ചില മഴക്കാടുകളുടെ പശ്ചാത്തലത്തിൽ പട്ടാള ഉറുമ്പുകളുടെ ചലനവ്യാപാരങ്ങൾ പഠിച്ച ജന്തുനിരീക്ഷകർ രണ്ടു ബ്രിട്ടീഷ് നാണ്യങ്ങളുടെ ഓർമ്മ പുതുക്കാൻ പോകുന്നു.

പെരുവഴിക്കവർച്ചക്ക് തയ്യാറെടുത്തിറങ്ങിയൊരു പട്ടാള ഉറുമ്പ സംഘത്തിൽ രണ്ടരലക്ഷത്തോളം അംഗങ്ങളുണ്ടാവും. വഴിയിൽ കാണുന്ന അകശേരുക ജീവികളെയെല്ലാം അവ ആക്രമിച്ചുകൊ ല്ലും. വേണമെന്ന് തോന്നിയാൽ കൊല്ലപ്പെട്ട ജീവികളെ ചെറിയ കഷണങ്ങളാക്കി കടിച്ചു നുറുക്കും. പിന്നെ കബന്ധങ്ങളും എല്ലാ അബന്ധങ്ങളും താൽക്കാലിക താവളങ്ങളിലേക്ക് കടത്തും.

ചുമടേന്തി ചരിക്കുമ്പോഴാണ് ഉറുമ്പുകൾക്കിടയിൽ ഒരു വിച ക്രബന്ധത്തിന്റെ ചലനക്രമങ്ങളുണ്ടാവുന്നത്. അത് സ്റ്റാർലിയെ അമ്പരപ്പിക്കുമായിരുന്നു.

ചിലപ്പോൾ ചുമട് ഒറ്റക്കൊരു ഉറുമ്പിന് പേറാൻ വയ്യാത്തതാവും. അപ്പോൾ രണ്ടുറുമ്പുകൾ ജോടിചേരുന്നു. ഒറ്റനോട്ടത്തിൽ, സാമാന്യ യുക്തിക്ക് നിരക്കാത്തൊരു ജോടി. വളരെ വലിയൊരുറുമ്പും വളരെ ചെറിയൊരുറുമ്പും. അതേ, പെനി-ഫാർതിങ്ങ് ചക്രങ്ങളെപ്പോലെ! പക്ഷേ, ആ ദ്വിചക്രിയുമായി പട്ടാള ഉറുമ്പ് ജോടികൾക്കുള്ള ബന്ധം വെറും രൂപസാദൃശ്യത്തിൽ ഒതുങ്ങി നിൽക്കുന്നില്ല. ആയിരുന്നെ ങ്കിൽ ഈ കുറിപ്പുണ്ടാകുമായിരുന്നില്ല. ചലിക്കുന്ന ജീവികളിൽ മൂന്ന് ഘടകങ്ങളുടെ അദ്ഭുത സമ്മിളിതം നാം കാണുന്നു. ഒന്ന് ചലനവേ ഗവും ശക്തിയും; രണ്ട് ദിശാനിർണ്ണയം; മൂന്ന് താരണ(ബാലൻസ്), ഗുരുത്വവുമായി പൊരുത്തപ്പെടൽ. ഇവയെ മുഴുവൻ സംബന്ധിച്ചും പത്തൊമ്പതാം നൂറ്റാണ്ടിലെ ആ സൈക്കിളിന്റേയും പല ലക്ഷം വർഷംമുമ്പ് ഭൂമിയിലുണ്ടായ പട്ടാള ഉറുമ്പുകളുടേയും പ്രവർത്തന തത്ത്വം ഒന്നുതന്നെ.

പെനി-ഫാർതിങ്ങ് സൈക്കിളിന് ചങ്ങലയില്ല. പെഡലുകൾ മുൻ ചക്രത്തിലാണ്. ഇതിനർത്ഥം, വലിയ മുൻചക്രമാണ് ചലനത്തിന്റെ ശക്തിയും വേഗവും ദിശയും നിയന്ത്രിക്കുന്നത്. ചെറിയ ചക്രം രണ്ട് ചക്രങ്ങൾക്കുമിടയിലെ ഭൂഗുരുത്വകേന്ദ്രം ക്രമീകരിക്കുന്നു.

ചുമടേന്തുന്ന പട്ടാള ഉറുമ്പ് ജോടിയിൽ വലിയ ഉറുമ്പ് വേഗവും ഗതിയും കൈകാര്യം ചെയ്യുന്നു. ഭൂഗുരുത്വ വിഭാഗം ചെറിയ ഉറുമ്പിന്റെ കീഴിൽ!

മാവോ കാളപ്പോരങ്കണത്തിൽ

സ്പെയിനിലെ ഒരു മനോരോഗ വിദഗ്ദ്ധയായ യോസെ ല്ലൂയിസ് കറാസ്ക്കോയ്ക്ക് തന്റെ ചികിത്സയിൽ കഴിയുന്ന രോഗികളെക്കുറിച്ച് ഒരു ദിവസം പെട്ടെന്നൊരു ഉൾക്കാഴ്ചയുണ്ടായി. അവരുടെ പെരുമാറ്റത്തെ മാനസികമായ ചില ക്രമക്കേടുകളുടെ പ്രകാശനമായി കാണുന്നതിന് പകരം എന്തുകൊണ്ട് തികച്ചും സെൻസേഷനവേണ്ടിയുള്ളൊരു വെമ്പലായി കണ്ടുകൂടാ! അതിർത്തി തീണ്ടലിലെ സാഹസികതയോടുള്ള അഭിനിവേശം, ആപച്ഛങ്കയെ മറികടക്കുന്ന ത്വനിച്ചിൽ....

കറാസ്ക്കോ ഒരു പ്രത്യേകവിധത്തിലുള്ള ആളുകളെ തേടി. ചിത്ത രോഗികളല്ലാത്തവർ. എന്നാൽ അതേ സമയത്ത് ഉപജീവനമാർ ഗ്ഗത്തിന്റെ ഭാഗമായോ, വ്യത്യസ്തമായൊരു ജീവിതശൈലിയുടെ ഭാഗമായോ വളരെ വിപത്സാദ്ധ്യതയുള്ള പ്രവൃത്തികളിൽ ഏർപ്പെ ട്ടവർ.

കാളപ്പോരിന്റെ നാടായ സ്പെയിനിലോ ഇക്കൂട്ടർക്ക് പഞ്ഞം! അതാ വരുന്നു ഗാലിൻഡോ.

ഇരുപതിൽപ്പരം ആണ്ടുകൾ കാളപ്പോരുകാരനായി ജീവിച്ചൊ രാളാണ് ഫെർനാൻഡോ ഗാലിൻഡോ. ആ പണിക്കിടയിൽ പരിക്കേറ്റ സന്ദർഭങ്ങൾ ഡസൻ കണക്കിൽ. ഒരിക്കൽ കഴുത്തിൽ നിന്നും മറ്റൊരിക്കൽ ശ്വാസകോശങ്ങളിൽനിന്നും മാരകമാംവിധം ചോരവാർച്ചയുണ്ടായിട്ടുണ്ട്.

സ്പെയിനിൽ അങ്ങനെ എത്രയെത്ര ഗാലിൻഡോമാർ! അവിടത്തെ കാളപ്പോരങ്കണങ്ങളിൽ പ്രതിവർഷം ശരാശരി നൂറ്റ മ്പത് പേരെങ്കിലും മരിക്കുകയോ മരണത്തെ തൊട്ട് തിരിച്ചുവരികയോ ചെയ്യുന്നു. അംഗവൈകല്യങ്ങളോടെ വിരമിക്കുന്നവർ ഇതിനു പുറമെ. ഗാലിൻഡോ കൂട്ടത്തിലൊരാൾ മാത്രം.

ചുവന്ന തുണിയുമായി അങ്കണത്തിലേക്കിറങ്ങുന്നൊരു കാളപ്പോരുകാരന്റെ വികാരമെന്ത്?

ഗാലിൻഡോ പറഞ്ഞു: "കാളയുടെ മുമ്പിൽ നിൽക്കുമ്പോൾ, അതിന്റെ കണ്ണുകൾ കാണുമ്പോൾ, നിങ്ങളതിനെ അരികിൽ വെയ്ക്കുന്നു. ചുറ്റും വെയ്ക്കുന്നു. നിങ്ങളതിന്റെ ആഹ്ലാദമറിയുന്നു, ആവേശമറിയുന്നു. ആ നിമിഷത്തിൽ നിങ്ങളാണ് ലോകത്തിന്റെ കേന്ദ്രം. തുനിച്ചിൽ എനിക്കിഷ്ടം, കാരണം അതിനുപിന്നിലാണ് ആനന്ദം."

ഓരോ കാളപ്പോരുകാരന്റെയും കാഴ്ചപ്പാട് ഏതാണ്ട് ഇതുതന്നെ. എന്നാൽ ഇതിനപ്പുറത്തൊരു വസ്തുതയുണ്ട്. മാവോയുടെ സ്വാധീനം കാളപ്പോരുകാരിൽ നന്നെ ചുരുക്കമാണ്!

മാവോ!

അതേ നിങ്ങൾ കേട്ടത് ശരിതന്നെ. പക്ഷേ, ഞാൻ ഉദ്ദേശിക്കുന്നത് പണ്ട് ചൈനയിലൊരു സാംസ്കാരിക വിപ്ലവം നയിച്ച സെതുങ്ങിനെയല്ല. ഈ മാവോ ഒരു കെമിക ദ്രവ്യമാണ്, Monoamine oxidase. ചുരുക്കെഴുത്തിൽ MAO. പേടിപോലുള്ള വൈകാരികാവസ്ഥകളിലും ഉടൻ പ്രതികരണം അത്യാവശ്യമാകുന്ന നിർണ്ണായകഘട്ടങ്ങളിലും നമ്മുടെ ശരീരം സ്രവിക്കുന്ന ചില ഹോർമോണുകളെ പെട്ടെന്ന് ദഹിപ്പിച്ച് നിർവീര്യമാക്കുന്നു മാവോ.

അഡ്രിനാലിൻ

നോറഡ്രിനാലിൻ

ഒന്നാമത്തേത് ഹൃദയസ്പന്ദവും രക്തസമ്മർദ്ദവും വർദ്ധിപ്പിക്കുന്നു. ഊർജ്ജദായകമായ ഗ്ലൂക്കോസ് പെട്ടെന്ന് യകൃത്തിൽനിന്ന് മോചിപ്പിക്കുന്നു. പടം പിടിക്കുന്നേടത്തെ സംവിധായകനെപ്പോലെ "ആക്ഷൻ" എന്നലറുന്നു.

രണ്ടാമത്തേത് "ഒന്നുകിൽ പൊരുത് അല്ലെങ്കിൽ ഓടി രക്ഷപ്പെട്"(Fight or flight) എന്ന താക്കീത് സമയോചിതം നമുക്ക് നൽകുന്നു.

രണ്ടിലും മാവോ ഇടപെടുന്നു.

ഇത്രയും വസ്തുതകൾ വൈദ്യശാസ്ത്രത്തിന് പണ്ടേ പരിചിതം. പക്ഷേ, ഇരുപത്തഞ്ചോളം വർഷം മുമ്പ്, കനഡയിൽ, ഏറ്റവും ആക്രമണവാസനയും കൊലപാതകചരിത്രവുമുള്ള ഭീകര ഭ്രാന്തന്മാരെ തളച്ചിട്ടേടത്ത് പീറ്റർ യൂ എന്ന യുവ ഡോക്ടർ നടത്തിയ അസാധാരണ ഗവേഷണങ്ങൾക്കുശേഷമാണ് മാവോ മനുഷ്യരുടെ അന്തർഗ്ഗതങ്ങളും സമീപനങ്ങളും പ്രതികരണങ്ങളും രൂപപ്പെടുത്തുന്നതെങ്ങനെയെന്ന് കൃത്യമായറിയാൻ നമുക്ക് കഴിഞ്ഞത്.

മാനസിക ക്രമക്കേടുകൾക്ക് ജീവശാസ്ത്രപരമായ ചില അടയാളങ്ങൾ (ബയോളജിക്കൽ മാർക്കേഴ്സ്) കണ്ടെത്താനുള്ള ശ്രമം ഒരു

കാര്യം സ്പഷ്ടമായി തെളിയിച്ചു. ഒരാളുടെ ശരീരത്തിലെ മാവോയുടെ വിതാനം കുറയുന്നതാണ് അയാളുടെ ആക്രമണവാസന കൂട്ടുന്നത്. അതുമല്ല ശരാശരി മനുഷ്യരിൽ കാണാവുന്ന മാവോയുടെ മൂന്നിലൊന്നേ പൊതുവേ ഭ്രാന്തന്മാരിൽ കാണാനാവൂ.

പക്ഷേ, സ്പെയിനിൽ കറാസ്കോ ശ്രമിച്ചത് കാളപ്പോരുകാരുടെ കുസലില്ലായ്മ, സാഹസികബുദ്ധി തുടങ്ങിയ ഗുണങ്ങളും അവരിലെ മാവോയുടെ വിതാനവും തമ്മിലുള്ള ബന്ധം കണ്ടെത്താനാണ്. കനഡയിൽ പീറ്റർ യൂ കണ്ടെത്തിയ അതേ വിപരീതാനുപാതമാണ് കറാസ്കോയുടെ പരീക്ഷണങ്ങളിൽ തെളിഞ്ഞത്. ഏറ്റവും ചുരുങ്ങിയ മാവോ, ഏറ്റവുമുയർന്ന നിർഭയത്വം.

കറാസ്കോ ഉപസംഹരിച്ചു: "റിസ്ക് എടുക്കൽ തികച്ചും വ്യക്തിപരമായൊരു സ്വഭാവശൈലിയാണ്. അതിനെ നന്മയായോ തിന്മയായോ ഉഭയമായോ വികസിപ്പിക്കാം.

മാവോ പലവ്യഞ്ജനക്കടയിൽ

പീറ്റർ യൂവിന്റെ കണ്ടെത്തലുകൾ സ്ഥിതിവിവരക്കണക്കിലെ ആകസ്മിക ചതിക്കുഴികളല്ലെന്നാണ് കറാസ്കോ നിസ്സംശയം തെളിയിച്ചത്. അങ്ങനെ ഒരു രണ്ടാം അഭിപ്രായത്തിനും സ്ഥിരീകരണത്തിനും വേണ്ടി ആകാംക്ഷയോടെ കാത്തിരിക്കുകയായിരുന്നു യൂ. സ്ഥിരീകരണമുണ്ടായപ്പോൾ അദ്ദേഹം തന്നെത്താൻ ചോദിച്ചു, കാളപ്പോരുകാരെ ആൾക്കൂട്ടത്തിന് പ്രിയപ്പെട്ടവരാക്കുന്ന അതേ സാഹസികതയുടെ ഒരു തരം അവസ്ഥാന്തരമല്ലേ തന്റെ ചിത്ത രോഗികളെ ഇരുമ്പഴികൾക്കു പിന്നിലേക്ക് തുരത്തിയത്? ഇനി രണ്ടാമതൊരു സ്ഥിരീകരണമായാലോ? യുക്തിപരമായി കൃത്യമായ നിരീക്ഷണമനുസരിച്ച് കറാസ്കോ ചരിച്ചതിന്റെ വിപരീത ദിശയിലേക്ക് ചരിച്ചാലോ? എന്നു വെച്ചാൽ കാളപ്പോരുകാരെപ്പോലെത്തന്നെ മനോരോഗികളല്ലാത്തവരും എന്നാൽ അഡ്വെൻചററെന്ന് വിശേഷിപ്പിക്കാവുന്ന ഒരൊറ്റ ചുവടുപോലും വെക്കാൻ ധൈര്യം കാണിക്കാത്തവരുമായ വ്യക്തികളെക്കുറിച്ച് പഠിച്ചാലോ?

വരുന്നു പെനി!

ഒരു പലചരക്കുകടയിൽച്ചെന്ന് സാധനങ്ങൾ വാങ്ങുമ്പോൾ പോലും നെഞ്ചിടിപ്പ്, ശ്വാസം മുട്ടൽ. ഫോൺ ശബ്ദിച്ചാൽപ്പോലും വെപ്രാളം, വിയർപ്പ്. ആരുടെയെങ്കിലും സാമീപ്യമോ പ്രോത്സാഹനമോ ഇല്ലെന്നുവന്നാൽ ശരാശരി ജീവിത വ്യാപാരങ്ങളിൽപ്പോലും കുഴഞ്ഞുപോകൽ. ഇതാണ് പെനി ജെയ്ൻ പീറ്റേഴ്സ്.

പെനിയെപ്പോലെ ആപച്ഛങ്കയോടെയല്ലാതെ ദൈനംദിന കാര്യങ്ങളിലേക്കുപോലും പ്രവേശിക്കാൻ കഴിയാത്തവരുടെ ഒരു കൂട്ടത്തെയാണ് യൂ തെരഞ്ഞെടുത്തത്.

ഫലം തികച്ചും പ്രവചനീയം; ഈ സ്ത്രീകളുടെ മുഴുവൻ മാവോ വിതാനം വളരെ വളരെ ഉയർന്നതായിരുന്നു. ആണിനെ അപേക്ഷിച്ച് പെണ്ണിന്റെ മോവോ വിതാനം പൊതുവേതന്നെ ഉയർന്നതാണെന്നാണ് വിഷയത്തിൽ ഇതേവരെ നടന്ന പരീക്ഷണങ്ങളെല്ലാം തെളിയിച്ചിട്ടുള്ളത്. ഒരു പക്ഷേ, ലോകം മുഴുവൻ

കനഡയിലേതുപോലുള്ളൊരു ഭ്രാന്താലയമാകാത്തതിന് ഒരു കാരണം ഇവിടെ കാണാം. പെനിമാരുടെ പരിഭ്രാന്തി മറ്റു ചില സ്ത്രീകളിൽ കാണാവുന്ന അവധാനതയാകാതിരിക്കാൻ വഴിയില്ല. നേരത്തെ സാദ്ധ്യമെന്ന കണ്ടൊരു അവസ്ഥാന്തരമാണത്.

ഇനി ചോദിക്കുക: മാവോയുടെ ദൗർലഭ്യമാണോ നമ്മുടെ നാട്ടിലെ നക്സലൈറ്റുകളെ ത്വരിപ്പിച്ചത്? മാവോ എന്ന് പേരുള്ളൊരു വിപ്ലവകാരിയുടെ ശരീരത്തിൽ അതേ പേരുള്ളൊരു കെമികദ്രവ്യത്തിന്റെ അളവെന്തായിരുന്നുവെന്ന് കണ്ടെത്താൻ ശാസ്ത്രത്തിന് എപ്പോഴെങ്കിലും കഴിയുമോ? കൗതുകം നിറഞ്ഞൊരു ചോദ്യമാണിത്.

കുളത്തിൽ കല്ലെറിയുന്നവരുടെ കൂടെ

കുട്ടിക്കാലത്ത് ഏതെങ്കിലും നാട്ടിൻപുറത്തൊരു കുളനട സംസ്കാരം നയിച്ച ഏതൊരാളും കളിച്ചിരിക്കാവുന്നൊരു കളി ഇപ്പോഴും ഫ്രാൻസിലേയും അയർലാന്റിലേയും കുട്ടികൾ കളിക്കുന്നുണ്ടെന്ന് എനിക്കറിയാം. അത് കളിക്കുന്നവർ തീർച്ചയായും മറ്റുപല നാട്ടുകളിലുമുണ്ടാവും. കുട്ടികൾ മാത്രമല്ല മുതിർന്നവരും.

ഇംഗ്ലീഷിൽ ഈ കളിയുടെ പേർ സ്റ്റോൺ സ്കിമ്മിങ് എന്നാണ്. മലയാളത്തിൽ ഞാനതിനെ വിവരണാത്മക സൗകര്യത്തിനായി കൽത്തവളയേറ് എന്നാക്കുന്നു.

ഒരു കുളത്തിന്റെ വക്കിലേക്ക് പോകുക. ചുറ്റുവട്ടത്തുനിന്നും സാമാന്യം ഘനമുള്ളതും ഏറെക്കുറെ പരന്നതുമായൊരു കല്ലെടുക്കുക. പിന്നെ ശരീരം കുനിച്ച് ഒരുവശത്തേക്ക് ചരിഞ്ഞ് കല്ല് കുളത്തിന്റെ മേൽപ്പരപ്പിലൂടെ തവളച്ചാട്ടം ചാടി അക്കര പറ്റുംവിധം ഒരേറ്. സ്കോട്ട്ലാന്റിന്റെ പടിഞ്ഞാറൻ തീരത്തുള്ള ഈസ്ഡെയ്ൽ ദ്വീപിൽ ഈ കളിയുടെ ഒളിമ്പിക്സെന്ന് വിശേഷിപ്പിക്കാവുന്നൊരു ആഗോള മത്സരം തന്നെ നടക്കുന്നുണ്ട്. ഒരേറിൽ മുപ്പത്തെട്ട് തവളച്ചാട്ടമാണ് ഇപ്പോൾ അതിലെ റെക്കോഡെന്ന് തോന്നുന്നു. ഫ്രാൻസിൽ മകനോടൊപ്പം ഒരു ജലാശയത്തിൽ കല്ലെറിഞ്ഞുകൊണ്ടിരിക്കുമ്പോഴാണ് ലൈഡറിക്ക് ബൊക്കെ എന്ന ശാസ്ത്രജ്ഞന് ഈ കളിയെ സൂക്ഷ്മ ഗണിത പരിശോധനക്ക് വിധേയമാക്കാൻ തോന്നിയത്. 2002ൽ ബൊക്കെയുടെ അളവ് കണക്കുകളുമായി ഞാൻ പരിചയപ്പെട്ടുമ്പോൾ കൽത്തവളയേറിൽ ലോക റെക്കോഡ് തകർക്കുന്നൊരു യന്ത്രത്തിന്റെ നിർമ്മാണത്തിനുവേണ്ട സമവാക്യങ്ങളിൽ മുഴുകിയിരിക്കുകയായിരുന്നു അദ്ദേഹം.

പല ഘടകങ്ങൾ, പ്രാചലങ്ങൾ(പരാമീറ്ററുകൾ) കൽത്തവളയേറിനെ നിയന്ത്രിക്കുന്നു. കല്ലിന്റെ അളവുകൾ, ആകൃതി, വേഗം,

തിരിച്ചിൽ, ഗുരുത്വാകർഷണം, ചലനമാധ്യമം ഉണ്ടാക്കുന്ന തടസ്സം എന്നിങ്ങനെ. ഇവയിൽ വേഗത്തെ മറ്റു ഘടകങ്ങളുമായി പൊരുത്തപ്പെടുത്തുന്നേടത്താണ് ഏറുകാരന്റെ മിടുക്ക്. മണിക്കൂറിൽ 40 കിലോമീറ്റർ വേഗത്തിൽ ചരിക്കുമ്പോഴാണ് കല്ലിന് ഏറ്റവുമധികം തവണ വെള്ളത്തിൽ കുത്തിച്ചാടാൻ കഴിയുന്നതെന്ന് ബൊക്കെ കണ്ടെത്തി.

അദ്ദേഹം സ്വയം ചോദിച്ചു. കല്ലിന് നുണക്കുഴികൾ കൂടിയായാലോ? അയലത്തെ പെൺകുട്ടിയുടേതല്ല, ഗോൾഫ് പന്തിലേത്. ചലിക്കുന്നൊരു വസ്തുവിന്റെ വേഗം കുറക്കുന്നു ചലനമാധ്യമത്തിൽനിന്നുള്ള ഉപരോധം. ഇതിനെ മറികടക്കാൻ ഉദ്ദേശിച്ചുള്ളതാണ് ഗോൾഫ് പന്തിലെ നുണക്കുഴികൾ. ആദ്യകാല ഗോൾഫ് പന്തുകളുടെ ഉപരിതലം കോഴിമുട്ടപോലെ മൊഴുക്കനായിരുന്നു.

ചെറിയൊരു കൊത്തുപണി കല്ലിന്റെ വേഗം കൂട്ടും. എന്നാൽ വേഗംപോലെ നിയാമകമായ മറ്റൊരു കാര്യമുണ്ട്. ഏറിന്റെ കോണ്. എറിയുന്ന ആളുടെ ചരിവ്.

ഫ്രാൻസിൽത്തന്നെ ക്രിസ്റ്റോഫ് ക്ലാനെയെപ്പോലുള്ള ഗവേഷകരാണ് പ്രാവർത്തിക തലത്തിൽ ഇതുസംബന്ധിച്ച കൃത്യമായ അളവുകണക്കുകളും സൂക്ഷ്മ വിശദാംശങ്ങളും പുറത്തുകൊണ്ടുവന്നത്. മനുഷ്യസാദ്ധ്യമല്ലാത്ത പല പ്രകാരങ്ങളിൽ ഒരു തടാകത്തിന്റെ മേൽപ്പരപ്പിലൂടെ വസ്തുക്കൾ വിക്ഷേപിക്കാൻ കഴിയുന്ന യന്ത്രക്കവണ ക്ലാനെയുടെ നിർമ്മിതിയാണ്.

ഇപ്പോൾ വേഗത്തേയും കറക്കത്തേയും കുറിച്ച് നമുക്ക് കൂടുതലറിയാം. വായുവിലൂടെ പായുമ്പോഴും വെള്ളവുമായി ഏറ്റുമുട്ടുമ്പോഴും കൽപ്പാച്ചിലിന്റെ സ്ഥിതസ്വഭാവം സംരക്ഷിക്കുന്നത് കറക്കമാണ്. കറക്കമില്ലെങ്കിൽ, വേഗം ചുരുങ്ങുമ്പോൾ പ്രത്യേകിച്ചും കല്ലൊരു 'പ്ലം' കാരത്തോടെ ബാഷോയുടെ പ്രശസ്ത ഹൈക്കു കവിതയായി കലാശിക്കും. (പഴംകുളത്തിൽ/ തവളച്ചാട്ടം/ജലനാദം)

പരന്ന് വട്ടത്തിലുള്ള കല്ലുകൾ വെള്ളവുമായുള്ള ഏറ്റുമുട്ടലിന്റെ നിമിഷാർദ്ധത്തിൽതന്നെ കുത്തിത്തെറിക്കും. ക്ലാനെയുടെ യന്ത്രക്കവണയിൽനിന്ന് പായുന്ന അലൂമിനീയ വസ്തുക്കളുടെ ആകൃതിയും പ്രകൃതവും അങ്ങനെയാണ്. അവയും ജലപ്പരപ്പുമായുള്ള ഏറ്റുമുട്ടലിന്റെ ദൈർഘ്യം വെറുമൊരു നൊടിയുടെ നൂറിലൊരംശം മാത്രം. അസാദ്ധ്യവേഗമുള്ള വീഡിയോ കാമറകൾക്കുമാത്രം പിടിച്ചെടുക്കാനാവുന്ന കാലയളവാണത്.

ഏറ്റവും കൂടുതൽ തവളച്ചാട്ടങ്ങൾ ഉണ്ടാക്കണമെങ്കിൽ ഏറുകാരന് സ്വീകരിക്കാവുന്ന ചരിവേത്? ആ ആളുടെ കാൽച്ചുവട്ടിൽനിന്ന് വെള്ളപ്പരപ്പിലേക്ക് ഒരു വര സങ്കൽപ്പിക്കുക. പിന്നെ വെള്ളത്തിലേക്ക് പായുന്ന കല്ലിന്റെ ചലനരേഖ പിടിച്ചെടുക്കുക. ഈ രണ്ട് വരകൾ ചേർന്നുണ്ടാക്കുന്ന കോൺ ഇരുപത് ഡിഗ്രിയാകുമ്പോഴാണ്

കൽത്തവളയേറ് ഏറ്റവും കാര്യക്ഷമമാകുന്നത്. ക്ലാനെ ഈ ഇരുപത് ഡിഗ്രിയെ "മാന്ത്രിക കോണം" എന്നാണ് വിശേഷിപ്പിച്ചത്.

ഈസ്ഡെയിൽ ദ്വീപിലെ മൽസരത്തിനെത്തുന്നവരെ ആവേശം കൊള്ളിച്ചേക്കാം ഈ വസ്തുതകൾ. അവയുടെ പ്രാധാന്യം ബഹിരാകാശത്തിലേക്ക് തുടരും. പുനഃപ്രവേശത്തിനിടയിൽ ഭൂമിയുടെ സാന്ദ്ര അന്തരീക്ഷത്തിൽ വന്നുതട്ടുമ്പോൾ സ്പേസ് ഷട്ടിൽ പെരുമാറുക വെള്ളത്തിൽ കുത്തിച്ചാടുന്ന കൽത്തവളയെപ്പോലെയാകും!

ഇതെഴുതുമ്പോൾ ഗൃഹാതുരത്വം ഭാവിയിലേക്കുള്ളൊരു നീക്കമായി ചായുന്നേടത്തെ കോണിലാണ് ഞാൻ. അതൊരു വലിയ അനുഭവമാണ്.

വീടിനും വയലിനുമപ്പുറത്ത് വെള്ളത്തിന്റെയും കയറ്റമതിക്കപ്പുറത്ത് തവളക്കാലുകളുടെയും പ്രസക്തി തിരിച്ചറിയാനുള്ള ശേഷി നഷ്ടപ്പെട്ടൊരു സമൂഹത്തിന്റെ പരിതോവസ്ഥാപ്രഹസനങ്ങൾ എനിക്കു കാണാം. അതെന്നെ ഒരു കാര്യം ഓർമ്മിപ്പിക്കുന്നു.

ഒരുകാലത്ത് ഈ നാട്ടിലും ലോകത്തിൽ പലേടങ്ങളിലും ഒരു തവള ചാടുന്നതുകണ്ടാൽ ആശ്ചര്യത്തിൽ അന്തിച്ചുനിൽക്കുന്ന കുട്ടികളുണ്ടായിരുന്നു. അനുകരണ വാസനയും ആവിഷ്കാര വാസനയും ഒരുമിച്ചു പ്രവർത്തിക്കുന്നൊരു പ്രായത്തിൽ അവരുടെ മനസ്സിലുണ്ടായൊരു വിഭാവനമാണ് സ്റ്റോൺ-സ്കിമ്മിങ്. അതിന് അരങ്ങേറാൻ ഒരു ലോകവേദിയും അതിനെക്കുറിച്ച് പഠിക്കാൻ ഒന്നാന്തരം ശാസ്ത്രജ്ഞന്മാരും ഉണ്ടാവുകയെന്നത് വളരെ അനുഗ്രഹീതമായൊരു അവസ്ഥയാണ്.

ഒരു പക്ഷേ, നാളെ ഈസ്ഡെയിൽ ദ്വീപിൽ സമ്മേളിക്കുന്നവർ ചോദിച്ചേക്കാം; ഈ കളിയുടെ മൗലിക പ്രചോദനമായിരുന്ന തവളകളെല്ലാം എവിടെപ്പോയി! കൽത്തവളയിൽനിന്ന് തവളയിലേക്കുള്ള തിരിച്ചുനടത്തത്തിന്റെ സാദ്ധ്യതയാണ് ഞാൻ സൂചിപ്പിക്കുന്നത്.

ഗൃഹാതുരത്വമെന്നത് ഭാവിയാകുന്നേടത്ത് കുട്ടികളും ശാസ്ത്രജ്ഞന്മാരും ഒന്നിക്കുന്നു.

ഒരു വിരൽചൂണ്ടൽ പ്രശ്നം

ഭൗതികശാസ്ത്രവിജ്ഞാനി എന്ന വാക്ക കേൾക്കുമ്പോൾ നിങ്ങളുടെ മനസ്സിൽ പെട്ടെന്ന് തെളിയുന്ന രൂപം ആരുടേത്? ആണിന്റേയോ പെണ്ണിന്റെയോ?

ഐശ്വര്യാ റായിയെപ്പോലുള്ളൊരു ചെറുപ്പക്കാരിയുടേതോ, അതോ ഐൻസ്റ്റീനെപ്പോലെ ളുങ്ങും മീശയും ചുളിവുള്ള നെറ്റിയും നീണ്ടു നരച്ച തലമുടിയുമുള്ളൊരു വൃദ്ധന്റേതോ? അതുമല്ലെങ്കിൽ സാക്ഷാൽ ഐൻസ്റ്റീന്റെ തന്നെയോ?

ചലച്ചിത്രങ്ങളിൽ സുലഭമായൊരു രംഗമുണ്ട്. ഏതോ ഒരു കുറ്റകൃത്യത്തിന് ദൃക്സാക്ഷിയായതുകൊണ്ട് നിങ്ങളെയവർ പോലീസ് സ്റ്റേഷനിലേക്ക് വിളിക്കുന്നു. സംശയത്തിന്റെപേരിൽ പിടികൂടിയ പല ആളുകളെ ഒരു വരിയായി നിറുത്തി അവർ നിങ്ങളോട് ചോദിക്കുന്നു: ഇതിലാരാണ് നിങ്ങൾ കണ്ട കുറ്റവാളി?

ലൈൻ അപ്

അടുത്തകാലത്ത്, ശരാശരി മനുഷ്യർക്ക് പൊതുവെ ശാസ്ത്രജ്ഞന്മാരെക്കുറിച്ചുള്ള സങ്കൽപ്പമെന്തെന്നറിയാൻ ബ്രിട്ടനിലെ ഇൻസ്റ്റിറ്റ്യൂട്ട് ഓഫ് ഫിസിക്സിലെ ചില ഗവേഷകർ സ്വീകരിച്ചത് ഈ പോലീസ് സമ്പ്രദായമായിരുന്നു.

ലണ്ടൻ നഗരത്തിൽ ഷോപ്പിംഗിനിറങ്ങിയ ആളുകളുടെ ഒരു കൂട്ടമായിരുന്നു ഗവേഷകരുടെ സദസ്സ്. ആണുംപെണ്ണുമായി പല പ്രായത്തിൽപ്പെട്ടവർ കൂട്ടത്തിലുണ്ടായിരുന്നു. വ്യത്യസ്തതുറകളിൽ വ്യത്യസ്തമായി ജീവിക്കുന്നവർ.

ലൈൻ അപ് നടത്താൻ യഥാർത്ഥ ആളുകൾ ഉണ്ടായിരുന്നില്ല. പകരം ഗവേഷകർ പല പേർ നിരന്നുനിൽക്കുന്നൊരു ഫോട്ടോ ഉപയോഗിച്ചു. ആണുങ്ങൾ, പെണ്ണുങ്ങൾ, പലതരം തൊഴിലുകളിലേർപ്പെട്ടവർ കൂട്ടത്തിൽ ഒരു ഭൗതികശാസ്ത്രവിജ്ഞാനിയും.

സദസ്സിന് ഫോട്ടോ കാണിച്ചുകൊണ്ട് ഗവേഷകർ ചോദിച്ചു: ഇതിലാരാണ് ഭൗതികശാസ്ത്രവിജ്ഞാനി?

ചോദ്യത്തിനുത്തരമായി സദസ്യരിൽ 98 ശതമാനം പേരും ചൂണ്ടിക്കാണിച്ച ആൾ ഒരു പരസ്യക്കമ്പനിയിലെ ഡിസൈനറായിരുന്നു. താടി, കണ്ണാടി, വെളുത്ത തൊലി, അറുപതിനോടടുത്ത പ്രായം. സത്യത്തിൽ ഫോട്ടോവിലുണ്ടായിരുന്ന ഭൗതികശാസ്ത്രവിജ്ഞാനി ഇരുപത്താറോ ഇരുപത്തേഴോ വയസ്സുള്ളൊരു ചെറുപ്പക്കാരിയായിരുന്നു!

ഇത് അമ്പരപ്പുളവാക്കുന്നു. പക്ഷേ, ഇതിലേറെ അമ്പരപ്പിന് കാരണമുണ്ടായത് ഗവേഷകർ പിന്നീടൊരു ആത്മപരിശോധന നടത്തിയപ്പോഴാണ്. ശാസ്ത്രപ്രവർത്തകരായ നമുക്കുതന്നെ ഒരു ഭൗതിക വിജ്ഞാനിയെക്കുറിച്ചുള്ള സങ്കൽപ്പമെന്ത്? ഉത്തരമായിക്കിട്ടിയത് ഒരു യുവതിയുടേയോ യുവാവിന്റേയോ ചിത്രമായിരുന്നില്ല. ജേംസ് ജോയിസിന്റെ പ്രശസ്തമായ തലക്കെട്ട് ആരോ തിരുത്തിക്കുറിച്ചതുപോലുണ്ട് - A portait of the phycisist as an old man.

ഈ വിജ്ഞാനി ഒരു വിരുന്നുസൽക്കാരം നടത്തിയാൽ വെളുത്തു മധുരമുള്ള വീഞ്ഞുണ്ടാകും, ക്ലാസിക് സംഗീതമുണ്ടാകും, ചീസിന്റെ വലിയൊരു ശേഖരം തന്നെയുണ്ടാവും.

നൃത്തമുണ്ടാകുമോ?

നൃത്തമോ! ഹാ ഹാ! നിങ്ങൾ തമാശ പറയുകയാണോ സുഹൃത്തേ?

ഇതൊരു അവാസ്തവിക ചിത്രമാണ്. ഇരുപതാം നൂറ്റാണ്ടിന്റെ മദ്ധ്യം താണ്ടിയപ്പോഴേക്കും ശാസ്ത്രലോകം എത്രയോ മാറിപ്പോയിരിക്കുന്നു. ഭൗതികശാസ്ത്രം ഐച്ഛികമായെടുത്തു പഠിച്ച സ്ത്രീകളുടെ എണ്ണം 1960 കഴിഞ്ഞപ്പോൾ ഇരട്ടിച്ചിട്ടുണ്ട്. ഇപ്പോൾ പാശ്ചാത്യ രാജ്യങ്ങളിലെങ്കിലും ഒരു ഭൗതികശാസ്ത്രവിജ്ഞാനിയുടെ ശരാശരി വയസ്സ് വെറും മുപ്പത്തൊന്നാണ്.

പക്ഷേ, ഐൻസ്റ്റീനെപ്പോലുള്ളൊരു വയോധികന്റെ മാമൂൽ രൂപം (സ്റ്റീരിയോ ടൈപ്പ്) മനുഷ്യസങ്കൽപ്പത്തെ ഭരിക്കുന്നു. ശാസ്ത്രജ്ഞർക്കിടയിൽപ്പോലും തീരെ 'സെക്സി' അല്ലാത്ത ഈ ചിത്രം ഫിസിക്സിൽ നിന്ന് പുതുതലമുറയെ അകറ്റി നിറുത്തിയേക്കാമെന്ന് ചില നിരീക്ഷകർ പേടിക്കുന്നു.

പി.ടി. ഉഷ ഓടുമ്പോൾ

എന്നെ സംബന്ധിച്ചിടത്തോളം കേരളത്തിലെ ഏറ്റവും ശ്രദ്ധേയയായ ഫെമിനിസ്റ്റ് പി.ടി. ഉഷയാണ്. അവർ പെണ്ണെഴുത്ത് എഴുതിയിട്ടുണ്ടോ എന്നെനിക്കറിഞ്ഞുകൂടാ. എന്നാൽ അവർ ഓടിയ പെണ്ണോട്ടത്തെക്കുറിച്ച് ലോകത്തിന് മുഴുവനുമറിയാം. പെണ്ണെഴുത്തിൽ എന്നതിലുപരി എനിക്ക് സ്ത്രീ വിമോചനം കാണാനാവുന്നത് പെണ്ണോട്ടത്തിലാണ്.

പക്ഷേ, ഞാൻ എഴുതുന്നത് പി. ടി. ഉഷയെക്കുറിച്ചല്ല. ഓട്ടത്തെക്കുറിച്ചാണ്. ഉഷയേക്കാൾ മിടുക്കികളായ ഓട്ടക്കാരികൾ ലോകത്തുണ്ടെങ്കിലും ഓട്ടത്തെക്കുറിച്ച് പറയുമ്പോൾ അവരുടെ പേർ കടന്നുവന്നതിന് കാരണമുണ്ട്. അതൊരു ഓർമ്മയുമായി ബന്ധപ്പെട്ടിരിക്കുന്നു.

പി. ടി. ഉഷ ഓടുന്നത് ആദ്യമായി ടെലിവിഷനിൽ കാണുമ്പോഴാണ് മറ്റൊരു കാര്യംകൂടി ആദ്യമായി വളരെ നിഷ്കർഷയോടെ, ഞാൻ ശ്രദ്ധിക്കുന്നത്. ഉഷ ഓടുന്ന ട്രാക്ക്, അതിന്റെ കിടപ്പ്.

എന്നിൽ അതിനും അടിയിലെ തലത്തിൽ മറ്റൊരു ഓർമ്മകൂടിയുണ്ട്. വർഷങ്ങൾക്കു മുമ്പ് ഷഡ്പദ ചലനശാസ്ത്രം പഠിക്കാൻ ഒരുമ്പെട്ടിറങ്ങിയ കാലത്ത്, കടലാസും പെൻസിലും ജ്യാമിതീയ വരപ്പിനുള്ള ഉപകരണങ്ങളും മറ്റുമായി ഞാനാദ്യം നിരീക്ഷിച്ച പ്രാണിയുടെ ഓർമ്മ.

ഒരു ചിലന്തിവലയിൽനിന്ന് രക്ഷപ്പെടാനുള്ള ശ്രമത്തിൽ കാലിൽ മുറിവേറ്റ് നിലംപതിച്ചൊരു മിന്നാമിനുങ്ങ്. ഇഷ്ടികകളുടെ ഗ്രിഡിനുമേൽ അതൊരു ക്ഷീണിതചാപം വരക്കുകയായിരുന്നു.

ഇടത്തേ കാലുകളൊന്നിൽ ചതവോ മുറിവോ പറ്റിയൊരു ചെറുചാതി, ഒരു ഷഡ്പദം ഏറെ പരുപരുത്തതല്ലാത്തൊരു തറയിലൂടെ ചരിക്കുന്ന കാഴ്ച മനസ്സിൽ കാണുക ഈ ചലനത്തിലെ ഭ്രംശങ്ങളെക്കുറിച്ചൊരു പ്രവചനം സാദ്ധ്യമാണോ?

സാദ്ധ്യമാണ്. അതിങ്ങനെയാവും: ചാതിയുടെ സ്വതവേയുള്ള

ചലനപഥം ഒരു നേർവരയാണെങ്കിൽ , ഇപ്പോൾ ഓരോ കാൽവെപ്പ് ക്രമവും അതിനെ കൂടുതൽക്കൂടുതൽ ഇടതുപക്ഷത്തേക്കുള്ളൊരു വ്യതിയാനമാക്കും. അതങ്ങനെ തുടർന്ന് ചലനം അപ്രദക്ഷിണമാകും.

ദൗർബല്യം പ്രാപിച്ച ഇടതുവശവും പെട്ടെന്ന് ആപേക്ഷികമായി കരുത്തുകൂടിയ വലതുവശവും ചേർന്നുണ്ടാവുന്ന അസമതുലിതാവസ്ഥയാണ് ചാതിയെ ഇടത്തോട്ട് ചെരിക്കുന്നതെന്ന് എളുപ്പത്തിൽ കാണാം. പക്ഷേ, ഇതേ അവസ്ഥ മനുഷ്യർക്കുണ്ടാവാൻ ഇടത്തേകാൽ തളരണമെന്നില്ല.

സവ്യസാചികളായ പല ജന്തുവർഗ്ഗങ്ങളുള്ള ഈ ഭൂമിയിൽ മനുഷ്യൻ അസാധാരണമാം വിധം ഒരു ഏകസാചി (അങ്ങനെ പറയാമെങ്കിൽ), നമ്മിൽ ഭൂരിപക്ഷം പേരുടേയും പ്രാവർത്തിക ഊന്നൽ വലംകൈയിലാണ്. അതേപോലെ പി. ടി. ഉഷയെപ്പോലുള്ള ഓട്ടക്കാർക്കിടയിലും പൊതുവെ കായികാഭ്യാസികൾക്കിടയിലും ചലനത്തിന്റെ ഊക്ക് വലം കാലിലാണ്.

ഓട്ടപ്പന്തയത്താരകൾ അപ്രദക്ഷിണമായി വിന്യസിതമായത് നമ്മുടെ ഈ സവിശേഷത (handedness)കാരണമാണ്. കൂടുതൽ ശക്തി വലംകാലിനായതുകൊണ്ട്, വേഗം സംരക്ഷിക്കാൻ ഓട്ടക്കാർക്ക് കൂടുതൽ ആശ്രയിക്കേണ്ടത് വലംകാലിനെ. ശത്രുക്കളുടെ താവളങ്ങളെ വലംചെയ്യുന്ന തന്ത്രങ്ങളിൽ കാലാൾപ്പടകളെ നയിക്കുന്നവർക്ക് എപ്പോഴും ഉചിതമായിത്തോന്നിയിട്ടുള്ളത് അപ്രദക്ഷിണഗതിയാണെന്നൊരു നിരീക്ഷണമുണ്ട്.

ഭൂമിയുടെ കറക്കവുമായും ഹൃദയത്തിന്റെ ഇടതുപക്ഷ ചായ്വുപോലുള്ള മറ്റു ജീവശാസ്ത്ര കാരണങ്ങളുമായും നമ്മുടെ പന്തയത്താരകളുടെ ചായ്‌വിനെ ബന്ധപ്പെടുത്താനുള്ള ചില ശ്രമങ്ങളുണ്ടായിട്ടുണ്ട്. പക്ഷേ, ജന്മനാ, കർമ്മണാ വലംകൈയന്മാരും ഇടംകൈയന്മാരുമായൊരു ജീവിവർഗ്ഗത്തിന് അത്രയും ഭാരിച്ച കാരണങ്ങളുടെ ആവശ്യമുണ്ടെന്ന തോന്നുന്നില്ല.

ഏതായാലും പഴയ റോമാ സാമ്രാജ്യത്തിലെ പന്തയക്കളങ്ങളിൽ അശ്വ/രഥ മത്സരങ്ങൾ നടന്നത് അപ്രദക്ഷിണ താരകളിലായിരുന്നു. ഏതാണ്ട് ക്രിസ്തുവിന് 700 വർഷം മുമ്പ് തുടങ്ങിയൊരു ആചാരമാണിത്. എന്നാൽ ഈ തുടർച്ചയിൽ വിടവുണ്ടായിട്ടില്ലെന്ന് പറയാൻ വയ്യ. പത്തൊമ്പതാം നൂറ്റാണ്ടിൽ ഒരു വലംതിരിവ് കാണാം.

എന്റെ ഓൺലൈൻ സ്നേഹിതനും ഓക്സ്ഫോഡ് പ്രജയുമായ ജോൺ വീൽ പറയുന്നത് 1945-നും 1950-നും ഇടയിലുള്ള വർഷങ്ങളിൽപ്പോലും ഓക്സ്ഫോഡ്/കേംബ്രിജ് സർവ്വകലാശാലകളിൽ അപ്രദക്ഷിണ ഓട്ടം പതിവായിരുന്നെന്നാണ്. പക്ഷേ, വ്യതിയാനം അതിനുമുമ്പേ ഉണ്ടായിട്ടുണ്ട്.

ആധുനിക ഒളിമ്പിക്സിന്റെ തന്നെ ആദ്യത്തെ ചില വൽസരങ്ങൾ (ആതൻസ് 1896, 1906, പിന്നെ പാരീസ് 1900) പ്രദക്ഷിണമായാണ് കടന്നുപോയത്. ചില പരാതികളെത്തുടർന്ന്, 1908-ൽ ലണ്ടനിലെ മത്സരം "ഇടംകൈ ഉള്ളിൽ" ആക്കിക്കൊണ്ട് ഓടുന്നവരെ കണ്ടു.

വരാനിരിക്കുന്ന വർഷങ്ങളിൽ ചില പ്രധാന ചോദ്യങ്ങളും അന്വേഷണങ്ങളും ഉണ്ടാകും. ആധുനിക വൈദ്യശാസ്ത്രത്തിന്റെ പിന്തുണ ഏത് രീതിക്കാണ്? പ്രദക്ഷിണ ഓട്ടത്തിനോ അപ്രദക്ഷിണ ഓട്ടത്തിനോ? പ്രശസ്തരായ ഓട്ടച്ചാമ്പ്യന്മാർക്കിടയിൽ എത്ര ഇടംകൈയാളുകളുണ്ട്? അവർ ആരെല്ലാം?

കൂട്ടത്തിൽ ഉഷയുണ്ടോ?

എനിക്കറിഞ്ഞു കൂടാ.

ഏതായാലും ഇതെഴുതുന്ന ആൾ ഉൾപ്പെടെ കേരളത്തിൽ, ഇന്ത്യയിൽ, ഏഷ്യയിൽ ലക്ഷക്കണക്കിന് ആണുങ്ങളെ അസൂയപ്പെടുത്തിയ വടക്കൻ വീരഗാഥയിലെ സ്ത്രീവിമോചന സാക്ഷാൽക്കാരത്തിനപ്പുറത്ത് ചെറിയൊരു വസ്തുതയുണ്ട്.

പി. ടി. ഉഷ ഓടുമ്പോൾ ആ ഓട്ടം ഒരു സ്പീഷിസിന്റെ തന്നെ ജീവിതശൈലിയുടെ പന്തയഭാഷ്യമാണ്. പരിണാമത്തിലൂടെ നാം തെരഞ്ഞെടുത്ത ഏകസാചിത്വത്തിന്റെ പാളങ്ങൾക്കു മുകളിലൂടെയാണ് പയ്യോളി എക്സ്പ്രസ്സും പായുന്നത്.

പി. ടി. ഉഷ ഓടുമ്പോൾ പന്തയക്കളങ്ങളെ കറക്കിയെടുത്തൊരു പക്ഷപാതത്തിന്റെ ശരീരശാസ്ത്രത്തിനപ്പുറത്തു നിന്ന് എനിക്കത് വിവരിക്കാനാവില്ല. ഇപ്പോൾ ഈ പേജിൽ, ഞാൻ ഒരു കവിയല്ല.

സിഗരറ്റുകളാൽ അളന്നു തീർക്കാൻ

കാപ്പിക്കരണ്ടികൾ കൊണ്ട് ജീവിതം അളന്നു തീർക്കുന്നൊരാളെ ആൽഫ്രഡ് പ്രൂഫ്റോക്കിന്റെ പ്രേമഗാനം വഴി എലിയറ്റ് നമുക്ക് പരിചയപ്പെടുത്തിത്തന്നിരുന്നല്ലോ. സിഗരറ്റുകൾകൊണ്ട് ജീവിതമളക്കുന്ന പുകവലിക്കാരെ ഞാൻ നിങ്ങൾക്ക് പരിചയപ്പെടുത്തട്ടെ.

പുകവലിയെന്ന ശീലത്തിന്റെ സൂക്ഷ്മഘടന ഇക്കാലമത്രയും വൈദ്യശാസ്ത്രത്തിന് പിടികിട്ടിയതായി തോന്നിയിട്ടില്ല. നിക്കോട്ടിൻ അഡിക്ഷൻ പോലുള്ള സങ്കൽപ്പങ്ങളിലൂടെ തുടരുന്ന അന്വേഷണങ്ങൾക്ക് എങ്ങുമെത്താനാവില്ലെന്ന് തുടക്കം തൊട്ടേ സ്പഷ്ടമായിരുന്നു.

ഹെമിങ്വേയുടെ ഒരു കഥാപാത്രം ചോദിച്ചതോർക്കുന്നോ? അന്ധനായൊരാൾക്ക് പുകവലി ആസ്വദിക്കാൻ കഴിയുമോ?

കാഴ്ചയുള്ളൊരാൾക്ക് പുകവലിയിലൂടെ സാദ്ധ്യമാകുന്ന സമഗ്രാനുഭൂതി ഒരിക്കലും ഒരന്ധന് നേടാനാവില്ല. ഒരു പ്രത്യേക മനോഘടനയുടെ സാംഗത്യത്തിൽ ഗന്ധവും സ്പർശവും കാഴ്ചയും ചേർന്നുണ്ടാവുന്നൊരു സങ്കീർണ്ണ ഇന്ദ്രിയ മനശ്ശാസ്ത്ര അനുഭവമാണത്. പുതിയ വൈദ്യശാസ്ത്രം ഇത് മനസ്സിലാക്കിത്തുടങ്ങുകയാണെന്നു പറയാം. പുകവലിയോടുള്ള ആസക്തിയുടെ വളർച്ചയിൽ ദൃശ്യബിംബങ്ങൾ വഹിക്കുന്ന പങ്കിനെക്കുറിച്ച് അടുത്തകാലത്താണ് ഡോക്ടർ ജോൺ മേ പറഞ്ഞത്.

പുകവലിക്കാരുടെ താൽക്കാലിക ഓർമ്മയിൽ അപ്പപ്പോഴത്തെ കാര്യങ്ങൾ ശ്രദ്ധിക്കാനാവശ്യമായ വർക്കിങ് മെമ്മറിയിൽ മനോചിത്രങ്ങളുണരുന്നു. അപ്പോൾ അവർ പുതിയൊരു സിഗരറ്റിന് തീക്കൊളുത്തുന്നു.

ഉറവിടത്തിൽതന്നെ ഈ ബിംബങ്ങളെ തളച്ചിടാൻ കഴിഞ്ഞില്ലെങ്കിൽപ്പോലും അവയുടെ ശക്തിയും സ്വാധീനവും ചുരുക്കാൻ കഴിഞ്ഞാലോ? അഥവാ അവയുടെ പ്രവൃത്തിസ്ഥലത്തിന്റെ വലുപ്പം ചുരുക്കിയാലോ?

കൈയിലൊതുങ്ങുന്നൊരു കമ്പ്യൂട്ടറിന്റെ തിരയിൽ മിന്നിമറഞ്ഞുകൊണ്ടിരിക്കുന്ന വെളിച്ചത്തിന്റെ കുത്തുകളിലേക്ക് ഉറ്റുനോക്കി അഭിനിവേശം നശിപ്പിച്ചുകളയാനാണ് ഡോ. മേ പുകവലിക്കാരോട് നിർദ്ദേശിച്ചത്. അത് ശരിക്കും ഫലിക്കുന്നുണ്ടെന്ന് പുകവലിക്കാർക്ക് തോന്നി.

കമ്പ്യൂട്ടർ തിരയിലെ കുത്തുകളുടെ പ്രവർത്തനം താൽക്കാലിക ഓർമ്മയിലായതുകൊണ്ട് അതിന്റെ സ്വാധീനം ഏറെ നീണ്ടുനിൽക്കില്ല. എങ്കിൽത്തന്നെയെന്ത്? പലപ്പോഴും ഏതാനും സെക്കന്റുകളോളം ശ്രദ്ധ തിരിയുമ്പോഴാണ് പാക്കറ്റിലെ അടുത്ത സിഗരറ്റിന്റെ ഊഴം വിളംബിതമാകുന്നത്.

ഇതൊരു നല്ല തുടക്കമാണെന്നേ പറയാവൂ. കാരണം സിഗരറ്റുകളുടെ എണ്ണം വെട്ടിച്ചുരുക്കിയതുകൊണ്ടൊന്നും പുകവലിക്കാർ രക്ഷപ്പെടാൻ പോകുന്നില്ലെന്നതാണ് ഏറ്റവും പുതിയൊരു കണ്ടെത്തൽ.

തുടക്കത്തിലേക്ക് തിരിച്ചുപോവുക.

പുകവലി ഒരു സമയകലയാണെന്ന് പറയാൻ ഞാൻ ധൈര്യപ്പെടില്ല. പക്ഷേ, അതിൽ ഒരുതരം സമയബദ്ധതയുണ്ട്. പുകവലിക്കാരുടെ മനസ്സിൽ ഒരു പ്രത്യേക സമയാവബോധമുണ്ട്.

പലപ്പോഴും, "അതിനിടയിൽ ഒരു സിഗരറ്റ് കത്തിക്കാൻ സമയമുണ്ടോ?" എന്ന ചോദ്യത്തോട് പുകവലിക്കാർ പ്രതികരിക്കുന്നു. അതേ, മനഃപ്രവർത്തനതലത്തിൽ, സാധാരണ നിലക്ക് ഒരു ബീഡിയോ സിഗരറ്റോ എത്ര നേരം നീണ്ടുനിൽക്കുമെന്നതിനെപ്പറ്റി പുകവലിക്കാർക്ക് ഏതാണ്ടൊരു പിഴക്കാത്ത ധാരണയുണ്ട്.

ഏറ്റവും പുതിയ അറിവാകട്ടെ മറ്റുള്ളവരുടേതിൽനിന്നും വ്യത്യസ്തമായൊരു സമയാവബോധമാണ് പുകവലിക്കാരുടേതെന്നാണ്. പുകവലി പെട്ടെന്നൊരു ദിവസം നിറുത്തുമ്പോഴാകട്ടെ അവരുടെ താളം തെറ്റുന്നു, സമയപ്രജ്ഞ അലങ്കോലമാകുന്നു.

ഇപ്പോൾ സമയമെത്രയായിക്കാണും, നാമിവിടെ വന്നിട്ട് എത്ര നേരമായിക്കാണും എന്നിങ്ങനെയുള്ള ചോദ്യങ്ങൾക്ക് പുകവലിക്കാരും അല്ലാത്തവരും പുകവലിനിറുത്തിയവരും ഘടികാരം നോക്കാതെ നൽകിയ ഉത്തരങ്ങളിലെ വ്യത്യസ്തത പഠിച്ച ഗവേഷകർ പറയുന്നു: സിഗരറ്റുമായി വെറും ഇരുപത്തിനാല് മണിക്കൂർ നേരത്തെ വേർപാടു മതി ഒരു പുകവലിക്കാരന്റെ സമയബോധം തകർക്കാൻ. എന്തെങ്കിലും അളന്നുകൊണ്ട് കാലക്ഷേപം ചെയ്യുവർക്ക് പെട്ടെന്ന് അളവുപാത്രം തന്നെ നഷ്ടപ്പെട്ടതുപോലെയുള്ളൊരു അവസ്ഥയാണത്. എന്തുകൊണ്ടാണ് ഇനി അളക്കേണ്ടത്? അഥവാ എന്തിനെയാണ് അളക്കേണ്ടത്?

ഓരോ ദിവസവും കോടിക്കണക്കിന് സിഗരറ്റുകൾ പ്രത്യേകിച്ചൊരു പ്രയോജനവുമില്ലാതെ കത്തിയടങ്ങുന്നത് ആളുകൾ ആർക്കോ

എന്തിനോ വേണ്ടി കാത്തിരിക്കുമ്പോഴാണെന്നോർത്താൽ വിഭ്രാമകത മാറി കിട്ടും. സമയത്തിന് കൈയും കാലും നീട്ടി നീണ്ടുനിവർന്ന് കിടക്കാനുള്ളൊരിടമാണല്ലോ മറ്റുള്ളവരെ കാത്തിരിപ്പ്.

പുകവലി നിറുത്തിയ ഒരാളുടെ ഒരു കാലയളവ് സ്വതവേ ഉള്ളതിൽ അമ്പത് ശതമാനം അധികമാണ്. മറ്റുള്ളവരുടെ പത്ത് മിനിറ്റ് അയാൾക്ക് പതിനഞ്ച് മിനിറ്റ്.

ലിംഗ നിരപേക്ഷമായ നോട്ടം

പ്രതിദിനം ഒരാപ്പിൾ വൈദ്യനെ അകറ്റിനിറുത്തുമെന്നത് പ്രമിക്കവാറും ശാസ്ത്രത്തിലെ ഒരു മിത്തായിട്ടാണ് എനിക്ക് തോന്നിയിട്ടുള്ളത്. ഏതായാലും പ്രതിദിനം ഒരു സുന്ദരമുഖം എന്ന ആശയം അതിനുപകരം ഞാൻ മുന്നിൽ വെക്കട്ടെ.

ആകർഷകമായ രണ്ടു കണ്ണുകളുടെ നോട്ടം പിടിച്ചെടുക്കൽ വെറുമൊരു ഹൃദ്യാനുഭൂതിയല്ല. കാണിയുടെ കണ്ണിൽ ഒരാകർഷക മുഖം വെറുമൊരു ആകർഷകമുഖം (just a pretty face) മാത്രമല്ല. സൗന്ദര്യത്തോട് പ്രതികരിക്കാനുള്ള വാസന നമ്മുടെ ശരീരത്തിന്റെ യന്ത്രസ്ഥാപനത്തിൽത്തന്നെയുണ്ട്.

വെൻട്രൽ സ്ട്രൈയറ്റം എന്നൊരു ഭാഗം നമ്മുടെ മസ്തിഷ്കത്തിലു ണ്ട്; മൃഗങ്ങളുടേതിലും. സമ്മാന(ആഹാര) സാദ്ധ്യത തീണ്ടിയൊരു ജന്തുവിൽ പെട്ടെന്ന് ഉത്തേജിതമാകുന്ന ഭാഗമാണിത്.

അടുത്ത ഡോസ് കൈയിലെടുക്കുന്ന മയക്കമരുന്ന് തീനിയിലും കസീനോയിലേക്ക് കാലെടുത്തുവെക്കുന്ന ചൂതാട്ടക്കാരനിലും പെട്ടെന്ന് ചുരമാന്തുന്ന ഭാഗവും ഇതുതന്നെ. സമ്മാനം പല രൂപങ്ങ ളിലും സന്ദർഭങ്ങളിലുമുണ്ടെന്നർത്ഥം.

കണ്ണുടക്കൽ (ഐ കോൺടാക്റ്റ്) എന്ന അനുഭവം പരിഗണി ക്കുക. രണ്ടാളുടെ നോട്ടങ്ങൾ ഒന്നിക്കുന്ന നേർവര ചിലപ്പോൾ ഒരു ഗിതാറിന്റെ കമ്പിപോലെ വിഹ്വലമാകാം. ആകയാൽ ചില ശാസ്ത്രജ്ഞന്മാർ ചോദിച്ചു: ആകർഷകമായ രണ്ട് കണ്ണുകളുടെ നോട്ടം ഒരു സമ്മാനമാണോ? ഒരു സാമൂഹിക സമ്മാനം?

നല്ല ആഹാരം പോലെ?

ബ്രൗൺ ഷുഗർപോലെ?

അതുമല്ലെങ്കിൽ, അതീവ സൗന്ദര്യമുള്ളൊരു എഞ്ചിനീയറിംഗ് നിർമ്മിതിയായ റൂലെറ്റ് ചക്രത്തിന്റെ പ്രലോഭനം പോലെ?

ഇതുസംബന്ധിച്ചൊരു രസികൻ പരീക്ഷണം അടുത്തകാ ലത്ത് ലണ്ടൻ സർവ്വകലാശാലയിൽ നടന്നു. ആണുങ്ങളും

പെണ്ണുങ്ങളുമടങ്ങുന്നൊരു കൂട്ടം അതിൽ തെളിവെടുപ്പിന് പങ്കെടുത്തു. നാൽപ്പത് വ്യത്യസ്ത വ്യക്തികളുടേതായ നൂറ്റിയറുപത് ഛായാപടങ്ങൾ അവർ പരിശോധിച്ചു. ആ സമയത്ത് അവരുടെ മസ്തിഷ്ക പ്രതികരണങ്ങൾ ഒരു യന്ത്രം രേഖപ്പെടുത്തി.

ഛായാപടങ്ങളിൽ ആൺമുഖങ്ങളും പെൺമുഖങ്ങളും പ്രത്യക്ഷപ്പെട്ടു. സുന്ദരമുഖങ്ങളും അസുന്ദരമുഖങ്ങളും. പല പടുതികൾ. ചില മുഖങ്ങൾ അങ്ങോട്ടോ ഇങ്ങോട്ടോ നോക്കി. മറ്റു ചിലവ നിരീക്ഷകരെ നേരിട്ടു നോക്കി. ഈ വ്യത്യസ്തതകൾ കാണികളുടെ മസ്തിഷ്ക പ്രതികരണങ്ങളെ വിഭിന്നമാക്കി. കൗതുകം നിറഞ്ഞ ചില വസ്തുതകൾ ഗവേഷകർ പിടിച്ചെടുത്തു.

ഒന്നാമത്തെ കണ്ടെത്തൽ:

ആകർഷകമായ മുഖങ്ങൾ മാത്രമാണ് കാണികളുടെ മസ്തിഷ്കത്തിലെ വെൻട്രൽ സ്ട്രൈയറ്റത്തെ മുഖരമാക്കിയത്. അനാകർഷക മുഖങ്ങൾ പ്രതികരണങ്ങളുണർത്തിയില്ല.

രണ്ടാമത്തെ കണ്ടെത്തൽ:

ആകർഷകമായ മുഖങ്ങൾ പോലും ഒരേപോലുള്ള മസ്തിഷ്ക പ്രവർത്തനങ്ങളല്ല ഉളവാക്കിയത്. കാരണം, കണ്ണുകൾകൊണ്ടുള്ള തൊടലാണ് നോട്ടം. നിങ്ങളെ നോക്കിയാലും ഇല്ലെങ്കിലും ഒരാളുടെ ആകർഷകത്വത്തിന് നിങ്ങളുടെ ദൃഷ്ടിയിൽ മാറ്റമില്ല. പക്ഷേ നിങ്ങളുടെ നോട്ടം സമ്മാനിതമാകുന്നത് ആ ആളുടെ നോട്ടവുമായി അതൊരു നേർവരയിൽ ഉടക്കുമ്പോഴാണ്. പടത്തിലുള്ള ആൾ കാമറയിലേക്ക് നോക്കിയതുകൊണ്ടാണ് ഇപ്പോൾ പടത്തിലെ കണ്ണുകൾ തന്റെ കണ്ണുകളിലേക്ക് നോക്കുന്ന പ്രതീതിയുണ്ടാകുന്നതെന്ന് കാണികളിൽ എല്ലാവർക്കും തീർച്ചയായും അറിയാമായിരുന്നു. എന്നിട്ടുപോലും ആ പ്രതീതിക്ക് വൻതോതിൽ മസ്തിഷ്ക പ്രതിപ്രവർത്തനങ്ങൾ സൃഷ്ടിക്കാൻ കഴിഞ്ഞെന്നാണ് പരീക്ഷണരേഖകൾ തെളിയിച്ചത്. ആരോ തന്നെ നോക്കിയത് ആരോടെങ്കിലും പറഞ്ഞില്ലെങ്കിൽ ഇരിക്കപ്പൊറുതിയില്ലാത്ത കുട്ടി ഓരോ മുതിർന്ന മനസ്സിലുമുണ്ട്, നോക്കപ്പെടലിന്റെ സുഖം.

മൂന്നാമത്തെ കണ്ടെത്തൽ.

ലിംഗഭേദം അനുസരിച്ചുള്ള വികാരഭേദങ്ങൾ ഈ പരീക്ഷണത്തിൽ ഒരു സ്വാധീനശക്തിയായിരുന്നില്ല. കൂടുതൽ ആഴത്തിലുള്ളതും ലിംഗനിരപേക്ഷവുമായ പ്രാഥമിക സാമൂഹികതയിൽ ഛായാപടങ്ങളിലെ വ്യക്തികൾ പദവികളായി. സമ്പത്ത്, അധികാരം, കായികവും മാനസികവുമായുള്ള സിദ്ധികൾ എന്നിവപോലെ സൗന്ദര്യം ഒരു വ്യക്തിയുടെ സാമൂഹിക പദവിയെ കുറിക്കുന്നു. പരീക്ഷണത്തിൽ എങ്ങോട്ടോ നോക്കുന്ന സുമുഖന്മാരെക്കാൾ സ്ത്രീകളുടെ മനസ്സിനെ സ്പർശിച്ചത് അവരുടെ കണ്ണുകളിലേക്കുതന്നെ

ഉറ്റുനോക്കുന്ന സ്ത്രീകളായിരുന്നു. പുരുഷന്മാരുടെ പ്രതികരണം ഇതിന് സമാന്തരം. ഒന്നാമത്തേയും രണ്ടാമത്തേയും കണ്ടെത്തലു കളുടെ സമ്മിളിതം ഇവിടെ കാണാം.

ഇനി നാലാമത്തെ കണ്ടെത്തൽ:

നീണ്ട ആലോചനകൾക്കുശേഷം ഒരുകൂട്ടം ആളുകൾ എടുത്ത തീരുമാനങ്ങളെക്കുറിച്ചല്ല ഞാൻ പറയുന്നത്. കാണികളുടേത് ഉടൻ പ്രതികരണങ്ങളായിരുന്നു. ഒരേ ഒരു നോട്ടം, സെക്കന്റുകൾ. സൂക്ഷ്മ പരിശോധനക്ക് സമയപ്പഴുതില്ല. പുറമെ കാണികൾക്ക് സ്വാധീനി ക്കാനാവാത്ത യാന്ത്രിക സ്തോഭങ്ങളുടെ മസ്തിഷ്ക വായനയാണ് നാം കണ്ടത്. ഒരു പക്ഷേ, ആദ്യത്തെ തോന്നൽ അഥവാ ഫസ്റ്റ് ഇംപ്രഷൻ എന്നറിയപ്പെടുന്ന സങ്കൽപ്പത്തിന്റെ ഒരു ശാസ്ത്രീയ വ്യാഖ്യാന സാദ്ധ്യത ഇവിടെയുണ്ട്. യഥാർത്ഥ ജീവിതത്തിൽ ഒരു വരാന്തയിലോ കോണിപ്പടികളിലോ വഴിയോരത്തോ വെച്ച് കിട്ടാവുന്ന ക്ഷണിക നോട്ടങ്ങളുടെ പിൽക്കാല സ്വാധീനത്തെക്കുറിച്ചോർക്കുക.

ചില കായികവിനോദചര്യകൾ ഏകദിന ക്രിക്കറ്റിനു മുമ്പ്

പഴയ റോമാക്കാർ തേരോട്ട മൽസരങ്ങൾ സംഘടിപ്പിക്കാൻ ഉപയോഗിച്ചിരുന്ന സേർക്കസ് മാക്സിമസ് എന്ന സ്റ്റേഡിയത്തിൽ ഇരുപത്തയ്യായിരം കാണികളെ കൊള്ളുമായിരുന്നു. ഇന്നുപോലും അത്രയും വിസ്താരമുള്ള സ്റ്റേഡിയങ്ങൾ വളരെ ദുർല്ലഭമാണ്; കാണികളുടെ എണ്ണം ലോകം മുഴുവൻ എത്രയോ മടങ്ങ് വർദ്ധിച്ചിട്ടുണ്ടെങ്കിൽപ്പോലും. അന്നത്തെ കായികാഭ്യാസ സാഹചര്യങ്ങളിൽ ഇന്ത്യയുടെ പ്രതിമാകുമാരിയെപ്പോലൊരു അഭ്യാസിയെ സങ്കൽപ്പിക്കാൻ പോലും കഴിയുമായിരുന്നില്ല. ഞാൻ സൂചിപ്പിക്കുന്നത് പെണ്ണിന്റെ അഭാവം മാത്രമല്ല, ഡ്രഗ്ഗിന്റെ അഭാവം കൂടിയാണ്. ഇന്നത്തെ ഡ്രഗ്ഗുകൾ ലഭ്യമായിരുന്നെങ്കിൽ അന്നത്തെ അഭ്യാസികൾ പ്രലോഭനം ചെറുക്കുമായിരുന്നെന്ന് കരുതാൻ പഴുതില്ല. പക്ഷേ ബെൻഹറുടെ താരകളെ പായിച്ചത് സ്റ്റെറോയ്ഡിന്റെ രസതന്ത്രമായിരുന്നില്ല. വളരെ പ്രകടമായും ആധുനികതയുടേതിൽനിന്ന് വ്യത്യസ്തമല്ലാത്തൊരു ഘടകം കാണികളാണ്.

ആൾക്കൂട്ടം എന്നുമൊന്ന്.

ആൾക്കൂട്ടം മാത്രമല്ല, തതിമനഃശാസ്ത്രം (crowd psychology) എന്നും ഒന്നായിരുന്നു. ഉപാധികളും നിർവ്വഹണ തന്ത്രങ്ങളുമേ മാറിയിട്ടുള്ളൂ. ആകയാൽ, ഇന്ന് ഏകദിന ക്രിക്കറ്റ് കാണുന്ന കാണികളെപ്പോലെ ഏകപക്ഷീയവും ആവേശഭരിതവും പലപ്പോഴും ഭ്രാന്തവുമായ കൂട്ടങ്ങൾ തന്നെയാണ് സേർക്കസ് മാക്സിമസിൽ മൽസരങ്ങൾ കാണാനെത്തിയിരുന്നത്. ഇത് തികച്ചും പ്രതീക്ഷിതം. ഇതറിയാൻ ആന്റൻ ഫോൺ ഹൂഫ് എന്ന നെതർലാന്റുകാരന്റെ അപാര ഗവേഷണം ആവശ്യമില്ല. പക്ഷേ, ആധുനികതയുടേതെന്ന് നാം കരുതുന്ന രണ്ട് സ്വഭാവ ലക്ഷണങ്ങൾ പഴയ റോമാനിലങ്ങളിൽ സുലഭമായിരുന്നെന്ന് ഹൂഫ് വെളിപ്പെടുത്തിയിരിക്കുന്നു.

ഹൂളിഗനിസം.

ഓരോ മത്സരത്തിലും ഒരേസമയത്ത് ഓടിയിരുന്നത് നാല് തേരുകൾ. ഓരോന്നിനും ഒരു പ്രത്യേകനിറം. ചിലർ നീലത്തേരോടിക്കുന്ന ആളെ പിന്താങ്ങും. ചിലർ പച്ചത്തേരോടിക്കുന്ന ആളെ. മറ്റു ചിലർ ചുവപ്പുമായോ മറ്റൊരു നിറവുമായോ താദാത്മ്യം പ്രാപിക്കും. ഒരു കൂട്ടവുമായി, തതിയുമായി താദാത്മ്യം പ്രാപിക്കാനുള്ള വാസന (herd instinct)ജന്തുഭൃതത്തിൽനിന്ന് കൈവന്നൊരു മാനുഷിക പ്രവണതയാണ്. അതിന് പാരിണാമിക മൂല്യമുണ്ട്. ഏത് നാട്ടിലേയും തിങ്ങിഞെരുങ്ങുന്ന ആൾക്കൂട്ടങ്ങൾ ബഹുഭൂരിപക്ഷവും ആണുങ്ങളുടേതായതിൽ തതിവാസനക്ക് പങ്കുണ്ട്. തതിവാസനക്കേ അത് വിശദീകരിക്കാൻ കഴിയൂ. പല ജന്തുക്കളുടേയും കാര്യത്തിലെന്നതുപോലെ നമുക്കിടയിലും ആണും പെണ്ണും ഒരേപോലെയല്ല തതിവാസനയുടെ പ്രേരണയും ആവശ്യങ്ങളും കൈകാര്യം ചെയ്യുന്നത്. തേരോട്ടത്തിൽ ചുവപ്പിനേയും നീലയേയും പ്രോത്സാഹിപ്പിക്കുന്നവർ തമ്മിൽ ഏറ്റുമുട്ടിയിരുന്നതും പലപ്പോഴും ഇത്തരം സംഘർഷങ്ങൾ സംഘട്ടനങ്ങളായും തച്ചുടക്കലായും ചുറ്റുപാടുകളിലേക്ക് പടർന്നിരുന്നതും എന്തുകൊണ്ടെന്നതിന് ഉത്തരം ഇവിടെ സാദ്ധ്യമാണ്. ആൺ/പെൺ വ്യത്യാസം നിയാമകം.

ആണെന്തു ചെയ്യുന്നു?

പെണ്ണെന്തു ചെയ്യുന്നു?

സിംഹക്കൂട്ടങ്ങളായാലും ചിമ്പാൻസിക്കൂട്ടങ്ങളായാലും പെൺവാസന തികച്ചും നിഷേധാത്മകത്വമില്ലാത്തതാണ്. ഒരു കൂട്ടത്തിന്റെ ഭാഗമായി വർത്തിക്കുക, അതുമൂലമുണ്ടാവുന്ന സൗകര്യങ്ങളിലും സുരക്ഷിതത്വത്തിലും കുടുംബ-പുനരുൽപ്പാദന-ബന്ധങ്ങൾ ശക്തിപ്പെടുത്തുക. ഇത്രയുമാണ് പെണ്ണിന്റെ ആവശ്യം. മറുകൂട്ടങ്ങളെ അവഗണിച്ചും അവയുമായി ഏറ്റുമുട്ടലുകൾ ഒഴിവാക്കിയും സാദ്ധ്യമാവുന്ന സാമൂഹിക സ്വത്വമാണത്. നമുക്കിടയിലും സാമാന്യമായി ഈ പെൺവാസന തുടരുന്നു. ആണുങ്ങളാകട്ടെ മറുകൂട്ടങ്ങളുമായുള്ള മുഖാമുഖ ഏറ്റുമുട്ടലുകളിലും അക്രമാസക്തമായ നീക്കങ്ങളിലും തൽപ്പരരാണ്. ലോകത്തെങ്ങുമുള്ള വൻകിട സ്പോർട്സ് സംഭവങ്ങൾ മുഴുവനും ആൺസംഭവങ്ങളാണെന്നോർക്കുക. അതുകൊണ്ടാണ് സ്റ്റേഡിയങ്ങൾ മിക്കവാറും തതിവാസനയുടെ പുരുഷഭാഷ്യമാകുന്നത് (പരുഷഭാഷ്യവും).

ഇനി കമേഴ്സ്യലിസം

കായികത്തിൽ കച്ചവടം.

ലഘുഭക്ഷണങ്ങളും പാനീയങ്ങളും വിൽക്കാൻ സ്റ്റേഡിയത്തിലെത്തുന്നവർ അന്നുമുണ്ടായിരുന്നു. പിന്നെ കരകൗശലവസ്തുക്കൾ, ഒരു തേരിന്റെ ലോഗോ, അല്ലങ്കിൽ കേമനായൊരു തേരോട്ടക്കാരന്റെ

പടം, പേർ എന്തെങ്കിലും, ഇവ ചിത്രീകരിക്കുന്ന വസ്തുക്കൾ, സുവനീറുകൾ ഒക്കെ സുലഭമായി വിറ്റഴിഞ്ഞിരുന്നു. മൺവിളക്കുകളെന്ന് പറയാവുന്ന ടെറാക്കോട്ട ഉൽപ്പന്നങ്ങൾക്ക് വലിയ പ്രിയം. നനഞ്ഞ കളിമണ്ണിൽ ഒരു രഥമുദ്ര പതിപ്പിക്കുക. തീയിൽനിന്ന് പുറത്തുവന്നാൽ ചൂട്ടറ്റ വിൽപ്പനവസ്തു. പിന്നെ ഇന്നെന്നതുപോലെ പ്രശസ്തവും ആദായകരവുമായി ബെറ്റിങ്. അചിന്ത്യമായിരുന്നത് മാച്ച് ഫിക്സിങ് മാത്രം.

പിന്നെ ഹീറോകൾ.

തേരോട്ടക്കാർക്കിടയിലായാലും ഗ്ലാഡിയേറ്റർമാർക്കിടയിലായാലും ഒന്നാന്തരം അഭ്യാസികൾ വളരെ സ്വാഭാവികമായി ഹീറോകളായിരുന്നു. പ്രശസ്തിയോടൊപ്പം പണവും. ഏറ്റവും മികച്ച കായികാഭ്യാസികളിൽ പലരും റോമിലെ കുലീനരേക്കാൾ സമ്പന്നരായിരുന്നു. സ്ത്രീകൾ, സമ്പന്ന കുടുംബങ്ങളിലെ സ്ത്രീകൾ പോലും അവരെ ആരാധിച്ചു. ഈ സെക്സ് സിംബലുകളുടെ അകമ്പടിക്കുവേണ്ടി എത്രവലിയ ചെലവുകൾ വഹിക്കാനും അവർ തയ്യാറായിരുന്നു. അവസരത്തിനൊത്ത് ഉയർന്നുകൊണ്ട് ഈ പ്രാചീന ഹീറോകളിൽ പലരും ലാളിച്ച് വഷളാക്കപ്പെട്ടവരെപ്പോലെ പെരുമാറി. വീടുകൾക്കും വസ്തുങ്ങൾക്കും വേണ്ടി പണം ധൂർത്തടിച്ചു. ആദരവിൽ കുളിച്ചുനിന്ന് സൂപ്പർസ്റ്റാർ ആനുകൂല്യങ്ങൾ ആവശ്യപ്പെട്ടു. വരട്ടെ... ദ ബക്ക് സ്റ്റോപ്സ് ഹിയർ എന്ന പ്രയോഗത്തിന് മറ്റൊരർത്ഥമാണുള്ളത്. പക്ഷേ, പഴയ റോമൻ അഭ്യാസികളെ സംബന്ധിച്ച് അത് അക്ഷരാർത്ഥത്തിലാവുന്നു.

നാണയം നിൽക്കുന്നു.

സമൂഹത്തിന്റെ എല്ലാ വിഭാഗങ്ങളിൽനിന്നുള്ളവരുടെ കൈയടി നേടാൻ കഴിഞ്ഞെങ്കിലും ഇന്നൊരു ഗംഗുലിക്കോ ടെണ്ടുൽക്കർക്കോ കിട്ടാവുന്ന യഥാർത്ഥ സാമൂഹിക പദവി ആ പഴയ അഭ്യാസികൾക്ക് തികച്ചും അപ്രാപ്യമായിരുന്നു. അവരുടെ പ്രകടനങ്ങൾ കേമമാണെന്നതുകൊണ്ട് മാത്രം അവർക്ക് തുല്യപദവി നൽകാൻ ഉപരിവർഗ്ഗം കൂട്ടാക്കിയില്ല. ഉപരിവർഗ്ഗ ദൃഷ്ടിയിൽ അവർ മണ്ടന്മാരായിരുന്നു. അഭ്യാസികളുടെ അഴിഞ്ഞാട്ടങ്ങൾക്ക് പ്രധാന കാരണം ഇതായിരുന്നെന്നു പറയാം. ഇത് മറ്റൊരു വിഷയം.

പ്രധാനം ആൾക്കൂട്ടം.

വയലൻസ് മാനേജ്മെന്റ് എന്നൊരു സങ്കൽപ്പം ആരെങ്കിലും ചർച്ച ചെയ്തിട്ടുണ്ടോ എന്നെനിക്കറിഞ്ഞുകൂടാ. പക്ഷേ, സാമൂഹിക ഘടനകളിൽ അതൊരു അനിവാര്യ ലീനരേഖയാണ്. ആൾക്കൂട്ടത്തെ, പ്രത്യേകിച്ചും ഏതെങ്കിലും വിധത്തിൽ അടിച്ചമർത്തപ്പെട്ട ആൾക്കൂട്ടത്തെ, സഹജ ആക്രമണവാസനയിൽനിന്ന് അകറ്റിനിറുത്താൻ,

അല്ലെങ്കിൽ വഴി തിരിച്ചുവിടാൻ സ്പെക്റ്റേറ്റർ സ്പോർട്സിനുള്ള കഴിവ് ഭരണാധികാരികൾക്ക് എക്കാലത്തും പഠിക്കാതെ തന്നെ അറിയുമായിരുന്നു. പ്രകൃതിയിൽ അനുജീവനമന്ത്രമായൊരു ജന്തുവാസനയുടെ ഭീകരവിപര്യയമാണത്.

ഹൃദയംപോലെ സദസ്സ്
ഹൃദയമിടിപ്പുകൾപോലെ കൈയടി

ഒരു ഹൃദയത്തിനും സന്തുഷ്ടമായ സദസ്സിനും തമ്മിലെന്ത്? ഏകോപനം, താളം. പ്രകൃതിയുടെ താളബദ്ധതയെക്കുറിച്ച് പറഞ്ഞുകൊണ്ട് ഞാൻ ഈ കുറിപ്പ് തുടങ്ങിയാൽ അടുത്തവാചകം വായിക്കാൻ ആളെക്കിട്ടില്ല. അത്രമേൽ ആർക്കും അറിയാവുന്ന കാര്യമാണത്. പക്ഷേ, കൂടുതൽ അടുത്തുനിന്ന്, കൂടുതൽ സൂക്ഷ്മമായി, താളങ്ങളെ അവയുടെ ശുദ്ധ യാന്ത്രികതയിൽ പിടിച്ചെടുക്കുന്നതിൽ കൗതുകമുണ്ട്. കൂടുതലും ഏകോപനത്തെക്കുറിച്ചാണ് പറയുന്നത്.

ഹൃദയം മിടിക്കുന്നു.

സദസ്സ് കൈയടിക്കുന്നു.

നമ്മുടെ മൊത്തക്കാഴ്ചയിൽ ഹൃദയം ഒരു ഏകവചനംപോലെയുള്ള പ്രവർത്തനം, പക്ഷേ, ദശലക്ഷക്കണക്കിന് പേശീകോശങ്ങൾ ഒരേ താളത്തിൽ മുറുകുകയും അയയുകയും ചെയ്യുമ്പോഴാണ് ഒരു ഹൃദയമിടിപ്പുണ്ടാകുന്നത്. അപാരമായ ഏകോപനം . ഇതിന്റെ യാന്ത്രികതത്വം എങ്ങനെയാണ് ഹൃദയപൂർവ്വം കൈയടിക്കുന്നൊരു സദസ്സിലേക്ക് വ്യാപിക്കുന്നത്? ഏകോപനത്തിൽ ഹൃദയഘടകങ്ങൾക്ക് ലഭിക്കുന്ന 'ഗ്ലോബലി കപ്പ്ൾഡ് ഓസിലേറ്റേഴ്സ്' എന്ന വിശേഷണം ഒരു സദസ്സിന്റെ ഭാഗമായി കൈയടിക്കുന്നവർ കരസ്ഥമാക്കുന്നതെങ്ങനെ? വൻകിട താള പ്രവൃത്തിയാണ് സിംക്രണൈസ്ഡ് ക്ലാപ്പിംഗ്.

കൈയടി ആലിംഗനമാണ്.

ഡെസ്മണ്ട് മോറിസാണ് അത് സൂചിപ്പിച്ചത് (അങ്ങനെ ചില കാര്യങ്ങൾ പറയാൻ ജന്തുശാസ്ത്രത്തിലെ ആ കലാപകാരിതന്നെ വേണമല്ലോ). 1991-ൽ, വിയന്നയിലെ ഒരു പ്രകടനത്തിൽ, ഒഥല്ലോക്ക് ഒച്ച നൽകിയ പ്ലാസിഡോ ഡോമിംഗ്കോയുടെ ആലാപനം സൃഷ്ടിച്ച കൈയടി ഒരു മണിക്കൂറും ഇരുപത് മിനിറ്റും നീണ്ടുനിന്നു.

അതുപോലുള്ള സന്ദർഭങ്ങളിൽ പ്രകടനക്കാരെ ശരിക്കും ആലിംഗനം ചെയ്യാനാവാത്ത സദസ്സ് പ്രതീകാത്മകമായി അങ്ങനെ ചെയ്യുന്നു. ഗംഭീരമായൊരു പ്രകടനത്തിനുശേഷം പെട്ടെന്നുണ്ടാകുന്ന മൗനത്തിൽ ഏതോ ഒരു കോണിൽനിന്ന് ആദ്യമായൊരാൾ കൈയടിക്കുന്നു. പിന്നെ മറ്റൊരിക്കൽ രണ്ടാമതൊരാൾ. അങ്ങനെ ഒറ്റക്കും തെറ്റക്കും തുടങ്ങുന്ന കൈയടികൾക്ക് ഏകദേശം പത്തുസെക്കന്റുകൾ മാത്രം മതി. ചിലപ്പോൾ ഏകോപിതമായ ഒരൊറ്റ കൈയടിയാവാൻ ഒരു പതിനഞ്ച് സെക്കന്റുകളോളം കരഘോഷം ഒരു ഏകോപിത താളമായി തുടരും. പിന്നെ വേഗം കൂടിക്കൂടി താളം ചിതറി അത് വിലയിക്കും, പലപ്പോഴും പിന്നെയും ആവർത്തിക്കാൻ. ഡോമിംഗ്കോയുടെ സദസ്സിൽ ഒരു ശാസ്ത്രജ്ഞൻ ഉണ്ടായിരുന്നോ എന്നറിയില്ല. പക്ഷേ, ഹംഗറിയിലെ ഒരു തിയേറ്ററിൽ 'കഷണ്ടിക്കാരനായ പാട്ടുകാരൻ' (The Bald Singer) എന്ന നാടകം അരങ്ങേറിയപ്പോൾ സദസ്സിൽ ഒരു ഭൗതികശാസ്ത്രജ്ഞനുണ്ടായിരുന്നു.

സോൾടാൻ നെഡ.

അദ്ദേഹവും കൈയടിച്ചു.

പിന്നീടാണ് റൊമാനിയക്കാരനായ നെഡ നോത്ര്ദാം സർവ്വകലാശാലയിലെ ആൽബെർട്ട് ലാസ്‌ലോ ബറബാസിയുമായി കൂട്ടുചേർന്ന് ഹംഗറിയിലും റൊമാനിയയിലും ഓപ്പറപോലുള്ള കലാപ്രകടനങ്ങൾ നടക്കുന്നേടത്തെല്ലാം കയറിയിറങ്ങി കൈയടിയെക്കുറിച്ച് പഠിക്കാൻ തുടങ്ങിയത്. ഒരു കൈയടിയെന്ത്? അതിലെന്താണ് ശരിക്കും സംഭവിക്കുന്നത്? അളവുകണക്കുകൾ ഏത് ശാസ്ത്രീയ പരീക്ഷണത്തിലും പ്രധാനമായതുകൊണ്ട് അവിടം തൊട്ടാണ് അവർ തുടങ്ങിയത്. ഒരുപാട് സദസ്സുകളുടെ കൈയടിയുടെ ശബ്ദാധിക്യം (ഓർഡർ പരാമീറ്റർ), ശരാശരി ശബ്ദസാന്ദ്രത, കൈയടിയുടെ ശരാശരി ദൈർഘ്യം, കൈയടിയുടെ ഒരു തരംഗത്തിനും അടുത്തുള്ളതിനും ഇടയിലെ സമയം...അങ്ങനെ പല ഘടകങ്ങൾ ആർക്കും സങ്കൽപ്പിക്കാം. ശാസ്ത്രജ്ഞർ അവയെല്ലാം അളന്ന് പരിശോധിച്ചു. പരീക്ഷണശാലയിൽ സഹായത്തിനെത്തിയ ചിലരുടെ കൈയടികളും ഒപ്പം പഠിച്ചു. സദസ്യരും ഒറ്റപ്പെട്ടവരും തമ്മിലുള്ള വ്യത്യാസമറിയാൻ പഴുതടച്ചുള്ള ഗവേഷണം.

കൈയടിയുടെ ഗണിതമെന്ത്?

വിവരണ സൗകര്യത്തിനായി ഇവിടെ ഒരു സെക്കന്റിനെ പത്ത് ഉപസെക്കന്റുകളാക്കി വിഭജിക്കട്ടെ. ഏകോപിതാവസ്ഥ എത്തിയിട്ടില്ലാത്ത സന്ദർഭങ്ങളിൽ താളത്തിന്റെ കണക്ക് നാല് ഉപസെക്കന്റുകൾ കൂടുമ്പോൾ ഒരു കൈയടി (ഒരു തട്ടൽ) എന്ന നിരക്കിലാണ് ശരാശരി. തുടർന്ന് താളമാറ്റത്തിന്റെ ഏതാനും നിമിഷങ്ങൾ. പിന്നെയത് എട്ട് ഉപസെക്കന്റുകൾ കൂടുമ്പോൾ ഒരിക്കൽ എന്ന

താളത്തിലെത്തുന്നു. ഈ ആപേക്ഷിക വിളംബിത താളത്തിലാണ് കൈയടി അതിന്റെ സുപ്രസിദ്ധമായ മാന്ത്രിക ഏകോപനത്തിലെത്തുന്നത്. ഒട്ടേറെ പേശീകോശങ്ങൾ ഏക താളത്തിൽ ചലിച്ച് ഒരു ഹൃദയമിടിപ്പ് ഉണ്ടാക്കുന്നതുപോലെ.

ശരാശരിയല്ല മർമ്മം.

ചിതറൽ ശ്രദ്ധിക്കണം.

ശരാശരിയിൽനിന്ന് ഇരുവശത്തേക്കുമുള്ള വ്യാപനമാണ് ചിതറൽ. ശരിക്കും ഏകോപിതമല്ലാത്ത അവസ്ഥയിൽ, നാല് ഉപസെക്കന്റുകൾ കൂടുമ്പോൾ ഒരു തട്ടലാണ് ശരാശരിയെങ്കിലും, ചിതറൽ വളരെ അധികമാണ്. ചിലർക്ക് ഒരു തട്ടിന് അഞ്ച് ഉപസെക്കന്റുകൾ വേണ്ടിവരും. ചിലർക്ക് മൂന്ന് മതിയാകും. എന്നാൽ ഏകോപിത അവസ്ഥയിൽ ചിതറൽ ചുരുക്കം. ഏതാണ്ട് സദസ്സിലെ എല്ലാവരും തന്നെ എട്ട് ഉപസെക്കന്റുകൾ കൂടുമ്പോൾ ഒരിക്കൽ എന്ന താളത്തിലാണ് കൈകൾ ചേർത്തടിക്കുന്നത്.

ആന്തോളന ഗണിതം.

നേരത്തെ പറഞ്ഞ ഗ്ലോബലി കപ്പ്ൾഡ് ഓസിലേറ്റേഴ്സ് പ്രവർത്തിക്കുമ്പോൾ കാണാവുന്ന സുബദ്ധ ഗണിതമാണിത്. ചിതറൽ ദുർല്ലഭം. ഏകോപിച്ച് പ്രവർത്തിക്കുന്ന ആന്തോളനികൾ(ഘടകങ്ങൾ) ഒറ്റക്കൊറ്റക്ക് എടുക്കുന്ന സമയം ശരാശരിയോടടുക്കുന്നു. നമ്മുടെ കൈകൾ അതോടടുക്കുന്നത് ആശ്ചര്യമാണ്. പക്ഷേ, അവിടെ എത്തിയതിനുശേഷം കൈയടി വേഗം വീണ്ടെടുത്ത്, ചിതറൽ വർദ്ധിപ്പിച്ച് താളമഴിഞ്ഞുപോകുന്നതെന്തുകൊണ്ട്? ഏകോപനം തുടരൽ ഭൗതികമായി അസാദ്ധ്യമായതുകൊണ്ടോ?

ഇവിടെയൊരു ഇടച്ചിലുണ്ടോ?

വിരുദ്ധ വാസനകൾ?

സൂക്ഷിച്ചുനോക്കിയാൽ മറ്റൊരു ഘടകം പ്രവർത്തിക്കുന്നത് കാണാം. ചുറ്റുമുള്ളവരുമായി ഒരേ താളത്തിൽ അഭേദപ്പെടാനുള്ള സാമൂഹിക വാസന ഒരു വശത്ത്, കൈയടിയുടെ ശബ്ദം കൂട്ടാനുള്ള വാസന (ചിലപ്പോൾ അക്രമാസക്തം) മറുവശത്ത്. വേഗം കൂടിയാൽ ശബ്ദം കൂടും, ഏകോപനം തകരും, മറിച്ചും. ഒരേസമയത്ത് രണ്ട് വാസനകൾക്കും സാക്ഷാത്കാരമില്ല. അതുകൊണ്ട് ഓരോതവണയും ഏകോപനം ഉച്ചമായും അതിവേഗമായും ചിതറുന്നു. പിന്നെ വീണ്ടും തുടരുന്നു. കൈയടിക്ക് പോരാത്ത ശബ്ദം പരിഹരിക്കാൻ കാലുകൊണ്ട് നിലത്ത്തട്ടുന്ന സന്ദർഭങ്ങൾ അസാധാരണമല്ല. ഏതായാലും ഏകോപിതമായൊരു കൈയടി ഒരു ഹൃദയംതന്നെ.

എപ്പോഴും പിന്തുടരുന്ന കണ്ണുകൾ

ചുവരിൽ തൂങ്ങുന്ന ഛായാപടത്തിൽനിന്ന് നിങ്ങളെത്തന്നെ നോക്കുന്ന കണ്ണുകൾ. അടുത്തേക്ക് നീങ്ങിയാലും അകലേക്ക് നീങ്ങിയാലും മുറിയുടെ ഏത് ഭാഗത്തേക്ക് പോയാലും നിങ്ങളെ ത്തന്നെ പിന്തുടരുന്ന കണ്ണുകൾ. ഛായാഗ്രഹണത്തിലെ ഏറ്റവും സാധാരണവും പരിചിതവുമായ അനുഭവം. പടത്തിലുള്ള ആൾ ഛായാഗ്രഹണവേളയിൽ കാമറയുടെ ലെൻസിലേക്ക് നോക്കിയ തുകൊണ്ടാണ് ഈ പ്രതീതിയുണ്ടാവുന്നതെന്ന് പൊതുവിജ്ഞാനം. പക്ഷേ, എങ്ങനെയാണ് ശരിക്കും അത് സംഭവിക്കുന്നത്?

തലങ്ങളുടെ വിദ്യയാണത്.

ഛായാപടത്തിലെ രൂപത്തിനെ മൊത്തത്തിൽ കാണുന്നതിനുപ കരം അതിനെ പല പല അംശങ്ങളായി, ബിന്ദുക്കളായി പരിഗണി ച്ചാൽ ചോദ്യത്തിന് ഉത്തരം കിട്ടും. സ്ഥാനങ്ങൾ മാറ്റുക. അടുത്തും അകന്നും; പിന്നെ നേരിൽ, മുന്നിൽനിന്നും; ഒരു കോണിൽനിന്നും, ആ രൂപത്തിലെ രണ്ട് ബിന്ദുക്കൾ തിരിച്ചറിയാൻ ശ്രമിക്കുക.

ഏറ്റവുമടുത്ത ബിന്ദു.

ഏറ്റവുമകന്ന ബിന്ദു.

എവിടെ നിന്ന് ഏതുകോണിൽനിന്ന് നോക്കിയാലും ഈ രണ്ടു ബിന്ദുക്കൾ തിരിച്ചറിയാൻ കഴിയില്ലെന്നതാണ് പ്രശ്നത്തിന്റെ ശരിയായ വിശദീകരണം. അഥവാ ഏറ്റവും അടുത്ത ബിന്ദുവും ഏറ്റവും അകന്ന ബിന്ദുവും ഒന്നുതന്നെ. ജീവനുള്ള ഒരാളുടെ നോട്ടം ഒരു ഫോട്ടോയിലെന്നതുപോലെ നമ്മെ പിന്തുടരാത്തതെന്ത്? യഥാർത്ഥ ജീവിത സാഹചര്യങ്ങളിൽ ഒരു ത്രിമാന ശരീരത്തെ നോക്കുമ്പോൾ ഏറ്റവും അടുത്ത ബിന്ദുവും അകന്ന ബിന്ദുവും ഒന്നല്ല. ഉപരിതലപര മായി പറഞ്ഞാൽ മൂക്കിനുപിന്നിലാണ് കണ്ണ്, രണ്ടിനും പിന്നിലാണ് ചെവി. എവിടന്നാണ് നോക്കുന്നതെന്നനുസരിച്ച് ഇതു മാറാം. ഏറ്റവും അടുത്ത ബിന്ദുവും അകന്ന ബിന്ദുവും ഓരോ കോണിൽനിന്നുള്ള

കാഴ്ചയിലും വ്യത്യസ്തമാണ്. ഉപരിതലങ്ങളിൽനിന്ന് ലഭിക്കുന്ന ദൃശ്യസൂചനകൾ വഴി നാമിത് മനസ്സിലാക്കുന്നു. ഒരു ദ്വിമാനരൂപത്തിന്റെ ഉപരിതലം ഇത്തരം സൂചനകൾ നൽകുന്നില്ല. അതിലെ എല്ലാ ബിന്ദുക്കളും ഒരേ ഉപരിതലത്തിൽ. അതിന്റെ ഫലമാണ് നിങ്ങളെത്തന്നെ നോക്കുന്ന കണ്ണുകൾ.

കയറിന്റെ അറ്റത്ത് ചില ഗണിതശാസ്ത്ര വിദഗ്ദ്ധന്മാർ

കൗബോയ് ചിത്രങ്ങളിൽ കാട്ടുകുതിരകളെ പിടിക്കുന്നവരുടെ ശൈലിയിൽ പുലവൻ നിന്നു. അടുത്ത നിമിഷം ആകാശത്തിലേക്കുയർന്ന കയർ പതിനഞ്ചടിയോളം ഉയരത്തിൽ കുത്തനെ നിന്നു. ചെറുക്കൻ ഒരു അഭ്യാസിയെപ്പോലെ അതിൽപ്പിടിച്ചു കയറിത്തുടങ്ങി. കയറിന്റെ അറ്റം കടന്നപ്പോൾ അവൻ അപ്രത്യക്ഷനായി.

(കയറിന്റെ അറ്റം)

ഇബ്ൻ ബത്തൂത്തയാണെന്ന് തോന്നുന്നു 'ദ ഗ്രേറ്റ് ഇന്ത്യൻ റോപ്പ് മാജിക്ക്' എന്ന മാന്ത്രികകലയെക്കുറിച്ചെഴുതിയ ആദ്യത്തെ വിദേശസഞ്ചാരി. പക്ഷേ, അദ്ദേഹത്തിന്റെ വിവരണത്തിന്റെ പശ്ചാത്തലം ചൈനയാണ്, ഇന്ത്യയല്ല. കൃത്യമായി പറഞ്ഞാൽ അതിൽ കേന്ദ്രീയമായ ഒരു കയറില്ല. ആകാശത്തിലേക്ക് എറിയപ്പെട്ടൊരു പന്തിന്റെ കൊള്ളിമീൻവാലായി തുകൽ വാറുകളുടെ ഒരു ബന്ധം. ആഖ്യാനകാലം പതിനാലാം നൂറ്റാണ്ടായിരുന്നു. പിന്നെ ഏകദേശം മൂന്ന് നൂറ്റാണ്ടുകൾക്കുശേഷം ദൽഹിയിൽനിന്ന് ജെഹാംഗീറിന്റെ വിവരണം. ഇതിലെ പ്രകടനക്കാർ ബംഗാളികളാണ്. ഒരു ചങ്ങലയിലൂടെ കയറി അപ്രത്യക്ഷമാകുന്നത് ചില ജന്തുക്കളും. ആദ്യം ഒരു നായ, ഒടുവിൽ ഒരു സിംഹവും നരിയും, അതിനിടയിൽ മറ്റു ജീവികൾ. അവയെല്ലാം അപ്രത്യക്ഷമായപ്പോൾ പ്രകടനക്കാർ ചങ്ങല ചുരുട്ടി ഒരു സഞ്ചിയിലിട്ട് സ്ഥലം വിട്ടു!

സ്തംഭിച്ച സദസ്സ്

പ്രതികരണം തുടരുന്നു.

പക്ഷേ, കയറുണ്ടായതെപ്പോൾ?

എനിക്കറിയില്ല. പക്ഷേ, ഞാൻ ഇവിടെ പറയുന്ന ലക്ഷണമൊത്ത

വിദ്യയിലെ കേന്ദ്രം കയറാണെങ്കിലും അന്വേഷണത്തിന്റെ കേന്ദ്രം മറ്റൊന്നാണ്. ഇതെല്ലാം എങ്ങനെ സംഭവിക്കുന്നു. ഇരുളിന്റെ മറവു പിടിച്ചുള്ളൊരു സൂത്രമാണ് അതെന്ന് കേട്ടിട്ടുണ്ട്. നേരം ഇരുളാൻ തുടങ്ങുമ്പോഴാണ് പ്രകടനം തുടങ്ങുന്നത്. അതിന് മുമ്പേ പ്രകടന സ്ഥലത്തിനുമുകളിൽ രണ്ട് ശിഖരങ്ങൾക്കിടയിലായി വലിച്ചുകെട്ടിയ ഒരു കയർ സജ്ജമായിരിക്കും. ആവുന്നത്ര വണ്ണം ചുരുങ്ങിയതും ബലം കൂടിയതുമായൊരു കയർ, വിലങ്ങനെ. പ്രകടനക്കാരൻ മുകളിലേക്ക് കുത്തനെ ഉയർത്താൻ പോകുന്ന കയറിന്റെ അറ്റത്ത് ചെറിയൊരു പന്തുപോലെ ഒന്നുണ്ടാവും. അതിന്റെ പ്രയോഗത്തോടെ മുകളിൽ വിലങ്ങനെയുള്ള കയറിൽ ചുറ്റിപ്പിടിച്ചാണ് ചുവട്ടിലെ കയർ കുത്തനെയാവുന്നത്. അത് പിടിച്ചുകയറുന്ന ചെറുക്കൻ മുകളിലെ കയർ വഴിയാണ് രക്ഷപ്പെടുന്നത്. ഇത് എത്രത്തോളം ശരിയാണെന്ന് സ്പഷ്ടമല്ല. പക്ഷേ, മാന്ത്രികക്കയറിന്റെ ഇങ്ങേയറ്റത്ത് ചുവട്ടിൽ അതിന്റെ ഭൗതികമായ സാദ്ധ്യതയെക്കുറിച്ച് ചിന്തിക്കുകയും പരീക്ഷണങ്ങളിൽ ഏർപ്പെടുകയും ചെയ്ത രണ്ടുപേരെ എനിക്കറിയാം. രണ്ട് ഗണിതശാസ്ത്ര വിദഗ്ദ്ധർ.

ആൻഡ്രൂ സ്റ്റീവൻസൻ

ഡാനിയൽ ബെർനോളി.

ചുവട്ടിലൊരു പിടിത്തമോ അടിത്തറയോ ഇല്ലാതെ എങ്ങനെയൊരു വടി കുത്തനെ നിറുത്താമെന്ന് വളരെ കാര്യമായി ചിന്തിച്ച ഒരാളാണ് സ്റ്റീവൻസൻ. നാട്ടിൻപുറത്തെ കുട്ടികൾക്കറിയാവുന്നൊരു വിദ്യയാണത്. വീഴാതെ ഉള്ളംകൈയിൽ കുത്തനെ നിൽക്കുന്ന വടി. ഒരു പ്രത്യേകതരം ശാരീരികചലനങ്ങളിലൂടെ സാദ്ധ്യമാകുന്നൊരു കൊച്ചു മാജിക്കാണത്. കൈപ്പടം അതിവേഗം അങ്ങോട്ടും ഇങ്ങോട്ടും ചലിപ്പിക്കുന്നതിനുപകരം മുകളിലോട്ടും താഴോട്ടും ചലിപ്പിക്കുന്നതാണ് നല്ലതെന്ന് സ്റ്റീവൻസൻ ശാസ്ത്രീയമായി തെളിയിച്ചു. ഇത് ഒറ്റവടിയുടെ കാര്യം. ഒരു ലോഹവലയം കൊണ്ട് ബന്ധിപ്പിച്ച രണ്ട് വടികളുടെ കാര്യമായാലോ? ഒരു വടി നിറുത്തുന്ന അതേ തന്ത്രമുപയോഗിച്ച് രണ്ട് വടികളേയും കുത്തനെ നിറുത്താം. ആവുന്നത്രയും ചുരുക്കം ദൂരത്തിലൂടെയുള്ള ചലനം വഴി ആവുന്നത്രയും വേഗം കൈപ്പടം ഉയർത്തുകയും താഴ്ത്തുകയും ചെയ്യാൻ കഴിയുന്നേടത്താണ് ഇതിലെ വിജയം.

ഇതിൽ അവ്യക്തതയുണ്ട്.

ആവുന്നത്രയുമെന്നാൽ എത്ര?

സ്റ്റീവൻസന്റെ പരീക്ഷണം നടന്നത് 1908-ലായിരുന്നു. അതിനും എത്രയോമുമ്പ്, 1733-ൽ ആവുന്നത്രയും എന്നതിന് വിശദീകരണം നൽകാൻ ഡാനിയൽ ബെർനോളിക്ക് കഴിഞ്ഞിരുന്നു. ബെർനോളി/ സ്റ്റീവൻസൻ ദ്വന്ദ്വത്തെ പിന്തുടർന്ന് പരീക്ഷണം നടത്തിയ രണ്ടുപേർ

തഞ്ചാവൂർ തലയാട്ടു ബൊമ്മയെപ്പോലെയാണ് മൂന്ന് വടികൾ പ്രവർത്തിപ്പിച്ചത്. ഏറ്റവും അടിയിലെ വടിയുടെ ചുവട്ടിലെ താങ്ങ്, ഡി. സി. വൈദ്യുതിയുടെ സഹായത്തോടെ മുകളിലേക്കും ചുവട്ടിലേക്കും (ഉള്ളംകൈപോലെ) ചലിച്ചു. സെക്കൻഡിൽ നാൽപ്പത് തവണ (ആവൃന്നത്രയും വേഗം). ചലിക്കാൻ എടുത്തദൂരം രണ്ട് സെന്റിമീറ്റർ (ആവൃന്നത്രയും ചുരുക്ക ദൂരം). നാൽപ്പത്തഞ്ച് ഡിഗ്രി ഒരു വശത്തേക്ക് പിടിച്ചു ചരിച്ചാൽ പോലും മൂന്നുവടികൾ ഒന്നിനുമേലെയായി പഴയപടി കുത്തനെ നിൽക്കും.

ഇതെങ്ങനെ സംഭവിക്കുന്നു?

മുകൾ/താഴെ എന്നത് ഇടത്തോട്ട്/വലത്തോട്ട് എന്നതിനേക്കാൾ കാര്യക്ഷമമാകുന്നതെന്തുകൊണ്ട്? ചുവട്ടിലേക്കുള്ള വരവിലാണ് വടിക്കെട്ടിൽ മന്ത്രം പ്രവർത്തിക്കുന്നത്. വളരെ ലളിതമാണ് വ്യാഖ്യാനം. സാധാരണനിലക്ക് ഭൂഗുരുത്വത്തോട് പ്രതികരിച്ച് ഒരു വടി ചുവട്ടിലേക്ക് വീഴുന്നതിനേക്കാൾ എത്രയോ മടങ്ങ്‌വേഗത്തിലാണ് പരീക്ഷണത്തിൽ മൂന്നുവടികളും ചുവട്ടിലേക്ക് പായുന്നത്. വേഗം അവയെ കുത്തനെയാക്കുന്നു, വീഴുമ്പോഴും. പക്ഷേ, നാം വടികളെക്കുറിച്ചാണ് പറഞ്ഞുകൊണ്ടിരുന്നത്.

കയർ വിദ്യയുമായുള്ള ബന്ധം?

നൂറുകണക്കിന് തിരിച്ചറിയാവുന്ന ചെറുതും മുറുക്കമുള്ളതുമായ നാരിഴകളുടെ സംഘാതമാണ് ഒരു കയറ്. ചില സാഹചര്യങ്ങളിൽ വേണ്ടത്ര ചെറുതും കട്ടിയുള്ളതുമാണെങ്കിൽ ഈ നാരിഴകൾക്ക് ഒരു രോമാഞ്ചത്തിലെന്നപോലെ എഴുന്നു നിൽക്കാൻ കഴിയും. ആകയാൽ നാരിഴകളുടെ ഒരു ചങ്ങലയായ കയറിനും അത് സാദ്ധ്യമാകേണ്ടതാണ്. പക്ഷേ, വൈദ്യുതി കമ്പനം ഉപയോഗിച്ച് മൂന്ന് വടികളെയെന്നതുപോലെ ഒരു കയറിനെ കുത്തനെ നിറുത്താൻ ശാസ്ത്രജ്ഞന്മാർ നടത്തിയ ശ്രമം പരാജയപ്പെട്ടുകയാണുണ്ടായത്. ഒരു ചെറുക്കന് പിടിച്ചുകയറാൻ പറ്റുന്ന കയറിനെക്കുറിച്ച് പിന്നെ ചിന്തിക്കാനുണ്ടോ? കയറിന്റെ അറ്റം ആരുടേയും ഊഹം. അത് മാജിക്കായി തുടരും.

റിയലിസമേ മാജിക്കല്ലേ?

കഥകൾ തുടരും.

പാഠപുസ്തകങ്ങളിൽ കുതിരകളെ തളർത്തിയ രണ്ട് അർദ്ധഗോളങ്ങൾ വഴി ലോകപ്രശസ്തമായ മാഗ്ഡിബർഗിൽ ഒരു പ്രകടനം നടന്നിരുന്നു. അതിലും കുതിരയുണ്ടായിരുന്നു. കുതിരയാണ് ആദ്യം കയർപിടിച്ചുകയറിയത്, അതിന്റെ വാലിൽ പിടിച്ച പ്രകടനക്കാരൻ, പിന്നെ അയാളുടെ ഭാര്യയും വേലക്കാരിയും. എല്ലാവരും അപ്രത്യക്ഷരായി. കയർമാത്രം കുത്തനെ നിന്നു. അതിന്റെ അറ്റത്തേക്ക്

നോക്കി കാണികൾ അന്തംവിട്ട് നിന്നു. അപ്പോൾ പട്ടണഭാഗത്തുനിന്ന് സ്ഥലത്തെത്തിയ ഒരാൾ അവരെക്കണ്ട് അമ്പരന്നു. വിവരമെല്ലാം അറിഞ്ഞുകഴിഞ്ഞപ്പോൾ നവാഗതൻ പറഞ്ഞു: "ഒരൽപ്പം മുമ്പാണ് നിങ്ങൾ അന്വേഷിക്കുന്ന ആളെ ഞാൻ കവലയിലെ മദ്യശാലയിൽ കണ്ടത്. "

കുപ്പികളുള്ളിലെ സന്ദേശങ്ങൾ രണ്ടാം വായനയിൽ

അത്രയ്ക്ക് പരിചിതമായ സ്ഥല/കഥാതീരങ്ങളിലെ അനുഭവമല്ല നമ്മെ സംബന്ധിച്ചിടത്തോളം കുപ്പിയിലെ സന്ദേശം. അതിനെക്കുറിച്ചുള്ള സങ്കൽപ്പം കാലത്തെ അപേക്ഷിച്ചാണെങ്കിൽ എല്ലാവർക്കും അതേതോ പിൻകടലിലെ ഇതിവൃത്തമാണ്. അപകടവശാൽ ഏതെങ്കിലും ദ്വീപിൽ ചെന്നടിഞ്ഞ എത്രപേർ ഒരു കുപ്പിക്കുള്ളിൽ സന്ദേശമിട്ടടച്ച് കടലിലേക്ക് വലിച്ചെറിഞ്ഞിട്ടുണ്ട്? ഉള്ളിൽ സഹായാഭ്യർഥന (SOS) പേറുന്ന എത്ര കുപ്പികൾ മറുകരകളിലെ ആളുകൾക്ക് കിട്ടിയിട്ടുണ്ട്?

ആർക്കെങ്കിലും കണക്കുണ്ടോ?

ഉണ്ടാവാനിടയില്ല. ഉണ്ടെങ്കിൽതന്നെ നമ്മെ അമ്പരപ്പിക്കുന്നൊരു സംഖ്യയാവില്ലത്. എന്നിട്ടും കുപ്പിക്കുള്ളിലെ സന്ദേശമെന്നുപറഞ്ഞാൽ ഏതാണ്ട് എല്ലാവർക്കുമറിയാം. കാര്യക്ഷമമായൊരു വിനിമയ ഉപാധിയെന്നതിനപ്പുറത്ത് നമ്മുടെ വിചാരങ്ങളെ സ്പർശിക്കാൻ കഴിയുന്നൊരു സങ്കൽപ്പമെന്ന നിലയ്ക്കാണ് അത് നമ്മുടെ മനസ്സുകളിൽ തുടരുന്നത് എന്നതാണ് കാരണം. മറ്റൊന്നുകൂടിയുണ്ട്. ഒറ്റപ്പെടൽ, വിജനത തുടങ്ങിയ പ്രമേയങ്ങളുമായും ദ്വീപിന്റെ നിരന്തരമായ പ്രതീകാത്മകതയുമായും അത് ബന്ധപ്പെട്ടിരിക്കുന്നു.

കുപ്പികളിനിയും പാറും.

ഇനിയും കരയടിയും.

പക്ഷേ, ഞാൻ ഇത് പറയുന്നത് തികച്ചും വേറിട്ടൊരു സന്ദർഭത്തിൽനിന്നാണ്. ആൾക്കൂട്ടത്തെ സന്തോഷിപ്പിക്കുന്ന ഒരെഴുത്തുകാരൻപോലും തന്റെ രചന കുപ്പിയിലെ സന്ദേശം പോലെയാണെന്ന് വ്യാമോഹിക്കുമ്പോൾ, കൂടുതൽ സൂക്ഷ്മവും വിപുലവുമായൊരു അർഥത്തിൽ വിനിമയത്തെ അറിയുന്നവർ 'മെസേജ് ഇൻ എ ബോട്ട്ൽ'

എന്ന സങ്കൽപ്പം ഭൂതമല്ല ഭാവിയാണെന്ന് പറയുന്നു. വിഷയത്തിന്റെ ശരിയായ തുടക്കം 1982-ൽ പുറത്തിറങ്ങിയ 'ഇ. ടി.' (E.T) എന്ന സ്പീൽ ബർഗ് ചിത്രമാണെന്നുപറയാം. ഭൂമിയിലെ ഒരു കുട്ടിയും മറ്റേതോ ഗോളത്തിൽനിന്ന് വന്ന് ഭൂമിയിൽ കുടുങ്ങിപ്പോയൊരു കുട്ടിയും തമ്മിലുള്ള സൗഹൃദത്തിന്റെ കഥയാണത്. സ്വാഭാവികമായും ചില വലിയ വിനിമയ വിചാരങ്ങൾ അതിലുണ്ട്. ഭൂമിയിലെ ടെലിഫോൺ വ്യവസ്ഥയുമായി പരിചയപ്പെടാനിടയായപ്പോൾ സ്വഗ്രഹവുമായി ബന്ധം പുലർത്താനാഗ്രഹിക്കുന്ന ഇ. ടി. യുടെ ഒരു വാക്യം ചലച്ചിത്ര ചരിത്രത്തിലെ ഏറ്റവും പ്രശസ്തമായ സംഭാഷണശകലങ്ങളിൽ ഒന്നായിത്തീർന്നു.

"ഇ. ടി. ഫോൺ ഹോം!"

ചില വിനിമയ വിദഗ്ദ്ധർക്ക് ഈ ആഗ്രഹത്തിന്റെ അല്ലെങ്കിൽ തീരുമാനത്തിന്റെ ഔചിത്യത്തിൽ സംശയമുണ്ട്. തികച്ചും സൈദ്ധാന്തികമായ അർത്ഥത്തിൽ അവർ ഇ. ടി. യോട് പറയുന്നു. ഫോണിന്റെകാര്യം മറക്ക് കുട്ടീ, പകരം തപാൽ വഴിക്കൊരു കത്തയക്ക്. സപീൽബർഗിന്റെ പടത്തിലെ പ്രത്യേകസാഹചര്യങ്ങളനുസരിച്ച് വിദഗ്ദ്ധ നിർദ്ദേശം അസംബന്ധമാണ്. തിട്ടക്കം കൂട്ടാൻ പ്രത്യേകിച്ച് കാരണമൊന്നുമില്ലെങ്കിൽ ഇലക്ട്രോണിക് വിനിമയത്തേക്കാൾ എത്രയോ നല്ലത് ഏതെങ്കിലും ഭൗതിക വസ്തുവിന്മേൽ മുദ്രണം ചെയ്ത സന്ദേശം അയക്കുന്നതാണ്. ഊർജ്ജച്ചെലവിന്റെ കാര്യമാണ് പറയുന്നത്. ദൂരം കൂടുന്തോറും അപ്പുറത്തുള്ള ആൾക്ക് നമ്മുടെ സന്ദേശം പിടിച്ചെടുക്കാൻ വേണ്ട കഴിവ് ക്ഷയിക്കും.

ഇതിൽ കലാപമില്ല.

ഇതരഗോള ജീവികൾ എന്നൊന്നുണ്ടെങ്കിൽ അവരുമായുള്ള വിനിമയത്തിന് ഏറ്റവും ഉചിതമായത് എങ്ങനെയെങ്കിലും ഭൗതികമായി രേഖപ്പെടുത്തപ്പെട്ട സന്ദേശങ്ങൾ അയക്കലാണെന്ന് ഇതിനുമുമ്പും ചിലർക്ക് തോന്നിയിട്ടുണ്ട്. പക്ഷേ, അടുത്തകാലത്ത് അമേരിക്കയിലെ ചില ശാസ്ത്രജ്ഞന്മാരാണ് തെളിവിനുള്ള കണക്കുകൾ ഗണിച്ചെടുത്തത്. കമ്പിയില്ലാക്കമ്പി വഴി ഒരു സെക്കന്റിൽ ഏറ്റവും കൂടുതൽ ബിറ്റുകൾ എങ്ങനെ അയക്കാമെന്ന് പരീക്ഷിക്കുമ്പോഴാണ് കുപ്പിയിലടച്ച സന്ദേശമെന്ന ആശയത്തിൽ അവർ എത്തിച്ചേരുന്നത്. പുതിയ മിലേനിയത്തിന് ഏറ്റവും സ്വീകാര്യമായ രീതി ഒരു പക്ഷേ, ആ പ്രാചീന ഉപാധിയാണെന്ന് അവർ പറഞ്ഞു. ഇ. ടി. ഫോൺ ചെയ്യരുത്.

ഇനി കുപ്പികൾ മതി.

ഗൃഹാതുരത്വ രൂപകം?

അല്ല, അക്ഷരാർത്ഥത്തിലല്ലല്ലോ പറയുന്നത്. പിന്നെ വിജനദ്വീപിൽ ഒറ്റപ്പെട്ടവരുടെ ഹതാശമായ പ്രവൃത്തികളിൽനിന്ന്

കാൽപ്പനിക ഗ്രഹാതുരത്വം രൂപപ്പെട്ടുത്തിയെടുക്കാനും വയ്യല്ലോ? ഇലക്ട്രോണിക് വീചികൾക്ക് ഒരു പ്രശ്നമുണ്ട്. അവയുടെ വിനിമയം ഒരു വിദൂരലക്ഷ്യത്തിൽ എത്തുന്ന സമയത്ത് അത് സ്വീകരിക്കാൻ തയ്യാറായി ഒരു വ്യക്തിയോ ഉപകരണമോ അവിടെ ഉണ്ടായിരിക്കണമെന്നില്ല. ഒരു സന്ദേശം പല പ്രാവശ്യം അയക്കേണ്ടിവരും. അതുമല്ല മോഴ്സ്കോഡിലാക്കാവുന്ന വെറുമൊരു എസ്സോയെസ്സിൽ കവിഞ്ഞ് എന്തെങ്കിലും കാര്യമായി വിനിമയിക്കാൻ നമുക്കാവശ്യമായ ആന്റെനയുടെ വലുപ്പം അചിന്ത്യമായിരിക്കും. അത് ഭൂമിയോളം വലുതായിരിക്കണം. അതുകൊണ്ടാണ് വുഡ്റഫ് സള്ളിവനെപ്പോലുള്ള ജ്യോതിശ്ശാസ്ത്രജ്ഞന്മാർ ഉത്തരത്തിനായി ചില പ്രാചീന തീരങ്ങളിലേക്ക് തിരിയുന്നത്.

കുപ്പി സ്പീഡ് പോസ്റ്റല്ല.

വേണ്ടത് സ്പീഡ് പോസ്റ്റോ?

വിചിത്രമെന്ന് പറയട്ടെ, ബഹിരാകാശ സാങ്കേതികവൈദഗ്ദ്ധ്യത്തിൽ ഭൗമികർ അപാരന്മാരെങ്കിലും ഇതര ഗോളജീവികളുമായി ബന്ധം പുലർത്തുന്നകാര്യത്തിൽ നമ്മുടെ അവസ്ഥ, ആരെങ്കിലും കാണുമെന്ന് കരുതി കടലിലേക്ക് കുപ്പിയെറിയുന്ന ഒരു പഴയ നാവികന്റെ ആശയറ്റ ആശയാണ്. കുപ്പികൾപോലെ പ്രപഞ്ചത്തിൽ എവിടെയെങ്കിലുമൊക്കെ ചെന്നുപറ്റാവുന്ന ദ്രവ്യങ്ങളിൽ കൊത്തിയ സന്ദേശങ്ങളെക്കുറിച്ചോർക്കുക. മറ്റൊരു ഗ്രഹത്തിൽനിന്ന് ഭൂമിയിൽ വന്നുവീഴുന്ന ആസ്റ്ററോയ്ഡ് പോലുള്ളൊരു പിണ്ഡം അത് പേറുന്ന സന്ദേശവുമായി അതുതന്നെ മണ്ണിലുണ്ടാക്കിയ ഗർത്തത്തിൽ സുരക്ഷിതമായി പുതഞ്ഞുകിടക്കും, ഭാവിയിലെ ഗവേഷകരാൽ കണ്ടെത്തപ്പെടാൻ. അങ്ങനെ ചന്ദ്രനിൽ ആരോ ഇട്ടെറിഞ്ഞുപോയൊരു ശിലയാണ് '2001': ഒരു സ്പേസ് ഓഡിസി' എന്ന ക്ലാസിക്കിലെ അന്വേഷണങ്ങളുടെ തുടക്കമെന്ന് ഓർമ്മിക്കുന്നുണ്ടോ?

അപ്രത്യക്ഷമാകുന്നൊരു ഭൂമിയെക്കുറിച്ച് ചില വരികൾ

നാൽപ്പത് വർഷം മുമ്പ് ഫ്രാൻക് ഡ്റേക്ക് എന്ന ചെറുപ്പക്കാരൻ ഒരു ഏപ്രിൽമാസ ആകാശത്തിലേക്ക് തന്റെ ആന്റെന ചൂണ്ടി. താനൊരു റേഡിയോ ആസ്ട്രോണമറാകയാൽ ആ ചലനത്തിൽ ഒരു കണ്ടെത്തലിനെ സംബന്ധിച്ച ആകാംക്ഷയുണ്ടായിരുന്നു. അത്യാഗ്രഹമെന്നുപറയാം, അതിഭൗമിക ജീവന്റെ സാന്നിധ്യം ഈ പ്രപഞ്ചത്തിലെവിടെയെങ്കിലും ഉണ്ടെങ്കിൽ അതിന്റെ സൂചന തന്റെ ഉപകരണം പിടിച്ചെടുക്കും. അതൊരുതരം ചൂളത്തിന്റെ രൂപത്തിലാവും. ഒരു നാരോബാൻഡ് വിസിൽ. 'റെനിസെൻബിന്റെ തുമ്പികൾ' എന്ന കഥ ഈ ചൂളത്തെ പിന്തുടർന്ന് പ്രതിഭൂമിയിലെത്തുന്നു. കഥകളെന്നല്ല, അതിഭൗമിക നാഗരികതകളുടെ കണക്കെടുക്കാനുള്ള ശാസ്ത്രീയ സംരംഭങ്ങൾ തന്നെയും ഇപ്പോൾ പിന്തുടരുന്നത് അത്തരമൊരു സങ്കല്പമാണ്.

ഡ്റേക്കിന്റെ സമവാക്യം

ഇനിയിതിന്റെ മറുവശം.

റിവേഴ്സ് ഷോട്ട്.

ഭൗമികർ അഭൗമികരെ കാണുന്നതെങ്ങനെയെന്നതിനുപകരം അഭൗമികർ ഭൗമികരെ കാണുന്നതെങ്ങനെയെന്ന വിചാരം അടുത്തകാലത്ത് നമ്മുടെ ടെലിവിഷൻ സെറ്റുകളെയും ആന്റെനകളെയും കുറിച്ചുള്ള ചില ചിന്തകൾക്കിടയിലാണ് ഡ്റേക്ക് തന്നോട് ചോദിച്ചത്. അവർ നമ്മെ കാണുമോ? കാണുമെന്ന് പറയാൻ വയ്യ. അതായത് ഡിജിറ്റൽ കലാപത്തിന്റെ ഈ ദിവസങ്ങളിൽ അതിനുള്ള സാദ്ധ്യത ചുരുങ്ങിച്ചുരുങ്ങി വരുകയാണ്. അവിടെ അകലെ ചിലരുണ്ടെങ്കിൽ, അവരുടെ കാഴ്ചപ്പാടിലൊരു സംഭവമുണ്ട്.

ഭൂമി അപ്രത്യക്ഷമാവുന്നു.

അദൃശ്യമായിക്കൊണ്ടിരിക്കുന്നു.

പ്രപഞ്ചത്തിൽ ഭൂമിയെ വെളിപ്പെടുത്തുന്നത് പഴയ രീതിയിലുള്ള ടി. വി. പ്രക്ഷേപണ ആന്റെനകൾ പുറപ്പെടുവിക്കുന്ന ചിഹ്നങ്ങളാണ്. ഇവക്ക് വ്യാപരിക്കാനാവുന്ന സ്ഥലത്തിന്റെ വിസ്തൃതി നമ്മെ അമ്പരപ്പിക്കും. നമ്മുടെ സൗരയൂഥത്തിൽനിന്നും അമ്പത് പ്രകാശവർഷം ദൂരത്തോളം വ്യാപിച്ച്, റേഡിയോ തരംഗങ്ങളുടെ ഒരു കൂറ്റൻ കുമിളയായി എടുത്തുപിടിച്ചുനിൽക്കുന്നൊരു അപാര സാന്നിധ്യമാണത്. ബഹിരാകാശത്തേക്കുള്ള ഒരു ചോർച്ചയായി ഇതിനെ കാണാം. റേഡിയോ സംജ്ഞകളുടെ ഒരു ചോർച്ച. ഇത് ഏറെക്കാലം തുടരുകയുണ്ടാവില്ല. കേബിൾ വ്യവസ്ഥയുടെ വരവോടെ ഇന്ത്യയിലെ ഗ്രാമീണർപോലും പഴയ ആന്റെനകളെ തുരുമ്പിന് വിട്ടുകൊടുക്കാൻ തുടങ്ങിക്കഴിഞ്ഞു. ഇതിന്റെ മറ്റേ അറ്റത്ത് എന്താണ് സംഭവിക്കുന്നതെന്ന് ഊഹിക്കാവുന്നതേയുള്ളൂ. പ്രക്ഷേപണത്തിന് നാം ഉപയോഗിക്കുന്ന കൃത്രിമ ഉപഗ്രഹങ്ങൾ, സാറ്റലൈറ്റുകൾ മറ്റൊരു കാര്യം. അവയുടെ സംജ്ഞകൾ ചിതറിപ്പോകുന്നില്ല.

അവ ഭൂമിയെ ചൂണ്ടുന്നു.

നേരിട്ട്, കണിശതയോടെ.

ഒരു വിരൽപ്പോലെ.

ഇനി ഇതിന്റെ റിവേഴ്സ് ഷോട്ട്. ഉപരിപ്രജ്ഞയുള്ള ഇതരഗോളജീവികളുടെ ദൃഷ്ടിയിൽ ഭൂമി അപ്രത്യക്ഷമാവാൻ തുടങ്ങിയെങ്കിൽ അതിന്റെ സമാന്തരം ഉറപ്പിക്കാം. നമ്മുടെ ആഗ്രഹത്തിനെതിരായി, ആരുമായും ബന്ധം പുലർത്താതെ മറഞ്ഞിരിക്കാനാണ് അവർ ആഗ്രഹിക്കുന്നതെങ്കിൽ ഒരു പക്ഷേ, ആ ആഗ്രഹം നിറവേറിക്കഴിഞ്ഞിരിക്കും. ബഹിരാകാശത്തേക്കുള്ള ചിഹ്നചോർച്ച തടയുന്ന സാങ്കേതിക വിദ്യയിലൂടെ അവർ ഇതിനകം നമുക്ക് അപ്രാപ്യമാം വിധം അദൃശ്യരായിക്കഴിഞ്ഞിരിക്കും.

മർഫിയുടെ നിയമം. താക്കോൽ നിർമ്മാതാക്കളുടെ ശ്രദ്ധക്ക്

ഇടക്കത്തിലത് മർഫിയുടെ നിയമം എന്നൊരു ഏകവചനമായിരുന്നു. ആ വചനത്തിന്റെ പല രൂപാന്തരങ്ങളും സമാന്തരങ്ങളും ചേർന്ന് ഇപ്പോൾ മർഫിയുടെ നിയമങ്ങൾ എന്ന ബഹുവചനമായിരിക്കുന്നു. സ്പൂണറിസം എന്നറിയപ്പെടുന്ന ചൊറിച്ചുമല്ലലുകളിൽ പലതും ഡോക്ടർ സ്പൂണറുടെ മൗലിക സൃഷ്ടികളല്ലല്ലോ? ഒരൊറ്റ വ്യക്തിയെ ചുറ്റിപ്പറ്റി ഒരുപാട് ചൊല്ലുകളുടെ ഒരു സമുച്ചയംതന്നെയുണ്ടാവുന്നത് വളരെ കൗതുകകരമായൊരു കാര്യമാണ്. അതിനിടയിൽ പിഴക്കാൻ സാദ്ധ്യതയുള്ളതെല്ലാം പിഴക്കുമെന്ന സാക്ഷാൽ മർഫിയുടെ നിയമം (Anything that can go wrong, will go wrong) സത്യത്തിൽ മർഫിയുടേതല്ലെന്ന് തെളിഞ്ഞിരിക്കുന്നു.

മൈക്കലിന്റെ ഫലിതമല്ലിത്.

എന്റെ ഒരു ഓൺലൈൻ സുഹൃത്തായ മൈക്കൽ ഒരിടത്തെഴുതി: “മർഫിയുടെ നിയമത്തെക്കുറിച്ചൊരു വസ്തുത അതുണ്ടാക്കിയത് മർഫിയല്ല എന്നതാണ്. സത്യത്തിൽ മർഫിയെന്ന് പേരുള്ള മറ്റൊരാളാണ് ആ നിയമം കണ്ടെത്തിയത്. ”

ഇത് മർഫിയൻ ലോകം.

അളവറ്റ ചൊൽക്കടൽ.

ആരോപിതങ്ങളുടെ കാര്യമെന്തായാലും മർഫിയുടെ നിയമം എന്നൊന്നുണ്ട്. അത് ഫലിതാത്മക ദാർശനികതയുടെ ഉൽപ്പന്നമല്ല. ക്ലേശങ്ങൾ ആത്യന്തികങ്ങളിലെത്തുന്നതും അതിനിടയിൽപ്പോലും പിഴവുകൾക്ക് മാപ്പുകിട്ടാത്തതുമായൊരു സാഹചര്യമാണ് അതിന്റെ ഉറവിടം. എയറോസ്പെയ്സ് വ്യവസായം. മൗലികമായി അത് തെറ്റുപറ്റലിന്റെ അനിവാര്യതയെക്കുറിച്ചല്ലായിരുന്നു. തെറ്റുകൾക്കിടയിൽ ശരിയുടെ സാദ്ധ്യതയെക്കുറിച്ചൊരു പ്രത്യാശ അതിൽ കാണാമായിരുന്നു.

പ്രോജക്ട് എം. എക്സ്. 981.

ഏകദേശം അമ്പത്തഞ്ച് വർഷം മുമ്പ് അമേരിക്കയുടെ വ്യോമസേന അതിവേഗമാറ്റങ്ങൾ മനുഷ്യശരീരത്തെ ബാധിക്കുന്ന തെങ്ങനെയെന്ന് പഠിക്കുകയായിരുന്നു. അവർ അതിനുപയോഗിച്ചത് ഒരു റോക്കറ്റ് സ്ലെഡായിരുന്നു. റെയിൽപ്പാളങ്ങൾക്കുമുകളിലൂടെ ഓടുന്നതും ശീതയുദ്ധകാലത്ത് സുലഭമായിരുന്നതുമായ ഒരു വാഹനം. അക്സെലറെയ്സേഷൻ എന്ന വേഗവർദ്ധന വാഹനങ്ങളുടെ സൃഷ്ടിയാണെങ്കിലും ഭൂഗുരുത്വാകർഷണവുമായി ബന്ധപ്പെട്ടതാണ് അതളക്കാനുള്ള ഏകകം ജി. അഥവാ ജി-ഫോഴ്സ്. ഇരപിടിയന്മാരിൽ നിന്ന് രക്ഷപ്പെടാനുള്ള ചാട്ടത്തിൽ ഒരുതരം വണ്ട് 400 ജി വരെ എത്തുന്നു. അതിന്റെ പത്തിലൊന്ന് (40 ജി) പൂകിയാൽ മനുഷ്യാവസ്ഥ താറുമാറാകും. ചെവികൾ വലിഞ്ഞ് മുഖത്തെത്തും. വേഗവർദ്ധന പെട്ടെന്ന് ചുരുങ്ങുകയോ ചലനം തന്നെ നിലക്കുകയോ ചെയ്യുമ്പോഴുള്ള കുലുക്കമാണ് സൂചിപ്പിക്കുന്നത്. സാധാരണ (1ജി) അവസ്ഥയിൽ 70 കെ. ജി. തൂക്കമുള്ള ഒരാൾ 40 ജിയിൽ എത്തുമ്പോൾ ഏതാണ്ട് മൂന്ന് ടണ്ണോളം തൂങ്ങും. അമേരിക്കയിലെ വ്യോമസേനയുടെ പരീക്ഷണത്തിന് വിധേയനായ കേണൽ സ്റ്റാപ്പിന്റെ ശരീരത്തിൽ ഒരുതരം ഉപാധിയുണ്ടായിരുന്നു. അതിൽ 16 ജി-ഫോഴ്സ് സ്പർശിനികൾ.

മർഫിയുടെ നിർമ്മിതി.

മണിക്കൂറിന് 1000 കിലോമീറ്ററെന്ന നിരക്കിൽ വേഗവർദ്ധന സാദ്ധ്യമായൊരു വാഹനമാണ് റോക്കറ്റ്. സ്ലെഡ് ക്യാപ്റ്റൻ എഡ്വാർഡ് മർഫി ജൂനിയർ ആകൃതിപ്പെടുത്തിയ ഉപാധിയുമായി അതിൽ സഞ്ചരിച്ച കേണൽ സ്റ്റാപ്പ് ചുവട്ടിലേക്കിറങ്ങുമ്പോൾ ശരീരത്തിലെ പല ദ്വാരങ്ങളിലൂടെയും ചോരയൊലിപ്പ്. എത്ര 'ജി-ശക്തി' തരണം ചെയ്താണ് അദ്ദേഹം ആ നിലയിലെത്തിയത്?

സ്പർശിനികളെന്ത് പറയുന്നു?

പതിനാറ് ചതികൾ

ഓരോന്നു പറഞ്ഞു: പൂജ്യം!

അവർ ക്യാപ്റ്റനെ വിളിക്കാൻ ആളയച്ചു. പതിനാറ് സെൻസറുകളും ഒരേപോലെ പരാജയപ്പെട്ടതെന്തുകൊണ്ട്? ഉപാധിയിൽ സ്പർശിനികൾ പിടിപ്പിച്ചവർ എല്ലാം കുഴപ്പത്തിലാക്കിയിരിക്കുന്നു. പതിനാറിൽ പതിനാറും തെറ്റായ ഇടത്തിലാണ്. ക്യാപ്റ്റൻ മർഫി രോഷാകുലനായി ഇതിനോട് പ്രതികരിച്ചപ്പോഴാണ് അദ്ദേത്തിന്റെ പേരിൽ അറിയപ്പെടേണ്ട നിയമമുണ്ടായത്. ഇടിമുഴക്കംപോലുള്ള ഒച്ചയിൽ അദ്ദേഹം പറഞ്ഞു. "ഒരു കാര്യം ഒന്നിലധികം വിധത്തിൽ ചെയ്യാനാവുമെങ്കിൽ ആ കൂട്ടത്തിലൊന്ന് അത്യാഹിതത്തിൽ കലാശിക്കുമെങ്കിൽ ആരെങ്കിലും ആ വിധത്തിലേ അത് ചെയ്യൂ."

ഇതിൽ അശുഭാപ്തിയില്ല.

ഇതൊരു താക്കീതു മാത്രം.

അതിലുമുപരി, രണ്ട് 'എങ്കിൽ' അത്യാഹിതത്തെ നിരുപാധി കമില്ലാതാക്കുന്നു. ഏതായാലും മർഫിതന്നെയാണ് ഉപകരണം ശരിയാക്കി വ്യോമസേനയുടെ പ്രശ്നം പരിഹരിച്ചത്. ഇതുപോലുള്ള സന്ദർഭങ്ങളിൽ രണ്ട് പോംവഴികളുണ്ട്. ഒന്ന് തെറ്റായ ഗത്യന്തര ങ്ങൾക്ക് പഴുതില്ലാത്ത അവസ്ഥ. അല്ലെങ്കിൽ ഏത് ഗത്യന്തരവും തെറ്റാത്ത അവസ്ഥ. വളരെ പ്രായോഗികമായി ഇത് കാണാൻ മൂന്ന് വസ്തുക്കൾ പരിശോധിക്കാം.

കാറിന്റെ താക്കോൽ,

വീടിന്റെ താക്കോൽ,

ത്രീ-പിൻ പ്ലഗ്.

പൊതുവെ കാറിന്റെ താക്കോലിന്റെ രണ്ട് വശവും ഒരുപോലെ യാണ്. ആകയാൽ സ്റ്റാർട്ട് ചെയ്യാൻ രണ്ട് വഴിയുണ്ട്. രണ്ട് വഴിയും സ്വീകാര്യം. ഇതിന്റെ വിപരീതമാണ് മൂന്ന് പിൻ പ്ലഗ്. രണ്ട് പിന്നിന് രണ്ട് സാദ്ധ്യതയുണ്ടായിരുന്നു. പക്ഷേ, അത് മൂന്ന് പിന്നായപ്പോൾ അവസ്ഥ മാറി. മൂന്ന് പിന്നുകളും മൂന്ന് തുളകളുമുണ്ടെങ്കിലും അത് ഘടിപ്പിക്കാൻ ഒരൊറ്റവഴി മാത്രം. വീട്ടുതാക്കോലാണ് പ്രശ്നം. രണ്ട് വിധത്തിൽ പിടിക്കാം. പക്ഷേ, ഒരു വിധത്തിൽ പിടിച്ചാലേ വാതിൽ തുറക്കാനാവൂ.

മർഫിയുടെ നിയമം ബാറിലെ ഫലിത വിഷയമല്ല. അവിടന്ന് തിരിച്ചുവന്ന് വാതിൽ തുറക്കാൻ പണിപ്പെട്ടുമ്പോൾ ഓർക്കേണ്ട ഗൗരവതരമായൊരു പ്രശ്നമാണ്. അതൊരു ഗുരുത്വസന്ദർഭത്തിലെ കണ്ടെത്തലാണ്.

തലയണ കാലുകൾക്കടിയിലായാൽ

ഉള്ളംകാലിനടിയിൽ തലയണ എന്ന ആശയം ഒരു കായികാഭ്യാസിയെ സംബന്ധിച്ച് പരിഹാസ്യമാണെന്ന് പെട്ടെന്ന് തോന്നാം. പക്ഷേ, എത്രയോ വർഷങ്ങളായി സ്പോർട്സ് ഷൂവുകൾ നിർമ്മിക്കുന്നവരുടെ രൂപകൽപ്പനയെ ഭരിച്ചുപോരുന്നൊരു സങ്കൽപ്പമാണത്. ഓടുമ്പോഴും ചാടുമ്പോഴുമെല്ലാം കാലുകൾ നിലവുമായി ഏറ്റുമുട്ടുന്നതിലെ ആഘാതത്തിൽനിന്ന് പാദത്തെ രക്ഷിക്കുക. ആഘാതത്തിന്റെ ഭൗതിക നിയമങ്ങൾ ഇതിന് യുക്തി നൽകുന്നു. എന്നിട്ടും ഷോക്ക് അബ്സോർപ്ഷൻ സാധിക്കുന്ന ഒന്നാന്തരം പാദരക്ഷാമാതൃകകൾ പ്രശ്നമാകുന്നതിന് കാരണമുണ്ട്.

ആഘാതം സ്പർശവുമാണ്.

സ്പർശം വിനിമയമുണ്ടാക്കുന്നു.

വേറൊരിടത്ത് ഈ ലേഖകൻ 'ദ മിഡ്സോൾ ക്രൈസിസ്' എന്ന് വിശേഷിപ്പിച്ച അവസ്ഥാവിശേഷം അങ്ങനെയുണ്ടാവുന്നു. അടുത്തകാലത്ത് ആസ്ട്രേലിയയിൽ ഒരു പഠനം നടന്നു. നെരിയാണിയെക്കുറിച്ച്. നമ്മുടെ ചലനത്തിലെ ഏറ്റവും നേർത്ത മാറ്റങ്ങൾപോലും പിടിച്ചെടുത്ത് അതിനനുസരിച്ചൊരു പ്രതികരണരീതി സ്വീകരിക്കുന്നതിൽ നെരിയാണികൾക്കുള്ള കാര്യക്ഷമതയാണ് നമ്മെ വീഴാതെ പിടിച്ചുനിറുത്തുന്നൊരു ഘടകം. കാൽപ്പന്തുകളിക്കുന്ന ചെറുപ്പക്കാരികളിൽ ഈ കാര്യക്ഷമതയുടെ അളവെന്ത്? പഠനത്തിനുവേണ്ടി അവർ വിശേഷപ്പെട്ട പാദരക്ഷകൾ ധരിച്ചും നഗ്നപാദകളായും കളിച്ചു. നഗ്നപാദങ്ങളാണ് കൂടുതൽ കാര്യക്ഷമമെന്ന് പരീക്ഷണം തെളിയിച്ചു.

കണ്ടെത്തൽ അപ്രതീക്ഷിതം?

സത്യത്തിൽ 1987-ൽ പൊതുവിജ്ഞാനമായയൊരു വസ്തുതയുണ്ട്. വ്യത്യസ്ത പാദരക്ഷാമാതൃകകൾ അത്രക്കും വ്യത്യസ്തമായൊന്നും കാര്യക്ഷമതയുടെ അളവുകൾ മാറ്റുന്നില്ല. ആ കൂട്ടത്തിൽത്തന്നെ ആഘാതം നേരിടുന്ന കാര്യത്തിൽ കൂടുതൽ യോഗ്യം ഷൂവിനകത്ത്

കാലിനടിയിൽ വരുന്ന ഭാഗത്തിന് കട്ടിയുള്ള സജ്ജീകരണമാണ്. എന്നിട്ടും ആശ്ചര്യംതന്നെ, ആ ഭാഗത്തൊരു തലയണ തിരുകുന്നൊരു മിത്തിന്മേലാണ് സ്പോർട്സ് ഷൂ വ്യവസായം തുടരുന്നത്. ഓരോരോ ബ്രാൻഡുകൾക്കായി വൻതുകകൾ മുടക്കിയവർക്ക് പെട്ടെന്ന് തികച്ചും വിപരീതമായ മുദ്രാവാക്യങ്ങളോടെ പുതിയ കമ്പോള തന്ത്രങ്ങൾ തേടേണ്ടിവരുന്നത് ഒരേസമയത്ത് നഷ്ടവും നാണക്കേടുമാണ്. പക്ഷേ, കാലുകൾക്ക് മിത്തുകളെ അതിജീവിക്കാതെ വയ്യ.

തലയണ തടസ്സമാണ്.

ലോകത്തിലെ ഏറ്റവും മികച്ച പാദരക്ഷാമാതൃക ഇപ്പോഴും നമ്മുടെ പാദം തന്നെയാണ്. അതിനും അത് തൊടുന്ന ഉപരിതലത്തിനുമിട യിൽ മറ്റൊരു ഉപരിതലം കയറിക്കൂടിയാൽ വലിയൊരു പ്രശ്നമുണ്ട്. ആഘാതം നമ്മുടെ ശ്രദ്ധ മുഴുവൻ പിടിച്ചുപറ്റുന്നതിനിടയിൽ ഒരു നിർണ്ണായക സ്പർശം നമുക്ക് നഷ്ടപ്പെട്ടെന്നു പറയാം. കാലിന്റെ അടിഭാഗത്തിനും നമ്മുടെ മസ്തിഷ്കത്തിനും ഇടയിൽ ചിലതുണ്ട്. ഒരു നിയാമക വിനിമയം. പലപല ഉപരിതലങ്ങളേയും ആഘാ തരീതികളേയും കുറിച്ചൊരു 'ഫീഡ്ബാക്ക്' സദാ മസ്തിഷ്കത്തിൽ എത്തിക്കൊണ്ടിരിക്കുന്നു. ഈ വിനിമയം മുറിക്കാത്ത ഷൂവുകൾ നാളെ സാദ്ധ്യമായിരിക്കും.

ഒരു താക്കീതുകൂടി.

സ്പോർട്സ്ഷൂവുകൾ കാലുകളെ തുലക്കുമെന്ന് പറയാൻ ഞാൻ ആളല്ല. പക്ഷേ, ഏതുനിലക്കും അവ നിർമ്മിക്കുന്നവരുടെ മനസ്സിലു ള്ളത് വല്ലപ്പോഴും ഒരിക്കൽ വ്യായാമത്തെക്കുറിച്ച് ഓർക്കുന്നവരല്ല. പ്രതിബദ്ധ വാരാന്ത്യ ഓട്ടക്കാർപോലുമല്ല. എത്ര വിലപിടിച്ച ബ്രാ ന്റുകളായാലും ശരി, അവ സാധാരണക്കാരെ തുണക്കില്ല. തെറ്റായ സ്പോർട്സ് ഷൂവുകൾ വിപരീത ഫലമുണ്ടാക്കുകയും ചെയ്യും.

ഹിമത്തിനുമേൽ കറങ്ങുന്നൊരു പെൺകുട്ടിയുടെ വടിവിൽ

പിലാത്തോസ് തന്റെ ഐതിഹാസികമായ കൈകഴുകലിനിടയിൽ ഇത് ശ്രദ്ധിച്ചിരിക്കാനിടയില്ല. പക്ഷേ, അടുത്ത തവണ കൈകഴുകുമ്പോൾ നിങ്ങൾ ഇതോർമ്മിക്കാൻ സാദ്ധ്യതയുണ്ട്.

ചുഴലികളുടെ ആകൃതി.

അവയുടെ ഏകപക്ഷീയത.

വൻകാറ്റുകളുടെ ചുഴലിയും നമ്മുടെ കുളിത്തൊട്ടികളിൽനിന്നും വാട്ടർബേസിനുകളിൽനിന്നും വാർന്നുപോകുന്ന വെള്ളത്തിന്റെ ചുഴലിയും ഒരേപോലെ ഏകപക്ഷീയമാണെന്നൊരു പൊതുധാരണയുണ്ട്. അവയുടെ പിരിവ്, അല്ലെങ്കിൽ ചുറ്റ്, വടക്കൻ പാതിഗോളത്തിൽ വലത്തോട്ടും തെക്കൻ പാതിഗോളത്തിൽ ഇടത്തോട്ടുമാണെന്ന്. ഏഷ്യയിൽ ടൈഫൂണുകളെന്നും ആസ്ത്രേലിയയിൽ സൈക്ലോണുകളെന്നും അമേരിക്കയിൽ ഹരിക്കെയിനുകളെന്നും അറിയപ്പെടുന്ന കൂറ്റൻ വായുവേഗങ്ങളെ സംബന്ധിച്ച് ഈ ഇടം/വലം തിരിവ് ഒരു ഭൗതിക വസ്തുതയാണെന്നത് ശരി. പക്ഷേ, കൊറിയോളിസ് ശക്തി എന്നൊന്നിന് പെരുമാറാൻ മാത്രം പഴുതുണ്ടോ നമ്മുടെ അടുക്കളയിലെയും കുളിമുറിയിലെയും കൊച്ചുകൊച്ചു ജലരാശികൾക്ക്?

എന്താണ് കൊറിയോളിസ്?

ഒരു ഐസ് സ്കേറ്റർ?

ഹിമത്തിനുമേൽ സ്കേറ്റ് ചെയ്യുന്നൊരു പെൺകുട്ടി ഒറ്റക്കാലിൽ കറങ്ങുന്നത് മനസ്സിൽ കാണുക. അവളുടെ കൈകൾ ഉടലിനോട് (ഭ്രമണാക്ഷത്തോട്) അടുക്കുന്തോറും കറക്കത്തിന് വേഗം കൂടും. മറിച്ച്, ചിറകുകൾ വിടർത്തുന്നതുപോലെ അവൾ കൈകൾ അകറ്റിപ്പിടിച്ചാൽ കറക്കം പതുക്കെയാവും. മിഷെൽ ക്വാനെപ്പോലെ ഒരുവളാണ് ഇങ്ങനെ കറങ്ങുന്നതെങ്കിൽ സാങ്കേതികമായി ഇങ്ങനെ പറയാം. എത്ര ഭംഗിയായാണ് ഇവൾ ആങ്ഗുലർ മോമെന്റം സംരക്ഷിക്കുന്നത്! ഇതിലെ സങ്കൽപ്പത്തെ പിലാത്തോസിന്റെ കൈകഴുകൽപ്പോലെ

അക്ഷരാർത്ഥത്തിലല്ലാതെ എളുപ്പത്തിൽ വിളിക്കാൻ ശാസ്ത്രജ്ഞ ന്മാർ ഉപയോഗിക്കുന്നൊരു പേരാണ് കൊറിയോളിസ്. അതിന് ആകൃതി നൽകുക.

കാറ്റിന്റെ സ്റ്റേറ്റിംഗ്.

ഭ്രമദ്ധ്യരേഖയുടെ അടുത്തുനിന്ന് ഒരു വൻകാറ്റ് തുടങ്ങുന്നു. വടക്കോട്ടോ അല്ലെങ്കിൽ തെക്കോട്ടോ ഒരു ധ്രുവത്തിനു നേർക്ക് ഒരു മ്പെടുമ്പോൾ അതിന്റെ അവസ്ഥ കൈകൾ ഉടലിൽനിന്ന് അകറ്റി പ്പിടിച്ച സ്റ്റേറ്ററുടേതാണ്. വേഗം ആർജിക്കുന്നതേയുള്ളൂ. പിന്നെ ഒരു ധ്രുവത്തോട് അടുക്കുന്തോറും അത് രണ്ട് ധ്രുവങ്ങളിലൂടെയും കടന്നു പോകുന്നൊരു രേഖയോട് അടുക്കുകയാണ്. ഭ്രമിയുടെ കറക്കത്തിന്റെ അക്ഷമാണത്. ഇപ്പോൾ കാറ്റിന്റെ അവസ്ഥ കൈകൾ ഉടലിനോട് ചേർക്കാൻ തുടങ്ങുന്നൊരു സ്റ്റേറ്ററുടേതാണ്. വേഗം ഊഹിക്കാം. ഈ കാഴ്ചക്കപ്പുറത്ത് ഒരേ സമയത്ത് രണ്ട് ദിശകളിലേക്ക് ചരിക്കുന്നൊരു കാറ്റാണത്. ആ വശത്ത് ധ്രുവം, ഈ വശത്ത് ഭ്രമിയുടെ ഭ്രമണാക്ഷം. ഇവയ്ക്കിടയിൽ സമവാക്യങ്ങൾ നഷ്ടപ്പെടരുത്. ആകയാൽ കാറ്റ് വടക്കൻ പാതിഗോളത്തിൽ വലത്തോട്ടും തെക്കൻ പാതിഗോള ത്തിൽ ഇടത്തോട്ടും കറങ്ങുന്നു.

വൻതോക്കുകൾക്കതറിയാം.

ലോങ്റെയിൻജ് ഗൺസ്.

കൊറിയോളിസ് ശക്തി ഭ്രമദ്ധ്യരേഖയിൽ പൂജ്യമാണ്. ധ്രുവങ്ങ ളിൽ പരമാവധിയും. ലോങ്റെയ്ൻജ് തോക്കുകളിൽ കരസൈന്യ ത്തിന് അതിന്റെ സാന്നിധ്യം തിരിച്ചറിയാം. നിറയൊഴിക്കാൻവേണ്ട ക്രമീകരണങ്ങൾ ഇടത്തും വലത്തും ഒന്നല്ല. അത് എങ്ങനെയായി രിക്കണമെന്നത് രണ്ട് പ്രധാന കാര്യങ്ങളെ ആശ്രയിച്ചിരിക്കുന്നു. താവളം ഭ്രമദ്ധ്യരേഖയിൽനിന്ന് എത്ര അകലെ? പിന്നെ ഏത് അർദ്ധഗോളത്തിൽ? അമ്പത് കിലോമീറ്റർ അകലേക്ക് ഷെല്ലുകൾ തൊടുക്കാനാവുന്ന, നൂറുകണക്കിന് കിലോമീറ്ററുകൾ വ്യാപിക്കാ നാവുന്ന കാറ്റുകൾ.

വൻദൂരങ്ങളുടെ കണക്ക്.

ഒരു വീടിനകത്തോ?

വെള്ളത്തിനുമേൽ പ്രവർത്തിക്കുന്ന ഗുരുത്വശക്തിയുടെ നൂറുലക്ഷ ത്തിൽ ഒരംശമേവത്രേ ഒരു മുപ്പത് സെന്റീമീറ്റർ വെള്ളത്തൊട്ടിയിൽ സാദ്ധ്യമായ ജലരാശിയുടെ അളവ്. അത്രയും ചെറിയ മാനങ്ങളിൽ കൊറിയോളിസ് പ്രവണത തിരിച്ചറിയാനാവുമോ? ആവും. പക്ഷേ, നിരീക്ഷണം അതിസൂക്ഷ്മമാവണം. അതിനാവശ്യമായ നിഷ്കർഷ ഒരു നല്ല പരീക്ഷണശാലയിലേ സാദ്ധ്യമാവൂ. രണ്ട് ശാസ്ത്രജ്ഞർ, ആഷർ ഷാപിറോയും ലോയിഡ് ട്റെഫൈത്തനും തെക്കേ

അർദ്ധഗോളത്തിൽ ഇത് പരീക്ഷിച്ചിട്ടുണ്ട്. എല്ലാ മുൻകരുതലുകൾക്കുംശേഷം, വെള്ളം എപ്പോഴും ഇടത്തോട്ട് കറങ്ങുന്നതായി കണ്ടെന്ന് ഷാപിറോ പറഞ്ഞു. ഈ കുറിപ്പ് തുടങ്ങുന്നതിനുമുമ്പ് മൂന്ന് വ്യത്യസ്ത വാഷ്ബേസിനുകളിൽ ഞാൻ കൈ കഴുകിനോക്കി. നീർച്ചുഴി ഇടത്തോട്ടാണെന്നാണ് എനിക്കു തോന്നിയത്. വെറും തോന്നലാകാം. വിവരം മുൻകൂട്ടി അറിയാവുന്ന ഒരവസ്ഥയുടെ സ്വാധീനം. ഈ ചെറിയ വെള്ളത്തൊട്ടിയിൽ സ്കേറ്റുചെയ്യാൻ ലില്ലിപ്പുട്ടുകൾ തന്നെ വേണ്ടിവരും. പക്ഷേ, സ്കേറ്ററുടെ രൂപകം വളരെ വലുതാണ്.

ഭൂമിയേ ഒരു സ്കേറ്റർ.

കാറ്റുകളുടെ ഗതിവേഗങ്ങൾ ഭൂമിയിൽ ഓരോരിടത്തിലെ കാലാവസ്ഥ നിയന്ത്രിക്കുന്നതിനെക്കുറിച്ച് പഠിച്ചവർ ഒരു കാര്യം കണ്ടെത്തി. മേഘലങ്ങൾക്കും വയലുകൾക്കും മേൽ സവാരി ചെയ്യാനെന്നല്ല ഭൂമിയുടെ കടിഞ്ഞാൺ തന്നെ പിടിക്കാൻ കാറ്റുകൾക്ക് കഴിയും. അതായത് ഭൂമിയുടെ കറക്കത്തെ കാറ്റ് ബാധിക്കുമ്പോൾ ഒരു ദിവസത്തിന്റെ നീളം ഒരു സെക്കന്റിന്റെ ചെറിയൊരു അംശത്തോളമെങ്കിലും കൂടുകയോ കുറയുകയോ ചെയ്യാം. ഭൂമിയുടെ അന്തരീക്ഷം ഒരു സ്കേറ്ററുടെ കൈകളാണെന്ന് കരുതുക.

ഭൂമദ്ധ്യരേഖയിൽ അന്തരീക്ഷ സമ്മർദ്ദം ഉയരുമ്പോൾ ഭൂമിയുടെ പിണ്ഡം (മാസ്) അക്ഷത്തിൽനിന്ന് അകലുന്നു. സ്കേറ്ററുടെ കൈകൾ ഉടലിൽനിന്ന് അകലുന്നതുപോലെ. അപ്പോൾ ഭൂമിയുടെ കറക്കം പതുക്കെയാവുന്നു.

പഴയ പ്രണയോപാധികളിൽനിന്ന് സൂര്യകാന്തിപ്പൂക്കൾ

സെൽഫോൺ പ്രണയസംഭാഷണങ്ങളിൽ ചിലപ്പോൾ സൂര്യകാന്തിപ്പൂക്കൾ ഉയിർത്തെഴുന്നേൽക്കുമോ എന്നെനിക്കറിഞ്ഞുകൂടാ. കാമിനീകാമുകന്മാരുടെ വചനങ്ങൾക്കില്ലാത്ത ശക്തി അവരുടെ ഉപാധികൾക്കുണ്ടെന്ന് വിശ്വസിക്കുന്നൊരു അരസികനാണ് ഞാൻ. ആകയാൽ ഞാൻ സെൽഫോണുകളുടെ ഭൗതിക ഊർജ്ജ വസ്തുവിലേക്ക് തിരിയുന്നു. നാം ഉപയോഗിച്ച് വലിച്ചെറിയുന്ന ബാറ്ററികളിൽ ഞാൻ പഴയൊരു ഹോചിമിൻ കവിതയിലെ ബുദ്ധശരീരത്തിന്റെ സാദ്ധ്യതകൾ കാണുന്നു.

ലോഹ സാദ്ധ്യതകൾ. ഒപ്പം ഒരു വിത്തും.

വിത്ത് ബ്രിട്ടനിലെ വാർവിക്ക് സർവ്വശാസ്ത്രശാലയിലെ ചില സാങ്കേതികശാസ്ത്ര വിദഗ്ദ്ധരുടെ ആശയമാണ്. അതേക്കുറിച്ച് പറയും മുമ്പ് ബാറ്ററികളെ പരിഗണിക്കുക. പഴയ ബാറ്ററികൾ തീർത്തും ഉപയോഗശൂന്യമല്ല. അവയിൽ ചില ബുദ്ധ സാദ്ധ്യതകളുണ്ട്. ലോഹങ്ങൾ, തിരിച്ചെടുക്കാവുന്ന നിക്കൽ, കാഡ്മിയം, പിന്നെ ചെമ്പിന്റെയും സ്വർണ്ണത്തിന്റെയും നേർത്ത അളവുകളും. തന്റെ ബുദ്ധ ഭഗവാന്റെ കണ്ണിൽ ഹോചിമിൻ കണ്ട ലോഹത്തിളക്കംപോലൊന്ന് നമ്മുടെ റിസൈക്ലിംഗ് സംരംഭങ്ങളിൽ പ്രാവർത്തികമായി തെളിഞ്ഞുവരികയാണ്.

വൻകിട പിന്നാവർത്തികൾ, വഴിയേ സൂര്യകാന്തികൾ.

ഇന്നത്തെ ചില ഫോണുകളുടെ ആദി രൂപങ്ങളും 'കുള്ളൻ' സൂര്യകാന്തി ഇനങ്ങളും ഉപയോഗിച്ചുള്ള പരീക്ഷണങ്ങൾ ഒരു സൂചനയാണെങ്കിൽ, ഇപ്പോൾ പ്രണയ/വാണിജ്യ സംഭാഷണങ്ങളിൽ ഏർപ്പെട്ട സെൽഫോണുകൾ നാളെ സൂര്യകാന്തിച്ചെടികൾക്ക് വളമാകാം. ഒരു റിസൈക്ലിംഗ് പുനർജ്ജനി. കഴിഞ്ഞ നാലുവർഷമായി ഓസ്ട്രേലിയയിൽ മൊബൈൽഫോൺ വ്യവസായരംഗത്ത്

നടന്നുകൊണ്ടിരിക്കുന്നൊരു പദ്ധതിയിൽ പതിനൊന്ന് ലക്ഷം ബാറ്ററികളും നാലരലക്ഷത്തോളം ഹാന്റ്സെറ്റുകളും ഒരു പിന്നാവർത്തിയുടെ ഭാഗമായി.

അപാര ദ്രവ്യശേഖരം.

കൺസ്യൂമർ ഇലക്ട്രോണിക്സിന്റെ ലോകത്തിൽ ഏറ്റവുമധികം ഉപേക്ഷിക്കപ്പെടുന്ന ഉപാധികളിൽ ഒന്നാണ് മൊബൈൽഫോൺ. സാങ്കേതിക ശാസ്ത്രത്തിലും ആളുകളുടെ അഭിരുചിയിലും വന്നുകൊണ്ടിരിക്കുന്ന മാറ്റങ്ങൾ കണക്കിലെടുത്താൽ തിരസ്കൃതഫോണുകളുടെ എണ്ണം കൂടിക്കൂടി വരാനാണ് സാദ്ധ്യത. പക്ഷേ, അതേ സമയത്ത് ജൈവ സാഹചര്യങ്ങളെ ശല്യപ്പെടുത്തുന്ന നിർമ്മിതികൾ ഉപയോഗിക്കില്ലെന്ന ശാഠ്യവും പുതിയ അഭിരുചിയുടെ ഭാഗമായിത്തീർന്നിരിക്കുന്നു. ഇതോടൊപ്പം ഭരണകൂടങ്ങളിൽ നിന്നും പരിതോവസ്ഥാ പ്രവർത്തകരിൽനിന്നും ഒരേപോലെ ജൈവ അഴിവിന് പഴുതുള്ള കൃത്രിമവസ്തുക്കൾക്കുമേൽ ഊന്നലുണ്ടാകുമ്പോൾ സെൽപ്രേമികളുടെ മനസ്സിലെങ്കിലും ഉണർവുണ്ടായേക്കാം. പുതിയപുതിയ മാതൃകകൾക്കുവേണ്ടി എത്ര ഹാന്റ്സെറ്റുകളാണ് നാം വലിച്ചെറിയുന്നത്!

ഇതൊരു തടസ്സമോ?

അല്ല, ഒരു പരിമിതി.

പരിമിതി പലപ്പോഴും കണ്ടുപിടിത്തത്തിന്റെ അമ്മയാണ്. ജൈവമായ അഴിവ് എന്ന സങ്കൽപ്പം ഒരു നിർമ്മാണ കലാപമായിത്തീരുന്നു. ആശ്ചര്യകരമായ ചില പോളിമറുകളുണ്ടായത് അങ്ങനെയാണ്. അതുപോലൊരു പോളിമറിന്റെ ജൈവ ഉറയാണ് വാർവിക്കിലെ ശാസ്ത്രജ്ഞന്മാർ ഒരു മോട്ടോറോല ഉൽപ്പന്നമായ സെൽഫോണിനുവേണ്ടി കണ്ടെത്തിയത്. ഉറയിൽ വളരെച്ചെറിയൊരു കണ്ണാടി ജനാലപോലൊരു ഘടന. അതിനുതാഴെ അവർ ഒരു വസ്തു നിക്ഷേപിച്ചു.

ഒരു അപ്രതീക്ഷിത വസ്തു.

ഒരു ചെടിയുടെ വിത്ത്.

അപാര കാൽപ്പനികഭംഗിയുള്ളൊരു ചിന്താവിക്ഷേപമാണ്. ഭാവി ബീജം അടക്കംചെയ്യുന്നൊരു സമയപേടകം. ആരെങ്കിലും അതുപോലൊരു മൊബൈൽ ഫോൺ കുപ്പയിലേക്ക് വലിച്ചെറിഞ്ഞാൽ അതിന്റെ പോളിമർ ആവരണം മണ്ണിൽ അഴിയും, അകത്തെ വിത്ത് മുളയ്ക്കും. ഒരു പക്ഷേ നാളത്തെ ഏറ്റവും ആഗോളമായ വനമഹോത്സവങ്ങൾ നാം വലിച്ചെറിയുന്ന മൊബൈൽ ഫോണുകളാവാം.

ഓർഗാസം: ഭൂമി ഇളകുമ്പോൾ

ഇണയോട് ഭൂമി അനങ്ങിയോയെന്ന് ചോദിച്ചാണ് ഹെമിങ്വേയുടെ ഒരു കഥാപാത്രം അത് സൂചിപ്പിച്ചത്. ഓർഗാസം എന്ന രതിമൂർച്ഛ. ജീവിതത്തിൽ ഒരിക്കലും ലൈംഗിക കർമ്മത്തിൽ ഏർപ്പെട്ടിട്ടില്ലാത്ത ലക്ഷക്കണക്കിന് വായനക്കാർപോലും റോബർട്ട് ജോർഡന്റെ ചോദ്യത്തിന്റെ വിവക്ഷ സ്വന്തം ഉടലിൽ ഒരു അടിയിളക്കംപോലെ അറിഞ്ഞിട്ടുണ്ട്. അത്രയും സാർവത്രികമായൊരു ഭൗതിക അനുഭവമാണത്. എന്നിട്ടുപോലും അത് ശരിക്കും എന്തെന്നറിയാവുന്നവർ എത്ര പേരുണ്ട്?

എനിക്ക് അറിയില്ല.

അറിഞ്ഞവരേയും അറിയില്ല.

ഓർഗാസത്തിന്റെ ശാസ്ത്രീയ വിശദീകരണമാണ് ഞാൻ ഉദ്ദേശിക്കുന്നത്. വളരെ അടുത്തകാലത്താണ് ഒരു ശാസ്ത്രജ്ഞ, ഡോക്ടർ ഗെമ്മ ഓബ്രൈൻ എന്റെ മനസ്സിലുള്ളത് ഔദ്യോഗികമായി പറഞ്ഞത്. “ഓർഗാസത്തിന്റെ സമയത്ത് നമ്മെ വളരെ സന്തുഷ്ടരാക്കുന്ന എന്തോ ഒന്ന് സംഭവിക്കുന്നുണ്ട്. പക്ഷേ, ജീവശാസ്ത്രപരമായി ശരിക്കും എന്താണ് ഉണ്ടാകുന്നതെന്ന് നമുക്കറിയില്ല. ”

അതിന്റെ ചേരുവകളെന്ത്?

മൂന്ന് ഘടകങ്ങളുണ്ട്.

വികാരത്തിന്റെ ഘടകം. സുഖത്തിന്റെ ഘടകം, പുറമേ, അമിതശുഭകാമന സൃഷ്ടിക്കുന്ന താൽക്കാലികമായ, എല്ലാം ഭദ്രമാണെന്ന സംതൃപ്തി. ഏത് മസ്തിഷ്ക ഭാഗങ്ങളാണ് ഇവയിൽ ഓരോന്നും ഉണ്ടാക്കുന്നതെന്ന് തിരിച്ചറിയാൻ കഴിഞ്ഞാലേ എന്തെങ്കിലും ഉറപ്പിച്ച് പറയാൻ കഴിയൂ. തൽക്കാലം ഈ അറിവ് ശാസ്ത്രത്തിന് അപ്രാപ്യമാണ്. ഹെമിങ്വെയുടെ നോവലിൽ ഭൂമി ഇളകുമ്പോൾ സംഭവിക്കുന്നത് എന്തെന്നറിഞ്ഞാൽ ഓർഗാസത്തിന്റെ അഭാവത്തിൽ തകർന്നു പോകുന്ന എത്രയോ ദാമ്പത്യബന്ധങ്ങളെ സംരക്ഷിക്കാൻ കഴിയും.

ഇവിടെ ഒരു പ്രശ്നമുണ്ട്.

സ്നേഹത്തിന്റെ പ്രശ്നം.

പെണ്ണിനെ സംബന്ധിച്ച് പ്രത്യേകിച്ചും ഓർഗാസത്തിനുള്ള ശാരീരിക പ്രാപ്തി ഇരുപേർക്കിടയിലെ സ്നേഹനിക്ഷേപത്തെ ആശ്രയിച്ചിരിക്കുന്നു. ഇവിടെ തികച്ചും അസംബന്ധമെന്ന് തോന്നാവുന്നൊരു ചോദ്യമുണ്ട്. സ്നേഹം ലൈംഗികതയിലേക്ക് നയിക്കുന്നോ, അതോ ലൈംഗികത സ്നേഹത്തിലേക്ക് നയിക്കുന്നോ? അന്യോന്യം വളരെയേറെ സ്നേഹിക്കുന്നവർക്കിടയിലുള്ള ലൈംഗികബന്ധത്തിൽ ഓർഗാസത്തിന്റെ ശക്തി ആപേക്ഷികമായി വളരെ ഉയർന്നതാവുമെന്നത് സാമാന്യധാരണ. രതിമൂർച്ഛ മസ്തിഷ്കത്തിലുണ്ടാക്കുന്ന പ്രതികരണങ്ങളെക്കുറിച്ച് പഠിക്കുന്ന ഡോക്ടർ ഓബ്രൈൻ ഇത് ശരിവെക്കുന്നു. പക്ഷേ, പൊതുധാരണക്ക് ഒട്ടും നിരക്കാത്തൊരു വസ്തുതകൂടി അവരുടെ ഗവേഷണത്തിന്റെ ഒരു പ്രതീക്ഷിത ഫലമായി വെളിപ്പെടുന്നു. അതായത്, തികച്ചും ലൈംഗികമായി തുടങ്ങുന്ന ബന്ധങ്ങളെ സ്നേഹത്തിലേക്ക് നയിക്കാനുള്ളൊരു പ്രവണതയും നമ്മുടെ മസ്തിഷ്ക പ്രവർത്തനത്തിൽ ഒരുപക്ഷേ, ദൃശ്യമാണ്.

മറ്റൊരു തകിടം മറി.

യൂഫോറിയയുടെ പക്ഷീയത.

ഒരാളുടെ ലൈംഗികക്രിയയിൽ മസ്തിഷ്കം രണ്ടുവശംകൊണ്ടും പ്രവർത്തിക്കുകയും പ്രതികരിക്കുകയും ചെയ്യുന്നുവെങ്കിലും രതിമൂർച്ഛയോടടുക്കുമ്പോൾ അതൊരു വലതുപക്ഷാനുഭൂതിയായി മാറുന്നു. ഇത് സ്വാഭാവികം. നാം പകൽക്കിനാവുകൾ കാണുന്നതും മനപ്പായസമുണ്ണുന്നതും ആകാശക്കോട്ടകൾ കെട്ടുന്നതുമെല്ലാം വലതുപക്ഷ മസ്തിഷ്കത്തിന്റെ അകമ്പടിയോടെയാണ്. യൂഫോറിയ എന്ന അയഥാർത്ഥ സുഖാനുഭൂതി അവിടെയേ സാദ്ധ്യമാകൂ. പക്ഷേ, 'ബൈപോളാർ ഡിസോർഡർ' എന്ന മസ്തിഷ്ക രോഗത്തിനും യൂഫോറിയ എന്ന മാനസികാവസ്ഥ സൃഷ്ടിക്കാൻ കഴിയും. ഒരു വ്യത്യാസം മാത്രം. ചിത്തഭ്രമത്തിലെ യൂഫോറിയയുടെ ചായ്‌വ് ഇടത്തോട്ടാണ്.

അസ്സൽ ആണിൽ ഒരു പെണ്ണ്

നമുക്ക് മനുഷ്യരെക്കുറിച്ച് അറിയാവുന്ന പല കാര്യങ്ങളും പരീക്ഷണശാലയിലെ ചുണ്ടെലികളിൽനിന്ന് പഠിച്ചതായതുകൊണ്ട് ഒരു കാര്യംകൂടി കൂട്ടിച്ചേർക്കാൻ സാഹസപ്പെടാം. അസ്സൽ ആണിൽ ഒരു പെണ്ണുണ്ട്. നല്ല ഉൽപ്പാദകരെന്ന് വിളിക്കാവുന്ന ആണെലികളുടെ ശരീരത്തിൽ പെണ്ണെലികളുടെ ലൈംഗിക ഹോർമോണുകളുണ്ട്.

ഒരു ഈസ്ട്രജൻ ലീല.

പെണ്ണിന്റേതെന്ന് തിരിച്ചറിയപ്പെട്ടിട്ടുള്ള ഈസ്ട്രജന്റെ അഭാവം പെണ്ണെലികളെ വന്ധ്യകളാക്കുമെന്ന കണ്ടെത്തലിൽ ഒരു പക്ഷേ ആശ്ചര്യമില്ല. പക്ഷേ, അതേ സാഹചര്യം ആണിൽ ചില വ്യത്യാസങ്ങളുണ്ടാക്കുമെന്നത് ഭൂരിഭാഗം ശാസ്ത്രനിരീക്ഷകരെ സംബന്ധിച്ചും അപ്രതീക്ഷിതമാണെന്ന് പറയാം. ശരീരത്തിൽ ഈസ്ട്രോജൻ ഇല്ലാത്ത ആണുങ്ങൾക്ക് ബീജോൽപ്പാദനശേഷിയെന്നല്ല സാധാരണ നിലക്കുള്ള ലൈംഗികോത്തേജനം പോലും ഉണ്ടാവാനിടയില്ലെന്ന് പുതിയഗവേഷണം. അവരിൽ അമ്പത് ശതമാനമെങ്കിലും സന്താനോൽപ്പാദനം സാദ്ധ്യമാവാത്തവർ.

ഇതെങ്ങനെ സംഭവിക്കുന്നു?

ഒരു ധാരണപ്പിശക്.

ആന്റ്രജൻ ഹോർമോണുകളെ ആണിന്റേതെന്നും ഈസ്ട്രജനുകളെ പെണ്ണിന്റേതെന്നും വക തിരിക്കലാണ് പതിവ് രീതി. സംശയാസ്പദമായ ഒരു വിഭജന രേഖയുടെ ചതി ഇവിടെ പ്രതീക്ഷിക്കാം.

മനുഷ്യരിലോ?

ഈസ്ട്രജൻ ഇല്ലാത്ത മനുഷ്യശരീരം ഒരു ആത്യന്തികതയാണ്. ഞാൻ ഇതെഴുതുമ്പോൾ ആകെ പത്ത് ഉദാഹരണങ്ങളേ ലോകവൈദ്യശാസ്ത്രത്തിന് അറിയാവൂ. അവയിൽ മൂന്നെണ്ണം ആണുങ്ങളുടേത്. പക്ഷേ, പത്തിൽപ്പത്തും ചുണ്ടെലികളുടെ കാര്യത്തിലെന്നതുപോലെ 'അബ്നോർമൽ' വളർച്ചക്കുള്ള ഉദാഹരണങ്ങൾക്കൂടിയാണ്. പ്രമേഹവും അമിതമായ കൊഴുപ്പുൽപ്പാദനവും ഇതിനുപുറമെ. ആണിൽ ശരിക്കും ഒരു പെണ്ണുവേണ്ടേ?

ആര് എങ്ങനെ ഓടുമെന്ന് നിശ്ചയിക്കുന്നത്

ഹിറ്റ്ലറെ താറുമാറാക്കിയതെന്ന് വിശേഷിപ്പിക്കപ്പെടുന്ന 1936-ലെ ഒളിമ്പിക്സിനുശേഷം ജെസി ഓവൻസ് എന്ന അമേരിക്കക്കാരനാണ് ഓരോ കറുത്ത ഓട്ടക്കാരനിലൂടെയും ഓടിക്കൊണ്ടിരിക്കുന്നത്. അതേ നീണ്ട കാലുകൾ, അതേ പാച്ചിൽ. ചരിത്രത്തിലെ മറ്റൊരു സ്റ്റീരിയോടൈപ്പ്. സത്യത്തിൽ കറുത്ത ഓട്ടക്കാർ മുഴുവനുമെന്നല്ല ആഫ്രിക്കയിലെ ഓട്ടക്കാർ മുഴുവൻപോലും ഓടുന്നത് ഒരുപോലെയല്ല. ഓട്ടത്തിന്റെ കാര്യത്തിൽ ഏറ്റവും ചുരുങ്ങിയത് രണ്ട് ആഫ്രിക്കകളെങ്കിലുമുണ്ട്.

കെനിയയുടെ കാര്യമെടുക്കുക.

റിഫ്റ്റ്‌വാലി പ്രദേശം.

പേരുകേട്ടാൽ തോന്നും നരവംശശാസ്ത്രജ്ഞന്മാർക്ക് എല്ലുകൾ കുഴിച്ചെടുക്കാൻ പറ്റിയൊരു സ്ഥലമാണെന്ന്. തോന്നലിൽ തെറ്റില്ല. മനുഷ്യരുടേയും മൃഗങ്ങളുടേയും ഫോസിലുകൾ യഥേഷ്ടമുള്ളതുകൊണ്ട് നരവംശത്തിന്റെ തൊട്ടിലെന്ന് പേരുകേട്ട ഇടമാണിത്. പക്ഷേ, സ്പോർട്സ് പ്രേമികൾക്ക് ഈ സ്ഥലം ആശ്ചര്യം നൽകുന്നതിന് ഒരു വ്യത്യസ്ത കാരണമുണ്ട്. ഒരു പ്രത്യേക മനുഷ്യക്കൂട്ടം. ഇവിടെ വിക്ടോറിയ തടാകത്തോട് ചേർന്നുകിടക്കുന്ന 'ഹൈലാൻഡ് റിം' എന്ന ഭാഗത്ത് ഒതുങ്ങിക്കഴിയുന്ന ചില ഗിരിവർഗ്ഗക്കാർ.

കലൻജീൻ.

ഒരു കാനേഷുമാരിക്കണക്കിൽ ഇക്കൂട്ടരുടെ എണ്ണം മുപ്പത് ലക്ഷത്തിൽ കവിയില്ല. പക്ഷേ, ആഗോളാടിസ്ഥാനത്തിലുള്ള ദീർഘദൂര ഓട്ടപ്പന്തയങ്ങളിൽ സമ്മാനം നേടിയവരിൽ 40 ശതമാനവും ഇവരാണ്.

ഒളിമ്പിക്സിലും ഇതര ലോക ചാമ്പ്യൻഷിപ്പ് മത്സരങ്ങളിലും 3000 മീറ്റർ, പാതി മാരത്തോൺ, മുഴുവൻ മാരത്തോൺ എന്നീ വിഭാഗങ്ങളിൽ ലോകത്തിലെ മറ്റെല്ലാ രാജ്യങ്ങളും ചേർന്ന്

നേടിയതിന്റെ മൂന്നുമടങ്ങാണ് കലൻജീൻ വർഗ്ഗത്തിന്റെ നേട്ടം. പിന്നെ ലോകത്തിലെ ഏറ്റവും മികച്ച ഇരുപത് ദീർഘദൂര ഓട്ടക്കാരിൽ പന്ത്രണ്ട് പേരും കലൻജീൻ ഓട്ടക്കാരാണ്.

കലൻജീൻ രഹസ്യമെന്ത്?

അത് ശരീരശാസ്ത്രപരമോ?

അതോ ഭൂമിശാസ്ത്രപരമോ?

ഒരു സിദ്ധാന്തം ഉയരങ്ങളെക്കുറിച്ചാവാം. ഉയരങ്ങളിലെ ഓട്ടക്കാർ ഒന്നുവേറെയാണ്. കടൽപ്പരപ്പിൽനിന്ന് 7000 അടി ഉയരത്തിലുള്ളതെങ്കിലും ചൂട്ടുപിടിച്ച് വരണ്ടൊരു ഭൂവിഭാഗമാണ് കലൻജീൻ സങ്കേതം. ഉയരങ്ങളിൽ ഓക്സിജൻ ഒരു കുള്ളൻ. താഴ്ന്ന വിതാനം. ഈ കമ്മി നികത്താൻ ശരീരശാസ്ത്രപരമായൊരു അനുയോജന തന്ത്രം വേണ്ടിവരും. അവിടത്തെ അന്തരീക്ഷവുമായി ജനിതകപ്പൊരുത്തം സാധിച്ച ശരീരങ്ങളിൽ പ്രാണവായു പേറുന്ന ചുവപ്പ് രക്താണുക്കളുടെ എണ്ണം അധികമാണ്. ആകയാൽ ഉയരങ്ങളിലെ ഓട്ടക്കാർ പന്തയത്തിൽ മത്സരിക്കാൻ ചുവട്ടിലെത്തുമ്പോൾ ഒരു അതിശയമുണ്ടാകുന്നു (അതിശയം എന്ന വാക്കിന്റെ രണ്ടർത്ഥങ്ങളിലും). ശരീരത്തിലെ അധികം ഓക്സിജൻ കാരണം കടൽനിരപ്പിലെ അന്തരീക്ഷത്തിൽ ജനിച്ചുവളർന്ന എതിരാളികളെ കവച്ചുവെക്കാൻ അവർക്ക് പ്രയാസമില്ല. ഉയർന്ന ശക്തിപ്രകടനം.

ചുരുങ്ങിയ ഹൃദയമിടിപ്പുകൾ.

ഡെന്മാർക്കിലെ ചില ശാസ്ത്രജ്ഞന്മാരാണ് നല്ല ശരീരഘടനക്കും മെലിഞ്ഞ കാലുകൾക്കുമപ്പുറത്ത് കലൻജീൻ ഓട്ടക്കാരുടെ ചില പ്രത്യേകതകൾ പരിശോധിച്ചറിഞ്ഞത്. ദീർഘദൂര ഓട്ടങ്ങളെ സംബന്ധിച്ച് മണിക്കൂറിൽ പതിനഞ്ച് നാഴിക (15 എം. പി. എച്ച്) നല്ല വേഗമാണ്. അത്രയും വേഗം ഓടിക്കഴിഞ്ഞാൽപ്പോലും അവരുടെ ഹൃദയമിടിപ്പുകളുടെ നിരക്ക് അസാധാരണമാംവിധം താണതാണ്. ഡെന്മാർക്കിലെ തന്നെ മികച്ച ഓട്ടക്കാരുമായുള്ള താരതമ്യമാണിത്. ഓക്സിജനെ ഊർജ്ജമാക്കി മാറ്റാൻ കഴിവുള്ള പേശീനാരുകളുടെ (ഫൈബറുകളുടെ)കാര്യത്തിലും കലൻജീൻ ഓട്ടക്കാർ അതിശയിക്കുന്നു. ഇതൊരു നിർണ്ണായക സവിശേഷതയാണ്.

നേർത്ത കാലുകൾ.

ഭൂഗുരുത്വത്തോട് എത്രയും അടുത്തിരിക്കുന്നുവോ അത്രയും ചുരുക്കം ഊർജ്ജം മതി. ഒരു ഭാരത്തെ ചലിപ്പിക്കാൻ നെരിയാണിയുടെ ഭാഗത്ത് 50 ഗ്രാം തൂക്കം ചുരുങ്ങിയാൽ ഓക്സിജൻ ഉപയോഗം ഒരു ശതമാനം കുറക്കാം. കലൻജിൻ ഓട്ടക്കാരുടെ കീഴ്ക്കാലുകളിൽ മാംസം ആപേക്ഷികമായി 400 ഗ്രാം ചുരുക്കമാണ്. അങ്ങനെ കണക്കുകൂട്ടി വരുമ്പോൾ, ഒരു കെന്യക്കാരൻ ഓടുമ്പോൾ

എട്ട ശതമാനം ഓക്സിജൻ മിച്ചമുണ്ടാകുന്നു, ഓരോ കിലോമീറ്ററിലും. ഇതോടൊപ്പം അന്യോന്യബന്ധമുള്ള രണ്ട് കാര്യങ്ങൾ പരിഗണിക്കണം.

പേശീനാരുകളുടെ പ്രകൃതം

ഓട്ടത്തിന്റെ പ്രകൃതം.

എല്ലാ കായികാഭ്യാസികളുടെയും കാര്യത്തിലെന്നതുപോലെ ഓട്ടക്കാരുടെ കാര്യത്തിലും, കായിക പ്രാപ്തി, മാനസിക സമീപനം, പരിശീലനരീതി എന്നീ ഘടകങ്ങൾ വളരെ പ്രധാനമാണെങ്കിലും പേശീനാരുകളുടെ പ്രകൃതം ഒരാൾക്ക് സാദ്ധ്യമായ ഓട്ടത്തിന്റെ പ്രകൃതം തന്നെ മാറ്റുന്നു. കാരണം രണ്ടുതരം പേശീനാരുകൾ മനുഷ്യശരീരത്തിലുണ്ട്. പെട്ടെന്നുള്ള ച്ചുരുങ്ങൽ സാദ്ധ്യമായ ഫാസ്റ്റ് ട്വിച്ച് നാരുകൾ. പതുക്കെ മാത്രം അത് സാദ്ധ്യമായ സ്ലോ ട്വിച്ച് നാരുകൾ. ആദ്യത്തേതിന് വേഗമുണ്ടെങ്കിലും ഏറെനേരം തുടരാനാവില്ല. രണ്ടാമത്തേതിന് വേഗമില്ലെങ്കിലും വളരെ നേരം പിടിച്ചുനിൽക്കാൻ കഴിയും. ഇവയിൽ ഏതെങ്കിലുമൊന്നിന്റെ ആധിക്യം ഒരു ജനിതക സിദ്ധിയാണ്. സ്ലോ ട്വിച്ച് നാരുകളുടെ നീണ്ട്നിൽക്കുന്ന ശക്തിയാണ് ഒരു മികച്ച മാറത്തോൺ ഓട്ടക്കാരന്റെ ശക്തി. മറിച്ച് 100 മീറ്റർ സ്പ്രിന്റ് പോലുള്ള ചെറുദൂര ഓട്ടങ്ങൾക്കാവശ്യമായ വേഗം ഫാസ്റ്റ് ട്വിച്ച് നാരുകളുടെ സംഭാവനയാണ്.

ഓവൻസിലേക്ക് മടങ്ങുക.

ആഫ്രിക്കയിലെ ഓട്ടക്കാർ മുഴുവൻ ഒരുപോലെയല്ലെന്ന് തുടക്കത്തിൽ പറഞ്ഞു. ആ ഭൂഖണ്ഡത്തിൽ കലൻജീൻ സമൂഹത്തെപ്പോലുള്ള കിഴക്കന്മാരിൽ സ്ലോ ട്വിച്ച് നാരുകൾ കൂടുതൽ. തൊണ്ണൂറ് ശതമാനവും. പടിഞ്ഞാറന്മാരാകട്ടെ ഫാസ്റ്റ് ട്വിച്ച് നാരുകളുടെ സ്വാധീനത്തിലാണ്. കിഴക്കന്മാർ മാറത്തോൺ ചാമ്പ്യന്മാർ. പടിഞ്ഞാറന്മാർ സ്പ്രിന്റ് ചാമ്പ്യന്മാർ. 1936 ലെ വിഷയങ്ങളിൽ ജെസി ഓവൻസിന്റെ ശക്തി പടിഞ്ഞാറിന്റെ ജനിതകമായിരുന്നു.

കല്ല്, കടലാസ്, കത്തിരി: വൈദ്യശാസ്ത്രവിദ്യാർത്ഥികൾക്ക് ഒരു കുട്ടിക്കളി

ഒരു നോവലിലെ കഥാപാത്രമായ സീസർ എന്ന പോക്കറ്റടിക്കാരൻ പറയുന്നു: എന്റേതൊരു സിസേറിയൻ പിറവിയായതുകൊണ്ടാണ് എനിക്കീ പേര് കിട്ടിയത്. എന്നുവെച്ചാൽ അവരെന്നെ എന്റെ അമ്മയുടെ ഗർഭപാത്രത്തിൽനിന്ന് പോക്കറ്റടിക്കുകയായിരുന്നു. ഇത് വിദഗ്ദ്ധമായി കത്തിരി ഉപയോഗിക്കാൻ അറിയാവുന്ന ഒരാളുടെ വിരലുകളെ ചൂണ്ടുന്നു. സത്യത്തിൽ കത്തിരി പ്രയോഗം ഉപജീവനമാർഗ്ഗമായ ശസ്ത്രക്രിയാ വിദഗ്ദ്ധന്മാരെയും ക്ഷുരകന്മാരെയും തയ്യൽക്കാരെയും ചിത്രസംയോജകരെയും ഒന്നിപ്പിക്കുന്നൊരു കാര്യമുണ്ട്. പണിയുപകരണമല്ല സൂചിപ്പിക്കുന്നത്. ഒരർത്ഥത്തിൽ കർണ്ണന് കവചകുണ്ഡലങ്ങളെന്നതുപോലെ, അവർക്ക് ജന്മസിദ്ധമായൊരു കത്തിരിയുണ്ട്

രഹസ്യം ഒരാംഗ്യത്തിൽ

വിരലുകൾ ഒരു കത്തിരി.

കത്തിരികൊണ്ട് കടലാസ് വെട്ടുന്ന ആംഗ്യം ആർക്കുമാകാം. പക്ഷേ, ശരീരങ്ങൾ കീറി തൊഴിൽ പഠിക്കുന്ന ശസ്ത്രക്രിയാ വിദഗ്ദ്ധരുടെ കാര്യത്തിൽ അതിനൊരു പ്രത്യേകാർത്ഥമുണ്ട്. വളരെ പഴക്കമുള്ളതും ലോകത്തിൽ പലേടങ്ങളിലും കുട്ടികൾ കളിക്കുന്നതുമായൊരു കളിയുമായി അതിനെ ബന്ധപ്പെടുത്തിനോക്കാം. തലയോ വാലോ എന്ന് ചോദിച്ച് ഒരു നാണയം മുകളിലേക്ക് എറിയുന്നതുപോലുള്ള ഒരു ഏർപ്പാടാണിത്. ഈ കളിയിലെ ചോദ്യം കല്ലോ, കടലാസോ, കത്തിരിയോ? മൂന്നുതരം ആംഗ്യങ്ങൾക്കുള്ള പേരുകളാണിവ. ടോസ് ചെയ്യുന്നതിനുപകരം രണ്ടുപേർ നേർക്കുനേർക്കു കൈ നീട്ടി ഇവയിൽ ഒരു ആംഗ്യം കണിക്കുന്നു. റോക്ക്, പേപ്പർ,

ആന്റ് സിസേഴ്സ് (RPS). ഇതിനുവേണ്ടി നിലകൊള്ളുന്നൊരു ആഗോള സംഘടന തന്നെയുണ്ട്. നിയമാവലിയുണ്ട്. വിശദാംശങ്ങളിലേക്ക് കടക്കുന്നില്ല. ആംഗ്യങ്ങൾ പരിശോധിക്കാം.

കല്ല്: വിരലുകൾ ചുരുട്ടിപ്പിടച്ചുണ്ടാക്കുന്ന മുഷ്ടി, പെരുവിരൽ മറ്റു നാലു വിരലുകൾക്കിടയിൽ മറയരുത്. പുറത്തു കാണണം.

കടലാസ്:

അഞ്ചുവിരലുകളും നിവർത്തി ചേർത്തുപിടിച്ച പട്ടതിയിലുള്ള കൈപ്പടം, കൈനോട്ടക്കാരന് കൈ കാണിച്ചുകൊടുക്കുന്നതുപോലെ തിരശ്ചീനം.

ഹിന്ദുദൈവങ്ങൾ അനുഗ്രഹിക്കുന്നതുപോലെ കുത്തനെയും മടങ്ങിയും ആകരുതെന്നർത്ഥം.

കത്തിരി:

ഒരു മുഷ്ടിയിൽനിന്ന് ചൂണ്ടുവിരലും നടുവിരലും നിവർത്തൽ. ഈ വിരലുകൾക്കിടയിൽ മുപ്പതോ നാൽപ്പതോ ഡിഗ്രി അകലം.

കല്ല് കത്തിരിക്കെതിരെ ജയിക്കുന്നു, കടലാസിനെതിരെ തോൽക്കുന്നു. കടലാസ് കല്ലിനെതിരെ ജയിക്കുന്നു, കത്തിരിക്കെതിരെ തോൽക്കുന്നു. കത്തിരി കടലാസിനെതിരെ ജയിക്കുന്നു, കല്ലിനെതിരെ തോൽക്കുന്നു. രണ്ടുപേരും ഒരേ ആംഗ്യം കാണിച്ചാൽ കളി ആവർത്തിക്കുന്നു. വേൾഡ് ആർപിയെസ് ഉപദേശിക്കുന്നു: ചുമ്മാ തോന്നിയതുപോലെ ആംഗ്യങ്ങൾ കാണിക്കാതിരിക്കുക. മനഃശാസ്ത്രപരമായൊരു അടവ് സ്വീകരിക്കുക.

ഇത്ര വിവരണമെന്തിന്?

ഇതിലെവിടെ ശാസ്ത്രം?

ഒരു കുട്ടിക്കളിയിലുള്ള താൽപ്പര്യത്തിന് രോഗനിർണ്ണയ വൈദഗ്ധ്യത്തോളം വളരാം. പക്ഷേ, വിരലുകളുടെ പ്രവർത്തനത്തിനും ഏകോപനത്തിനും പിന്നിലുള്ള പേശികളുടേയും ഞരമ്പുകളുടേയും സങ്കീർണ്ണസംവിധാനം കുട്ടിക്കളിയല്ല. അത് മനഃപാഠമാക്കാൻ വൈദ്യശാസ്ത്ര വിദ്യാർത്ഥികൾ പാടുപെടുന്നു. പൊതുവേ കൈയിൽ പരിക്കോ ആഘാതമോ ഏറ്റ് ആശുപത്രിയിൽ എത്തുന്നവരെ ആദ്യമായി പരിശോധിക്കുന്ന ജൂനിയർ ഡോക്ടർമാർക്കുപോലും ഇക്കാര്യത്തിൽ അവഗാഹമില്ലെന്ന് ഒരു നിരീക്ഷണമുണ്ട്. റോക്ക് പേപ്പർ സിസ്സേഴ്സ് എന്ന പേരിലൊരു ആധികാരിക ലേഖനമെഴുതാൻ റോയൽ ലണ്ടൻ ഹോസ്പിറ്റലിലെ വലിയൊരു വിദഗ്ദ്ധനെ പ്രേരിപ്പിച്ചത് ഈ അവസ്ഥയായിരുന്നു. കൈകളെ പ്രവർത്തിപ്പിക്കുന്ന മൂന്ന് പ്രധാന സ്നായുക്കളെ (median, radial, and ulnar nerves)ക്കുറിച്ച് ജൂനിയർ ഡോക്ടർമാർക്കുള്ള അറിവ് ഒരു പരീക്ഷയിലൂടെ മനസ്സിലാക്കാൻ ഡോക്ടർ എ. ഡബ്ല്യൂ ഡേവിഡ്സൻ ശ്രമിച്ചു. ആർക്കും

അമ്പത് ശതമാനത്തിലധികം മാർക്ക് കിട്ടിയില്ല. ശരാശരി മുപ്പത് ശതമാനം. ഡോ. ഡേവിഡ്സന്റെ വിവരണം ഒരു കുട്ടിക്കളിയിലെ മൂന്ന് നീക്കങ്ങളെ മേൽപ്പറഞ്ഞ മൂന്ന് ഞരമ്പുകളുമായി ബന്ധിപ്പിച്ചു.

ഒരു ഞരമ്പ് കല്ല്.

രണ്ടാമത്തേത് കടലാസ്.

മൂന്നാമത്തേത് കത്തിരി.

വിരലുകൾ കൂട്ടിപ്പിടിച്ച് മുഷ്ടിയാക്കി കളിയിലെ കല്ലിന്റെ ആംഗ്യം ഉണ്ടാക്കുന്നത് മീഡിയൻ എന്ന ഞരമ്പാണ്. മുഷ്ടിവിടർത്തി വിരലുകളെല്ലാം നിവർത്തിപ്പിടിച്ച് കളിയിലെ കടലാസുണ്ടാക്കുന്നത് റേഡിയൽ ഞരമ്പ്. മുഷ്ടിയിൽനിന്ന് ചൂണ്ടുവിരലും നടുവിരലും മാത്രം നിവർത്തി കത്തിരിയുടെ ആംഗ്യമുണ്ടാക്കുന്നത് ഉൾനർ ഞരമ്പ്.

രോഗനിർണ്ണയം എളുപ്പം.

കൈയിൽ പരിക്കോ ആഘാതമോ ഏറ്റുവരുന്ന രോഗിയോട് പറയുക ആർപിയെസിലെ മൂന്ന് ആംഗ്യങ്ങളും കാണിക്കാൻ. ആർക്കുമാവാം ഈ രസികൻകളി. ആരോടെങ്കിലുമൊപ്പം ഇടക്കിടെ കല്ലും കടലാസും കത്തിരിയും കളിക്കുക. മൂന്നിൽ ഏതെങ്കിലും ഒരാംഗ്യം അനായാസമല്ലാതെ വന്നാൽ വൈദ്യസഹായം തേടുക.

ചീവീടുകൾ രാഷ്ട്രീയക്കാരല്ലാത്തതിനാൽ

ചീവീടുകൾ രാഷ്ട്രീയക്കാരല്ല. രാഷ്ട്രീയക്കാർ ചീവീടുകളുമല്ല. എങ്കിലും ഒച്ച തൊടുക്കുകയും എടുക്കുകയും ചെയ്യുന്ന കാര്യത്തിൽ രണ്ട് കൂട്ടരേയും തട്ടിച്ചുനോക്കുക കൗതുകകരമായിരിക്കും. ഇവരിൽ ആർ ആരെയാണ് പിന്തുടരേണ്ടത്? ഒരു ചിറകിന്റെ വക്ക് മറുചിറകിന്മേൽ ഉരച്ച് ശബ്ദമുണർത്തുന്ന ഫിഡിൽ വായനക്കാരാണ് ചീവീടുകൾ. പക്ഷേ, ആർക്കുവേണ്ടിയും അവ രണ്ടാം ഫിഡിൽ വായിക്കാറില്ല. എങ്കിലും

കരച്ചിൽ പരിഗണിക്കുക.

സന്ദർഭം നിർണ്ണായകം.

പടിഞ്ഞാറിലെ മിക്ക നാടുകളിലും ചീവീടിന്റെ കരച്ചിൽ ഒരു സന്തോഷ സൂചനയാണ്. ആളുകൾ വർഷംതോറും കാത്തിരിക്കുന്ന വേനലിന്റെ വരവിന്റെ ഭാഗമാണത്. ഇന്ത്യയിലെ നാട്ടിൻപുറങ്ങളിൽ ജനിച്ചു വളർന്നവർക്കാകട്ടെ കുട്ടിക്കാല ഓർമ്മകളുടേയും ഗൃഹാതുരത്വത്തിന്റെയും ഏറ്റവും ഹൃദ്യമായൊരു വിശദാംശമാണത്. ലോകം മുഴുവൻ ആരാധകരുള്ളൊരു മ്യൂസിക് ബാന്റിന്റെ കാര്യമാണ് പറയുന്നത്. പക്ഷേ, എങ്ങനെയോ നിങ്ങളുടെ കിടപ്പറയിൽ എത്തിപ്പെട്ടൊരു ഒറ്റയാൻ ചീവീടിന്റെ കരച്ചിൽ നിങ്ങളുടെ ഉറക്കത്തിലെ ഈർച്ചവാളാകാം. അപ്പോൾ നിങ്ങൾ വിചാരിച്ചേക്കാം വെറും ചിറകുകൾ കൂട്ടിയുരച്ച് ഇത്രയും ഉച്ചത്തിൽ ശബ്ദമുണ്ടാക്കാൻ ഒരു ചെറുജീവിക്ക് കഴിയുന്നതെങ്ങനെ? അതിലുപരി ചീവീടിന്റെ ഒച്ച ചീവീടുതന്നെ സഹിക്കുന്നതെങ്ങനെ?

ബഗ്ഗിംഗ് യു

ബഗ്ഗിംഗ് യു

പറഞ്ഞുവരുമ്പോൾ രാഷ്ട്രീയക്കാരെങ്ങനെയാണ് അവരുണ്ടാക്കുന്ന ശബ്ദകോലാഹലങ്ങൾ മുഴുവൻ സഹിക്കുന്നത്? മൈക്കിന് പിന്നിലുള്ളവരുടെ ചെവി പ്രശ്നങ്ങൾ ഉച്ചഭാഷിണികളെ നേരിടുന്നവരുടേതിന് തുല്യമല്ലെന്ന് പറയാം. രണ്ടാമത്തെ കൂട്ടരുടെ

യാതനകളുടെ നേർക്ക് ഒന്നാമത്തെ കൂട്ടർ ബധിരരാണെന്നും പറയാം. ചീവിടുകൾ ഇക്കാര്യത്തിൽ വ്യത്യസ്തത പുലർത്തുന്നു. വിശേഷബുദ്ധി ഉണ്ടായിരുന്നെങ്കിൽപ്പോലും തന്റെ കരച്ചിൽ ആളുകളെ ഉപദ്രവിക്കയാണെന്ന് തിരിച്ചറിയാനാവാത്ത ജീവികളാണവർ. അവരുടെ ശ്രുവണവ്യവസ്ഥ തനതാണ്.

പാതി ബാധിര്യം.

നിയന്ത്രിത ബാധിര്യം.

ഇണയെ പ്രീണിപ്പിക്കാനും, തന്റെ സാമ്രാജ്യത്തിലേക്ക് നുഴഞ്ഞുകയറാൻ തുനിയുന്നവരെ ഭീഷണിപ്പെടുത്താനും, വിപത് സൂചനകൾ നൽകാനും മറ്റും ചീവീടുകൾക്കുള്ള വിനിമയോപാധിയാണ് ആ ഒച്ചയെന്ന് പഠിച്ചുപോന്നിട്ടുള്ള പ്രകൃതിനിരീക്ഷകരെ ഇത് ആശ്ചര്യപ്പെടുത്തും. ചീവീടുകൾക്ക് സ്വന്തം ഒച്ച കേൾക്കാനാവില്ല. കേംബ്രിഡ്ജ് സർവശാസ്ത്രശാലയിലെ വിദഗ്ദ്ധരാണിത് പറയുന്നത്. ശബ്ദവിനിമയത്തിൽ ഏർപ്പെട്ട ചീവീടുകളുടെ മസ്തിഷ്കപ്രവർത്തനങ്ങൾ ഇലക്ട്രോഡുകളുടെ സഹായത്തോടെ പഠിക്കുമ്പോഴാണ് അവർ ഈ കണ്ടെത്തൽ നടത്തിയത്.

ഇതെങ്ങനെ സാദ്ധ്യമാകുന്നു?

ഇതിന്റെ പ്രയോജനമെന്ത്?

സ്വന്തം ഒച്ച കേൾക്കാൻ സാദ്ധ്യമല്ലാത്തൊരു ജീവി ചുറ്റുപാടുകളിലെ ഒച്ചകൾ പ്രത്യേകിച്ചും മറ്റു ചീവീടുകളുടെ ശബ്ദസംജ്ഞകൾ കേൾക്കുന്നതെങ്ങനെ? ഈ അവസ്ഥയിൽ വിനിമയത്തിന്റെ ആവശ്യമെന്ത്? ഇവിടെയാണ് നിയന്ത്രിത ബാധിര്യം എന്ന സങ്കൽപ്പം ഒരു വിശദീകരണമാവുന്നത്. തന്റെ ശബ്ദം താൻ തന്നെ കേൾക്കുന്നത് ഒരു ചീവീടിന്റ സിരാഘടന തടയുന്നു. തനിക്ക് ഒച്ചയുണ്ടാക്കാൻ കഴിയുക, അതിന്റെ അർത്ഥം തന്റേതായ രീതിയിൽ അറിയാൻ കഴിയുക, പക്ഷേ ആ ഒച്ച കേൾക്കാതിരിക്കുക. ഒരർത്ഥത്തിൽ ഒരനുഗ്രഹീതാവസ്ഥയാണത്. സ്വശബ്ദം മുഴങ്ങാത്ത ചെവികളിലെ മൗനത്തിൽ അന്യശബ്ദങ്ങൾ കൂടുതൽക്കൂടുതൽ സ്പഷ്ടമാകും. അങ്ങനെ സാഹചര്യത്തെക്കുറിച്ച് കൂടുതൽ ഉണർവുണ്ടാകും. സ്വന്തം ശബ്ദമാധുര്യം തലക്ക് പിടിച്ചത്കൊണ്ടാണോ മറ്റുള്ളവരുടെ ഒച്ചകൾ രാഷ്ട്രീയക്കാർ കേൾക്കാത്തത്? അതൊരു നല്ല അവസ്ഥയാണോ?

ഇനി പറയുക ആർ ആരെയാണ് പിന്തുടരേണ്ടത്? ചീവീടുകൾ രാഷ്ട്രീയക്കാരെയോ, രാഷ്ട്രീയക്കാർ ചീവീടുകളേയോ?

"I paint forms as I think, not as I see"
-Pablo Picasso.

ക്യൂബിസം ഉണ്ടാകുന്നതിനു മുമ്പ് തലവേദനയുണ്ടായിരുന്നു

സ്പെയിനിൽ എവിടെയെങ്കിലും പിക്കാസോയുടെ ചിത്രങ്ങൾ പ്രദർശിപ്പിക്കുന്ന ഒരിടത്ത് "കരയുന്ന സ്ത്രീ" (The Weeping Woman)കണ്ടാൽ നമുക്ക് പലതും ചിന്തിക്കാനുണ്ടാകും. സാങ്കേതികം, കോൺ വിദ്യകൾ, കുത്തനെയുള്ള വെട്ടുകൾ, അവയവ സ്ഥാനമാറ്റങ്ങൾ, പൊതുവെ ചില രൂപവൈകല്യങ്ങൾ, പിന്നെ രാഷ്ട്രീയം. 'കരയുന്ന സ്ത്രീ' ആകെയൊരു കരച്ചിലല്ല. അവൾ ഫ്രാൻകോയുടെ വെറുമൊരു ഇരയുമല്ല. അവളുടെ നാവൊരു ചാട്ടയടി. നിലവിലുള്ളൊരു ദുരവസ്ഥയോട് ശക്തമായി പ്രതികരിക്കാൻ പിക്കാസോ കണ്ടെത്തിയ ഉപാധിയാണവൾ, മറ്റും മറ്റും. പക്ഷേ, "കരയുന്ന സ്ത്രീ" കണ്ടപ്പോൾ മൈക്കേൽ ഫെറാറിക്ക് തോന്നിയത് മറ്റൊന്നാണ്. ഒരു ശാരീരിക വേദനാചിത്രം.

മൈഗ്രേൻ ബാധ

ചെന്നിക്കുത്തുള്ളവർ

നീതർലാൻഡ്സിലെ ലൈഡൻ യൂനിവേഴ്സിറ്റിയിലെ ഫെറാറി സിരാശാസ്ത്ര വിദഗ്ദ്ധനാണ്. പിൽക്കാലത്ത് അദ്ദേഹം ലോകപ്രശസ്തമായ ഒരു സംഘടനയോട് പിക്കാസോയുടെ പെയിന്റിംഗുകളെയും തലവേദനയേയും കുറിച്ച് സംസാരിക്കാൻ പോകുന്നു. ബാർസിലോണയിലെ പിക്കാസോ മ്യൂസിയം സന്ദർശിച്ച ഫെറാറി ശ്രദ്ധിക്കയായിരുന്നു 'കരയുന്ന സ്ത്രീ'യുടെ പല ഭാഷ്യങ്ങളിൽ മാത്രമല്ല മേരി തെരേസാ വാൾട്ടറെക്കുറിച്ചുള്ള ചിത്രങ്ങളിലും 'ഹാറ്റ്' ധരിച്ച സ്ത്രീ'യുടെ ചിത്രത്തിലും മറ്റുമായി. 1937-38 വർഷങ്ങളിൽ പിക്കാസോ സ്വീകരിച്ച ആഖ്യാനരീതി പരന്ന ദ്വിമാന മുഖങ്ങൾ. ഒരു മുഖം കുത്തനെ രണ്ടായി മുറിച്ച് അതിന്റെ ഇടത്തേപാതി അൽപ്പം മുകളിലേക്ക്

നീക്കുക. അങ്ങനെ സാദ്ധ്യമാകുന്ന അവയവ സ്ഥാനമാറ്റങ്ങൾ, വൈകല്യങ്ങൾ. പെയിന്റിംഗിന്റെ ലോകത്തിന് പുറത്തുവെച്ച് പരിചയപ്പെട്ട മുഖങ്ങളും രൂപങ്ങളും തന്നേയല്ലേ ഇവ? ഈ മ്യൂസിയത്തിൽ ഒതുങ്ങുമോ പിക്കാസോ?

എത്രയെത്ര പിക്കാസോമാർ ?

എത്ര തലവേദനക്കാർ!

ദ മൈഗ്രേൻ ട്രസ്റ്റ് എന്ന സംഘടന ഉപയോഗിച്ച അതിശക്തമായൊരു ബിംബമുണ്ട്. പിക്കാസോയുടെ ശിരസ്സ് മുഖഭാഗത്തുനിന്ന് കുത്തനെ രണ്ടായി ഈർന്ന് മുറിച്ചിരിക്കുന്നു. നീണ്ടൊരു ഇരുമ്പ്കമ്പി രണ്ട് പാതികളിലൂടെയും തുളച്ചുകയറിയിരിക്കുന്നു. അത് സൂചിപ്പിക്കുന്നത് ഒരു മൈഗ്രേൻ രോഗി അനുഭവിക്കുന്ന വേദനയുടെ തീവ്രത മാത്രമല്ല. ആകൃതികൂടിയാണ്. 'പകുതിത്തല' എന്നർഥം വരുന്നൊരു ധാതുവാണ് മൈഗ്രേൻ എന്ന വാക്കിന്റെ ഉറവിടത്തിലുള്ളത്. വേദന പലപ്പോഴും ഏകപക്ഷീയം. കാരണം മിക്കപ്പോഴും മസ്തിഷ്കത്തിന്റെ പിന്നിൽ ഒരു വശവുമായി ബന്ധപ്പെട്ട ധമനികളാണ് ബാധിതം. അവിടെ പ്രവർത്തിക്കുന്നത് മസ്തിഷ്കത്തിന്റെ ദൃശ്യവിഭാഗമാണ്. അങ്ങനെ ബാധിതരുടെ ദൃശ്യങ്ങൾ വക്രീകൃതമാകുന്നു. അതേ, വേദനയുടെ ഉച്ചിയിൽ മൈഗ്രേൻ രോഗി കാണുന്ന മുഖങ്ങൾ ചിലപ്പോൾ പിക്കാസോ വരച്ച ക്യൂബിസ്റ്റ് പെൺമുഖങ്ങളാണ്. കുത്തനെ രണ്ടായി മുറിഞ്ഞും ഇടത്തേപ്പാതി അൽപ്പം മുകളിലേക്കായും.

കൊല്ലുന്ന രേഖീയം

മൈഗ്രേൻ ക്യൂബിസം.

ബാർസിലോണയിലെ പ്രദർശനം കണ്ടതിനുശേഷം മൈക്കേൽ ഫെറാറിയും സഹപ്രവർത്തകരും വർഷങ്ങളോളം നീണ്ടുനിന്നൊരു ഗവേഷണത്തിൽ ഏർപ്പെട്ടു. വേദനയുടെ സമയത്തുള്ള കാഴ്ചയിലെ പ്രത്യേകതകളും ക്രമക്കേടുകളും സംബന്ധിച്ച വിവരങ്ങൾ ഒട്ടേറെ മൈഗ്രേൻ രോഗികളിൽനിന്ന് ഈ ഗവേഷകർ ശേഖരിച്ചു. രോഗികളിൽ പലരും അവരുടെ അനുഭവങ്ങൾ കൂടുതൽ കൃത്യമായി വിവരിക്കാൻ ചിത്രങ്ങൾ വരച്ചുകാണിച്ചു. അമ്പരപ്പിക്കുന്ന സാദൃശ്യമാണ് ഈ ചിത്രങ്ങൾക്കും പിക്കാസോയുടെ ചില ചിത്രങ്ങൾക്കും തമ്മിലുള്ളത്. മറ്റാരെക്കാളുമധികം തന്റെ പ്രത്യേക ദൃശ്യാനുഭവങ്ങൾക്ക് ആവിഷ്കാരം നൽകിയ കലാകാരൻ പിക്കാസോ ആണെന്ന് ഒരു മൈഗ്രേൻ രോഗിക്ക് വേണമെങ്കിൽ പറയാം.

ഇതിലെ സൂചനയെന്ത്?

പിക്കാസോക്ക് മൈഗ്രേൻ?

രോഗനിർണ്ണയ ചരിത്രത്തിൽ ഏറ്റവും ആദ്യം തിരിച്ചറിയപ്പെട്ട

ശാരീരികപ്രശ്നങ്ങളിലൊന്നാണ് മൈഗ്രേൻ. ജൂലിയസ് സീസറുടെ കാലത്തെ വൈദ്യശാസ്ത്രത്തിന് അത് പരിചിതമായിരുന്നു. സീസർ ഒരു മൈഗ്രേൻ രോഗിയായിരുന്നു. അപാരമായ ചില കേൾവികളാണ് ജോൻ ഓവ് ആർക്കിനെ തന്റെ ഐതിഹാസിക അന്ത്യത്തിലേക്ക് തുരത്തിയതെങ്കിലും അവരും മൈഗ്രേനിന്റെ ഇരയായിരുന്നു. പിന്നെ ഓരോരുത്തർ തയാറാക്കിയ പട്ടികകളനുസരിച്ച് ലോകപ്രശസ്തരായ മൈഗ്രേൻ രോഗികളുടെ കൂട്ടത്തിൽ സീസർക്കൊപ്പം ക്ലിയോപാട്രയുമുണ്ട്, മഹാനായ പീറ്ററുണ്ട്, യുളീസസ് ഗ്രാന്റും വെർജീനിയ വൂൾഫുമുണ്ട്. കാൾ മാർക്സും ബെർനാഡ് ഷായുമുണ്ട്. മാർഗ്ഗറിറ്റ് രാജകുമാരിയുണ്ട്.

കൂട്ടത്തിൽ പിക്കാസോയും?

ഇല്ല. പിക്കാസോയെ സംബന്ധിച്ച ജീവചരിത്ര രേഖകളിലൊന്നും മൈഗ്രേൻബാധയെക്കുറിച്ച് സൂചനയില്ല. മറിച്ച് കലാ ചരിത്രരേഖകളിൽ, പിക്കാസോച്ചിത്രങ്ങളിലെ വിഘടിത മുഖങ്ങളിൽ ആഫ്രിക്കയുടെ കലാരൂപങ്ങൾ ചെലുത്തിയ സ്വാധീനത്തെക്കുറിച്ച് പലതും പറയുന്നുണ്ട്. അപ്പോൾ എവിടെയാണ് പ്രശ്നം. ഇവിടെയൊരു വിശദീകരണം ആവശ്യമാണ്. വളരെ സാമാന്യമായാണ് ഇതുവരെ മൈഗ്രേനെപ്പറ്റി ഞാൻ പറഞ്ഞത്. വിശദാംശങ്ങളിലേക്ക് കടന്നാൽ, അതിനെ അഞ്ച് ദശകളിലായി കാണുന്നൊരു ആധികാരിക നിരീക്ഷണം കാണാം. എല്ലാ മൈഗ്രേൻ രോഗികളും ഈ അഞ്ചുദശകളും ഒരേപോലെ അനുഭവിച്ചറിഞ്ഞിരിക്കണമെന്നില്ല. അഞ്ചിൽ ഒന്നാണ് മൈഗ്രേൻ ഓറ. വികലക്കാഴ്ചകൾ ഓറയുടെ വകുപ്പിൽ പെടുന്നു. മൈഗ്രേനിന്റെ വേദനയില്ലാതെത്തന്നെ ദൃശ്യങ്ങളിൽ ഒരു തിരശ്ചീന വിച്ഛേദം (വെർട്ടിക്കൽ സ്പ്ലിറ്റ്) ഉണ്ടാവുന്ന അവസ്ഥ സാദ്ധ്യമാണെന്നർത്ഥം. പിക്കാസോയുടെ സിരാഘടനയിലെ സ്വാധീനം ഓറ ആയിരുന്നെങ്കിൽ ജീവചരിത്രങ്ങളിൽ അത് കടന്ന് കൂടണമെന്നില്ല.

ക്യൂബിസത്തെപ്പോലെ ഇത്രമേൽ ചിത്രകലയെ സ്വാധീനിച്ചൊരു പ്രസ്ഥാനം വെറും ഒരു തരം തലവേദനയുടെ സൃഷ്ടിയാണെന്ന് പറയുക അസംബന്ധമാവും. പക്ഷേ, പിക്കാസോയുടേതെന്ന് സ്കൂൾ കുട്ടികൾക്കുപോലും തിരിച്ചറിയാൻ കഴിയുന്നൊരു ദൃശ്യശൈലിയിൽ മൈഗ്രേനിന്റെ സ്വാധീനം കണ്ടില്ലെന്ന് നടിക്കാനാവില്ല. ക്യൂബിസത്തിനുമുമ്പ് മൈഗ്രേൻ ഉണ്ടായിരുന്നു.

ഉർവ്വരതയും സമ്മാനകാലങ്ങളും ഒരു സമവാക്യത്തിൽ

മെഴുകുതിരിയുടെ വെളിച്ചത്തിൽ അത്താഴം (നാളത്തിന് ഹൃദയത്തിന്റെ ആകൃതിയോ തുടുപ്പോ?), ഒരു പുത്തൻ പൂങ്കുല, അപ്രതീക്ഷിതമായൊരു സമ്മാനം. അസാധാരണ മാർദ്ദവമോ ഉള്ളിൽതട്ടുന്ന പരിഗണനയോ പ്രകടമായ ചില വാക്കുകൾ. എല്ലാം ഹൃദ്യമായ റൊമാൻസിന്റെ ബിംബങ്ങൾ, ചേഷ്ടകൾ. ആധുനിക സമൂഹങ്ങൾക്കെല്ലാം പരിചിതമായ പ്രണയ/ദാമ്പത്യ ആചാരങ്ങൾ. പക്ഷേ,

ഇവിടെ മറ്റൊന്നുണ്ടോ?

പരിണാമ ദൃഷ്ടിയിൽ?

വർഷങ്ങൾക്കുമുമ്പ് കൊക്കിൽ ഇല കൊത്തിയെടുത്ത് ഇണക്ക് സമ്മാനിക്കുന്ന വഴക്കമുള്ളൊരു പക്ഷി വർഗ്ഗത്തെക്കുറിച്ച് ജൂലിയൻ ഹക്സ്‌ലി എഴുതിയ ആധികാരിക പഠനത്തിനുശേഷം ജന്തുസ്വഭാവ നിരീക്ഷകർക്ക് വളരെ ശ്രദ്ധേയമായി തോന്നുന്നൊരു ഇതിവൃത്തമുണ്ട്. ഇതരജീവികളിൽ അടിസ്ഥാന രതിവാസനയുടെ ആചാരകരണം (റിച്വലൈസേഷൻ). ഇതിന്റെ തുടർച്ച ഏറ്റവും പുതിയ ടി. വി. പരസ്യങ്ങളിൽ വ്യാപാരമന്ത്രമാകുന്ന സ്നേഹപ്രകടനങ്ങളിൽപ്പോലും കണ്ടില്ലെങ്കിലേ ആശ്ചര്യപ്പെടാനുള്ളൂ. നമ്മുടെ എല്ലാ സാംസ്കാരിക പ്രവൃത്തികൾക്കു പിന്നിലും തീർത്തും നാഗരികമായ ചേഷ്ടകൾക്കുപിന്നിൽക്കൂടിയും, വളരെ പഴക്കമുള്ളൊരു ജന്തുവിന്റെ സാമീപ്യമുണ്ട്. എന്നാൽ അതിനുമപ്പുറത്ത്, ഇണകളുടെ സമ്മാനദാന കാലങ്ങളും ശരീരശാസ്ത്ര സന്ദർഭങ്ങളും തമ്മിലുള്ള ബന്ധത്തെ സംബന്ധിച്ചുള്ളതാണ് ഈ കുറിപ്പ്.

ഒരു സമവാക്യ സാദ്ധ്യത?

അങ്ങനെയൊരു സൂചനയുണ്ട്.

ഗർഭം ധരിക്കാൻ തന്നെ പ്രാപ്തയാക്കുന്ന അണ്ഡോൽപ്പാദന (ഓവുലേഷൻ) കാലത്ത് പെണ്ണിന്റെ മനസ്സിൽ പലപ്പോഴും തനിക്കുപോലും തിരിച്ചറിയാനാവാത്ത ഒരു പതറിച്ചയുണ്ട്. മനസ്സിലെ ജന്തുതലത്തിന്റെ സ്വാധീനത്തിലായതുകൊണ്ട് സ്വയം തിരിച്ചറിയാനാവാത്തൊരു പ്രവണത. അതായത് തന്റെ പ്രാഥമിക റൊമാന്റിക് പാർട്ട്ണറായ ഭർത്താവോ കാമുകനോ അല്ലാത്ത ഒരാളിൽ താൽപ്പര്യം തോന്നാനുള്ള വാസന. ആപൽക്കരമായി കലാശിച്ചേക്കാൻ ഇടയുള്ള ഈ ചായ്വ്, മുഖം തിരിച്ചിൽ, ഒരു പാരിണാമിക ഓർമ്മയിലെന്നതുപോലെ ഭർത്താവിന് അല്ലങ്കിൽ കാമുകന് പിടിച്ചെടുക്കാൻ കഴിയുന്നു. ഫലം കൂടുതൽ ശ്രദ്ധ, പരിഗണന, ഔട്ടിങ്ങുകൾ, സമ്മാനദാനങ്ങൾ ഒപ്പം ജാഗ്രതയും. ഇത് സംബന്ധിച്ചൊരു പരീക്ഷണമുണ്ടായിട്ടുണ്ട്. ഉർവ്വരതയെയും പ്രണയ പ്രകടനങ്ങളെയും ഒരു സമവാക്യത്തിൽ അന്വയിപ്പിക്കാൻ സാദ്ധ്യമാക്കുന്നൊരു പരീക്ഷണം.

ന്യൂ മെക്സിക്കോ.

അമ്പത്തൊന്ന് സ്ത്രീകൾ.

ഒരു യൂനിവേഴ്സിറ്റിയുടെ മനഃശാസ്ത്ര/ജീവശാസ്ത്ര വകുപ്പുകളിലെ ഗവേഷകരുടെ യത്നങ്ങളോട് സഹകരിച്ചുകൊണ്ട് ഈ സ്ത്രീകളിൽ ഓരോരുത്തരും ഒരു തുറന്ന ആത്മപരിശോധനക്ക് തയാറായി. കഴിഞ്ഞകാലത്ത് ശരീരം അണ്ഡോൽപ്പാദന ദശയിലേക്ക് കടന്ന ദിവസങ്ങളിൽ എപ്പോഴെങ്കിലും ഭർത്താവിനോടോ കാമുകനോടോ പ്രത്യേകിച്ച് ഇഷ്ടക്കേടൊന്നുമില്ലാതെ തന്നെ തന്റെ ശ്രദ്ധ രണ്ടാമതൊരു പുരുഷനിൽ പതിഞ്ഞിട്ടുണ്ടോ? എങ്കിൽ, ഈ രണ്ടാമന്റെ സാദ്ധ്യത തിരിച്ചറിഞ്ഞ് തടുക്കാനെന്നതുപോലെ തന്റെ കാര്യങ്ങളിൽ കൂടുതൽ ശ്രദ്ധിക്കാനും കൺവെട്ടത്തുതന്നെ പിടിച്ചുനിർത്തുവാനും ഭർത്താവ് അല്ലെങ്കിൽ കാമുകൻ ശ്രമിക്കയുണ്ടായിട്ടുണ്ടോ?

ഉവ്വ്, ഉവ്വ്.

രണ്ടാമനിലുള്ള ശ്രദ്ധ ഭർത്താവിനെയോ കാമുകനെയോ ഉപേക്ഷിക്കാനോ അവിഹിതബന്ധങ്ങളിൽ ഏർപ്പെടാനോ സ്ത്രീകളെ പ്രേരിപ്പിക്കണമെന്നില്ല എന്നതാണ് ഇതിന്റെ പ്രത്യേകത. ഒരു കാലിക ചാഞ്ചല്യത്തെക്കുറിച്ചാണ് നാം പറയുന്നത്, പക്ഷേ സാംസ്കാരിക ജീവിതത്തിലേക്ക് കടക്കുംമുമ്പുള്ള മാനുഷികതയെക്കുറിച്ചുള്ളൊരു ദൃഢ സൂചന ഇതിലുണ്ട്. പിൽക്കാലത്ത് വരാനിരിക്കുന്ന സാംസ്കാരിക സജ്ജീകരണത്തിന്റെ 'കൈ'ഒപ്പിച്ചല്ല പരിണാമം ചീട്ട് കശക്കിയത് (അതൊരു കളിയായിരുന്നെങ്കിൽ). ഏക ഭാര്യ/ഭർതൃബന്ധങ്ങളുടെ വരവിനുമുമ്പ്, പ്രകൃതി മനുഷ്യനെ പ്രതീക്ഷിച്ചതിനുപോലും മുമ്പ്, ഭർത്താവും കാമുകനുമല്ലാത്ത ആ രണ്ടാമൻ പെണ്ണിന്റെ ജീവശാസ്ത്രപരമായ വിജയമായിരുന്നു. കാരണം അവന്റെ അർത്ഥം അന്നത്തെ പ്രാകൃത സാഹചര്യങ്ങളിൽ ജനിതക സാധുതയെന്നോ വൈവിധ്യമെന്നോ ആയിരുന്നു.

ആണിന്റെ മടിയിൽ ചൂടുന്നത് ഒരു ഉൽസംഗനർത്തകിയോ?

ഏറെക്കുറെ ഇവൻ എന്റെ പ്രിയ പുത്രൻ എന്ന് അംഗീകാരം നേടിയൊരു സ്മാർട് ശിശുവിന്റെ പദവിയിൽ കമ്പ്യൂട്ടറിന്റെ ഒരാധുനിക രൂപം ആണിന്റെ മടിയിൽ കയറിയിരിക്കാൻ തുടങ്ങിയിട്ട് വർഷങ്ങളായി.

ലാപ്ടോപ്. അതൊരു ശിശുവല്ല. ഉത്സംഗ നൃത്തമെന്ന ലാപ് ഡാൻസ് ആടുന്നവളാണെന്ന് ഒരർത്ഥത്തിൽ ചിലർക്ക് പറയാം. കോർപ്പറേറ്റ് ചിഹ്നശാസ്ത്രത്തിൽ താൽപ്പര്യമുള്ളവർക്ക് അതിൽ ചില സാമൂഹിക പാഠങ്ങൾ വായിക്കുകയുമാവാം. അതിനിടയിൽ, മടിയിലെ ഈ യന്ത്രം ആണിന്റെ ആണത്തം കെടുത്താമെന്ന ആശങ്കയിൽ എത്തിപ്പെട്ടിരിക്കയാണ് ചില ഗവേഷകർ. വളരെ അടുത്തകാലത്താണ് ഇതിനെക്കുറിച്ചൊരു ശാസ്ത്രീയ നിരീക്ഷണമുണ്ടായതെങ്കിലും രണ്ടു വർഷം മുമ്പ് ഒരാൾക്കുണ്ടായ ദുരനുഭവത്തിൽ അതിന്റെ തുടക്കം കാണാം.

വിചിത്രമായ അപകടം.

അജ്ഞാതനായ ഇര.

ആൾ സ്വയം ഒരു ശാസ്ത്രജ്ഞനായിരുന്നു. അമ്പതുവയസ്സുകാരൻ. ഒരിക്കൽ ഒരു മണിക്കൂറോളമെടുത്ത് ഒരു റിപ്പോർട്ട് തയാറാക്കിയതിനെത്തുടർന്ന് അദ്ദേഹത്തിന് താൻ ലാപ്ടോപ് വെച്ചിരുന്ന ഭാഗത്ത് എരിപൊരി കൊള്ളുന്നതുപോലെ തോന്നി. പിറ്റേന്ന് ഡോക്ടർ പരിശോധിച്ചപ്പോഴാണ് ശരിക്കുമറിഞ്ഞത്. തന്റെ ലിംഗത്തിന് പൊള്ളലേറ്റിരിക്കുന്നു. വൃഷണങ്ങളുടെ കീഴ്ഭാഗത്തുള്ള തൊലി ചുവന്നിരിക്കുന്നു. പിന്നെ ഏതാണ്ട് രണ്ട് സെന്റിമീറ്ററോളം കുറുക്കളവുള്ളൊരു പോള. പ്രവൃത്തിയുടെ കാര്യക്ഷമതയും പ്രവർത്തനത്തിന്റെ അന്തരീക്ഷവും സംബന്ധിച്ച (എർഗണോമിക്) പരിഗണനയിൽ ലാപ്ടോപ് ഒരു പ്രശ്നക്കാരിയാണ്. അന്യോന്യം അകറ്റിവെക്കാനാവാത്ത സ്ക്രീനിനോടും കീബോർഡിനോടും ഒരേസമയത്ത്

പൊരുത്തപ്പെടാൻ ശ്രമിച്ചുകൊണ്ടുള്ള ഇരുത്തത്തിന്റെ കോണിന് വിലക്ഷണതയുണ്ട്. അത് ശരീരത്തെ അപകടത്തിലാക്കാം. പക്ഷേ, പൊള്ളലേൽക്കുന്ന ലിംഗം ലാപ്ടോപ്പിന്റെ ഒരു പാർശ്വഫലമല്ല.

എന്നിട്ടും അതുണ്ടായി.

അപ്പോളെന്ത്?

നഗ്നനായിരിക്കുമ്പോൾ ലാപ്ടോപ് കമ്പ്യൂട്ടർ ഉപയോഗിക്കരുതെന്ന് അതിന്റെ മാന്വലിൽ പറഞ്ഞിരിക്കുന്നത് ആരോ ചൂണ്ടിക്കാട്ടി. പക്ഷേ, സംഭവം നടന്നസമയത്ത് താൻ കാലുറയും അടിവസ്ത്രവുമെല്ലാം ധരിച്ചിരുന്നുവെന്ന് ആ ശാസ്ത്രജ്ഞൻ പറഞ്ഞു. മറ്റു ശാസ്ത്രജ്ഞന്മാരോ ലാപ്ടോപ്പുണ്ടാക്കുന്നവരോ കൂടുതലായൊന്നും അതിനെക്കുറിച്ച് ചിന്തിച്ചില്ല. ഇപ്പോൾ ന്യൂയോർക്കിലെ സ്റ്റേറ്റ് യൂനിവേഴ്സിറ്റിയിൽ നടന്നൊരു പഠനത്തെത്തുടർന്ന് വിഷയം രണ്ടാം വിചാരത്തിലെത്തുമ്പോൾ, പൊള്ളലേൽക്കാവുന്ന ലിംഗമല്ല ഭീഷണി, ഉടനടി അത്രയും ദുസ്സഹമല്ലെങ്കിലും ദീർഘകാലാടിസ്ഥാനത്തിൽ ഗുരുതരമാകാവുന്ന മറ്റൊരു അപകടമുണ്ട്.

ബീജനാശം.

അല്ലെങ്കിൽത്തന്നെ ആണുങ്ങളിൽ പൊതുവേ ആഗോളാടിസ്ഥാനത്തിൽ തന്നെ ബീജോൽപ്പാദനം കുറഞ്ഞുപോയിട്ടുണ്ടെന്ന് നിരീക്ഷണമുണ്ടായിട്ടുണ്ട്. ശരീരത്തിലെ അധികതാപം (ഓവർഹീറ്റിംഗ്) ആധുനിക ജീവിതത്തിന്റെ ഒരു ഭാഗമായിത്തീർന്നിട്ടുണ്ട്. പ്ലാസ്റ്റിക് നാപ്കിൻ തൊട്ട് നീണ്ട ഡ്രൈവിംഗ് വരെ പലതരത്തിലും സന്ദർഭങ്ങളിലുമുള്ള കാരണങ്ങൾ. പരസ്പര ബന്ധമുള്ള വസ്തുതകൾ? അതെയെന്ന് പറയാം. തെളിവുകൾ ഇല്ലാതില്ല.

സ്ക്രോട്ടൽ ഹൈപർ തെർമിയ.

വൃഷണഭാഗത്ത് ചൂട് കുമിഞ്ഞുകൂടുന്നതിനുള്ള പേരാണത്. ലാപ്ടോപ്പ് വീഴാതിരിക്കാൻ തുടകൾ രണ്ടും ചേർത്തുവെച്ച് ഒരു മേശയുടെ ഉപരിതലമുണ്ടാക്കുന്ന ഒരാളുടെ വൃഷണങ്ങൾ ഒരിടുക്കിൽപ്പെട്ട് ചൂടുപിടിക്കുന്നു. നാലുഭാഗവുമടഞ്ഞ് കാറ്റോട്ടമില്ലാത്തൊരു സാഹചര്യമാണത്. ഒരു ലാപ്ടോപ്പ് കമ്പ്യൂട്ടറിന്റെ ആന്തരിക പ്രവർത്തന താപമാകട്ടെ 70 ഡിഗ്രി സി. വരെ ഉയരാം. ഇതുപോലുള്ളൊരു ഉപകരണത്തിൽനിന്ന് വൃഷണങ്ങളിലേക്ക് പരക്കാവുന്ന താപനില ഊഹിക്കാം.

ചില കണക്കുകളുണ്ട്.

ഇരുപത്തൊന്നിനും മുപ്പത്തഞ്ചിനും ഇടയിൽ പ്രായമുള്ള ഇരുപത്തൊമ്പത്പേർ ഉൾപ്പെട്ടൊരു പരീക്ഷണമുണ്ടായിട്ടുണ്ട്. എല്ലാവരും ആണുങ്ങൾ. ഒരു മണിക്കൂർനേരം ലാപ്ടോപ്പ് ഉപയോഗിച്ചതിനെത്തുടർന്ന് അവരുടെ വൃഷണ പരിസരങ്ങളിലെ താപനില

ഉയർന്നു. കൃത്യമായിപ്പറഞ്ഞാൽ, ഇടതുഭാഗത്ത് രണ്ട് ദശാംശം ആറു ഡിഗ്രി സി. യും, വലതുഭാഗത്ത് രണ്ട് ദശാംശം എട്ട് ഡിഗ്രി സി. യും. താപനില വെറും ഒരു ഡിഗ്രി ഉയർന്നാൽപ്പോലും ബീജോൽപ്പാദനം തടസ്സപ്പെട്ടുമെന്ന് മറ്റു ചില പഠനങ്ങൾ സൂചിപ്പിക്കുന്നു. പക്ഷേ, വൃഷണഭാഗത്ത് ചൂടേൽപ്പിക്കുന്ന എത്രയോ പ്രവൃത്തികൾ വേറെയുണ്ട്. എത്ര നേരത്തെ തുടർച്ചയായ ചൂടേൽക്കൽ പുരുഷബീജങ്ങളെ കൊല്ലുമെന്നത് സംബന്ധിച്ച് കൃത്യമായ കണക്കുകളില്ല. പക്ഷേ ഒരു മുൻകരുതലാവാമെന്ന് പൊതുവെ ശാസ്ത്രജ്ഞന്മാർ സമ്മതിക്കുന്നു. പ്രായപൂർത്തിയായ ആൺകുട്ടികൾ ലാപ്ടോപ്പ് ഉപയോഗിക്കുന്നത് വളരെ സൂക്ഷിച്ചാവട്ടെ.

വീണ്ടും ലാപ്ഡാൻസ്.

പ്രകടമായും ലൈംഗികക്ഷണമുള്ള ഈ പെൺനൃത്തം ലാസ് വെഗാസ് പോലുള്ള കേന്ദ്രങ്ങളിൽ ഇപ്പോൾ സുലഭമാണ്. ഇതിന്റെ മറ്റൊരു പേര് കോൺടാക്റ്റ് ഡാൻസെന്നാണെന്നറിഞ്ഞാൽ ലൈംഗികമായ ശാരീരിക സ്പർശങ്ങൾക്ക് അതിലുള്ള സ്ഥാനം തെളിയും. ഒരിക്കൽ അതിന് ദൃക്സാക്ഷ്യം വഹിച്ച നിക്കോളസ് ഷിയോന്റെ വിരലുകളും നർത്തകിയുടെ ഉപസ്ഥവും കുറച്ചുനേരം സ്പർശത്തിലായി. പതിനഞ്ച് മിനിറ്റ് കഴിഞ്ഞ് പാർപ്പിടത്തിൽ തിരിച്ചെത്തിയ അയാളെ ഒരു രോഗബാധയുടെ ഭയം പിടികൂടി.

ക്ലമീഡിയ.

ലൈംഗികമായി സംക്രമിക്കുന്നൊരു രോഗമാണത്. അതിന് പിന്നിലുള്ളത് ഒരു ബാക്ടീരിയ. ഒരു ലാപ്ഡാൻസറുമായുള്ള ക്ഷണികസ്പർശം ക്ലമീഡിയയിൽ കലാശിക്കുമോ? മറ്റൊരു സംശയമുണ്ട്. നൃത്തം കണ്ട് തിരിച്ചുവരുമ്പോൾ താൻ കുടിച്ച പാനീയത്തിന് ഒരു ബാക്ടീരിയൽ ഗന്ധമുണ്ടായിരുന്നു. അതോ/ഇതോ എന്ന സംശയം തുടരും, അവസാന രോഗനിർണ്ണയമുണ്ടാകും വരെ. പക്ഷേ ഇത്തരം അപകട സൂചനകൾക്ക് ഒരാളുടെ ജീവിതശൈലിയെ മാറ്റാനാവും. ലാപ്ടോപ്പ് ചൂടിന്റെ ലാപ്ഡാൻസാകാം. ലാപ്ടോപ്പിന് ആണുങ്ങളെ ഷണ്ഡന്മാരാക്കാൻ കഴിയുമെന്നതിന് കൃത്യമായ തെളിവുകളില്ലെങ്കിലും അങ്ങനെയൊരു സാദ്ധ്യതയെ സംബന്ധിച്ച അറിവ്, ഷിയോന്റെ ആശങ്കപോലെ, കമ്പ്യൂട്ടർ പ്രേമികളെ പിന്തുടരും.

പോപ്കോണിനും വിരലുകൾക്കും തമ്മിലെന്ത്?

പോപ്കോണിന്റെ സുഖം, വിരൽ പൊട്ടിക്കലിന്റെ സുഖം, രണ്ടും രണ്ടാണ്. എങ്കിലും ഒരർത്ഥത്തിൽ ഒരുപോലെയാണ്.

ആദ്യം വിരൽക്കാര്യം.

രണ്ടുകൈകളിലേയും വിരലുകൾ കോർത്തുപിടിച്ച് കൈപ്പടങ്ങൾ പിന്നിലോട്ട് മലർത്തിയാലുണ്ടാവുന്ന ശബ്ദം പലർക്കും ഇഷ്ടപ്പെട്ടൊരു ശബ്ദമാണ്. ഉണ്ടാക്കാൻ ഇഷ്ടമുള്ളൊരു ശബ്ദം. അതിന്റെ ശാരീരികാനുഭൂതിയും സുഖകരമാണ്. അതിൽ ഒരേ സമയത്ത് ഒരു അയയലും മുറുകലുമുണ്ട്. വിരലിന്റെ ചേർപ്പിന് ചുറ്റുമുള്ള പേശികൾ അയയുന്നു. സിരാഗ്രങ്ങൾക്ക് ഉണർവുണ്ടാകുന്നു. പക്ഷേ ആ ശബ്ദം എങ്ങനെയുണ്ടാകുന്നു. പേശീനാരുകൾപോലെ എന്തെങ്കിലും അകത്ത് ശരിക്കും പൊട്ടുന്നുണ്ടോ? ചേർപ്പിലെ എല്ലുകൾ തെല്ലിട അന്യോന്യം വേർപെടുന്നതിന്റെ ഒച്ചയാണോ അതോ അവ പൂർവ്വ സ്ഥാനത്ത് വീഴുന്ന ഒച്ചയാണോ?

ഇതൊന്നുമല്ല ഉത്തരം.

രഹസ്യം കുമിളകൾ.

നിങ്ങൾ വിരൽ പൊട്ടിക്കുമ്പോൾ വിരലിന്റെ ചേർപ്പുകൾ വലിഞ്ഞ് അകലുന്നു. ആ വലിവിൽ, അകൽച്ചയിൽ, അതിന്റെ ഇടവേളയിൽ, ചേർപ്പുകൾക്കിടയിലെ ദ്രാവകത്തിന്റെ സമ്മർദ്ദം പെട്ടെന്ന് ചുരുങ്ങുന്നു. അപ്പോൾ അവിടെ കുമിളകൾ ഉണ്ടാകുന്നു. അവ വിടരുന്നു. ഉടയുന്നു. ഒരിക്കൽ വിരൽ പൊട്ടിച്ചാൽ ഉടനെത്തന്നെ വീണ്ടും ആ ശബ്ദമുണ്ടാക്കാൻ കഴിയില്ലെന്ന് എല്ലാവരും ശ്രദ്ധിച്ചിരിക്കും. അര മണിക്കൂർ നേരമെങ്കിലും ക്ഷമിക്കേണ്ടിവരും ആ സുഖം ആവർത്തിക്കാൻ. ഉടഞ്ഞ കുമിളകളിൽനിന്നുണ്ടായ വാതകത്തിന്

ദ്രാവകത്തിൽ വിലയിക്കാൻ വേണ്ടിവരുന്ന സമയമാണത്. അത്രയും നല്ലത്. എപ്പോഴും വിരൽപ്പൊട്ടിക്കുന്നത് ഒരു ദുശ്ശീലം. വിരലുകളുടെ പിടിത്തത്തിന്റെ ശക്തി ക്ഷയിക്കാനും ചേർപ്പുകൾ തന്നെ പ്രവർത്തനക്ഷമമല്ലാതാക്കാനും അത് കാരണമാകും.

ഇനി പോപ്കോൺ.

അതിന്റെ പൊട്ടലെങ്ങനെ?

രഹസ്യം നനവിൽ.

ചൂട് തട്ടുമ്പോൾ ചോളമണിക്കുള്ളിലെ നനവ്, ദ്രാവകാംശം വികസിക്കുന്നു. പിന്നെ മലരുന്ന (പൊരി=മലർ) ശരിക്കും ഒരു സ്ഫോടനം തന്നെയാണത്. ഒരു കൈയുറയുടെ അകം പുറമാകുന്നത്പോലുള്ള പോപ്പ് എന്ന മലർച്ചിലിൽ ചിലപ്പോൾ ചില ധാന്യങ്ങളുടെ വലുപ്പം നാൽപ്പത് മടങ്ങോളം വർദ്ധിക്കാം. ചോളം പൊട്ടിക്കലും വിരൽ പൊട്ടിക്കലും പ്രവർത്തനത്തിലെന്നല്ല ഒരുപക്ഷേ, അതിനുപിന്നിലെ മാനസിക പ്രേരണയിൽപ്പോലും ഒരുപോലാണ്. ഒരു സുഖാനുഭൂതിയുടെ ചോള സാമ്രാജ്യം.

ഒടുവിൽ ട്രിവിയ.

അമേരിക്കയിൽ ന്യൂ മെക്സിക്കോയിലെ വവ്വാൽ ഗുഹ പരിശോധിച്ച ചില പുരാവസ്തു ഗവേഷകർ അവിടെ 5600 വർഷം പഴക്കമുള്ള ചോളച്ചെവികൾ (corn ears) കണ്ടെത്തുകയുണ്ടായി. പെറുവിലെ ചില ശവകുടീരങ്ങളിൽനിന്ന് കണ്ടെടുത്ത പൗരാണിക ചോളമണികൾ ഇപ്പോഴും ചൂടേറ്റാൽ പോപ്പ് ചെയ്യും വിധം സുരക്ഷിതമായിരുന്നു. ആധുനിക ചോളസാമ്രാജ്യത്തിന്റെ ശക്തികേന്ദ്രമെന്ന് വിശേഷിപ്പിക്കാവുന്ന അമേരിക്കയിൽ പോപ്കോൺ തീറ്റക്ക് ഏറ്റവും പ്രിയപ്പെട്ട സ്ഥലം സിനിമാതിയേറ്ററാണ്. സത്യത്തിൽ 1950 കളിൽ ടെലിവിഷന്റെ പ്രാഭവം ചലച്ചിത്ര വ്യവസായത്തിന് ഒരു താൽക്കാലിക ഭീഷണിയായിരുന്ന ദിവസങ്ങളിൽ പോപ്കോൺ വ്യാപാരം കാര്യമായി ക്ഷീണിക്കുകയുണ്ടായി.

മരണം ശ്വസിക്കുന്ന കുമിളകൾ

ആഴക്കടലിൽ മുങ്ങുന്നവർ (ഡീപ്പ് സീ ഡൈവേഴ്സ്) പ്രത്യേകമായി നേരിടുന്നൊരു ദുരന്ത സാദ്ധ്യതയുണ്ട്. അടിയിലേക്ക് ഊളിയിടുന്നത് ഉപജീവനത്തിനായാലും കായികാഭ്യാസത്തിനായാലും ജലജീവിത പഠനത്തിനായാലും മരണരൂപകത്തിൽ അവർ ഉള്ളടക്കം പങ്കിടുന്നു.

ഒരു സോഡാക്കുപ്പി

നൈട്രജൻ കുമിളകൾ

വാതകങ്ങളെക്കുറിച്ചൊരു സാമാന്യ ധാരണ ഇവിടെ ആവശ്യമാണ്. അന്തരീക്ഷത്തിൽനിന്ന് നാം പ്രാണവായു ശ്വസിക്കുന്നതിനെപ്പറ്റി ഉരുവിട്ടുപഠിച്ച പാഠങ്ങളുടെ സ്വാധീനം കാരണം വളരെ വിവരമുള്ളവർപോലും ശ്രദ്ധിക്കാതെ പോകുന്നൊരു കാര്യമുണ്ട്. നാം ശ്വസിക്കുന്ന വായുവിലെ അധികാംശം ഓക്സിജനല്ല. അതിൽ ഏതാണ്ട് എഴുപത്തൊമ്പത് ശതമാനവും നൈട്രജനാണ്. ഇരുപത്തൊന്ന് ശതമാനമേ ഓക്സിജൻ വരൂ. ഇന്ന് ടെലിവിഷൻ ചാനലുകൾ വഴി ഗ്രാമീണർക്കുപോലും പരിചിതരായിത്തീർന്ന സ്കൂബ ഡൈവർമാരുടെ പുറത്തെ എയർടാങ്കുകളിലും വാതക അനുപാതം കരയിലെ വായുവിന്റേതുതന്നെ. പക്ഷേ, കരയിൽ ഇല്ലാത്തൊരു പ്രശ്നം വെള്ളത്തിലുണ്ട്.

രണ്ട് മാദ്ധ്യമങ്ങൾ

രണ്ട് വാതകങ്ങൾ

കരയിലെ ശ്വാസത്തിലെ നൈട്രജൻ പ്രത്യേകിച്ച് ഒരു വിധത്തിലും നമ്മെ ബാധിക്കുന്നില്ല. പക്ഷേ, വെള്ളത്തിലെ അവസ്ഥ വ്യത്യസ്തമാണ്. മുങ്ങുകാരന്റെ ഉപാധിയിൽ അതൊരു സമ്മർദ്ദിത വാതകമാണ്. കൂടുതൽ ആഴമെന്നാൽ കൂടുതൽ സമ്മർദ്ദമെന്നർത്ഥം.

മുങ്ങുകാരൻ എത്രത്തോളം ആഴത്തിലേക്ക് പോകുന്നുവോ, എത്രത്തോളം അവിടെ തങ്ങുന്നുവോ അത്രത്തോളം നൈട്രജൻ തന്റെ ശരീരത്തിൽ അലിഞ്ഞുചേരുന്നു. ഓക്സിജനും നൈട്രജനും തമ്മിലുള്ള പ്രധാനവ്യത്യാസം നിർണ്ണായകമാകുന്നത് ഇവിടെയാണ്. ഓക്സിജൻ മുങ്ങുകാരന്റെ ചലനപ്രവർത്തനങ്ങൾക്കുവേണ്ട ഊർജ്ജത്തിനായി ചെലവഴിക്കപ്പെടുന്നു. അതിൽ പ്രയോജനപ്പെടാത്ത നൈട്രജനാകട്ടെ ശരീരത്തിൽ കുമിഞ്ഞുകൂടുന്നത് ഇങ്ങനെയാണ്.

ശരീരം സോഡാക്കുപ്പിയാകുന്നു.

കാർബണേറ്റഡ് സോഡ.

സമ്മർദ്ദിതാവസ്ഥയിൽ വെള്ളത്തിൽ ലയിച്ച കാർബൺ ഡയോക്സൈഡ് വാതകമാണ് സോഡയുടെ രഹസ്യമെന്നോർക്കുക. കുപ്പി തുറക്കുമ്പോൾ സമ്മർദ്ദം പെട്ടെന്ന് അയയുന്നു, വാതകം കുമിളകളുടെ രൂപത്തിൽ ജലത്തിൽനിന്ന് പുറത്തുകടക്കുന്നു. ആഴത്തിൽനിന്ന് മേൽപ്പരപ്പിലേക്ക് പൊങ്ങുന്നൊരു മുങ്ങുകാരന്റെ ശരീരത്തിൽ ഇതുതന്നെയാണ് സംഭവിക്കുന്നത്. അയാളുടെ ചോരയിൽനിന്ന് പുറത്തുകടക്കുന്നത് നൈട്രജനാണെന്നൊരു വ്യത്യാസം മാത്രം.

മറ്റൊരു സോഡാസാദൃശ്യം

പൊന്തലിന്റെ വേഗം.

സാധാരണയിൽ കവിഞ്ഞ വേഗത്തിൽ പെട്ടെന്ന് മുകളിലേക്കുയരുന്ന മുങ്ങുകാരൻ വെറുമൊരു സോഡാക്കുപ്പിയല്ല. ആരോ വാ പൊത്തിപ്പിടിച്ച് കുലുക്കിയൊരു കുപ്പിയാണ്. കുമിളകൾ അതിവേഗം പുറത്തേക്ക് ചാടാൻ ശ്രമിക്കുന്ന അവസ്ഥ. ഇത്രയും ശക്തമായൊരു വിമോചന പ്രക്ഷോഭം ഒരു സ്കൂബ ഡൈവറുടെയോ മറ്റോ ശരീരത്തിലുണ്ടാക്കുന്ന ആഘാതം എളുപ്പത്തിൽ ഊഹിക്കാൻ കഴിയും. വൈദ്യസഹായം ആവശ്യമാക്കുന്നൊരു ആഘാതം: ഡികംപ്രഷൻ സിക്നസ്. സാധാരണ ഭാഷയിൽ 'മടക്കുകൾ' (ബെൻഡ്സ്) എന്ന് പറയും.

വേദന. അവശത.

രണ്ടാം ചിന്താഘട്ടം.

ആളുകൾ ജലജീവികളല്ലാത്തതുകൊണ്ടാണോ മടക്കുകൾ സംഭവിക്കുന്നത്? ആഴം കൂടുന്തോറും കൂടിക്കൂടി വരുന്ന സമ്മർദ്ദം ജലജീവികൾക്കും ബാധകമല്ലേ?

വരുന്നു തിമിംഗലങ്ങൾ

എഴുപതാണ്ട് നീണ്ടുനിൽക്കാവുന്ന ആയുസ്സിൽ മിക്ക സമയവും ആഴത്തിൽ കഴിച്ചുകൂട്ടുന്ന സ്പേം എന്ന തിമിംഗല വർഗ്ഗത്തിന്റെ കാര്യമെടുക്കുക. പതിനായിരത്തി അഞ്ഞൂറടിയോളം ചുവട്ടിലേക്ക് ഊളിയിട്ട് ചെല്ലാനും അത്രയും വലിയ സമ്മർദ്ദത്തിൽ ഒരു

മണിക്കൂറെങ്കിലും അവിടെ കഴിച്ചുകൂട്ടാനും കരുത്തുള്ള അപാരജീവികൾ. ഡികംപ്രഷൻ ബാധയുമായി ഒരു വിദൂരബന്ധംപോലും അവയിൽ ശാസ്ത്രജ്ഞന്മാർ സംശയിച്ചിരുന്നില്ല. പക്ഷേ, മറ്റെന്തോ അവയെ പീഡിപ്പിക്കുന്നുണ്ടെന്ന് തീർച്ച. അല്ലെങ്കിൽ ലോകത്തെമ്പാടുമായി ഇത്രയേറെ തിമിംഗലങ്ങൾ കരയടിയുന്നതെന്തിന്?

നമ്മുടെ ഇടപെടലുകൾ?

ആഴത്തിലെ ദുശ്ശബ്ദങ്ങൾ?

മാസങ്ങൾക്കു മുമ്പ് കാനറി ദ്വീപുകളിൽ കരയടിഞ്ഞ ചത്ത തിമിംഗലങ്ങളെക്കുറിച്ചുള്ള പഠനം കലാശിച്ചത് ഞെട്ടിക്കുന്നൊരു കണ്ടെത്തലിൽ. സംഭവമുണ്ടായത് പരിസരങ്ങളിൽ ഒരു നാവിക പരീക്ഷണം നടന്നതിനെത്തുടർന്നാണ്. മരണകാരണം ഡികംപ്രഷൻ സിക്ക്നെസ്സാണെന്ന് ശവപരിശോധന തെളിയിച്ചു. ചോരയിൽ നൈട്രജൻ കുമിളകൾ പൊടിയുമ്പോൾ മുങ്ങുകാർ അറിയുന്ന വേദന അനുഭവിച്ചുതന്നെയാണ് ആ തിമിംഗലങ്ങൾ ആത്മരക്ഷക്ക് വേണ്ടിയുള്ളൊരു ആത്യന്തികമെന്ന നിലക്ക് കരയടിഞ്ഞത്. തിടുക്കപ്പെട്ട് മേൽപ്പരപ്പെത്താൻ അവയെ നിർബ്ബന്ധിച്ചത്. മുങ്ങിക്കപ്പലുകൾ ആഴങ്ങളിൽ ഉണ്ടാക്കിയത് ദുസ്സഹമായ സോണാർ ശബ്ദങ്ങളായിരുന്നു.

ഉപസംഹാരം എളുപ്പം.

പക്ഷേ, മറ്റൊന്നുകൂടിയുണ്ട്.

സൂക്ഷ്മമായും എന്താണ് സംഭവിക്കുന്നത്? ചോരയിൽ പൊടിയുന്ന നൈട്രജൻ കുമിളകൾ വികസിക്കുമ്പോൾ അത് ചോരയൊഴുക്കിനെത്തന്നെ തടയുന്നു. പേശികൾ പ്രാണവായുവില്ലാതെ പട്ടിണിയിലാവുന്നു. എല്ലുകൾക്കകത്താകട്ടെ ഇതിന്റെ ഫലമായി ചില തുളകളും ക്ഷതങ്ങളുമുണ്ടാകുന്നു. കൂടുതൽക്കൂടുതൽ മടക്കുകൾ അനുഭവിക്കുമ്പോൾ ഒരു മുങ്ങുകാരന്റെ എല്ലുകളിൽ ഇവ ആഴമുള്ള വിടവുകൾ തീർക്കുന്നു. വൈദ്യശാസ്ത്രപരമായി പറഞ്ഞാൽ എല്ലുകളുടെ ഭാഗിക മരണമാണത്.

ഓസ്റ്റീയോനെക്രോസിസ്.

വളരെ അടുത്തകാലത്താണ് മൈക്കേൽ മൂർ, ഗ്രെഗ് ഏളി എന്നീ ശാസ്ത്രജ്ഞന്മാർ ചില തിമിംഗലങ്ങളുടെ മരണത്തിന് കാരണം ഇതുതന്നെയെന്ന് തിരിച്ചറിഞ്ഞത്. പക്ഷേ, നൂറ്റിപ്പതിനൊന്ന് വർഷത്തോളം പഴക്കമുള്ള എല്ലുകളാണ് അവർ പരിശോധിച്ചത്. തിമിംഗലങ്ങളെ തുരത്തുന്ന റേഡിയോ/സോണാർ ശബ്ദങ്ങൾ ആഴക്കടലിൽ ഒരിടത്തുമില്ലാതിരുന്നൊരു കാലത്തിന്റെ അവശിഷ്ടങ്ങൾ. അപ്പോൾ വളരെ സ്വാഭാവികവും പ്രാകൃതികവുമായ കാരണങ്ങളാലും മടക്കുകൾ തിമിംഗലങ്ങളെ ബാധിക്കാറുണ്ട്. പക്ഷേ,

ഇന്നത്തേതുപോലെ കൂട്ടംകൂട്ടമായി കരയടിയുന്ന ജലജീവികളുടെ ദുർമ്മരണം വ്യാഖ്യാനിക്കാൻ നമുക്ക് മനുഷ്യപ്രവർത്തനങ്ങളിലേക്ക് കടക്കണം. ആഴങ്ങളിൽ നാം അത്രയും കുമിളകൾ ഇളക്കിവിടുന്നുണ്ട്. മരണം ശ്വസിക്കുന്ന കുമിളകൾ.

നൂറു തൻചിത്രങ്ങൾ വരച്ചവൻ ഒരു കോങ്കണ്ണനായിരുന്നോ?

ഒറ്റക്കണ്ണിന്റെ നോട്ടം ഒന്നുവേറെയാണ്. പലപ്പോഴും ചില കാഴ്ചകൾ ഒരു പ്രത്യേക വിധത്തിൽ കാണാൻ ഒരു കണ്ണ് അടച്ചു പിടിച്ചുകൊണ്ടാണ് നാം നോക്കുന്നത്. വസ്തുക്കളുടെ പരപ്പനായ, മൊഴുക്കനായ ദൃശ്യം പിടികിട്ടാൻ ഒറ്റക്കണ്ണുകൊണ്ട് കാണണമെന്ന് ചിത്രകലാദ്ധ്യാപകൻ വിദ്യാർത്ഥികളെ ഉപദേശിക്കുന്നു. രണ്ട് കണ്ണും തുറന്നാൽ കിട്ടുന്ന ആഴക്കാഴ്ച (ഡെപ്ത് പേഴ്സെപ്ഷൻ) സ്റ്റീരിയോ പ്സിസാണെങ്കിൽ, ഒരു കണ്ണടച്ചാൽ ഉണ്ടാവുന്ന ആന്ധ്യം സ്റ്റീരിയോ ബ്ലൈൻഡ്നെസാണ്. ഒരു ആത്മകഥയിലെ ഏറ്റുപറച്ചിലിൽ അസാദ്ധ്യമായ തെളിവോടെ, ഒരുപക്ഷേ, സ്വയമറിയാതെത്തന്നെ നമ്മോട് ഇതുസംബന്ധിച്ച് ഒരു കാര്യം തുറന്നുപറയുകയാണെന്ന് തോന്നിക്കുന്നൊരു ചിത്രകാരനുണ്ട്.

റെംബ്രാന്റ്

പതിനേഴാം നൂറ്റാണ്ടിലെ ഈ ഡച്ച് ആചാര്യനെപ്പറ്റി അധികമാരും പ്രത്യേകിച്ച് ശ്രദ്ധിച്ചിട്ടില്ലാത്തൊരു വസ്തുതയുണ്ട്. ലോകത്തിലെ അതിപ്രശസ്ത ദൃശ്യകലാകാരന്മാരുടെ കൂട്ടത്തിൽ ഏറ്റവുമധികം തൻചിത്രങ്ങൾ (സെൽഫ് പോർട്രെയിറ്റുകൾ) തീർത്തൊരാളാണ് റെംബ്രാന്റ്. ഇരുപത് കൊത്തുചിത്രങ്ങൾ ഉൾപ്പെടെ ഒരു നൂറെണ്ണം, ഒരു ചിത്രകാരൻ തന്നെത്തന്നെ കാണുന്നതെങ്ങനെയെന്നതിന് ഒരു നൂറ് ഉദാഹരണങ്ങൾ. ഇവയിൽ മൂന്ന് ഡസൻ സൃഷ്ടികൾ സൂക്ഷ്മമായി പഠിച്ച ചില ഗവേഷകർ റെംബ്രാന്റിന്റെ നോട്ടമാണ് പ്രത്യേകിച്ച് ശ്രദ്ധിച്ചത്. മുപ്പത്താറിൽ മുപ്പത്തഞ്ച് ചിത്രങ്ങളിലും അതൊരു കോങ്കണ്ണന്റെ നോട്ടമാണ്.

റെംബ്രാന്റിന്റെ കോങ്കണ്ണ്?

എന്താണ് കോങ്കണ്ണ്?

കണ്ണുകൾ രണ്ടും അകത്തേക്ക് ചാഞ്ഞ് മൂക്കിനോടടുക്കുമ്പോൾ ഉണ്ടാകുന്ന നോട്ടമാണ് ക്രോസ്ഐയ്ഡ് എന്ന

അവസ്ഥയെക്കുറിച്ചുള്ള സാമാന്യ സങ്കൽപ്പം. പക്ഷേ, തികച്ചും ശാസ്ത്രീയമായി പറഞ്ഞാൽ കോങ്കണ്ണിൽ വകഭേദങ്ങളുണ്ട്. ഉദാഹരണത്തിന് ഒരു കണ്ണ് നേരെ നോക്കുന്നു, മറ്റേത് ഒരുവശത്തേക്ക് ചായുന്നു. സാങ്കേതികമായി, 'യൂനിലാറ്ററൽ സ്ട്രാബിസ്മസ്'. റെംബ്രാന്റ് വരച്ച റെംബ്രാന്റിന്റെ നോട്ടം അതാണ്. ഇരുപത്തിനാല് എണ്ണച്ചിത്രങ്ങളിൽ ഇരുപത്തിമൂന്നിലും, പിന്നെ പന്ത്രണ്ട് കൊത്തു ചിത്രങ്ങളിലും തന്റെ നോട്ടം അതേപോലാകയാൽ യാദൃച്ഛികത ഒരു വിശദീകരണമാവില്ല. പക്ഷേ, എതിർവാദങ്ങൾ അസാദ്ധ്യമല്ല. എന്റെ അറിവിൽ രണ്ടുപേരെങ്കിലും എതിർത്തിട്ടുമുണ്ട്.

ആദ്യം ജെനിഫർ മിലാം.

റെംബ്രാന്റിന്റെ തൻ ചിത്രങ്ങൾ മാത്രം പരിശോധിച്ചാൽ പോരാ സത്യം അറിയാൻ. പല ചിത്രങ്ങളിൽ ആവർത്തിക്കപ്പെടുന്ന റെംബ്രാന്റിന്റെ നോട്ടം തികച്ചും ശൈലീപരമാവാം. തന്റെ കാലഘട്ടത്തിലെ ചിത്രകലാസങ്കേതത്തിന്റെ ഭാഗമാകാം. ചിത്രത്തിലെ ആൾ രണ്ടുകണ്ണുകൾകൊണ്ട് തന്നെ തുറിച്ചുനോക്കുകയാണെന്ന പ്രതീതി പ്രേക്ഷകന് ഉണ്ടാവാതിരിക്കാനുള്ള കലാ മര്യാദ. റെംബ്രാന്റ് ഒരു കോങ്കണ്ണനാണെന്ന് സ്ഥിരീകരിക്കണമെങ്കിൽ അദ്ദേഹത്തിന്റെ മറ്റ് ആൾച്ചിത്രങ്ങളിലെ ആളുകളുടെ നോട്ടംകൂടി പരിഗണിക്കണം.

പിന്നെ ലോറി ബെൻസൻ.

റെംബ്രാന്റിനെപ്പോലെ മായക്കാഴ്ചകളുടേയും ഭ്രമദൃശ്യങ്ങളുടേയും ആചാര്യനായൊരു ചിത്രകാരന് ആഴക്കാഴ്ച സാദ്ധ്യമായിരുന്നില്ലെന്ന് വിശ്വസിക്കാൻ പ്രയാസമുണ്ട്. വാസ്തവം അതായിരുന്നെങ്കിൽ അദ്ദേഹത്തിന്റേത് തികച്ചും പരപ്പനായ ഭ്രമദൃശ്യങ്ങളാകുമായിരുന്നു. എന്നാൽ അവ അങ്ങനെയോ?

മൂന്നാമതൊരു നിരീക്ഷണവുമാകാം. കണ്ണിനെയും കാഴ്ചയെയും സംബന്ധിച്ച സൂത്രങ്ങൾ പലതും ഒരു ചിത്രകാരനറിയാം. പല ശാസ്ത്രങ്ങളിൽ പ്രമാണിയായിരുന്ന ഡാവിൻചി ചില ഓപ്റ്റിക്കൽ നിയമങ്ങളെടുത്ത് കളിച്ചാണ് മോണലിസയുടെ പുഞ്ചിരി ഉണ്ടാക്കിയതെന്ന് ഈ പംക്തിവഴി ഞാൻ ഒരിക്കൽ പറഞ്ഞിരുന്നു. അതുപോലെ കുട്ടികളുടെ ചില ഒറ്റക്കൺകളികൾ റെംബ്രാന്റിനെ ആകർഷിച്ചിരുന്നെങ്കിൽ അതിൽ ആശ്ചര്യപ്പെടാനില്ല.

ഒരു ചൂളംവിളിയുടെ നിർബ്ബന്ധ വിദ്യാഭ്യാസം

ചൂളംവിളി ഒരുതരം പ്രതിഭാഷയാണെന്ന് എനിക്ക് പലപ്പോഴും തോന്നിയിട്ടുണ്ട്. മുഖത്ത് രോമവും ഒച്ചയിൽ പാരുഷ്യവും പ്രത്യക്ഷപ്പെടാൻ തുടങ്ങുന്ന കാലത്ത് പലരുമായും പലതുമായും സാമൂഹ്യമായി ഇടഞ്ഞ് സമപ്രായക്കാരുടേതായൊരു പ്രതിസമൂഹം നിർമ്മിക്കുന്നതിനിടയിൽ മുതിർന്നവരെ ശല്യപ്പെടുത്തുന്നൊരു പുതിയ ഭാഷപോലെ ആൺകുട്ടികളുടെ ചുണ്ടുകളിൽ ചൂളമെത്തുന്നു. മധ്യകാല യൂറോപ്പിൽ ചിലേടങ്ങളിൽ ചൂളംവിളി വിലക്കപ്പെട്ടിരുന്നു. അതൊരു പ്രതിഭാഷയായതുകൊണ്ടല്ല, നിരോധം ഏർപ്പെടുത്തിയവരുടെ മനസ്സിൽ എന്തുകൊണ്ടോ ചൂളംവിളി ദുർമ്മന്ത്രവാദം പോലുള്ള കറുത്ത ആചാരങ്ങളുമായി ബന്ധപ്പെട്ടിരുന്നതുകൊണ്ട് ആയിരുന്നുവെന്നത് അസംബന്ധമെന്ന് ആർക്കും തോന്നാം. പക്ഷേ, അൽപ്പം അകലേക്ക് ചെകിടോർത്താൽ, എതിരൊലിയായി ഒരു ചൂളംവിളി തന്നെ കേൾക്കാം.

ഒരു കൂട്ടം സ്കൂൾ കുട്ടികളാണ്.

ലാ ഗോമെറക്കാരാണ്.

പ്രചോദനമോ ആട്ടിടയന്മാരും.

സ്പെയിനിലെ കാനറി ദ്വീപുകളിലൊന്നാണ് ലാ ഗോമെറ. സമൂഹമനസ്സിൽ അനാദിയെന്ന് തോന്നിക്കുന്നൊരു കാലം തൊട്ട് അവിടത്തെ ആട്ടിടയന്മാർ ആശയവിനിമയത്തിന് ഒരു തരം ചൂളംവിളി ഉപയോഗിച്ചിട്ടുണ്ട്. അവരതിനെ 'സീൽബോ ഗോമേറൊ' എന്നാണ് വിളിക്കുന്നത്. അടുത്ത കാലത്തിറങ്ങിയൊരു ടെലിവിഷൻ പരസ്യത്തിൽ ഒരു അച്ഛനും മകനും ഉപയോഗിക്കുന്ന വിധത്തിൽ വാക്കുകൾ കൊണ്ടുള്ള സംഭാഷണത്തെ അനുകരിക്കുന്നൊരു ചൂളംവിളിയല്ല സിൽബോ. സ്പാനിഷിന്റെ ഒരു പ്രാദേശികരൂപം

പോലെത്തന്നെയുള്ള ഭാഷയാണത്. വാക്കുകൾക്ക് പകരം ശബ്ദത്തിൽ ഊന്നൽ. മലകളും വളരെ ആഴമുള്ള മലയിടുക്കുകളും നിറഞ്ഞ് ഏതുതരം വിനിമയവും പ്രയാസകരമാവുന്ന ലാ ഗോമെറയിൽ കിലോമീറ്ററുകളോളം ദൂരത്തിലേക്ക് വിവരങ്ങളറിയിക്കാൻ ഒരു പ്രാകൃതഭാഷ.

എന്താണൊരു ഭാഷ?

സിൽബോയെ അറിയേണ്ടതെങ്ങനെ?

സംഭാഷണത്തിന് ചൂളംവിളിമാത്രം ഉപയോഗിക്കുന്നവരല്ല ഇടയന്മാർ. അവർക്ക് സ്പാനിഷ് ഭാഷയും അറിയാം. ശാസ്ത്രീയ ഗവേഷണത്തിന് വളരെ സഹായകരമായൊരു ചുറ്റുപാടാണിത്. ഭാഷാപ്രയോഗംപോലുള്ള കാര്യങ്ങളിൽ ഏർപ്പെട്ടിരിക്കുമ്പോൾ നമ്മുടെ മസ്തിഷ്കത്തിൽ എന്തെല്ലാം പ്രവർത്തനങ്ങളാണ് നടക്കുന്നതെന്നും ഏത് ഭാഗത്താണ് അതുണ്ടാകുന്നതെന്നും തിരിച്ചറിയാൻ ഉപകരിക്കുന്ന ഒരു ശാസ്ത്രീയോപാധിയുണ്ട്. ഫങ്ഷനൽ മാഗ്നെറ്റിക് റെസണൻസ് ഇമേജിങ്. ഭാഷാ പ്രവർത്തനത്തിൽ മസ്തിഷ്കത്തിന്റെ ഇരുവശത്തുമുള്ള ചില അംശങ്ങൾ പങ്കെടുക്കുന്നു. ഭാഷ ഉണ്ടാക്കലും മനസ്സിലാക്കലും ഇടത്തേ പാതിയിൽ നടക്കുന്നു. ഭാഷയുടെ പരിപാകം വലത്തേതിലും. ലാ ഗോമെറയിലെ ആട്ടിടയന്മാരും അല്ലാത്തവരും പങ്കെടുത്തൊരു പരീക്ഷണത്തിന്റെ ഫലമായി ശാസ്ത്രജ്ഞന്മാർ വളരെ രസകരമായൊരു കാര്യം കണ്ടെത്തി. സ്പാനിഷ് ഭാഷ കേൾക്കുമ്പോൾ രണ്ട്കൂട്ടരുടെയും മസ്തിഷ്കം ഒരേപോലെ ദ്വിപാർശ്വീയമായി പ്രവർത്തിക്കുന്നു, പ്രതികരിക്കുന്നു. സീൽബോ എന്ന ചൂളംവിളി കേൾക്കുന്നൊരു സാധാരണക്കാരന്റെ മസ്തിഷ്കത്തിൽ അത്രയും ദ്വിപാർശ്വീയമായി ഒന്നും സംഭവിക്കുന്നില്ല. പക്ഷേ, ഒരു സീൽബഡോർ (ചൂളംവിളിയുടെ ഭാഷയിൽ വൈദഗ്ധ്യമുള്ളൊരാൾ) മസ്തിഷ്കപരമായി സ്പാനിഷിനോടും ചൂളംവിളിയോടും പ്രതികരിക്കുന്നത് ഒരേപോലെയാണ്. ആട്ടിടയന് സീൽബോ ഗോമെറോ ഒരു അസ്സൽ ഭാഷയാണ്.

സീൽബോ ജീവശാസ്ത്രമാണ്.

ഒപ്പം സാമൂഹികചിഹ്നശാസ്ത്രവും.

പക്ഷേ, സീൽബോ സ്പാനിഷാണോ?

സത്യത്തിൽ അതേ. തികച്ചും സ്പാനിഷല്ല. അതിന്റെ ഒരു സംക്ഷിപ്തരൂപം. സ്പാനിഷിലെ രണ്ട് സ്വരങ്ങളും നാല് വ്യഞ്ജനങ്ങളും മാത്രമേ സീൽബോയിൽ കേൾക്കാനാവൂ. പക്ഷേ, സീൽബോയുടെ വ്യാകരണം സ്പാനിഷ് വ്യാകരണമാണ്. ഏതാണ്ട് ലോകത്തിലെ എല്ലാ മനുഷ്യസമൂഹങ്ങൾക്കും ചൂളമടിക്കാനുള്ള കഴിവുണ്ട്. ആകയാൽ സീൽബോയുടെ ദേശീയ, പ്രാദേശിക സമാന്തരങ്ങൾ ഒരുപക്ഷേ, ഏത് ഭൂവിഭാഗത്തിലും സാദ്ധ്യമാണ്; സൈദ്ധാന്തികമായെങ്കിലും.

പക്ഷേ, വളരെ കർമ്മോത്സുകരായ ചില പരിതോവസ്ഥാ പ്രവർത്തകർ, അവരവരുടെ ചുറ്റുപാടുകളിൽ തിരോധാനത്തിന്റെ വക്കിൽ പകച്ചുനിൽക്കുന്ന ജീവിവർഗ്ഗങ്ങളെ സംരക്ഷിക്കാൻ ശ്രമിക്കുന്ന ശാഠ്യത്തോടെ ഒരു ചൂളംവിളിയുടെ ഭാഷ സംരക്ഷിക്കാൻ ശ്രമിക്കുന്നവർ, ഒരുപക്ഷേ ലാ ഗോമെറയിലേ ഉണ്ടാകൂ. ഇതിന്റെ പിന്നിൽ വളരെ പ്രേരകമായൊരു വസ്തുതയുണ്ട്.

സീൽബഡോർമാരുടെ എണ്ണം.

വർദ്ധിക്കാത്തത് അതു മാത്രം.

ഒരുകാലത്ത്, ഏതാനും വർഷങ്ങൾക്കു മുമ്പുവരെപോലും ഒരു ഗോമെറയുടെ ദൈനംദിന ജീവിതം തന്നെയായിരുന്നു സീൽബോ. അസാദ്ധ്യ ഗവേഷകനായ ഫ്രാൻസിസ്കോ റിവറോ അതിനെ പൊയ്പ്പോയൊരു കാലഘട്ടത്തിന്റെ മൊബൈൽ ഫോണെന്നു വിളിച്ചു. പക്ഷേ, ചൂളംവിളിയുടെ ഭാഷയിൽ തികച്ചും വിദഗ്ദ്ധരെന്ന് വിളിക്കാവുന്ന ആട്ടിടയന്മാർ വെറും ഇരുപതിലേറെ കാണില്ല. അവരുടെ നാട് ഈ സാഹചര്യത്തെ എങ്ങനെ നേരിടുന്നു? ഇന്ത്യയെപ്പോലുള്ള രാജ്യങ്ങളിലെ കുട്ടികൾ മൊബൈൽ ഫോൺ കൈയിലെടുക്കുമ്പോൾ ലാ ഗോമെറയിലെ കുട്ടികൾ റിവറോ പറഞ്ഞ പ്രാചീന മൊബൈലിന്റെ നേർക്ക് തിരിയുന്ന പരുവത്തിലാണ്. അഞ്ചുവർഷം മുമ്പ് പ്രാദേശിക സർക്കാർ ഒരു നിയമം നടപ്പിലാക്കി. അതനുസരിച്ച് ഇപ്പോൾ അവിടത്തെ എല്ലാ പ്രാഥമിക വിദ്യാലയങ്ങളിലേയും കുട്ടികൾ ആട്ടിടയന്മാരുടെ ചൂളത്തിന്റെ ഭാഷ പഠിച്ചേതീരൂ. ക്ലാസിലിരുന്ന് ചൂളംവിളിക്കുന്നതിലെ രസം ഒന്ന് വേറെയല്ലേ?

ഞാൻ അവസാനമായി കേൾക്കുമ്പോൾ ലാ ഗോമെറക്കാർ അവരുടെ ആദ്യത്തെ സീൽബോ മൽസരം സംഘടിപ്പിക്കാൻ തയാറെടുക്കുകയായിരുന്നു. ഒരു ചൂളംവിളി അതിന്റെ ചരിത്രം നിർമ്മിക്കുകയാണ്.

ചോപ്സ്റ്റിക്കുകൾക്ക് ഒരു ഗണിതശാസ്ത്ര സമവാക്യം

നിങ്ങൾക്ക് ചോപ്സ്റ്റിക്കുകൾ ഉപയോഗിക്കാൻ അറിയാമോ? ഒരു ശ്രദ്ധേയമായ ചോദ്യമാണിതെന്ന് ഞാൻ കരുതുന്നു.

അയ്യായിരം വർഷങ്ങൾക്ക് മുമ്പ് ചോപ്സ്റ്റിക്കുകൾ എന്ന തീൻകോലുകൾ ചൈനക്കാരുടെ ജീവിതശൈലിയുടെ ഭാഗമായിക്കഴിഞ്ഞിരുന്നു. പരപ്പിനേക്കാൾ ആഴമുള്ള പാത്രങ്ങളിൽ പാകമായിക്കൊണ്ടിരിക്കുന്ന ആഹാരം ചൂടോടെ രുചിച്ചുനോക്കാൻ വേണ്ടി ചില കൊതിയന്മാർ ചുള്ളിക്കമ്പുകൾ ഉപയോഗിച്ചതാവണം ചോപ്സ്റ്റിക്കുകളുടെ തുടക്കം. ചീനത്തീറ്റികളിന്ന് കേരളത്തിലെ കൊച്ചുകൊച്ചു ഹോട്ടലുകളിൽപ്പോലും സാമാന്യമായിരിക്കെ ബ്രിട്ടനിലെ രണ്ട് ഗവേഷകരാണ് ഞാൻ പറഞ്ഞ ശ്രദ്ധേയ ചോദ്യത്തിൽ തൽപ്പരരായത്. ചൈനക്കാരല്ലാത്തവരും എന്നാൽ ചൈനീസ് ഫുഡിനോട് കമ്പമുള്ളവരുമായ എത്രപേർക്ക് ചോപ്സ്റ്റിക്കുകൾ ഉപയോഗിക്കാനറിയാം?

നാൽപ്പത് ശതമാനത്തിനു മാത്രം.

ബ്രിട്ടനിലെ കണക്കാണത്.

തീൻകോലുകൾ ഉപയോഗിക്കുന്നത് ഒരാൾക്ക് എത്രത്തോളം എളുപ്പമാണെന്ന് കൃത്യമായി അളക്കാൻ ഗവേഷകർ ഒരു ഗണിതശാസ്ത്ര സമവാക്യംതന്നെ കണ്ടുപിടിച്ചു. ഇതൊരു ഫലിതമാണെന്ന് ഗണിതശാസ്ത്രജ്ഞനായ റോബർട്ട് ഹോലറ്റ് കരുതുന്നു. “ഈ രണ്ട് ചങ്ങാതിമാർ ഒരു കുപ്പി ബിയറിന് മുകളിലിരുന്ന് സ്വപ്നം കണ്ടതാവണം.” ആവട്ടെ. പക്ഷേ, സൂക്ഷ്മ വിശദാംശങ്ങളിൽ ഭ്രമമുള്ളവരെ സംബന്ധിച്ച് അതിന് ഒരു ചാരുതയുണ്ട്. “സി ഈസ് ഈക്വൽ റ്റു” എന്നാരംഭിക്കുന്ന സങ്കീർണ്ണ സമവാക്യത്തിലെ ‘സി’ അനായാസതയെ കുറിക്കുന്നു, കംഫർട്ട്. ഒന്നുതൊട്ട് നൂറ് മാർക്ക്

വരെ. പയറുമുളകൾ പോലുള്ള വസ്തുക്കളുടെ കാര്യത്തിൽ സി പൂജ്യം. പിന്നെ പല ഘടകങ്ങളും പരിഗണനകളുമുണ്ട്. തീറ്റവസ്തുക്കളുടെ തൂക്കം, വലുപ്പം, വ്യാസം. പിന്നെ ടെക്സ്ച്ചർ, വഴവഴപ്പുള്ള സ്വഭാവം, തീൻകോലുകൾ ഉപയോഗിക്കുന്ന ആളുടെ മുൻപരിചയം, എന്തിന് ആഹാരം കിണ്ണത്തിൽനിന്ന് വായിലെത്താൻവേണ്ട സമയവും, ഒരാൾ തീൻകോൽ പിടിക്കുന്നത് എത്ര ഡിഗ്രിയുള്ള കോണിലാണെന്ന പരിഗണനപോലും. സമവാക്യമുണ്ടാക്കിയവരോ ഭൗതികശാസ്ത്രത്തിൽ ഡോക്ടറേറ്റ് നേടിയവരും.

ഡോ. ക്വിയാങ് സവോ

ഡോ. ജിം അൽ-ഖലീലി.

ഗണിതശാസ്ത്രജ്ഞനായ പ്രൊ. ഹോവിറ്റാകട്ടെ തന്റെ ഫലിതം തുടരുന്നു. ഇനി ചൈനീസ് റസ്റ്റോറന്റുകൾ ഈ ചങ്ങാതിമാരുടെ സമവാക്യത്തിൽ പറയുന്ന ഘടകങ്ങളെല്ലാം അച്ചടിച്ച മെന്യുവും കണക്കുകൂട്ടാൻ ഒരു കാൽക്കുലേറ്ററും നമുക്ക് തരുമോ? ഹാ ഹാ ഹാ! അതിനിടയിൽ തീൻകോലുകളെക്കുറിച്ച് അത്ര നർമ്മമില്ലാത്തൊരു വൈദ്യശാസ്ത്ര വാർത്ത എനിക്ക് കിട്ടിയിട്ടുണ്ട്. ശരീരത്തിലെ കുരുന്നെല്ലുമ്പുകളെ ബാധിക്കുന്നൊരു രോഗം. (ഓസ്റ്റിയോ ആർത്രൈറ്റിസ്). തീൻകോലുകൾ ഉപയോഗിക്കുന്നവരുടെ ഒന്നും രണ്ടും മൂന്നും വിരലുകളെ തളർത്താനുള്ള സാദ്ധ്യതയെക്കുറിച്ചാണ്. ഒരു ബില്യനിലധികം ആളുകൾ ചോപ്സ്റ്റിക്കുകൾ ഉപയോഗിക്കുന്നൊരു രാജ്യത്തെ പേടിപ്പിക്കാൻമാത്രം വലിയൊരു സാദ്ധ്യതയല്ല, ചെറിയൊരു സാദ്ധ്യത.

ചോപ്സ്റ്റിക്കുകൾക്ക് പ്രതികൂലമായ തെളിവുകൾ കണ്ടെത്തിയ വിദഗ്ദ്ധർപോലും അവ വർജ്ജിക്കണമെന്ന് നിർദ്ദേശിക്കുന്നില്ല. അവയുടെ നിർമ്മാണ പ്രയോഗ ശൈലികളിൽ ചില മാറ്റങ്ങൾ ആവശ്യമായിരിക്കാമെന്നേ അവർ സൂചിപ്പിക്കുന്നുള്ളൂ.

ഒരു പ്രസ്താവനയും ഷൂവും തമ്മിലുള്ള വ്യത്യാസം

പഴയ പോപ് സംഗീത പ്രേമത്തിന്റെ നാളുകളിൽ എനിക്ക് ഏറ്റവും ഇഷ്ടപ്പെട്ട ഗായകരിലൊരാളായിരുന്ന റോഡ് സ്റ്റുവർട്ടിനെക്കുറിച്ച് അടുത്തകാലത്ത് കേട്ടൊരു വാർത്ത അത്ര സുഖകരമായിരുന്നില്ല. ആരോ ഒരാൾ സ്റ്റുവർട്ടിനെ കോടതിയിൽ കയറ്റാൻ തയാറെടുക്കുകയായിരുന്നു. ഒരു സംഗീതപ്രകടനത്തിനിടയിൽ ആ പാട്ടുകാരൻ സദസ്സിന് നേർക്കെറിഞ്ഞ ഷൂ തന്റെ മേൽ തട്ടിയെന്നാണ് അന്യായക്കാരൻ പറഞ്ഞത്.

ഒറ്റപ്പെട്ടൊരു അപവാദം.

ആർക്കാണിതിൽ ആശ്ചര്യം?

റോഡ് സ്റ്റുവർട്ടിനെപ്പോലുള്ളൊരാളുടെ സംഗീതശൈലിയുമായും വ്യക്തിപരമായ ചേഷ്ടകളുമായും പരിചയപ്പെട്ടൊരു സദസ്സിന് സാധാരണ നിലക്ക് ആ ഷൂവേറ് ഒരു കുരവപോലെ ആവേശപ്രദമാണ്. വെള്ളത്തിൽവീണ കല്ലുപോലെ അത് താളവും തിളക്കവുമുള്ള ഓളങ്ങളുണ്ടാക്കുന്നു. കൂട്ടത്തിൽ ഒരു ഒറ്റയാന്റെ പ്രതിഷേധം ഗായകനെ കോടതി കയറ്റിയോ എന്നെനിക്കറിഞ്ഞുകൂടാ. കയറിയെങ്കിൽത്തന്നെ സംഭവം അതിന്റേതായ സ്ഥലകാലങ്ങളുമായി മാത്രം ബന്ധപ്പെട്ടിരിക്കുന്നു. അന്നത്തെ സദസ്സിന്റെ സാമീപ്യത്തിനപ്പുറത്തുള്ളൊരു സാമൂഹിക സാംഗത്യത്തിൽ അത് പ്രത്യയശാസ്ത്രപരമായൊരു ചർച്ചാവിഷയമാകാനിടയില്ല. കാരണം റോഡ് സ്റ്റുവർട്ടിന്റെ ആംഗ്യം ഒരു പ്രവൃത്തിയായിരുന്നു. വാക്കായിരുന്നെങ്കിലോ? ഞാൻ ആ വഴിക്ക് ചിന്തിക്കുന്ന സമയത്താണ് ജമയ്ക്കക്കാരനായൊരു മാധ്യമ പ്രവർത്തകൻ എന്റെ മനസ്സിലുണ്ടായിരുന്നതുപോലുള്ളൊരു വിചാരത്തിലേക്ക് ഉറ്റുനോക്കുന്നത്.

ചില സമാന്തര കാര്യങ്ങൾ.

മോർ ഫോർവേഡ് സിൻഡ്രോം.

സ്വന്തം തൊഴിലിന്റെയോ ജീവിതരീതിയുടേയോ ഭാഗമായിത്തന്നെ ധാരാളമായി സദസ്സുകളെ നേരിട്ടുകൊണ്ടിരിക്കുന്നവരുടെ ഭാഗധേയമെന്ന് വിളിക്കാവുന്ന ഒരവസ്ഥയാണത്. രാഷ്ട്രീയക്കാരും കലാപ്രകടനക്കാരും മതപ്രചാരകന്മാരും പ്രത്യേകിച്ചും അത് നേരിടുന്നു. താത്ത്വികമായോ സാംസ്കാരികമായോ തന്റെതന്നെ ദൗത്യങ്ങളും പ്രതിപത്തിയും പ്രേരണയുമെല്ലാമുള്ള സദസ്സുകളുമായി സംവദിക്കുമ്പോഴാണ് കൃത്യമായും മോർ ഫോർവേഡ് സിൻഡ്രോം ഒരു ആപൽക്കരാവസ്ഥയായിത്തീരുന്നത്. കാൽപ്പന്തുകളിയിലെ ഒരു മുന്നേറ്റം നടക്കുന്ന സമയത്തുള്ള പന്തിന്റെ ഉന്മുഖതയുടെ, അഗ്രിമയുടെ ഭാഗത്ത് ഒരു ദൗത്യം അല്ലെങ്കിൽ സന്ദേശം സങ്കൽപ്പിച്ചാൽ 'ഫോർവേഡ്' എന്ന് പറഞ്ഞതിന്റെ അർത്ഥം പലനിലകളിൽ പിടികിട്ടും.

പക്ഷേ, ചുവന്ന കാർഡുകൾപോലും ഒരു കളിയുടെ പരിമിത സന്ദർഭത്തിൽ മനസ്സിലാക്കപ്പെടുകയും മറക്കപ്പെടുകയും ചെയ്യുമ്പോൾ വാക്കുകളാവട്ടെ പോസ്റ്റുകൾക്കപ്പുറം കളിക്കുന്നു. മോഫോസിയെന്ന് നമുക്ക് സൗകര്യാർത്ഥം ചുരുക്കിപ്പറയാവുന്ന മോർ ഫോർവേഡ് സിൻഡ്രോം അങ്ങനെയുണ്ടാവുന്നു.

എന്താണ് മോഫോസി?

പെൺകുട്ടികൾ നാട്ടുനടപ്പനുസരിച്ച് നേരെ ചൊവ്വെ വസ്ത്രം ധരിക്കണമെന്ന് ശാഠ്യമുള്ളൊരാളാണ് അമേരിക്കയിലെ പ്രശസ്ത പുരോഹിതനായ ബിഷപ്പ് ഹെറോ ബ്ലയോർ. ഒരിക്കൽ അദ്ദേഹം അതനുസരിക്കാതിരുന്നൊരു ചെറുപ്പക്കാരിയെ പള്ളിയിൽ കയറ്റാതെ തിരിച്ചയച്ചിട്ടുണ്ട്. ഉടൽ ശരിക്കും മറയ്ക്കാത്ത സ്ത്രീകൾ സത്യത്തിൽ ക്ഷണിച്ചു വരുത്തുകയാണെന്ന് പിന്നീടൊരു സമ്മേളനത്തിൽ ബിഷപ്പ് പറഞ്ഞു. അദ്ദേഹത്തിന്റെ ദൗത്യസന്ദർഭം, സദസ്സിന്റെ സ്വഭാവം, ദേശീയ സാഹചര്യം ഇതെല്ലാം ചേർത്തുവെച്ച് ഒരു പ്രത്യേക വൈകാരികാവസ്ഥയ്ക്കുള്ളിൽ നിന്ന് പറഞ്ഞാൽ, എന്തിനെയോ ചൊല്ലിയുള്ളൊരു വേവലാതിയുടെ ഒടുവിലുള്ളൊരു ആമേൻ പോലെ നിരുപദ്രവകരമായ ഒരു പ്രസ്താവനയായി വേണമെങ്കിൽ അതിനെ കാണാം. പക്ഷേ തന്റെ സദസ്സിന്റെ വെളിയിലുള്ള വിപുല സാമൂഹിക സാഹചര്യത്തിൽ അത് മറ്റൊന്നാവാതെ വയ്യ. ബലാത്സംഗത്തിന്റെ ഇരകളെ ആ കുറ്റകൃത്യത്തിന് ഉത്തരവാദികളാക്കുകയാണ് ബിഷപ്പ് ചെയ്യുന്നതെന്ന് ചില സംഘടനകൾ പറഞ്ഞു. വളരെ കൃത്യമായൊരു വിലയിരുത്തലാണതെന്ന് തിരിച്ചറിഞ്ഞ മാധ്യമങ്ങൾ അദ്ദേഹത്തെ കഠിനമായി ചോദ്യം ചെയ്തു. ഇനി ചില ഗായകർ. ഇവരും ജമൈയ്ക്കക്കാർ.

അമേരിക്കയിലേയും ബ്രിട്ടനിലേയും ചില സംഘടനകൾ ഇവരെ

വർജ്ജിച്ചു. ഇവരുടെ പാട്ടുകൾ അക്രമാസക്തമാം വിധം സ്വവർഗ്ഗ ഭോഗികളെ തിരസ്കരിക്കയാണെന്ന് പരാതി. സത്യത്തിൽ ഈ പാട്ടു കളിലുള്ളത് മോഫോസിയുടെ ലക്ഷണമൊത്ത സാന്നിധ്യമാണെന്ന് തിരിച്ചറിയാനാവും.

ശബ്ദരേഖ വഴി നമ്മെ സ്പർശിക്കുന്ന പാട്ടുകാരല്ല ജീവിക്കുന്നൊരു സദസ്സിനുമുന്നിൽ പ്രകടനം നടത്തുന്ന പാട്ടുകാർ. ആസന്ന പ്രദർശ നസ്ഥലിയെന്ന് വിളിക്കാവുന്ന ഇടുങ്ങിയതും സമയബദ്ധവുമായൊരു പഴുതിൽ സംഗതി പൊളിഞ്ഞുപോകരുതെന്നതിൽ കവിഞ്ഞ ഒരു പരിഗണനയും അവർക്ക് അടിയന്തരമല്ല. അത് സ്വാഭാവികം. അപ്പോൾ...

മോഫോസിയുടെ പ്രശ്നമെന്ത്?

ബിഷപ്പിന്റെ കാര്യത്തിലും ജമെയ്ക്കയിലെ ഗായകസംഘത്തിന്റെ കാര്യത്തിലും നാം കാണുന്നത് നിർദ്ദിഷ്ട സന്ദർഭങ്ങളുടെ വലയം പിളർന്ന്, സഹഭാവമില്ലാതെ അപ്പുറത്തു നിന്ന് ചെകിടോർക്കു ന്നൊരു വിപുല സമൂഹത്തിന്റെ സാമാന്യവിചാരണക്ക് എത്തി പ്പെടുന്ന പ്രസ്താവനകളാണ്. പുതിയ പ്രത്യയശാസ്ത്ര നിഷ്കർഷ നിറഞ്ഞ ലോകസാഹചര്യങ്ങളിൽ ഇതൊരു ചോദ്യമുണർത്തുന്നു. പ്രസ്താവനകളെ നാം വിലയിരുത്തേണ്ടത് അവയുടെ ആസന്ന സന്ദർഭത്തിന്റെ ആന്തരിക നിയമങ്ങളനുസരിച്ചോ അതോ അതി നപ്പുറത്തുള്ള സന്ദർഭാതീതമായ ചില സാമാന്യ ധാരണകളുടെ രീതിയനുസരിച്ചോ? അത്ര സുഖകരമായൊരു ചോദ്യമല്ലിത്. തീർച്ച. പക്ഷേ, മോഫോസി ഒഴിവാക്കാം.

പരിഹാരമറിയുന്നൊരാളുണ്ട്.

ലിയോണി ഫോർബസ്.

'ജമെയ്ക്കാസ് ഗ്രേറ്റ് ലേഡി ഓഫ് തിയേറ്റർ ആന്റ് ബ്രോഡ്കാ സ്റ്റിംഗ്' എന്നറിയപ്പെടുന്ന ഈ സ്ത്രീ പ്രക്ഷേപണകലയിൽ വിദ ഗ്ദ്ധരാകാൻ ആഗ്രഹിക്കുന്നവർക്ക് ഒരു സന്ദേശം നൽകി. 'ദ ബെസ്റ്റ് ആഡ്-ലിബ്സ് ആർ സ്ക്രിപ്റ്റഡ്'. ജൈവ സംവാദങ്ങൾക്കുപോ ലും മുൻകൂട്ടി തയാറാക്കപ്പെട്ടൊരു തിരക്കഥയാവാം; മോഫോസിയുടെ ഭീഷണിയുള്ള സന്ദർഭങ്ങളിൽ, റോഡ് സ്റ്റുവർട്ടിന്റെ ഷൂവേറുപോലെ എല്ലാ ഉത്തേജക പ്രകടനങ്ങളും കുളങ്ങളിലെ ഓളങ്ങൾപോലെ നിൽക്കില്ലല്ലോ.

പെൺഹൃദയത്തിന്റെ പ്രായം എപ്പോഴും ഇരുപത്

അല്ല, തലക്കെട്ട് കാൽപ്പനികമല്ല. വൈദ്യശാസ്ത്രത്തിന്റെ വരണ്ട ഭാഷയിലാണത്. പെണ്ണിന് ആണിനെക്കാൾ ആയുസ്സുള്ളത് എന്തുകൊണ്ടാണെന്ന ചോദ്യത്തിന് ഉത്തരം തേടിയ ചിലരാണത് കണ്ടെത്തിയത്. വികസിതരാജ്യങ്ങളിലെ ശരാശരി യനുസരിച്ച് പെണ്ണുങ്ങൾ ആണുങ്ങളെ അപേക്ഷിച്ച് അഞ്ചോ ആറോ വർഷം കൂടുതൽ ജീവിച്ചിരിക്കുന്നു. സ്ത്രീകൾക്ക് പ്രത്യേകമായ ശാരീരിക പ്രശ്നങ്ങൾ കൂടുതലുള്ള രാജ്യങ്ങളിൽ ഈ വ്യത്യാസം അത്രയും കൂടുതലായെന്ന് വരില്ല.

പക്ഷേ, വ്യത്യാസമുണ്ട്.

അത് അപ്രതീക്ഷിതവുമാണ്. രണ്ട് വർഷം നീണ്ടുനിന്നൊരു പഠനത്തിലൂടെ 18നും 20നും ഇടയിൽ പ്രായമുള്ള ഒരുപാടാളുകളുടെ ഹൃദയസംബന്ധിയായ സകല വസ്തുതകളും വിശദാംശങ്ങളും കുറി ച്ചെടുത്ത ഗവേഷകർ ഒരു കാര്യം കണ്ടെത്തി. എഴുപതു വയസ്സുള്ള ആണുങ്ങളുടെ ഹൃദയത്തിന്റെ വയസ്സും എഴുപതുതന്നെ. പക്ഷേ, അതേ പ്രായത്തിലുള്ള പെണ്ണുങ്ങളുടെ ഹൃദയമാകട്ടെ ഇരുപതു കാരികളുടെതുപോലിരിക്കുന്നു. പ്രായപൂർത്തിക്കുശേഷം എമ്പത് വയസ്സാവുന്നതിനിടയിൽ ആൺ ഹൃദയത്തിന്റെ ശക്തി ഇരുപതോ ഇരുപത്തഞ്ചോ ശതമാനത്തോളം ചുരുങ്ങുന്നു. പക്ഷേ, പെൺഹൃ ദയത്തിന്റെ ശക്തിയാകട്ടെ ഏതാണ്ട് അതേപടി തുടരുന്നു. ഹൃദയ ത്തിന്റെ സങ്കോചവുമായി ബന്ധപ്പെട്ട സെല്ലുകൾ ഹൃദയശക്തിയെ തുണയ്ക്കുന്നു. ഇരുപതിനും എഴുപതിനും ഇടയിലുള്ള പ്രായത്തിൽ ഈ സെല്ലുകളുടെ മൂന്നിൽ ഒരു ഭാഗം ആണിൽ മരിക്കുന്നു. പെണ്ണിൽ ഇത് സംഭവിക്കുന്നില്ല.... ഇതിന് വിശദീകരണമെന്ത്?

ഈ സ്രഷ്ടാവ്!

പെണ്ണിന്റെ ലൈംഗിക ഹോർമോണായ ഈസ്ട്രജൻ അവളുടെ ഹൃദയത്തെ സംരക്ഷിക്കുന്നുവെന്ന പൂർവ്വധാരണയിൽ തിരുത്ത് വേണ്ടിവരും. കാരണം ആർത്തവസമാപ്തിക്ക് ശേഷം ഈ ഹോർമോണിന്റെ നില സ്വാഭാവികമായും നാടകീയമായി താഴുന്നു. പക്ഷേ, ഇതിന് ആനുപാതികമായ ഹൃദയത്തളർച്ച സ്ത്രീ ശരീരത്തിൽ സംഭവിക്കുന്നില്ല. അതിന്റെ യൗവനം ദശകങ്ങളിലൂടെ നിർബ്ബാധം തുടരുന്നു.

എങ്കിലും ആർത്തവവുമായി നേരിട്ട് ബന്ധപ്പെടുത്താവുന്നൊരു ശക്തിക്ഷയം കാണാം. മാംസപേശികളിലേക്കും കൈകാലുകളുടെ തൊലിയിലേക്കുമുള്ള ചോരയൊഴുക്ക് പ്രായാധിക്യത്തോടൊപ്പം ആണിലും പെണ്ണിലും ഒരേപോലെ മന്ദഗതിയിലാവുന്നു. ആണിൽ ഇത് നേരത്തെ തുടങ്ങുന്നു. പക്ഷേ ഈസ്ട്രജൻ ചോരക്കുഴലുകളുടെ ഘടനയെ തുണക്കുന്നതുകൊണ്ട് ആർത്തവ ഘട്ടം വരെ സ്ത്രീയിൽ അത് തുടങ്ങുന്നില്ല. പക്ഷേ, ആർത്തവം നിലച്ചാൽ പെണ്ണിന്റെ അവസ്ഥ പെട്ടെന്ന് ആണിന്റേത്പോലെയാകുന്നു.

ആണുങ്ങളുടെ അഭയം കായികാഭ്യാസത്തിലാണ്. നല്ല അത്ലറ്റുകളായ ആണുങ്ങളുടെ ഹൃദയം എഴുപതുകളിലും ഇരുപതുകളുടെ യൗവനം നിലനിർത്തുന്നു.

കാപ്പിയുടെ വലയങ്ങൾ ഇരുളുമ്പോൾ

കാപ്പിക്കോപ്പ മേശപ്പുറത്തുവീഴുന്ന അടയാളങ്ങളെക്കുറിച്ചല്ല പറയുന്നത്. നിലത്തോ മേശപ്പുറത്തോ ചിന്തുന്ന കാപ്പിയെക്കുറിച്ചാണ്. ഒരാൾക്കേ തോന്നിയുള്ളൂ അതിലേക്ക് ഉറ്റുനോക്കാൻ. മനുഷ്യർ കാപ്പി കുടിക്കാൻ തുടങ്ങിയിട്ട് എത്ര കാലമായി!

കാപ്പിയുടെ ചരിത്രവും ഒരിടത്തെ പ്രാദേശിക ഇസ്‌ലാമിക പ്രശ്നവും ഒന്നിച്ചൊരു സന്ദർഭമുണ്ട്. ആയിരത്തി മുന്നൂറ് വർഷങ്ങൾക്ക മുമ്പിലത്തെ അബിസീനിയ. ഒരു പ്രത്യേകതരം ചെടിയുടെ കായ തിന്നാൽ ആടുകൾ ചുറുചുറുക്കോടെ പെരുമാറുമെന്ന് ചെറുപ്പക്കാരനായ ഒരു ഇടയൻ കണ്ടെത്തി. വിവരം മറ്റുള്ളവരോട് പറഞ്ഞപ്പോൾ വിചാരം നിറഞ്ഞൊരു പ്രതികരണമുണ്ടായത് സ്ഥലത്തെ പള്ളിയുമായി ബന്ധപ്പെട്ട മുസ്‌ലിം നേതാക്കളിൽ നിന്നാണ്. നീണ്ട പ്രാർഥനകൾക്കിടയിൽ പള്ളിയിലിരുന്ന് ഉറക്കം തൂങ്ങുന്ന ചങ്ങാതിമാരെ ഉണർച്ചയിൽ പിടിച്ചിരുത്താൻ ഈ കായ സഹായിക്കില്ലേ?! ഉവ്വ്, സഹായിക്കും. സഹായിച്ചു.

ഇത് ചരിത്രമാണെന്നാണ് എന്റെ അറിവ്. മറിച്ച് വെറും ഐതിഹ്യമായാലും പ്രശ്നമൊന്നുമില്ല. കാപ്പിയുടെ അനുഗ്രഹമെന്ന് പറയാവുന്ന ഉണർവ്വോടെ കാപ്പിയെക്കുറിച്ചുതന്നെ ചിന്തിച്ചൊരാളെക്കുറിച്ച് പറയുമ്പോൾ അതത്ര പ്രധാനമല്ല.

സിഡ്നി

ദ്രവ്യകാര്യ വിദഗ്ദ്ധൻ.

എല്ലാവരേയും പോലെ നൂറുകണക്കിന് കാപ്പിക്കറകൾ അദ്ദേഹം കണ്ടിട്ടുണ്ട്. പക്ഷേ, ഒരുദിവസം വീട്ടിലെ അടുക്കളയിലെ ബെഞ്ചിന്മേൽ കാപ്പിവീണ് വരണ്ടപ്പോഴുണ്ടായ കറയിലേക്ക് ഉറ്റുനോക്കിയപ്പോൾ അദ്ദേഹത്തിന് ഒരു ചോദ്യം തോന്നി. കാപ്പികുടിയുടെ

നൂറ്റാണ്ടുകൾക്കിടയിൽ മറ്റാരേയും പിടിച്ചിരുത്തിയിട്ടില്ലാത്തൊരു ചോദ്യം. സാമാന്യബുദ്ധിയനുസരിച്ച് പറഞ്ഞാൽ നിലത്തെ ഒരു കാപ്പിക്കറയുടെ നടുവ് വക്കിനേക്കാൾ ഇരുണ്ടതായിരിക്കണം. പക്ഷേ, ഇത് അങ്ങനെയല്ലല്ലോ? അപ്പോൾ കാപ്പിക്കറ വക്കോടടുക്കുന്തോറും കൂടുതൽ ഇരുളുന്നതെന്തുകൊണ്ട്? തീർച്ചയായും ഇത് വളരെ പ്രധാനപ്പെട്ടൊരു ഭൗതികശാസ്ത്ര ചോദ്യമായിരിക്കണം. അല്ലെങ്കിൽ സഹപ്രവർത്തകരായ ശാസ്ത്രജ്ഞന്മാർക്ക്പോലും ഉത്തരമറിയാത്തതെന്തുകൊണ്ട്? അങ്ങനെയാണ് യൂനിവേഴ്സിറ്റി ഓഫ് ചിക്കാഗോയിലെ ഒരു പരീക്ഷണശാലയിൽ കാപ്പിക്കറ ഒരു ഗവേഷണവിഷയമായത്. രണ്ട് വിദ്യാർത്ഥികൾ ഉത്തരം തീണ്ടി.

ഓർജിക്ക ബകാജിൻ

റോബർട്ട് ഡീഗൻ

ആദ്യം ഓർജിക്ക. നടുവിൽ ഒരു തുളയും മറ്റുമായി ഒരു ഉഴുന്നുവടയുടെ (അഥവാ ഡോനട്ടിന്റെ) ആകൃതിയുള്ളൊരു സാധനം കൊണ്ട് അവൾ നിലത്തു ചിന്തിയ കാപ്പി മൂടി. ഇപ്പോൾ കാപ്പിയുടെ നടുഭാഗം മാത്രമാണ് വായുവിൽ തുറന്നുകിടക്കുന്നത്. പിന്നെ മറ നീക്കി നോക്കിയപ്പോൾ കറയുടെ വക്ക് ഇരുണ്ടിരുന്നില്ല. അതൊരു നല്ല തുമ്പല്ലേ?

ബാഷ്പീകരണം

കറയുടെ രഹസ്യമതാണോ?

പിന്നെ ഓർജിക്കയും റോബർട്ടും ചേർന്ന് ഒരു സൂക്ഷ്മദർശിനി ഉപയോഗിച്ച് പല തവണ കാപ്പി വറ്റി കറയാവുന്നത് ശ്രദ്ധിച്ചു. വറ്റുമ്പോൾ കാപ്പി സങ്കോചിക്കുന്നു. പക്ഷേ, ഇത് സംഭവിക്കുന്നത് നിലത്ത് കാപ്പിയുടെ പരപ്പിൽ, വ്യാസത്തിൽ അല്ല. മറിച്ച് അതിന്റെ മുഴപ്പിലാണ്. അതായത് ഉയരത്തിൽ. കാപ്പി വറ്റാൻ തുടങ്ങുമ്പോൾ അതിന്റെ അംശകങ്ങൾ കേന്ദ്രം വിട്ട് വക്കിലേക്ക് ചായുന്നു. ചുരുക്കത്തിൽ, വറ്റുന്ന കാപ്പിയെ അതിന്റെ വക്കുകളിൽ ആരോ സൂചി തറച്ചു നിലത്ത് നിറുത്തിയതുപോലെ. പിന്നെ മറ്റൊരു ഘടകം, ദ്രവത്തിന്റെ നടുവിലെ ഭാഗത്തെ ബാഷ്പീകരണം മുകളിലേക്ക് മാത്രമാണ്. വക്കിലാവട്ടെ അത് മുകളിലേക്കും ഒരു വശത്തേക്കും സംഭവിക്കുന്നു. അങ്ങനെ വറ്റലും കറ ഉണ്ടാവലും വക്കിൽ കൂടുതൽ നടക്കുന്നു. അങ്ങനെ വക്ക് കൂടുതൽ ഇരുളുന്നു.

ഒരു റിങ്ങ് ഇഫക്ട്.

ഇത് കോളയുടെ കറയ്ക്കുണ്ട്.

വീഞ്ഞിന്റെ കറയ്ക്കുണ്ട്.

വെറും വെള്ളത്തിനുപോലുമുണ്ട്.

കാപ്പിക്കറയുടെ രഹസ്യം കാപ്പികുടിയുമായി ഒരു വിധത്തിലും

ബന്ധമില്ലാത്ത പലതരം സാങ്കേതിക വിദ്യകളിൽ പ്രയോജക മാകുമ്പോൾ നാം നാഗേലിനെ ഓർക്കുന്നു. കോപ്പയിലെ കാപ്പി കുടിക്കുന്നതിലധികം ചിന്തുന്നതിൽ രസം തോന്നുന്ന നാഗേലിനെ. ചായം ഉണങ്ങുന്നത് നോക്കിനിൽക്കുക എന്നൊരു ശൈലിയുണ്ട്. റോഷൻബർഗിനെപ്പോലുള്ള കലാകാരന്മാർ അതിനെ ആധുനി കതയുടെ ചില നിർണ്ണായക സൗന്ദര്യശാസ്ത്ര ഗ്രന്ഥികളിലേക്ക് ആവാഹിക്കുന്നതുകണ്ട് വർഷങ്ങൾക്കുമുമ്പ് ഞാൻ അമ്പരന്നതോർ ക്കുന്നു. അത്രയും നിഷ്കർഷ നിറഞ്ഞ മനസ്സോടെ കാപ്പിയുടെ ചായം ഉണങ്ങുന്നത് കാണുകയാണ് ഒരു ഭൗതികശാസ്ത്രജ്ഞൻ.

കരടികളും കാളകളും പൂജ്യ പ്രജ്ഞയിൽ

കോടിക്കണക്കിന് ഡോളറുകൾ ഒഴുകുന്നൊരു ഓഹരിച്ചന്തയെ ചലിപ്പിക്കുന്ന ശക്തിയെന്ത്? വാങ്ങുകയും വിൽക്കുകയും ചെയ്യുന്ന വ്യാപാരികളുടെ കണക്കുകൂട്ടലുകളും ഭ്രതവായനയും ഭാവിദർശനവുമോ? അല്ലെന്ന് ശഠിക്കുന്ന ഒരാളെ അടുത്തകാലത്ത് ഞാൻ കണ്ടെത്തി.

ജെ. ഡോയൻ ഫാർമർ

അദ്ദേഹം മാറ്റങ്ങളുണ്ടാക്കും.

ഒരുപാട് ഒച്ചയും വിപുലമായ ആംഗ്യങ്ങളുമുള്ള വ്യപാരികൾ അക്ഷരാർത്ഥത്തിൽത്തന്നെ തറയാളുന്ന ലോകമായാണ് ശാസ്ത്ര ലേഖികയായ ജെനിഫർ വൈഗാസ് ഓഹരിച്ചന്തയെ കണ്ടത്. അതിന്റെ മുഖരസ്വഭാവവും എല്ലാ ബാഹ്യ ലക്ഷണങ്ങളും ഒരു ചതുരംഗക്കളിയിലെന്നതുപോലെ സുചിന്തിതമായ നീക്കങ്ങൾ തോന്നിക്കാം. പക്ഷേ, ലണ്ടൻ സ്റ്റോക്ക് എക്സ്ചേഞ്ചിനെ കൃത്യമായി അനുകരിക്കുന്നൊരു മാതൃക തയാറാക്കിയ ഡോയൻ ഫാർമറുടെ ഗവേഷണം ഒരു ബദൽ വിശദീകരണം നൽകുന്നു. വിപണിയുടെ പല ഘടകങ്ങളേയും നിയന്ത്രിച്ചുപോന്നിട്ടുള്ളത് അതിൽ വ്യാപരിക്കുന്നവരുടെ തന്ത്രപരമായ പെരുമാറ്റമാണെന്ന് ഉറപ്പിക്കാമോ?

മറിച്ചൊരു വീക്ഷണമാകാം.

നിലവിലുള്ള വിലകൾ സൃഷ്ടിക്കുന്ന പരിമിതികൾക്കുള്ളിലെ ചില നിർബ്ബന്ധ നീക്കങ്ങളാണ് ഒരു വിപണിയിലെ വാങ്ങലുകളും വിൽക്കലുകളും. പരിമിത വിഭവമെന്ന് വിശേഷിപ്പിക്കാവുന്നൊരു അവസ്ഥയിൽനിന്നാണ് ഭ്രരിപക്ഷം വ്യാപാരികളും നയങ്ങളും നീക്കങ്ങളും രൂപപ്പെടുത്തുന്നത്. അത്രമേൽ പരിമിതമാകയാൽ അതിനെ സീറോ ഇന്റലിജൻസായി കണക്കാക്കാം. ഫാർമറുടെ നിരീക്ഷണത്തിനാധാരം 1998 ഓഗസ്റ്റ് ഒന്നിനും 2000 ഏപ്രിൽ മുപ്പതിനും ഇടയിൽ നടന്ന അറുപത് ലക്ഷം ക്രയവിക്രയങ്ങളുടെ

ചരിത്രമാണ്.

ഇതിന് അർത്ഥമെന്ത്?

വ്യാപാരികൾ മൂഢന്മാരാണോ?

വിദഗ്ദ്ധർക്ക് മുമ്പൊരിക്കലും തിരിച്ചറിയാൻ കഴിയാതിരുന്ന വിധത്തിൽ, വിപണിയുടെ അടിസ്ഥാനപരമായ ഘടനതന്നെ അതിനകത്തെ ചലനങ്ങൾക്കുണ്ടാക്കുന്ന അതിശക്തവും തികച്ചും പ്രവചനീയവുമായ ചില നിബന്ധനങ്ങളെക്കുറിച്ചുള്ളതാണ് ഫാർമറുടെ മാതൃക. പൂജ്യപ്രജ്ഞാ സിദ്ധാന്തം എല്ലാ വിപണികൾക്കും ഒരുപോലെ ബാധകമല്ലെന്നും വരാം. പക്ഷേ, ഗത്യന്തരത്തിൽ കാഴ്ചപ്പാടുകൾ മാറും. തുടക്കങ്ങൾ പോലും മാറും. ഒരു ഉദാഹരണം പറയാം.

രണ്ട് താക്കോൽ വാക്കുകൾ.

കരടികളും കാളകളും.

പുതിയ മാതൃകയിൽ കരടികളും കാളകളുമില്ല. പകരം ക്ഷമയുള്ളവരും ഇല്ലാത്തവരും. വിപണിയിൽ ലിമിറ്റ് ഓർഡറുകളുണ്ട്, മാർക്കറ്റ് ഓർഡറുകളുമുണ്ട്. ഉയർന്ന വിലയ്ക്കല്ലാതെ വിൽക്കാൻ തയാറാകാത്ത ക്ഷമാശീലർക്ക് ആദ്യത്തേതും അങ്ങനെയല്ലാത്തവർക്ക് രണ്ടാമത്തേതും. രണ്ടും തമ്മിലുള്ള അന്തരമാണ് ഒരു വിപണിക്ക് അതിന്റെ ഏറ്റവും ലക്ഷണമൊത്ത സ്വഭാവം നൽകുന്നത്. ചഞ്ചല (വോളറ്റൈൽ) പ്രകൃതം. ഇവിടെ വളരെ രസകരമായൊരു അടിക്കുറിപ്പ് സാദ്ധ്യമാണ്. യന്ത്രഭാഷ, ശരീരത്തിന്റെ പ്രതിരോധവ്യവസ്ഥ, ജീവന്റെ ഉൽപ്പത്തി എന്നിങ്ങനെ പലതരം സങ്കീർണ്ണ വ്യവസ്ഥകളെക്കുറിച്ച് പഠിച്ചൊരു ഭൗതികശാസ്ത്രജ്ഞനാണ് ഡോയൻ ഫാർമർ. അതിലുപരി അദ്ദേഹത്തിന് ആചാര്യസ്ഥാനമുള്ളൊരു വിഷയമുണ്ട്.

കെയോസ് തിയറി.

അവ്യവസ്ഥാ സിദ്ധാന്തം.

പേർ സൂചിപ്പിക്കുന്നതിനെതിരെ, ക്രമക്കേടുകൾക്കുപിന്നിലെ ക്രമങ്ങൾ കണ്ടെത്തുന്നൊരു സിദ്ധാന്തമാണത്. ഓഹരിച്ചന്തയുടെ ചാഞ്ചല്യം അദ്ദേഹത്തെ ആകർഷിച്ചെങ്കിൽ ആ ചാഞ്ചല്യം ലഘൂകരിക്കാൻ ഉദ്ദേശിച്ചുള്ളതാണ് തന്റെ മാതൃക. പക്ഷേ, ഓഹരിയാളായൊരു ഓൺലൈൻ സുഹൃത്ത് പറഞ്ഞു. വിപണിയിലെ ഹരം അതിന്റെ ചാഞ്ചല്യമാണ്. അതെടുത്ത് കളഞ്ഞാൽ എന്ത് വിപണി!

ചിരി ഒരു 'ക്യൂബിസ്റ്റ്' വീക്ഷണത്തിൽ

ഒരു നെക്കർ ക്യൂബ് വരക്കുക. എന്നിട്ട് ഹൃദയപൂർവ്വം ഒന്ന് പൊട്ടിച്ചിരിക്കുക. അപ്പോൾ ചില ഭൗതിക നിയമങ്ങളുടെ അടിത്തറ ഇളകുകയാണെന്ന് തോന്നും. ചിരി ലോകത്തെ വ്യാഖ്യാനിക്കുക മാത്രമല്ല മാറ്റുകയും ചെയ്യുന്നു.

ചിരിയൊരു കാഴ്ചപ്പാടാണ്.

പക്ഷേ, ആ ക്യൂബെന്താണ്?

ആറുവശമുള്ളൊരു ത്രിമാന രൂപമാണത്. ഒരു സമചതുരഘനിക. നാം നേരിട്ട് കാണുന്നതെല്ലാം നേരെയാവണമെന്നില്ലെന്ന് സമർത്ഥിക്കുന്ന മായക്കാഴ്ചകൾ (ഓപ്റ്റിക്കൽ ഇല്യൂഷൻസ്) വിശദീകരിക്കാൻ ശാസ്ത്രം ഉപയോഗിക്കുന്ന പല ഉപാധികളിലൊന്ന്. നെക്കർ ക്യൂബ് പരിചിതമല്ലാത്തവർ പെൻസിലെടുത്ത് ഒരു സാദാ ക്യൂബ് വരച്ചാൽ മതി. എന്നിട്ട് അതിന്റെ ഒരു മൂലയിൽ ഒരു പൊട്ടുകുത്തുക.

മുന്നിൽ... ചുവട്ടിൽ

വലതുഭാഗത്ത്.

പിന്നെ കണ്ണെടുത്ത് മറ്റൊരിടത്തേക്ക് നോക്കി വീണ്ടും നിങ്ങൾ വരച്ച ചിത്രത്തിലേക്ക് തിരിച്ചുവരുക. അല്ലെങ്കിൽ ചിത്രത്തിലൂടെ അങ്ങോട്ടും ഇങ്ങോട്ടും കണ്ണോടിക്കുക. നിങ്ങളുടെ കാഴ്ചപ്പാട് (പരിപ്രേക്ഷ്യം, പെഴ്സ്പെക്റ്റീവ്) മാറും. ചിത്രത്തിലെ ഒരു തകിടം മറിച്ചിലിൽ പൊട്ടിന്റെ സ്ഥാനം മാറും.

പിന്നിൽ, ചുവട്ടിൽ

ഇടതുഭാഗത്ത്.

ആർക്കും അതിസാധാരണമായയൊരു ദൃശ്യാനുഭവം. പക്ഷേ, അതിന്റെ ശാസ്ത്രീയ വിശദീകരണം അത്ര സാധാരണമായി

തോന്നില്ല. മസ്തിഷ്കത്തിന്റെ ശ്രദ്ധ പിടിച്ചുപറ്റാൻ ഒരാളുടെ രണ്ട് കണ്ണുകൾ എതിരാളികളെപ്പോലെ മത്സരിക്കുന്നത് സങ്കൽപ്പിക്കുക. അതാണിവിടെ സംഭവിക്കുന്നത്. നാം എന്തിനെയെങ്കിലും നോക്കുമ്പോൾ നമ്മുടെ ഓരോ കണ്ണിനും അതിന്റേതായ കാഴ്ചപ്പാടുണ്ട്. ആകയാൽ ഓരോ കാഴ്ചയെ സംബന്ധിച്ചും രണ്ട് വ്യത്യസ്ത ഭാഷ്യങ്ങൾ മസ്തിഷ്കത്തിന് കിട്ടുന്നു. ഒരു കണ്ണ് പറയുന്നു ഇയാളുടെ ക്യൂബിലെ പൊട്ട് മുൻവശത്ത് വലത്തേ മൂലയിലാണ്. മറ്റേ കണ്ണ് പറയുന്നു അല്ല അത് പിൻവശത്ത് ഇടത്തേ മൂലയിലാണ്. അന്യോന്യവിരുദ്ധമായ ഈ രണ്ടഭിപ്രായങ്ങളും മസ്തിഷ്കത്തിന് സ്വീകാര്യമാണ്. പക്ഷേ, ഒരുസമയത്ത് ഒരഭിപ്രായമേ മസ്തിഷ്കം സ്വീകരിക്കൂ. അങ്ങനെ രണ്ട് വ്യത്യസ്ത കോണുകളിൽനിന്ന് കണ്ടാലെന്നതുപോലെ ഒരു ക്യൂബിന്റെ രണ്ട് കാഴ്ചകൾ നമുക്ക് മാറിമാറി കിട്ടുന്നു. അവ മാറിമാറി നമ്മെ സ്വാധീനിക്കുന്നു.

കാഴ്ചകളുടെ കിടമത്സരം.

ബൈനോക്കുലർ റൈവൽറി.

പക്ഷേ, ചിരിയും ക്യൂബും തമ്മിലെന്ത്? കൃത്യമായിപ്പറഞ്ഞാൽ രണ്ട് കണ്ണുകളുടെ വിപരീതകാഴ്ചപ്പാടുകൾ മസ്തിഷ്കം സ്വീകരിക്കുന്നത് രണ്ട് പാതികളായാണ്. വലത്തെ കണ്ണിന്റെ ഭാഷ്യം മസ്തിഷ്കത്തിന്റെ ഇടത്തേപാതി പിടിച്ചെടുക്കുന്നു. മറിച്ചും. പിന്നെ മാനങ്ങളുടെ പ്രശ്നമുണ്ട്. ഒരു കടലാസിന്റെ പരപ്പൻ ദ്വിമാനതയിലാണ് നിങ്ങളുടെ ചിത്രമെങ്കിലും അതിലെ ക്യൂബ് ഒരു ത്രിമാനരൂപമാണ്. ത്രിമാനതയിലാണ് മസ്തിഷ്കം അതിനെ പിടിച്ചെടുക്കുന്നത് എന്നല്ല; ക്യൂബിന്റെ ത്രിമാനതയാണ് അതിനെ സംബന്ധിച്ച രണ്ട് കാഴ്ചപ്പാടുകൾ ഉണ്ടാക്കുന്നത്. വെറുമൊരു ചതുരമായിരുന്നെങ്കിൽ കണ്ണുകൾക്കിടയിലെ പ്രകടമായ അഭിപ്രായവ്യത്യാസമുണ്ടാകുമായിരുന്നില്ല.

ചിരി ഇതിലിടപെടുന്നു.

ചിരി ബിംബം തകർക്കുന്നു.

ഒരു കൂട്ടച്ചിരി. ആളുകൾ അന്യോന്യം ഉറക്കെ ചിരിക്കുന്നൊരു മുറിയിലെ സംഘർഷം പെട്ടെന്ന് ഇല്ലാതാവുന്നതുപോലൊന്ന് ഇവിടെ സംഭവിക്കുന്നു. വളരെ വിദഗ്ദ്ധമായൊരു പരീക്ഷണത്തിലൂടെ തെളിഞ്ഞ കാര്യമാണിത്. നല്ലൊരു ഫലിതം കേട്ട് വല്ലാതെ പൊട്ടിച്ചിരിക്കുന്നൊരാൾക്ക് ആ ക്യൂബ് കാണിച്ചുകൊടുക്കുക. ഒരു നൊടിയിട നേരത്തേക്കെങ്കിലും അയാളുടെ ദൃഷ്ടിയിൽ രണ്ട് കണ്ണുകളുടേയും കാഴ്ചപ്പാടുകൾ ഒന്നിക്കുന്നു. അയാളുടെ മസ്തിഷ്കത്തിന്റെ ഇടത്തും വലത്തും പാതികൾ ഒപ്പം പ്രവർത്തിക്കുന്നു. കാഴ്ചയിലെ ബൈനോക്കുലർ റൈവൽറി നിലക്കുന്ന ഒരസാധാരണ മുഹൂർത്തമാണത്. മസ്തിഷ്കത്തിന്റെ പ്രവർത്തനങ്ങൾ വളരെ കൃത്യമായി പിടിച്ചെടുക്കുന്ന ഉപാധികൾ ഇല്ലായിരുന്നെങ്കിൽ ഇങ്ങനെയൊന്നിന്റെ

ഭൗതികസാദ്ധ്യതയെക്കുറിച്ച് നാം സംശയിക്കുകപോലുമില്ലായിരുന്നു.

ചിരി ലോകം മാറ്റുന്നു.

നാം ചിരിക്കുമ്പോൾ ലോകം മുഴുവൻ നമ്മോടൊപ്പം ചിരിക്കുമെന്ന പഴഞ്ചൊല്ലിന്റെ ശാസ്ത്രീയ സ്ഥിരീകരണമാണ് ഒരു പക്ഷേ നാമിവിടെ കാണുന്നത്. ചിരിക്കുന്നൊരാൾ സാക്ഷാൽ ലോകത്തെയല്ലെങ്കിലും തന്റെ ദൃഷ്ടിയിലെ ലോകത്തെയെങ്കിലും മാറ്റുന്നു. ചിരിക്കുന്നൊരാളുടെ ലോകം അയാളുടെ സ്വന്തം സൃഷ്ടിയാണ്. പക്ഷേ, താത്ത്വികമായ കാടുകയറ്റം നിറുത്തി ഭൗതികതയിലേക്ക് തിരിച്ചുവന്നാൽ ഇതുമായി ബന്ധപ്പെട്ടൊരു വിഷയമുണ്ട്. ഒരു പ്രത്യേക ഐന്ദ്രിയാവസ്ഥ.

ബൈപോളാർ ഡിസോർഡർ.

കാഴ്ചപ്പാടുകൾ മാറിമാറി വരുന്നതിലെ വേഗം വളരെച്ചുരുങ്ങിയാൽ ഉണ്ടാവുന്നൊരു അവസ്ഥയാണിത്. ഇതുബാധിച്ച ഒരാൾ നിങ്ങളുടെ ചിത്രത്തിലെ ക്യൂബിൽ മുൻവശത്ത് വലത്തേ മൂലയിൽ കണ്ട പൊട്ട് പിന്നീട് പിൻവശത്ത് ഇടത്തേ മൂലയിൽ കാണാൻ വളരെ സമയമെടുക്കും. ബൈപോളാർ ഡിസോർഡർ ബാധിച്ചൊരു സിരാശാസ്ത്ര വിദഗ്ദ്ധനെ ഞാൻ പരിചയപ്പെടുത്തട്ടെ: ജാക്ക് പെറ്റിഗ്രൂ, നാം ചിരിക്കുമ്പോൾ തകരുന്ന ഓപ്റ്റിക്കൽ ഇല്യൂഷന് ശാസ്ത്രീയത്തെളിവ് നൽകിയത് അദ്ദേഹമാണ്. പരീക്ഷണാനന്തര ചിന്തകൾ അദ്ദേഹത്തെ ഒരു നിഗമനത്തോട് അടുപ്പിക്കുയാണ്. ബൈപോളാർ ഡിസോർഡർ ബാധിച്ചൊരു വ്യക്തിയുടെ മാനസിക സാദ്ധ്യതകളും പ്രവണതകളും തന്റെ മസ്തിഷ്കത്തിന്റെ ഏതെങ്കിലുമൊരു പാതിയിൽ തളച്ചിടപ്പെടാം.

ഒരു പക്ഷേ പൊട്ടിച്ചിരിക്കുമ്പോൾ ഒരാൾക്ക് സാദ്ധ്യമാകുന്ന ലോകത്തിന്റെ എതിർലോകമാണത്.

ചിമ്പാൻസിക്ക് ഹെയർകട്ട് വേണ്ടാത്തതെന്തുകൊണ്ട്?

അത്താഴ മേശക്കരികിൽ രണ്ട് ശാസ്ത്രജ്ഞന്മാരുടെ സംഭാഷണത്തിനിടക്കാണ് ആ ചോദ്യമുണ്ടായത്. ഹാവ് യു എവർ സീൻ എ ചിമ്പാൻസി ഗെറ്റിങ് എ ഹെയർകട്ട്? പരിണാമാത്മക നരവംശശാസ്ത്രത്തെക്കുറിച്ച് നമുക്കുള്ള അറിവിലെ ഒരു വിടവിൽ കത്തിയും മുള്ളും വീണു.

നഗ്നവാനര സിദ്ധാന്തം

മനുഷ്യനെ നഗ്നവാനരനെന്ന് വിശേഷിപ്പിച്ചപ്പോൾ ഡെസ്മണ്ട് മോറിസ് ഉദ്ദേശിച്ച നഗ്നത പൊതുവെ സ്തന്യപങ്ങളേയും പ്രത്യേകിച്ച് ആൾക്കുരങ്ങുകളേയും അപേക്ഷിച്ച് നമ്മുടെ രോമരഹിതമെന്ന് വിളിക്കാവുന്ന അവസ്ഥയാണ്. മോറിസിന്റെ ചുവടുപിടിച്ചല്ലെങ്കിലും ജൈവലോകത്തിലെ ദൃശ്യവിനിമയബന്ധങ്ങളിൽ മനുഷ്യന്റെ രോമം പൊഴിച്ചിലിനുള്ള പരിണാമപരമായ പ്രാധാന്യം വിശദീകരിക്കാൻ എനിക്കൊരു നീണ്ട ഉപന്യാസം ('രോമം' എന്ന കൃതി) വേണ്ടിവന്നു. പക്ഷേ, മോറിസിനോ എന്നെ പ്രേരിപ്പിച്ച ചിന്തകർക്കോ തോന്നിയിട്ടില്ലാത്തൊരു ചോദ്യമാണ് അത്താഴമേശക്കരികിൽ രണ്ടുപേർക്ക് തോന്നിയത്.

ഇവിടെ ഒരു വിരോധാഭാസമുണ്ട്.

തലയിലും പിന്നെ കുറച്ചൊക്കെ ശരീരത്തിലെ മൂന്ന് സന്ധികളിലും രോമം ഒതുങ്ങിനിൽക്കുന്ന നഗ്നാവസ്ഥയിലേക്ക് നാം പരിണമിച്ചെങ്കിലും മനുഷ്യർക്ക് തലമുടി വെട്ടിക്കണം. പക്ഷേ, പഴയ രോമാവൃത അവസ്ഥ ഇന്നും തുടരുന്ന ചിംപുകൾക്ക് അതാവശ്യമില്ല. ഇതെന്തുകൊണ്ടെന്ന് ചോദിച്ചാൽ വളരെ ഗഹനമായ പഠനങ്ങൾക്കും സിദ്ധാന്തങ്ങൾക്കുമിടയിൽ രോമത്തെ സംബന്ധിച്ച ഏറ്റവും പ്രാഥമികമായൊരു വസ്തുത എല്ലാ നരവംശശാസ്ത്ര ചിന്തകരും

മറന്നുപോയെന്നു കാണാം.

രോമം രണ്ടുതരമുണ്ട്.

ഹെയർ. ഫർ.

രോമഗവേഷണങ്ങളിൽ ഇവ രണ്ടും ഒന്നായേടത്താണ് കുഴപ്പം.

എവിടെയാണ് വ്യത്യാസം?

ഒരു കാലപരിധി കഴിഞ്ഞാൽ വളർച്ച നിലക്കുന്നതാണ് ഫർ

പക്ഷേ ഹെയർ വളർന്നുകൊണ്ടിരിക്കുന്നു. അവയുടെ വളർച്ചയുടെ ചക്രങ്ങൾ വ്യത്യസ്തമാണ്. രോമത്തിന്റെ ഒരിഴക്ക് മൂന്ന് അവസ്ഥകളുണ്ട്. ആദ്യം വളർച്ചയുടെ ദശ, പിന്നെ വളർച്ച നിലച്ച് വിശ്രമത്തിന്റേതെന്ന് വിളിക്കാവുന്ന ദശ, ഒടുവിൽ കൊഴിച്ചിലിന്റെ ദശ. ഒരു സൂക്ഷ്മദർശിനിക്ക് കീഴിൽ നമ്മുടെ ഫർ (തലയൊഴിച്ചുള്ള ഭാഗങ്ങളിലെ രോമം) ഏതാണ്ട് ഹെയർ പോലെത്തന്നെ. പക്ഷേ, നമ്മുടെ കാലുകളിലെ ഫർ 19 തൊട്ട് 26 ദിവസം വരെ മാത്രം വളർച്ചയുടെ ദശ തുടരുമ്പോൾ തലമുടിയാകട്ടെ രണ്ടു വർഷം തൊട്ട് ആറുവർഷം വരെ. ഈ വ്യത്യാസം മാറ്റിനിറുത്തിയാൽ നമ്മുടെ രോമങ്ങളെല്ലാം ഒരു ചിംപിന്റെ ഫറിൽനിന്ന് വ്യത്യസ്തമാണ്. അതുകൊണ്ടാണ് ക്ഷൗരക്കടയിലെ അടുത്ത കസാലയിൽ ഒരു ചിംപിനെ കാണാൻ സാദ്ധ്യതയില്ലാത്തത്.

ഒരു വിശദാംശം കൂടി.

ഹെയർ ട്രൻസ്പ്ലാന്റ്.

തലയുടെ ഒരു ഭാഗത്ത് രോമം വെച്ചുപിടിപ്പിക്കണമെങ്കിൽ തലമുടി തന്നെ വേണം. മറ്റൊരിടത്തെ മുടി പോര. അതേപോലെ തലമുടി ശരീരത്തിലെ മറ്റൊരുഭാഗത്തേക്ക് പറിച്ചുനടലും അത്ര ഫലപ്രദമല്ല. എല്ലാംകൂടി ചേർത്തുനോക്കുമ്പോൾ നാം നഗ്നരായത് രോമം പൊഴിച്ചതുകൊണ്ട് മാത്രമല്ല. രോമങ്ങളിൽ ഒരുതരം സ്പെഷലൈസേഷൻ സാധിച്ചതുകൊണ്ട് കൂടിയാണ്.

ചായയിൽ ബിസ്കറ്റ് മുക്കാൻ ഒരു സൂത്രവാക്യം

ലെൻ ഫിഷറുടെ ശ്രദ്ധയാകർഷിച്ച ഒരു സമവാക്യമുണ്ട്. എൺപതിൽപ്പരം വർഷങ്ങളുടെ പഴക്കമുള്ളത്. കോപ്പയിൽ ആഴ്ത്തിയൊരു ബിസ്കറ്റിന്റെ മറ്റേ അറ്റത്തേക്ക് കയറാൻ ചായക്കോ കാപ്പിക്കോ എത്ര സമയം വേണ്ടിവരുമെന്ന് കൃത്യമായി കണക്കാക്കാൻ ഒരു സമവാക്യം.

കോപ്പയിൽ വീണ്ടാണെങ്കിലോ?

ആംഗലത്തിൽ ഡൻകിങ്.

ഒരു ദിവസം വൈകിയിട്ട് അൽപ്പം മദ്യപിക്കണമെന്ന് തോന്നിയപ്പോൾ വീട് മുഴുവൻ തെരഞ്ഞിട്ടും ഒപ്പം കടിക്കാൻ ഒന്നുമില്ലെന്ന് തിരിച്ചറിഞ്ഞ് ഒടുവിൽ ഒരു ബിസ്കറ്റ്പാക്കറ്റിൽ കൈവെച്ച ഒരാളെ എനിക്കറിയാം. വെള്ളം തൊടാതെയാണ് കുടി. കുടിക്കുമ്പോൾ ബിസ്കറ്റിന് നല്ല കട്ടിയുണ്ടെന്നറിഞ്ഞ് അത് ഗ്ലാസിൽ മുക്കി. അങ്ങനെ ബിസ്കറ്റിനെക്കൊണ്ട് കുടിപ്പിച്ചെടുത്ത ബ്രാൻഡിക്ക് വീര്യം കൂടുമെന്നത് തന്റെ മൗലിക കണ്ടുപിടുത്തമോ താൽക്കാലിക വിഭ്രാന്തിയോ? പിന്നീടാണറിയുന്നത് ക്രിസ്തുവിനുമുമ്പ് മൂന്നാം നൂറ്റാണ്ടോടടുത്ത് റോമാക്കാർക്ക് ബിസ്കറ്റ് പരിചിതമായിരുന്നു.

ബിസ് കോക്റ്റം

രണ്ടു തവണ ചുട്ടെടുത്തത്.

ജലാംശം തീരെയില്ലാതെ അത്രയും കട്ടിയുള്ളതുകൊണ്ടാണ് ആ വിശേഷണം കിട്ടിയത്. എത്രത്തോളം ശുഷ്കമാകുന്നോ അത്രത്തോളം ആയുസ്സ്. അതിൽപ്പിന്നീട് എത്രയോ നൂറ്റാണ്ടുകൾ കഴിഞ്ഞാണ് യൂറോപ്പിൽ ചായയും കാപ്പിയുമൊക്കെ കടന്നുവരുന്നത്. അപ്പോൾ ഡൻകിങ് എങ്ങനെ നടക്കും? പഴയ റോമാക്കാർ വീഞ്ഞിലാണ് ബിസ്കറ്റ് മുക്കിയത്. 2300 വർഷങ്ങൾക്കുശേഷം ഒരാൾ അത് ബ്രാണ്ടിയിൽ മുക്കുന്നു. അതൊരു ഒറ്റപ്പെട്ട സംഭവമെന്ന് കരുതുക അതിനിടയിൽ ചായയും കാപ്പിയുമുണ്ടായി. അത്രയും കട്ടിയില്ലാത്ത

ബിസ്കറ്റുകളുമുണ്ടായി.

ബിസ്കറ്റുകൾ പലതരം.

ചില ബിസ്കറ്റുകൾ കടിച്ചുനോക്കിയാൽ വലിയ സുഖം തോന്നില്ല. കട്ടിയും ബലവും ആവശ്യത്തിലധികം. പക്ഷേ, ചായയിൽ മുക്കിയാൽ വായക്ക് വലിയ സൗകര്യം. ചില ബിസ്കറ്റുകളുടെ അടിഭാഗം നനവു തട്ടി കുതിർന്ന് കുഴഞ്ഞ് കോപ്പയിൽ വീഴും. വ്യത്യസ്ത ഘടനയിൽ മാത്രമല്ല മണത്തുനോക്കിയാൽ രുചിയും മണവുമുണ്ടെന്ന് തോന്നിക്കാത്ത ചില ബിസ്കറ്റുകൾ ചായ തട്ടിയാൽ തികച്ചും മറ്റൊന്നാവും. ഐന്ദ്രിയ സാധാരണതയിൽ വിചാരയോഗ്യംപോലുമാകാത്ത ഇത്തരം കാര്യങ്ങളുടെ പിന്നിൽ കടന്ന് ആരാണ് സൂത്രവാക്യ സാദ്ധ്യതകൾ തേടുക. പക്ഷേ, ഒരു ഭൗതികശാസ്ത്ര വിദഗ്ദ്ധനായ ഡോ. ലെൻ ഫിഷർ അതാണ് ചെയ്തത്.

എന്താണൊരു ബിസ്കറ്റ്?

വരണ്ട ധാന്യനൂറിന്റെ (സ്റ്റാർച്ച്) തരികളെ പഞ്ചസാര കൊണ്ട് പശപോലെ ഒട്ടിച്ച നിറുത്തിയാൽ ഉണ്ടാവുന്നൊരു വസ്തുവാണത്. ചായ പോലെ ചൂടുള്ളൊരു ദ്രാവകമേറ്റാൽ ഈ തരികൾ വീർക്കും, പതുപതുത്തതാവും. പക്ഷേ, ചിലപ്പോൾ പഞ്ചസാര അലിയും. അപ്പോൾ ഘടനാപരമായ കെട്ടുറപ്പ് നഷ്ടപ്പെട്ട് ബിസ്കറ്റ് അതിന്റെ സ്വന്തം ഭാരത്തിൽ കുഴഞ്ഞു വീഴുന്നു. അകം സുഷിരമായതു കൊണ്ടാണ് അത് നനഞ്ഞ് കുതിരുന്നത്. വേരുകളിലൂടെ ചെടിയുടെ മുകളിലുള്ള ഭാഗങ്ങളിലേക്ക് കയറാൻ വെള്ളത്തെ സഹായിക്കുന്ന അതേ ഭൗതികപ്രവർത്തനം ഇവിടേയും കാണാം.

കാപിലറി ആക്ഷൻ

ചായ ബിസ്കറ്റിനകത്ത് പടരുന്നതിനെക്കുറിച്ചറിയാനാണ് 1921 തൊട്ട് ലഭ്യമായിരുന്നൊരു സൂത്രവാക്യം ഡോ. ഫിഷർ ഉപയോഗിച്ചത്. പക്ഷേ, അതിലുമുപരി, അദ്ദേഹത്തിന്റേത് വളരെ നിഷ്കൃഷ്ടമായൊരു പരീക്ഷണം തന്നെയായിരുന്നു. ഒരു മൈക്രോസ്കോപ്പ്, എക്സ്റേ യന്ത്രം, അതിസൂക്ഷ്മമായ തൂക്കം നോക്കലിനു പറ്റിയ തുലാസുകൾ എന്നിങ്ങനെയുള്ള ഉപകരണങ്ങളാണ് അദ്ദേഹത്തിന്റെ പരീക്ഷണത്തിനുണ്ടായിരുന്നത്. പലതരം ബിസ്കറ്റുകൾ എത്ര സെക്കന്റുകളോളം ചായയിൽ ആഴ്ത്തണമെന്നത് സംബന്ധിച്ച കൃത്യമായ കണക്കുകൾ അദ്ദേഹം പിടിച്ചെടുത്തു.

പിന്നെ സാമാന്യ കാര്യങ്ങൾ

മുകൾഭാഗം വിപുലമായി തുറന്ന കോപ്പ, വക്കുവരെ പാനീയം.

വേണ്ടത്ര സമയം അതിൽമുക്കിയ ബിസ്കറ്റ് കീഴ്മേലാക്കി പിടിക്കണം. അങ്ങനെ ചെയ്താൽ വരണ്ടഭാഗം നനഞ്ഞ ഭാഗത്തിന്റെ ഘടനാ പരമായ ദാർഢ്യത്തെ തുണക്കും. ഈ കണ്ടെത്തലിനുശേഷം

1999-ൽ അദ്ദേഹം വീണ്ടും വിഷയത്തിലേക്ക് തിരിച്ചുവന്നത് മറ്റൊരു ഘടകത്തിന് ഊന്നൽ നൽകിക്കൊണ്ടായിരുന്നു.

ഫ്ളേവറിന്റെ പ്രശ്നം.

ബിസ്കറ്റ് മുക്കേണ്ടതെന്തിൽ?

രുചിയും മണവും ചേർന്നതാണ് ഫ്ളേവർ. ചൂടുള്ള വെറും ചായയും കാപ്പിയുമല്ല. പാലും പാൽപ്പാനീയങ്ങളുമാണ് ഏറ്റവുമധികം ഫ്ളേവർ പുറത്തു കൊണ്ടുവരുന്നത്. ഒരു ബിസ്കറ്റ് വെറുതെ തിന്നാൽ ഉണ്ടാവുന്നതിന്റെ പതിനൊന്ന് മടങ്ങാണിത്. അതിന്റെ രഹസ്യം പാലിലെ കൊഴുപ്പിലാണ്. അടിസ്ഥാനപരമായി പറഞ്ഞാൽ വെള്ളത്തിനുമേൽ പാറിക്കിടക്കുന്ന കൊഴുപ്പിന്റെ സൂക്ഷ്മകണികകളാണ് പാൽ. ഇവ രണ്ട് കാര്യങ്ങൾ സാധിക്കുന്നു. ഒന്ന് ഫ്ളേവറിന്റെ സൂക്ഷ്മാംശങ്ങളെ വലിച്ചെടുക്കുന്നു. രണ്ട്, നാവിൽ വളരെനേരം തങ്ങിനിന്ന് മൂക്കറ്റം പ്രസരിക്കും വിധം അവയെ വളരെ നേരം വായ്ക്കകത്ത് തളച്ചിടുന്നു.

ഒരവസാന ചോദ്യം കൂടി.

ബിസ്കറ്റ് മുക്കിത്തിന്നുന്നതിന് തീരെ പറ്റാത്ത ദ്രാവകങ്ങൾ ഏവ?

പാലിന്റെ അംശംപോലുമില്ലാത്ത ലെമനേഡ് പോലുള്ള ലഘു പാനീയങ്ങൾ.

20-ാം നൂറ്റാണ്ടിൽ കുളിക്കുന്നതിന് മുമ്പും പിമ്പും ഷേവ് ചെയ്യാലുണ്ടാവുന്ന ആപേക്ഷിക ഗുണദോഷങ്ങളെക്കുറിച്ച് ഒഗ്ഡൻ നാഷ് കവിതയെഴുതുമ്പോൾ സമകാലിക ശാസ്ത്രത്തിന് അതുപോലുള്ള ഇതിവൃത്തങ്ങൾ അചിന്ത്യമായിരുന്നു. പക്ഷേ, വരാനിരിക്കുന്ന ദിവസങ്ങളിൽ ഏതെങ്കിലും സൂത്രവാക്യങ്ങളിലെത്താൻ ഏതെങ്കിലും ശാസ്ത്രജ്ഞനെ നാഷിന്റെ കവിത പ്രചോദിപ്പിച്ചെങ്കിൽ അതിൽ ആശ്ചര്യപ്പെടാനില്ല.

സാമൂഹികാവബോധം ഉള്ളം കാലിൽ ഒരു ഇക്കിളി

അന്യോന്യം ഉള്ളങ്കാലിൽ ഇക്കിളിപ്പെടുത്തുന്ന സ്വഭാവം മനുഷ്യക്കുട്ടികളെ ചില വ്യക്തിബന്ധങ്ങൾക്കും പിന്നെ വിപുലമായൊരു സാമൂഹികാവബോധത്തിനും പാകമാക്കുന്നുണ്ടോ എന്നെനിക്കറിഞ്ഞുകൂടാ. പക്ഷേ പച്ചക്കുതിര എന്ന പുൽച്ചാടിയുടെ പിൻകാലുകളിൽ തൊടുമ്പോൾ ഞാൻ തൊടുന്നത് ചില സാമൂഹിക സാദ്ധ്യതകളെയാണ്. ജന്തുലോകത്തിലെ ചില ചാർച്ചകളുമായി ബന്ധപ്പെടുത്തി നോക്കുമ്പോൾ ഇതിൽ വലിയ ആശ്ചര്യമുണ്ട്.

ഓർഡർ ഓർതാപ്റ്റെറ.

അതിൽ ചാഴികളും പെടും.

പക്ഷേ ഒരു പുൽച്ചാടിയുടെ ചാട്ടത്തിലെ ഏകാന്തതയെവിടെ? ഏക്കറുകൾക്കുപിന്നിൽ ഏക്കറുകളായി വിള തിന്നൊടുക്കുന്ന ചാഴിക്കൂട്ടത്തിന്റെ മുഖരിത സാമൂഹികതയെവിടെ? ഉറുമ്പുകളെയും തേനീച്ചകളെയും പോലെ സങ്കീർണ്ണമായ സാമൂഹിക ജീവിതമില്ലെങ്കിലും കൂട്ടം ചേരാൻ വാസനയുള്ള ജീവികളുടെ 'ഗ്രിഗേറിയസ്' എന്ന സഹവാസ സ്വഭാവം, യൗഥവാസന, അത്രയേ ഉദ്ദേശിക്കുന്നുള്ളൂ. ചാഴികൾ, പുൽച്ചാടികൾ എന്നിവയെ മറ്റു ജന്തുവിഭാഗത്തിൽ നിന്ന് വേർതിരിച്ചു നിറുത്തുന്നൊരു പൊതുഘടകം അവയുടെ നീണ്ട ശക്തമായ കുതിപ്പിന് പ്രാപ്തമായ പിൻകാലുകളാണ്. നേർത്തതും പ്രാക്തനവുമായൊരു ചരടിന്റെ ബന്ധം.

അത് കമ്പിച്ചാലോ?

പുൽച്ചാടികൾ വഴങ്ങുമോ?

ചാഴികളുടെയും തുടക്കം ഒറ്റയാന്മാരായിട്ടാണ്. പക്ഷേ ഏതു ഘട്ടത്തിൽ വെച്ചാണ് ഭൂഖണ്ഡങ്ങളെത്തന്നെ വിറപ്പിക്കുംവിധം വിറകുകളുടെ ഒരു കോറസ്സായി മാറാൻ കെല്പുള്ള യൗഥവാസന

അവയുടെ ഉടലിൽ മുളയ്ക്കുന്നത്? പുൽച്ചാടിയുടെ പതിനൊന്ന് ശരീരഭാഗങ്ങളിൽ നേർത്തൊരു പെയിന്റ് ബ്രഷുകൊണ്ട് തടവുന്നൊരു പരീക്ഷണത്തിൽ ഗവേഷകർ ഒരാശ്ചര്യക്കാഴ്ച കണ്ടു. തീപ്പെട്ടിയിൽ അത്ര ശക്തമല്ലാതെ കോലുരച്ചാൽ തീ ഉണ്ടാവില്ല. പക്ഷേ, ചിലപ്പോൾ ഒരു നാളം സങ്കൽപ്പിക്കാനാവുന്ന സൂചനകൾ കിട്ടും. ചെറിയ ഒച്ചകൾ നേർത്ത മിന്നൽ രേഖകൾ. പിൻകാലുകളിൽ ഇക്കിളിയേൽക്കുമ്പോൾ മാത്രം പുൽച്ചാടികളിൽ അങ്ങനെയൊന്നിന്റെ നേരിയ ഉണർച്ചയുണ്ടാവുന്നു. കൂട്ടം ചേരുമ്പോൾ മാത്രം ജീവികൾക്കുണ്ടാകുന്ന ഒരു പ്രത്യേക പ്രസരിപ്പ് വ്യക്തിബന്ധങ്ങളുടെ തുടക്കങ്ങളെ ഓർമ്മിപ്പിക്കുന്ന ചില സാമൂഹിക തൊട്ടുതീണ്ടലുകൾ, അങ്ങനെ ചില സൂചനകൾ.

ഒരു ക്ഷണിക മോർഫിങ്.

പുൽച്ചാടിയിലൊരു ചാഴിയുണ്ട്.

കുപ്രസിദ്ധമായ ആ കൂട്ടപ്പറക്കൽ (Swarming) പതിവുള്ള ചാഴികൾ മരുഭൂമികളിലുണ്ട്. അവയുടെ ഏകാന്തമായ തുടക്കങ്ങൾ യൗഥവാസനയിലേക്ക് പരിണമിക്കുന്നത് ചില കാൽപ്പെരുമാറ്റങ്ങൾ വഴിയാണ്. കൂട്ടം സാന്ദ്രമാകുന്നേടത്ത് ചാഴികൾ മുറക്ക് അന്യോന്യം പിൻകാലുകൾ ഉരസുന്നേടത്താണ് അതിന്റെ ഒന്നാം ചോദന. സ്പർശം വഴിയുള്ള ഉത്തേജനത്തിന് ഏറ്റവും പാകം പിൻകാലുകൾ തന്നെ. നമ്മുടെ കാര്യത്തിൽ ഉള്ളംകാലെന്ന പോലെ ചാഴികൾ പൊതുവെ തൊട്ടുപെരുമാറാത്ത ഇടം, കാലുകളാണ്.

ഇക്കിളിപ്പെടുത്തലും പൊട്ടിച്ചിരിപ്പിക്കലും വളരെ സ്പഷ്ടമായ സാമൂഹിക ചേഷ്ടകളാണെന്നോർത്താൽ ഉള്ളംകാലിൽ ഇക്കിളിപ്പെടുത്തുന്ന കുട്ടികൾ ഇതരേതരമായി ഉണർത്തുന്നത് ജന്തുവിന്റെ യൗഥവാസനയാവാം.

എങ്ങനെയൊരു ഷൂവിന്റെ ചരട് കെട്ടാം

ദൈവ പാദത്തിലെ ഷൂവിൽ ചരട് കോർക്കാൻ ഒരു നൂറ് ജോടി തുളകളുണ്ടെങ്കിലോ?

സാധാരണ മനസ്സുകളെ അപേക്ഷിച്ച് ഇങ്ങനെ ഒരു സങ്കൽപ്പം എത്ര അപ്രതീക്ഷിതമായാലും അത്ര വലിയ അമ്പരപ്പിന് കാരണ മാവില്ല. നിർമ്മാതാക്കൾ വലിയ ശക്തികളുമായി തട്ടിച്ച്നോക്കി സ്വയം ലില്ലിപ്പുട്ടാവുന്നതിലെ അമ്പരപ്പാവും അതിന്റെ അറ്റം. എന്നാലത് ബക്കാഡ് പോൾ സറ്ററെപ്പോലുള്ളൊരു ഗണിതശാസ്ത്ര ജ്ഞന്റെ ഉറക്കം കെടുത്താം. കാരണം വെറും ഏഴ് ജോഡി തുളകൾ മാത്രമുള്ളൊരു ഷൂവിന്റെ ചരട്/ലേസ് എത്ര വ്യത്യസ്ത വിധത്തിൽ കെട്ടാമെന്നാണ് നിങ്ങൾ കരുതുന്നത്?

പോൾ സറ്ററിന് കണക്കുണ്ട്.

നാനൂറ് ദശലക്ഷം.

ആശ്ചര്യം ഇവിടെയല്ല, മറ്റൊരിടത്താണ്. ഇന്ന് അവികസിത രാജ്യങ്ങളിൽപ്പോലും ലക്ഷക്കണക്കിന് ആളുകൾക്ക് ഷൂ ധരിക്കാതെ സ്കൂളിലേക്കോ, ജോലിസ്ഥലത്തേക്കോ, കളിമൈതാനത്തിലേക്കോ പോവുക സങ്കൽപ്പിക്കാൻപോലും കഴിയില്ല. ഒരുപാട് രാഷ്ട്രങ്ങൾ, ഓരോന്നിലും ഷൂ നിത്യജീവിതഭാഗമായ പല തലമുറകൾ. എന്നിട്ടും കോടിക്കണക്കിന് രീതികളിൽ ലേസ് കെട്ടാമെങ്കിലും അവയിൽ ഏതാനും ചില രീതികൾ മാത്രം ആഗോളമായിരിക്കുന്നു. ചിലർക്ക് ഒരുവക നിശ്ചിതത്വമെന്ന് തോന്നിക്കുന്ന ഈ അവസ്ഥയിൽ നാം എത്തിയത് ഏതെങ്കിലും ഗണിത-ഭൗതിക-ശാസ്ത്ര ഉപാധികളുടെ ഉറപ്പിലല്ല. നൂറ്റാണ്ടുകളിലൂടെ തുടർന്ന പരീക്ഷണാനുഭവങ്ങളുടെ ഫലമാണത്. എന്നിട്ടും ഈ സാമുദായിക രീതികൾ സാദ്ധ്യങ്ങളുടെ കൂട്ടത്തിൽ മികച്ചവ തന്നെ. ഏറ്റവും സാധാരണമായ മൂന്ന് മാതൃകകൾ പരിഗണിക്കുക

ക്രിസ് ക്രോസ് ലേസിങ്ങ്

ഷൂ ധരിക്കുന്ന മിക്ക ആളുകളെ സംബന്ധിച്ചും ഇപ്പോൾ മനസ്സിൽ ആദ്യം തോന്നുന്ന രീതിയാണിത്. ഡിഫോൾട്ട് രീതി. ഇടത്തുനിന്നും വലത്തുനിന്നും ലേസിന്റെ രണ്ടറ്റങ്ങളെടുത്ത് അന്യോന്യം ദിശ മുറിച്ചുകടക്കും വിധം എതിർവശത്തേക്കെടുത്ത് ക്രിസ്ക്രോസെന്ന പ്രയോഗത്തെ അക്ഷരാർത്ഥമാക്കുന്ന മാതൃക. തുളകൾക്ക് ബലം നൽകാൻവേണ്ടിയുള്ള ലോഹ/പ്ലാസ്റ്റിക്ക് വലയങ്ങളുടെ സ്വഭാവം ചരടുകെട്ടലിനെ സ്വാധീനിച്ചുപോന്നൊരു ഘടകമാണ്. ഷൂവിന് ഭംഗികൂടി നൽകുന്ന ഈ വലയങ്ങൾക്ക് അധികം മുഴപ്പ് (ഉയരം) ഇല്ലാത്തേടത്താണ് ക്രിസ്ക്രോസിന്റെ ശക്തിയും പൊതുജനപ്രീതിയും. ഇതിന് ഒന്നിലധികം ഭാഷ്യങ്ങൾ സാദ്ധ്യമാണ്.

സ്ട്രെയിറ്റ് ലേസിങ്.

ക്രിസ്ക്രോസിങ്ങിൽ ഇടതു ഭാഗത്തെ ഒന്നാം തുളയിൽനിന്ന് വരുന്ന ചരട് വലതു ഭാഗത്തെ രണ്ടാം തുളയിലേക്കാണ് പോകുന്നതെങ്കിൽ സ്ട്രെയിറ്റ് ലേസിങ്ങിൽ അത് വലതുഭാഗത്തെ ഒന്നാം തുളയിലേക്ക് പോകുന്നു. പക്ഷേ, ചിലപ്പോൾ കെട്ടിക്കെട്ടി വരുമ്പോൾ അറ്റങ്ങൾ ഒപ്പം കിട്ടാതെ പോകുകയെന്നൊരു അപകടം (ending up with uneven ends) ഇതിലുണ്ട്. എന്നിട്ടും പലേടത്തും പതിവായൊരു സൈനിക രീതിയാണിത്. ഒരു പട്ടാളക്കാരന്റെ കാലിൽ മുറിവേറ്റാൽ കത്തിരികൊണ്ട് ഒരൊറ്റ വെട്ടിൽ ഷൂ ഊരിമാറ്റാം.

ബോ ടൈ ലേസിങ്

കഴുത്തിൽ കെട്ടാനുള്ള ബോവുമായുള്ള സാദൃശ്യം പേരിൽ സ്പഷ്ടം. എല്ലാ തുളകളിലൂടെയും കടന്നുപോകും വിധം ഏറ്റവും ചുരുക്കം ലേസ് (നീളത്തിൽ), കാര്യക്ഷമമെന്നതുപോലെ സുന്ദരവും. മുന്തിയ ഷോറൂമുകളിൽ കാണാവുന്ന മാതൃകകളിലെ കെട്ട് ബോ ടൈ ലേസിങ്ങാണ്. അതു തന്നെ വലിയൊരു സൂചനയല്ലേ? പക്ഷേ, ഏറ്റവും നിഷ്കർഷ ആവശ്യപ്പെടുന്ന ഈ രീതി തന്നെയാണ് ലേസിന്റെ നീളം തികയാതെ വന്നാലുള്ള പരിഹാരവും. പക്ഷേ ആദ്യം പറഞ്ഞ രണ്ട് രീതികളുടെ കെട്ടുറപ്പില്ല.

പോൾ സറ്റർക്ക് ആധാരമെന്ത്?

കോംബിനേറ്റോറിയൽ ഗണിതം.

വിഭവങ്ങളുടെ വിതരണം തൊട്ട് കമ്പ്യൂട്ടറിൽ ചിപ്പുകളുടെ വിന്യാസം വരെ കൈകാര്യം ചെയ്യാൻ പാകമായൊരു വിജ്ഞാനശാഖയാണത്. കപ്പികളുടെ ഭൗതികശാസ്ത്രം പഠിക്കാൻ ശാസ്ത്രജ്ഞമാർ ഉപയോഗിക്കുന്ന ചില സൂത്രവാക്യങ്ങളാണ് പലതരം ചരടുകെട്ടലുകളിൽ നിക്ഷിപ്തമാകുന്ന ശക്തി അളക്കാൻ പോൾ സറ്റർ ഉപയോഗിച്ചത്. അദ്ദേഹത്തിന്റെ നിബന്ധനത്തിന് മുപ്പതിൽപ്പരം

പേജുകളുടെ ദൈർഘ്യമുണ്ട്. ഗണിതശാസ്ത്രപരമായി ഏറ്റവും ഉറപ്പോ കാര്യക്ഷമതയോ ഉള്ള ചില കെട്ടുകളും കോടിക്കണക്കിന് സാദ്ധ്യതകളിൽനിന്ന് മനുഷ്യർ തെരഞ്ഞെടുത്ത മാതൃകകളും ഒന്നായിപ്പോയതിലെ ആശ്ചര്യം വിശദീകരിക്കാൻ കഴിയുമെങ്കിലും അത് ആശ്ചര്യമല്ലാതാകുന്നില്ല. തന്റെ കണക്കുകൂട്ടലുകൾ കണ്ട് നൈക്കിനെയും അഡിഡാസിനെയും പോലുള്ള വൻകിട പാദരക്ഷാനിർമ്മാതാക്കൾ അവരുടെ ലേസിങ് വ്യവസ്ഥകൾ മാറ്റുമെന്ന് പോൾ സറ്റർ കരുതുന്നില്ല. പക്ഷേ, ഇതിലൊരു വലിയ നിരീക്ഷണമുണ്ട്. ഷൂവുകൾ സദാ മാറുന്നു, അമ്പരക്കും വിധം മാറുന്നു. പക്ഷേ, ചരടുകെട്ടലോ അതേപടി തുടരുന്നു.

ഒരുവശം കൂടിയുണ്ട്.

ചരടു കോർക്കലിനെക്കുറിച്ചാണ് നാം ഇതുവരെ പറഞ്ഞത്.

ഒടുക്കത്തെ കെട്ടലോ? വളരെ സൂക്ഷ്മമായ വ്യക്തിപരമായ പരിഗണനകൾ മാറ്റിയാൽ ഒരു പാതികെട്ടലിനുമേൽ മറ്റൊരു പാതികെട്ടലാണ് സാധാരണ ഉപസംഹാരം. പക്ഷേ അതിന്റെ ഉന്മുഖതയിലെ ചെറിയൊരു വ്യത്യാസമാണ് വളരെ അയഞ്ഞ കെട്ടും (ഗ്രാനിനോട്ട്) ഉറപ്പുള്ള കെട്ടും (റീഫ് നോട്ട്) തമ്മിലുള്ള വ്യത്യാസമുണ്ടാക്കുന്നത്.

ഒടുവിൽ പറഞ്ഞുവരുമ്പോൾ, ദൈവത്തിന്റെ ഷൂവിന് ഒരു നൂറ് തുളകളുണ്ടായാലോ എന്ന ചിന്ത പോൾ സറ്ററെ താറുമാറാക്കുന്ന ലക്ഷണമില്ല. അത്രയും സാദ്ധ്യതകളുണ്ടായാലും ഏറ്റവും ഹ്രസ്വവും ദൃഢവുമായ കെട്ടുകളേതെന്ന് തെളിയിക്കാൻ തന്റെ ഗണിതം മതിയാവും.

ആർക്കാണ് കൂടുതൽ മരങ്ങൾ വേണ്ടത്?

ഒരു ഇ മെയിൽ അയക്കുമ്പോൾ എത്ര വൃക്ഷങ്ങളെയാണ് നിങ്ങൾ രക്ഷിക്കുന്നത് എന്നതിനെക്കുറിച്ച് ഇന്ത്യയിലെ ഏറ്റവും പ്രശസ്തമായൊരു വെബ്സൈറ്റ് (സിഫി ഡോട്ട് കോം) പറഞ്ഞതോർക്കുന്നു. അതിശയോക്തിയിൽ നഷ്ടപ്പെട്ട് കണിശത മറക്കുക. അതിലെ സൂചന ശരിയാണോ? കടലാസിന്റെ സാന്നിധ്യം ഇല്ലാതാക്കുക പോയിട്ട് അതിന്റെ ആവശ്യകത ചുരുക്കാനുള്ളൊരു സജ്ജീകരണം ഉണ്ടാക്കാനെങ്കിലും ഇന്നത്തെ ജോലിസ്ഥലങ്ങളിൽ ഉപരിസാങ്കേതിക ശാസ്ത്രത്തിന് കഴിഞ്ഞിട്ടുണ്ടോ? ഇല്ല, പൊതുവെ പറഞ്ഞാൽ ലോകത്തിലെ ഏറ്റവും മികച്ച കമ്പ്യൂട്ടർ ഉത്പാദന കേന്ദ്രങ്ങളിൽ പ്രവർത്തിക്കുന്നവർ ഉൾപ്പെടെയുള്ള ചില വിദഗ്ദ്ധർ മറ്റൊരു കാഴ്ച കാണുന്നു.

ഉയർന്ന കടലാസുപയോഗം.

നാൽപ്പത് ശതമാനം വരെ.

പുതിയ ഉപകരണങ്ങളോടൊപ്പം കോപ്പിയിങ് വർദ്ധിച്ചിരിക്കുന്നു. ഇലക്ട്രോണിക് രേഖകൾക്ക് കടലാസ് പകർപ്പുകളുണ്ടാക്കുന്ന സ്വഭാവം. വിനിമയവും വിവരവ്യവസ്ഥകളും കൂടുതൽ കാര്യക്ഷമമാക്കാനുള്ള പല സംരംഭങ്ങളുടേയും തുടക്കം ചില ഇലക്ട്രോണിക് സ്ക്രീനുകളിലെ പ്രലോഭിപ്പിക്കുന്ന ദൃശ്യങ്ങളായാണ്. പക്ഷേ, കൂട്ടത്തിൽ മിക്കതും കടലാസുകളിൽ ഒതുങ്ങുന്നു. ഫാക്സിന് അതാണ് സംഭവിച്ചത്, ഇപ്പോൾ ഇ മെയിലിനും ഇന്റർനെറ്റിനും ഇൻസ്റ്റന്റ് മെസ്സേജിനുപോലും അത് സംഭവിക്കുന്നു. ഇന്നത്തെ പല ആധുനിക പണിയിടങ്ങളും സത്യത്തിൽ നടുവിൽ ഒരു കമ്പ്യൂട്ടറുള്ള കടലാസ് വ്യൂഹങ്ങളാണ്.

എവിടെയാണ് കുഴപ്പം?

ജോലിക്കാർ പലരും ആദ്യം ഒരു സ്ക്രീൻ ഉപയോഗിച്ച് രേഖകൾ

തയാറാക്കുന്നു. പിന്നെ വിതരണം ചെയ്യാനും സൂക്ഷിക്കാനുമായി ഒരുപാട് പ്രിന്റുകൾ എടുക്കുന്നു. രണ്ടാമതൊരു തവണ രേഖകൾ പരിശോധിക്കേണ്ടിവന്നാൽ ഫയലുകൾ തപ്പുന്നതിനു പകരം വീണ്ടും കടലാസു പകർപ്പുകളെടുക്കുന്നു. വീണ്ടും വിതരണം ചെയ്യുന്നു. മടിക്കും മറവിക്കും വിശദീകരിക്കാനാവാത്ത മറ്റൊരു കാരണം കൂടിയുണ്ട്. ഇപ്പോഴും നമുക്ക് വായിക്കാനും എടുത്ത് പെരുമാറാനും സൗകര്യം കടലാസിന്റെ രൂപത്തിലുള്ള രേഖകളാണ്. ഇവയുടെയെല്ലാം ഫലമായി പലേടത്തും ഉണ്ടായിക്കഴിഞ്ഞൊരു വർഗ്ഗത്തെക്കുറിച്ച് മൂന്ന് നാലു വർഷം മുമ്പ് മറ്റൊരിടത്ത് ഞാൻ എഴുതിയിരുന്നു.

കോപ്പി കാറ്റുകൾ.

അനുകരണശീലരെ ഇംഗ്ലീഷിൽ കോപ്പി കാറ്റുകൾ (copy cat) എന്ന് പറയാറുണ്ടല്ലോ. കോപ്പി കാറ്റുകൾ കടലാസ് ധൂർത്തടിക്കുന്നൊരു സംസ്കാരം പരത്തുന്നു. സ്വന്തം വായനക്കും വിതരണാവശ്യത്തിനുമായി ഇ-മെയിൽ സന്ദേശങ്ങളുടെപോലും പല കോപ്പികൾ (അല്ല മോപ്പികൾ) പലതവണയുണ്ടാക്കുന്നവർ കൂടുതൽ മരങ്ങൾ ആവശ്യപ്പെടുന്നത് സിഫി ഡോട്ട് കോം ശ്രദ്ധിക്കാതിരിക്കുമോ?

മറ്റൊരു ചോദ്യം കൂടി.

കടലാസ്-രഹിതമായൊരു പണിസ്ഥലത്തിനുവേണ്ടി നാം ഓടിയ സാങ്കേതിക ഓട്ടങ്ങൾ തെറ്റായൊരു കാരണത്തിനുമേലായിരുന്നുവോ? കടലാസുകൾ വലിച്ചെറിയാൻ നമ്മെ പ്രേരിപ്പിച്ചത് അവ പഴയ മാതൃകയിലുള്ള പണിസ്ഥലങ്ങളുടെ ദൃശ്യപ്രതീകങ്ങളായതുകൊണ്ട് മാത്രമാണോ?

അശരീരികൾ നിഴൽ വീഴ്ത്തുമോ?

ഡ്രാക്കുളയുടെ നിഴൽ കണ്ണാടിയിൽ വീഴില്ലെന്ന് ബ്രാം സ്റ്റോക്കർ പറയുന്നു. എന്നാൽ നമുക്ക് അദൃശ്യരൂപികളായ ഭൂതപ്രേതപിശാചുക്കളുടെ നിഴലുകൾ കണ്ണാടിയിൽ കാണാനാവുമെന്ന് കണ്ണാടികളെക്കുറിച്ചൊരു ദൃഷ്ടാന്തം എന്ന കവിത തർക്കിക്കുന്നു.

പ്രേതങ്ങൾക്ക് നിഴലുകളുണ്ടോ?

പ്രതിരൂപങ്ങളല്ല, നിഴലുകൾ?

ക്യാമറ അവയെയുണർത്തുമോ?

ഛായാഗ്രഹണമെന്ന് കേട്ടാൽ നമ്മുടെ മനസ്സിൽ ഒരു ക്യാമറ തെളിയും. ടിം മാതേഴ്സിനെപ്പോലുള്ളൊരു വിദഗ്ദ്ധന്റെ മനസ്സിലാകട്ടെ രണ്ട് കാര്യങ്ങൾ വെവ്വേറെ തെളിയും. ഞാൻ ആദ്യമായി അറിയുമ്പോൾ കോഡാകിന്റെ അഗ്ര ഗവേഷണസംരംഭങ്ങളുടെ മുൻനിരയിൽ പ്രവർത്തിച്ചിരുന്ന ടിമ്മിന്റെ അപഗ്രഥന ശേഷിയാണത്. ഫിലിം എന്ന ദ്രവ്യത്തിന്റെ രസതന്ത്രവും ക്യാമറ എന്ന ഉപകരണത്തിന്റെ ചലനതന്ത്രവും പ്രത്യേകം പ്രത്യേകം പഠിക്കുക, പിന്നെ അവയെ ചേർത്തുവെച്ച് പഠിക്കുക. ഈ ദ്രവ്യവും ഉപകരണവും ഒരുമിച്ച് പ്രവർത്തിക്കുമ്പോൾ, പ്രത്യേകിച്ച് അതിന്റെ ഫലമായി ചില കാഴ്ചപ്പിശകുകൾ ഉണ്ടാകുമ്പോൾ, എന്താണ് ശരിക്കും സംഭവിച്ചതെന്ന് തിരിച്ചറിയുക. നീണ്ട വർഷങ്ങൾ ആയിരക്കണക്കിന് ക്യാമറകൾ. അത്രയുമാവുമ്പോൾ ഒരു സൂക്ഷ്മ നിരീക്ഷകന് ചിലതെല്ലാം അറിയാം.

ക്യാമറ സത്വങ്ങളെയുണർത്താം.

സത്വങ്ങൾ പരിഭ്രമിപ്പിക്കാം.

പത്തൊമ്പതാം നൂറ്റാണ്ടിന്റെ ഒടുവിൽ എക്സ്റേ ഛായാഗ്രഹണത്തിന്റെ വരവോടെ തെളിഞ്ഞത് ചില പുതിയ വൈദ്യശാസ്ത്ര സാദ്ധ്യതകൾ മാത്രമല്ലെന്ന് എനിക്ക് തോന്നുന്നു. പ്രജ്ഞയുടെ ഇരുണ്ട അതിരുകളിൽ വിഭ്രാമകങ്ങളുടെ ആവശ്യകതയറിയുന്ന മനുഷ്യമനസ്സിന്റെ ഒരുവശംകൂടി തെളിഞ്ഞതുപോലുണ്ട്. നമുക്ക്

അദൃശ്യമായ പലതും ക്യാമറക്ക് ദൃശ്യമാണെന്ന വിശ്വാസത്തിന് സാംസ്കാരികമായിത്തന്നെ അംഗീകാരം ലഭിച്ചു. ഇതിലെ യുക്തി മനസ്സിലാക്കാൻ ഒരു കാലഘട്ടത്തിൽ പ്രേതങ്ങളുടെ പടം പിടിക്കൽ (സ്പിരിറ്റ് ഫോട്ടോഗ്രാഫി) പെട്ടെന്നൊരു ഫാഷൻ തരംഗംപോലെ പടർന്നുപിടിച്ചത് ശ്രദ്ധിച്ചാൽ മതി. അന്നത്തെ ചില മാതൃകകൾ ആദ്യകാല ഫോട്ടോഗ്രാഫർമാരുടെ മനഃപൂർവ്വമായ പരീക്ഷണങ്ങളുടെ ഫലമായുണ്ടായ ദൃശ്യവിഭ്രാന്തികളായിരുന്നു. പക്ഷേ, അങ്ങനെയല്ലാതുണ്ടായ ചില യാദൃച്ഛിക ഛായാമാതൃകകൾ നിലവിലുള്ള സാങ്കേതികവിദ്യക്ക് വിശദമാക്കാൻ കഴിയാത്ത അലൗകിക സത്വങ്ങളുടെ ദൃശ്യങ്ങൾ പുറത്തിട്ടു.

പഴയ ഡാർക്ക് റൂം.

പഴയ നിഴൽവെട്ടങ്ങൾ.

പക്ഷേ, തികച്ചും ഫൂൾപ്രൂഫ് എന്ന അവസ്ഥയിലെത്താൻ പിൽകാലത്തെ മുൻനിര ഉപകരണങ്ങൾക്കുകൂടി കഴിഞ്ഞിട്ടില്ല. സത്യത്തിൽ ഓട്ടോമാറ്റിക് ക്യാമറ ഉപയോഗിക്കുന്ന ആധുനിക വിദ്യയിൽ പ്രേതക്കാഴ്ചകൾക്ക് കൂടുതൽ സാദ്ധ്യതയാണുണ്ടായത്. ഓട്ടോ ഫ്ളാഷ് ഓട്ടോഫോക്കസ് ക്യാമറയുടെ കൺചിമ്മൽ (ഷട്ടർസ്പീഡ്) ക്രമീകരിക്കുന്നതുപോലും യാന്ത്രികം. വെളിച്ചം കൂടുതലായാൽ ചിമ്മൽ പെട്ടെന്ന്. കുറഞ്ഞാൽ പതുക്കെ. പക്ഷേ, രണ്ടവസ്ഥയിലും ചിമ്മൽ പൂർത്തിയാവുന്നതിനുമുമ്പ് ക്യാമറ അനങ്ങിയാൽ ഫിലിമിൽ പ്രേതബാധയുണ്ടാവാം.

ഫിലിമിൽ മൂന്നടരുകളുണ്ട്.

പൊതുവെ പറയുകയാണ്.

ഏറ്റവും മുന്നിൽ ലെൻസിനോട് ചേർന്നു നിൽക്കുന്ന അടർ നീല വെളിച്ചം വലിച്ചെടുക്കുന്നു. അതേപോലെ നടുവിലെ അടർ പച്ച വെളിച്ചവും, പിന്നിലെ അടർ ചുവന്ന വെളിച്ചവും പിടിച്ചെടുക്കുന്നു. ചുവപ്പുരാശി പടർന്ന പടങ്ങൾ കണ്ടാലറിയാം കാമറയുടെ പിന്നിലൂടെ വെളിച്ചം ചോർന്നു കടന്നെന്ന്. ഇതുപോലെ ചോർച്ചക്കാഴ്ചകളുണ്ടാക്കുന്ന മറ്റൊരു ഘടകമാണ് സ്റ്റാറ്റിക് വൈദ്യുതി. കമ്പിളിയുടുപ്പുകൾ പോലുള്ള ചിലതരം വസ്തുങ്ങളിൽ ഫിലിം ചുമക്കുന്നൊരാൾ വൈദ്യുതി ചുമക്കുന്നു അത് ക്യാമറയിലേക്ക് കടക്കുന്നു. അത്രയും മതി പ്രേതകഥാനുഗായികളുണ്ടാവാൻ.

പക്ഷേ, കോഡാകിലെ വിദഗ്ദ്ധരുടെ അറിവിനെപ്പോലും ചില അവ്യാഖ്യേയ ചതുരങ്ങളിൽ തളച്ചിടുന്ന ഛായാപടങ്ങളുണ്ട്.

അമേരിക്കയിൽ ചിക്കാഗോയുടെ വക്കിലൊരിടത്ത് ആളുകൾ ഉപേക്ഷിച്ചൊരു ശ്മശാനമുണ്ട്. ബാച്ചിലേഴ്സ് ഗ്രോവ് സെമിറ്ററി. നൂറിൽപ്പരം പ്രേതദർശനങ്ങളുടെ ഇടമെന്ന് പറയുന്ന ഈ ശ്മശാനത്തിൽ

അതിസൂക്ഷ്മമായി ദൃശ്യങ്ങൾ പകർത്തുന്നൊരു ഇൻഫ്രാറെഡ് ക്യാമറയുമായി നടന്നൊരു വികൃതിയുണ്ട്. അയാളെടുത്തൊരു പടത്തിൽ പകുതി താര്യമായ ഉടലുമായി ഒരു സ്ത്രീരൂപമുണ്ട്. ഉടുത്തിരിക്കുന്നത് പോയ നൂറ്റാണ്ടിലെ മാതൃകയിലുള്ളൊരു വസ്ത്രം. താൻ പടമെടുത്ത സമയത്ത് അങ്ങനെയൊരു സ്ത്രീ അവിടെ ഇല്ലായിരുന്നെന്ന് ഛായാഗ്രാഹകൻ പറയുന്നു. കോഡാക്കിലെ റോളൻഡ് സവാഡ ആ പടത്തിലേക്ക് ഉറ്റുനോക്കുന്നു. പ്രേതത്തിന്റെ കാലുകൾക്കു പിന്നിൽ ഒരു നിഴൽ അദ്ദേഹം തിരിച്ചറിയുന്നു. ക്യാമറക്കെന്നല്ല അത് പിടിച്ച ആൾക്കും ഗോചരമായ ഒരു യഥാർത്ഥ സ്ത്രീക്കേ അങ്ങനെയൊരു നിഴൽ വീഴ്ത്താൻ കഴിയുള്ളൂവെന്ന് തനിക്കറിയാം. ചിത്രത്തിലെ അലൗകിക പ്രതീതിയുള്ള പല ഘടകങ്ങളും തനിക്ക് അനായാസമായി സാങ്കേതികഭാഷയിൽ വിവരിക്കാം. എന്നിട്ടും, കോഡാക്കിന്റെ മുഴുവൻ സാങ്കേതിക ശാസ്ത്രം കൈവശമുണ്ടെങ്കിലും ഒരായിരം ചിത്രഭ്രംശങ്ങൾ വിശദീകരിച്ച് പരിചയമുണ്ടെങ്കിലും ആ ചിത്രത്തെ സംബന്ധിച്ച എന്തോ ഒന്ന് സവാഡയെ അലട്ടുന്നു.

ഒരു പക്ഷേ, മനുഷ്യപ്രജ്ഞയുടെ അതിർത്തിയിലുള്ള ഡാർക്ക് റൂമിലെ അരണ്ടവെളിച്ചങ്ങൾ ഒരു കോഡാക്ക് വിദഗ്ദ്ധന്റെ സാങ്കേതിക ബുദ്ധിയിൽ ചില നിഴലുകൾ വീഴ്ത്തുകയാണ്. അതിനെ ചെറുക്കാൻ ഒരു സംശയാലുവിന്റെ ചോദ്യമേയുള്ളൂ. ഈ കുറിപ്പിന്റെ തുടക്കത്തിലേക്കു തന്നെ നമ്മെ തിരിച്ചുവിടുന്നൊരു ചോദ്യം. പ്രേതത്തിന് നിഴലുണ്ടോ?

ഒരു പോസ്റ്റ് സുനാമി കുറിപ്പ്

ആനകൾക്കോ ചില കടൽപ്പക്ഷികൾക്കോ കഴിയുമായിരുന്നോ സുനാമിയുടെ വരവിനെകുറിച്ച് നമുക്ക് മുന്നറിയിപ്പ് നൽകാൻ?

ഏഷ്യയുടെ തെക്കുകിഴക്കൻ കടൽത്തീരങ്ങളിൽ ആദ്യത്തെ ആക്രമണം ഉണ്ടായതിനെ തുടർന്നുള്ള ദിവസങ്ങളിൽ ശ്രീലങ്കയിൽ നടന്നുകൊണ്ടിരിക്കുന്ന കാര്യങ്ങൾ പ്രത്യേകിച്ചും അപ്പോളപ്പോൾ അറിയാൻ എനിക്ക് ഒരു സന്ദർഭം ഉണ്ടായി. ജീവക എന്ന ദൃക്സാക്ഷി റേഡിയോ നീതർലാൻഡിനോട് പറഞ്ഞ കാര്യങ്ങൾ അങ്ങനെയാണ് എന്റെ ശ്രദ്ധയിൽ പെട്ടത്. എടുത്തുപറയാതിരിക്കാൻ വയ്യാത്തൊരു കാര്യം അയാൾ സൂചിപ്പിച്ചു. ഞങ്ങൾ ചില കാട്ടുപന്നികളെ കണ്ടു, ചില ഉടുമ്പുകളെ, ചില പക്ഷികളെ. പ്രത്യേകിച്ചും പക്ഷികളെ. കടൽക്കാക്കകളും മറ്റും ഉറക്കെ ചിലച്ച് വിപൽസൂചനകൾ നൽകി. അവ സ്ഥലംവിടുകയായിരുന്നു. പിന്നെ താൻ നേരിട്ട് കണ്ടില്ലെങ്കിലും കേട്ടറിഞ്ഞൊരു കാര്യം. ആദ്യത്തെ കൂറ്റൻ തിരകൾ തീരം തകർക്കും മുമ്പ് പാമ്പുകൾ മാളംവെടിഞ്ഞ് പോവുകയായിരുന്നു.

ഒരു വിസ്മയ കിടിലം.

ആറാമിന്ദ്രിയ കാര്യമാണോ?

ശ്രീലങ്കയിലെ ഒരു നാഷനൽ പാർക്കിന്റെ മേൽനോട്ടക്കാരനായ ജീവകക്ക് താനെന്തിനെക്കുറിച്ചാണ് സംസാരിക്കുന്നതെന്ന് നല്ല ഉണർവ്വുണ്ട്. പക്ഷേ, സുനാമിയുടെ വരവിന് എത്ര മുമ്പാണ് ജീവികൾ അങ്ങനെ പെരുമാറാൻ തുടങ്ങിയത്? ഓർമ്മപ്പിശക് സ്വാഭാവികമാണ്. കാരണം ഒരു തിരയിൽ കുടുങ്ങിപ്പോയ ജീവക ഒരു മരത്തിന്റെ കൊമ്പുകളിൽ കരയടിയുകയാണുണ്ടായത്. ജീവികൾ സമർത്ഥമായി സ്ഥലം വിട്ടത് സംഭവത്തിന് പതിനഞ്ചോ ഇരുപതോ മിനുട്ടെങ്കിലും മുമ്പാണെന്ന് ജീവക പറഞ്ഞു. പിന്നെ അത് തിരുത്തിയില്ല. ഓർമ്മിക്കാൻ സമയം കിട്ടുംമുമ്പ് സുനാമി തുടങ്ങിയിരുന്നു.

വിശ്വാസ്യത തകരുന്നു.

സന്ദിഗ്ധത പടരുന്നു.

സൂക്ഷ്മചിന്ത ആവശ്യപ്പെടുന്നൊരു വിഷയമാണ്, മനുഷ്യേതര ജന്തുക്കൾക്ക് ഭൂമിയെക്കുറിച്ചുള്ള അവബോധം. ഹൈപ്പിന്, അതിശയോക്തിക്ക്, ധാരാളം പഴുത്. പക്ഷേ, ആറാമിന്ദ്രിയ കൽപ്പനകൾക്ക് മുമ്പ് ശ്രദ്ധിക്കേണ്ട ചില കാര്യങ്ങളുണ്ട്. നമ്മുടെ ഐന്ദ്രിയബോധത്തിന്റെ അതിർത്തികൾക്കും എത്രയോ അപ്പുറത്തുള്ള ജന്തു സാദ്ധ്യതകൾ നിസ്തർക്കമാണ്. ജന്തുക്കളിൽ അതീന്ദ്രയങ്ങൾ (സൂപ്പർ സെൻസസ്) എന്നൊന്നിന്റെ സാന്നിധ്യം എത്രയോ കാലമായി ജീവശാസ്ത്ര നിരീക്ഷകരെ ആശ്ചര്യപ്പെടുത്തിയിട്ടുണ്ട്. ഭൂഗർഭത്തിലെ ഇരുമ്പയിരുകളെ അവലംബിച്ച് പറക്കുന്ന പ്രാവുകൾ, ജലവൈദ്യുതി വലയങ്ങളോട് പ്രതികരിക്കുന്ന മത്സ്യങ്ങൾ, നമ്മുടെ ശ്രവണശക്തിക്ക് താഴെയുള്ള മുരൾച്ചകൾ പിടിച്ചെടുക്കുന്ന തിമിംഗലങ്ങൾ.

എല്ലാം മഹാശ്ചര്യങ്ങൾ.

പക്ഷേ, അവ്യാഖ്യേയതയില്ല.

ജീവികൾ പരിസരത്തിൽനിന്ന് പിടിച്ചെടുക്കുന്ന സംജ്ഞകളും അവയോടുള്ള പ്രതികരണങ്ങളും ഓരോ ഉദാഹരണത്തിലും തികച്ചും ഭൗതികമായ വ്യാഖ്യാനങ്ങൾക്ക് വഴങ്ങുന്നു. മറിച്ച് ഇതരജീവികൾക്ക് മാത്രം പിടിച്ചെടുക്കാൻ കഴിയുന്ന ഏതെങ്കിലും ഭൗതിക സൂചനകൾ ഭൂകമ്പങ്ങളും മറ്റും സൃഷ്ടിക്കുന്നോ എന്നതിനുറപ്പില്ല. നമുക്ക് ഇന്നേവരേ സംശയിക്കാൻ പോലും കഴിയാതിരുന്ന ചില ഭൗതിക സാന്നിധ്യങ്ങൾ ശ്രീലങ്കയിലെ ജീവക നിരീക്ഷിച്ചതുപോലുള്ള ജന്തു ചലനങ്ങൾക്ക് പിന്നിൽ കാണാൻ കഴിഞ്ഞെന്ന് വരില്ല. ഓരോ കാലാവസ്ഥാ സാഹചര്യത്തിലും സാദ്ധ്യമായ ബാഹ്യ ചോദനകളെപ്പറ്റി ഭൗതിക ശാസ്ത്രത്തിനും ജൈവകോശങ്ങളുടെ സംവേദനക്ഷമതയെപ്പറ്റി ജീവശാസ്ത്രത്തിനും നല്ല പിടിപാടുണ്ട്.

ഇടയിലൊരു ആനക്കാര്യം.

മുൻകൂട്ടി അറിയലെന്ന് പറയുമ്പോൾ എത്രത്തോളം മുൻകൂട്ടി എന്നത് വളരെ പ്രധാനം. ഭൂകമ്പവുമായി ബന്ധപ്പെട്ട് അതിസൂക്ഷ്മമായ ശബ്ദവ്യവസ്ഥകളും സീസ്മിക് സൂചനകളും ആനകൾക്ക് വേദ്യമാണ്. പക്ഷേ, അവ ഒരു സംഭവം മുൻകൂട്ടിയറിഞ്ഞ് പ്രതികരിക്കാൻ തുടങ്ങുന്നത് ഏതാണ്ട് മനുഷ്യർ അതിസൂക്ഷ്മമായ ഉപകരണങ്ങൾ വഴി മുൻകൂട്ടിയറിഞ്ഞ് പ്രവർത്തിക്കാൻ തുടങ്ങുന്ന സമയത്തുതന്നെയാണ്. നമുക്ക് ഔദ്യോഗിക നിർദ്ദേശങ്ങളും സ്ഥിരീകരണങ്ങളും വേണമെന്നൊരു വ്യത്യാസമേയുള്ളൂ. ഒരറ്റത്ത് ചൈനയിലും മറ്റേ അറ്റത്ത് അമേരിക്കയിലും നടന്ന നീണ്ട പഠനങ്ങൾ പ്രകൃതിയിലെ അത്യാഹിതങ്ങളും ജന്തുക്കളുടെ പ്രവചനശക്തിയും തമ്മിൽ വളരെ കൃത്യമായ ബന്ധങ്ങൾ സൂചിപ്പിക്കുന്നില്ല.

എങ്കിൽപ്പിന്നെ ജീവകയെപ്പോലുള്ളവർ ദൃക്സാക്ഷ്യം വഹിച്ച കാഴ്ചകളുടെ അർത്ഥമെന്ത്?

അവരുടെ മൊഴി എങ്ങനെയുണ്ടാവുന്നുവെന്ന ചോദ്യമാണ് കൂടുതൽ സൂക്ഷ്മം. മനഃശാസ്ത്രപരമായൊരു കാഴ്ചക്കൂർപ്പിക്കലിന്റെ ഒരുതരം സൈക്കോളജിക്കൽ ഫോക്കസിംഗിന്റെ ഫലമാണതെന്ന് പറയാം. തികച്ചും അപ്രവചനീയമെന്ന് തോന്നിക്കുന്നൊരു സംഭവത്തിനുശേഷം അതിനുമുന്നിലുള്ള സമയഘട്ടത്തിലേക്ക് തിരിഞ്ഞു നോക്കുമ്പോൾ മുൻവിധി നിറഞ്ഞ ആ പിൻകാഴ്ചയിൽ ആദ്യം സൂചനാരഹിതമായിരുന്ന ചില ചില കാഴ്ചകളും കേൾവികളും പ്രവചനാത്മകമായിരുന്നെന്ന് തോന്നും. എന്തിലും അർത്ഥവും സൂചനയും കണ്ടെത്താൻ സാംസ്കാരികമായി പ്രോഗ്രാം ചെയ്യപ്പെട്ട മനുഷ്യമനസ്സിന്റെ സ്വാഭാവിക ദർശനമാണത്. അതിൽ ഒരു പക്ഷിക്കൂട്ടത്തിന്റെ ഒരു സാധാരണ ദിവസത്തിലെ സാധാരണ കരച്ചിൽ അസാധാരണ അർത്ഥങ്ങളാളുന്നതുകാണാം.

ജന്തുക്കളുടെ തനതായ അറിവുരീതികളെ ചോദ്യം ചെയ്യുകയല്ല ഞാൻ. ഒരു പക്ഷേ നമുക്ക് തിരിച്ചറിയാനാകും മുമ്പെ ജീവികൾ സൂചനകൾ പിടിച്ചെടുത്ത് പ്രതികരിച്ചിരിക്കാം. നാം ഭൂമിയെക്കുറിച്ചും പരിതോവസ്ഥയെക്കുറിച്ചും പറയുന്നു. ജീവികൾ ഭൂമിയും പരിതോവസ്ഥയുമാണ്. ആ വ്യത്യാസം നിലനിൽക്കേ അവയുടെ അറിവിനെ ആശ്രയിച്ചൊരു മുൻകരുതൽ വ്യവസ്ഥ മനുഷ്യരിലുണ്ടാക്കാൻ അത്ര എളുപ്പത്തിൽ കഴിയില്ല.

സുനാമി പിടിച്ചുകുലുക്കിയ കടലിന്റെ അടിത്തട്ടിൽ തന്നെയാണ് പല ജീവികളും സുരക്ഷിതത്വം കണ്ടെത്തിയത്.

മുപ്പത്തി രണ്ടാമത്തെ അദ്ധ്യായത്തിൽ ഒരാൾ കത്തിത്തീർന്നത്

എഴുത്ത് മുപ്പത്തിരണ്ടാമത്തെ അദ്ധ്യായത്തിലെത്തിയപ്പോൾ ചാൾസ് ഡിക്കൻസിന് തോന്നിയിരിക്കണം ക്രൂക്ക് എന്ന കഥാപാത്രം 'ബ്ലീക് ഹൗസ്' എന്ന നോവലിൽനിന്ന് എങ്ങനെയെങ്കിലും ഇല്ലാതാകണമെന്ന്. ക്രൂക്ക് ഇല്ലാതായി. അയാളെ അങ്ങനെ ഒറ്റ ഇരുപ്പിൽ ഇല്ലാതാക്കാൻ താൻ ഉപയോഗിച്ച വിഭ്രാമക രീതി വിശദീകരിക്കാൻ ഡിക്കൻസിന് പ്രത്യേകിച്ചൊരു മുഖവുര എഴുതേണ്ടി വന്നു. അദ്ദേഹത്തിന്റെ ഗവേഷണമനുസരിച്ച് ഏതാണ്ട് മുപ്പതോളം ഉദാഹരണങ്ങളുള്ളതും എന്നാൽ സയൻസിന് ഇനിയും തീർത്തും ബോധ്യം വന്നിട്ടില്ലാത്തതുമായൊരു രീതിയാണത്.

സ്വയം ദഹനം.

സ്പൊൺടെയ്നസ് ഹ്യൂമൻ കംബസ്റ്റ്യൻ. ഇന്ന് അതിനെക്കുറിച്ചുള്ള ലേഖനങ്ങൾ മിക്കവാറും തുടങ്ങുന്നത് ഡിക്കൻസിന്റെ മുപ്പത്തി രണ്ടാം അദ്ധ്യായത്തെ ചൂണ്ടിക്കൊണ്ടാണ്. തന്നത്താൻ തീപിടിച്ച് ഒരു മനുഷ്യശരീരം കത്തിച്ചാമ്പലാകുന്നത് വല്ലാത്തൊരു വിഷയമാണ്. തീ ഉടലിനെ ബാധിക്കുന്ന രീതി പോലും വ്യത്യസ്തം.

വിപരീത ദഹനം.

ആള് മെഴുകുതിരി പോലെ കത്തിത്തീർന്നതിനെക്കുറിച്ചുള്ള വിവരണങ്ങൾ ഏറെയുണ്ട്. സാധാരണനിലക്ക് തീപ്പിടുത്തമുണ്ടായൊരു കെട്ടിടത്തിൽനിന്ന് കണ്ടെടുക്കുന്നൊരു ശവശരീരം ആണിന്റേതോ പെണ്ണിന്റേതോ എന്നറിയാൻ അന്വേഷകർക്ക് വലിയ പ്രയാസമില്ല. തീയിന് പഥ്യം അറ്റങ്ങളാണ്. തലയും കാലും കത്തിക്കരിഞ്ഞിരിക്കും, പക്ഷേ ഉടലിന്റെ മുഖ്യഭാഗം അത്രയും ബാധിതമായിരിക്കില്ല. സ്വയം ദഹനത്തിന്റെ സ്വഭാവം മറിച്ചാണ്. ഉടൽ മുഴുവൻ

കത്തിയെരിഞ്ഞാലും തലയോ കാലോ അഗ്നിബാധിതമല്ലാതെ അവശേഷിക്കും.

കേന്ദ്രീകൃത അഗ്നി.

വൈദ്യശാസ്ത്രം മാലിഗ്നന്റ് ഹൈപ്പർ തെർമിയ എന്ന് വിശേഷിപ്പിക്കുന്ന മാരക താപനിലയിൽ എത്തുന്നൊരു മനുഷ്യശരീരത്തിന് ഒരു പനിയിലൂടെയോ മറ്റോ സ്വയം ഉൽപ്പാദിപ്പിക്കാനാവുന്ന താപം 47 ഡിഗ്രി(സി) ആണെന്ന് കരുതുക. ശരാശരി അനുസരിച്ച് 50 ഡിഗ്രിപോലും അസാദ്ധ്യം. പക്ഷേ, സാധാരണ മരണത്തെത്തുടർന്നുള്ള ശവശരീരങ്ങൾ കത്തിക്കാൻ ഒന്നരമണിക്കൂർ 1200 ഡിഗ്രിയും പിന്നേയും ഒരു ഒന്നര മണിക്കൂർ 1000 ഡിഗ്രിയും ഉപയോഗിക്കുന്നൊരു ക്രിമേറ്റോറിയത്തിനുപോലും നൂറുശതമാനം ചാമ്പൽ ഉണ്ടാക്കാനാവില്ല. ചാരത്തിനുപകരം അവശേഷിക്കുന്നത് കരിഞ്ഞ അസ്ഥിശകലങ്ങളാവും. തീപ്പിടിച്ചൊരു കെട്ടിടത്തിൽ കുടുങ്ങിയവരാകട്ടെ 850 ഡിഗ്രിക്കപ്പുറം എന്തെന്നറിയില്ല. സ്വദഹനം ഉൽപ്പാദിപ്പിക്കുന്ന താപനില ഇതിനെക്കാളൊക്കെ അധികമാണ്. സാമാന്യയുക്തിക്ക് നിരക്കാത്തത്രയും എത്രയോ അധികം. 1957-ലെ വളരെ അറിയപ്പെട്ട ഒരു ഉദാഹരണം എടുത്ത് പറഞ്ഞാൽ, അമേരിക്കയിലെ ഫിലഡെൽഫിയയിൽ ആൻ മാർടിൻ എന്ന സ്ത്രീ സ്വയംദഹനം മൂലം മരിച്ചപ്പോൾ അവരുടെ രണ്ടറ്റങ്ങളൊഴികെ എല്ലാം ചാരമായിരുന്നു. എന്നിട്ടുപോലും കഷ്ടിച്ച് അവരുടെ രണ്ടടിയടുത്ത് കാണാമായിരുന്ന കടലാസിനെ തീ തൊട്ടിരുന്നില്ല. ദൈവശിക്ഷയായി ഇതിനെ ചിലർ കണ്ടതിൽ ആശ്ചര്യമില്ല.

ശാസ്ത്രീയ വിശകലനം?

ചാരായം (ആൽക്കഹോൾ) ഇന്ധനവസ്തുവാണ്. സ്വയംദഹനം മൂലം മരിച്ചവരിൽ മിക്കവരും മദ്യപാനികളായിരുന്നതുകൊണ്ട് അതേത്തുടർന്ന് എത്താവുന്ന സ്വാഭാവിക നിഗമനത്തിൽ എത്താൻ ചിലർ ശ്രമിച്ചിട്ടുണ്ട്. പക്ഷേ, മിക്കവരുമെന്നുവെച്ചാൽ എല്ലാവരുമല്ല. മദ്യം തൊടാത്തവരും ആ രീതിയിൽ മരിച്ചിട്ടുണ്ട്. ചടച്ചവരെക്കാൾ കൂടുതൽ തടിച്ചവരാണ് കത്തിത്തീർന്നിട്ടുള്ളതെന്നതും വാസ്തവികത തന്നെ . പക്ഷേ, ഒരു സിദ്ധാന്തത്തിന് ഇതു പോരല്ലോ? അതിനും മുമ്പ്, ഒരു പക്ഷേ, ഏറ്റവും തുടക്കത്തിൽ ചോദിക്കേണ്ട ഒരു ചോദ്യം നാം ഇതുവരെ ചോദിച്ചില്ല. തീ എവിടന്ന് വന്നു?

ആൾക്ക് തീപ്പിടിച്ചതെങ്ങനെ?

സിഗരറ്റ്?

ഒരിക്കൽ സെന്റ് പീറ്റേഴ്സ്ബർഗിൽ (റഷ്യയിലെയല്ല. അമേരിക്കയിലെ ഫ്ലോറിഡയിൽ) നടന്ന സംഭവമാണ് ഓർക്കുന്നത്. 175 റാത്തൽ തൂക്കമുള്ള മേരി ഹാർഡി റീസർ വെറും പത്ത് റാത്തൽ ചാരവും ഒരു കാൽപ്പടവും ചെറിയൊരു പന്തോളം ചുരുങ്ങിയൊരു

തലയോട്ടും അവശേഷിപ്പിച്ചുകൊണ്ട് സ്വയം കത്തിയടങ്ങിയപ്പോൾ, അന്വേഷണത്തിനെത്തിയ പോലീസ് വകുപ്പ് റിപ്പോർട്ടിൽ പറഞ്ഞു: പുകവലിക്കുമ്പോൾ സിഗരറ്റ് കൈയിൽ നിന്ന് വീണ് നൈറ്റ്ഗൗണിന് തീപ്പിടിച്ചതുകൊണ്ടായിരിക്കണം ശ്രീമതി റീസർ മരിച്ചത്. പക്ഷേ, ശവശരീരം പരിശോധിച്ച വൈദ്യശാസ്ത്രവിദഗ്ദ്ധൻ പറഞ്ഞു: ഒരു മനുഷ്യ ശരീരം ഇതുപോലെ കത്തിച്ചാരമാകാൻ 3000 ഡിഗ്രി താപംവേണം. പക്ഷേ, അത്രയും വലിയൊരു താപനിലയിൽ പരേതയുടെ പാർപ്പിടം മുഴുവൻ കത്തിയടങ്ങേണ്ടതായിരുന്നു. പക്ഷേ, യഥാർത്ഥ ലോകസാഹചര്യങ്ങളിൽ, സ്വന്തം ശരീരത്തിന്റെ താപം കൊണ്ട് 50 ഡിഗ്രിയിൽ എത്തിയൊരാൾപോലും ഇന്നേവരെ ഏതെങ്കിലും ആശുപത്രിയിൽ കടന്നുവന്നിട്ടില്ലായിരിക്കെ മഹ്യചോദ്യം തുടരുന്നു: സ്വയംദഹനം സത്യമോ?

ഡിക്കൻസിന്റെ 32-ാം ഖണ്ഡികയിലേക്ക് ഗവേഷകർ വീണ്ടും വീണ്ടും തിരിച്ചുവരും.

നോഹയുടെ പേടകം പാറുന്നത് എവിടെയെന്നും എങ്ങനെയെന്നും

അണക്കെട്ടിലെ ജലവിതാനം ഉയരുന്നതിനെ ഓർമ്മിപ്പിച്ചു കൊണ്ട് ഉറക്കത്തിൽ മൂത്രാശയങ്ങൾ പതുക്കെപ്പതുക്കെ നിറഞ്ഞുവരുമ്പോൾ നാം വെള്ളപ്പൊക്കത്തെപ്പറ്റി സ്വപ്നം കാണുകയെന്നത് വളരെ കൗതുകകരമായൊരു ഭാവനയാണ്. പലപ്പോഴും മൂത്രമൊഴിക്കുമ്പോൾ നമുക്ക് അനുഭവപ്പെടാറുള്ള ചെറിയ കിടിലം അതിലുണ്ട്. നോഹയുടെ പേടകം പാറുന്ന മഹാപ്രളയ സങ്കൽപ്പത്തിന്റെ ഉറവിടം അങ്ങനെ ഒരു മൂത്രാശയാനുഭവമായിരിക്കണമെന്ന് നാടോടിക്കഥകളുടെ മനഃശാസ്ത്രം പഠിക്കുന്ന ഒരു ഹങ്കറിക്കാരൻ (Giza Roheim) പറയുന്നു. ഇത് ശരിയോ? ശരിയല്ലെങ്കിൽ നോഹയുടെ പേടകത്തിന്റെ ഉണ്മയെന്ത്?

ഒരു ഭൂമിശാസ്ത്ര പ്രവേശം.

പഴയ മദ്ധ്യധരണ്യാഴി.

ജിബ്രാൾടർ കടലിടുക്കുവഴിയാണ് നാം പ്രവേശിക്കുന്നത്. വലത്തോട്ട് മദ്ധ്യധരണ്യാഴിയുടെ അറ്റത്ത് ഇടുങ്ങിയൊരു ജലസ്ഥലി. ഇവിടെയാണ് ഗാല്ലിപോലി. അതു താണ്ടിയാൽ ബോസ്പോറസ് കടലിടുക്ക്. നേർത്ത്, ആഴമില്ലാതെ അത് തുർക്കിയിൽനിന്ന് ഗ്രീസിനെ വേർപെടുത്തുന്നു. ഇവിടവും താണ്ടി കരിങ്കടലിൽ എത്തുമ്പോൾ നാം സാമുദ്രിക ഭൂമിശാസ്ത്രമനുസരിച്ച് ഏതോ ഉറവിടത്തിൽ എത്തുകയാണെന്ന് തോന്നുന്നു.

കരിങ്കടൽ.

തുടക്കത്തിൽ ഞാൻ സൂചിപ്പിച്ച സ്വപ്നാനുഭവമനുസരിച്ച് പറഞ്ഞാൽ ഒരു ചരിത്രനിദ്രയിൽ നിറയുന്ന മൂത്രാശയമാണ് കരിങ്കടൽ. നാനൂറ്റി മുപ്പതിനായിരം ചതുരകിലോമീറ്റർ. ഏറ്റവും അഗാധമായ ഭാഗത്ത് രണ്ട് ദശാംശം രണ്ട് കിലോമീറ്റർ ആഴം. അടിസ്ഥാനപരമായി ഉപ്പുകയറാൻ ഇടയായൊരു ശുദ്ധജലാശയമാണത്. ഇപ്പോൾ ഒരു പാതിയുപ്പുകടൽ. ഏതാണ്ടൊരു നൂറായിരം

വർഷം നീണ്ടുനിന്നതും പത്തായിരം വർഷം മുമ്പ് കലാശിച്ചുപോയ തുമായ അവസാന ഹിമയുഗത്തിന്റെ കാലത്ത് കരിങ്കടൽ തികച്ചും മദ്ധ്യധരണ്യാഴിയിൽനിന്ന് വേർപെട്ടു കിടക്കുകയായിരുന്നു. ശുദ്ധം ഏകാന്തം.

ഉപ്പുകലിച്ചത് പിന്നീട്.

ഇപ്പോൾ കരിങ്കടലിന്റെ അടിത്തട്ട് കിളച്ചുനോക്കുന്നവർക്ക് ഏറ്റവും ആഴത്തിൽ കാണാവുന്ന അടരുനിറയെ ശുദ്ധജല കടലൊച്ചുകളുടെ ഉടഞ്ഞു ചിതറിയ തോടുകളാണ്. ഇതിനുമേലുള്ള അടരിൽ കാണാവുന്നത് ഉപ്പുകടലൊച്ചുകളുടെ ഉടഞ്ഞു ചിതറാത്ത തോടുകൾ. ഭൂതം കൂട്ടിവായിക്കാൻ സാമാന്യബോധം മതി. തുടക്കത്തിൽ അവിടം ശുദ്ധജല പ്രദേശമായിരുന്നു. ആഴമില്ലെന്നതുകൊണ്ട് കാറ്റിനും തിരകൾക്കും യഥേഷ്ടം ചൂത് കളിക്കാവുന്ന ഒച്ചിൻതോടുകൾ സങ്കൽപ്പിക്കാം. പിന്നീട് അടുത്തുള്ള ആഴമുള്ള കടലിൽനിന്ന് ഉപ്പുവെള്ളം വരുന്നു. ആ കടലിന് ആഴമുള്ളതുകൊണ്ട് അതിന്റെ അടിത്തട്ടിലെ തോടുകൾ കാറ്റിലും തിരയിലും പെട്ട് ഉടയാതെ തുടരുന്നു.

സിദ്ധാന്തം ഉരുത്തിരിയുന്നു.

ഹിമയുഗ ദിനങ്ങളിലൊരിക്കൽ കരിങ്കടൽ വറ്റി. പിന്നീട് (നമ്മുടെ രൂപകമനുസരിച്ച് പറഞ്ഞാൽ), നിദ്രയിൽ മൂത്രാശയങ്ങളെന്നതു പോലെ അത് വീണ്ടും നിറഞ്ഞു. ചാകാൻ പോകുന്നൊരു കടലിനു സലൈൻ വാട്ടർ? കരിങ്കടലിനെ വേർപെടുത്തുന്ന തിട്ട് തകർത്തുകൊണ്ട് മദ്ധ്യധരണ്യാഴിയിലെ പെരുവെള്ളം ഇരമ്പിക്കയറിയപ്പോഴാണ് അത് സംഭവിച്ചത്. 200 നയാഗ്രകൾ ഒന്നിച്ചുചേർന്നാലുള്ള ശക്തിയിൽ നൂറ് കിലോമീറ്ററപ്പുറത്തുള്ളവർക്കുപോലും കേൾക്കാവുന്നത്രയും ഉച്ചത്തിൽ.

മഹാപ്രളയം, തികച്ചും.

നോഹയുടെ പ്രളയം?

ഒരു പേടക സങ്കൽപ്പത്തോടെ?

പ്രളയജല പേടകങ്ങളെക്കുറിച്ചുള്ള ഐതിഹ്യങ്ങളും നാടോടിക്കഥകളും ബൈബിളിന് പുറത്ത് പലേടങ്ങളിലും പല ജനസമൂഹങ്ങൾക്കുമുണ്ട്. ഓർക്കുക. കാലൊച്ചകളുമായി വന്ന പ്രളയത്തിന്റ സമയത്ത് കരിങ്കടൽ പ്രദേശത്തുനിന്ന് നീങ്ങിയ ആളുകൾ പല ദിശകളിലേക്കും ചിതറുകയാണുണ്ടായത്. ചിലർ വടക്കോട്ട് റഷ്യയിലേക്കും യുക്രെയ്നിലേക്കും, ചിലർ പടിഞ്ഞാറോട്ട് ഇന്നത്തെ റൊമാനിയയിലേക്കും ബൾഗേറിയയിലേക്കും ഗ്രീസിലേക്കും മൂന്നാമതൊരു കൂട്ടം കിഴക്കോട്ട് ജോർജിയയിലേക്കും ഇന്ത്യയിലേക്കും നാലാമതൊരു കൂട്ടം തെക്കോട്ട് തുർക്കിയിലേക്കും മധ്യപൗരസ്ത്യ പ്രദേശങ്ങളിലേക്കും. അത്രയും ജൈവ വ്യാപനത്തിന് കാരണമായൊരു

പ്രാകൃതികസംഭവം കഥാസ്വാധീനത്തിൽ ചെറുതാവാൻ ഇടയില്ല. വഴികളും ദിശാബോധവും എന്തായിരുന്നാലും അവരുടെ വർഗ്ഗസ്മൃതികൾ വടക്കുനോക്കിപോലെ ഒരു പ്രളയാനുഭവത്തെ ചൂണ്ടി. ഉറക്കത്തിന്റെ ചോർച്ചകളിലൂടെ മനസ്സിലേക്കുള്ള ഒരൊഴുക്കിലാണോ നോഹയുടെ പേടകം കരയടിയുന്നത്?

അലറുന്ന ദ്വീപുകളുടെ ശ്രദ്ധയ്ക്ക്

ആളുകളെ ബന്ധിപ്പിക്കൽ (കണക്റ്റിങ് പീപ്പിൾ) എന്നത് അതിവിനിമയത്തെ അനിവാര്യതയിൽ എത്തിച്ചൊരു ഉപകരണത്തിനു ചേർന്ന വാണിജ്യ മന്ത്രമാകാം. പക്ഷേ, സെൽഫോൺ പ്രയോഗത്തിൽ ഏർപ്പെട്ടൊരാൾ ഒരർത്ഥത്തിൽ തന്റെതന്നെ ആസന്നപരിസരത്തിൽ ഒരു ദ്വീപുപോലെ ഒറ്റപ്പെടുന്നു. ചുറ്റുവട്ടത്തിൽനിന്നുമകന്ന് ഒരിടത്തേക്ക് മാറി നിൽക്കുന്നത് ഒരേ സമയത്തത് സ്വകാര്യതയും ഒരു സാങ്കേതികാവശ്യവുമാകുന്നേടത്ത് ചില വിചിത്ര മാനസിക പ്രവർത്തനങ്ങൾ നടക്കുന്നു.

ഇതത്രയും എന്തോ ആകട്ടെ.

പക്ഷേ, അയാൾ അലറുന്നതെന്തിന്?

ഒരു സാധാരണ സംഭാഷണത്തിന് വേണ്ടതിലധികം ഒച്ച ഉയർത്താനുള്ള ഈ വാസന ശാസ്ത്രീയ കൗതുകം ഉണർത്തുന്നു. രണ്ടു ഘടകങ്ങളെങ്കിലും തെളിഞ്ഞുകാണാം. ഒന്നാമത്തേത് ഓട്ടോമാറ്റിക് ഗെയ്ൻ കൺട്രോൾ അഥവാ എജിസി.

എന്താണ് ഈ എജിസി?

ഇലക്ട്രോണിക്സ് ആധാരമായ പലതരം സ്വീകാരികൾ (ടെലിവിഷൻ, മൊബൈൽ ഫോൺ, റേഡിയോ, മറ്റും മറ്റും) അതാവശ്യപ്പെടുന്നു. അതിൽപ്പറയുന്ന നേട്ടം(ഗെയ്ൻ) വിസ്താരം (ആംപ്ലിഫിക്കേഷൻ). സ്വീകാരികൾക്ക് കിട്ടുന്ന സംജ്ഞകളുടെ ശക്തി വ്യത്യസ്തമാണ്. നിങ്ങൾക്ക് പ്രിയപ്പെട്ട ചാനൽ പ്രക്ഷേപണം ചെയ്യുന്നവരുടെ ആന്റിന ഒരു ലക്ഷം വാറ്റ്സോളം ശക്തി ഉൽപ്പാദിപ്പിക്കുന്നുവെന്നു സങ്കൽപ്പിക്കുക. ഇത് പക്ഷേ എല്ലാവരെയും എല്ലാ ദിശകളെയും ഉദ്ദേശിച്ചുള്ളതാണ്. പ്രക്ഷേപണ കേന്ദ്രത്തിന്റെ അയൽപ്പക്കത്തുള്ളൊരു വീട്ടിലെ ആന്റിനക്ക് ഇതിലെ വിഹിതം എട്ടാം ദശാംശസ്ഥാനത്ത് തിരക്കിയാൽ മതി. വീട് ഏതാണ്ട് 80 കിലോമീറ്റർ അകലെയായാൽ അത് 10,000 മടങ്ങ് ചുരുങ്ങും. അപ്പോൾ വിസ്താരം 10000 മടങ്ങ് കൂട്ടേണ്ടിവരും. എജിസി വഴിക്ക് ടെലിവിഷൻ ആ പണി

ഏറ്റെടുത്തുകൊള്ളും.

ഇതും സെൽഫോണുമായുള്ള ബന്ധം?

നിങ്ങൾ സംസാരിക്കാൻ ഉപയോഗിക്കുന്ന ഭാഗത്തുനിന്നുള്ള സംജ്ഞകളെ നിയന്ത്രിച്ചുകൊണ്ട് സെൽഫോണിലും പ്രവർത്തിക്കുന്നുണ്ട് ഓട്ടോമാറ്റിക് ഗെയിൻ കൺട്രോൾ. സാധാരണ സംഭാഷണത്തിനു വേണ്ട ഒച്ചയിലാണ് നിങ്ങൾ സംസാരിക്കുന്നതെങ്കിൽ അതിന് പ്രത്യേകിച്ച് ഒന്നും ചെയ്യേണ്ടതായില്ല. നിങ്ങൾ അലറാൻ തുടങ്ങിയാൽ അത് സംജ്ഞകളെ ലഘൂകരിക്കും; മന്ത്രിക്കാൻ തുടങ്ങിയാൽ സംജ്ഞകൾ വിസ്തരിക്കപ്പെടും. ഏജിസിയുടെ സാന്നിധ്യത്തെയും പ്രവർത്തനത്തെയും കുറിച്ച് ധാരണ ഇല്ലാത്തവർക്ക് അലറാൻ പ്രേരണയുണ്ടാവും. പ്രത്യേകിച്ചും പിൻതല ശബ്ദങ്ങൾ ശല്യം ചെയ്യുമ്പോൾ ശബ്ദങ്ങളിൽ നിന്ന് മാറിനിന്നോ, വായ കൂടുതൽ മൗത്ത്പീസിനോട് അടുപ്പിച്ചോ ആ ഭാഗം വിരലുകൾകൊണ്ട് പൊത്തിയോ പരിഹാരം തേടാം.

പക്ഷേ നേരത്തെ പറഞ്ഞ രണ്ട് ഘടകങ്ങളിൽ രണ്ടാമത്തേതാണ് കൂടുതലും ഒരാളെ അലറാൻ പ്രേരിപ്പിക്കുന്നത്.

സൈഡ് ടോൺ.

വളരെ നിശിതമായൊരു സാങ്കേതിക നിർവ്വചനം ഇതിനുണ്ട് "ദ അക്കൗസ്റ്റിക് സിഗ്നൽ റിസൽട്ടിങ് ഫ്രം എ പോർഷൻ ഓവ് ദ ട്രാൻസ്മിറ്റഡ് സിഗ്നൽ ബിയിങ് കപ്പ്ൾഡ് റ്റു ദ റിസീവർ ഓവ് ദ സെയ്ം ഹാൻഡ് സെറ്റ്." സാധാരണ ഭാഷയിൽ പറഞ്ഞാൽ നാം സെൽഫോണിലൂടെ സംസാരിക്കുമ്പോൾ, വായോടടുത്തുള്ള ഭാഗത്തുനിന്നുള്ള സംജ്ഞകളുടെ ഒരംശം നമ്മുടെ ചെവിയോടടുത്തുള്ള ഭാഗത്തെത്തുന്നു, ഫ്രം മൗത്ത് പീസ് റ്റു ഇയർപീസ്. നമ്മുടെ ഒച്ച പുറത്തേക്കു കടക്കുന്നുണ്ടെന്നതിന് ഒരു സൂചന.

ഇവിടെയാണ് തമാശ.

പഴയ മാതൃകയിലുള്ള ലാൻഡ് ലൈൻ ഫോണുകളിൽ സൈഡ് ടോൺ ഉണ്ട്. അതുപയോഗിച്ച് പറയലിന്റെയും കേൾക്കലിന്റെയും വിതാനങ്ങൾ ഒരുമിച്ച് കൊണ്ടുപോകാം. പക്ഷേ, മൊബൈൽ ഫോണുകൾ പുറത്തിറങ്ങിയത് സൈഡ് ടോൺ ഇല്ലാതെ ആകയാൽ ഒരു സെൽഫോൺ പ്രഭാഷകന് തന്റെ ഒച്ച എത്ര ഉയർന്നതെന്ന് പലപ്പോഴും തിട്ടപ്പെടുത്താനാവില്ല. അങ്ങനെ അതിശബ്ദത്തിന് പ്രേരണയുണ്ടാകുന്നു.

പക്ഷേ, ഒച്ച ആക്രമണവാസനയുമാണ്.

സെൽഫോൺ കമ്പോളത്തിൽത്തന്നെ ഇതിനുള്ള ഉദാഹരണം ഒരിക്കൽ ഒരു വൻകിട തലക്കെട്ടായിരുന്നു. സ്ഥലം ജപ്പാനിലെ ഹൊട്ടേൽ ഓക്കുറ. സന്ദർശനത്തിനെത്തിയ സ്ഥാപനങ്ങളുടെ

തലപ്പത്തുള്ളവർ തമ്മിലുണ്ടായൊരു വഴക്ക് മാധ്യമങ്ങൾ 'ഷൗട്ടിങ് മാച്ച്' എന്ന വിശേഷിപ്പിച്ച അവസ്ഥയിലെത്തുന്നു. അതിന്റെ ശബ്ദം ഒരു തരം ഓട്ടോമാറ്റിക് ഗെയിൻ കൺട്രോളിന്റെ വിസ്താരവുമില്ലാതെ വർഷങ്ങളോളം കമ്പോളത്തിൽ മുഴങ്ങിനിന്നു. ശക്തിയുടെ ഒച്ച എന്നൊന്നുണ്ടല്ലോ!

യേശു: ഒരു ഇക്കോണമി ക്ലാസ് ദുരന്തം?

യേശു നമ്മുടെ കാലത്തിൽ അവതരിച്ചിരുന്നെങ്കിൽ... അങ്ങനെയൊരു വിഭാവനത്തിൽ ഊന്നിക്കൊണ്ട് റിച്ചാർഡ് ബാഹിന്റെ പുസ്തകം, 'ഇല്യൂഷൻസ്.' യേശു ഒരു പൈലറ്റ്? അസാദ്ധ്യതയെ സാദ്ധ്യതയാക്കിയ വൈമാനിക സാഹസികത. പക്ഷേ, പഴയ വിമാനങ്ങൾ ഇപ്പോഴും പതിവുപോലെ പറക്കുന്നു. അതിൽ ഇപ്പോഴും ഇക്കണോമി ക്ലാസ്. അതിന്റെ ഇടുങ്ങിയ സാദ്ധ്യതകളിൽ ദീർഘദൂര യാത്ര ചെയ്യുന്നവരിൽ ചെറിയൊരംശത്തെയെങ്കിലും ഒരു പ്രത്യേക ബാധ കാത്തിരിക്കുന്നു. ഒരു പ്രത്യേക മരണം.

ഇക്കോണമി ക്ലാസ് സിൻഡ്റം.

സത്യത്തിൽ ഇതിന് മറ്റൊരു പേര് വൈദ്യശാസ്ത്രത്തിൽ കാണാം. ഡിവിറ്റി(ഡീപ്-വെയ്ൻ ത്രോംബസിസ്) കാലിൽ ചോര കട്ടപിടിക്കൽ. ഏറെനേരം ഓരേയിടത്ത് അനക്കമില്ലായിരുന്നാൽ സംഭവിക്കാവുന്നത്. അങ്ങനെയാണതിന് വൈമാനികമായൊരു പേരു കിട്ടിയത്. അതിന്റെ സാദ്ധ്യത പക്ഷേ ഇക്കോണമി ക്ലാസിന്റെ അസൗകര്യങ്ങളിൽ ഒതുങ്ങുന്നില്ല. ഫസ്റ്റ് ക്ലാസ് യാത്രികർക്കും അതു സംഭവിക്കുന്നു. യാത്രാന്ത്യത്തിൽ വിമാനത്താവളത്തിൽ എത്തിയ ഉടൻ മരിച്ചുവീണവരുണ്ട്. ബ്രിട്ടന്റെ ഹീത്റോ വിമാനത്താവളത്തിൽ മാസം ഒരാൾവീതം ഡിവിറ്റി കാരണം മരിക്കുന്നു.

യേശുവും ദിവ്യാത്ഭുതംപോലുള്ള വിമാനസഞ്ചാരങ്ങളും തമ്മിലുള്ള ബന്ധം ബാഹിന്റെ വിശ്വാസികൾക്ക് യോഗ്യമായ പുസ്തകത്തിൽ ഒതുങ്ങുന്നു. പുതിയൊരു ശാസ്ത്രീയ പഠനമാകട്ടെ യേശു ക്രിസ്തുവിന്റെ മരണത്തിൽ ഒരു ഇക്കോണമി ക്ലാസ് ദുരന്തം കണ്ടെത്തുന്നു.

യേശു മരിച്ചതെങ്ങനെയായിരുന്നു?

കുരിശിൽ തറയ്ക്കപ്പെടുന്നതിന് മുമ്പും പിമ്പുമുണ്ടായ മുറിവുകൾ വഴിയുള്ള ചോരവാർച്ചയായിരുന്നു കാരണമെന്നത് നിലവിലുള്ള ധാരണ. പക്ഷേ ക്രൂശാരോഹണത്തെപ്പറ്റി സമഗ്രമായി പഠിച്ച ഡോക്ടർ ബെൻജമിൻ ബ്രണർ മറിച്ച് കരുതുന്നു. കുരിശിലേറുന്നതിനു മുമ്പ് താനേറ്റ പീഡനങ്ങൾ, പന്ത്രണ്ടു നിർജ്ജലമായ മണിക്കൂറുകൾ വൈകാരിക വേദന, പിന്നെ ആറു മണിക്കൂറുകളോളം കുരിശിൽ കാലനക്കാനാവാത്ത അവസ്ഥ ഇതെല്ലാമാണ് യേശുവിന്റെ അന്ത്യം കുറിച്ചത്. അതിനെക്കുറിച്ചുള്ള വിവരണങ്ങൾ കൃത്യമായും ചൂണ്ടുന്നത് കാലിൽ ചോര കട്ടപിടിച്ച് പിന്നീടത് ശ്വാസകോശങ്ങളിലേക്ക് കയറുന്ന അവസ്ഥയാണ്. പൾമനറി എംബോളിസം. അതു ചുണ്ടുന്നത് ഇക്കോണമി ക്ലാസ് സിൻഡ്രമിലേക്കാണ്. ശാസ്ത്രജ്ഞൻമാർ പലരും ശക്തിയായി വിയോജിക്കുന്നു. പക്ഷേ ബ്രണറുടെ സിദ്ധാന്തം വരും കാല ഗവേഷണങ്ങളിൽ ഒരു വെല്ലുവിളി പോലെ തുടരാം.

ബോബി മൂർ പന്തടിക്കുന്നതുപോലെ

എളുപ്പത്തിൽ ഓർമ്മിക്കാൻ പാകത്തിൽ ബോബി മൂറിന്റെ പേര് മനസ്സിലുള്ളവർ സാധാരണനിലയിൽ കാൽപ്പന്തുപ്രേമികളാവണം. ഇംഗ്ലണ്ടിനെ ലോകകപ്പ് വിജയത്തിലേക്ക് നയിക്കാൻ കഴിഞ്ഞ ഒരേയൊരു ക്യാപ്റ്റനെന്ന ബഹുമതി മൂറിനാണല്ലോ. പക്ഷേ, കുറച്ചുകാലം മുമ്പ്, ചരിത്രം സൃഷ്ടിച്ചുകൊണ്ട് അദ്ദേഹത്തെ ഓർക്കാനിടയായ രണ്ട് പ്രശസ്ത വ്യക്തികൾ ശാസ്ത്രജ്ഞന്മാരായിരുന്നു. അവർ സോക്കർ ഭ്രാന്തന്മാരാണെന്ന് സമ്മതിക്കാം. അതിസൂക്ഷ്മങ്ങളുടെ ലോകത്തിൽ ഒരുതരം കാൽപ്പന്തുകളിയുടെ ആശ്ചര്യം സാധിച്ചതിന് ശേഷമാണ് അവർ അങ്ങനെ ചെയ്തതെന്നും സമ്മതിക്കാം. പക്ഷേ, സത്യത്തിൽ അവർ ഓർക്കേണ്ടിയിരുന്ന ലോക ചാമ്പ്യൻ ബോബി മൂറായിരുന്നുവോ?

അവർ ജർമ്മനിക്കാർ.

അവരുടെ വിജയസ്മൃതിയോ?

മൂർ എന്ന ക്യാപ്റ്റന്റെ വിജയവർഷം 1966 ആയിരുന്നു, താൻ ഒറ്റ ഗോൾപോലും അടിച്ചിട്ടില്ലെങ്കിലും. പക്ഷേ, അടുത്ത ലോകകപ്പ് (മെക്സിക്കോ, 1970) കണ്ടത് മറ്റൊരു മൂറിനെയായിരുന്നു. അതിന് കാരണമായ അപമാനം ഒരു ക്യാപ്റ്റനിലോ ടീമിലോ ഒതുങ്ങുമായിരുന്നില്ല. ക്വാർട്ടർ ഫൈനൽസിൽ പശ്ചിമ ജർമ്മനിയോട് പൊരുതിത്തോറ്റ് പുറത്തായത് ഒരു ഉപ ദൈന്യം.

ഫൈനൽസിന്റെ തലേന്ന് വൈകിയിട്ട് ഇംഗ്ലണ്ടിന്റെ രണ്ട് ബോബിമാർ (മൂറും ചാൾട്ടനും) പോലീസിന്റെ വിചാരണയിലായിരുന്നു.

ഒരു കുറ്റാരോപണം.

കുറ്റം ഷോപ്പ് ലിഫ്റ്റിംഗ്.

മെക്സിക്കോയിൽ എത്തുന്നതിന് മുമ്പ് ഇംഗ്ലണ്ടിന്റെ ടീം കൊളംബിയയിലായിരുന്നു. പരിശീലന(വാം അപ്പ്) മൽസരങ്ങൾ തലസ്ഥാനത്ത്. മൂറും കൂട്ടുകാരനും ചുറ്റുവട്ടത്തെവിടെയോ ഉള്ളപ്പോഴാണ്

മരതകം പതിച്ചൊരു ബ്രേസ്‌ലെറ്റ് ഒരു കടയിൽ കാണാതായത്. ചാമ്പ്യന്മാർ മോഷ്ടിച്ചതോ? സാഹചര്യത്തെളിവുകൾ അവരെ ചൂണ്ടിയെന്നാണ് തോന്നുന്നത്. പിൽക്കാലത്ത് ബ്രിട്ടന്റെ 'മുപ്പതു വർഷ നിയമം' അനുസരിച്ച് ഭരണകൂടം വെളിപ്പെടുത്തിയ രേഖകളിൽനിന്ന് ഒരു കാര്യം മനസ്സിലാക്കാം. മൂറിനെ വിട്ടുവിച്ചുകിട്ടാൻ വളരെ ചടുലമായ ചില നീക്കങ്ങൾ ബ്രിട്ടന്റെ ഭാഗത്തുനിന്നുണ്ടായി. അതിന് പിന്നിലെ ഏറ്റവും വലിയ സമ്മർദ്ദം അന്നത്തെ പ്രധാനമന്ത്രിയായിരുന്ന ഹാരോഡ് വിൽസന്റേതായിരുന്നു. രണ്ടു ബോബിമാരും കുറ്റക്കാരല്ലെന്ന് ആദ്യം തൊട്ടേ വ്യക്തമായിരുന്നെന്ന് ഇപ്പോൾ തെളിയുന്നു. പിന്നെ കൊളംബിയയിലെ അധികൃതന്മാർ മൂറിനെ അറസ്റ്റ് ചെയ്തതെന്തിന്? ഇംഗ്ലണ്ടിന്റെ ടീമിനെ മാനസികമായി തകർക്കാൻ ഉദ്ദേശിച്ചുള്ളൊരു ഗൂഢാലോചനയെപ്പറ്റി സൂചനയുണ്ട്. ഔദ്യോഗിക രേഖകൾക്കപ്പുറത്ത് സ്പഷ്ടമായതൊന്നു മാത്രം. ബോബി മൂർ അനുഭവിച്ചിരിക്കാവുന്ന മനഃപ്രയാസം.

ബൈലഫെൽഡ് യൂനിവേഴ്സിറ്റിയിലെ ഗവേഷകരായ ജർമ്മനിക്കാരുടെ പരിഗണനയിൽ ഇത്രയും കാര്യങ്ങൾ പെട്ടുകാണില്ല. പക്ഷേ, വളരെ ശാസ്ത്രീയമായൊരു 'പ്രൊസീഡ്യൂർ' വഴി അവർ ബോബി മൂറിനെ മറ്റൊരു മൈതാനത്തിലിറക്കി.

അവർക്കാവശ്യമുണ്ടായിരുന്നു.

ഒരു ചാമ്പ്യന്റെ ബിംബം.

ഇലക്ട്രോണിക് ഉപകരണങ്ങളുടെ ആകൃതി മാറ്റാൻ പോകുന്നൊരു കലാപകൽപ്പനയാണ് ഡോക്ടർ അക്കിം മുള്ളറുടെയും കൂട്ടുകാരുടെയും ആവിഷ്കാരം. അവരുടെ ഗവേഷണ പ്രബന്ധത്തിന്റെ തലക്കെട്ട്(സോക്കർ പ്ലേയിംഗ് മെറ്റൽ ഓക്സൈഡ് ജയന്റ് സ്ഫീർസ്) പോലെത്തന്നെ വിഭ്രാമകം. ലെയ്സർ കിരണ സ്പന്ദങ്ങൾ ഉപയോഗിച്ച് കാൽപ്പന്തിന്റെ ആകൃതിയുള്ള കുറ്റൻ മോളിക്യൂളുകളെ തട്ടുക. അപ്പോൾ പായുന്ന ഗോളാകാരങ്ങളുടെ പാച്ചിൽ നോക്കിക്കൊണ്ട് മുള്ളർ പറഞ്ഞു: "തികച്ചും അസാധാരണം, തികച്ചും സുന്ദരം" അതും കവിഞ്ഞ് ആ പാച്ചിലിന് ശക്തിയുണ്ടായിരുന്നു. അദമ്യമല്ല, അളന്നു മുറിച്ചതുപോലെ കണിശം. ലോകകപ്പ് പോലുള്ള മൽസരങ്ങളിലെ ഒന്നാംതരം പെനാൽറ്റി കിക്കുകൾ പോലെ!

ലെയ്സർ കിരണ സ്പന്ദങ്ങളുടെ പെരുമാറ്റം കാൽപ്പന്ത് കളിക്കുന്നവരുടേതുപോലെന്ന സങ്കൽപ്പം മുള്ളറുടേത്.

ഇതൊരു അലസ രൂപകമല്ല.

സത്യം അതും കവിഞ്ഞുള്ളത്.

കലാപ്രജ്ഞയോടെ ഒന്നല്ല, ഒരേസമയത്ത് രണ്ടും മൂന്നും നാലും അഞ്ചും പന്തുകൾ കാൽകാര്യം ചെയ്യാൻ കഴിവുള്ള കളിക്കാരനാണ്

മുള്ളറുടെ മനസ്സിലുണ്ടായിരുന്നത്. അത്തരത്തിലുള്ളൊരു ലെയ്സർ കളിയാണ് ബൈലഫെൽഡ് യൂനിവേഴ്സിറ്റിയിലെ ഗവേഷകർ കളിക്കാൻ പഠിച്ചത്. അതിനാവശ്യമായ നടപടികളെ ഉദ്ദേശിച്ചുകൊണ്ട് അവർ പറഞ്ഞു: "ഞങ്ങൾ ഇതിനെ, ബോബിമൂർ പ്രൊസിഡ്യൂർ എന്ന് വിളിക്കുന്നു. മുന്തിയ കാൽപ്പന്തുകളിക്കാരനും ആദരണീയ എതിരാളിയുമായ ഒരാളെ വാഴ്ത്താൻ."

ആദരണീയ എതിരാളി?

ബോബി മൂറിനെ പ്രശസ്തനാക്കിയ ലോകകപ്പ് ഫൈനലിൽ (1966) ഇംഗ്ലണ്ട് തോൽപ്പിച്ചത് ജർമ്മനിയെയായിരുന്നു! ഏതായാലും... കാൽപ്പന്തുകളിയിലെ പഴയ പ്രതാപം ഇനിയുള്ള മൽസരങ്ങളിൽ ഇംഗ്ലണ്ട് വീണ്ടെടുത്തെന്നോ വീണ്ടെടുത്തില്ലെന്നോ വരാം. പക്ഷേ മൂറിന്റെ ജേഴ്സി ധരിച്ചൊരു സങ്കൽപ്പം വളരെക്കാലം കളിച്ചുകൊണ്ടേയിരിക്കും.

ഒരു ലെൻസ്, പ്രപഞ്ചപടം, ഇടയിൽ നാം

ആൽബർട്ട് ഐൻസ്റ്റൈൻ എന്റെ ഉറക്കം കെടുത്തിയത് വെളിച്ചത്തെപ്പറ്റിയുള്ള ഒരു നിരീക്ഷണത്തിലൂടെയാണ്. തട്ടാന്റെ കുഴലൂത്തിൽ ചുവട്ടിലേക്ക് വളയുന്ന തീനാളത്തെ ഓർമ്മിപ്പിച്ചുകൊണ്ട് ഭൂഗുരുത്വത്തിലേക്ക് വളയുന്ന വെളിച്ചത്തെക്കുറിച്ചുള്ള നിരീക്ഷണം. ഇപ്പോൾ, ആപേക്ഷികതാ സിദ്ധാന്തത്തിന്റെ നൂറു വർഷം കൊണ്ടാടലിനെത്തുടർന്നുള്ള ദിവസങ്ങളിൽ നടന്നൊരു കണ്ടെത്തൽ പുതിയൊരു തെളിവാകുകയാണ്. വളയുന്ന വെളിച്ചത്തെപ്പോലെത്തന്നെ അമ്പരപ്പിക്കുന്ന മറ്റൊരു സങ്കൽപ്പത്തിന് ആദ്യമായി ശാസ്ത്രീയ സ്ഥിരീകരണം ലഭിച്ചിരിക്കുന്നു.

ഒരു കോസ്മിക കാചം.

ബഹിരാകാശ മഹാകാചം.

ഐൻസ്റ്റൈൻ 1915-ൽ വിവരിച്ചതും 1919-ൽ ഉണ്ടായൊരു സൂര്യഗ്രഹണത്തെത്തുടർന്ന് കൂടുതൽ ശ്രദ്ധ നേടിയതുമായൊരു പ്രതിഭാസമാണ് ഗ്രാവിറ്റെയ്ഷനൽ ലെൻസിംഗ്. സ്ഥലകാല ജ്യാമിതിയിൽ ഗുരുത്വം സൃഷ്ടിക്കുന്ന വക്രതയുടെ ഫലമായി ഒരു തരം ലെൻസുണ്ടാകുന്നു. നക്ഷത്രങ്ങൾ പോലെയോ, ഗാലക്സികൾ പോലെയോ, അല്ലെങ്കിൽ ഗാലക്സിക്കൂട്ടങ്ങൾതന്നെയോ പോലുള്ള കൂറ്റൻ പിണ്ഡങ്ങളും അവക്കകത്തും പുറത്തും നിറഞ്ഞുനിൽക്കുന്ന കറുത്ത ദ്രവ്യവുമെല്ലാം ചേർന്നുണ്ടാകുന്ന അപാരമായ കാചം വളരെ അകലെയുള്ള വസ്തുക്കളെ വലുതാക്കിക്കാണിക്കുന്നു.

ക്വാസറുകളുടെ കാര്യമെടുക്കുക.

വലിയ ചെമപ്പനീക്കം (റെഡ് ഷിഫ്റ്റ്) കാണാവുന്ന വർണരാജിയുള്ള നക്ഷത്ര തുല്യവസ്തുക്കളെന്ന് നീളത്തിൽ നിർവ്വചിക്കാം. അതിലുമുപരി, കാലത്തിന്റെ തീരങ്ങളിലെ ദുരൂഹവും ഉഗ്രവുമായ ഗാലക്സിപ്പിറവികളാണവ. കമ്പ്യൂട്ടറുകളെപ്പോലും കിടിലം കൊള്ളിക്കുന്ന അക്കങ്ങൾ വേണം പലപ്പോഴും അവയിലേക്കുള്ള ദൂരമളക്കാൻ.

പത്തു ബില്യൻ പ്രകാശവർഷങ്ങൾ അവയിൽ നിന്നുള്ള വെളിച്ചം ഒരു ഗ്രാവിറ്റെയ്ഷനൽ കാചത്തിലൂടെ കടന്നുവന്നാലോ?

കമാനങ്ങൾ വലയങ്ങൾ.

കുട്ടുബിംബങ്ങൾ.

തുല്യദൃശ്യങ്ങൾ ഇതിന് മുമ്പും ജ്യോതിശാസ്ത്രജ്ഞന്മാരുടെ കണ്ണിൽപ്പെട്ടിട്ടുണ്ട്. പ്രപഞ്ചത്തിന്റെ വെറും വലുപ്പം അതിനെ ഒരുതരം ദൃശ്യവക്രോക്തിയാക്കുന്നു. കോസ്മിക് ഷിയർ. അവിടത്തെ അപാര ദൂരങ്ങളിൽ വെളിച്ചം സഞ്ചരിക്കുന്നത് തട്ടിയും തടഞ്ഞുമാണ്. നാട്ടിൻ പുറത്തെ കുണ്ടും കുഴിയും നിറഞ്ഞൊരു പാതയിലൂടെ സഞ്ചരിക്കുന്ന കാളവണ്ടിക്കടിയിലെ റാന്തൽ. ഈ ഭ്രമകൽപ്പനയെ തീക്ഷ്ണമാക്കുന്ന പിന്നിരുട്ടാണ് ഡാർക് മാറ്റർ. നമ്മെയും നക്ഷത്രങ്ങളെയും തീർത്ത അദൃശ്യ ദ്രവ്യമാണതെന്നത് വളരെ അടുത്ത കാലത്തുണ്ടായൊരു കണ്ടെത്തലാണ്. അതിന്റെ ഊർജ്ജമാകട്ടെ കൂടുതൽക്കൂടുതൽ വേഗത്തിൽ സ്ഥലകാലങ്ങളെ വേർപെടുത്താൻ ശ്രമിക്കുന്നു. ക്ഷീരപഥങ്ങളെ അറ്റംകെട്ട തണുപ്പിലേക്കും ഏകാന്തതയിലേക്കും മാരകമായി പായിക്കുന്നു.

അകലെ എവിടെയോ ഒരു കാർബൺ വിളക്കുപോലൊന്ന്. നമ്മുടെ മുന്നിൽ ചുരുളഴിയുന്ന പ്രപഞ്ച പടം. രണ്ടിനുമിടയിൽ ഒരു അദൃശ്യ കാചം. പേടിക്കാൻ ധൈര്യമുള്ള രാത്രികളിൽ ഇതിനെക്കുറിച്ചൊന്നോർക്കുക.

വേർപെടുത്തപ്പെട്ടൊരു ആലിംഗനം

നോത്ര്ദാമിലെ കൂനനെക്കുറിച്ച് വിക്റ്റർ യൂഗോ എഴുതിയ കഥ അവസാനിക്കുന്നേടത്ത് ഇതിവൃത്തം തന്നെ ഫാസ്റ്റ് ഫോർവേഡിൽ ഒരു പുരാവസ്തു ആയതുപോലൊരു വെളിപ്പെടലുണ്ട്. ഒരു ആണിന്റെയും പെണ്ണിന്റെയും ആലിംഗനബദ്ധമായ അസ്ഥികൂടങ്ങൾ. വേർപെടുത്താൻ ആരോ ശ്രമിച്ചപ്പോൾ അവ തകർന്നു. അത്രക്കും കാൽപ്പനികമല്ലെങ്കിലും വളരെ വ്യത്യസ്തമായ രീതിയിൽ നാടകീയമായൊരു സംഭവം കുറച്ചു ദിവസങ്ങൾക്കുമുമ്പുണ്ടായി.

ഒരു പുരാവസ്തു ഖനനം.

വേറിട്ടായൊരു പുരുഷൻ.

ശിലായുഗ ആർക്കൈവ്.

ഒരു ജിപ്സിപ്പെൺകുട്ടിയുടെ ശവശരീരം കെട്ടിപ്പിടിച്ചു കിടന്നു മരിക്കാൻ ക്വാസിമോദോ എന്ന കൂനനെ പ്രേരിപ്പിച്ച വികാരം ഒരു ശിലായുഗ പുരുഷനിൽ സങ്കൽപ്പിക്കാനാവുമോ എന്നെനിക്കറിഞ്ഞുകൂടാ. വികാരങ്ങൾ പുരാവസ്തുഗവേഷകർക്കായി ഒന്നും അവശേഷിപ്പിക്കാറില്ല. പക്ഷേ, ഉത്തരത്തിന് അവശിഷ്ടങ്ങളെ ആശ്രയിക്കാവുന്നൊരു ചോദ്യമുണ്ട്. ഇന്നത്തെ ആണിനും പെണ്ണിനും ഇടയിലുള്ളൊരു അടിസ്ഥാനപരമായ വികാരം വസ്തുനിർമ്മാണത്തിലൂടെ ആവിഷ്കരിക്കാൻ ഒരു ശിലായുഗ മനസ്സിന് തോന്നിയിരിക്കുമോ, കഴിഞ്ഞിരിക്കുമോ? യൂറോപ്പിൽ ഇന്നേവരെയായി കുഴിച്ചെടുക്കപ്പെട്ടതിലേക്കും വെച്ച് പ്രാചീനമായ കളിമൺ രൂപം കണ്ടെത്തിയ പുരാവസ്തു ഗവേഷകൻ യൂഗോയുടെ ഇതിവൃത്തം ഓർത്തിരിക്കാൻ ഇടയില്ല. പക്ഷേ, വെളിപ്പെട്ടപ്പോൾ ഒരാലിംഗനത്തിൽ വീണവിള്ളൽ ശ്രദ്ധിക്കാതിരിക്കാൻ പറ്റില്ല.

ആദ്യമൊരു ആൺരൂപം

പിന്നെയൊരു പെൺരൂപം

അടുത്തടുത്തുവെച്ചു നോക്കുമ്പോഴാണറിയുന്നത് മൗലികമായി

ഈ ആണും പെണ്ണും ആലിംഗനബദ്ധരായിരുന്നു. എന്നുവെച്ചാൽ ലൈംഗികകർമ്മത്തിൽ ഏർപ്പെട്ടൊരു ദ്വന്ദ്വത്തിന്റെ ഏറ്റവും പഴക്കം ചെന്ന ത്രിമാന ആവിഷ്ക്കാരമാണ് ആ കളിമൺശിൽപ്പം.

ആണ് അഡോണിസായി.

പഴയ പെൺരൂപങ്ങൾക്ക് പലപ്പോഴും കിട്ടാറുള്ള പേര് വീനസ് എന്നാണല്ലോ. ഗവേഷണത്തിന് നേതൃത്വം നൽകിയ ശാസ്ത്രജ്ഞനായ ഡോക്ടർ ഹറാൾഡ് സ്റ്റൗബ്ൾ അതോർത്താണ് അഡോണിസെന്ന് പേരിട്ടത്. പക്ഷേ പേരിടലിലെ പ്രകടമായ പ്രണയസൂചനക്കപ്പുറത്ത് വളരെ അവ്യക്തതയുണ്ട്. അത്രയും പഴക്കമുള്ളൊരു കരകൗശലമാതൃകയിലെത്തുമ്പോൾ ലൈംഗികതയുടെ ആവിഷ്ക്കാരത്തിന്റെ ഉദ്ദേശ്യം തന്നെയെന്തിനെന്ന് കൃത്യമായറിയാൻ പ്രയാസമുണ്ട്. ചടങ്ങുകളിൽ തളയ്ക്കപ്പെട്ട ഉർവ്വരതയാവും കൂടുതൽ എളുപ്പമുള്ള വ്യാഖ്യാനം.

ആണിന്റെ രൂപം രണ്ടു ഖണ്ഡങ്ങളായാണ് കിട്ടിയത്. അത് രണ്ടു ക്ലോസപ്പുകൾ സാദ്ധ്യമാക്കുന്നു.

അരയ്ക്കു ചുവട്ടിലുള്ള ഭാഗമാണ് ആദ്യം. ഉദ്ധാരണം പൂർണ്ണമായ ജനനേന്ദ്രിയവും വൃഷണങ്ങളും. അവ അൽപ്പം മുന്നോട്ട് ചാഞ്ഞിട്ടാണ്. പിന്നിൽ സുനിർവ്വചിതമായ ആസനം. അതിന്റെ കവിളുകൾക്കുമേൽ രണ്ടുനിരയായി ത്രികോണഘടങ്ങൾ. മോട്ടീഫുകൾ. ക്രിസ്തുവിനുമുമ്പ് 5500-നും 4900-ത്തിനും ഇടയിൽ മദ്ധ്യ യൂറോപ്പിലുണ്ടായിരുന്ന നിയോലിത്തിക്ക് സംസ്കാരത്തിന്റെ ഏറ്റവും പഴയ മാതൃകകളുടെ ലക്ഷണമൊത്ത പ്രത്യേകതയാണ് ഈ ത്രികോണങ്ങൾ.

രണ്ടാം ഖണ്ഡത്തിൽ ചുമലിന്റെയും നെഞ്ചിന്റെയും ഭാഗങ്ങൾ. ശിരസ്സ് നഷ്ടപ്പെട്ടിരിക്കുന്നു. പക്ഷേ അതൽപ്പം പിന്നിലോട്ട് ചാഞ്ഞ അവസ്ഥയിലായിരുന്നിരിക്കണമെന്ന് ചുമലിന്റെ ഭാഗം സൂചിപ്പിക്കുന്നു.

ഒരു മാസം കഴിഞ്ഞാണ് ചുറ്റുവട്ടത്തുനിന്ന് പെണ്ണിന്റെ രൂപം ഗവേഷകരുടെ കൈകളിലെത്തിയത്. പെണ്ണെന്നു പറയാൻ നിതംബവും കാലുകളും മാത്രം. കാലിനു പിന്നിലെ പോറലുകളും അടയാളങ്ങളും സൂക്ഷ്മമായി പരിശോധിച്ചാൽ കാണാം. മൗലികശിൽപ്പത്തിൽ അവളുടെ സ്ഥാനം ആണിന്റേതിനു തൊട്ടുമുന്നിലായിരുന്നു. മുഴുവനുമായും കിട്ടിയിരുന്നെങ്കിൽ വീഴാതെ ഇരുത്താനോ നിറുത്താനോ കഴിയാത്ത വിധത്തിൽ മിക്കവാറും തൊണ്ണൂറു ശതമാനത്തോളം മുന്നോട്ടുവളഞ്ഞ പടുതിയിലാണ് ഉടൽ.

ഒരു അനുഷ്ഠാന നൃത്തം?

ആയിരിക്കാം. സാദ്ധ്യതകൾ ചുരുക്കിക്കളയേണ്ടതില്ല.

ആണിന്റെ ലിംഗനിലയും, ആണിന്റെയും പെണ്ണിന്റെയും

ശരീരങ്ങളുടെ വ്യത്യസ്തമായ ചായ്‌വുകളും വളവുകളും ഊന്നലുകളും ഒറ്റക്കെട്ടായി കാണുമ്പോൾ മൈഥുന സൂചനയാണ് ദൃഢമായി തെളിയുന്നത്. എങ്കിലും മിഥുനങ്ങളെന്നതിലുപരി അംഗങ്ങളായാണ് നിയോലിത്തിക് രൂപങ്ങളെ നാം കാണേണ്ടതെന്നും അക്കാലത്തെ ഭൂരിപക്ഷം മാതൃകകളിലുമുള്ളത് ഒറ്റപ്പെട്ട രൂപങ്ങളാണെന്നും, അവയിൽ അത്യുക്തിയിൽ കാണാവുന്ന ലൈംഗിക അവയവങ്ങളും സൂചനകളും അനുഷ്ഠാനങ്ങളുമായി ബന്ധപ്പെട്ടതാണെന്നും ഒരു വാദമുണ്ട്. ഉർവ്വരതയിൽ ഒരു പാഠം.

ലൈംഗികതയും അനുഷ്ഠാനവും ആണും പെണ്ണും പോലെ കെട്ടുപിണഞ്ഞൊരു കാലഘട്ടത്തിന്റെ മനസ്സിനെ അശ്ലീലവും വിലക്കും പരിചിതമായൊരു ആധുനിക മനസ്സിന് വ്യാഖ്യാനിക്കാനാവുമോ?

ജർമ്മനിയിലെ ഗവേഷകരുടെ കണ്ടെത്തൽ ചൂണ്ടുന്നത് ശിലായുഗ മനുഷ്യർ ലൈംഗികതയെ കണ്ടിരുന്നതെങ്ങനെയെന്ന ചോദ്യത്തിലേക്കാണ്. ഒരു പക്ഷേ, ഇപ്പോൾ ആദ്യമായാണ് നാം അങ്ങനെയൊന്നിനെപ്പറ്റി ചിന്തിക്കുന്നത്. നമ്മുടെ ലൈംഗിക വിലക്കുകൾ ശിലായുഗക്കാർ അറിഞ്ഞിരിക്കില്ല. എവിടെവെച്ചോ ക്ലൂനന്റെയും ജിപ്സിപ്പെൺകുട്ടിയുടെയും അസ്ഥികൂടങ്ങൾ പോലെ അനുഷ്ഠാനവും ലൈംഗികതയും വേർപെടുത്തപ്പെട്ടത് ഞാൻ സങ്കല്പിക്കുന്നു. ലൈംഗികത അശ്ലീലമായത് ആ വിടവിലാവണം.

ആർക്കമീഡിസിന്റെ കുളിത്തൊട്ടിയിൽ ഉരുളക്കിഴങ്ങുകൾ

ഏറ്റവും വലിയ കണ്ടുപിടിത്തക്കാരൻ ആർക്കമീഡിസായിരുന്നില്ല. എങ്കിൽപ്പോലും കണ്ടുപിടിത്തങ്ങളുടെ ഐതിഹാസിക ലോകത്തിൽ യുറേക്കായേക്കാൾ പ്രശസ്തമായൊരു പ്രയോഗമോ കഥയോ ഇല്ല. നഗ്നനായി തെരുവിലേക്കോടുന്ന ശാസ്ത്രജ്ഞൻ ഒന്നിലധികം അർത്ഥങ്ങളിൽ വല്ലാത്തൊരു ഹീറോ ആകുന്നു. ഇപ്പോഴാകട്ടെ ആർക്കമീഡിസിന്റെ കുളിത്തൊട്ടിയിൽ നിന്ന് കവിഞ്ഞൊഴുകുന്ന വെള്ളം സ്വീകരണമുറിയിലെത്തി ഉരുളക്കിഴങ്ങുകളെ സുഖിപ്പിക്കുന്നു. എപ്പോഴും ടെലിവിഷൻ കണ്ടുകൊണ്ട് ഒരിടത്തുകിടക്കുകയാൽ 'കൗച് പൊട്ടേയ്റ്റോസ്'' എന്നറിയപ്പെടുന്നവരെയാണ് ഉദ്ദേശിക്കുന്നത്.

ആനെഗ്രാമിൽ തുടക്കം.

വാക്കുകളിലെ അക്ഷരങ്ങൾ മാറ്റിമറിച്ചിട്ട് വേറെ വാക്കുകളുണ്ടാക്കുന്ന കലയാണ് ആനെഗ്രാം. ഉദാഹരണത്തിന് Politics> Colpitis (രണ്ടാമതുപറഞ്ഞത് ചില സ്ത്രീകൾക്കുണ്ടാകുന്നൊരു ജനനേന്ദ്രിയ ബാധയാണ്). ഈ അക്ഷരക്കളിയിൽ ബുദ്ധിയുടെ ഒരു സ്പർശമോ മിടുക്കിന്റെ ഒരു ഇക്കിളിയോ ഉണ്ടെങ്കിൽ, സോഫയിലെ ഉരുളക്കിഴങ്ങുകൾ ജയിച്ചമട്ടാണ്. ആനെഗ്രാമുകളെ സംബന്ധിച്ചെങ്കിലും ഒരു അനുകൂല വാർത്തയുണ്ട്.

ദ്രുക്സാക്ഷി ലിപ്നിക്കി.

മനഃശാസ്ത്രവിദഗ്ദ്ധനായ ഡാരൻ ലിപ്നിക്കി ഒരു അസാധാരണ പഠനം നടത്തി. ഒരാൾ നിൽക്കുന്നതോ ഇരിക്കുന്നതോ കിടക്കുന്നതോ അയാളുടെ ഏതെല്ലാം മാനസികനിലകളുമായും സിദ്ധികളുമായും പൊരുത്തപ്പെടുന്നു? മസ്തിഷ്കത്തിന്റെ രസതന്ത്രം. പ്രത്യേകിച്ചും

നോർ അഡ്രിനാലിന്റെ സ്വാധീനം. സാധാരണനിലക്ക് നമ്മുടെ ശ്രദ്ധ, ഗ്രഹണശക്തി എന്നിവയുമായി ബന്ധപ്പെട്ടാണ് ഈ ദ്രവ്യം ശാസ്ത്രീയ പരിഗണനകളിൽ എത്തുന്നതെങ്കിലും ശരീരത്തിൽ അതിന്റെ വിതരണം സർഗ്ഗശക്തിയെ ക്ഷയിപ്പിക്കുന്നുവെന്നൊരു നിരീക്ഷണമുണ്ട്. സോഫയിലോ മറ്റോ കിടക്കുന്ന ഒരാളുടെ ശരീരത്തിൽ വിതരണം ചുരുങ്ങുന്നു.

ഒപ്പം, നിൽക്കുന്നൊരാളെ അപേക്ഷിച്ച് കിടക്കുന്നൊരാളാണ് ആനെഗ്രാമുകൾ കൂടുതൽ ഭംഗിയായി കൈകാര്യം ചെയ്യുന്നത്.

വൻകിട സർഗ്ഗാത്മക കണ്ടുപിടിത്തങ്ങളുടെ ആവേശിത നിമിഷങ്ങളിൽ 'ങ്ഹാ'യും യുറേക്കായുമൊക്കെ ഉണ്ടാകുന്നതുപോലെത്തന്നെയാണ് ആനെഗ്രാം പരിഹാരങ്ങൾ ഒരാളുടെ മനസ്സിലുണ്ടാകുന്നതെന്ന് ലിപ്നിക്കി പറയുന്നു.

ഇനി ആർക്കമീഡിസ്.

മധ്യകാല അയർലാന്റിലെ കവികൾ നിലംപറ്റിക്കിടന്ന് അരമനക്കവിതകൾ എഴുതിയതെങ്ങിനെയെന്ന് ചരിത്രകാരനായ ഓ കോറേൻ ഒരിക്കൽ വിവരിച്ചിട്ടുണ്ട്. കുളിത്തൊട്ടിയിൽ ആർക്കമീഡിസിന്റെ കിടത്തം അതിലും വ്യഞ്ജകമാണ്. കുളിത്തൊട്ടിയിൽ നിന്നു കവിഞ്ഞൊഴുകുന്ന വെള്ളവും വെള്ളത്തിൽ ആണ്ടേടത്തോളമുള്ള ശരീരഭാഗവും തമ്മിലുള്ള ആനുപാതികബന്ധം ശ്രദ്ധിച്ചതോടെയാണ് ആർക്കമീഡിസ് തന്റെ പ്ലവനതത്ത്വത്തിലേക്ക് കടക്കുന്നത്. സ്വന്തം പ്ലവനാവസ്ഥയുടെ സോഫയിൽ കിടക്കുന്നൊരാളുടെ മനസ്സിൽ നിന്നാണ് അത് പൊന്തിവന്നതെന്നർത്ഥം.

അൽപ്പമൊന്നുരുണ്ടാൽ സോഫയിലെ ഉരുളക്കിഴങ്ങിന് കുളിത്തൊട്ടിയിലെ ആർക്കമീഡിസാവാം.

ഇരുന്നൂറു പേരിൽ ഒരാൾ ജെൻഗിസ് ഖാൻ

ജെൻഗിസ് ഖാന് വളരെ ദൃഢമായൊരു മൂല്യവ്യവസ്ഥയുണ്ടായിരുന്നു. ആധുനിക നാഗരികതയുടെ തരംതിരിവനുസരിച്ച് അതൊരു ഗ്രേഡ് എ സൈക്കോപാത്തിന്റെ ചിത്തവൃത്തിയെ ചൂണ്ടുന്നു. ഏത് പണ്ഡിതനും വ്യാഖ്യാനസുഖം അനുവദിക്കാത്ത മട്ടിൽ വളരെ ലളിതമായി ഖാൻ തന്നെ അത് സംക്ഷേപിച്ചിട്ടുണ്ട്

അതിങ്ങനെ വായിക്കാം:

"ഒരാൾക്ക് അറിയാവുന്നതിൽവെച്ച് വലിയ സന്തോഷം തന്റെ ശത്രുക്കളെ കീഴടക്കലും അവരെ തന്റെ കൺമുന്നിൽ തുരത്തലുമാണ്. അവരുടെ കുതിരകൾക്ക് മേൽ കയറി സവാരി ചെയ്യലും അവരുടെ സ്വത്തുകൾ മുഴുവൻ കൈയടക്കലുമാണ്. അവർക്ക് പ്രിയപ്പെട്ടവരുടെ മുഖങ്ങൾ കണ്ണീരിൽ മുങ്ങുന്നത് കാണുന്നതും അവരുടെ ഭാര്യമാരെയും പെൺമക്കളെയും തന്റെ കൈകൾകൊണ്ട് ആശ്ലേഷിക്കലുമാണ്.

ഒടുക്കത്തേത് അതിപ്രധാനം.

അത് സ്വയം ചരിത്രം.

ഡഗ്ലസ് ആഡമിന്റെ പ്രശസ്ത നോവൽ ഓർക്കുന്നുണ്ടോ? 'ദ ഹിച്ച്ഹൈക്കേഴ്സ് ഗൈഡ് റ്റു ദ ഗാലക്സി' ഒരു സവിശേഷ കഥാപാത്രത്തെ അവതരിപ്പിക്കുന്നുണ്ട്. മിസ്റ്റർ എൽ. പ്രോസർ. ഇയാൾ ആൺരേഖ വഴി ജെൻഗിസ്ഖാന്റെ നേരിട്ടുള്ളൊരു പിൻതുടർച്ചക്കാരൻ. പല തലമുറകളും വർഗ്ഗസങ്കലനങ്ങളും അയാളുടെ ജീനുകളെടുത്ത് ചീട്ടു കശക്കിയിട്ടുള്ളതുകൊണ്ട് പെട്ടെന്ന് തിരിച്ചറിയാനാവുന്ന മംഗോളിയ ലക്ഷണങ്ങളൊന്നും അയാളിൽ കാണാനാവില്ല. എങ്കിലും തന്റെ ഗംഭീര വംശമഹിമയുടെ രണ്ട് അവശേഷിപ്പുകൾ അയാളിലുണ്ട്. ഉദരത്തിലെ വല്ലാത്ത മുഴുപ്പും കൊച്ചു രോമത്തൊപ്പികളോടുള്ള അഭിനിവേശവും.

ഞാനിതെഴുതുന്നത് ഡഗ്ലസ് ആഡമിന്റെ നാലാം ചരമദിനത്തിലാണ്. ആഡം തമാശ പറയുകയായിരുന്നില്ലെന്ന് ഞാനിപ്പോൾ തിരിച്ചറിയുന്നു. ജെൻഗിസ്ഖാന്റെ ബീജങ്ങൾ കാറ്റിലെ പരാഗങ്ങൾ പോലെ ചരിത്രത്തിലൂടെ തലങ്ങനെയും വിലങ്ങനെയും സവാരി ചെയ്തുവെന്നൊക്കെ പറയുന്നത് വെറും ഐതിഹ്യദ്രവ്യമാകാം. പക്ഷേ ഇന്നു ലോകത്തിലുള്ള ഇരുനൂറുപേരിൽ ഒരാൾ വീതം ജെൻഗിസ് ഖാന്റെ ബീജാവാപ കഥയാണ്!

'മംഗോളിയന്മാരുടെ ജനിതക പാരമ്പര്യം' എന്നതിപ്പോൾ ഒരു ആധികാരിക ശാസ്ത്രീയ പ്രബന്ധത്തിന്റെ തലക്കെട്ടാണ്. ചൈന, പാക്കിസ്ഥാൻ, മംഗോളിയ, ഉസ്ബെക്കിസ്ഥാൻ എന്നിവിടങ്ങളിൽ നിന്നുള്ള ഇരുപത്തിരണ്ട് ജനിതക ശാസ്ത്ര വിദഗ്ദ്ധരോടൊപ്പം ഒരു ഓക്സ്ഫോർഡുകാരൻ പത്തുവർഷത്തെ കഠിനയത്നത്തിൽ ഏർപ്പെട്ടതിന്റെ ഫലമായുണ്ടായ ഒരാശ്ചര്യ പ്രമാണമാണത്.

ക്രിസ് റ്റൈലർ സ്മിത്തും കൂട്ടരും പഴയ മംഗോൾ സാമ്രാജ്യത്തിന്റെ അകത്തും വക്കുകളിലുമുള്ള പതിനാറു ജനതകളുടെ ചോരയുടെ അദ്ധ്യായങ്ങൾ പകർത്തിയെടുത്തു. യുദ്ധത്തിന്റേതല്ല, പുനരുൽപ്പാദനത്തിന്റേത്.

അടയാളങ്ങൾ എവിടെയാണ്?

കര മാത്രം കണക്കിലെടുത്താൽ, ചരിത്രം അറിഞ്ഞതിലേക്കും വെച്ച് വിപുലമെന്നറിയപ്പെടുന്നൊരു സാമ്രാജ്യത്തിന്റെ അളവുകളാണ് നമ്മുടെ മുന്നിൽ. ചരിത്രത്തിന്റെ കോൽക്കാൽ അമ്പരക്കുന്നു. എവിടെ പിടിച്ചാണളക്കേണ്ടത്? കൊറിയ തൊട്ട് പോളണ്ട് വരെ കിഴക്കുപടിഞ്ഞാറായോ? വിയറ്റ്നാം തൊട്ട് റഷ്യയുടെ ആർക്റ്റിക് കടൽപ്രദേശം വരെ തെക്കുവടക്കായോ? ഇത്രയും വലിയ സ്ഥലപ്പരപ്പ്. കീഴടക്കിയേടങ്ങളിലെ ആണുങ്ങളെ കൊന്നൊടുക്കാനും പെണ്ണുങ്ങളെ ബലാൽ പ്രാപിക്കാനും, പക്ഷേ അതിനു മുമ്പ് ഏറ്റവും മികച്ച സുന്ദരികളെ തലവനുവേണ്ടി കരുതിവെക്കാനും മംഗോളിയന്മാർക്കുണ്ടായിരുന്ന വാസന. ഒരാളുടെ ഏറ്റവും വലിയ സന്തോഷം ഇതു തന്നെയെന്ന് തലവന്റെ ആദർശം. പക്ഷേ, ഇതുകൊണ്ടുമാത്രം ആ പഴയ സാമ്രാജ്യത്തിന്റെ ഭാഗത്തുള്ള ആളുകളിൽ എട്ട് ശതമാനവും ജെൻഗിസ് ഖാന്റെ ബീജങ്ങളാണെന്ന അവസ്ഥയുണ്ടാകുമായിരുന്നില്ല.

മാർക്കറുകളിലോ രഹസ്യം?

'വൈ' ക്രോമസമുകളിൽ?

ആൺവഴിമാത്രമായി ജെൻഗിസ് പടരണമെങ്കിൽ അതിനുള്ള വാഹനം 'വൈ' ക്രോമസോം. കാരണം, അത് ആണുങ്ങൾക്ക് മാത്രമുള്ളത്. ഇതിനകത്ത് ഒരു ഉൾപ്പരിവർത്തനം സങ്കൽപ്പിക്കുക. മ്യൂട്ടേഷൻ. അതൊരു സമൂഹത്തിലൂടെ വ്യാപിക്കണമെങ്കിൽ അതിന്റെ

സാന്നിധ്യം കൊണ്ടുള്ള ഒരു പ്രയോജനം സ്പഷ്ടമായും ഉണ്ടാകണം. അല്ലെങ്കിൽ അതു വഹിക്കുന്നവർക്ക് ഒരു പ്രത്യേക പദവിയുണ്ടാകണം. അഡ്വാന്റേജ് ജെൻഗിസ്ഖാൻ എന്ന് വിശേഷിപ്പിക്കാവുന്നൊരു ആനുകൂല്യം ആ മംഗോളിയക്കാരന്റെ പരക്കെയുള്ള ഭൂമിശാസ്ത്രപരവും ശരീരശാസ്ത്രപരവുമായ അധിനിവേശങ്ങളിലുണ്ടായിരുന്നു.

ഒരു സാമ്രാജ്യം മുഴുവൻ തന്റെ ബീജവാഹിനികളുടെ പടർപ്പാകുന്നതിലെ ഇരട്ട അധിനിവേശത്തിന്റെ ഉന്മാദമായിരുന്നു ജെൻഗിസ്ഖാൻ.

ഒരു ക്ലോസപ്പ് സാദ്ധ്യം.

സാക്ഷാൽ കുബ്ലെയ് ഖാൻ.

മാർകോപോളോയുടെ സ്നേഹിതൻ. ആതിഥേയൻ. കോൾറിജിന്റെ കവിതയിലെ നിറസാന്നിധ്യം. പ്രശസ്തനായ ജെൻഗിസിന്റെ പ്രശസ്ത പൗത്രനായ ഈ ഖാന് നിയമപരമായിത്തന്നെ ഇരുപതു പുത്രന്മാർ. പിന്നെ, ആണ്ടിൽ മുപ്പതെന്ന കണക്കിന് അന്തഃപുരത്തിലെത്തുന്ന പുതുകന്യകകൾ. എത്ര മ്യൂട്ടേഷന്റെ ഘോഷയാത്രകൾ ഇത്രമേൽ ചരിത്രപരമായി തൊട്ടറിയാൻ നമുക്കു കഴിയും. ജെൻഗിസ് ഖാൻ മറവുചെയ്യപ്പെട്ടത് രഹസ്യമായിട്ടായതുകൊണ്ടും, അദ്ദേഹത്തിന്റെ അന്ത്യാവശിഷ്ടങ്ങൾ ഇപ്പോഴും എവിടെയോ മറഞ്ഞുകിടക്കുന്നതുകൊണ്ടും പലേടത്തും അവസാന വാക്കുകൾ അസാദ്ധ്യം. പക്ഷേ, സ്ഥലം, കാലം, സന്ദർഭങ്ങൾ ഇവയുടെ മേളനത്തിലൂടെ ഒഴിവാക്കാനാവാത്തതായി വരുന്ന ചില സൂചനകളുണ്ട്.

ജനിതക മാർക്കറുകൾ.

മ്യൂട്ടേഷൻ ഉണ്ടാക്കുന്ന അടയാളങ്ങൾ. ഏഷ്യയിലെ എട്ടു ശതമാനം ശരീരങ്ങളിലുള്ളതും ജെൻഗിസുമായി ബന്ധപ്പെട്ടതുമായ മാർക്കറുകൾ ആദ്യമായി പ്രത്യക്ഷപ്പെടുന്നത് ഏതാണ്ട് ആയിരം വർഷങ്ങൾക്കു മുമ്പാണ്. അതിന്റെ തുടക്കം ഖാന്റെ ഒരു മുതുമുതുമുത്തച്ഛനിൽ നിന്നാവാം. ലോക ചരിത്രത്തിലെ ഒരൊറ്റ അധിനിവേശക്കാരനും സാധിച്ചിട്ടില്ലാത്തൊരു ജനിതക ആനുകൂല്യത്തിൽ ജെൻഗിസ് മഷിപോലെ ഭൂപടത്തിൽ പടരുന്നു.

ഇത് ബെഡ്കോഫിക്കൊപ്പം ചിന്തിക്കാൻ

മിൽക്കി വേ എന്നാണ് നിങ്ങളതിനെ വിളിക്കുന്നതെങ്കിൽ, അത് ആ പേരിൽ കുട്ടികൾക്കിടയിൽ പ്രശസ്തമായ കാൻഡി ബാറാണെന്ന് കരുതുക. അഥവാ, ക്ഷീരപഥമെന്നാണ് നിങ്ങള തിനെ വിളിക്കുന്നതെങ്കിൽ അത് പഞ്ചസാര ചേർത്ത പാലാണെന്ന് കരുതിയാൽ മതി. അൽപ്പം മധുരം കലർന്നൊരു പ്രപഞ്ച വിചാര മാണിത്. ഇന്ന രാവിലെ കുടിച്ച ബെഡ്കോഫിയിലെ പഞ്ചസാര ബഹിരാകാശത്തുനിന്നുള്ള കയറ്റുമതിയാണെന്ന് പറയുന്നതിൽ ഒരു സുഖത്തിന്റെ ഉണർച്ചയില്ലേ? പക്ഷേ...

കയറ്റുമതിയുണ്ടായതെങ്ങനെ?

'സൂര്യവംശ' കാലത്താണ് ഞാൻ ഉൽക്കകളെ പുംബീജങ്ങളായി കാണുന്ന അഭേദകൽപ്പനയിൽ ഏർപ്പെട്ടത്. അതൊരു ശാസ്ത്രചിന്ത യായിരുന്നില്ല; ആകുമായിരുന്നില്ല. വാലുകളുള്ള രണ്ട് ആകൃതികൾ ഒന്നിക്കുന്നൊരു രൂപകം മാത്രം. പക്ഷേ, ഇപ്പോൾ അത് ഭൂമിയിൽ ജീവോൽപ്പത്തിയെ സംബന്ധിച്ച് മുഖ്യ സങ്കൽപ്പങ്ങളിലൊന്നാണ്. ഉയരങ്ങളിൽനിന്ന് വീണുകൊണ്ടിരിക്കുന്ന ഉൽക്കാദ്രവ്യങ്ങൾ വഴിയാവാം ഇവിടെ ജീവൻ കടന്നുവന്നതെന്ന സങ്കല്പം.

ഉൽക്കാദ്രവ്യങ്ങൾ ചില ശാസ്ത്രജ്ഞർക്ക് നിർണ്ണായകം തന്നെ യാകുന്നത് ഇതിന്റെ ഭാഗമായിട്ടാണ്.

ജീവദായകമായ പല മോളിക്യൂളുകൾ ഈ ബഹിരാകാശക്കു പ്പയിൽ പ്രത്യക്ഷപ്പെട്ടിട്ടുണ്ട്. ഓക്സിജൻ, ഹൈഡ്രജൻ, പിന്നെ ഡി.എൻ.എയുടെ കണ്ടുപിടിത്തത്തോടെ സ്കൂൾ കുട്ടികൾക്കുപോലും പരിചിതമായ അമിനോ ആസിഡുകൾ. വളരെ അടുത്തകാലത്ത് ഈ പട്ടികയിൽ കടന്നുകൂടിയ ഇനമാണ് പഞ്ചസാര. ഗാലക്സിയിലും കാൻഡി ബാറിലുമുള്ള ഈ മധുരസാന്നിധ്യം നമ്മുടെ അറിവുകളെ

മാറ്റാം. കാരണം, അറിയപ്പെടുന്ന ജൈവരൂപങ്ങളുടെയെല്ലാം ഒഴിച്ചുകൂടാനാവാത്ത ചേരുവ പഞ്ചസാരകളാണ്. ജീവന്റെ ഏറ്റവും പ്രാഥമികമായ ഇന്ധനവും ഊർജ്ജശേഖരവും അതുതന്നെ.

നക്ഷത്രങ്ങളിൽനിന്നുള്ള അൾട്രാവയലറ്റ് പ്രസരത്തിന്റെ ഫലമായി ലളിതമായ പഞ്ചസാരരൂപങ്ങൾ ഉണ്ടാകാം.

പക്ഷേ, ഈ ബഹിരാകാശ മോളിക്യൂളുകൾ തന്നെയാണ് ഭൂമിയിൽ ജീവൻ കുറിച്ചതെന്ന് സ്ഥാപിക്കാൻ കഴിയുമോ? കൃത്യമായി പറഞ്ഞാൽ ഗാലക്സിയിലെ മധുരം പഞ്ചസാരയുടെ പ്രാഗ് രൂപങ്ങളാണ് ഫ്രീ-ഷുഗേഴ്സ്. അവയിൽ നിന്ന് ഭൂമിയിലെ ആദ്യത്തെ കോശങ്ങളിലേക്കെന്നല്ല, നമ്മുടെ ശരീരത്തിലൂടെ നാം പരിചയപ്പെട്ട സങ്കീർണ്ണമായ പഞ്ചാരക്കൂട്ടുകളിലേക്ക് എത്താൻ പോലും ഒരുപാട് ദൂരം താണ്ടണം. കെമികതന്ത്രങ്ങളുടെ അസാദ്ധ്യമായ മാരത്തോൺ ചുവടുകൾ.

അതിലുമുപരി ഒന്നുണ്ട്.

ആദ്യകാല ഭൂമി തികച്ചും പ്രതികൂലമായിരുന്നെന്നും അതിൽ വന്നുവീണ മോളിക്യൂളുകൾ അപ്പപ്പോൾത്തന്നെ നശിച്ചുപോയിരിക്കുമെന്നും ചില വിദഗ്ദ്ധന്മാർ കരുതുന്നു.

പിന്നീട് എപ്പോൾ എങ്ങനെയാണത് ബഹിരാകാശ ബീജങ്ങൾക്ക് ഉർവ്വരമായത്? അവിടന്നും എത്രയകലെയാണ് ആദ്യത്തെ ബെഡ്കോഫിയുടെ സുഖം!

ഹിപ്പോ കരയിൽ, വെള്ളത്തിൽ, രണ്ടിനുമിടയിൽ

ഹിപ്പോപോട്ടമസ് വെള്ളത്തിനടിയിൽ, വില്യം ബാർക്‌ലോവ് കരയിൽ. ഹിപ്പോ കരയ്ക്കു കയറുന്നു. പുല്ലുകൾക്ക് മുകളിലൂടെ നടക്കുന്നു. ചളിയിൽ കിടന്നുരുളുന്നു. നല്ല വെള്ളമിരിക്കുമ്പോൾ ചേറ്റിൽ പുരണ്ടിട്ടുമെന്നു പറയുന്നത് പന്നിയെക്കുറിച്ചാണെന്നാണ് നാം ഇപ്പോഴും കരുതുന്നത്. ഹിപ്പോ അങ്ങനെ ചെയ്യാൻ തുടങ്ങിയപ്പോൾ പന്നിയെയാണ് ബാർക്‌ലോവും ഓർമ്മിച്ചത്. നീരാനയെന്നും നീർക്കുതിരയെന്നും മറ്റും വിളിക്കരുതാത്ത ഹിപ്പൊയുടെ നിഗൂഢ ജലാന്തര ജീവിതം നമുക്ക് വെളിപ്പെടുത്തിത്തരുന്ന ആളാണ് ബാർക്‌ലോവ്.

പദോൽപ്പത്തിപ്രകാരം ഹിപ്പോപോട്ടമസ് എന്നതിനർഥം നീർക്കുതിര എന്നാണെങ്കിലും നാമതിനെ അങ്ങനെ വിളിക്കരുതെന്ന് ബാർക്‌ലോവ് ശഠിക്കുന്നതിനർഥം ഈ കുറിപ്പിന്റെ ഒടുവിലെത്തുമ്പോഴേക്കും നാമറിയും.

വിചിത്ര ഉഭയത്വം, ഹിപ്പോ.

ഒരു ഹിപ്പോ കരയിലേക്ക്,

ആണാണ്. അതൊച്ചയിടുന്നു. വല്ലാത്തൊരൊച്ച, വളരെ ഉയരവും ആഴവുമുള്ളത്. ഒച്ചയുടെ ഉരുളൽ തറയോളം ചുവട്ടിലായതിനാൽ ഭൂമി കുലുങ്ങുന്നതുപോലെ. ഒരു ഐതിഹാസിക ഹെമിങ്ങ്‌വേ നിമിഷമാണത്. “ഡിഡ് ദ എർത് മൂവ്?” ഒച്ച തറയിലൂടെ ജലഭാഗത്തേക്ക് സഞ്ചരിക്കുന്നു. കരയുടെ വക്കിൽച്ചെന്നടിച്ച് തകരുമോ, വെള്ളത്തിലേക്ക് കടക്കുമോ? ഇങ്ങനെ ഒരു കുറ്റൻ ആൺഹിപ്പൊ കരയിൽ നിന്ന് ശബ്ദമുണ്ടാക്കുമ്പോഴെല്ലാം അതേ വരെ വെള്ളത്തിനടിയിലായിരുന്ന മറ്റു ചില ഹിപ്പോകൾ മേൽപ്പരപ്പിലേക്കുയർന്ന് ചുറ്റും നോക്കുന്നു. അവ ശബ്ദം കേട്ടിരിക്കണം എന്നർഥം.

പക്ഷേ, അവക്കതു കഴിയുമോ?
വെള്ളത്തിൽ കേൾക്കാമോ?

ആരും സംശയിക്കുക പോലും ചെയ്തിട്ടില്ലാത്തൊരു കാര്യമാണ്. കരയിലാവുമ്പോൾ നമ്മെപ്പോലെ ചെവികൾ ഉപയോഗിച്ചാണ് ഹിപ്പോ കേൾക്കുന്നത്. പക്ഷേ, വെള്ളത്തിൽ ആണ്ടുകഴിഞ്ഞാൽ അതിന്റെ ചെവികൾ തീർത്തും ഉപയോഗം ഇല്ലാത്തതാണ്. ഉൾച്ചെവിയിലേക്ക് ഒച്ചയെത്തിക്കുന്ന പടലം വായുവിലേ വിറയൽ അറിയൂ. എങ്കിൽപ്പിന്നെ കരയിലെ ഹിപ്പൊ ഉണ്ടാക്കിയ ശബ്ദം വെള്ളത്തിനകത്തെ പറ്റം കേട്ടതെങ്ങനെ? ചെവികളിലൂടെയല്ലാതെ ഒരു വഴിയുണ്ടാവണം. ആ വൻകിട കപാലത്തിനകത്ത് ഒരു രഹസ്യ മുണ്ടോ? ഉഭയജീവിതത്തിന് പറ്റിയ ഒരു പാട് ഘടനാവിശേഷണ ങ്ങൾ അതിൽക്കാണാം. അതിലുമുപരി ഒരു ഉഭയജീവിക്ക് മാത്രം സാദ്ധ്യമായൊരു നിലപാട്(അക്ഷരാർത്ഥത്തിൽ നിലപാട്) നാം ശ്രദ്ധിക്കുന്നു. കണ്ണുകൾ വായുവിലാവുന്ന വിധത്തിൽ ഉടലിന്റെ വളരെ ചെറിയൊരു ഭാഗം മേൽപ്പരപ്പിനു മുകളിലും ബാക്കി ഭാഗം മുഴുവൻ വെള്ളത്തിലായുമുള്ള അവസ്ഥയാണ് സൂചിപ്പിക്കുന്നത്.

ചെവികളോ? വായുവിൽ.

ഏറെ നിർണ്ണായകമാണിത്.

വായുവിലെ ശബ്ദം ചെവികൾ വഴിക്കും വെള്ളത്തിനടിയിലെ ശബ്ദം മറ്റേതോ വഴിക്കുമാണ് ഹിപ്പോ കേൾക്കുന്നതെന്ന് കരുതുക. ഏതാണീ രണ്ടാം വഴി? വില്യം ബാർക്‌ലോവ് ഉപരിതലത്തിന് തൊട്ടുതാഴേക്ക് നോക്കി. കീഴ്ത്താടി? ജലാന്തര ശബ്ദങ്ങൾ കീഴ്ത്താടി യിൽ വിറയലാവുന്നു. അത് നടുച്ചെവിയും ഉൾച്ചെവിയും താണ്ടി മസ്തിഷ്കത്തിന് വായിക്കാൻ പറ്റുന്ന ചിഹ്നങ്ങളാവുന്നു. ഇതിന്റെ ചുവടുപിടിച്ച് മുൻകൂട്ടി തയാറാക്കിയൊരു പരിപാടിയുമായാണ് ഒരു ദിവസം വൈകുന്നേരം നാലുമണിക്ക് ആഫ്രിക്കയിലെ ഒരു ജലാശയം ലക്ഷ്യമാക്കി ഗവേഷകർ വരുന്നത്.

ബാർക്‌ലോവ് കരയിൽ.

ഹിപ്പോക്കൂട്ടവും കരയിൽ.

ആണുങ്ങൾ, പെണ്ണുങ്ങൾ, കുട്ടികൾ, പക്ഷേ, ഇപ്പോൾ അവ വെള്ള ത്തിലേക്ക് തിരിച്ചുപോവുകയാണ്. അടിയിലേക്ക് ഊളിയിടുന്നില്ല. ഉപരിതലക്രീഡ. സാമൂഹിക മൂപ്പിളമകൾ നിർണ്ണയിക്കുന്നതിലെ ആക്രമണവാസന ചോരച്ചൊരിച്ചിൽ ഒഴിവാക്കുന്ന അനുഷ്ഠാനങ്ങ ളായി മാറുന്നതിന്റെ കാഴ്ചകൾ. കുട്ടികളുടെ കളികൾ, വളരെയേറെ വിനിമയങ്ങൾ, പലതരം വിനിമയങ്ങൾ, സാക്ഷാൽ സാമൂഹികദ്ര വ്യം. ഇതെല്ലാം നടക്കുമ്പോൾ കരയിലും വെള്ളത്തിനടിയിലുമുണ്ടാ യിരുന്ന ഇലക്ട്രോണിക് ഉപാധികളിൽ പതിഞ്ഞ ശബ്ദരേഖകൾ പറഞ്ഞു: ചുവട്ടിൽ ഒരു ലോകമുണ്ട്, മൂകമെന്ന് കരക്കാർക്ക് തോന്നുന്ന ആഴത്തിൽ വലിയൊരു ജീവിതമുണ്ട്. ഉപരിതലത്തിലെന്നതുപോ ലെത്തന്നെ സാമൂഹികതയിലും വിനിമയത്തിലും മുഖരമായൊരു

ജലാന്തര സമാന്തരം. ഏതു ഹിപ്പോ ഏതു ശബ്ദത്തോടാണ് പ്രതികരിക്കുന്നത്?

കേൾവിയിൽ അതൊതുങ്ങില്ല.

ഇത് ഒരു വഴിഗതാഗതമല്ല.

വെള്ളത്തിനടിയിൽ ഹിപ്പോ ശബ്ദം കേൾക്കുക മാത്രമല്ല ഉണ്ടാക്കുകയും ചെയ്യുന്നു.

പക്ഷേ, ആ ക്ലിക്കുകൾ!

ഹിപ്പൊയുടെ ജലാന്തര വിനിമയങ്ങളിലെ ചിഹ്നവ്യവസ്ഥ വളരെ സമൃദ്ധം. അതിന്റെ വൈചിത്ര്യത്തിന് തെളിവായി ആ ക്ലിക്ക് ശബ്ദത്തെ കാണാം. ഹിപ്പൊ എങ്ങനെയാണ് അത് പുറപ്പെടുവിക്കുന്നതെന്ന് സ്പഷ്ടമല്ല. പിന്നെ, അതിലുപരി പ്രധാനമായൊരു അസാധാരണതയുണ്ട്. ഹിപ്പോയുടെ സാഹചര്യങ്ങൾക്ക് പുറത്ത് ജലജീവിതം നിരീക്ഷിക്കുന്നവർക്ക് സുപരിചിതമെന്നു തോന്നിക്കുന്നൊരു സംജ്ഞയാണത്. അത് സീറ്റേഷിയൻ വർഗ്ഗത്തിൽപ്പെട്ടവയുടെ ലക്ഷണമൊത്തൊരു കഴിവല്ലേ? ഡോൾഫിനുകളും തിമിംഗലങ്ങളും ഉൾപ്പെടുന്ന വിഭാഗത്തെക്കുറിച്ചാണ് പറയുന്നത്. വേട്ടക്കും സഞ്ചാരത്തിനും ഈ ജീവികൾക്ക് ഉതകുന്ന സവിശേഷ ശബ്ദഗ്രഹണരീതിയുടെ കാതലാണ് ഈ ക്ലിക്കുകൾ. ഹിപ്പൊക്ക് അതു വശമെങ്കിൽ ഹിപ്പൊ ഈ ജീവികളുടെ ബന്ധുവോ?

ഉത്തരം വിവാദപരമാകാം.

പക്ഷേ. വളരെ അടുത്ത കാലത്ത് പാക്കിസ്ഥാനിൽ വെളിപ്പെട്ട ഫോസിൽത്തെളിവുകളും ജപ്പാനിൽ നടന്ന ഒരു ഡി.എൻ.എ പഠനവും പറയുന്നത് അതിപുരാതനമായൊരു ചാർച്ചയെക്കുറിച്ചാണ്. അതനുസരിച്ച് ഇപ്പോഴും നിലനിൽക്കുന്ന ജീവികൾക്കിടയിൽ ഡോൾഫിന്റെയും തിമിംഗലത്തിന്റെയും ഏറ്റവും അടുത്ത ബന്ധു ഹിപ്പൊയാണ്.

ഫസ്റ്റ് കസിൻ.

ബാർക്‌ലോവ് ഈ കുറിപ്പിൽ പ്രത്യക്ഷപ്പെട്ട സായാഹ്നത്തിന് വളരെ വർഷങ്ങളുടെ പഴക്കമുണ്ട്. ഒരു അസാധാരണമൃഗത്തിന്റെ ഉഭയ വിനിമയത്തിലെ ക്ലിക്കുകൾ അദ്ദേഹത്തെ എവിടെയാണെത്തിച്ചതെന്ന് ഞാൻ അമ്പരക്കുന്നു.

ഒരു ആനക്കാര്യം, പിന്നിൽ ഒരു ദശാംശപ്പിശക്

നരവംശശാസ്ത്ര നിരീക്ഷകനായ റോബർട് ഓർഡ്റെയിലിൽ നിന്ന് ഒരു കഥ കേട്ടിട്ടുണ്ട്. നർമ്മബോധത്തിന് പേരുകേട്ടൊരു ബ്രോഡ്വേ നടനെക്കുറിച്ച്. കഥയല്ല, നടൻ പ്രത്യക്ഷപ്പെട്ടൊരു നാടകരംഗം. അദ്ദേഹം എങ്ങനെയൊക്കെയോ ഒരു മൃഗശാലയിൽ നിന്ന് ഒരു ആനയെ മോഷ്ടിച്ച് സ്ഥലം വിടുകയാണ്. ഓർക്കാപ്പുറത്ത് വഴിയിൽ എത്തിപ്പെട്ടൊരു പോലീസുദ്യോഗസ്ഥൻ ചോദിക്കുന്നു. ഈ ആനയെ എവിടുന്നു കിട്ടി? ചോദ്യം കേട്ട് ചുറ്റുപാടും നോക്കി ആശ്ചര്യം നടിച്ച് കള്ളൻ ചോദിക്കുന്നു: "ഏതാന?!"

ആനയുടെ വലുപ്പമുള്ള പ്രശ്നങ്ങൾ കൺവെട്ടത്തുള്ളപ്പോഴും "ഏതാന?!" എന്ന് ചോദിക്കാൻ നമുക്കുള്ള വാസനയാണ് വിവക്ഷ.

ഒരു കൗതുകത്തിന് ഞാൻ ഇതിനെക്കുറിച്ച് മറിച്ചു ചിന്തിച്ചിട്ടുണ്ട്. മോഷ്ടിച്ച ആനയോടൊപ്പമുള്ള ആളുടെ പരുങ്ങലും ഭാവവും കണ്ട് പോലീസ് അയാളെ പിടികൂടുന്നു. പക്ഷേ, വളരെ നേരത്തോളം കള്ളനെ വിചാരണ ചെയ്തിട്ടും ഒരൊറ്റ തവണപോലും പോലീസ് ആനയെ കാണുന്നില്ല. വളരെ ശാസ്ത്രീയ സാദ്ധ്യതയുള്ളൊരു ഇതിവൃത്തമാണത്. തികച്ചും അതേപടിയല്ലെങ്കിലും.

കാഴ്ച, ഓർമ്മ, ശ്രദ്ധ.

അദൃശ്യമാകുന്ന പ്രത്യക്ഷങ്ങൾ.

കാറുകൾ ഉൽപ്പാദിപ്പിക്കുന്നൊരു സ്ഥാപനത്തിനായി നമ്മുടെ ഐന്ദ്രിയാനുഭവങ്ങളുടെ നിയമങ്ങൾ പഠിക്കാനിറങ്ങിയ റോണാൾഡ് റെൻസിക് കാറിന്റെ മുൻചില്ലിലൂടെ പല ആനകളെ കണ്ടു. കാറോടിക്കുന്ന ഒരാളുടെ കണ്ണിൽ ഏതാനും അടികൾ മാത്രം മുന്നിലുള്ള മറ്റൊരു കാറ് ആനയുടെ വലുപ്പമുള്ളൊരു അടിയന്തരസാന്നിധ്യമാകേണ്ടതാണ്. പ്രത്യേകിച്ചും അത് പെട്ടെന്ന് പിന്നിലെ

ബ്രേക്ക് ലൈറ്റ് കത്തിച്ചുകൊണ്ടു നിൽക്കുമ്പോൾ. എന്നിട്ടും നഗരങ്ങളിലെ ഏറ്റവും സാധാരണമായൊരു വാഹനാപകടമുണ്ടാകുന്നത് ഒരു വാഹനം മറ്റൊന്നിന്റെ മൂട്ടിൽച്ചെന്നിടിക്കുമ്പോഴാണ്.

ഇതൊരു ചലനകാര്യം.

ചലനം ശ്രദ്ധ തേടുന്നു.

ചലനമേ ഇല്ലെങ്കിലോ?

ചുറ്റുമുള്ള ദൃശ്യങ്ങളെ അവയുടെ ചലനം പിടിച്ചല്ലാതെ അവയെക്കുറിച്ചുള്ള ഓർമ്മയെ മാത്രം അവലംബിച്ച് മനസ്സിലാക്കാൻ ശ്രമിക്കയാണെങ്കിലോ? ഒരു തലത്തിൽ നിന്ന് കണ്ണെടുത്ത് മറ്റൊരു തലത്തിലേക്ക് നോക്കുന്നതിനിടയിൽ ഒരാളുടെ മനസ്സിലെ വിവരവ്യവസ്ഥ തന്നെ അമ്പരപ്പിക്കും വിധം മാറാം. ഒരു തുണ്ടു കടലാസിൽ ഞാൻ കുറിച്ചിട്ട 3.5 ബില്യൻ മറ്റൊരു കടലാസിലേക്ക് പകർത്തുന്നതിനിടയിൽ 3.5 മില്യനാകുന്നു. 'വെളിച്ചത്തിൽ എഴുതപ്പെട്ട ഭൂമി' എന്ന ലേഖനമെഴുതിയപ്പോൾ എനിക്ക് പറ്റിയൊരു അപകടത്തെപ്പറ്റിയാണ് ഞാൻ പറയുന്നത്. ഈ തെറ്റുകാരണം ഭൂമിയിൽ പ്രഭാസങ്കല്പനത്തിന്റെ പഴക്കത്തെക്കുറിച്ചുള്ള നിർണ്ണയത്തിൽ തെറ്റുപറ്റി. അതാണ് ഈ കുറിപ്പിന്റെ പ്രേരണ.

ഒരു പക്ഷേ ഫ്രോയ്ഡിന്റെ പൗത്രിക്കറിയാത്തത്

ഛായാപട മുഖങ്ങൾ തെരഞ്ഞെടുക്കേണ്ടൊരു പരീക്ഷണത്തിനെത്തിയ പെൺകുട്ടി ഫ്രോയ്ഡിന്റെ മകളായിരുന്നെങ്കിലോ? പക്ഷേ, അന്ന ഫ്രോയ്ഡ് മരിച്ചിട്ട് വർഷങ്ങൾ ഏറെയായി.

ഇവൾ വെറും അന്ന.

പിതൃബിംബമോ തുടരും.

ആദ്യം അവർ അന്നയുടെ പടമെടുക്കുന്നു. പരീക്ഷണത്തിന്റെ ഒരു ഔപചാരികഭാഗമായിരിക്കണം. അവൾ അതിനെക്കുറിച്ച് കൂടുതൽ ശ്രദ്ധിക്കുന്നില്ല. അതിനുശേഷമാണ് ഛായാപടങ്ങൾ പരിശോധിക്കുന്നത്. അക്കൂട്ടത്തിൽ ഏത് മുഖമാണ് ഏറ്റവും ആകർഷകം? അവളുടെ ശ്രദ്ധ ഒരു പുരുഷമുഖത്തിൽ ഉടക്കിനിൽക്കുന്നു. അതിസുന്ദരനായ ഇയാൾ ആരാണ്? ആ 'സുന്ദരൻ' അവൾ തന്നെ. അവർ അവളുടെ മുഖപടമെടുത്ത് കമ്പ്യൂട്ടറിൽ കയറ്റി പാകപ്പെടുത്തി അതിനെയൊരു ആൺമുഖമാക്കിയതായിരുന്നു.

അവൾ ഫ്രോയ്ഡിന്റെ മകളായിരുന്നെങ്കിൽ, പിൽക്കാലത്ത് ഈ സംഭവം അവൾ തന്റെ മകൾ സോഫിയ്ക്ക് വിവരിച്ചുകൊടുത്തിരുന്നെങ്കിൽ സോഫി അമ്പരക്കുമായിരുന്നു. കാരണം, അത്യാസക്തമായ ആത്മാരാധനയെന്നു വിശേഷിപ്പിച്ചാണ് സോഫി മുത്തച്ഛന്റെ സിദ്ധാന്തം തള്ളിക്കളഞ്ഞത്.

നാർസിസസ് തുടരുന്നു.

ഉപരിതല ഓളങ്ങൾക്ക് ഒരു അഗാധബിംബത്തെ മായ്ക്കാൻ കഴിയില്ലെന്നാണ് ഒരു സമീപകാല പരീക്ഷണം തെളിയിച്ചത്. സ്വയമറിയാതെ പല മുഖങ്ങൾക്കിടയിൽ സ്വമുഖം ഏറ്റവും ഹൃദ്യമായി ത്തോന്നുന്ന അവസ്ഥ മനുഷ്യരിൽ കണ്ണാടി നോക്കുന്ന ദമ്പതികൾ

കാലക്രമേണ കാണാൻ ഒരു പോലാകുന്നതിനെക്കുറിച്ച് ഒരനുഭവ സിദ്ധാന്തമുണ്ട്. രണ്ടും ചേർത്തുവെച്ചാൽ? ഒരു പൊതുഘടകമുണ്ടോ? സോഫിയിൽ ഒരു തുമ്പുണ്ടോ? കണ്ണാടിക്കു മുന്നിലെ ആത്മരതിയുടെ നിമിഷത്തിലാണോ സോഫിയ്ക്ക് മുത്തച്ഛന്റെ സിദ്ധാന്തത്തെക്കുറിച്ച് ആ വെളിപാട് ഉണ്ടായത്? അവിടെവിട്ട് കുറേക്കൂടി വിപുലമായി ചിന്തിച്ചാൽ, നിങ്ങളുടെ രക്ഷിതാക്കളുടെ സ്വാധീനമാണോ പിൽക്കാലത്ത് നിങ്ങളുടെ മനസ്സ് ആരിലാണ് ആകൃഷ്ടമാകാൻ പോകുന്നതെന്ന് നിശ്ചയിക്കുന്നത്?

രണ്ടുപേർ ചോദിച്ചു.

ഉത്തരം ചോദ്യം കവിഞ്ഞു.

അന്യമുഖങ്ങളിൽ അവനവന്റെ മുഖമോ, അല്ലെങ്കിൽ അതുവഴി സ്വന്തം മാതൃ/പിതൃ ബിംബമോ കാണാനുള്ള വാസനക്കപ്പുറത്ത് കുറേക്കൂടി അർത്ഥവത്തായ കാര്യങ്ങളിലേക്ക് തെളിവുകൾ നീളുന്നു. ശൈശവത്തിലെ സ്വാധീനങ്ങളെക്കുറിച്ചുള്ള ഫ്രോയ്ഡിന്റെ സിദ്ധാന്തം രതിയെ കേന്ദ്രമാക്കുന്ന സന്ദർഭങ്ങൾക്ക് പുറത്തു പടരുന്നു.

ഇപ്പോൾ സ്കൂൾക്കുട്ടികൾക്കുപോലും അറിയാവുന്ന കമ്പ്യൂട്ടർ മോർഫിങ് എന്ന സാങ്കേതികവിദ്യ ഉപയോഗിച്ച് ഏതെങ്കിലും ഒരാളുടെ ഛായാപടത്തെ അയാളുടെതന്നെ പല വയസ്സുകളിലുള്ള പടങ്ങളാക്കി മാറ്റാം. അങ്ങനെ പല പ്രായഘട്ടങ്ങളിലെത്തിനിൽക്കുന്ന അച്ഛനമ്മമാരുടെ പടങ്ങൾ നോക്കിനിൽക്കുന്ന ഒരു കൂട്ടത്തെ സങ്കൽപ്പിക്കുക. അച്ഛനമ്മമാരുടേതു മാത്രമല്ല സമാന്തര പ്രായങ്ങളിലുള്ള മറ്റു പേരുടേയും. സാധാരണ നിലക്ക് സൗന്ദര്യവും യൗവനവും തമ്മിലുള്ള ആനുപാതികബന്ധം കണക്കിലെടുത്താൽ പെട്ടെന്നൊരു പ്രവചനം സാദ്ധ്യമാകും. ഇരുപതുകളിലും മുപ്പതുകളിലും എത്തിയവരുടെ മുഖങ്ങളാണ് സദസ്സിന് കൂടുതൽ ആകർഷകമായി തോന്നുക.

പ്രവചനം പിഴക്കുന്നില്ല.

ഭൂരിഭാഗാനുഭവം മറ്റൊന്നല്ല.

പിറന്നു വീണ് ഏറെ ദിവസങ്ങളായിട്ടില്ലാത്ത ശിശുക്കൾക്കുപോലും അബോധമായി തിരിച്ചറിയാനാവും വിധം നമ്മുടെ മനസ്സിൽ ദൃഢമായ(ഹാർഡ്‌വയേർഡ്) ഒന്നാണ് ഭൗതിക സൗന്ദര്യബോധമെന്ന് ഒരു സിദ്ധാന്തമുണ്ട്. അതിന് തെളിവുമുണ്ടായിട്ടുണ്ട്. എന്നിട്ടുപോലും സദസ്സിലെ ചിലർക്ക് കൂടുതൽ ആകർഷകമായി തോന്നുന്നത് താരതമ്യേന പ്രായം കൂടിയവരുടെ മുഖങ്ങളാണ്. കാരണം കുട്ടിക്കാലത്ത് അവർ പരിചയപ്പെട്ട മാതൃമുഖങ്ങൾ അഥവാ പിതൃമുഖങ്ങൾ യൗവനം പിന്നിട്ടവയാണ്. പുറമേ, അതിലും വിപരീത രതിയുടെ സ്വാധീനം.

മകന്റെ മാതൃസ്മരണ.

മകളുടെ പിതൃസ്മരണ.

പക്ഷേ, ഇവിടെ പ്രായമായവരോടുള്ള ആകർഷണത്തിലേറെ പ്രധാനം സഹിഷ്ണുതയാണെന്ന് ഗവേഷകർ വിലയിരുത്തുന്നു.

സദൃശ്യമായൊന്ന് ജന്തുലോക ചര്യകളിലുണ്ട്. മുട്ടയിൽ നിന്ന് പുറത്തുവരുന്ന പക്ഷിക്കുഞ്ഞിന് തന്റെ ദൃഷ്ടിയിൽ ആദ്യമായി ചലിക്കുന്ന വസ്തുവെ പിന്തുടരാനുള്ള വാസന. പ്രാകൃതിക സാഹചര്യങ്ങളിൽ അത് തള്ളപ്പക്ഷി തന്നെയാവും. അല്ലാത്ത സാഹചര്യങ്ങളിൽ അത് മറ്റൊരു തരം ജീവിയാവാം. ഒരു പക്ഷിനിരീക്ഷകൻ പോലുമാവാം. അങ്ങനെ ജന്തുസ്വഭാവ ശാസ്ത്രത്തിന്റെ ആചാര്യനായ കോൻറാഡ് ലോറൻസിനെ അമ്മയെ എന്നതുപോലെ പിന്തുടരുന്ന പക്ഷിക്കുഞ്ഞുങ്ങൾ ലോകപ്രശസ്തമാണ്. വേലിക്കപ്പുറത്ത് ഒരാൾക്കൂട്ടം തന്നെ തുറിച്ചുനോക്കുന്നുണ്ടെന്നറിയാതെ നാലും കുത്തി ചരിക്കുന്ന തന്നെയും പിൻഗാമികളെയും കുറിച്ച് ലോറൻസ് തന്നെ വരച്ച കാരിക്കേച്ചർ വഴിക്കും പിന്തുടരലിന്റെ സാമൂഹിക മനഃശാസ്ത്രം വെളിപ്പെടുത്തുന്ന 'ഇംപ്രിന്റിംഗ്' എന്ന സങ്കല്പം വഴിക്കും.

പെണ്ണ് അച്ഛന്റെ മുഖമുള്ള ആണിനെയും, ആണ് അമ്മയുടെ മുഖമുള്ള പെണ്ണിനെയും തേടുമെന്ന് അവസാനവാക്കില്ല. സത്യത്തിൽ മനസ്സിലുറച്ച മുഖങ്ങൾ കൂടുതലും സൂചികകളാണ്. പരിചിതങ്ങളിൽ നിന്ന് അൽപ്പം അകലുക, അപരിചിതങ്ങളെ ഒഴിവാക്കുക, ഇടനില ഉത്തമം. ഇതൊരു ജനിതക തന്ത്രം കൂടിയാവാം.

നാർസിസസിന്റെ മുഖക്കണ്ണാടി ചിലപ്പോൾ ജനാലയിലെ കണ്ണാടിയാവാം.

നായ്ക്കളും ബേസ്ബോൾ കളിക്കാരും

പത്തൊമ്പതാം നൂറ്റാണ്ട്തൊട്ട്, വൃത്താകൃതിയിലുള്ളൊരു തീറ്റവസ്തു(പൈ) വിൽക്കുന്നൊരു സ്ഥാപനമുണ്ടായിരുന്നു. പലേടങ്ങളിൽ നിന്നും അവരുടെ ഉൽപ്പന്നം വാങ്ങാനെത്തിയ വിദ്യാർത്ഥികളാണ് ഒരു കാര്യം കണ്ടുപിടിച്ചത്. പലഹാരം തിന്നുകഴിഞ്ഞാൽ അതിനടിയിൽ ശേഷിക്കുന്ന തകിട് വലിച്ചെറിയേണ്ട. ഒരു ചാപം പിടിച്ച് വളരെ വിപുലമായും വിരുതോടെയും മുകളിലേക്ക് എറിഞ്ഞു പിടിച്ച് കളിക്കാവുന്ന ഒരസാധാരണ കളിപ്പാട്ടമാണിത്. കളിക്കാൻ പലരും കൂടി. ആളുകൾ കൂടുന്ന പലേടത്തുമെന്നതുപോലെ നായ്ക്കളും.

ആദ്യത്തെ ഫ്റിസ്ബീ.

ഉയരത്തിൽ ഒരു വക്രോക്തി.

അമേരിക്കയിലെ കണക്ടിക്കറ്റിൽ ഒരിടത്ത് എച്ചിൽത്തൊട്ടിയിൽ നിന്നും രക്ഷപ്പെട്ടൊരു വസ്തു ഇപ്പോൾ നമ്മുടെ നാട്ടിൻപുറങ്ങളിൽപ്പോലും സാധാരണമായൊരു പ്ലാസ്റ്റിക് ഉൽപ്പന്നമാണ്. കടൽത്തീരങ്ങളിലും മൈതാനങ്ങളിലും കുട്ടികൾ അതിന്റെ ചാപം പിന്തുടരുന്നു. ചിലപ്പോൾ ഒപ്പം നായ്ക്കളും. ഓടിച്ചെന്ന് ചുവട്ടിൽ വീണ ഫ്രിസ്ബീയുമായി അവ തിരിച്ചുവരും. പക്ഷേ, ഫ്രിസ്ബീ നിലംതൊടുംമുമ്പ്, അവസരത്തിനൊത്തുയരുകയെന്ന പ്രയോഗത്തിലെന്നതുപോലെ മുകളിലേക്ക് കുതിച്ച് വായുവിൽ വെച്ചേ അത് പിടിച്ചെടുക്കുന്നതിൽ അപാരമായ മിടുക്കുള്ള നായ്ക്കളുണ്ട്. ഒരുപക്ഷേ, അതിലെ പാടവം തിരിച്ചറിയാവുന്നൊരു കൂട്ടരുണ്ട്.

ബേസ് ബോൾ കളിക്കാർ.

അവർക്കൊരു തന്ത്രമുണ്ട്.

ഔട്ട് ഫീൽഡിലേക്ക് അടിക്കപ്പെട്ട പന്ത് പിടിക്കാൻ ഫീൽഡർമാർ ഉപയോഗിക്കുന്നൊരു ജ്യാമിതീ തന്ത്രമാണത്. പായുന്ന പന്തിനെ ദൃഷ്ടിയിൽ ഒരിടത്ത് ഒരു കുത്തുപോലെ പിടിച്ചുനിറുത്താനാവും വിധമുള്ളൊരു ഓട്ടത്താര പിടിച്ചാണ് അവർ ചരിക്കുന്നത്. പന്തൊരു വശത്തേക്ക് പോകയാണെങ്കിൽ അതൊരു വളഞ്ഞ രേഖ

പിടിച്ചാവും. അതിനെ വായുവിൽ വെച്ച് പിടിച്ചെടുക്കാൻ (ഇന്റർസെപ്റ്റ്) ഫീൽഡർക്കും ഒരു വളഞ്ഞ താര പറ്റി ഓടേണ്ടിവരും. ഈ ചലന മാതൃകക്കൊരു വലിയ സാങ്കേതികപ്പേരുണ്ട്. ലിനിയൽ ഓപ്റ്റിക്കൽ ട്രാജക്റ്ററി അഥവാ ലോട്ട്.

ശ്വാന മാതൃകയും ലോട്ട്!

ബേസ്ബോൾ കളിക്കാരെപ്പോലെ നായ്ക്കളും സ്വയമറിയാതെ ഒരു ചാപഗണിതം പിന്തുടരുന്നു. ഇരക്കും ഇണക്കും പിമ്പേ പായുന്ന പലതരം ജീവികളുടെ പിൻതുടരലിന്റെയും ഒഴിഞ്ഞുമാറലിന്റെയും സങ്കീർണ്ണ വിശദാംശങ്ങൾ ഒരു പക്ഷേ വളരെ അടിസ്ഥാനപരമായൊരു പെരുവിരൽ ന്യായം പിന്തുടരുന്നു. ഇന്റർസെപ്ഷൻ തന്ത്രം വളരെ പ്രാകൃതവും സുലഭവുമായൊരു ജന്തുസിദ്ധിയാണ്. പക്ഷേ, ഫ്രിസ്ബീ പിടിച്ചെടുക്കാൻ നായ്ക്കളെ പഠിപ്പിക്കുന്നവർക്കുപോലും പിടിയില്ലാത്തൊരു കാൽക്കുലസ് നായ്ക്കളിൽ ഒരു ജന്തുവാസന പോലെ സ്വാഭാവികമായി പരിണമിച്ചതെങ്ങനെയായിരിക്കുമെന്നോർത്ത് വളരെക്കാലം നാം അമ്പരക്കാനിരിക്കുന്നു.

ഷേക്സ്പിയർക്ക് കഷണ്ടിയുണ്ടായിരുന്നു

പ്രണയത്തിന്റെ തീ വെള്ളത്തെ ചൂടുപിടിപ്പിക്കുന്നു. ഷേക്സ്പിയറുടെ വരിയാണ്. ഗീതകം 154. അടുത്തകാലത്ത് ക്ലാസ് മുറികൾക്കും സാഹിത്യവേദികൾക്കും പുറത്ത് ഏറ്റവുമധികം ഉദ്ധരിക്കപ്പെട്ട വരി. പൊതുവെ ഒരു പ്രണയ കാലാവസ്ഥാ വിശേഷണം. പക്ഷേ, പ്രത്യേകിച്ച് എടുത്തുചോദിച്ചാൽ പ്രണയികൾക്ക് പറയാനാവില്ല. മെർക്കുറി രേഖ ഉയരുംവിധം ഏത് വെള്ളമാണ് പ്രണയത്തിന്റെ ചൂടേറ്റ് തിളക്കാൻ പോകുന്നതെന്ന്. പക്ഷേ, ഇതിവൃത്തത്തിന്റെ വാക്കു പിടിച്ച് അപഥസഞ്ചാരം നടത്തി ഗുഹ്യരോഗികളായ ചിലർക്കറിയാവുന്നൊരു കാര്യമുണ്ട് മൂത്രമൊഴിക്കുമ്പോൾ പൊള്ളുന്നത് പോലുള്ള അനുഭവം.

ഷേക്സ്പിയർ അതറിഞ്ഞിരുന്നോ?

ഷേക്സ്പിയർക്ക് കഷണ്ടിയുണ്ടായിരുന്നു. അക്ഷരാർത്ഥത്തിൽ അതിന്മേൽ ചുരണ്ടുന്നൊരു ചോദ്യമാണത്.

കാതറിൻ ഡങ്കൻ-ജോൺസിന്റെ അപ്രതീക്ഷിത ജീവചരിത്രം ഷേക്സ്പിയറുടെ നാടകശാലയും വേശ്യാലയങ്ങളും തൊട്ടുതീണ്ടിക്കഴിയുന്നൊരു ജീർണ്ണ നഗരദൃശ്യം അവതരിപ്പിക്കുന്നു. മാന്യ സമൂഹത്തിന് നിഷിദ്ധമായ ഈ സാഹചര്യം തന്റെ പദവിയെ പ്രതികൂലമായി ബാധിച്ചില്ല. സാമൂഹിക പിടിച്ചുകയറ്റത്തിൽ തനിക്കുള്ള വിരുതായിരുന്നു ഇതിനു കാരണമെന്ന് ജീവചരിത്രകാരിയുടെ വാദം. രാജാക്കളെയും രാഷ്ട്രീയത്തെയും കുറിച്ച് ഇത്രമേൽ എഴുതിക്കൂട്ടിയ ഒരാൾക്ക് സ്വന്തം രാഷ്ട്രീയ സുരക്ഷിതത്വ മാർഗ്ഗങ്ങൾ അറിയാതിരിക്കുമോ? രാഷ്ട്രീയമായ തോൽവി പ്രതിപക്ഷ ബെഞ്ചിലെന്നതിനു പകരം ഒരാളെ കഴുമരത്തിനു ചുവട്ടിൽ എത്തിക്കുമായിരുന്നൊരു കാലഘട്ടത്തിലായിരുന്നു ഷേക്സ്പിയർ ജീവിച്ചിരുന്നതെന്നോർക്കണം. പക്ഷേ, നേരത്തെ പറഞ്ഞ തൊട്ടുതീണ്ടലിന് ശാരീരികവും ശരീരശാസ്ത്രപരവുമായൊരു വശമുണ്ടായിരുന്നു. ലൈംഗിക സാംക്രമിക

രോഗങ്ങൾക്ക് രാഷ്ട്രീയനിയമങ്ങൾ ബാധകമല്ല.

സിഫിലിസ് ഇടപെടുന്നു.

തലയിൽ കഷണ്ടി കയറുന്നു.

പക്ഷേ, സിഫിലിസും ഷേക്സ്പിയറുടെ കഷണ്ടിയും തമ്മിലുള്ള ബന്ധം അത്ര എളുപ്പത്തിൽ സ്ഥാപിക്കാനാവുമോ? ലോകത്തിന് എത്രയും പ്രിയപ്പെട്ടൊരാളെ കുഴിതോണ്ടിയെടുത്ത് ശവപരിശോധന നടത്തിയാലേ അതു കഴിയൂ. അങ്ങനെയാണ് സാംക്രമിക രോഗശാസ്ത്രത്തിൽ അവഗാഹമുള്ള ഡോക്ടർ ജോൺ റോസ് ഷേക്സ്പിയറുടെ രചനകളിലേക്ക് തിരിഞ്ഞത്. 'സിഫിലിസിന്റെ നാളുകളിലെ പ്രണയം' എന്നൊരു കൃതി താൻ എഴുതിയില്ലെന്നേയുള്ളൂ. പതിനാറാം നൂറ്റാണ്ടിലെ ലണ്ടനിൽ ആ രോഗം ഉമിത്തീ പോലെ നീറിക്കിടന്നിരുന്നു. അന്നത്തെ എയ്ഡ്സിനെപ്പറ്റി അന്നു ജീവിച്ചിരുന്ന ഒരെഴുത്തുകാരൻ എഴുതിയതിൽ ആശ്ചര്യമില്ല. പക്ഷേ, സമകാലികരിൽ ആരും അത് സ്പർശിക്കാതിരുന്നപ്പോൾ, ഷേക്സ്പിയറാകട്ടെ അതിനെക്കുറിച്ച് വളരെയേറെ എഴുതി. രോഗം പല പല പേരുകളിൽ തന്റെ എഴുത്തിൽ പ്രത്യക്ഷപ്പെട്ടു. പോക്സ്. ദ മാലഡി ഓവ് ഫ്രാൻസ്, ദ ഇൻഫിനിറ്റ് മാലഡി. ഇൻക്യൂറബ്ൾ ബോൺ ഏക്ക്. ഹോർ ലെപ്രസി. ദ ഗുഡ് ഇയർ (Good year എന്നത് വേശ്യ എന്നർഥമുള്ള Goujere എന്ന ഫ്രഞ്ച് വാക്കിന്റെ വികലരൂപം!)

ഒരു ഗുഹ്യരോഗ ശബ്ദകോശം.

ഡോ. റോസ് എണ്ണുകയായിരുന്നു.

എത്ര വരികൾ? 'മെഷർ ഫോർ മെഷർ: 55 വരി. ട്രോയ്‌ലസ് ആന്റ് ക്രെസ്സിഡ: 61 വരി. ടിമോൺ ഓവ് ആതൻസ്: 67 വരി. രോഗവർണന മാത്രമല്ല, ചികിൽസാവിധികളും. ചൂടുവെള്ളത്തിലെ കുളി (പ്രണയത്തീയിൽ തപിച്ചത് ഈ വെള്ളമോ?), മെർക്കുറി വാതകം ശ്വസിക്കൽ. പക്ഷേ, തന്റെ സമീപനം ഒരു വൈദ്യന്റേതല്ല. ഇതിവൃത്തം ഷേക്സ്പിയറിൽ അതിശക്തമായ വികാരങ്ങൾ ഉദ്ദീപിപ്പിക്കുകയെന്നല്ല, ഒരു ബാധയോളം തീവ്രമായ് നിലനിൽക്കുകയും ചെയ്തിരിക്കുന്നു. ഇതിനോടൊപ്പം ചേർത്തുവെക്കേണ്ടതാണ് സിഫിലിസിനെക്കുറിച്ച് ഷേക്സ്പിയർക്കുണ്ടായിരുന്ന അറിവിന്റെ വൈദ്യശാസ്ത്രപരമായ കൃത്യത.

ഇത്രയും എഴുത്തുകാര്യങ്ങൾ.

ഇനി ജീവിതചരിത്രവസ്തുതകൾ.

ചില ഗുഹ്യരോഗങ്ങളോട് പൊരുതാൻ മെർക്കുറി വാതകം ഉപയോഗിക്കൽ പതിനഞ്ചാം നൂറ്റാണ്ടിന്റെ നടുവു തൊട്ട് വൈദ്യശാസ്ത്രത്തിന് പരിചിതമായൊരു മുറയാണ്. പക്ഷേ, ഈ വാതകം സ്വതവേ വിഷമയമാണ്. അത് വൃക്കകളെ താറുമാറാക്കും. അതുമായി

ബന്ധപ്പെട്ട് കവിയുടെ മുഖത്തുണ്ടായ വീക്കമാണ് അദ്ദേഹത്തിന്റെ മരണപടം (ഡെത്ത് മാസ്ക്) കാണിക്കുന്നതെന്നു കരുതാം. അവസാനകാല കൈയൊപ്പ് വെളിപ്പെടുത്തുന്ന വിറച്ചിൽ, കഷണ്ടി, ക്ഷോഭിക്കുന്ന സ്വഭാവം, സാമൂഹികമായി പിൻവാങ്ങൽ അഥവാ ഉൾവലിയൽ, ക്രിയാത്മക പ്രവർത്തനങ്ങളിലെ വീഴ്ച ഇവയെല്ലാം തന്നെ ഷേക്സ്പിയറിൽ മെർക്കുറി വിഷബാധയുടെ ഫലമായിരുന്നിരിക്കാം. അതിലെല്ലാമുപരിയാണ് തന്റെ ട്രാജിക് കാലഘട്ടത്തിലെ എഴുത്തിൽ സ്പഷ്ടമായ സ്ത്രീവിദ്വേഷവും വിരക്തിയും. ഗുഹ്യരോഗങ്ങൾ പകരുന്നതിന് കാരണം പെണ്ണുങ്ങളാണെന്ന് തന്റെ കാലത്തെ സമൂഹം ഉറച്ചുവിശ്വസിച്ചിരുന്നു. ലണ്ടനിൽ അത് പരത്തിയത് സഞ്ചാരികളും സൈനികരും കച്ചവടക്കാരുമായി, ആണുങ്ങളായിരുന്നെങ്കിൽപ്പോലും. ഏതായാലും 52-ാം വയസ്സിൽ ഷേക്സ്പിയർ മരിച്ചതിനു കാരണം സിഫിലിസായിരുന്നെന്ന് ഡോ. റോസ് ശഠിക്കുന്നില്ല. അക്കാലത്തെ പുരുഷായുസ്സിന്റെ കണക്കനുസരിച്ച് അതൊരു അകാലചരമമാണെന്ന് പറയാനും പറ്റില്ല. എങ്കിലും ഗീതകങ്ങളിലൂടെ ഐതിഹാസികമായി തുടരുന്നൊരു കഥാപാത്രത്തിനുമേൽ നിഴൽ വീഴുന്നു.

ഒരു കറുത്ത പെണ്ണ്.

പ്രശസ്ത ഡാർക് ലേഡി.

ഷേക്സ്പിയർ കൃതികളിൽ അവഗാഹമുള്ള ആന്റണി ബർഗസിന്റെ 'നതിംഗ് ലൈക് ദ സൺ' എന്ന നോവൽ ഞാനോർക്കുന്നു. അതിലെ ആഖ്യാനമനുസരിച്ച് ഗീതകങ്ങളിലെ രഹസ്യമയിയായ ആ സ്ത്രീ ഒരു കറുത്ത വേശ്യയായിരുന്നു. അവളിൽ നിന്നാണ് ഷേക്സ്പിയർക്ക് സിഫിലിസ് കിട്ടിയത്.

എണ്ണയെക്കുറിച്ചൊരു സുവർണ്ണ സിദ്ധാന്തം

എണ്ണയിൽ നിഴലിക്കുന്ന ചന്ദ്രനെ നോക്കാറുണ്ടായിരുന്നൊരു കുട്ടിയെയാണ് ഞാനോർക്കുക റ്റോമസ് ഗോൾഡ് നെക്കുറിച്ച് ചിന്തിക്കുമ്പോൾ. ബിംബ പ്രതിബിംബങ്ങളുടെ ഒരസാധാരണ കളിയെന്നു കരുതിക്കോളൂ. ഗോൾഡ് ഒരു ജ്യോതിശാസ്ത്രജ്ഞനായിരുന്നു. മരണാനന്തരം, മണ്ണിനടിയിൽ നിന്ന്, താൻ 1998-ൽ എഴുതിയ 'ദ ഡീപ് ഹോട്ട് ബയോസ്ഫീർ' എന്ന പുസ്തകത്തിലൂടെ ഗോൾഡ് ഭാവിയെ പ്രലോഭിപ്പിക്കുകയാണ്. ഒരു റ്റെലസ്കോപ്പിലൂടെ മാനത്തേക്കു നോക്കേണ്ടിയിരുന്ന ഗോൾഡ് മണ്ണിനടിയിലേക്കാണ് നോക്കിയത്. ഭൂഗർഭശാസ്ത്ര വിദഗ്ദ്ധന്മാരുടേതിനേക്കാൾ ആഴമുള്ള ദൃഷ്ടിയോടെ.

ഗോൾഡ് എണ്ണ കണ്ടു.

വളരെ വളരെയാഴത്തിൽ.

വിപുലശേഖരങ്ങൾ. ഭൂമി രൂപപ്പെട്ടതിന്റെ അടയാളങ്ങൾ. എന്നാൽ ഇത് അസാദ്ധ്യമെന്ന് പരമ്പരാഗത വിവേകം. അത്രയും അടിയിലെ അപാരമായ താപത്തിൽ, സമ്മർദ്ദത്തിൽ, ഏതെണ്ണയും ഉരുകും, പിന്നെ ഉറച്ച് പാറയാകും. പിന്നെ, എണ്ണയുടെ ഉറവ് ജൈവ രൂപങ്ങളുടെ അഴിവിൽ നിന്നായതുകൊണ്ട്, ഭൂമിയുടെ നിർജ്ജീവ ദശയിൽ എണ്ണയുണ്ടാവില്ലെന്ന ബാലപാഠം. പക്ഷേ, ഗോൾഡ് മരിച്ച വിവരം അറിയുന്നതിനു മുമ്പ് അദ്ദേഹത്തിന്റെ സിദ്ധാന്തം പരീക്ഷിച്ചു നോക്കാൻ തീരുമാനിച്ച ഹെന്റി സ്കോട്ട് എന്ന ഭൗതികശാസ്ത്രജ്ഞൻ മറിച്ചു കരുതുന്നു. പ്രാകൃതിക വാതകത്തിന്റെ മുഖ്യഘടകമായ മീഥെയ്ൻ അജൈവ ദ്രവ്യങ്ങളിൽ നിന്നും ഉണ്ടാകാം. ധാരാളമായിത്തന്നെ. മനുഷ്യർ പെരുമാറുന്ന ഉപരിതലത്തിനു താഴെയുള്ള ഭൗതികസാഹചര്യങ്ങളിൽ, അറ്റം പരന്ന രണ്ടു വജ്രങ്ങൾ ചൂടാക്കുക. അവക്കിടയിൽ ഇരുമ്പ് ഓക്സൈഡും കാൽസൈറ്റും വെള്ളവും നിറക്കുക. വജ്രങ്ങളെ അന്യോന്യം അമർത്തുക. അപ്പോൾ

ഏതാണ്ട് 1500 ഡിഗ്രി(സി) ഊഷ്മാവും സമുദ്രവിതാനത്തിലുള്ളതിന്റെ നൂറായിരം മടങ്ങ് സമ്മർദ്ദവും ഉളവാകാം. ഈ സാഹചര്യങ്ങളിൽ കാൽസൈറ്റിലടങ്ങിയ അംഗാരം വെള്ളത്തിലെ ഹൈഡ്രജനുമായി പ്രതിപ്രവർത്തിച്ച് മീഥെയ്ൻ സൃഷ്ടിക്കും.

പക്ഷേ, ഇവ ലളിതരൂപങ്ങൾ.

സിദ്ധാന്തം തെളിയിക്കപ്പെട്ടിട്ടില്ല.

ലളിതമായ ജലാംഗാരങ്ങൾക്കപ്പുറത്ത്, കനത്ത പ്രതിനിധികളായ പെട്രോളിയത്തിന്റെയും പ്രാകൃത വാതകത്തിന്റെയും ഘട്ടത്തിലേക്കാവും ഹെന്റി സ്കോട്ട് പ്രവേശിക്കുക. സിദ്ധാന്തം തെളിഞ്ഞാൽത്തന്നെയും അത് അടുത്ത ഭാവിയിലൊന്നും നമ്മുടെ പെട്രോൾ ബങ്കുകളിലെ അക്കം തിരിച്ചിലിനെ മാറ്റിമറിക്കാൻ പോകുന്നില്ല. റ്റോമസ് ഗോൾഡ് സൂചിപ്പിക്കുന്ന എണ്ണശേഖരം ഭൂമിയുടെ ഉപരിതലത്തിൽ നിന്ന് 62 നാഴിക തൊട്ട് 186 നാഴിക വരെ ആഴത്തിലാണ്.

താത്ത്വികമായി പറഞ്ഞാൽ, എണ്ണ ഫോസിൽ ഇന്ധനമാണെന്ന സ്ഥാപിത വിശ്വാസത്തിനു നേർക്കാണ് സിദ്ധാന്തത്തിന്റെ മുന. അതിനിടയിൽ സൈദ്ധാന്തികൻ മണ്ണടിഞ്ഞത് ഒരന്വേഷണത്തിന്റെ തുടർച്ചപോലെ തോന്നിക്കുന്നു.

ക്യൂവിൽ നിൽക്കുന്നൊരു പാഠം, സ്ത്രീ

ഒരു കാലത്ത് എല്ലാ വാസ്തുശിൽപ്പികളും ആണുങ്ങളായിരുന്നു. ആകയാൽ സ്ത്രീയെ സംബന്ധിച്ച് ഏറ്റവും പ്രാഥമികമായ സാമൂഹിക ഞെരുക്കം പഴയ മൂത്രപ്പുരകളിൽ ആരംഭിക്കുന്നു.

ഒരു മൈസൂർ രാജാവിന്റെ കൊട്ടാരവൈദ്യനായി സേവനം അനുഷ്ഠിച്ച് കേരളത്തിൽ തിരിച്ചെത്തിയതിനുശേഷം ഏറെ വയസ്സായിട്ടും സാധാരണ രോഗികളെ കാണാൻ സമയം കണ്ടെത്തിയൊരു വിദഗ്ദ്ധനെപ്പറ്റി കേട്ടൊരു കഥയാണ് എന്നെ വാസ്തുശിൽപ്പത്തിൽ എത്തിച്ചത്. സംസാരിക്കാൻ വയ്യാത്തൊരു കൊച്ചുകുട്ടിയെക്കൂട്ടി തന്നെ കാണാനെത്തിയ രക്ഷിതാക്കളിൽ അമ്മയോട് വിദഗ്ദ്ധൻ ചോദിച്ചു. കുട്ടിയെ ഗർഭം ധരിച്ചിരുന്ന കാലത്ത് പലപ്പോഴും വേണ്ട സമയത്ത് മൂത്രമൊഴിക്കാൻ കൂട്ടാക്കാതെ പിടിച്ചുനിറുത്തിയിരുന്നോ?

സ്ത്രീ പറഞ്ഞു, ഉവ്വ്.

ഇദ്ദേഹമാര്?

ശരീരഘടന (അനാറ്റമി) ഒരു വിധിയാണെന്നു പറഞ്ഞത് ഫ്രോയ്ഡായിരുന്നു. സ്ത്രീയിൽ അടിച്ചമർത്തപ്പെടുന്ന കാര്യങ്ങൾ രോഗങ്ങളും ബാധകളുമാകുന്നതിനെക്കുറിച്ച് പറഞ്ഞതും ഫ്രോയ്ഡായിരുന്നു. ആശയബന്ധങ്ങളിൽ പിടിച്ച് ഒരപ്രതീക്ഷിത ഭ്രതത്തിലെത്തുന്ന രീതിയും അദ്ദേഹത്തിന്റേതുതന്നെ. പക്ഷേ, നമ്മുടെ നാട്ടുവൈദ്യൻ അദ്ദേഹത്തെ കടത്തിവെട്ടിയതായി തോന്നി. മൂത്രബന്ധം. ഉള്ളിൽ വീർക്കുന്ന ജലദ്രവ്യം. പിന്നെന്ത്? കുമിളകൾ? ചില യന്ത്രവ്യവസ്ഥകളിൽ സാധാരണമായ വായുസ്തംഭം? വെറും സമ്മർദ്ദം? ഗർഭസ്ഥ ശിശുവിന്റെ സിരാകൂടത്തെ ബാധിച്ചതെന്ത്? പക്ഷേ, അതിലുമുപരി മൂത്രം പിടിച്ചുനിറുത്താൻ ഒരു ഗർഭിണിയെ പ്രേരിപ്പിച്ചതെന്ത്? വീട്ടിനുപുറത്തുള്ള സമയത്ത് പൊതുടോയ്‌ലറ്റുകൾ ഉപയോഗിക്കാതിരുന്നതെന്തുകൊണ്ട്?

ഒരു തരം ഉൾവിലക്ക്?

അല്ലെങ്കിൽ വെറും ക്യൂ?

എല്ലാവർക്കുമായുള്ള ടോയ്‌ലറ്റുകളെ നേരിടുന്ന സ്ത്രീകൾ പലപ്പോഴും ക്യൂയിംഗ് തിയറിക്ക് വിഷയമാണ്. ഒരു നൂറ്റാണ്ടുമുമ്പ് ഡെൻമാർക്കിലാണ് സിദ്ധാന്തമുണ്ടാകുന്നത്. ഒരു ടെലിഫോൺ വ്യവസ്ഥ ശ്രദ്ധിക്കുക. അതിൽ മൂന്നു ഘടകങ്ങളുണ്ട്. ആളുകൾ, ലൈനുകൾ, ഓപ്പറേറ്റർമാർ. ഇവ മൂന്നും തമ്മിലുള്ള പൊരുത്തം എങ്ങനെയായാലാവും വിനിമയ വ്യവസ്ഥ ഏറ്റവും കാര്യക്ഷമമാവുക യെന്ന് പഠിച്ചൊരു സാങ്കേതിക വിദഗ്ദ്ധൻ അന്ന് കോപ്പൻഹാഗൻ ടെലിഫോൺ കമ്പനിയിലുണ്ടായിരുന്നു. എർലാങ്. തിരക്കിന്റെ സാന്ദ്രത (ട്രാഫിക് ഡെൻസിറ്റി) അളക്കാൻ ലോകവ്യാപകമായി നാം ഉപയോഗിക്കുന്ന ഏകകത്തിന്റേ പേര് ഈ മിടുക്കന്റെ പേരാണ്. അവിടെ തൊട്ട് തുടങ്ങുന്ന പ്രശസ്ത സിദ്ധാന്തവും ശ്രദ്ധിക്കുന്നത് തിക്കും തിരക്കുമാണ്-റേഷൻ കടക്കുമുന്നിലെ ആളുകളുടേതായാലും വിമാനത്താവളത്തിൽ ഇറങ്ങാൻ സമ്മതം കാത്തുപറക്കുന്ന വിമാനങ്ങളുടേതായാലും. ഈ സിദ്ധാന്തത്തിലുമുണ്ട് മൂന്നു ഘടകങ്ങൾ.

ഒന്ന് : ക്യൂ തന്നെ

രണ്ട് : സെർവേഴ്സ്

മൂന്ന് : സ്ഥലം, സന്ദർഭം

സാധാരണക്കാർക്കുപോലും ഇതിന്റെ അടിസ്ഥാനതത്ത്വമറിയാം. സെർവർ ആളായാലും യന്ത്രമായാലും കുളിമുറിയിലെ ക്യൂബിക്കിളായാലും ഒരു വ്യവസ്ഥയുടെ കാര്യക്ഷമത ചുരുങ്ങുന്തോറും ക്യൂവിന്റെ നീളം കൂടുന്നു. പൊതു റെസ്റ്റ് റൂമുകൾക്കും ടോയ്‌ലറ്റുകൾക്കും മുന്നിൽ ക്യൂ ഒരാവശ്യമാകുന്ന സ്ഥലസന്ദർഭങ്ങളിൽ പെൺരേഖ കൂടുതൽ നീളുന്നേടത്താണ് ഫെമിനിസ്റ്റുകൾ സംശയിക്കുകപോലും ചെയ്യിട്ടില്ലാത്തൊരു പുരുഷാധിപത്യത്തിന്റെ പിടിത്തം. ഓർക്കുക, ആധുനിക മനോഭാവമനുസരിച്ചുപോലും ശുചിത്വം പുലർത്തുന്നതെന്ന് പറയാവുന്ന മറപ്പുരകൾ ഇന്നത്തെ ഗ്രീസിന്റെ സ്ഥാനത്തുണ്ടായിരുന്ന നോസോസ് എന്ന സ്ഥലത്തെ മിനോഅൻ രാജധാനിയിലുണ്ടായിരുന്നത് 4,000 വർഷം മുമ്പാണ്. നോസോസിലെ പൊതു മറപ്പുരകൾക്കുപോലും 3,700 വർഷം പഴക്കമുണ്ട്. ആണുങ്ങൾമാത്രം വാസ്തുശിൽപ്പികളായിരുന്ന കാലങ്ങളിൽ കുളിമുറിയിലെ ഉപാധികളും അവ ഉപയോഗിക്കേണ്ട വിധവും ആണിന്റെ കാഴ്ചപ്പാടായിരുന്നു. പുരുഷ ചലനങ്ങളെ അധികരിച്ചുള്ള ആകൃതികളും വെയ്പുകളും തുടരുന്നു.

പുറമേ അനാറ്റമി, വിധി.

ആണിന് ഇരിക്കാം, നിൽക്കാം.

പെണ്ണിന് നിൽക്കക്കള്ളിയില്ലേ?

ഇരുന്നേ മതിയാവൂ എന്ന അവസ്ഥയിൽ അതനുസരിച്ച്

വസ്ത്രങ്ങൾ കൈകാര്യം ചെയ്യാൻ പെണ്ണിന് കൂടുതൽ സമയം വേണ്ടിവരുന്നു. ഉപാധികളിൽതന്നെ വിവേചനമുണ്ട്. പാശ്ചാത്യ രാജ്യങ്ങളിൽപ്പോലും തുടരുന്നൊരു സമ്പ്രദായം. ആണുങ്ങൾക്കുള്ള ടോയ്‌ലെറ്റിൽ ഇരിക്കുമ്പോൾ ഉപയോഗിക്കാനുള്ള ക്യൂബിക്കിളും നിൽക്കുമ്പോൾ ഉപയോഗിക്കാനുള്ള യൂറിനലുമുള്ളപ്പോൾ, പെണ്ണുങ്ങൾക്കുള്ള ടോയ്‌ലെറ്റിൽ ക്യൂബിക്കിളുകൾ മാത്രമേ വേണ്ടൂ. പക്ഷേ, ഏറ്റവും പ്രധാനം സമയഘടകമാണ്. ശാസ്ത്രീയമായ കണിശതയോടെ ഈ വിഷയം കൈകാര്യം ചെയ്യാൻ ഒരു ശ്രമമുണ്ടായിട്ടുണ്ട്. സാധാരണ നിലക്ക് ഒരു പൊതു ടോയ്‌ലറ്റിലേക്ക് കടന്നു തിരിച്ചുവരാൻ ഒരാണിന് രണ്ടുമിനിറ്റ് മതി. ഇതിൽത്തന്നെ മൂത്രമൊഴിക്കൽ എന്ന കർമ്മത്തിന് വെറും 45 സെക്കന്റുകൾ മതി. അതിനുവേണ്ട വസ്ത്രക്രമീകരണവും പിന്നെ കൈകഴുകിത്തുടക്കലും, തെല്ലിട കണ്ണാടിയിൽ ചന്തം നോക്കലുമെല്ലാം ചേർന്ന് ബാക്കിയുള്ള ഒന്നേകാൽ മിനിറ്റ്. പെണ്ണിനാണെങ്കിൽ, എല്ലാറ്റിനുമൊടുവിൽ ഒന്ന് ലിപ്സ്റ്റിക് തൊടേണ്ട ആവശ്യമില്ലെങ്കിൽപ്പോലും, ആണിന് വേണ്ടതിന്റെ ഇരട്ടി സമയം വേണ്ടിവരും.

സമവാക്യങ്ങൾ തിരുത്തേണ്ടതെവിടെ?

ആണുങ്ങളുടെയും പെണ്ണുങ്ങളുടെയും എണ്ണം തുല്യമായ സ്ഥല സന്ദർഭങ്ങളിൽ ഒരു ജെന്റ്സ് ടോയ്‌ലറ്റുള്ളേടത്ത് രണ്ട് ലേഡിസ് ടോയ്‌ലറ്റുകളുണ്ടാവണം. ശാസ്ത്രീയമായ ഫെമിനിസം മൂത്രപ്പുരയിൽ നിന്ന് തുടങ്ങേണ്ടിയിരിക്കുന്നു.

നൊസ്റ്റാൽജിയയുടെ പരിതോവസ്ഥാശാസ്ത്രം

ഡാഫ്നി ഡു മോറിയേ ഒരിക്കൽ ഒരു സാധാരണ വയൽക്കാഴ്ച കണ്ടു. ഒരിടത്തൊരു കർഷകൻ നിലം ഉഴുന്നു. അയാൾക്ക് മുകളിൽ ഉയരത്തിൽ ചില പക്ഷികൾ പറക്കുന്നു. ഡു മോറിയേ വിചാരിച്ചു ഇപ്പോൾ പക്ഷികൾ കർഷകനെ ആക്രമിക്കയാണെങ്കിലോ? ആൽഫ്രഡ് ഹിച്കോക്കിന്റെ 'പക്ഷികൾ' എന്ന ഒറ്റയാൻ ചലച്ചിത്ര ക്ലാസിക്കിന്റെ തുടക്കമതാണ്. പക്ഷേ ഭയ, ആക്രമണ, അത്യാഹിതങ്ങളുടെ വരവിന് അതുപോലൊരു പക്ഷിക്കൂട്ടത്തിന്റെ സാന്നിധ്യം വേണ്ട. മറിച്ചു പറഞ്ഞാൽ, പക്ഷികളുടെ അസാന്നിധ്യം തന്നെ അങ്ങനെ ഒരവസ്ഥയുടെ സൂചനയാവാം.

വരമ്പിലെ കൊറ്റിയെവിടെ?

വയലിലെ ഞണ്ടുകളെവിടെ?

ജനിച്ചു വളർന്ന വീടിന്റെ ജാലകത്തിലൂടെ തിരിച്ചറിയാവുന്ന ചില തിരോധാനങ്ങളെക്കുറിച്ചാണ് പറയുന്നത്.

നൊസ്റ്റാൽജിയയെ നാം കാണുന്നത് കാവ്യാത്മകമായിട്ടാണ്. കാൽപ്പനികമായിട്ട്. അതിനൊരു ഇക്കോളജിക്കൽ ഭാഷ്യമുണ്ടെന്ന വസ്തുത നമ്മെ സ്പർശിക്കുന്നില്ല. പക്ഷേ, സ്പർശിതരായ ചിലർ പ്രതികരിച്ചത് ആശയറ്റ ഒരന്ത്യക്രിയയിലൂടെയാണ്. ആത്മഹത്യയിലൂടെ. അതിന് മുതിരാത്തവരാകട്ടെ, മാനസികത്തകർച്ചയിൽ. ഡിപ്രഷൻ, ആങ്സൈറ്റി, ഡിസോർഡർ എന്നൊന്നും മനോരോഗവിദഗ്ദ്ധർക്ക് എടുത്തുപറയാനാവില്ലെങ്കിലും സൂചനകൾ വ്യക്തം. അവ ചൂണ്ടുന്ന ക്ഷതങ്ങൾ സ്പഷ്ടം. ഓസ്ട്രേലിയയിൽ, ഏതാണ്ട് ഈ നൂറ്റാണ്ടു തുടങ്ങിയതോടെ വരൾച്ച ബാധിക്കാൻ തുടങ്ങിയ ന്യൂ സൗത്ത് വെയ്ൽസ് പോലുള്ള സ്ഥലങ്ങളിലെ നാട്ടിൻപുറക്കാരാണ് ഇരകൾ.

വരൾച്ച പട്ടിണിയിലും ക്ഷാമത്തിലും അളക്കപ്പെടുന്നു. പക്ഷേ, വെറിപിടിച്ച ആടുകൾ പൂഴിമണൽ തട്ടിത്തെറിപ്പിക്കുന്ന ദൃദൃശ്യം മനസ്സിലൊരു ക്ഷതാത്മക പ്രവർത്തനമാണ്.

തുറന്ന കൽക്കരി ഖനനം ചില മൃഗയാഭൂമികളെ നശിപ്പിക്കുമ്പോൾ അതിനർത്ഥം മുടങ്ങിപ്പോകുന്നൊരു ഉപജീവനമാർഗ്ഗത്തിന്റെ പ്രശ്നത്തിന് പുറത്താണ്. വീട്ടുതോട്ടമുണങ്ങുമ്പോൾ ഒരു നാട്ടിൻപുറത്തുകാരിയെ പേടിപ്പിക്കുന്നത് വിശപ്പിന്റെ ഭീഷണിയല്ല. അവൾക്കും അപ്പുറത്തെ അപാരമായ തരിശിനും ഇടയിലുള്ള ഏക ആശ്വാസം, സാന്ത്വനം (Solace) ആ നാലഞ്ച് ചെടികളാണ്. ഗൃഹം തുടരുമ്പോഴും ഗൃഹാതുരത്വത്തിന് പഴുതുണ്ട്. വാതിൽക്കൽനിന്ന് കാണാവുന്ന ജൈവദൃശ്യങ്ങൾ ആക്രമിക്കപ്പെട്ടുമ്പോൾ, നശിപ്പിക്കപ്പെട്ടുമ്പോൾ അതേച്ചൊല്ലിയുള്ള ആതുരത്വം, നാളെ ക്ലിനിക്കൽ നിർവ്വചനമുണ്ടാക്കാൻ പോകുന്നൊരു ഭയാനക മാനസികാവസ്ഥയാവാം. ഗൃഹപരിസരത്തെക്കുറിച്ച് നിങ്ങൾക്കൊരു അറിവുണ്ടെന്നും ആ അറിവ് നിങ്ങളുടെ ആത്മബോധത്തിന്റെ തന്നെ ഭാഗമാണെന്നുമുള്ള വൈകാരിക അവസ്ഥയിൽ മഴപോലെ വീഴുന്നൊരു ആഘാതമാണത്. ജീന സാർറ്റോർ അത് തിരിച്ചറിയുന്നു.

പേര് : സോളിസ്റ്റാൽജിയ.

നിർവ്വചനം: വീട്ടിനകത്തിരിക്കുമ്പോഴും നിങ്ങളെ അലട്ടുന്ന ഗൃഹാതുരത്വം.

വോഡ്കയുടെ ചില്ലിലൂടെ ഒരു കാഴ്ച

ലില്ലിപ്പുട്ടുകളെ കണ്ട ഗളിവർ തന്നെത്തന്നെയൊരു വിരൽക്കുള്ള നാക്കുന്ന അതികായന്മാരുടെ നാട്ടിൽ ഒരു സുന്ദരിയുടെ സ്ത നങ്ങൾക്കിടയിൽ കുടുങ്ങുന്നൊരു കാഴ്ചയുണ്ട്. അത്രയും അടുത്തായും വല്യതായും കാണുമ്പോൾ പുരുഷനെ ഉത്തേജിപ്പിക്കുന്ന ആ സുന്ദര ഘടനകൾ ഒരു ഞെട്ടലാണ്. ഇപ്പോൾ രോമകൂപങ്ങൾ ഗർത്തങ്ങ ളും രോമങ്ങൾ കുറ്റിച്ചെടികളും പോലെയല്ലേ? ബ്രിട്ടനിലെ കുലീന സുന്ദരികളുടെ മൃദുലചർമ്മം ഒരു ഭൂതകണ്ണാടിക്കടിയിൽ ഇങ്ങനെയാ വുമെന്നോർത്ത് ഗളിവർ അമ്പരക്കുന്നു. അതുപോലൊരു തിരിച്ചറി വാകുമോ പ്രശസ്ത വോഡ്കയുടെ ടെലിവിഷൻ പരസ്യത്തിലുള്ളത്?

ഇങ്ങനെയുമൊരു പരസ്യമോ?

സ്ക്രിപ്റ്റ് ശ്രദ്ധിക്കുക.

ആദ്യം അയാൾ നഗ്നമായ കണ്ണുകൾകൊണ്ട് അവളെ നോക്കുന്നു. അൽപ്പം അകലെയാണ്. മുഖം കൊള്ളാം. വസ്ത്രധാരണം കൊള്ളാം. പക്ഷേ, ഈ കുപ്പിയുടെ ചില്ലിലൂടെ, ചില്ലുപോലെ തെളിഞ്ഞ വോഡ്കയുടെ കാചത്തിലൂടെ നോക്കുമ്പോൾ... എവിടന്നു വന്നു ഇവളുടെ മേൽ ഈ കീടങ്ങൾ!... എന്താണ് ഈ പരസ്യം പറയുന്നത്? ഞങ്ങളുടെ വോഡ്ക അറപ്പുണ്ടാക്കുന്ന വിഭ്രാമകങ്ങൾ നൽകുമെന്ന് ഒരൊറ്റ നിർമ്മാതാവും പറയില്ല. കുടിക്കുംതോറും യാഥാർത്ഥ്യ ബോധം വർദ്ധിപ്പിക്കുന്നതാണ് ഞങ്ങളുടെ വോഡ്കയെന്നു പറഞ്ഞാൽ സംഗതി ആകപ്പാടെ വെള്ളത്തിലാകും. ലഹരിയുടെ ഇതിവൃത്തം തകരും. അങ്ങനെ പലതും ചിന്തിക്കാം. ആ പതന ത്തിലാണ് നാം സാക്ഷാൽ സ്കോച്ച് വിസ്കിയുടെ നാട്ടിൽ നടന്നൊരു പരീക്ഷണത്തെക്കുറിച്ച് കേൾക്കുന്നതെന്നു കരുതുക. ബാറി റ്റി. ജോൺസും കൂട്ടരും തയാറാക്കിയ പ്രബന്ധത്തിന്റെ തലക്കെട്ട് ഇങ്ങനെ വായിക്കാം:

Alcohol Consumption increases attractiveness ratings of opposite-sex faces : A possible third route to risky sex.

അപകടം പിടിച്ച സെക്സ്.

അതിലേക്കൊരു മൂന്നാം വഴി?

അപ്പോൾ മറ്റു രണ്ടെണ്ണം?

ഒന്നാംവഴി ചാരായ ഹ്രസ്വദൃഷ്ടി സിദ്ധാന്തത്തിലുണ്ട്. രണ്ടാംവഴി ചാരായ പ്രതീക്ഷാ സിദ്ധാന്തത്തിലും. യഥാക്രമം ആൽകഹോളിക് മയോപിയ, ആൽകഹോളിക് എക്സ്പെക്റ്റൻസി. ഒന്നാം സിദ്ധാന്തമനുസരിച്ച്, വോഡ്കയുടെ ചില്ലിലൂടെ നോക്കുന്നൊരാളുടെ ദൃഷ്ടിയിൽ, വിവേചനം നശിച്ച അവസ്ഥയിൽ, ഹിതകരമായ വസ്തുതകൾ കുമിളകൾപോലെ മുഴുത്ത് മേൽപ്പരപ്പെത്തുന്നു. അഹിതകരമായ കാര്യങ്ങൾ അടിയിലേക്ക് താണുമറയുന്നു. ലൈംഗിക ഉത്തേജനം പോലുള്ള ഹരം പിടിപ്പിക്കുന്ന കാര്യങ്ങൾ മനസ്സിലുണരുന്നു. മദ്യപിച്ച അവസ്ഥയിലെ ലൈംഗിക സംയോഗത്തിന്റെ ഭവിഷ്യത്തുകൾ അവഗണിക്കപ്പെടുന്നു. രണ്ടാം സിദ്ധാന്തമനുസരിച്ച്, ലഹരിയിൽ ഇണചേരൽ കൂടുതൽ ഹൃദ്യവും അപൂർവ്വവുമായൊരു വൈകാരികാനുഭൂതിയായിരിക്കുമെന്ന് മദ്യപന് ഉറപ്പു തോന്നുന്നു.

രണ്ടു സിദ്ധാന്തങ്ങളുമൊന്നിക്കാം.

പിറകേ മൂന്നാം സിദ്ധാന്തം.

മൂന്നാമത്തേത് സൗന്ദര്യ ലഹരി.

വോഡ്കയുടെ ചില്ലിലൂടെ നോക്കുന്നവരുടെ ദൃഷ്ടിയിൽ എതിർ സെക്സിൽപ്പെട്ടവർക്ക് ഉള്ളതിൽ കൂടുതൽ സൗന്ദര്യം തോന്നുന്നു.

ഒരു ടി.വി പരസ്യം തകരുന്നു?

ജോൺസും കൂട്ടരും ഒരു പാർട്ടി അന്തരീക്ഷത്തിൽ നടത്തിയ പരീക്ഷണത്തിലെ പരീക്ഷിതർ ഒരു കാമ്പസിലെ നാൽപ്പത് ആൺകുട്ടികളും നാൽപ്പതു പെൺകുട്ടികളുമായിരുന്നു. ഇവരിൽ ഇരുപതും ഇരുപതും പേർ മദ്യപിച്ചിരുന്നു. പരീക്ഷകർ നുണ പറഞ്ഞു: മറ്റുള്ളവരുടെ മുഖങ്ങൾ തിരിച്ചറിയാനുള്ള കഴിവിനെ മദ്യം എത്രത്തോളം ബാധിക്കുമെന്നറിയാനാണ് ഈ പരീക്ഷണം. അതനുസരിച്ച് യുവപരീക്ഷിതർ അമ്പത്തൊമ്പതും അമ്പത്തൊമ്പതുമായ ആണുങ്ങളുടെയും പെണ്ണുങ്ങളുടെയും ഛായാപടങ്ങൾ 'തിരിച്ചറിയാൻ' ശ്രമിച്ചു. അളന്നുമുറിച്ച ചില ചോദ്യങ്ങൾക്ക് അവർ മറുപടി പറഞ്ഞു. ചോദ്യങ്ങളാകട്ടെ എതിർ സെക്സിൽപ്പെട്ടവരോടുള്ള ആകർഷണം കൃത്യമായി പിടിച്ചെടുക്കാൻ പറ്റുന്നവ. ഒടുവിൽ ഒരു കാര്യം സ്പഷ്ടമായി. മദ്യലഹരിയിൽ ആണിന് പെണ്ണിന്റെയും പെണ്ണിന് ആണിന്റെയും മുഖം കൂടുതൽ ആകർഷകം. കൂടുതൽ, ഇരുപത്തഞ്ചു ശതമാനത്തോളം കൂടുതൽ.

ചില സമൂഹങ്ങൾക്ക് ഈ അനുഭവം കുറിക്കാൻ ഒരു പ്രയോഗമുണ്ട്. ബിയർക്കണ്ണട അഥവാ ബിയർ ഗോഗ്ൾസ്. സയൻസ് ഇപ്പോൾ അത് ശരിവെക്കുന്നുവെന്നു മാത്രം.

മദ്യം മസ്തിഷ്കത്തിലെ ന്യൂക്ലിയസ് അക്കംബെൻസ് എന്ന ഭാഗത്തെ പ്രത്യേകിച്ചും ബാധിക്കുന്നു. ഇതൊരു സമ്മാനകേന്ദ്രം(റിവാഡ് സെന്റർ). ഒരിക്കൽ ഇതിനെ സുഖിപ്പിക്കാൻ തുടങ്ങിയാൽ പിന്നെ മരണഭീതിക്കുപോലും പലപ്പോഴും നമ്മെ തടുക്കാനാവില്ല. പട്ടിണി കിടന്ന് മരിക്കാറായ അവസ്ഥയിൽപ്പോലും ആഹാരം തൊടാൻ കൂട്ടാക്കാതെ ഈ സമ്മാനകേന്ദ്രത്തിലെ ഒരു വിദ്യുൽസുഖസ്പർശത്തിനുവേണ്ടി വീണ്ടും വീണ്ടും ഒരു സ്വിച്ച് ഞെക്കിക്കഴിഞ്ഞ ഒരു കൂട്ടം എലികളെക്കുറിച്ച് വായിച്ചത് ഞാനോർക്കുന്നു. മനുഷ്യരിൽ ഈ സുഖിപ്പിക്കൽ സെക്സാവുമ്പോൾ, എയിഡ്സിന്റെ ദിനങ്ങളിൽ മദ്യപാനത്തിന്റെ സ്വാധീനം നിസ്സാരമാവില്ല.

ആപൽക്കരമായ രതി(റിസ്കി സെക്സ്) എന്നതു കൊണ്ട് ഗവേഷകർ ഉദ്ദേശിക്കുന്നത് ആസൂത്രിതമല്ലാത്ത ഗർഭധാരണം തൊട്ട് എച്ച്.ഐ .വി. ഇൻഫെക്ഷൻ വരെയുള്ള കാര്യങ്ങളാണ്. ആ അർത്ഥത്തിൽ നാം കണ്ട വോഡ്കയുടെ പരസ്യം ഒരു കൺതുറപ്പാണ്.

ഇതിനിടയിൽ ചില വാച്ചുകൾ.

കാമ്പസിലെ ആ 'തിരിച്ചറിവ്' പരീക്ഷണത്തിൽ നൂറ്റിപ്പതിനെട്ട് റിസ്റ്റ് വാച്ചുകൾ കൂടിയുണ്ടായിരുന്നു. ലഹരിയിൽ എതിർ സെക്സ് മാത്രമല്ല വാച്ചുകൾ പോലും കൂടുതൽ സുന്ദരമാണെന്ന് യുവതീയുവാക്കൾക്ക് തോന്നി. ഒരുപക്ഷേ, ഹാങ് ഓവറോടെ ഉറക്കമുണരുന്നൊരു പ്രഭാതത്തിൽ നിങ്ങളുടെ വാച്ചിന്റെ മുഖം നിങ്ങൾക്ക് മട്ടപ്പനായി തോന്നുന്നതിനു കാരണം അത് ഓഫീസിനെക്കുറിച്ച് ഓർമ്മിപ്പിക്കുന്നതുകൊണ്ടു മാത്രമാവില്ല.

മേഘങ്ങളെ തുരത്തിയ റഷ്യക്കാർ

റഷ്യക്കാർ രണ്ടാം ലോകയുദ്ധ അറുതിയുടെ അറുപതാം വാർഷികം ആഘോഷിച്ചപ്പോൾ അവരുടെ ആകാശപ്പട മോസ്കോ നഗരത്തിനു മേൽ വിഹരിച്ചിരുന്ന മേഘങ്ങളെ തുരത്തിയോടിച്ചു. അഥവാ അങ്ങനെ പറയാം. മഴ പെയ്ത് ചടങ്ങുകൾ മുടങ്ങിയാൽ അതിഥികളായെത്തിയ ലോകനേതാക്കൾ നിരാശപ്പെടരുതല്ലോ. മഴ പെയ്തില്ല. പക്ഷേ, തിരക്കുപിടിച്ച് മുകളിൽപ്പറന്ന് ചില വാതകപ്രയോഗങ്ങൾ നടത്തിയ വിമാനങ്ങൾ തന്നെയാണ് മേഘങ്ങളെ തുരത്തിയതെന്ന് ആർക്കും ഉറപ്പില്ല. അതുമായി ബന്ധപ്പെട്ട് ഒരു ചോദ്യമുണ്ട്. മഴക്കാറുകളെക്കൊണ്ട് മറ്റേതെങ്കിലുമിടത്ത് ചുമടൊഴിപ്പിക്കാൻ നമുക്ക് കഴിയുമോ?

കഴിയാം, പക്ഷേ, പ്രശ്നമുണ്ട്.

വർഷങ്ങളെല്ലാം വർഷിക്കുന്നില്ല.

അച്ചടിത്തെറ്റല്ല. വായുവിൽ പാറുന്ന ജലകണികകൾക്ക് നൂറോ ഇരുനൂറോ മൈക്രോമീറ്റർ വലുപ്പമേയുള്ളൂ. വർഷിക്കണമെങ്കിൽ അത് ചുരുങ്ങിയത് ഒരു മില്ലിമീറ്ററെങ്കിലും ആയേ തീരൂ. ഐസിന് പ്രവർത്തനത്തെ ത്വരിപ്പിക്കാം. ഹിമാംശങ്ങൾ പെട്ടെന്ന് ആവി വലിച്ചെടുക്കുന്നു. അംശങ്ങൾക്ക് വലുപ്പവും തൂക്കവും കൂടുന്നു. മേഘത്തിന്നടിയിലെ വായു ചൂടുള്ളതാണെങ്കിൽ കണങ്ങൾ മഴയായി പെയ്യും. വായു തണുത്തതാണെങ്കിൽ കൽമാരിയുണ്ടാവും. ഭൂമിയിൽ വീഴുന്ന 80 ശതമാനം മഴയുടെയും വികാസം ഇങ്ങനെയാണ്. ഒരൽപ്പം പ്രൊഫഷനൽ സ്പർശം വേണമെന്നുണ്ടെങ്കിൽ സിൽവർ അയഡീൻ ഉപയോഗിക്കാം. ഘടനയിൽ ഐസിനു തുല്യമായ ഈ പ്രത്യേക ലവണം ജലമോളിക്യൂൾ ബന്ധങ്ങളെ വേഗപ്പെടുത്തുന്നു. പക്ഷേ, വില പിടിച്ച വസ്തുവാണ്. കൂടുതലായാൽ അന്തരീക്ഷം താറുമാറാകയും ചെയ്യും.

സ്പൈക്കിങ് ഉപയോഗിച്ചാലോ.

ചില ദ്രവ്യങ്ങൾ (ഉദാഹരണത്തിന് എയ്റോൾ ന്യൂക്ലി) ആവിയെ

പിളർന്ന് ആപേക്ഷികമായി കൂടുതൽ ചെറുകണങ്ങളുണ്ടാക്കുന്നു. അവ ഉരുകുന്നു, ബാഷ്പമാകുന്നു. കൂറ്റൻ കപ്പലുകൾക്ക് സംഭവിപ്പിക്കാൻ കഴിയുന്നൊരു കാര്യമാണത്. കപ്പലുകൾ പുറത്തുവിടുന്ന പുകപ്പൊടി പുരണ്ടാൽ കണങ്ങൾ കൂടുതൽ ചെറുതായി പിളരാം. അതേസമയത്ത് മറിച്ചുമാകാം. ചൂടുള്ള പുകപ്പൊടി സ്വതവേ ചൂടായും തണുത്തും വേർതിരിഞ്ഞുകിടക്കുന്ന വായുവിതാനങ്ങളെ കൂട്ടിക്കലർത്തി ക്ഷോഭം സൃഷ്ടിക്കാം. കപ്പലുകൾക്ക് ചിലപ്പോൾ കാലാവസ്ഥയിൽ മാറ്റങ്ങളുണ്ടാക്കാൻ കഴിയുന്നത് ഇങ്ങനെയാണ്. ഏതായാലും ആകാശപ്പടുരത്തിയതുകൊണ്ടാണ് മോസ്കോയിലെ മേഘങ്ങൾ ഒഴിഞ്ഞുപോയതെന്ന് ഉറപ്പിക്കാൻ മാത്രം ഭൗതിക ശാസ്ത്രത്തിന്റെ സ്ഥിതിവിവര ഗണനത്തിന് കഴിയില്ല. തെറ്റായ സ്ഥലങ്ങളിൽ ചെന്ന് പെയ്യാത്ത വിധത്തിൽ അടുക്കടുക്കായി കിടക്കുന്ന മേഘപരമ്പരകൾ എടുത്തു പെരുമാറുന്നത് ഏത് നിലക്കും എളുപ്പമുള്ള കാര്യവുമല്ല.

നാട്ടിൻപുറത്തുകാരുടെ ലളിത ഭാഷ്യത്തിലാണ് ഒരു വിദഗ്ദ്ധൻ ഇത് വിവരിച്ചത്: “പെയ്യണമെന്നു തോന്നിയില്ലെങ്കിൽ മേഘം പെയ്യില്ല. അത്രതന്നെ.”

പോപ്പൈയുടെ ചീരയിൽ ഇരുമ്പെത്ര?

പോപ്പൈ എന്ന നാവികനെക്കുറിച്ചുള്ള കാർട്ടൂൺ പരമ്പര മുഴുവൻ ഓടുന്നത് ഇരുമ്പിന്റെ മൂച്ചിലാണ്.

ചോരയിൽ ഇരുമ്പു വേണം.

ചീരയിൽ ഇരുമ്പുണ്ട്.

അടിയന്തരാവസ്ഥകളിൽ, പലപ്പോഴും മരണത്തിന്റെ വക്കത്തുള്ള ഉച്ചനിലകളിൽ പോപ്പൈ ജീവിതം തിരിച്ചു പിടിക്കുന്നത് തനിക്ക് പ്രിയപ്പെട്ട ചീര (സ്പിനച്ച്) തിന്നിട്ടാണ്. ഷെർലക് ഹോംസിന്റേതിനേക്കാൾ വിഖ്യാതമായ തന്റെ പൈപ്പിലൂടെ അയാളത് വലിച്ചെടുക്കുമ്പോൾ, കൈയിൽ പച്ചകുത്തിയ നാവിക ചിഹ്നമായ നങ്കൂരം വികസിക്കും വിധം ഉടലിലെ പേശികൾ മുഴുത്ത് ദൃഢമാകുന്നു. പച്ചകുത്ത് ഒരു സാമൂഹിക പ്രസ്താവനയായതിനെത്തുടർന്നുള്ള കാലത്ത് അതിന്റെ സ്വാധീനം സ്പഷ്ടം. എത്രയോ കാലം ഫിലിപ്പീൻസിലെ പച്ചകുത്ത് കേന്ദ്രങ്ങളിൽ കയറിയിറങ്ങിയ കോളിൻ ഹൗസർ എന്നൊരു നാവികനെക്കുറിച്ച് കേട്ടിട്ടുണ്ട്. ഇരുപതാം വയസ്സിനുശേഷം തൊലിയിൽ നിറയാൻ തുടങ്ങിയ വരപ്പുകൾ മുഴുവൻ മായ്ച്ചുകളയാൻ പാടുപെടുന്നതിനിടയിൽ അയാൾ പറഞ്ഞു. 'പോപ്പൈ റ്റാറ്റൂ' മാത്രം ഞാൻ സൂക്ഷിക്കും.

അതൊരു നാവിക ലക്ഷണം.

നങ്കൂരമോ എത്രയുമാഴത്തിൽ.

മനുഷ്യമനസ്സിൽ കെട്ടുകഥകളും വിശ്വാസങ്ങളും അടിഞ്ഞുകൂടുന്ന ആഴത്തിലാണ് അത് തറഞ്ഞുകിടക്കുന്നത്. ചീരയിലെ അപാരമായ ഇരുമ്പുസത്തിനെക്കുറിച്ച് പോപ്പൈക്കഥകളിലൂടെ ആളുകൾ പാകപ്പെടുത്തിയെടുത്ത വിശ്വാസം പല വർഷങ്ങളോളം സ്വാധീനിച്ചത് അവരെ മാത്രമായിരുന്നില്ല. പോഷകശാസ്ത്രവിദഗ്ദ്ധരെ കൂടിയായിരുന്നു. ജെറിട്ടോളിന്റെ പരസ്യങ്ങളിലൂടെ പലരേയും ഇരുമ്പിലേക്ക് തുരത്തിയ 'അവശ രക്തം' (Tired blood) എന്ന സങ്കൽപ്പം

അതിനൊപ്പം. രണ്ടും ചേർന്ന് ഇരുമ്പിന് വല്ലാത്തൊരു ഡിമാൻഡ് സൃഷ്ടിച്ചു. ശരീരശാസ്ത്രപരമായൊരു ന്യായീകരണം ഇതിനുണ്ടായിരുന്നു.

പെണ്ണിനൊരു പ്രശ്നമുണ്ട്.

ഇരുമ്പ് വളരെയേറെ വേണം.

ഇരുമ്പ് രാത്രിയിലെന്നതുപോലെ തണുക്കും വേണ്ടത്ര ഇരുമ്പില്ലാത്തൊരു പെണ്ണിന്റെ ശരീരം.

പോയ വർഷത്തെ ഒരു കണക്കനുസരിച്ച് അമേരിക്കയിൽപ്പോലും ആർത്തവചക്രം തുടരുന്ന പെണ്ണുങ്ങൾക്കിടയിൽ പത്തുശതമാനമെങ്കിലും ഇരുമ്പ് കമ്മിയായവരാണ്. അവികസിത നാട്ടുകളിൽ പ്രത്യേകിച്ചും വേണ്ടത്ര മാംസാഹാരമില്ലാത്തേടങ്ങളിൽ, അത് അമ്പതു ശതമാനമാകാം. ആർത്തവരക്തത്തിലൂടെത്തന്നെ ഒരുപാട് ഇരുമ്പ് ചോർന്നു പോകുന്നു. എന്നാൽ ഗർഭധാരണസമയത്തെത്തുടർന്ന് ആർത്തവം നിലക്കുമ്പോഴും ഇരുമ്പ് പോരാതെ വരുന്നു. കാരണം ഗർഭസ്ഥ ശിശു ഒരു കാന്തമാണ്. അമ്മയുടെ ചോരയിലെ ഇരുമ്പ് അത് വലിച്ചെടുക്കുന്നു. അങ്ങനെയാണ് ചീരയിൽ നിന്ന് ഉടലിലേക്ക് ഇരുമ്പ് പമ്പ് ചെയ്യുന്ന പോപ്പൈ ഒരു കാലഘട്ടത്തിന്റെ തിരിച്ചറിവും പ്രത്യാശയുമാകുന്നത്.

ഇതിനൊരു മറുവശമുണ്ട്.

ഇരുമ്പിന്റെ മാരകാധിക്യം.

മധ്യപ്രായം വരെ ഇരുമ്പില്ലാതെ തണുത്ത ശരീരങ്ങൾപോലും ആർത്തവം നിലക്കുന്നതോടെ ഈ ആധിക്യത്തിന്റെ ഭീഷണിയിലാകുന്നു. ചിലേടങ്ങളിൽ ഇരുമ്പ് അധികം ഉള്ളവർക്ക് ഹൃദ്രോഗമുണ്ടാകാനുള്ള സാദ്ധ്യത ഇരട്ടിയാണ്. ചിലരുടെ ശരീരങ്ങൾ ജനിതക കാരണങ്ങളാൽ കൂടുതൽ ഇരുമ്പ് വലിച്ചെടുക്കുന്നു, സൂക്ഷിക്കുന്നു. ഹീമോക്രോമറ്റോസിസിന്റെ പ്രശ്നമുള്ളവർക്ക് നാൽപ്പതുകൾ താണ്ടിയാൽ പലതും സ്വാഭാവികമാകാം: തളർച്ച, തലവേദന, തൊലി കറുക്കൽ, സന്ധിവേദന, പ്രമേഹം... നീണ്ട പട്ടിക. ആഹാരത്തിൽ ഉള്ള ഇരുമ്പ് ഉപയോഗപ്പെടുത്താൻ നമുക്കുള്ള കഴിവുതന്നെ ചില ശാരീരിക അവസ്ഥകളെ ആശ്രയിച്ചിരിക്കുന്നുവെന്ന വസ്തുത കൂടിയോർത്താലേ ചിത്രം പൂർത്തിയാവൂ.

ഇനി നിർണ്ണായക ചോദ്യം.

ഒരു ചീരക്കലാപം വേണ്ടിവരും വിധം അത്രയും ഇരുമ്പ് നമ്മുടെ ശരീരത്തിന് ആവശ്യമുണ്ടോ?

മാംസത്തിൽ ഉള്ളത്രയും ഇരുമ്പ് ചീരയിൽ ഉണ്ടെന്ന ഒന്നാം 'വെളിപാട്' ഉണ്ടാകുന്നത് 1890-കളിൽ രണ്ടാം ലോകയുദ്ധത്തിന്റെ സന്ദർഭത്തിലാണ്. ആവശ്യം വ്യാമോഹവും അലംഭാവവും

ആകാമെന്നുള്ളതിന് ഒരു ഉദാഹരണം ഇവിടെ ഉണ്ടെന്നു പറയാം. യുദ്ധകാല മാംസക്ഷാമത്തിന്റെ ദിവസങ്ങളിൽ ചീരയിലെ ഇരുമ്പ് ഒരു വിശ്വാസിയുടെ യാഥാർത്ഥ്യമാണ്. പോപ്പൈ കാർട്ടൂൺ പ്രോപ്പഗാന്റയുടെ അവിശ്വസനീയ സ്വാധീനത്തിൽ അമേരിക്കയിലെ ചീരതീറ്റ മുപ്പത്തഞ്ചു ശതമാനത്തോളം വർദ്ധിച്ചു. ഈ മുപ്പത്തഞ്ചു ശതമാനം കൊണ്ടാടാൻ റ്റെക്സാസിലെ ക്രിസ്റ്റൽ സിറ്റിയിലെ പൗരന്മാർ പോപ്പൈയുടെ ഒരു പ്രതിമയുയർത്തിയെന്ന് ഞാൻ കേട്ടിട്ടുണ്ട്.

പിന്നെവിടെയാണ് തെറ്റ്?

തുടക്കത്തിലെ കണക്കുകൂട്ടലിൽ.

സത്യത്തിൽ, 1870-ൽ കണക്കുകൂട്ടിയ ഡോക്ടർ ഫോൺ വൂൾഫിന് തെറ്റുപറ്റിയതല്ല. നമ്മുടെ ശരീരത്തിന് എത്ര ഇരുമ്പു വേണമെന്ന് അദ്ദേഹം കൃത്യമായി കണ്ടെത്തി. പക്ഷേ, കടലാസിൽ അത് കുറിച്ചിട്ടുമ്പോൾ ദശാംശസ്ഥാനം പിഴച്ചുപോകുകയാൽ ഫലം പത്തുകൊണ്ടു ഗുണിച്ചതുപോലായി. പിന്നീട് 1937-ൽ രണ്ടു ശാസ്ത്രജ്ഞന്മാർ ഈ തെറ്റു തിരുത്തി. വിവരം അത്‌ലാന്തികം താണ്ടി അമേരിക്കയിലെത്താൻ വൈകുകയാൽ പോപ്പൈ ചീര തിന്നുകൊണ്ടേയിരുന്നു. അത്ര എളുപ്പത്തിലൊന്നും ചീരയിലെ ഇരുമ്പ് ഉടലിൽ പിടിക്കില്ലെന്നുകൂടി ഓർക്കണം.

പുംബീജങ്ങൾ നീന്തലിൽ വിരുതന്മാരാവുന്നത്

തികഞ്ഞ ശാസ്ത്രീയ ഭാഷയിൽ ശുക്ലത്തിന്റെ അസൂയയെന്ന് വിളിക്കാവുന്നൊരു അവസ്ഥ ആണിന്റെ ശരീരത്തിലുണ്ട്.

പരിണാമ സിദ്ധം.

പലതരം ലൈംഗിക ചിത്രങ്ങളോട് സൂക്ഷ്മതലത്തിൽ പുരുഷശരീരം എങ്ങനെ പ്രതികരിക്കുന്നുവെന്ന് അറിയാനുള്ള ശ്രമത്തിലാണ് പരിണാമശാസ്ത്ര വിദഗ്ദ്ധനായ ലീ സിമൺസ് ഇത് കണ്ടെത്തിയത്. ജന്തുക്കളിൽ ഇത് ദൃശ്യം. ഒരുതരം കിടമൽസരം. സ്പേം കോമ്പറ്റീഷൻ. ഇത് കൃത്യമായി തിരിച്ചറിയണമെങ്കിൽ ലൈംഗിക ചിത്രങ്ങളെക്കുറിച്ചുള്ള ഒന്നാം ചോദ്യത്തിൽ തുടങ്ങണം. അവയുടെ ഉദ്ദേശ്യമെന്ത്? തീർച്ചയായും ഉത്തേജനം. പക്ഷേ, ഉത്തേജനം മാത്രം പരിഗണിക്കയാണെങ്കിൽ ഒറ്റക്കോ മറിച്ചോ പെണ്ണുങ്ങൾ മാത്രം പ്രത്യക്ഷപ്പെടുന്ന ചിത്രങ്ങളാണ് പല ആണുങ്ങളെ സംബന്ധിച്ചും കൂടുതൽ ഉത്തേജകം.

വിഷയം ഉത്തേജനമല്ലെങ്കിലോ?

ബീജപ്രതികരണമാണെങ്കിലോ?

വ്യത്യസ്തമായൊരു അനുഭവവും കാഴ്ചപ്പാടുമാണിത്. കാരണം പുരുഷന്റെയും പുംബീജങ്ങളുടെയും പെരുമാറ്റം ഒരുപോലെയല്ല. സിമൺസിന്റെ കണ്ടെത്തലിതാണ്. ഉത്തേജകമായ ചിത്രക്കാഴ്ചകളെത്തുടർന്നുള്ള സ്രാവത്തിൽ പുരുഷന്റെ ബീജങ്ങൾ എണ്ണത്തിൽ മാത്രമല്ല ഗുണത്തിലും വർദ്ധനവു കാണിക്കുന്നു. ഗുണമെന്നു പറഞ്ഞാൽ ചടുലത. സ്ത്രീയുടെ അണ്ഡങ്ങളിൽ കൂടുതൽ വേഗം പെരുമാറാനുള്ള കഴിവ്. ഉത്തേജനം ബീജങ്ങളെ കൂടുതൽ മികച്ച നീന്തൽക്കാരാക്കുന്നു. ഇനിയാണ് കണ്ടെത്തലിലെ നിർണ്ണായക വശം. എല്ലാ ലൈംഗികക്കാഴ്ചകളും പുംബീജങ്ങൾക്ക് ഒരേപോലെ ചടുലത നൽകുന്നില്ല. ആണും പെണ്ണുമുള്ള ചിത്രങ്ങളാണ് അവയെ ഉത്തേജിപ്പിക്കുന്നത്. സ്വവർഗ്ഗഭോഗിയല്ലാത്തൊരു ആണിന് ഇവിടെ എന്തുകൊണ്ടാണ്

മറ്റൊരു ആണിന്റെ ആവശ്യമുള്ളത്?

ഒരൊറ്റ ഉത്തരമേയുള്ളൂ.

അസൂയയുടെ ഇതിവൃത്തം.

നിങ്ങളുടെ നോട്ടത്തിലെ പെണ്ണിനെ ഒരു എതിരാളി പ്രാപിക്കുമെന്ന തോന്നുമ്പോൾ സംഭവിക്കുന്ന ബീജസ്ഖലനമാണ് ശുക്ലത്തിന്റെ അസൂയ. നിങ്ങളെ ഉത്തേജിപ്പിക്കുന്ന ചിത്രത്തിലെ ആണ് എതിരാളിയാണ്. അയാൾ അസൂയയുണ്ടാക്കുന്നു. അസൂയ കിടമൽസരത്തിലേക്ക് നയിക്കുന്നു. നീന്തൽ ഒരു വെല്ലുവിളിയാകുന്നു. കൃത്യമായും എങ്ങനെയാണിത് സംഭവിക്കുന്നതെന്ന് തൽക്കാലം ആർക്കും അറിഞ്ഞുകൂടാ. പക്ഷേ, ഫ്രോയ്ഡിന്റെയോ മറ്റോ ഒരു വിഭ്രാമക സങ്കല്പം പോലെ തോന്നിപ്പിക്കുമെങ്കിലും അങ്ങനെയൊന്നു സംഭവിക്കുക തന്നെ ചെയ്യുന്നു. പക്ഷേ, ആണിന്റെ ഉർവ്വരതക്ക് ലൈംഗിക ചിത്രങ്ങൾ ശുപാർശ ചെയ്യാമെന്ന് ഇത് തെളിയിക്കുന്നില്ല.

സാധാരണ നിലക്ക് ഒരാണിന്റെ ബീജങ്ങളുടെ കാര്യക്ഷമത അയാളുടെ പൊതുവെയുള്ള ആരോഗ്യത്തെ ആശ്രയിച്ചിരിക്കുന്നു. ഇത് എല്ലാ നീന്തൽക്കാർക്കും ബാധകമാണല്ലോ.

ഗണിതത്തിന്റെ മുതുകിൽ രണ്ടുവര

എല്ലാവരും സമന്മാർ, എങ്കിലും ചിലർ കൂടുതൽ സമന്മാർ. ഒരു കാലത്ത് സോവിയറ്റ് ജനതയെ ഒതുക്കിനിറുത്തിയതെങ്കിലും ജോർജ് ഓർവെല്ലിന്റെ 'ആനിമൽ ഫാം' ഇല്ലായിരുന്നെങ്കിൽ ഒരു മുദ്രാവാക്യത്തിന്റെ രൂപത്തിൽ വെളിപ്പെടുമായിരുന്നില്ലാത്ത സമത്വ സിദ്ധാന്തം. ഏതെങ്കിലും യഥാർത്ഥ ലോക മുദ്രാവാക്യം ഇതിനോളം ശക്തമായി എല്ലാ പ്രത്യയശാസ്ത്രങ്ങളുടെയും അരണ്ട വാക്കുകളിൽ മാറ്റൊലിക്കുന്നുണ്ടെന്ന് തോന്നുന്നില്ല. പക്ഷേ, ചില ചില സന്ദർഭങ്ങളിൽ വാദത്തിന് മുമ്പ് പ്രതിവാദമുണ്ടാകുന്നതുപോലെ, ഒരു പതിനാറാം നൂറ്റാണ്ടുകാരന്റെ ബുദ്ധിയിൽ മറ്റൊരു തരം സമത്വ സിദ്ധാന്തമുണ്ടായിട്ടുണ്ട്.

സമം എന്നതിന്റെ രേഖീയം തന്നെ രചിച്ച ആൾ. അദ്ദേഹം പറഞ്ഞു: സമങ്ങൾക്കിടയിൽ ഒന്നും കൂടുതൽ സമമാവില്ല!

ഓർവെല്ലിനെ പ്രവചിച്ചതോ?

ഭാഷ ഗണിതജ്ഞന്റേതാണ്.

പക്ഷേ, റോബർട്ട് റിക്കോഡ് വൈദ്യശാസ്ത്രജ്ഞനമായിരുന്നു. ചരിത്രത്തിൽ ബ്ലഡി മേരിയായി കലാശിച്ച രാജ്ഞിയും എഡ്വേഡ് എട്ടാമനും ചിലപ്പോൾ അദ്ദേഹത്തിന്റെ ഉപദേശം തേടിയിരുന്നു. പക്ഷേ, അതിനപ്പുറത്തുള്ള ചരിത്രത്തിൽ ആര് കണക്കുകൂട്ടുന്നേടത്തും ഉള്ളൊരു സാന്നിധ്യമായി റിക്കോഡ് ഇപ്പോഴും തുടരുന്നത് ഗണിതജ്ഞനായിട്ടാണ്. 1543-ൽ അദ്ദേഹം 'ദ ഗ്രൗണ്ട്സ് ഓവ് ആർട്ട്' പ്രസിദ്ധീകരിച്ചു. തലക്കെട്ട് കണ്ട് തെറ്റിദ്ധരിക്കരുത്. അത് ഇംഗ്ലീഷ് ഭാഷയിലെ ആദ്യത്തെ ഗണിതശാസ്ത്ര കൃതിയായിരുന്നു.

അമ്പതിൽപ്പരം പതിപ്പുകൾ.

അത് ചോദ്യങ്ങൾ ചോദിച്ചു.

കുതിരകളെപ്പറ്റി, ലാടങ്ങളെപ്പറ്റി.

ഒരു കുതിരക്ക് നാലുലാടം. ഓരോ ലാടം തറക്കാനും ആറ് ആണികൾ വേണം. ഒന്നാം ആണിക്ക് അര പെനി. രണ്ടാം ആണിക്ക് ഒരു പെനി. മൂന്നാം ആണിക്ക് രണ്ട് പെനി. നാലാം ആണിക്ക് നാലു പെനി... ഇക്കണക്കിന് ആണികളുടെ വില ഇരട്ടിച്ചുകൊണ്ട് പോകയാണെങ്കിൽ നാല് ലാടങ്ങൾ തറക്കാൻ എന്ത് തുക വേണ്ടിവരും? ഇതുപോലെയുള്ള ചോദ്യങ്ങൾ നേരിടാനുള്ള സാഹസികതയില്ലാത്തതുകൊണ്ട് ഞാൻ ഈ കുറിപ്പിൽനിന്ന് പുറത്താക്കപ്പെട്ടുമായിരുന്നു. പക്ഷേ, ആധുനിക ചരിത്രകാരനായ ആഡം ഹാർട്-ഡേവിസ് രക്ഷക്കെത്തുന്നു. ചോദ്യത്തിന് രണ്ടുത്തരമുണ്ടെന്ന് അദ്ദേഹം പറയുന്നു. നാലു ലാടത്തിനും കൂടി ഇരുപത്തിനാല് ആണികളും ഒരുമിച്ച് മനസ്സിൽ കണ്ട്, വില ഇരട്ടിപ്പിച്ച് ഒന്നിൽനിന്ന് മറ്റൊന്നിലേക്ക് കടക്കുകയാണെങ്കിൽ 83,88,607.5 പെനി വേണ്ടിവരും. മറിച്ച്, ഒരൊറ്റ ലാടത്തിനുള്ള ആറാണികളുടെ വില കൂട്ടി നാലുകൊണ്ട് ഗുണിക്കയാണെങ്കിൽ വെറും 126 പെനി മതിയാകും. ഈ രണ്ടാമത് പറഞ്ഞത് ഇന്നത്തെ ഗണിത എഴുത്തനുസരിച്ച് ഇങ്ങനെയാവും:

31.5 X 4 = 126

പക്ഷേ, 16-ാം നൂറ്റാണ്ടിൽ?

ഏട്ടുകൾക്ക് പിന്നിൽ ഏട്ടുകളായി കണക്കെഴുതി നിറച്ചിരുന്ന ഗണിതശാസ്ത്രജ്ഞന്മാർക്ക് അക്കാലത്ത് സമം എന്ന സങ്കൽപ്പം സൂചിപ്പിക്കാൻ ഒരൊറ്റ ഉപാധിയേ ഉണ്ടായിരുന്നുള്ളൂ:

is equal to

ചിലർ ചുരുക്കെഴുത്തിൽ AE എന്നോ OE എന്നോ എഴുതി. സമത്തെ കുറിക്കുന്ന ലത്തീൻ വാക്കിന്റെ സംക്ഷിപ്തം. 1557-ൽ റിക്കോഡ് സൃഷ്ടിച്ച ചിഹ്നകലാപത്തിനുശേഷം 1700-കൾ വരെ പോലും ഈ സാമ്പ്രദായിക കുറിമാനങ്ങൾ തുടരുന്നു. പക്ഷേ, ആ കലാപത്തിന്റെ തുടർച്ച ഇന്നത്തെ ഓരോ സ്കൂൾ കുട്ടിയുടെ കണക്കുപുസ്തകത്തിലുമുണ്ട് "ഈസ് ഈക്വൽ റ്റു" എന്ന പാലം ഒറ്റച്ചാട്ടത്തിന് ചാടിക്കടക്കാൻ റിക്കോഡ് കണക്കിന്റെ മുതുകിൽ രണ്ട് വര വരച്ചു. ഒരേ നീളമുള്ളതും സമാന്തരവുമായ രണ്ട് ചെറിയ രേഖകൾ. ചരിത്രം അറിഞ്ഞതിലേക്കും വെച്ച് പരിവർത്തനാത്മകമായൊരു ചുരുക്കെഴുത്തിലൂടെ സമം എന്ന ആശയത്തിന് ഒരു ദൃശ്യചിഹ്നം ലഭിക്കുകയായി.

റിക്കോഡ് 1557-ൽ എഴുതിയ 'ദ വെറ്റ്സ്റ്റോൺ ഓവ് വിറ്റ്' എന്ന കൃതിയിൽ നാം ഇന്നറിയുന്ന സമചിഹ്നം (=) പ്രത്യക്ഷപ്പെട്ടു. ഓർവെല്ലിനെ പേടിപ്പെടുത്തിയ മുദ്രാവാക്യത്തിന്റെ തർക്കഘടന മുൻകൂട്ടി കണ്ടിട്ടെന്നതുപോലെ റിക്കോഡ് എഴുതി: noe 2 thynges can be more equalle. പക്ഷേ, തന്റെ ജീവിതത്തിന്റെ സമചിഹ്നം തെറ്റുകയായിരുന്നു.

പിഴച്ച രാഷ്ട്രീയച്ചുവടുകൾ.

ഉയരത്തിലുള്ളവരുടെ തിരിച്ചടി.

ഉയർന്ന ബുദ്ധിയോടെയും ഗണിതശാസ്ത്രാവബോധത്തോടെയും ഓരോ ഘട്ടവും ഭംഗിയായി കൈകാര്യം ചെയ്തൊരാൾ എങ്ങനെയാണ് തികച്ചും മൂഢമെന്ന് വിളിക്കാവുന്ന ചില രാഷ്ട്രീയനീക്കങ്ങൾ നടത്തിയതെന്ന് ജീവശാസ്ത്രകാരന്മാർ അമ്പരക്കുന്നു. സമചിഹ്നം പ്രത്യക്ഷപ്പെടുന്ന ആദ്യത്തെ പുസ്തകം പുറത്തിറങ്ങിയ അതേ വർഷത്തിലാണ് രാജപ്രീതി നേടിയൊരു രാഷ്ട്രീയശത്രു റിക്കോഡിനെ ഒരു കള്ളക്കേസിൽ കുടുക്കിയത്. കെട്ടിച്ചമച്ചൊരു കടത്തിന്റെ പേരിൽ. വിധി സ്വാഭാവികമായും റിക്കോഡിന് എതിരായി. അദ്ദേഹം കിംഗ്സ് ബെഞ്ച് എന്ന കാരാഗൃഹത്തിലായി.

നാൽപ്പത്തെട്ടാം വയസ്സിൽ തടവിൽ കിടന്നാണ് റിക്കോഡ് മരിച്ചത്. പക്ഷേ, ആയുസ്സിന്റെ കാര്യത്തിൽ തന്റെ സമചിഹ്നം ലോകത്തിലെ ഏത് പ്രതീകത്തെയും കടത്തിയോട്ടും.

നീന്തൽക്കാർ തീൻമേശക്കരികിൽ

ജപ്പാനിൽ കടലിൽനിന്ന് മുത്തുവാരൽ തൊഴിലാക്കിയ മുങ്ങുകാരികൾ ലോക പ്രശസ്തകളാണ്. പക്ഷേ, ഒരു പ്രശ്നം, അവർക്ക് നല്ല തടിയുണ്ട്.

വളരെ യോജ്യമായ ശരീരമുള്ളവർ. ദിവസവും മണിക്കൂറുകളോളം നീന്തുന്നവർ. തടി അവരിൽ അസാദ്ധ്യമാകേണ്ടതായിരുന്നു. എന്നിട്ടും എത്ര നീന്തിത്തുടിച്ചാലും ശരീരത്തിൽ കൊഴുപ്പ് കുമിഞ്ഞുകൂട്ടുന്ന ഓരോരോ പ്രാദേശിക സ്ത്രീസമൂഹങ്ങൾക്ക് ഒരുദാഹരണമാകുന്ന ഈ ജപ്പാൻകാരികൾ. വ്യായാമത്തിന്റെ സാമാന്യ സ്വഭാവത്തിനപ്പുറത്ത് ചില പ്രാദേശിക സന്ദർഭങ്ങളിൽ ഒതുങ്ങിനിൽക്കുന്ന കാരണങ്ങളാണ് ഗവേഷകർ തേടേണ്ടത് എന്നർത്ഥം. അഥവാ ഇതേവരെ സാമാന്യധാരണ അതായിരുന്നു. പക്ഷേ, ഇപ്പോൾ വ്യായാമശാസ്ത്ര വിദഗ്ദ്ധരെ ഒരു പ്രശ്നം അലട്ടാൻ തുടങ്ങിയിട്ടുണ്ട്.

നീന്തൽ പരാജയപ്പെടുന്നു.

എങ്ങനെയോ, എവിടെയോ.

പരിശീലന സ്ഥലത്തിനും സമയത്തിനും അപ്പുറത്ത് നീന്തൽക്കാർ പൊതുവെ ആപേക്ഷികമായി നിഷ്ക്രിയരാണ്. ദീർഘവ്യായാമങ്ങൾക്ക് ശേഷമുള്ള തളർച്ച അവരെ അസമയത്തെ ഉറക്കത്തിലേക്കും അലസതയിലേക്കും നയിക്കുന്നു. മറ്റ് ചിലർക്ക് "ഒരു കുതിരയെ തിന്നാൻ" വേണ്ട വിശപ്പ്. ഇതിന്റെ പശ്ചാത്തലത്തിലാണ് ഒരു കൂട്ടം നീന്തൽക്കാർ ഒരു സൈക്കിളോട്ട പരീക്ഷണത്തിനിറങ്ങുന്നത്. സൈക്കിൾ വെള്ളത്തിനടിയിൽ നിന്നേടത്തുനിന്ന് മാത്രം ഓടാൻ പാകത്തിൽ ഒരിടത്ത് ബന്ധിച്ച് നിറുത്തിയിരിക്കുന്നു. നീന്തൽക്കാർ 45 മിനിറ്റ് സൈക്കിളിൽ പരിശീലിക്കുന്നു. ചിലർ 20 ഡിഗ്രി സി തണുപ്പുള്ള വെള്ളത്തിലും മറ്റു ചിലർ 33 ഡിഗ്രി സി ചൂടുള്ള വെള്ളത്തിലും. ശരീരത്തിന്റെ പ്രവർത്തനങ്ങളെയും ആവശ്യങ്ങളെയും അപേക്ഷിച്ച് ഈ 13 ഡിഗ്രിയുടെ വ്യത്യാസം വളരെ നിർണ്ണായകമാണ്. എന്നിട്ടും നീന്തൽക്കാരിലെ ഊർജ്ജവ്യയത്തിന് അതിനനുസരിച്ചൊരു വ്യത്യാസമുണ്ടായില്ല.

അടുത്തത് തീൻ മേശ രംഗം.

എന്തും എത്രയും ഭക്ഷിക്കാം.

ഭക്ഷിക്കുന്നുമുണ്ട്, വളരെയധികം. സാധാരണത്തേതിനെ അപേക്ഷിച്ച് നീന്തൽക്കാർ വളരെക്കൂടുതൽ വിശപ്പറിയുന്നുവെന്ന് നിരീക്ഷണം. വളരെ നിശിതമായൊരു കണക്കെടുപ്പുണ്ടായിട്ടുണ്ട്. നീന്തൽ നിറുത്തിയതിനെത്തുടർന്നുള്ള സമയത്ത് 44 ശതമാനവും കുറേക്കൂടി കഴിഞ്ഞുള്ള അലസവേളകളിൽപ്പോലും 41 ശതമാനവും കൂടുതൽ. വ്യായാമക്കാരുടെ നിഷ്കർഷയുള്ളവരെ സംബന്ധിച്ച് ആപൽക്കരമായൊരു ആർത്തിയാണത്. താരതമ്യത്തിൽ, കാലോട്ടക്കാരുടെയും സൈക്കിളോട്ടക്കാരുടെയും ശരീരത്തിൽ വ്യായാമസമയത്ത് നിലകെട്ടിയുയരുന്ന താപം ഒരു തരം 'അപ്പിറ്റൈറ്റ് സ്റ്റോപ്പർ' പോലെ പ്രവർത്തിച്ച് അവരെ തീറ്റയിൽനിന്ന് അകറ്റിനിറുത്തുന്നു. കുറെ നേരത്തേക്കെങ്കിലും.

അപ്പോൾ നീന്തൽ മോശം?

പ്രശ്നം ജലതാപത്തിലാണ്.

തണുത്ത വെള്ളമാണ് വിശപ്പ് കൂട്ടുന്നത്. ഇതറിഞ്ഞാൽ വ്യായാമകേന്ദ്രങ്ങളിൽ ക്രമീകരണങ്ങളാവാം. പക്ഷേ, ജപ്പാനിലെ മുങ്ങുകാരികൾക്ക് ഒരു തിരി നീട്ടംപോലെ ആഴക്കടലിലെ ചൂട് കൂട്ടാനാവുമോ?

സാമ്പത്തിക വാനരന്റെ നരചേഷ്ടകൾ

വാനരന്മാരാണ് ആവശ്യമെങ്കിൽ കാപ്പൂചിൻ (Cebus appella) കുരങ്ങുകളാവട്ടെ. ഭൂമിയിൽ മനുഷ്യർക്ക് മാത്രം അറിയാവുന്ന കാഷ് ഇക്കോണമിയുടെ സാമാന്യ ആശയം കാപ്പൂചിനുകൾക്ക് നാം എങ്ങനെ മനസ്സിലാക്കിക്കൊടുക്കും? ഒരു വഴിയുണ്ട്. അവയുടെ മിടുക്ക് പരിഗണിച്ചാൽ നമുക്കുറപ്പിക്കാവുന്ന ഒരു ശാസ്ത്രീയ സാദ്ധ്യത. മൃഗശാലകളിൽ മനുഷ്യർ അവക്ക് നൽകുന്നത് ആപ്പിളും മുന്തിരിയും ജെല്ലിയുമാണ്. നാം ചില ചെറിയ ചെറിയ ലോഹവട്ടുകൾ സംഘടിപ്പിക്കുന്നു. ഇനിയങ്ങോട്ടുള്ള ഇടപാടുകളിലെ നാണ്യങ്ങളാണിവ. നാമവ കാപ്പൂചീനുകൾക്ക് മുന്നിൽ അവതരിപ്പിക്കുന്നു. ആ സമയത്ത് നാം ആഹാരങ്ങളിലേക്ക് വിരൽ ചൂണ്ടുന്നു.

ചില ആംഗ്യങ്ങൾ ഒച്ചകൾ.

പൂരിപ്പിക്കാൻ ചില മുഖഭാവങ്ങൾ.

ഓരോ കുരങ്ങിനും നാം 12 വട്ടുകൾ കൊടുക്കുന്നു. പരിശീലനങ്ങൾക്കുശേഷം അവക്കിപ്പോൾ ഇടപാടെന്തെന്നറിയാം. ഇതിനിടയിൽ വിലകളും അളവുകളും തിട്ടമായിക്കഴിഞ്ഞു. ഏത് കാപ്പൂചിനിനും ഒരു വട്ട് തന്ന് തന്റെ ഇഷ്ടമനുസരിച്ച് ഒരളവ് ആപ്പിളോ മുന്തിരിയോ ജെല്ലിയോ നമ്മുടെ കൈയിൽനിന്ന് വാങ്ങാം.

നാം പരീക്ഷിക്കുന്നതെന്താണ്?

ധനതത്ത്വശാസ്ത്രകാരൻമാർ മനുഷ്യവർഗ്ഗത്തെ 'ഹോമോ ഇക്കോണമിക്കസ്'' എന്നാണ് വിളിക്കുന്നത്. യുക്തിയുള്ള സാമ്പത്തിക മനുഷ്യൻ. പക്ഷേ, സിദ്ധാന്തങ്ങളുടെ നിശിതത്വത്തിന് നിരക്കുന്നത്രയും യുക്തിനിറഞ്ഞ സാമ്പത്തിക പെരുമാറ്റം നമുക്കിടയിൽ ദുർല്ലഭമാണെന്നതാണ് സത്യം. നേരിട്ട് പണം കൊടുത്ത് ആരിൽനിന്നെങ്കിലും സാധനങ്ങൾ വാങ്ങുന്ന സന്ദർഭങ്ങളിൽ വിലയിലെ മാറ്റങ്ങളോട് നാം പ്രതികരിക്കുന്നത് സിദ്ധാന്തങ്ങൾ

പ്രവചിക്കുന്നതുപോലെത്തന്നെ. പക്ഷേ, ഇടപാടുകളുടെ വരും വരായ്കകൾ ശരാശരികളിലൂടെ മാത്രം മുൻകൂട്ടി പറയാവുന്ന അവസരങ്ങളിൽ ലാഭനഷ്ട സാദ്ധ്യതകൾ ഒരുപോലാകുകയാണെങ്കിൽ, ഭൂരിപക്ഷം ആളുകളുടെയും നിലപാട് എന്തായിരിക്കുമെന്ന് നമുക്കുറപ്പിക്കാം. ഒരു 'ചാൻസ്' എടുത്ത് ലാഭം ഉണ്ടാക്കാൻ ശ്രമിക്കുന്നതിന് പകരം ഒരു 'റിസ്ക്' എടുത്ത് നഷ്ടം ഉണ്ടാക്കാതിരിക്കാൻ ശ്രദ്ധിക്കുക.

ആർജ്ജിത സംസ്കാര ഫലം?

അതോ ജന്തുവാസനയോ?

ആ ചിന്ത പിടിച്ചാണ് നാം കാപ്യൂചിനുകളിൽ എത്തുന്നത്. സമാന ഇടപാടുകളിൽ, 84 ശതമാനത്തിൽ അധികം നമ്മുടേതിന് സമാനമായ ഡി.എൻ.എയുള്ള കുരങ്ങുകൾ എങ്ങനെയാവും പെരുമാറുക? നാം ആപ്പിളിന്റെ അളവ് കൂട്ടുന്നു. അതായത്, ഫലത്തിൽ അതിന്റെ വില 50 ശതമാനം വെട്ടിക്കുറക്കുന്നു. പന്ത്രണ്ട് നാണ്യങ്ങൾക്ക് പകരം കാപ്യൂചിനുകൾക്ക് ഒമ്പത് നാണ്യം നൽകുന്നു. അവയുടെ ആപ്പിൾത്തീറ്റ വർദ്ധിക്കുന്നു. സത്യത്തിൽ, ഇതുപോലുള്ള മാറ്റങ്ങളിലെല്ലാം മാനുഷിക സാഹചര്യങ്ങളെന്നതുപോലെ കുരങ്ങുകളിലും പ്രൈസ് തിയറിയുടെ പ്രവചനം ഫലിക്കുന്നു. ഒടുവിൽ നാം റിസ്ക് ഒഴിവാക്കൽ എന്ന വിഷയത്തിലേക്ക് കടക്കുന്നു

- മൂന്നുതരം ഇടപാടുകൾ

രണ്ടുതരം വിൽപ്പനക്കാർ. ഓരോ സമയത്തും അന്യോന്യം വ്യത്യസ്തരായ ഈ രണ്ടു പേരിലൂടെ നാം വാനര സാമ്പത്തികം പഠിക്കുന്നു.

- ഒന്നാമത്തെ ഇടപാട്:

ഒന്നാമത്തെ വിൽപ്പനക്കാരൻ ഒരു വട്ടിന് ഒരു കഷ്ണം ആപ്പിൾ കൊടുക്കാൻ തയാർ. പക്ഷേ, രണ്ടാമൻ അതേ വിലയ്ക്ക് രണ്ട് കഷ്ണം വാഗ്ദാനം ചെയ്യുന്നു. വെറും വാക്ക്. കരാറ് വിൽപ്പനയിലെത്തുമ്പോൾ പലപ്പോഴും രണ്ടാമനും വെറും ഒരു കഷ്ണമേ കൊടുക്കുന്നുള്ളൂ. എന്നിട്ടും മൊത്തത്തിൽ, രണ്ടാമനാണ് കൂടുതൽ നല്ലതെന്ന് കാപ് യൂചിനുകൾക്ക് തോന്നുന്നു. രണ്ടാമന്റെ ആപ്പിളുകൾ വിറ്റുതീരുന്നു.

- രണ്ടാമത്തെ ഇടപാട്:

ഒന്നാമത്തെ വിൽപ്പനക്കാരൻ തന്ത്രം മാറ്റുന്നു. ഒരു വട്ടിന് ഒരു കഷ്ണമെന്നുതന്നെയാണ് ഇപ്പോഴും തന്റെ നിലപാടെങ്കിലും പാതി വിൽപ്പനകളിലും 'കാശ്' കൈയിലെത്തുമ്പോൾ അയാൾ രണ്ടാമതൊരു കഷ്ണം ഇനാമായി നൽകുന്നു. രണ്ടാമന്റെ തന്ത്രത്തിൽ മാറ്റമില്ല. ഒരു വട്ടിന് രണ്ട് കഷ്ണം. പക്ഷേ, പാതി വിൽപ്പനകളിലും അയാൾ ഒരൊറ്റ കഷ്ണമേ കൊടുക്കുന്നുള്ളൂ. അങ്ങനെ അവസാനത്തെ കണക്കുകൂട്ടലിൽ രണ്ടു പേരും തമ്മിൽ വ്യത്യാസമില്ല. എങ്കിലും കാപ്യൂചിനുകൾ ഒന്നാമനെ തെരഞ്ഞെടുക്കുന്നു.

- മൂന്നാമത്തെ ഇടപാട്.

റൊക്കം കാശുണ്ടെങ്കിൽ രണ്ടാമതൊരു കഷ്ണം ആപ്പിൾ ഇനാമെന്നതന്നെയാണ് ഒന്നാമൻ ഇപ്പോഴും പറയുന്നത്. പക്ഷേ, യഥാർത്ഥ വിൽപ്പന നടക്കുമ്പോൾ അയാൾ കുരങ്ങുകളെ പറ്റിച്ച് ഇനാം കൊടുക്കാതെ കഴിക്കുന്നു. രണ്ടാമനാണെങ്കിൽ രണ്ടാം കഷ്ണം കൊടുക്കുന്ന പരിപാടി നിറുത്തിവെച്ചിരിക്കുന്നു. എന്നിട്ടും പൂർവ്വാധികം നിഷ്കർഷയോടെ കാപ്യൂചിനുകൾ ഒന്നാമത്തെ വിൽപ്പനക്കാരനോട് പ്രിയം കാണിക്കുന്നു.

രണ്ടും മൂന്നും ഇടപാടുകളിൽ ആരിൽനിന്ന് സാധനങ്ങൾ വാങ്ങിയാലും കുരങ്ങുകൾക്ക് പ്രത്യേകിച്ചൊരു ലാഭവുമില്ല. പക്ഷേ, രണ്ടാമനിൽനിന്ന് വാങ്ങുമ്പോൾ സാമ്പത്തികാർത്ഥത്തിൽ നഷ്ടമില്ലെങ്കിലും ഒരുതരം നഷ്ടപ്രതീതിയുണ്ട്. അത്രയും മതി റിസ്ക് ഒഴിവാക്കാനുള്ള ജന്തുവാസനക്ക് ഒരു തീരുമാനത്തിലെത്താൻ. ഇക്കാര്യത്തിൽ നരവാനര പ്രതികരണങ്ങളിലെ വ്യത്യസ്തമില്ലായ്മയുടെ രഹസ്യം പരിണാമത്തിലേ തേടാനാവൂ.

ഒരുപക്ഷേ, സുഖാനുഭവങ്ങളോടുള്ള ആസക്തിയേക്കാൾ കരുത്തോടെ ജന്തുമനസ്സിന്റെ ആഴത്തിൽ പ്രവർത്തിക്കുന്നത് പട്ടിണിപോലുള്ള മാരകാനുഭവങ്ങളോടുള്ള പേടിയാണ്.

ഒരേ നീളമില്ലാത്ത പൊക്കിൾക്കൊടികൾ

വിരലടയാളങ്ങൾ ഉപയോഗിച്ച് കുറ്റകൃത്യങ്ങൾ തെളിയിക്കുകയെന്ന ആശയം ആദ്യം തോന്നിയത് സ്കോട്ട് ലാന്റ്‌യാഡിലെ അന്വേഷകർക്കല്ല. ഹെന്റി ഫോൾഡ്സ് എന്ന ഗവേഷകൻ അതു സംബന്ധിച്ചൊരു നിർദ്ദേശം അവരുടെ മുന്നിൽ വെക്കുകയാണുണ്ടായത്. സ്കോട്ട്‌ലാന്റ്‌യാഡ് അത് തള്ളിക്കളഞ്ഞു.

വിരലടയാള കഥകൾ.

ചാപം, കടകം, ആവൃത്തി.

ഇരട്ടയായി പിറന്ന രണ്ടുപേരുടെ വിരലടയാളങ്ങളെപ്പോലും ഈ മൂന്നു ഘടകങ്ങളുടെ പ്രത്യേക വിന്യാസം വ്യത്യസ്തമാക്കുന്നു. ഇരട്ടകളുടെ ഡി.എൻ.എ ഒരേ പോലെയാണെന്നോർത്താലേ ഇതിലെ അവിശ്വസനീയത മനസ്സിൽ തറയൂ. പക്ഷേ, അതിന്റെ രഹസ്യം ഡി.എൻ.എയിൽത്തന്നെ കാണാം. ഓരോ തവണ വിഭജിക്കപ്പെടുമ്പോഴും ഡി.എൻ.എ അതിന്റെ തന്നെ ഒരു പകർപ്പ് തയാറാക്കുന്നു. വിഭജനം എത്രയോ തവണ നടക്കുന്നതുകൊണ്ടും ഒരൊറ്റ പകർപ്പും നൂറു ശതമാനവും മൂലത്തെപ്പോലെ ആവാത്തതുകൊണ്ടും മാറ്റങ്ങൾ ഇടംപിടിക്കുന്നു.

മ്യൂട്ടേഷൻ എന്ന മാറ്റം.

ഒപ്പം മറ്റൊരു കാരണം.

ആശ്ചര്യമെന്ന് പറയാം, ഗണിതശാസ്ത്രജ്ഞന്മാരാണ് ഇത് കണ്ടെത്തിയത്. ഇരട്ടകൾ വളരുന്നത് ഒരേ ഗർഭപാത്രത്തിലാവാം. പക്ഷേ, അവരുടെ പൊക്കിൾക്കൊടികൾ നീളത്തിലും ചുറ്റളവിലും ഒരു പോലെയല്ല. ആകയാൽ അവരിൽ എത്തുന്ന ചോരയുടെ ഒഴുക്കും തുല്യമല്ല. കിട്ടുന്ന ചോരയുടെ വലിയൊരു വിഹിതം മസ്തിഷ്കത്തിൽ എത്തേണ്ടതുകൊണ്ട്, കൂട്ടത്തിൽ ചോര ചുരുക്കം കിട്ടുന്ന ശിശുവിന്റെ ശരീരത്തിലെ, കീഴോട്ടുള്ള ഭാഗങ്ങളിലേക്ക് പോകുന്ന ചോരയിൽ നിയന്ത്രണം വേണ്ടിവരുന്നു. ശരീരശാസ്ത്രപരമായൊരു തക്കിടിയിൽ

ഈ ശിശുവിന്റെ കൈകൾക്ക് ആപേക്ഷികമായി കൂടുതൽ ചോര കിട്ടുന്നു. ആകയാൽ വിരലുകൾക്ക് കൂടുതൽ വലുപ്പം കിട്ടുന്നു. വലിയ വിരലുകളിൽ ചുഴലിയാകൃതികളുടെ എണ്ണം കൂടുന്നു.

മറ്റേ ശിശുവിന്റെ വിരലുകളിൽ കൂടുതലുള്ളത് ചാപങ്ങളും ചാലുകളും ആയിരിക്കും.

അത്രയും അന്തരമുണ്ടാവണം.

ഓർക്കുക: രണ്ട് വിരലടയാളങ്ങൾ ഒത്തുനോക്കി രണ്ടും ഒരാളുടേതു തന്നെയെന്ന് പറയാൻ അവ തമ്മിൽ എട്ടിലധികം പൊരുത്തങ്ങൾ വേണമെന്നത് ഒരു സാമാന്യ ലോകധാരണ. അതനുസരിച്ച് ഇരട്ടകളിൽ ഒരാൾ ചെയ്ത കുറ്റം മറ്റേ ആളുടെ തലയിൽ വീഴാതിരിക്കണമെങ്കിൽ അവരുടെ വിരലടയാളങ്ങൾ തമ്മിൽ എത്ര വ്യത്യാസമുണ്ടാവണമെന്ന് കണക്കുകൂട്ടാമല്ലോ.

ഇത്രയും പറഞ്ഞ കാര്യങ്ങൾ മുഴുവൻ പണ്ടത്തെ സ്കോട്‌ലാന്റ്‌യാഡുകാർ അറിഞ്ഞിരിക്കാൻ ഇടയില്ല. പക്ഷേ, അവരെ സമീപിച്ച ഹെന്റി ഫോൾസ്‌ഡ് ഒരു ഡോക്ടറായിരുന്നു. അതിലുപരി, ലോകത്തിലാദ്യമായി വിരലടയാളങ്ങളുടെ സഹായത്തോടെ ഒരു കുറ്റം തെളിയിച്ച ആളായിരുന്നു.

അടുത്ത പ്രഭാതം കോഴിയുടെ കണ്ണിൽ

എത്ര പേർ ആ ചുവന്ന പൂവിന് കീഴിൽ നിഴലും വെളിച്ചവും വീഴുന്ന കണ്ണുകളിലേക്ക് ഉൽക്കണ്ഠയോടെ ഉറ്റുനോക്കിയിട്ടുണ്ട്? കോഴിയുടേത് എന്നെന്നേക്കും കുരുതിയിലേക്കും തന്തൂരിയിലേക്കുമുള്ള പ്രയാണ കഥയാണ്. ഒരു ചലച്ചിത്ര സങ്കേതമനുസരിച്ചെന്നതുപോലെ കോഴിപ്പൂവ് അടുത്ത പ്രഭാതത്തിന്റെ ദൃശ്യത്തിലേക്ക് 'ഡിസോൾവ്' ചെയ്യുന്നു. അതിന്റെ ചുവപ്പ് ഉദയമോ കുരുതിയോ? രണ്ടും ആകാമെന്നത് കോഴി വളർത്തുന്നവരുടെ അറിവ്. പക്ഷേ, ഒരു കോഴിയുടെ കണ്ണിൽ അടുത്ത പ്രഭാതമുണ്ടോ? അങ്ങനെ സമയബദ്ധമായ ഒന്നിനെക്കുറിച്ചുള്ളൊരു നേർത്ത സങ്കൽപ്പം ഈ ജീവിയുടെ പക്ഷിപ്രജ്ഞയിൽ എവിടെയെങ്കിലും പ്രവർത്തിക്കുന്നുണ്ടോ?

അതിന്റെ സൂചനകളെന്തെങ്കിലും?

പിൽക്കാലത്തേക്ക് ഒരുക്കം?

ക്ഷമയുടെ സമയമാപിനി?

അടുത്ത മണിക്കൂർ എന്നൊന്നിനെക്കുറിച്ച് സ്വന്തം രീതിയിൽ ഏതാണ്ടൊരു നിർണ്ണയമുള്ള ജീവികൾ പോലും പരിണാമത്തിലെ ഒരു വൻകിട ആശ്ചര്യമാണ്. വളരെ മിതമായി പറഞ്ഞാൽ, വർത്തമാനത്തിൽ നിന്ന് മനസ്സിനെ ഭാവിയിലേക്ക് പ്രക്ഷേപിക്കുന്ന വിദ്യയാണത്. അത് കാത്തിരിപ്പിന്റെയും പ്രവചനത്തിന്റെയും സാദ്ധ്യതയുണ്ടാക്കുന്നു. ഒരു കോഴിയെക്കുറിച്ചാണ് പറയുന്നതെങ്കിൽ ഇതുപോലുള്ള വാക്കുകളോ വിചാരമാത്രകളോ ആവശ്യമില്ലെന്ന് തോന്നും. എങ്കിൽ കാത്തിരിപ്പിനെ ക്ഷമയായി കാണുക. വളരെ ലളിതവും പ്രായോഗികവുമായ ക്ഷമ. ഒരു കാര്യത്തിന് പുറപ്പെട്ടുമ്പോൾ, അര മണിക്കൂർ കാത്തിരിക്കാമെങ്കിൽ കൂടുതൽ ഫലമുണ്ടാകുമെന്നറിയുമ്പോൾ ചിലരെങ്കിലും അതിന് തയാറാവുന്നു. ക്ഷമ വഴി ഒരു കാലയളവ് തരണം ചെയ്യൽ.

കോഴികൾ കാത്തിരിക്കുമോ?

കൊത്തൽ നീട്ടിവെക്കുമോ?

ചില ചില ബട്ടണുകളിൽ തൊട്ടാൽ എന്തെങ്കിലും ശിക്ഷയോ സമ്മാനമോ കിട്ടുന്ന പരീക്ഷണങ്ങളിലൂടെ ജീവികളെ നയിച്ച് അവയുടെ പ്രവണതകൾ പഠിക്കയെന്നത് ശാസ്ത്രത്തിലെ പഴയൊരു മുറയാണ്. കോഴികൾക്കിടയിൽ വരുംവരായ്കകളെക്കുറിച്ചുള്ള മുന്നറിവാണ് പഠനവിഷയമെങ്കിൽ സമയം എന്ന ഘടകം കൂടി പരീക്ഷണത്തിൽ ഉൾക്കൊള്ളിക്കുക. കോഴികൾ ചില ബട്ടണുകൾ കാണുന്നു, അവയിൽ കൊത്തുന്നു. കാഴ്ചക്കു ശേഷം രണ്ടോ മൂന്നോ സെക്കന്റുകൾ കഴിഞ്ഞാണ് ബട്ടണിൽ കൊത്തുന്നതെങ്കിൽ അവക്ക് അൽപ്പം ആഹാരം കിട്ടുന്നു. എന്നാൽ കൃത്യം ഇരുപത്തിരണ്ട് സെക്കന്റുകൾ ക്ഷമയോടെ കാത്തുനിൽക്കുയാണെങ്കിൽ ഒരു 'ജാക്ക് പോട്ട്' തീറ്റ തന്നെ തരപ്പെടുന്നു.

ബ്രിട്ടനിൽ നടന്നൊരു പരീക്ഷണത്തിലെ കോഴികൾ 90 ശതമാനം തവണയും ആ ജാക്ക്പോട്ടിനുവേണ്ടി 22 സെക്കന്റുകൾ കഴിഞ്ഞാണ് ബട്ടനിൽ കൊത്തിയത്.

കോഴിക്കറിയാം സമീപഭാവി.

ഒരുണർവ്വ്, അവബോധം.

മനുഷ്യന്റെ അപാരമായ കാലബന്ധ പ്രവർത്തനങ്ങളുമായി തട്ടിച്ചുനോക്കുമ്പോൾ ഒരു ബട്ടനിൽ കൊത്തൽ ഒന്നുമല്ല. പക്ഷേ, അതിൽ പ്രജ്ഞയുടെ ഒരു കൊക്കെടുക്കലുണ്ട്. സത്യത്തിൽ മനുഷ്യന്റെ മസ്തിഷ്കം പോലെത്തന്നെ സുഘടിതമാണ് കോഴിയുടേതും. അതിനപ്പുറത്തൊരു അതുല്യ കുക്കുട സിദ്ധിയുണ്ട്. ക്ഷതമേറ്റാൽ മിക്കവാറും പൂർണ്ണമായും സ്വയം അറ്റകുറ്റങ്ങൾ തീർത്ത് പൂർവ്വസ്ഥിതിയെത്താനുള്ളൊരു കഴിവ് ഈ പക്ഷിയുടെ മസ്തിഷ്കത്തിനുണ്ട്. കണ്ടെത്തപ്പെട്ട നിമിഷം തൊട്ട് സിരാശാസ്ത്ര വിദഗ്ദ്ധരെ അന്ധാളിപ്പിച്ചൊരു വസ്തുതയാണിത്. പക്ഷേ, അൽപ്പായുസ്സായി മനുഷ്യന്റെ തീൻമേശപ്പുറത്ത് ഒടുങ്ങാൻ പോകുന്നൊരു ജീവിയെക്കുറിച്ചാകുമ്പോൾ നമ്മെ ഞെട്ടിപ്പിക്കേണ്ടൊരു വിപര്യയമാണത്.

പക്ഷിപ്രജ്ഞ നിസ്സാരമല്ല.

അടുത്ത പ്രഭാതത്തെ സംബന്ധിച്ച എന്തോ ഒന്ന് കോഴിയുടെ കണ്ണുകളിലുണ്ട്. നാം അതിൽ ആരാച്ചാരുടെ നിഴൽ വീഴ്ത്തുന്നു.

അഡ്രിനലിൻ റഷ്.

നായ്ക്കളെ തിന്നുന്ന കൊറിയക്കാർ ഏറെ നേരം അങ്ങേയറ്റം ശാരീരികമായി പീഡിപ്പിച്ചുകൊണ്ടാണ് അവയെ കൊല്ലുന്നത്. പേടിയിൽ, ചെറുക്കലിൽ, ആയാസത്തിൽ ജന്തുവിന്റെ ചോരയിൽ അഡ്രിനലിന്റെ തള്ളിച്ചയുണ്ടാകുന്നു. ഇതിന്റെ ഊർജ്ജം ഇറച്ചി വഴി പ്രസരിച്ച് നമ്മുടെ ലൈംഗിക ശക്തി വർദ്ധിപ്പിക്കുമെന്നാണ്

കൊറിയക്കാരുടെ മൂഢവിശ്വാസം. ചവയ്ക്കലിൽ മോളിക്യൂളുകളായി ചിതറി നമ്മുടെ ഉദരത്തിലെത്തുന്ന അഡ്രിനലിന് സിരകളെ ക്രിയക്ക് പ്രേരിപ്പിക്കുന്നൊരു ഹോർമോണായി പ്രവർത്തിക്കാൻ കഴിയില്ല. കഴിഞ്ഞാൽ തന്നെ അത് ജന്തുവിന്റെ ദൈന്യത്തിലുണ്ടായ ചീത്ത അഡ്രിനലിനാണെന്ന് ഓർക്കുക. ലൈംഗികതയിലെ ആവേശം സൃഷ്ടിക്കാൻ, വിമാനത്തിൽ നിന്ന് കുത്തനെ പാരഷൂട്ട് വിടരുന്നതിലെ സുഖത്തള്ളിച്ചയുണ്ടാക്കാൻ ചീത്ത അഡ്രിനലിന് കഴിയില്ല.

കോഴിക്കും ഇത് ബാധകം.

പിന്നെ വേട്ടയുടെ അറിവ്.

അറിവും പരിചയവുമുള്ള വേട്ടക്കാർ ഒരിക്കലും പേടിച്ച് വിറങ്ങലിച്ചുനിൽക്കുന്നൊരു മൃഗത്തെയോ മരണപ്പാച്ചിലിൽ ഏർപ്പെട്ടൊരു മൃഗത്തെയോ കൊല്ലാറില്ല. വിവരമുള്ള കാശാപ്പുകാർക്ക് അതിന്റെ പൊരുൾ അറിയാം. അഡ്രിനലിൻ ഇറച്ചിയുടെ ഇഴക്കട്ടി കൂട്ടുന്നു. അതിനൊരു വല്ലാത്ത ചുവയും ചൂരുമുണ്ടാക്കുന്നു. ആകയാൽ കഴുത്തുഞെരിച്ചു കൊല്ലും മുമ്പ് കോഴിയുടെ കണ്ണിലെ പ്രഭാതത്തിൽ ആരാച്ചാരുടെ നിഴൽ വീഴാതിരിക്കാൻ ശ്രദ്ധിക്കുക.

സിലിക്ക, മണൽക്കുന്നുകളുടെ സംഗീതം

ഏഷ്യയിലെ മരുഭൂമികൾ താണ്ടുമ്പോൾ മാർക്കോപോളോ അതുകേട്ടു. ഏതോ ദുശ്ശക്തികളുടെ സംഗീതോപകരണങ്ങൾ ശബ്ദിക്കയാണെന്ന് ആ യാത്രികന് തോന്നി. ഡ്യൂണുകൾ എന്ന മണൽക്കുനകളുടെ മൗനത്തിനിടയിൽ ചാൾസ് ഡാർവിൻ അതു കേട്ടു. തികച്ചും അഭൗമികമെന്നു തോന്നിക്കുന്ന ആ ശബ്ദം അദ്ദേഹത്തെ പിടിച്ചു നിറുത്തി. ഇവർ രണ്ടുപേരോളം പ്രശസ്തരല്ലാത്ത ആയിരക്കണക്കിനാളുകൾ ഒരു നൂറ്റാണ്ടിലധികമായി കേട്ടുപോരുന്ന ശബ്ദാശ്ചര്യത്തെ നാമിന്ന് ബൂമിംഗ് ഡാൻസെന്നും സിങ്ങിംഗ് ഡാൻസെന്നും വിളിക്കുന്നു.

കടൽക്കരയിലിത് കേട്ടിട്ടുണ്ടോ?

ഒരു പക്ഷേ നിങ്ങൾ കേട്ടിരിക്കും, കാലിന്നടിയിലെ മണൽ ചിലക്കുമ്പോൾ ചൂളമിടുമ്പോൾ, പക്ഷേ, അൽപ്പായുസ്സായ ചെറുദൈർഘ്യമുള്ള ഒച്ചകളാണിവ. പക്ഷേ, മൂളുന്ന, മുഴങ്ങുന്ന മണലുകളുടെ ശബ്ദം പതിനഞ്ച് മിനുട്ടോളം നീണ്ടുനിൽക്കാം. പത്തു കിലോമീറ്ററോളം താണ്ടാം. മണൽത്തരികൾ കാറ്റിൽപ്പെട്ട് വായുവിലൂടെ മുകളിലേക്ക് ചുഴറ്റപ്പെടുമ്പോഴും ഡ്യൂണുകളുടെ ചരിവുപിടിച്ച് ചുവട്ടിലേക്ക് ഉരുതി വീഴുമ്പോഴുമാണ് അത് സംഭവിക്കുന്നത്. ഒച്ചയിൽ കാലം കണ്ടെത്തുന്നൊരു മണൽഘടികാരം!

രണ്ടുപേർ അന്വേഷിച്ചു.

ബ്രറ്റ്സും നോറിയും.

ഒരേ വലുപ്പമുള്ളതും ഉപരിതലം മിനുത്തതുമായ മുന്തിയ തരികളാണ് ഒന്നാമത്തെ ആവശ്യമെന്ന് ഈ അമേരിക്കക്കാർ കണ്ടെത്തി. പക്ഷേ, അതേസമയത്ത് ഉപരിതലത്തിൽ ചില ക്രമക്കേടുകളും വേണം. കുനകളുടെ മുഴപ്പിൽ ഇതുപോലുള്ള മണൽ നിറയുമ്പോൾ കാറ്റ് ഹിമപാതങ്ങളുടെ മട്ടിലാകുമ്പോൾ ചീട്ടുകൾ വഴുതിയിറങ്ങുന്നതുപോലുള്ള വലുതും നേർത്തതുമായ ചില മണൽ

ഘടനകൾ ഉണ്ടാകുന്നു. സാൻഡ് പ്ലേറ്റ്സ്. ഇവയുടെ ചലനങ്ങൾ ഒരുമിക്കുമ്പോഴുണ്ടാകുന്ന ഒച്ചകളുടെ സംഘാതമാണ് മ്യൂസിക്കൽ സാൻഡ്സ്.

മൂന്നാമതൊരാൾ അന്വേഷിച്ചു.

ഡോ. ഡഗ്ലസ് ഗോൾസ് സാക്ക്

സിലിക്ക എന്ന ദ്രവ്യമാണ് രഹസ്യമെന്ന് ഈ കനഡക്കാരൻ കണ്ടെത്തി. കമ്പോളത്തിൽ ചെറിയ സഞ്ചികളിലായി കിട്ടുന്ന സിലിക്ക മണൽ ഒരു പ്ലാസ്റ്റിക് പെട്ടിയിലിട്ട് കുലുക്കിയാൽ ചില സാഹചര്യങ്ങളിൽ മണൽക്കുനകളുടെ സംഗീതമുണ്ടാക്കാമെന്ന് അദ്ദേഹം തെളിയിച്ചു. ക്വാർട്സ് വെള്ളത്തിൽ അലിഞ്ഞാൽ സിലിക്ക ജെല്ലിന്റെ ഒരു പാടയുണ്ടാകും. ഓരോ മണൽത്തരിയെയും ഇത് ആവരണം ചെയ്യുന്നു. എത്രത്തോളം ക്വാർട്സുണ്ടോ അത്രത്തോളം മണലിന്റെ സംഗീത സാദ്ധ്യതകൾ അധികമാകുന്നു. സത്യത്തിൽ അതിന് സിലിക്ക മാത്രം മതി. മണലിന്റെ ആവശ്യമേയില്ല.

ഈ സംഗീതാവിഷ്കാരം പ്രായോഗികമായി കലാശിക്കുക നാളത്തെ ഖനനവിദ്യയിലാവും. ലെയ്സർ വെളിച്ചം പോലെ പെരുമാറുന്നതും, എന്നാൽ ശുദ്ധ ശബ്ദോർജ്ജം കൊണ്ടുമാത്രം പ്രവർത്തിക്കുന്നതുമായ ചില ഉപകരണങ്ങൾക്ക് പിന്നിലെ തത്ത്വം മണലിന്റെ ഈണത്തിലുണ്ട്.

അസ്ഥി സഞ്ചയനം, ജൂലൈ പതിനൊന്ന്

അസ്ഥികൂട അവശിഷ്ടങ്ങളുടെ ഡി.എൻ.എ പരിശോധനയിലെത്തുമ്പോൾ, ലോകത്തിൽതന്നെ ഏറ്റവും മുന്നിലുള്ളത് ബോസ്നിയയാണെന്ന് പറയുമ്പോൾ അഡ്നാൻ റിസ് വിക്കിന് തന്റെ നാടിനെക്കുറിച്ച് മതിപ്പുതോന്നേണ്ടതാണ്. തോന്നാഞ്ഞിട്ടല്ല. അത് പക്ഷേ, കൂട്ടക്കൊല നടന്നൊരു കുടുംബത്തിൽ അവശേഷിച്ചൊരാൾ ഈ നാട്ടിലാദ്യമായി പോലീസ് നായ ഒരു കുറ്റം തെളിയിച്ചത് തന്റെ വീട്ടിലാണെന്ന് പറയുന്നതുപോലെയാണ്. കാണാതെ പോയ കുടുംബാംഗങ്ങളുടെ ഫോട്ടോ പിടിച്ച് ഒറ്റക്കൊരു ഫോട്ടോയിലിരിക്കുന്ന സാബ്റ എന്ന സ്ത്രീ അങ്ങനെ പറയുമായിരുന്നോ?

ജൂലൈ പതിനൊന്ന്, 2005.

കാണാതെ പോയവരെ അന്വേഷിക്കാനുള്ള സാർവ്വദേശീയ സംഘടനയായ ഐ.സി.എം.പി. മാന്യമായി സംസ്കരിച്ച അറുനൂറ് മൃതശരീരങ്ങളിലൊന്ന് സാബ്റയുടെ മൂത്ത മകന്റേതായിരുന്നു.

മാന്യമായി സംസ്കരിക്കുക?

അങ്ങനെയല്ലാതെ ഒന്നുണ്ടായിരുന്നോ?

രണ്ടാം ശ്മശാന ഘട്ടങ്ങളുടെ ഭയാനക കഥകളിൽ ഒന്നാണത്. ആക്രമണങ്ങളെയും അത്യാഹിതങ്ങളെയും തുടർന്ന് ആയിരക്കണക്കിന് ആളുകളെ കാണാതാവുന്നത് വളരെ സാധാരണമായ നാളുകളിലാണ് നാം. പല പല രണ്ടാം മറവിടങ്ങൾ ഒരു പക്ഷേ, സാബ്റയുടെ പ്രത്യേക ചരിത്രവിഹിതമാണെന്ന് തോന്നുന്നു. പത്തു വർഷം മുമ്പ് മറ്റൊരു ജൂലൈ 11-നാണ് അവിടത്തെ ഒരു സങ്കേതം പിളർന്ന സെർബുകൾ മാനുഷികതക്കു മാത്രം അർത്ഥം തോന്നുന്നൊരു കശാപ്പിൽ എണ്ണായിരത്തോളം മുസ്‌ലിംകളെ കൊന്നൊടുക്കിയത്. ഇതുപോലുള്ള സന്ദർഭങ്ങളിലാണ് ഒരു ദുശ്ചരിതം

ശവപരിശോധകരുടേയോ പൊതുവേ ശാസ്ത്രജ്ഞരുടെയോ പ്രത്യേക വായനക്കളെല്ലാരു അദ്ധ്യായമായി മാറുന്നത്. നേരിട്ട് ശവപരിശോധനക്ക് എത്തിപ്പെടാത്ത ദേഹങ്ങളുടേത് ഒരു പ്രത്യേക മരണാനന്തര പ്രയാണമാണ്.

സെർബുകൾ കൊന്നു.

സെർബുകൾ കുഴിച്ചുമൂടി.

പക്ഷേ, ചിലർ മരിച്ചവരെ മറവു ചെയ്യുന്നത് അവരുടെ മരണത്തെതന്നെ മൂടിവെയ്ക്കാനാവുമ്പോൾ, ചിലപ്പോൾ ഗതി കിട്ടാതാവുന്നത് ആത്മാവുകൾക്കല്ല, ശരീരങ്ങൾക്കാണ്. ശവക്കുഴികൾ കുഴിക്കപ്പെടുന്നു, അടയ്ക്കപ്പെടുന്നു, ശവങ്ങൾ കുഴിച്ചെടുക്കപ്പെടുന്നു. ചിലപ്പോൾ ഇതിനെത്തുടർന്നവ മറ്റൊരിടത്തേക്ക് നീക്കം ചെയ്യപ്പെടുന്നു. ഇങ്ങനെ ശ്മശാനഘട്ടങ്ങൾ കണ്ടുപിടിക്കപ്പെടുമെന്ന പേടിയുണ്ടാകുമ്പോൾ രണ്ടാം ഘട്ടങ്ങളുണ്ടാകുന്നു. ഫോറൻസിക് പുരാവസ്തു ശാസ്ത്രമെന്ന പുതിയ വിജ്ഞാനശാഖ ഇത്തരം ഘട്ടങ്ങളും അവയുടെ ഉള്ളടക്കങ്ങളും ആരായുന്നു. ചെറിയ ചെറിയ വിശദാംശങ്ങൾ പോലും നഷ്ടപ്പെടാതെ ഭ്രതത്തെ വെളിപ്പെടുത്താൻ ആ ശവക്കുഴികളിൽ അസ്ഥികൂടങ്ങൾ ഏതാണ്ട് മുഴുവനുമായിത്തന്നെ ബന്ധിപ്പിച്ചെടുക്കാം.

കുറ്റവാളികൾക്കും ഉപാധികളുണ്ട്.

യന്ത്രംകൊണ്ട് കുഴിച്ചെടുക്കാൻ.

ഇതിന് രണ്ടുതരം ഫലങ്ങളുണ്ട്. യന്ത്രങ്ങൾ അവയ്ക്കുമാത്രം ഉണ്ടാക്കാനാവുന്ന ചില അടയാളങ്ങൾ അന്വേഷകർക്ക് നൽകുന്നു. ഇവ പലപ്പോഴും ഒന്നും രണ്ടും മറവിടങ്ങളെ തമ്മിൽ ബന്ധിപ്പിക്കുന്നുവെന്നല്ല, അവയ്ക്കിടയിൽ കുറ്റവാളികളെ തളയ്ക്കാവുന്നൊരു നിയമരേഖ സൃഷ്ടിക്കുകപോലും ചെയ്യുന്നു. പക്ഷേ, യന്ത്രങ്ങൾ ശവശരീരങ്ങളെ ഖണ്ഡിക്കുന്നു. അങ്ങനെ കുഴിച്ചെടുക്കലുകൾക്കും വീണ്ടും മറവുചെയ്യലുകൾക്കും വിധേയരാവുന്നവരിൽ ചിലരുടെ ശരീരഭാഗങ്ങൾ അഞ്ചും ആറും സ്ഥലങ്ങളിലായി ചിതറുന്നു. ഏത് ആരുടേതാണ്?

അതിന് ഡി.എൻ.എ പരിശോധന

ജിഗ്സോ പസ്ൽ ഒരു കുട്ടിക്കളിയാണ്. പല ആകൃതിയിലുള്ള ഖണ്ഡങ്ങളായി ചിതറിയൊരു ചിത്രം. പല ശ്രമങ്ങളിലൂടെ ഈ ഖണ്ഡങ്ങൾ ചേർത്തുവെച്ച് നാം ചിത്രം പുനർന്നിർമ്മിക്കുന്നു. ബോസ്നിയയിലത് ചരിത്ര ചിത്രമാണ്. ഒരേ ആളുടെ അസ്ഥികൂടം തന്നെ ഒരു ജിഗ്സോ പസ്ൽപ്പോലെ പരിശോധകരുടെ മുന്നിലെത്തുമ്പോൾ ഒന്നാം പണി, കിട്ടിയേടത്തോളം എല്ലുകൾ വെച്ചുണ്ടാക്കിയ ഭ്രതത്രപങ്ങളിൽ നിന്ന് കുടുംബ ബന്ധങ്ങളും വംശബന്ധങ്ങളും പിടിച്ചെടുക്കൽ. പിന്നെ, ഗതി കിട്ടിയിട്ടില്ലാത്ത ശരീരങ്ങൾക്ക് മാന്യമായൊരു

സംസ്കാരവും ഇനിയും സ്ഥലമാറ്റങ്ങളില്ലാത്ത അന്ത്യ വിശ്രമവും.

ആയാസം നിറഞ്ഞ പണി.

അമോണിയയുടെ ദുസ്സഹഗന്ധം.

സോയ് ബ്രാൻ എഴുതിയ 'ആഫ്റ്റർ യൂഗോസ് ലാവിയ' വായിച്ചാൽ ആദ്യം തന്നെ ഒരു വാതിൽ തുറന്നാലെന്നതുപോലെ നമ്മുടെ മൂക്കിലേക്ക് തള്ളിവരുന്നൊരു ഗന്ധമാണത്. അലട്ടപ്പെട്ടുമ്പോൾ പഴയ മരണം വമിക്കുന്ന ഗന്ധം. അതിന് നടുവിൽനിന്ന് ഒരു മേശപ്പുറത്ത് അസ്ഥിശകലങ്ങൾ ചേർത്തും മാറ്റിയും, വീണ്ടും ചേർത്തും വെച്ച, ഒരു മകനെന്ന് വിളിക്കാവുന്ന രൂപം തനിക്കുണ്ടാക്കിത്തന്ന ആളുകളുടെ കഠിന യത്നത്തെക്കുറിച്ച് സാബ്റ എന്ന സ്ത്രീക്ക് ഉണർവുണ്ടാകണമെന്നില്ല. ആ രൂപം തീർത്ത ശാസ്ത്രജ്ഞന്മാരാകട്ടെ അവരുടെ നഷ്ടത്തിന് ഉത്തരവാദികളുമല്ല. എങ്കിലും എന്തുകൊണ്ടോ ശാസ്ത്രത്തിന്റെ ചുമലിൽ മൃതദേഹങ്ങൾ കനത്തുകൊണ്ടേയിരിക്കുന്നു.

ചരിത്രമെഴുത്ത് ഇനിയങ്ങോട്ട് എല്ലുകൾ എണ്ണുന്നവരുടെ ഉത്തരവാദിത്തമായിരിക്കും.

സമാസം നഷ്ടപ്പെട്ട കൊമ്പന്മാർ

കൊമ്പുകൾ ഉള്ളവൻ കൊമ്പൻ എന്നത് ബഹുവ്രീഹി. പക്ഷേ, ആനകൾക്കിടയിൽ ഒരു സമാസം തകരുകയാണ്. മനുഷ്യർ അവയുടെ നിലനിൽപ്പിന്റെ വ്യാകരണം താറുമാറാക്കിയിരിക്കയാണ്.

സെലക്ഷൻ പ്രഷർ.

ഒരു പരിണാമ ഗ്രന്ഥിയാണത്.

കമ്പോളത്തിൽ ആനക്കൊമ്പിന്റെ വില. കാലാകാലങ്ങളായി തുടരുന്ന ഒളിവേട്ട(പോച്ചിംഗ്). മറ്റൊരു വശത്ത് പ്രാദേശിക നിയമങ്ങൾ അനുസരിച്ചുതന്നെ കൊമ്പിനുവേണ്ടി ആനകളെ കൊല്ലൽ. സ്ഥലത്തിനും ജലത്തിനും വേണ്ടി ആനകളും ആളുകളും മൽസരിക്കുന്നേടത്ത് നിയമമെന്നത് ആളുകളുടെ നിയമമായതുകൊണ്ടുള്ള പ്രതികൂല സാഹചര്യം. എല്ലാം ചേർന്ന് ആണാനകളെ കൊന്ന് മുടിക്കുകയായിരുന്നു. ഇങ്ങനെയുള്ള സാഹചര്യങ്ങളിൽ പ്രകൃതിയിൽ, ജൈവപരിണാമത്തിൽ, തെരഞ്ഞെടുപ്പിന്റെ സമ്മർദ്ദം ശക്തി നേടുന്നു. ഏതെങ്കിലും ഒരു ജീവിവർഗ്ഗത്തിനുള്ളൊരു പ്രത്യേകത അവയുടെ ജൈവസാഹചര്യത്തിൽ അനുയോജനത്തെ തുണക്കുന്നതാണെങ്കിൽ അതിനുമേൽ ഊന്നൽ വീഴുന്നു. ആ പ്രത്യേകത ഇല്ലാത്ത അംഗങ്ങൾക്ക് പിടിച്ചു നിൽക്കാൻ കഴിയില്ല.

കൊമ്പുള്ള ആണുങ്ങൾ കൂടുതൽ ചത്തൊടുങ്ങുമ്പോൾ കൊമ്പില്ലായ്മയെ തുണക്കുന്ന ജനിതക സാദ്ധ്യതയ്ക്ക് മുൻതൂക്കമുണ്ടാകുന്നു.

തലമുറകളിലൂടെ അത് തുടരുന്നു.

ജനിതക തടാകം (ജീൻ പൂൾ).

സാധാരണ നിലക്ക് നെടും കാലങ്ങളിലൂടെ നടക്കുന്ന കാര്യമാണിത്. പക്ഷേ, ഗജപരിണാമം വർത്തമാനത്തിൽ കാണാം (മൂളൽ നിറുത്താൻ തുടങ്ങിയ കൊതുക്കളും, ചുവരിൽനിന്ന് തറയിലേക്കിറങ്ങാൻ തുടങ്ങിയ ഗൗളികളും ഉദാഹരിക്കാൻ തുടങ്ങിയതുപോലെ). കൊമ്പില്ലായ്മക്കുള്ളൊരു ജീൻ ആനകളിൽ ഉണ്ടെന്നതാണ് ഇതിലെ

ഏറ്റവും വലിയ ആശ്ചര്യവും അനുഗ്രഹവും. അടുത്ത കാലത്തായി ഒളിവേട്ടക്കാരെ കഠിന നൈരാശ്യത്തിൽ ആഴ്ത്തിക്കൊണ്ട് കൂടുതൽ കൂടുതൽ ആൺ പ്രജകൾ കൊമ്പില്ലാതെ പിറന്നുകൊണ്ടിരിക്കുകയാണ്.

കൊമ്പില്ലായ്മക്കുള്ള ജീൻ ഏഷ്യയിലെ കൊമ്പന്മാർക്കിടയിൽ ഒരു കാലത്ത് രണ്ടു ശതമാനം തൊട്ട് അഞ്ചു ശതമാനം വരെയായിരുന്നു. ചൈനയിലെങ്കിലും ഇപ്പോളത് അഞ്ചു ശതമാനം തൊട്ട് പത്തു ശതമാനം വരെയാണ്.

പക്ഷേ, ദുരിതങ്ങളൊടുങ്ങുന്നില്ല.

തന്നിടത്തിന്റെ വൻ പ്രശ്നമുണ്ട്.

കൊമ്പ് ആണാനയുടെ ആയുധമാണെന്ന പ്രാഥമിക വസ്തുത ഇതിനിടയിൽ മറക്കരുത്. സാമൂഹിക ഇടപാടുകളിൽ തന്നിടം (ടെറിറ്ററി) ബാധകമാവുന്ന സന്ദർഭങ്ങളിൽ ആണുങ്ങൾ ഇടയുമ്പോൾ കൊമ്പുകൾ ഇടയുന്നു. പക്ഷേ, മനുഷ്യരുടേതിൽനിന്ന് തികച്ചും വ്യത്യസ്തമായി. ആയുധങ്ങളും പോരുകളും കൂടുതലും സാമൂഹിക ക്രമീകരണവുമായി ബന്ധപ്പെട്ട അനുഷ്ഠാനങ്ങളായ ജന്തു സാമൂഹിക ജീവിതത്തിൽ, കൊമ്പന്റെ കൊമ്പില്ലായ്മ ഒരു വലിയ ആപത്തായേക്കാം. നമ്മുടെ തുലാസുകൾ അതിന്റെ തൂക്കമളക്കാൻ പാകത്തിലല്ല.

മസ്തിഷ്കത്തിൽ ഒരു സൂഫിയുണ്ട്

മൈക്കേൽ ഹണ്ടർക്ക് അറിയാവുന്നത് പഴയ സൂഫികൾ അറിഞ്ഞിരിക്കാൻ ഇടയില്ല. പക്ഷേ, അവർ പെണ്ണൊച്ച വേറിട്ട് കേട്ടിരുന്നു.

മുസ്‌ലിംകളുടെ സാംസ്കാരിക ചരിത്രത്തിൽ അത്രയേറെ ഊന്നൽ വീണിട്ടില്ലാത്ത ഈ വിഷയം മുൻതലത്തിലെത്തിക്കാൻ ഏറ്റവുംമധികം ശ്രമിച്ചൊരാൾ പാക്കിസ്ഥാൻകാരിയായ ഷെമീം ബേണി അബ്ബാസാണ്. ഇസ്‌ലാമികമായ മറ്റെന്തിലുമെന്നതിനേക്കാൾ സൂഫികളുടെ ആചാരത്തിലാണ് പെണ്ണൊച്ച (ദ ഫീമെയ്ൽ വോയ്സ്) കേന്ദ്രീയമാകുന്നത്. പ്രത്യേകിച്ചും ഭക്തിഗാനാലാപത്തിൽ. സൂഫികളുടെ പുണ്യസ്ഥലങ്ങളിൽ, കച്ചേരികളിൽ, നാടൻ ഉൽസവങ്ങളിൽ, കുടുംബ ജീവിതത്തിൽ, പാട്ടുകാരികൾ സൂഫിയാന കലാമിൽ ഏർപ്പെടുന്നു. കഥാനായികമാരെക്കുറിച്ചുള്ള മിത്തുകൾ കവാലിയിൽ അവതരിപ്പിക്കുന്ന പുരുഷശബ്ദങ്ങൾ പെണ്ണൊച്ചയോട് അടുക്കാൻ ശ്രമിക്കുന്നു.

മനുഷ്യമസ്തിഷ്കത്തിന്റെ ഒരു പക്ഷപാതത്തെക്കുറിച്ച് എന്തോ വെളിപാടുണ്ടായതുപോലെയാണ് അത് തുടർന്നുപോന്നത്.

തെക്കേ ഏഷ്യയിലെമ്പാടും.

പിന്നെ, മധ്യേഷ്യയിൽ.

ഒരു പാട്ടുപെട്ടിക്ക് മുന്നിൽ തന്റെ യജമാനന്റെ സ്വരം കേട്ടുകൊണ്ടിരിക്കുന്ന നായക്കുട്ടി ഈ ലോകത്തിന്റെ ചരിത്രത്തിൽ ഏറ്റവും ജനപ്രീതി നേടിയ വാണിജ്യ ചിഹ്നമാകാം. അതിലുമുപരി നമ്മുടെ മനസ്സിനെ വല്ലാതെ സ്പർശിക്കുന്നൊരു യഥാർത്ഥ കഥയാവാം. പക്ഷേ, ശാസ്ത്രം പറയുന്നു, നിങ്ങളുടെ മസ്തിഷ്കം അതുപോലൊരു നായക്കുട്ടിയെങ്കിൽ, അത് ശരിക്കും കേൾക്കാൻ ആഗ്രഹിക്കുന്നത് തന്റെ യജമാനത്തിയുടെ സ്വരമാണ്. ആണുങ്ങളെ സംബന്ധിച്ചിടത്തോളമെങ്കിലും താരതമ്യേന ആണിന്റേതിനേക്കാൾ പെണ്ണിന്റെ

ശബ്ദം കൂടുതൽ സ്പഷ്ടമായി മനസ്സിൽ പതിയുന്നതിന് ആണിന് പെണ്ണിനോടുള്ള കൂടുതൽ ഇഷ്ടം ഒരു വിശദീകരണമാവുന്നില്ല.

അപ്പോൾ, പെണ്ണുങ്ങൾ സംസാരിക്കുന്നത് കേട്ടിരിക്കാൻ പ്രയാസമുള്ള ആണുങ്ങളുടെ കാര്യമോ?

അത് ലിംഗ രാഷ്ട്രീയമല്ല.

ഒരു തരം അപര്യാപ്തത?

അങ്ങനെ വേണം കരുതാൻ. പലപ്പോഴും ഒരിക്കലും നേരിട്ട് കണ്ടിട്ടില്ലാത്തൊരാളുടെ സ്വരൂപം നാം ഒച്ചവഴി പൂരിപ്പിച്ചെടുക്കാൻ ശ്രമിക്കുന്നു. ആകാരം, വയസ്സ് അങ്ങനെ ചില ഘടകങ്ങൾ. ആൾ ആണോ പെണ്ണോ എന്നത് കൂടുതൽ എളുപ്പം. മൊത്തത്തിൽ വളരെ സങ്കീർണ്ണമായൊരു കാര്യമാണത്. പെണ്ണിന്റെ ഒച്ചയും വളരെ സങ്കീർണ്ണം തന്നെയെന്ന് പുതിയ നിരീക്ഷണം. സ്ത്രീ പുരുഷന്മാരുടെ ശബ്ദോൽപ്പാദന അവയവങ്ങൾ(കണ്ഠനാളവും മറ്റും) തമ്മിലുള്ള വ്യത്യാസം ഒരു കാരണം. സ്ത്രീയിൽ കൂടുതലായ സ്വാഭാവിക 'മെലഡി' മറ്റൊരു കാരണം. അങ്ങനെ ചിലരിൽ സങ്കീർണ്ണത ഉൾക്കൊള്ളുന്നതിലുള്ള കഴിവുകേട് അസഹിഷ്ണുതയിലേക്ക് ചായുന്നു.

അതിലും വലിയ പ്രശ്നമുണ്ട്.

ആണൊച്ചക്ക് ചെവിയെവിടെ?

അങ്ങനെയൊന്ന് ആരുടെയെങ്കിലും മസ്തിഷ്കത്തിൽ ഇല്ലെന്നത് ഒരാണിനെ ചൊടിപ്പിക്കാം. പക്ഷേ വാസ്തവമതാണ്. ഒരു പെണ്ണിന്റെ ഒച്ച കേൾക്കുമ്പോൾ എന്റെ മസ്തിഷ്കത്തിൽ പ്രവർത്തനമുഖരമാകുന്നത് ശ്രാവ്യങ്ങൾ ഗ്രഹിക്കാൻ നിയോഗിക്കപ്പെട്ട ഭാഗം തന്നെയാണ്. മറിച്ച് ഒരാണിന്റെ ഒച്ച ഞാൻ കേൾക്കുന്നത് മസ്തിഷ്കത്തിൽ മറ്റേതോ ഇടം കൊണ്ടാണ്. മനക്കണ്ണ് (മൈൻഡ്സ് ഐ) കൊണ്ട്. അതായത് നേരിട്ട് കൃത്യമായ ഇന്ദ്രിയാവബോധം വഴിക്കല്ലാതെ, പൂരിപ്പിക്കൽകൊണ്ട് എന്നർത്ഥം. അവനവന്റെ അനുഭവങ്ങളെ അവനവനുമായിത്തന്നെ തട്ടിച്ചുനോക്കുന്ന മസ്തിഷ്കഭാഗമാണ് അപ്പോൾ പ്രവർത്തിക്കുന്നത്. നമ്മുടെ മസ്തിഷ്കത്തിന്റെ ഉദ്ദേശ്യം തന്നെ പെണ്ണൊച്ച ഗ്രഹിക്കലാണെന്നു തോന്നും.

ഇതെങ്ങനെ സംഭവിച്ചു?

മനുഷ്യ പരിണാമത്തിന്റെ ഏതെങ്കിലുമൊരു ഘട്ടത്തിൽ ഒരു കുടുംബത്തിന്റേയോ സമൂഹത്തിന്റേയോ ആധികാരിക സ്വരം അതിലെ പെണ്ണുങ്ങളുടെ സ്വരമായിരുന്നോ?

തൽക്കാലം ഇതിനുത്തരമില്ല.

ഉള്ളത് ഇതുവരെ പറഞ്ഞതിന് അനുബന്ധമായി വരുന്ന മറ്റൊരു വൈചിത്ര്യമാണ്. ഇല്ലാത്ത ശബ്ദങ്ങൾ കേൾക്കൽ പലർക്കും ഒരു ബാധയാണെന്ന് ചിത്തരോഗ വിദഗ്ദ്ധർക്കറിയാം. കേൾവിയുമായി

ബന്ധപ്പെട്ട ഭാഗങ്ങളെ മസ്തിഷ്കം സ്വയം ഉത്തേജിപ്പിക്കുമ്പോൾ ഉണ്ടാകുന്ന ശബ്ദപ്രതീതികൾ, സാമാന്യമായി പറഞ്ഞാൽ ഈ മതിഭ്രമം അനുഭവിക്കുന്നവരുടെയെല്ലാം ചെവിയിൽ വീഴുന്നത് ആണൊച്ചയാണ്. പെണ്ണൊച്ചയല്ല.

സൂഫികളിലേക്ക് തിരിക്കുക.

ആധുനികതയുടെ കാലത്ത്, പുരുഷ ശബ്ദത്തെ പെൺസ്വരത്തിലേക്ക് നേർപ്പിച്ചെടുക്കലാണ് ഇംഗ്ലീഷിലെ പോപ്പ് സംഗീതത്തിലെ പ്രധാനപ്പെട്ടൊരു പ്രവണതയെന്ന് ഞാൻ പറഞ്ഞിരുന്നു. ലൈംഗികാവയവങ്ങളുടെ അഭാവത്തിൽ ചില സമകാലിക ശിൽപ്പങ്ങൾ (ഹെന്റി മൂർ?) ലിംഗഭേദം തകർക്കുന്നത് പോലെയാണെന്നും ഞാൻ പറഞ്ഞു.

ആധുനികതയിൽനിന്ന് ഒരൊറ്റ തടസ്സവുമില്ലാതെ ആധുനികോത്തരതയിലേക്ക് വളർന്ന അപൂർവ്വം ചില നിഷ്കർഷകളിലൊന്നാണ് ഇതെന്നറിയാൻ എ.ആർ. റഹ് മാൻ ഉപയോഗിക്കുന്ന പുരുഷ സ്വരങ്ങൾ ശ്രദ്ധിച്ചാൽ മതി. ശ്രീമതി അബ്ബാസിന്റെ ഒരു നിരീക്ഷണത്തെ ഇതുമായി ബന്ധപ്പെടുത്തി കാണാനാണ് എനിക്ക് കൗതുകം.

സൂഫിയുടെ ചര്യകളിലെ പെണ്ണൊച്ച ഒരു മൂന്നാം വഴിയെന്ന് ശ്രീമതി അബ്ബാസ്. എന്റെ മസ്തിഷ്കത്തിലെ സൂഫിയുടെ ശ്രവണചര്യകളിലാകട്ടെ ഒരൊറ്റ ഒച്ചയേ ഉള്ളൂ: പെണ്ണിന്റെ ഒച്ച.

ചില നടികളെക്കുറിച്ച് ബാസ് ലർമൻ പറഞ്ഞത്

ബാസ് ലർമൻ ഒരിക്കൽ ചില ചലച്ചിത്ര നടികളെക്കുറിച്ച് പറഞ്ഞു. "അവരുടെ മുഖങ്ങൾക്ക് ശരിക്കും അനങ്ങാൻ പോലുമാവില്ല." അഭിനയം എത്രത്തോളം ഒരു വികാരാവിഷ്കാരമായാലും അതിനൊരു ഭൗതിക അവലംബമുണ്ട്. മുഖത്തെ പേശികൾ. അവയുടെ ചലനസാദ്ധ്യതകളാണ് ഭാവാഭിനയത്തിന്റെ ശാരീരികത. പീറ്റർ ബ്രൂക്കിന്റെ 'മഹാഭാരത' ഭാഷ്യം അരങ്ങത്ത് അവതരിപ്പിക്കയും ഷേക്സ്പിയറുടെ 'റോമിയോ ആന്റ് ജൂലിയറ്റ്'' ചലച്ചിത്രമാക്കുകയും ചെയ്ത ലർമനാകട്ടെ പെരും ചലനങ്ങളുടെ സംവിധായകനാണ്. പക്ഷേ, അദ്ദേഹം ചില നടികളുടെ മുഖത്ത് കണ്ടത് വെറും കഴിവുകേടായിരുന്നില്ല.

അതൊരു ബാധയായിരുന്നു.

ബോട്ട്യുലൈനം വിഷബാധ.

പക്ഷേ, എന്താണ് വിഷം? എന്താണ് ഔഷധം? പതിനാറാം നൂറ്റാണ്ടിൽ ജീവിച്ചിരുന്ന പാരസെലസ് എന്ന് വൈദ്യശാസ്ത്ര വിദഗ്ദ്ധൻ പറഞ്ഞു. എല്ലാ മരുന്നുകളും വിഷങ്ങളാണ്; അളവിലാണ് മർമ്മം. ബോട്ട്യുലൈനം പേരെടുക്കുന്നത് 1793-ൽ ജർമ്മനിയിൽ നടന്നൊരു വിഷബാധയിൽ. പാകം ചെയ്തിട്ടില്ലാത്ത ഒരുതരം 'സോസിജ്'' ഭക്ഷിച്ച പതിമൂന്നുപേരിൽ ആറുപേർ മരിച്ചു. സോസിജിനുള്ള ലാറ്റിൻ വാക്ക് 'ബോട്ട്യുലസ്'' എന്നായതുകൊണ്ട് അവരെ കൊന്ന ബാധക്ക് ബോട്ട്യുലിസം' എന്ന് പേരായി. പിന്നീട് ഒരു നൂറ്റാണ്ടു കഴിഞ്ഞാണ് അതിന് പിന്നിലുണ്ടായിരുന്ന ബാക്ടീരിയയെ ഒരു ശാസ്ത്രജ്ഞൻ വേറിട്ട് പിടിച്ചെടുക്കുന്നത്.

ഉഗ്രവിഷമുള്ള ജാതി.

ഒപ്പം ഒരു മഹാ ഔഷധവും.

ഔഷധമെന്ന നിലക്ക് അതിന്റെ ആദ്യത്തെ ഒരുപയോഗം കണ്ണുകളിലായിരുന്നു. നാം ചുവട്ടിലേക്കും മുകളിലേക്കും ഇടത്തോട്ടും വലത്തോട്ടും നോക്കുന്നത് വശങ്ങളിലുള്ള ചില സൂക്ഷ്മപേശികൾ സങ്കോചിപ്പിച്ചുകൊണ്ടാണ്. കൂട്ടത്തിൽ ഒരെണ്ണം സങ്കുചിതാവസ്ഥ യിൽത്തന്നെ തുടർന്നാൽ കണ്ണ് ഒരു വശത്തേക്ക് നോക്കിനിൽ ക്കും. ചെറിയ ചെറിയ അകലങ്ങൾക്കിടയിൽ വളരെ കൃത്യമായും ശക്തമായും പേശികളെയും ഗ്രന്ഥികളെയും സ്വാധീനിക്കാൻ ശക്തിയുള്ള ബോട്ട്യുലൈനം ടോക്സിൽ പ്രയോഗിച്ച് കണ്ണിന്റെ പ്രശ്നം പരിഹരിക്കാമെന്ന് കണ്ടെത്തിയത് ഡോക്ടർ അലൻ സ്കോട്ട് എന്ന നേത്രരോഗവിദഗ്ദ്ധനായിരുന്നു. ഒരു കാൽ നൂറ്റാണ്ട് മുമ്പ്. പിന്നീട് വ്യാപനം.

കണ്ണിൽ നിന്ന് കഴുത്തിലേക്ക്,

പിന്നെ, കണ്ഠനാളത്തിലേക്ക്,

പിന്നെ, മസ്തിഷ്കത്തിലേക്ക്.

ഇടക്കത് കക്ഷക്കുഴികളിലേക്കിറങ്ങി. അമിതമായ വിയർപ്പ് തടയാൻ. ഒരു പഠനത്തിലെ പ്രയോഗത്തിൽ മിനിറ്റിൽ 195 ഗ്രാം നിരക്കിലുള്ള വിയർപ്പൊഴുക്ക് 24 ഗ്രാമായി ചുരുങ്ങി. തുടർന്ന് ആറുമാസം കഴിഞ്ഞിട്ടുപോലും അത് 100നുതാഴെ നിന്നു. പക്ഷേ, ബോട്ട്യുലൈനം ടോക്സിൽ പ്രവർത്തിച്ചത് പേശികളിലായിരുന്നി ല്ല. സിരകളിലായിരുന്നു. ഇപ്പോൾ നമുക്ക് കൂടുതലറിയാം. നമ്മുടെ പേശികൾക്കും സിരകൾക്കും ഇടയിലാണ് കൃത്യമായും അതിന്റെ പ്രവർത്തനം. ഇന്നതൊരു കമ്പോള വസ്തു.

വാണിജ്യപ്പേര് ബോട്ടോക്സ്.

ഒരു സൗന്ദര്യകലാപത്തിലൂടെയാണ് അത് ബഹുജനത്തിന്റെ അറിവിൽപ്പെടുന്നത്. വളരെ ലളിതമായൊരു യുക്തിയാണ് തുടക്കം. ചില പേശികളുടെ ചലനക്ഷമത തന്നെയാണ് കാലം ചെല്ലുംതോറും ഒരാളുടെ മുഖത്ത് ചില ചുളിവുകൾക്കും വരകൾക്കും ഇട നൽകുന്നത്. ചലിക്കാൻ, പ്രത്യേകിച്ചും സങ്കോചിക്കാൻ, ഈ പേശികൾക്ക് മസ്തിഷ്കം നൽകുന്ന സന്ദേശം തടുക്കുകയാണെങ്കിലോ! വളരെ നിർദ്ദി ഷ്ടമായി ചുളിവും വരകളും ഉണ്ടാകുന്നേടത്തു മാത്രം പ്രവർത്തിക്കാൻ കഴിയുന്നതുകൊണ്ട് ബോട്ടോക്സിന്റെ ഏതാനും തുള്ളികൾ മാത്രം മതി.

ഒരൊറ്റ കുത്തിവെപ്പ്, ആറുമാസമെങ്കിലും നീണ്ടുനിൽക്കുന്ന ഫലം. പക്ഷേ, ഇതൊരു വെണ്ണക്കൽ മുഖത്തിന്റെ ചന്തമല്ലേ?

സൗന്ദര്യം മരണപടമായി,

നടികളെ സംബന്ധിച്ചെങ്കിലും.

ചില വരകളും ചുളിവുകളും വികാരങ്ങൾ കൂടിയാണ്. അവയുടെ

മുഴുവനുമായ അഭാവത്തിൽ സന്തോഷം, സങ്കടം, ആശ്ചര്യം, രോഷം എന്നിവയുടെ പ്രകടനം അസാദ്ധ്യമാകുന്നു. മസ്തിഷ്കത്തെ ചതിച്ച് വാർദ്ധക്യത്തെ തടുത്തു നിറുത്തിയുണ്ടാക്കുന്ന സൗന്ദര്യത്തിൽ ജീവിതത്തിനോ ചലച്ചിത്രത്തിനോ സഹിക്കാനാവാത്തൊരു വല്ലാത്ത നിർജ്ജീവിതമുണ്ട്. ചുളിവുകൾ ഉണ്ടായിരുന്നേടത്തെ ചലനം തന്നെ നശിപ്പിച്ച ബോട്ടോക്സ് അമേരിക്കയിലെ ചില സമൂഹഭാഗങ്ങളിൽ ഉണ്ടാക്കിയ കെടുതിയെക്കുറിച്ച് ഒരു നിരീക്ഷകൻ പറഞ്ഞു: 35 വയസ്സു കഴിഞ്ഞ ഒരൊറ്റ സ്ത്രീക്കും രോഷത്തിന്റെ മുഖഭാവം സാദ്ധ്യമല്ലാതായിരിക്കുന്നു. അപ്പോൾ അഭിനേതാക്കളുടെ കാര്യമോ?

ബോട്ടോക്സിന്റെ 'വിഷബാധ' കാരണം മുഖചലനങ്ങൾ നശിച്ച നടികളെക്കുറിച്ചാണ് ബാസ് ലർമൻ ഈ കുറിപ്പിന്റെ തുടക്കത്തിൽ സംസാരിച്ചത്.

ഒരു പനിനീർപ്പൂവിന്റെ ഉദാഹരണം

ഡി.എൻ.എയുടെ കോണിപ്പടികൾ കണ്ടെത്തിയവരിൽ ഒരാളായ ജെയിംസ് വാട്സൺ മറ്റേ ആളെക്കുറിച്ച് പറഞ്ഞത് വളരെ പ്രശസ്തമാണ്: "ഫ്രാൻസിസ് ക്രിക്കിനെ ഞാൻ ഒരിക്കലും വിനീത ഭാവത്തിൽ കണ്ടിട്ടില്ല." 1953-ൽ ലോകം പിടിച്ചുകുലുക്കിയൊരു കണ്ടെത്തലിലേക്ക് തന്നെ നയിച്ച അവിനീതത്വം ക്രിക്കിനെ ഒരിക്കലും വിട്ടു പിരിഞ്ഞിട്ടില്ലെന്നൊരു നിരീക്ഷണവുമുണ്ട്. പിന്നീട് 2004-ൽ തന്റെ അവസാനത്തെ കടലാസ് തീർക്കുമ്പോൾ 'അഹം' എന്ന സങ്കൽപ്പത്തെ അദ്ദേഹം എത്രത്തോളം പ്രജ്ഞയുമായി ബന്ധപ്പെടുത്താൻ ശ്രമിച്ചിരിക്കുമെന്ന് നമുക്കറിഞ്ഞുകൂടാ. ക്രിക്ക് അപ്പോഴേക്കും പ്രജ്ഞയുടെ, ബോധത്തിന്റെ, സിരാശാസ്ത്രത്തിലേക്ക് കടന്നിരുന്നു.

ഒരു മൂർത്ത ഉദാഹരണത്തോടെ,

പനിനീർപ്പൂവിന്റെ ഉദാഹരണം.

അങ്ങനെയൊരു പൂവ് കൈയിലെടുത്ത് പിടിക്കുമ്പോൾ നിങ്ങളതിന്റെ സൗരഭ്യം മണത്തെടുക്കുന്നു. അതിന്റെ ചുവപ്പ് കാണുന്നു. അപ്പോഴെല്ലാം വിരലുകൾ കൊണ്ട് അതിന്റെ ഞെട്ടിയുടെ പരുപരുപ്പ് തൊട്ടറിയുന്നു. വളരെ സാധാരണവും ലളിതവുമായ ഈ ഉദാഹരണത്തിലൂടെ, എലിയറ്റിന്റെ മനസ്സിൽ ടൈപ്പ് റൈറ്ററിന്റെ ഒച്ചയും അടുക്കളയിൽനിന്നുള്ള പാചകഗന്ധവുമെന്നതു പോലെ, അതിസങ്കീർണ്ണമായ സമ്മിളിതങ്ങൾ സാദ്ധ്യമാക്കുന്നൊരു മസ്തിഷ്ക ഭാഗത്ത് നാമെത്തുന്നു.

ഇതാണ് ക്ലോസ്ട്രം.

ഒരു ചാരദ്രവ്യ പടലം.

മസ്തിഷ്കാവരണമെന്ന് വിളിക്കാവുന്ന കോർടെക്സിന് കീഴെ ഭാഗികമായി മറഞ്ഞുകിടക്കുന്നതും വേണ്ടത്ര അറിയപ്പെടാത്തതുമായ ഒരു ഭാഗം. എല്ലാം പറഞ്ഞുകഴിയുമ്പോൾ, ഇതാവാം മനുഷ്യമനസ്സിന്റെ ബോധപടലമെന്ന ചിന്ത ക്രിക്കിനെ ഒരു നിമിഷം

വിനീതനാക്കിയിരിക്കുമോ? ഇതളുകളുടെ ഗന്ധവും ഞെട്ടിയുടെ സ്പർശവും ഒരു വിവരവ്യവസ്ഥയിലേക്ക് പാകപ്പെടുത്തിയെടുക്കുന്നത് വേറെ വേറെ മസ്തിഷ്ക വകുപ്പുകളാവാം.

പക്ഷേ, ഇവയെ മുഴുവൻ കൃത്യമായി അന്വയിപ്പിച്ച്,

പനിനീരെന്ന പൂവും പേരും ഏകോപിപ്പിച്ച് നമ്മുടെ കൈയിൽ വെച്ചു തരുന്നത് ക്ലോസ്ട്രമാണ്. തത്ത്വചിന്തകരുടെ സ്വതന്ത്ര വ്യാഖ്യാനങ്ങൾക്കപ്പുറത്ത് ബോധത്തെക്കുറിച്ചോ, വൈദ്യശാസ്ത്രത്തിനകത്ത് ക്ലോസ്ട്രത്തെക്കുറിച്ചോ ആർക്കും വലിയ പിടിപാടൊന്നുമില്ലാത്തതുകൊണ്ട് തൽക്കാലം ഇത്രയും ഒരു അഭ്യൂഹമേ ആകൂ. പക്ഷേ, ഭാവിയിലെ ഗവേഷണം ഈ വഴിക്ക് തിരിയാനുള്ള സാദ്ധ്യത വളരെ അധികമാണ്.

അവസാനദിവസങ്ങളിൽ ക്രിക്കിന്റെ മനസ്സ് ഒരു പനിനീർപ്പൂവിന്റെ ഉദാഹരണത്തിലേക്ക് തിരിഞ്ഞത് എന്നെ ആകർഷിക്കുന്നു. പഴയൊരു ഹോളിവുഡ് ചിത്രത്തിലെ പ്രശസ്ത പൗരൻ(സിറ്റിസൺ കേയ്ൻ) അവസാനമായി ഉച്ചരിച്ച വാക്ക് 'റോസ്ബഡ്' ആണെന്ന് ഞാനോർക്കുന്നു. ഒരുപക്ഷേ, എന്റെ വിചാരത്തിൽ ഇവയെ ബന്ധിപ്പിക്കുന്നത് ക്ലോസ്ട്രമാകാം!

കടലിലെ ജിപ്സികൾ കണ്ണിറുക്കുമ്പോൾ

നാല് വയസ്സായ പൗത്രിയെ ചൂണ്ടിക്കാണിച്ച് സലാമ ക്ലാറ്റലെ പറയുന്നു: "ഇവൾക്കൊരു കുഞ്ഞുണ്ടാകുമ്പോൾ ആളുകളെ തിന്നൊടുക്കുന്ന തിര വീണ്ടും വരും, അവളുടെ കുഞ്ഞിനെ അത് കൊല്ലും." പറച്ചിലിൽനിന്ന് അവരുടെ ഉറവിടം തിരിച്ചറിയാം. കടൽ ജിപ്സികൾ, കടലാളുകൾ (Chao lae) എന്നെല്ലാം അറിയപ്പെടുന്ന മോകൻ സമൂഹത്തിനാണ് ആളുകളെ തിന്നുന്നൊരു തിരയിൽ പരമ്പരാഗത വിശ്വാസമുള്ളത്. എപ്പോഴും ശാന്തമായി കര പറ്റുന്നൊരു വിശ്വാസം. കുലചിഹ്നങ്ങൾ കൊത്തിയെടുത്തൊരു സ്തംഭം പോലെയാണത്.

ചുവപ്പു മുഖങ്ങൾ

പച്ച മുഖങ്ങൾ

മഞ്ഞ മുഖങ്ങൾ

തായ്‌ലൻഡിന്റെ ഒരു ജലാതിർത്തിയിലുള്ള സൂറിൻ ദ്വീപുകളുടെ ദേശീയപാർക്കിൽ അങ്ങനെയൊരു സ്തംഭം ഉയർന്നിരുന്നു. ആഡ്ജമാൻ കടൽ വക്ക പിടിക്കുന്നേടത്ത് ഓളങ്ങളിൽ അത് ഉലഞ്ഞു നിന്നു. പിന്നെ, കുട്ടികളോടൊപ്പം കളിക്കുന്നൊരു ഡോൾഫിനെപ്പോലെ, കടൽ മൂഞ്ഞ കൊണ്ടതിനെ കരയിലേക്ക് തള്ളിക്കയറ്റി.

പെട്ടെന്നതൊരു പ്രതീകമാകുന്നു.

ഒരു സുനാമി ചരിത്രരേഖ.

തായ്‌ലൻഡിന്റെ മുഖ്യ ഖണ്ഡത്തിൽ നിന്നും നാൽപ്പതു നാഴിക പോലും ദൂരമില്ലാത്തേടത്ത് ജലത്തിൽ സ്ഥലത്തിന്റെ ദുർബ്ബലമായ വെറും അഞ്ചു കുത്തുകളാണ് സുറിൻ ദ്വീപുകൾ. എന്നിട്ടും, വെളിപാടുകളിൽ ആവർത്തനമുള്ളൊരു വർഗ്ഗസ്മൃതിയിൽ ആളുകളെ തിന്നുന്ന തിര ഒരു ഡിസംബർ 26-ന് സുനാമിയുടെ രൂപത്തിൽ

വന്ന് ആയിരക്കണക്കിന് ആളുകളെ കൊന്നപ്പോൾ മോകൻ സമൂഹത്തിന്റെ അവസ്ഥ ചില മുന്നടയാളങ്ങളിൽ രക്ഷാകവാടം കണ്ടെത്തിയവരുടേതുപോലായിരുന്നു

മൊത്തം അംഗസംഖ്യ : 196

സുനാമിയെ അതിജീവിച്ചവർ : 196

അത്യാഹിതത്തിനുശേഷം, നാം തുടക്കത്തിൽ പരിചയപ്പെട്ട സലാമ ക്ലാറ്റിലെയുടെ കുടുംബത്തിലെ പെൺകുട്ടി ഒരു പാത്രത്തിൽ വെള്ളമെടുത്ത് കരയുടെ നേർക്ക് നടക്കുന്ന ചിത്രം വഴിയാണ് ഹെലൻ റിച്ചാഡ്സൺ (ഡെൻവർ പോസ്റ്റ്) ആ പൂജ്യം മരണത്തിന്റെ ആശ്ചര്യം പകർത്തിയത്. പക്ഷേ, മോകൻ സമൂഹത്തെ സംബന്ധിച്ച മറ്റൊരു ആശ്ചര്യം രണ്ടു വർഷം മുമ്പെങ്കിലും സയൻസിന്റെ ശ്രദ്ധയിൽപ്പെട്ടിരുന്നു. അപ്പോഴേക്കും സ്വീഡനിൽ നിന്ന് സൂറിൽ ദ്വീപുകളിലെത്തിയ അന്ന ഗിസ്‌ലെനും കൂട്ടരും അവരുടെ മൗലിക നിരീക്ഷണം 'കറന്റ് ബയോളജി' എന്ന ആനുകാലികത്തിൽ പ്രസിദ്ധീകരിച്ചു കഴിഞ്ഞിരുന്നു.

ഒരു ലൗകിക ആശ്ചര്യം.

ആഴക്കടലിലെ നിശിത ദൃഷ്ടി.

നാടോടികൾക്കു സമാന്തരമായി കടലോടികൾ എന്ന വിശേഷണമർഹിച്ചിരുന്ന കാലം കഴിഞ്ഞെങ്കിലും പൗരാണിക മുറകൾ പലതിനും തുടർച്ചയുള്ളൊരു സമൂഹത്തെക്കുറിച്ചാണ് നാം പറയുന്നത്. ആണുങ്ങൾ ഇപ്പോഴും കുന്തം കൊണ്ട് കുത്തി മൽസ്യത്തെ പിടിക്കുന്നു. കടൽജീവികളെ പിടിക്കാനും അവയുടെ തോടുകൾ ശേഖരിക്കാനും കുട്ടികൾ വെള്ളത്തിൽ മുങ്ങിത്തപ്പുന്നു. പ്രാകൃതിക സിദ്ധികൾക്കപ്പുറത്ത് പ്രത്യേകിച്ച് ഉപാധികളൊന്നും അവർക്കില്ല. പക്ഷേ, ഈ കുട്ടികൾക്ക് ജലവിനോദങ്ങളിൽ പരിശീലനമുള്ളവരും ഗോഗ്ൾസ് എന്ന കണ്ണട ധരിക്കുന്നവരുമായ വിദേശീയ സഞ്ചാരികളായ കുട്ടികളെക്കാൾ വെള്ളത്തിന്നടിയിൽ കാഴ്ചയുണ്ട്. അടിയിലേക്ക് താഴുമ്പോൾ ചെറിയ ചെറിയ വസ്തുക്കൾപോലും സ്പഷ്ടമായി ദൃഷ്ടിയിൽപ്പെടും. കണ്ണുകളുടെ ക്രമീകരണം അങ്ങേയറ്റം പരിശോധിക്കപ്പെടുംവിധം കറുപ്പും വെളുപ്പും ആകൃതികൾ മാത്രം ഉൾക്കൊള്ളിച്ചുകൊണ്ടുള്ള പരീക്ഷണങ്ങളിൽ പോലും മോകൻ കുട്ടികളുടെ നഗ്നദൃഷ്ടിക്കാണ് ശക്തി. ഇതിലെ ആപേക്ഷികതാഘടകം സൂചിപ്പിക്കുന്നതെന്ത്?

കണ്ണുകളുടെ തന്നെ പ്രത്യേകതയോ?

അതായത്, ഒരു ജനിതക സിദ്ധി?

വളരെ സൂക്ഷ്മവും വിശദവുമായ അളവുകണക്കുകൾ വേണം ഇത് സ്ഥാപിച്ചുകിട്ടാൻ. കണ്ണിലെ കാചപടലത്തിന്റെ വളവ്, കാചത്തിന്

ആകൃതി മാറാനുള്ള കഴിവ്, അകത്തുവീഴുന്ന വെളിച്ചം ക്രമപ്പെടുത്താനുള്ള തുറപ്പിന്റെ വലുപ്പം ഇത്രയും വിശദാംശങ്ങളെ അപേക്ഷിച്ചോ വെള്ളത്തിനു പുറത്തുള്ള കാഴ്ചയെ അപേക്ഷിച്ചോ, സ്ഥലത്തുള്ളവരും സഞ്ചാരികളുമായ കുട്ടികൾ തമ്മിൽ എടുത്തുപറയത്തക്ക വ്യത്യാസമൊന്നുമില്ല. അതുണ്ടാവുന്നത് വെള്ളത്തിൽ ഊളിയിടുമ്പോഴാണ്. കാചവും കാചപടലവും അവയുടെ വളവുകൊണ്ട് വെളിച്ചത്തെ വളച്ചാണ് അകത്തെത്തുന്ന ബിംബത്തെ നിശിതമാക്കുന്നത്. പക്ഷേ, ഈ വക്രീഭാവ(റിഫ്രാക്ടറി) ശക്തിയുടെ മുന്നിൽ രണ്ടു ഭാഗവും ക്ഷയിക്കുന്നു നാം വെള്ളത്തിന്നടിയിലാകുമ്പോൾ. ഈ പതനത്തിലാണ് മോകൻകുട്ടികളുടെ ഉപരിസിദ്ധി വെളിപ്പെടുന്നത്.

എന്താണവരുടെ രഹസ്യം?

കൃഷ്ണമണികളെ കുത്തുകളാക്കൽ.

സാമാന്യ ഛായാഗ്രഹണ വിദ്യക്ക് എതിരാണത്. വേണ്ടത്ര വെളിച്ചമില്ലാത്തേടത്ത് കാമറയുടെ അപർചർ എന്ന തുറപ്പ് കുറെക്കൂടി വലുതാക്കുകയെന്നത് ഒരു ബാലപാഠം. അതുതന്നെയാണ് വെള്ളത്തിനടിയിലെ മങ്ങിയ വെളിച്ചത്തിൽ നമ്മുടെ കണ്ണിലെ തുറപ്പിന്റെയും പ്രവണത.

കടൽജിപ്സിക്കുട്ടികളോ, അപ്പോൾ വെളിച്ചത്തിനു നേർക്ക് കണ്ണിറുക്കുന്നു. ബിംബം വീഴുന്ന സിരാപടലത്തിന്റെ 'വലച്ചൽ വലയം' (ബ്ലർ സർക്കിൾ) ചെറുതാക്കുന്നു. അപ്പോൾ അവരുടെ കൃഷ്ണമണികൾ യൂറോപ്പിലെ കുട്ടികളുടേതിനെ അപേക്ഷിച്ച് 20 ശതമാനം കൂടുതലായി സങ്കോചിച്ചിരിക്കും. അതായത്, കുറുകെ 1.96 എം.എം. വരെ! ശരീരശാസ്ത്രപരമായി ഒരാത്യന്തികം. ചിലപ്പോൾ വെളിച്ചത്തിന്നെതിരെയുള്ള ഒരു കണ്ണിറുക്കലിലാവും വെളിപാട്.

നീ ആണല്ലെന്ന് ഒരാണിനോട് പറഞ്ഞാൽ

ആണത്തം ചോദ്യം ചെയ്യപ്പെട്ട ഒരാണ് ഇറാഖിലെ യുദ്ധത്തെ ന്യായീകരിക്കുമെന്നത് ഒരു ശാസ്ത്രീയ പ്രസ്താവനയല്ലെന്ന് നമുക്ക് തോന്നും. പക്ഷേ, മറ്റൊരു നിരീക്ഷണത്തിന്റെ ഭാഗമായി അതങ്ങനെയാണെന്ന് തോന്നിക്കുന്നൊരു സന്ദർഭമുണ്ടായിരിക്കുന്നു.

പഴയൊരു ഇതിവൃത്തമാണ്.

മാസ്ക്യുലിൻ ഓവർകോംപൻസേഷൻ.

ഫ്രോയ്ഡ് പറഞ്ഞുതന്നിട്ടും, അനൗപചാരിക പൊതുജനപ്രീതി നേടിയിട്ടും ശാസ്ത്രീയ പിന്തുണയില്ലാതെ തുടരാൻ വിധിക്കപ്പെട്ടൊരു ആശയമാണത്. പക്ഷേ, പുതിയ തലമുറയിൽപ്പെട്ടൊരു പി.എച്ച്. ഡി. വിദ്യാർത്ഥിയായ റോബ് വില്ലർ ഒരു സർവേയുടെ ബലത്തിൽ അതിനൊരു ഊന്നൽ നൽകുന്നു. ഹിതപരിശോധനയുടെ കൃത്യമായ ഉദ്ദേശ്യം മറച്ചുപിടിച്ച് ആളുകളുടെ അന്തർഗ്ഗതം മനസ്സിലാക്കാനുള്ള സർവേകൾ നമ്മുടെ കാലഘട്ടത്തിലെ ഏറ്റവും പ്രധാനപ്പെട്ടൊരു ഗവേഷണോപാധിയാണ്. ആണുങ്ങളും പെണ്ണുങ്ങളും 'തട്ടിക്കയറൽ/ വഴങ്ങിക്കൊടുക്കൽ' പോലുള്ള വിപരീതങ്ങൾക്കിടയിലെ ഏത് പടവുകളിലാണ് സ്വയം കാണുന്നതെന്ന് അറിയാൻ ശ്രമിക്കുക.

സർവേക്ക് രണ്ടു വട്ടങ്ങൾ.

പല പല ചോദ്യങ്ങൾ:

ഒന്നാംവട്ടത്തിൽ കിട്ടിയ ഉത്തരങ്ങളെക്കുറിച്ചുള്ള മനഃശാസ്ത്രപരമായ വിലയിരുത്തൽ എന്ന വ്യാജേന വില്ലർ ചില ആണുങ്ങളെ സ്വകാര്യമായി അറിയിക്കുന്നു:

"നിങ്ങളുടെ ഉത്തരങ്ങൾ പൊതുവേ ഒരു സ്ത്രീയുടെ മനോഭാവമാണ് പ്രകടിപ്പിക്കുന്നത്." അതേപോലെ ചില പെണ്ണുങ്ങളോടു പറയുന്നു: "നിങ്ങളുടെ ഉത്തരങ്ങൾ പൊതുവെ ഒരു പുരുഷന്റെ മനോഭാവമാണ് പ്രകടിപ്പിക്കുന്നത്." അതിനെത്തുടർന്ന് രണ്ടാം വട്ടം.

ആൺമ ചോദ്യം ചെയ്യപ്പെട്ട ആണുങ്ങളും പെൺമ ചോദ്യം ചെയ്യപ്പെട്ട പെണ്ണുങ്ങളും സ്വീകരിക്കുന്ന നയമാറ്റങ്ങളെന്ത്?

രണ്ടാം വട്ടത്തിൽ പെണ്ണുങ്ങളുടെ പെരുമാറ്റത്തിൽ പ്രത്യേകിച്ചൊരു മാറ്റവും ഉണ്ടായില്ല. സംശയാസ്പദമായ പെൺമ സ്ഥാപിച്ചെടുക്കുന്നതിന് പ്രത്യേകിച്ചൊരു ശ്രമവും അവർ നടത്തിയില്ല. "ആണിനെപ്പോലെ" എന്ന ആരോപണത്തിന് തന്നെ അവർ വില കൽപ്പിച്ചതായി തോന്നിയില്ല. പക്ഷേ, സംശയാസ്പദമായ ആണത്തം സ്ഥിരീകരിച്ചെടുക്കുന്നതിന് ആണുങ്ങൾ രണ്ടാംവട്ടത്തിൽ കാണിച്ച വാശിയും വ്യഗ്രതയും വളരെ പ്രകടമായിരുന്നു. മാസ്ക്കുലിൻ ഓവർ കോംപൻസേഷൻ. ആണുങ്ങൾ ഓരോരോ ഘട്ടങ്ങളിൽ എങ്ങനെയാണ് പെരുമാറേണ്ടതെന്നത് സംബന്ധിച്ചുള്ള മുൻധാരണകൾക്ക് അനുസൃതമായ രീതിയിൽ ചോദ്യങ്ങളോട് പ്രതികരിക്കാൻ അവർ നിർബ്ബന്ധം കാണിച്ചു. അങ്ങനെ അവർ പറഞ്ഞു. ടൂ-വീൽ ഡ്രൈവ് വാഹനങ്ങളെക്കാൾ അവർക്കിഷ്ടം ഫോർ-വീൽ ഡ്രൈവ് വാഹനങ്ങളാണെന്ന്, ഇറാഖിലെ യുദ്ധത്തെ അവർ ന്യായീകരിക്കുന്നുവെന്ന്!

പരസ്യങ്ങളിൽ ബ്രാൻഡിന്റെ പേര് എപ്പോഴാവണം

കമ്പോളം അപഗ്രഥിക്കുന്നതിൽ മിടുക്കിയായ സൂസൻ ഗ്രേസൻ 1970 ൽ പറഞ്ഞു, സുഗന്ധദ്രവ്യ പരസ്യങ്ങളിൽ 49 ശതമാനവും ലൈംഗികതയുമായി ബന്ധപ്പെട്ടിരിക്കുന്നു (കൃത്യമായി പറഞ്ഞാൽ ഈ നിരീക്ഷക ഉദ്ദേശിച്ചത് 'സെൻട്രൽ പൊസിഷനിംഗ് സ്ട്രാറ്റജി' ആയിരുന്നു). പിന്നീട് രതിബിംബങ്ങളെ സംബന്ധിച്ചിടത്തോളം ആ ദശകത്തിലുണ്ടായത് ഒരു തരം തണുത്തടങ്ങലാണെന്ന് പറയാം. വളരെ പ്രകടമായ ലൈംഗിക ചിഹ്നങ്ങൾ, പ്രത്യേകിച്ചും സ്ത്രീകളെ ഉദ്ദേശിച്ചുള്ളവ, കാലഹരണപ്പെട്ടെന്നു മാത്രമല്ല, നല്ല അഭിരുചിക്ക് ചേർന്നതല്ലെന്ന് വിധിക്കപ്പെടുകയും ചെയ്തു.

ഈ മാറ്റത്തിന് കാരണം?

പ്രത്യയശാസ്ത്ര ഇടപെടലുകൾ?

അല്ലെന്ന് പറയാനാവില്ല. പക്ഷേ, ഉൽപ്പന്നങ്ങൾ വിറ്റഴിക്കുന്നതു സംബന്ധിച്ച തന്ത്രത്തിലെ മാറ്റം പ്രാഥമികമായി വിൽപ്പന സംബന്ധിച്ച അളവുകണക്കുകളുടെ സ്വാധീനമാവണം. ഈ വിഷയത്തിൽ വളരെ സൂക്ഷ്മമായ പഠനങ്ങളില്ല. എന്താണ് വിട്ടു പോയതെന്ന് ഒരു പക്ഷേ, ഇനിമേലങ്ങോട്ടേ അറിയാനാവൂ. അടുത്തകാലത്ത് അതിന്റെ സൂചനയുണ്ടായത് വളരെ വ്യത്യസ്തവും അപ്രതീക്ഷിതവുമായൊരു മേഖലയിൽനിന്നാണ്.

റബർനെക്കിംഗ്.

പാതയിലെ നിത്യ നൈമിത്തികം.

വാഹനം ഓടിച്ചു പോകുന്നൊരാൾ കുറച്ച് മുമ്പ് ഒരപകടം സംഭവിച്ചിടത്ത് എത്തിപ്പെട്ടാൽ, ഇടിച്ച് നാശമായൊരു കാറോ മറ്റെന്തെങ്കിലും അവശിഷ്ടങ്ങളോ കൂടുതൽ സ്പഷ്ടമായി കാണാൻ വേഗം ചുരുക്കുന്നു. പുറമെ ചിലപ്പോൾ കഴുത്ത് തിരിക്കേണ്ടിവരും. തികച്ചും

മാനുഷികമായ ചേഷ്ട. പക്ഷേ, വളരെ നിർണ്ണായകമായൊരു ക്ലോസപ്പ് നിമിഷമാണത്. കാരണം ആ നിമിഷത്തിൽ വാഹനം ഓടിക്കുന്ന ആളുടെ ദൃഷ്ടി മുന്നിലെ പാതയിൽ ഇല്ല. റബർനെക്കിംഗ് സൂചിപ്പിക്കുന്നത് ഈ മാരക അശ്രദ്ധയാണ്.

മറ്റൊന്നു കൂടി സംഭവിക്കുന്നു.

നിമിഷാംശങ്ങളിലെ അന്ധത.

അപകടങ്ങളുമായും അത്യാഹിതങ്ങളുമായും മറ്റും ബന്ധപ്പെട്ട ചോര പുരണ്ട കാഴ്ചകൾ നമ്മെ തെല്ലിട അന്ധരാക്കുന്നുവെന്നത് സയൻസിലെ പുതിയൊരു കണ്ടെത്തൽ. തൊട്ടടുത്ത നിമിഷത്തിൽ നാം കാണുന്ന കാഴ്ചകളോ നമുക്ക് കിട്ടുന്ന ഏതെങ്കിലും വിവരമോ കൃത്യമായി തിരിച്ചറിയുന്നതിൽ, പാകപ്പെടുത്തിയെടുക്കുന്നതിൽ, നാം പരാജയപ്പെടുന്നു. പരമാവധി ഒരു സെക്കൻഡിന്റെ പത്തിൽ എട്ടംശം, ചുരുങ്ങിയത് രണ്ടംശം. പക്ഷേ, ഇത്രയും മതി വാഹനമോടിക്കുന്നൊരാൾക്ക് അപകടമുണ്ടാവാൻ. ഇങ്ങനെ റബർനെക്കിംഗിനെക്കുറിച്ച് ചിന്തിക്കുന്നതിനിടയിൽ ഒരു ഗവേഷകനു തോന്നി. ഇത്രയും മാരകമല്ലാത്ത ശ്രദ്ധക്കുറവുണ്ടാക്കാൻ തുല്യദൃശ്യങ്ങൾക്കു കഴിയുമോ? ഒരു സ്വാഭാവിക ചോദ്യം, പക്ഷേ, ഉത്തരം പെട്ടെന്ന് കൂടുതൽ സങ്കീർണ്ണമായി.

മറ്റൊരു കണ്ടെത്തൽ.

ചോരക്ക് പകരം സെക്സുമാകാം.

ചോരക്കെന്നതുപോലെ നിമിഷാംശങ്ങളിലെ വൈകാരിക അന്ധത സൃഷ്ടിക്കാൻ ലൈംഗിക ദൃശ്യങ്ങൾക്കും കഴിയും. വാഹനമോടിക്കുന്നൊരാളിൽ റബർനെക്കിംഗിന്റെ അനുഭവമുണ്ടാക്കാൻ വഴിവക്കിലെ ഒരു ബിൽബോഡിലെയോ വാൾ പോസ്റ്ററിലെയോ രതിബിംബങ്ങൾക്കു കഴിയും. വെറുതെ ഒരിടത്തിരുന്ന് ചില ബിംബങ്ങളിലൂടെ കടന്നു പോകുന്നവർക്കും ഇതേ അനുഭവമുണ്ടാകാം. ഒരു നൂറു ചിത്രങ്ങൾക്കിടയിൽ നിങ്ങൾക്ക് തിരഞ്ഞു കണ്ടുപിടിക്കേണ്ടൊരു ലക്ഷ്യബിംബം ഉണ്ടെന്ന് സങ്കൽപ്പിക്കുക. രണ്ട് കൂട്ടത്തിൽ പെട്ട ചിത്രങ്ങൾ അതിന്റെ ഭാഗമായി നിങ്ങളുടെ കൺമുന്നിലൂടെ കടന്നു പോകുന്നു.

ഒന്ന്, ചോരയും സെക്സുമുള്ളത്.

രണ്ട്, ഭൂ/നഗര ദൃശ്യങ്ങൾ.

ഒന്നാം ഇനത്തിൽപ്പെട്ട വെറും രണ്ടു ചിത്രങ്ങൾ തൊട്ട് എട്ടു ചിത്രങ്ങൾ വരെയുള്ളൊരു കൊച്ചു പരമ്പരക്കുശേഷം ലക്ഷ്യബിംബം ദൃഷ്ടിയിൽ പെടുകയാണെങ്കിൽ നിങ്ങളത് തിരിച്ചറിഞ്ഞില്ലെന്നു വരാം. മറിച്ച് ഭൂദൃശ്യങ്ങളോ നഗരക്കാഴ്ചകളോ അങ്ങനെയൊരു ആന്ധ്യം സൃഷ്ടിക്കുന്നില്ല. ചലച്ചിത്ര പഠനങ്ങളിൽ കടന്നുവരാറുള്ള

ബിംബാഘാത(മോൻടാഷ്) സിദ്ധാന്തം ഒരു പക്ഷേ, നിങ്ങളിപ്പോൾ ഓർമ്മിച്ചേക്കാം. ഒരു ഷോട്ടിൽ ചിരിക്കുകയോ കരയുകയോ ചെയ്യു ന്നൊരു മുഖം അടുത്ത ഷോട്ടിലെ നിർവ്വികാരമുഖത്തിൽ ചിരിയോ കരച്ചിലോ ആരോപിക്കുംവിധം നമ്മെ സ്വാധീനിക്കുന്നതെങ്ങനെ യെന്ന് പുഡോവ്കിനും ഐസൻസ്റ്റൈനും നമുക്ക് കാണിച്ചുതന്നു.

പക്ഷേ, യഥാർത്ഥലോക ബിംബങ്ങളിൽ ചോരക്കും സെക്സിനു മുള്ള പ്രത്യേക സ്വാധീനം നമ്മെ പരിണാമകാലങ്ങളിൽ എത്തി ക്കുന്നു.

ചോര മരണഭീഷണിയാണ്.

സെക്സ് പുനരുൽപ്പാദനവും.

രണ്ടും അതിജീവനബന്ധം.

കൂടുതൽ വിശദീകരണങ്ങൾ ആവശ്യമില്ല. വിശദീകരണ സഹിതം ഇതിന്റെ തുടർച്ചയിൽ പിടികൂടേണ്ടത് ആഡ് വിദഗ്ദ്ധ രാണ്. ഓർമ്മയുടെയും വികാരങ്ങളുടെയും സിരാശാസ്ത്രത്തിൽ അവഗാഹമുള്ള ഡോക്ടർ എലിസബത്ത് ഫെൽപ്പസ് അവർക്കൊരു നിർദ്ദേശം നൽകുന്നുണ്ട്. കാണികളുടെ ശ്രദ്ധ പിടിച്ചുപറ്റാനുള്ള വൈകാരികോപാധികളെക്കുറിച്ച് നിങ്ങൾക്കുള്ള സങ്കൽപ്പങ്ങൾ തെറ്റാവണമെന്നില്ല. പക്ഷേ, പുതിയ കണ്ടെത്തൽ പുതിയൊരു നിർണ്ണായക ഘടകം ഉൾക്കൊള്ളിക്കുന്നതാണ്. ടൈമിംഗ്! ബ്രാൻ ഡിന്റെ പേരുപോലെ അതിപ്രധാനമായൊരു വിവരശകലം ഒരു പരസ്യത്തിൽ പ്രത്യക്ഷപ്പെടുന്നത് ശക്തമായൊരു ലൈംഗിക ബിംബത്തെ ഉടനടി പിൻതുടർന്നാണെങ്കിൽ അത് കാണികളുടെ ശ്രദ്ധയിൽ പെട്ടെന്നുവരില്ല.

ആളുകളെ പിടിച്ചിരുത്തുന്നതിൽ വളരെ വിജയിച്ചൊരു ടി.വി. പരസ്യം പോലും ശരിക്കും വിൽക്കുന്നതെന്തെന്ന് നമുക്ക് വലിയ പിടിയില്ല.

തുമ്പി ഒരു ബലൂണല്ലാത്തതിനാൽ

ആനയോളം പോന്നൊരു കുഴിയാന ഉണ്ടായിരുന്നിരിക്കാൻ സാദ്ധ്യത ഇല്ലാത്തതുകൊണ്ട് അതിന്റെ കുഴിയുടെ നിർമ്മാണത്തെയും അളവുകളെയും കുറിച്ച് ചിന്തിച്ച് എനിക്ക് ഉറക്കമൊഴിക്കേണ്ടതില്ല. പരീക്ഷണശാലകളിലെ ആത്യന്തിക പോഷകാഹാരവസ്തുക്കൾ ഭക്ഷിച്ച് നമ്മുടെ കാറുകളെ തള്ളിയിടാൻ മാത്രം വലുപ്പമാർജ്ജിക്കുന്ന ഷഡ്പദങ്ങളുടെ വിഹാരഭൂമി തൽക്കാലം എച്ച്.ജി. വെൽസിന്റെ ഒരു കെട്ടുകഥ('ദ ഫുഡ് ഓവ് ദ ഗോഡ്സ്') മാത്രം. പക്ഷേ, കഴുകന്മാരോളമെങ്കിലും വലിയ തുമ്പികൾ ഒരു കാലത്ത് ഭൂമിയിലുണ്ടായിരുന്നു.

എന്താണവയുടെ രഹസ്യം?

ഓക്സിജന്റെ പെരും സാന്നിധ്യം?

ഭൂമിയിലെ പ്രാക്തന അന്തരീക്ഷത്തിലെ അധികം പ്രാണവായു ചില ജന്തുശരീരങ്ങളുടെ കൂറ്റൻ അളവുകളെ തുണച്ചിരിക്കുമോ? ഇപ്പോഴത്തെ 21 ശതമാനത്തിനെതിരെ 35 ശതമാനം നിലവുണ്ടായിരുന്ന ഓക്സിജൻ ഒരു കാലത്ത് കൂറ്റൻ ഷഡ്പദങ്ങൾക്ക് ആകാരം നൽകിയിരിക്കാമെന്ന് ചില ഗവേഷകർ കരുതിയിരുന്നു. അഥവാ മറ്റേത് അധികം ഘടകത്തെ മുൻനിറുത്തിയാണ് അവർക്കൊരു വിശദീകരണത്തിൽ ഏർപ്പെടാൻ കഴിയുമായിരുന്നത്!

പക്ഷേ, എതിർവശത്തേക്ക് പരീക്ഷിക്കാം. ചുരുങ്ങിയ ഓക്സിജൻ വിതാനങ്ങൾ ആകാരങ്ങളെ ചെറുക്കുമോ?

ഇല്ലെന്ന് പരീക്ഷണങ്ങൾ.

രണ്ടറ്റങ്ങളിലേക്കും തെളിവെത്തുന്നില്ല.

പഴയകാലങ്ങളിലെ ഷഡ്പദങ്ങളിൽ കാണാമായിരുന്നതുപോലുള്ള ശ്വാസകോശങ്ങൾ ഇന്നത്തെ ഷഡ്പദങ്ങൾക്കില്ല. ഇതൊരു അനുയോജനമാകാം. ഏതായാലും ഓക്സിജന്റെ

ഏറ്റക്കുറച്ചിലുകളുമായി പൊരുത്തപ്പെടാൻ പലതരം തന്ത്രങ്ങൾ പരിണാമത്തിലൂടെ ഷഡ്പദങ്ങൾ സ്വീകരിച്ചിട്ടുണ്ട്. പ്രാണവായുവിന് ശരീരത്തിലേക്ക് കടക്കാനുള്ള തുറപ്പുകളുടെ കാര്യമെടുക്കുക. അവ വഴി ഉള്ളിലേക്ക് ശുദ്ധവായു 'പംപ്' ചെയ്യുന്നതിൽ ചില ഷഡ്പദങ്ങൾക്കൊരു പ്രത്യേക സിദ്ധിയുണ്ട്. മറ്റ് ചിലവ സാഹചര്യത്തെ നേരിടുന്നത് തുറപ്പുകളുടെ വലുപ്പം ക്രമീകരിച്ചുകൊണ്ടാണ്. പലമുറകൾ, പക്ഷേ ഇവക്കൊന്നും വിശദീകരിക്കാനാവാത്ത ചോദ്യം തുടരുന്നു. കഴുകന്മാരുടെ വലുപ്പമുള്ള തുമ്പികൾ ഇന്നെന്തുകൊണ്ടില്ല. ജൈവിക സാഹചര്യമെന്നത് പ്രാണവായുവിന്റെ ഏറ്റക്കുറച്ചിലുകൾ മാത്രമല്ലല്ലോ. ഇര തേടുകയും ഇരയാവുകയും പതിവുള്ള ജീവികളെ സംബന്ധിച്ച് പ്രത്യേകിച്ചും.

ചീങ്കണ്ണികൾ ഒരപവാദമാണ്.

മുപ്പതു ശതമാനം ഓക്സിജനുണ്ടായിരുന്നൊരു പരിണാമഘട്ടത്തിന്റെ ഏതെങ്കിലും ഒരടയാളം ഇന്നത്തെ ജീവികളിൽ കാണാമോ എന്നറിയാൻ ഇറങ്ങിത്തിരിച്ച ജോൺ വാൻഡൻ ബ്രൂക്സ്. കൂടുതൽ ഓക്സിജനുള്ള അന്തരീക്ഷങ്ങളിൽ തന്റെ ചീങ്കണ്ണികൾക്ക് കൂടുതൽ വലുപ്പം വെക്കുന്നുണ്ടെന്ന് അദ്ദേഹം കണ്ടെത്തി. പക്ഷേ, പ്രാണവായു ഏതാണ്ട് 27 ശതമാനം താണ്ടിയാൽ ഈ അധികവളർച്ച ബാധകമല്ല. ജന്തുശരീരത്തിൽ ഏതോ ഒരു പ്രതികരണ ബിന്ദുവും എവിടെയോ ഒരതിരും!

ഡേകാർടെ,
വ്യക്തിപരമായൊരു കണ്ടെത്തൽ

ഡേകാർടെയുടെ രണ്ടു കുത്തുകൾ എന്റെ മനസ്സിൽ ഒന്നിപ്പിച്ചത് ഒരു കൊതുവായിരുന്നു. വർഷങ്ങൾക്ക് മുമ്പ് കഞ്ചാവുമായി ബന്ധപ്പെട്ടൊരു പരീക്ഷണത്തിൽ എന്റെ ശരീരത്തിൽ വന്നിരുന്നപ്പോൾ.

ഡേകാർടെയുടെ പേരിൽ ലോകത്തെമ്പാടും അറിയപ്പെടുന്ന വേറെ രണ്ടു കുത്തുകളുണ്ട്. വിദ്യാർത്ഥികൾ ഉപയോഗിക്കുന്ന ഗ്രാഫ്പേപ്പറിലൂടെ എക്സും വൈയുമായി തൊട്ടുരുമ്മി കടന്നുപോകുമ്പോൾ ഒരു വരയുണ്ടാക്കുന്ന ബിന്ദുക്കൾ. അവയുടെ തുടക്കത്തിലും ഒരു ഷഡ്പദമുണ്ടായിരുന്നു. ഇഷ്ടികകൾ പതിച്ചൊരു തട്ടിലൂടെ ഒരീച്ച ചരിക്കുന്നത് കണ്ടപ്പോഴാണ് ആ ബിന്ദുക്കളെ ആസ്പദമാക്കിയുള്ള കോ ഓർഡിനേറ്റ് ജ്യാമിതിയെക്കുറിച്ചുള്ള സങ്കൽപ്പം ഡേകാർടേയ്ക്ക് ഉണ്ടായതെന്നൊരു കഥയുണ്ട്. തട്ട് ഒരു ഗ്രാഫ് പേപ്പർപോലെ കുത്തനെയും വിലങ്ങനെയുമുള്ള രണ്ട് സൂചനകളിലൂടെ അതിൽ ഈച്ചയുടെ സ്ഥാനം കൃത്യമായി പിടിച്ചെടുക്കാം. ഇവിടെ വെച്ചാണ് മനസ്സിനെയും ശരീരത്തെയും രണ്ടായിക്കാണാൻ സാഹസപ്പെട്ട ഡേകാർടെയുടെ ദ്വൈത സിദ്ധാന്തത്തെക്കുറിച്ച് എനിക്ക് വ്യക്തിപരമായൊരു കണ്ടെത്തലുണ്ടാവുന്നത്.

ഗ്രാഫിലെ എക്സ്, വൈ.

നമ്മുടെ ശരീരം, മനസ്സ്.

എക്സും വൈയും വ്യത്യസ്തങ്ങൾ, പക്ഷേ ഗ്രാഫിന്റെ അർത്ഥവും പ്രസക്തിയും തന്നെ അവ തമ്മിലുള്ള ബന്ധമാണ്. കോ ഓർഡിനേറ്റുകളുടെ ആശാൻ മനസ്സിന്റെയും ശരീരത്തിന്റെയും വ്യത്യസ്തതയും ഏകോപനവും കണ്ടത് ഇതിന് തുല്യമാണെന്ന് എന്റെ അഭിപ്രായം. ഒരു കൊതുവാണ് എന്നെ ഈ കണ്ടെത്തലിലേക്ക് നയിച്ചത്.

നാം അവിടെ എത്തിയിട്ടില്ല.

കൊതുവിന്റെ നിമിഷമായിട്ടില്ല.

അതിനിടയിൽ, ശരീരവും മനസ്സും വേർപെട്ടാലെന്നതുപോലെയുള്ളൊരു യഥാർത്ഥ ലോകാവസ്ഥയെക്കുറിച്ച് ചിന്തിക്കുക.

ക്ലിനിക്കൽ മരണം പൂർത്തിയായിട്ടും ജീവിതത്തിലേക്ക് തിരിച്ചുവന്നവരുടെ വിചിത്രാനുഭവമാണത്. പക്ഷേ, തിരിച്ചുവരവിന് മുമ്പുള്ള ചില നിമിഷങ്ങളിൽ, ഡേകാർട്ടെയുടെ ഈച്ച തട്ടിലിരുന്ന് കണ്ടാലെന്നതുപോലെ ചുവട്ടിലേക്കൊരു കാഴ്ചയുണ്ട്. ഒരു അപകടത്തെതുടർന്ന് ആശുപത്രിയിലെത്തിയ താൻ അവിടത്തെ ഒരു കട്ടിലിൽ മരിച്ചുകിടക്കുന്നു. കരയുന്ന ബന്ധുജനങ്ങൾ, അങ്ങോട്ടുമിങ്ങോട്ടും നീങ്ങുന്ന നഴ്സുമാർ. തന്റെ മൂക്കിന് മുകളിലൂടെ ഒരു തുണി വലിച്ച് തല മൂടുന്ന ഡോക്ടർ. ഹേയ്, ഞാൻ മരിച്ചിട്ടില്ല! പക്ഷേ, അത് പറയാൻ ഒച്ചയെവിടെ? അവർ അവർക്ക് പുറത്ത്.

ഡേകാർട്ടെയുടെ ദ്വൈതം.

ഇതെങ്ങനെ സംഭവിക്കുന്നു.?

ചലനവുമായും സമതുലിതാവസ്ഥയുമായും ബന്ധപ്പെട്ട ശാരീരിക അനുഭവങ്ങൾ പരിപാകം ചെയ്യുന്നതിൽ മസ്തിഷ്കത്തിന് പറ്റുന്നൊരു പിശകുകാരണം അതുണ്ടാവാം. അതിസൂക്ഷ്മമായി ഏകോപനം സാധിക്കുന്ന രണ്ട് വ്യവസ്ഥകൾ നമ്മിലുണ്ട്. ഒന്ന്, ശിരസ്സിന്റെ സ്ഥാനത്തെയും അനക്കത്തെയും കുറിച്ച് മസ്തിഷ്കത്തിന് വിവരം നൽകുന്ന വ്യവസ്ഥ (Vestibular). രണ്ട്, ഉടലിന്റെയും കൈകാലുകളുടെയും സ്ഥാനത്തെക്കുറിച്ച് വിവരം നൽകുന്ന വ്യവസ്ഥ (somatosensory). ഇവയുടെ സമ്മിളിതം തകരാറായാൽ ഒരു വസ്തുവിന്റെ സ്ഥാനം ഇവിടെയാണെന്നും എന്നാൽ അതിന്റെ ചലനം അവിടെയാണെന്നുമുള്ള അസംബന്ധാവസ്ഥയുണ്ടാവും. അങ്ങനെയൊന്നാണ് നാം നമ്മുടെ ശരീരത്തിന് പുറത്താകുന്നതുപോലുള്ള അനുഭവം. ഒരൽപ്പം വൈദ്യുതികൊണ്ട് പെരുമാറിയാൽ ഈ അനുഭവം കൃത്രിമമായുണ്ടാക്കാൻ കൂട്ടുനിൽക്കുന്നൊരു ഭാഗം നമ്മുടെ ശരീരത്തിലുണ്ട്. റൈറ്റ് ആൻഗുലർ ജൈറസ്.

രണ്ടാമതൊരു വിശദീകരണമുണ്ട്.

സ്വശരീരത്തെച്ചൊല്ലി ആശങ്ക.

ഔട്ട്-ഓവ്-ബോഡി അനുഭവങ്ങൾ (OBES) ചിലരിൽ വളരെ സ്വാഭാവികമായിത്തന്നെ ഉണ്ടാവാം. ഡ്രഗ്ഗുകളുടെയോ ആസന്ന മരണാവസ്ഥയുടെയോ സ്വാധീനത്തിൽ അവനവനെക്കുറിച്ചുള്ള ബോധം വല്ലാതെ ഉയരുന്നവരിൽ, സ്വന്തം രൂപത്തെക്കുറിച്ച് വല്ലാത്ത ആശങ്കകൾ ഉള്ളവരിൽ, മറ്റുള്ളവർ തന്റെ വൈരൂപ്യം ചർച്ചചെയ്യുന്നതിനെക്കുറിച്ച് വല്ലാത്ത ആശങ്കകൾ ഉള്ളവരിൽ, മറ്റുള്ളവർ തന്റെ വൈരൂപ്യം ചർച്ചചെയ്യുന്നതിനെക്കുറിച്ച് പേടിയുള്ളവരിൽ.

കൊതുവിലേക്ക് തിരിക്കുക.

ഒരു കൊതുവെന്നെ കടിക്കുന്നു.

ചോര കട്ട പിടിക്കാതിരിക്കാൻ കൊതു ഉപയോഗിക്കുന്ന കെമിക ദ്രവ്യം ചർമ്മത്തിൽ ചൊറിച്ചിലുണ്ടാക്കുന്നത് എനിക്കറിയാവുന്നുണ്ട്. എന്നിട്ടും ഞാൻ എന്തുകൊണ്ട് കൊതുവിനെ തല്ലുന്നില്ല? സമയമായിട്ടില്ല. ആദ്യം കൊതു പ്രവർത്തിക്കുന്ന ഭാഗത്തുനിന്ന് ചൊറിച്ചിലിനെക്കുറിച്ചൊരു സന്ദേശം മസ്തിഷ്കത്തിലെത്തണം. എന്നിട്ട്, മസ്തിഷ്കം എന്റെ കൈയിന് ആജ്ഞ നൽകണം. അപ്പോൾ മാത്രമേ എനിക്ക് തല്ലാൻ വകുപ്പുള്ളൂ. പക്ഷേ, കൊതുകടിയെക്കുറിച്ചുള്ള സന്ദേശം അപാരമായ സ്ലോ മോഷനിലാണ് എന്റെ മസ്തിഷ്കത്തിലേക്ക് നീങ്ങുന്നത്. ഒരു അസംബന്ധാവസ്ഥ. ചർമ്മത്തിലെ ചൊറിച്ചിൽ ഞാൻ അറിഞ്ഞെങ്കിൽ തീർച്ചയായും കൊതുകടിയെക്കുറിച്ചുള്ള വിവരം മസ്തിഷ്കത്തിൽ എത്തിയിരിക്കണമെന്നോർത്താൽ, ഞാൻ ഒരേ സമയത്ത് എന്റെ ശരീരത്തിനകത്തും പുറത്തുമായി വർത്തിക്കുന്ന അവസ്ഥ തെളിയും.

കൊമ്പ് തുളഞ്ഞ ബിന്ദു.

അതിന്റെ എക്സും വൈയും.

അപ്പോഴാണ് ഡേകാർട്ടെയുടെ രണ്ട് ബിന്ദുക്കൾ എന്റെ മനസ്സിൽ ഒന്നിച്ചത്. കുത്തനെയും വിലങ്ങനെയും സഞ്ചരിച്ച് ഗ്രാഫ് പേപ്പറിൽ സംവദിക്കുന്ന ശരീര മനസ്സുകളും. ലോകം ഭരിക്കുന്നത് വൈരുദ്ധ്യാത്മക ഭൗതികവാദമല്ല കാർടീഷൻ കോഓർഡിനേറ്റുകളാണ് എന്ന് 'ചാൻസ് ആൻഡ് നെസസിറ്റി' എഴുതിയ മിട്ടുക്കൻ പറഞ്ഞത് ഞാൻ ഓർക്കുന്നു.

വിരലോട്ടത്തിന്റെ താരയിൽ

റ്റൈഗർ വുഡ്സ്, യോ-യോ മാ. കരവിരുതിന്റെ ഇതിവൃത്തം ഇവർ രണ്ടുപേരേയും ഒരുമിച്ച് നമ്മുടെ മനസ്സിൽ എത്തിക്കേണ്ടതാണ്. എന്നിട്ടും ഗോൾഫിലും സംഗീതത്തിലും തുല്യഭ്രമമുള്ളവരിൽപ്പോലും സാധാരണ നിലയ്ക്ക് സംഭവിക്കാറില്ല. നമ്മുടെ സിരാഘടനയാവട്ടെ ഗോൾഫുമായും സംഗീതവുമായും ബന്ധപ്പെട്ട ചില ദൈഹിക ചലനങ്ങളുടെ ഉദ്ഗ്രഥനം സാധിക്കുന്നത് ഒരേ രീതിയിലാണ്. വയലിൻ വായിക്കുന്നൊരു വലംകൈയ്യൻ കൂടുതൽ ഉപയോഗിക്കുന്നത് ഇടം കൈയാണ്. ഇതുപോലെയുള്ള പരിശീലന മുറകളിലെ പ്രത്യേകതകൾ ശരീരത്തിലും മനസ്സിലും ചില താരകൾ ഉണ്ടാക്കുന്നു. റ്റൈഗർ വുഡ്സിനെപ്പോലെ ഉപകരണങ്ങളെടുത്തു പെരുമാറുന്ന ചില കായികാഭ്യാസികളിലും ഇത് സംഭവിക്കുന്നു.

ചില വഴിത്താരകൾപോലെ.

പരിശീലനം നിലച്ചാൽപ്പോലും.

ഇതിൽ ആശ്ചര്യപ്പെടാനില്ല. ചില ചലനങ്ങൾക്ക് അഭിഗതികൾക്ക്, റിവേഴ്സ് ഗിയറില്ല. ചലനാത്മക മസ്തിഷ്കം ഒരു പ്രത്യേക രീതിയിലുള്ള ചോദനയോട് തുടർച്ചയായി പ്രതികരിച്ചുകൊണ്ടിരുന്നാൽ സംഭവിക്കാനിടയുള്ളൊരു ഏർപ്പാടാണത്. ആശ്ചര്യമുള്ളത് ഇങ്ങനെയുണ്ടാവുന്ന ചില മാറ്റങ്ങൾ മറ്റു ചില മാറ്റങ്ങൾക്ക് കാരണമാകുന്നുവെന്ന പുതിയ കണ്ടെത്തലാണ്. ഈ തിരിച്ചറിവ് നമ്മുടെ നിരീക്ഷണങ്ങളിലെ ഊന്നൽ മാറ്റാം. യോ-യോ മായുടെ എത്രയോ പിന്നിലായ ചിലരെ ശ്രദ്ധിക്കുക. ഇപ്പോഴും ആമെച്ചർ പദവിയിൽ തുടരുന്നവർ, അല്ലെങ്കിൽ സംഗീത പ്രവർത്തനം ഇല്ലാത്തവർ. ഒരു കമ്പ്യൂട്ടർ സ്ക്രീനിൽ നിന്ന് നിർദ്ദേശങ്ങൾ സ്വീകരിച്ച് കൈയിലുള്ള വയലിൻ കമ്പികളിൽ അവർ പെരുമാറാൻ പോവുകയാണ്.

അവരുടെ കൈകളെന്തു ചെയ്യും?

ഓരോ കൈയിലെ ഓരോ വിരലും.

'കൈത്വം' (handedness) എന്ന അവസ്ഥ മനുഷ്യരിൽ

സ്വാഭവികമെങ്കിലും വയലിൻ വായനപോലെ ഓരോ കൈയിനും വ്യത്യസ്തവും നിർദിഷ്ടവുമായ റോളുകളുള്ള പ്രവർത്തനങ്ങൾക്ക് കൈത്വത്തിന് ഒരു പ്രത്യേക ഊന്നൽ നൽകാൻ കഴിയുന്നു. മറിച്ച് പിയാനോ പോലുള്ള സംഗീതോപകരണങ്ങൾ ഉപയോഗിക്കുന്നവരുടെ കൂട്ടത്തിൽ പലരും വലിയൊരു പരിധിവരെ കൈത്വത്തിൽ നിന്ന് മോചനം നേടി സവ്യസാചിത്വം പ്രാപിക്കുന്നു. ഇവരാണ് ശരിക്കും ഇരട്ടക്കൈയന്മാർ. ഇതിന്റെ സൂചനകൾ ഒരു ആധുനിക സമാന്തരത്തിലേക്ക് നയിക്കുന്നു.

ലക്ഷക്കണക്കിന് ആളുകൾ ഇന്ന് കൈവിരലുകളുടെ ആവർത്തിത ചലനങ്ങളിലൂടെ മസ്തിഷ്കത്തെ പുനരുദ്ഗ്രഥിക്കുന്ന ('റീവയർ' ചെയ്യുന്ന) സഹചര്യങ്ങളിലാണ് ദിവസവും പ്രവർത്തിക്കുന്നത്. ഇവർ ഏതെങ്കിലും തരത്തിലുള്ളൊരു കീബോഡ് ഉപയോഗിക്കുന്നു. ടൈപ്പ്റൈറ്ററിന്റെ, കമ്പ്യൂട്ടറിന്റെ. ഇതിലൊരു വാഗ്ദാനമുള്ളത് ഒരു പഴഞ്ചൊല്ലിനെതിരായി പറഞ്ഞാൽ, പഴയ നായക്കും പുതിയ വിദ്യകൾ പഠിക്കാമെന്നതാണ്. പ്രായപൂർത്തി പിന്നിട്ടാൽ അതിനുള്ള കഴിവ് ചുരുങ്ങിച്ചുരുങ്ങി വരുമെന്നുമാത്രം.

അതിനിടയിൽ നമ്മുടെ വിരലോട്ടങ്ങൾ മസ്തിഷ്കത്തിൽ ഒരു താര കോറിക്കൊണ്ടിരിക്കുന്നു.

അവർ പാറകളിൽ ഒരു മാനിനെ കേട്ടു

മായസംസ്കാരം ഒരു ഒലിയായിരുന്നെങ്കിൽ ഒരു പ്രത്യേകാർത്ഥത്തിൽ അതിന്റെ മാറ്റൊലിയാണ് മെക്സിക്കോയിലെ ചിച്ചൻ ഇറ്റ്സ് എന്ന ഇടത്തിൽ കാണാവുന്ന പിരമിഡിന്റെ അവശിഷ്ടം. പിരമിഡിന് കൂർത്ത മുനയില്ല. അതിന് പകരം നെറുകിൽ ഒരു ക്ഷേത്രം. അവിടെയെത്താൻ നാലു വശത്തുനിന്നും ഒരു നേർവര പിടിച്ച് കയറാൻ പടവുകൾ. വിദേശ സഞ്ചാരികളെ ഗൈഡ് അന്ധാളിപ്പിക്കുന്നത് ആ പടവുകളിൽ വെച്ചാണ്. പിരമിഡ് കെട്ടിയവരുടെ മുഖ്യ ദേവതയായ കുക്കുൽകാൻ എന്ന തൂവലുള്ള സർപ്പത്തിന്റെ ചുറ്റിക്കളിയാണെന്നുതോന്നും.

ഇപ്പോൾ കൈ കൊട്ടിയാൽ കേൾക്കാവുന്നത് നിങ്ങളുണ്ടാക്കുന്ന ശബ്ദത്തിന്റെ മാറ്റൊലിപോലല്ല. മറിച്ച് അതൊരു പക്ഷിയുടെ ചിലയ്ക്കൽ പോലിരിക്കുന്നു?

ഏതു പക്ഷിയുടെ ചിലയ്ക്കൽ?

ലബ്മനാണ് കണ്ടെത്തിയത്.

ക്വിറ്റ്സലിന്റെ ചിലയ്ക്കലാണത്. ക്ഷേത്രവുമായി ബന്ധപ്പെട്ട ആചാരസംഹിതയിൽ ദൈവത്തിന്റെ ദൂതുമായി വരുന്ന പുണ്യപക്ഷിയാണത്. വാസ്തുശിൽപ്പവുമായി ബന്ധപ്പെട്ട, ശബ്ദഗ്രഹണശാസ്ത്രത്തിൽ അവഗാഹമുള്ള ഡേവിഡ് ലബ്മന്റെ നിരീക്ഷണമനുസരിച്ച് 1300 വർഷം താണ്ടിയ ഈ പിരമിഡാണ് ലോകത്തിലേക്കും വെച്ച് പഴക്കമുള്ള ശബ്ദരേഖ. പ്രിയപക്ഷിയുടെ ഒച്ച കല്ലിൽ 'കോഡ്' ചെയ്തുവെച്ചിരിക്കയാണ് ശിൽപ്പികൾ. കോണികളുടെ ഉപരിതലത്തിലെ ഉയർച്ചത്താഴ്ചകളുടെ പ്രത്യേക സംവിധാനം കാരണമാണ് നമ്മുടെ ഒച്ചയുടെ മാറ്റൊലി ഒരു ചിലപ്പാവുന്നത്. ഭൗതികശാസ്ത്രത്തിൽ 'പിക്കറ്റ് ഫെൻസ് ഇഫക്റ്റ്' എന്നറിയപ്പെടുന്ന തന്ത്രത്തിന് പ്രത്യേകിച്ചും അവരോഹണാവസ്ഥയിലെ ചിലയ്ക്കൽ സാദ്ധ്യമാക്കാം.

ശാബ്ദികമായൊരു വളച്ചൊടിക്കൽ.

ദൃശ്യത്തിൽ സമാന്തരമുണ്ട്.

ചില ഷഡ്പദങ്ങൾക്കുമേൽ വീഴുന്ന വെളിച്ചത്തെ അവയുടെ പുറം തോടിൽ ഒരു പ്രത്യേക രീതിയിൽ വിന്യസിതമായ കോറലുകൾ വളച്ചൊടിക്കുമ്പോഴാണ് ലോഹത്തിളക്കമുള്ള നിറങ്ങളുടെ പ്രതീതി നമുക്കുണ്ടാവുന്നത്. പക്ഷേ, സമാന്തരമെന്ന് ഞാൻ പറഞ്ഞത് ഇതിനേക്കാൾ സങ്കീർണ്ണമായ ചില ഉദാഹരണങ്ങളാണ്. സിലിക്ക എന്ന പദാർഥത്തിൽ ഏതെങ്കിലുമൊരു സംവിധാനം(അഥവാ 'ഗ്രിഡ്') അനുസരിച്ച് ഓട്ടകൾ തുളച്ചാൽ ഫോട്ടോണിക് ക്രിസ്റ്റൽ എന്ന ആശ്ചര്യവസ്തുവായി. ദ്വാരങ്ങൾ തമ്മിലുള്ള അകലം ഏകദേശം ഏതെങ്കിലും തരത്തിലുള്ള വെളിച്ചത്തിന്റെ തരംഗദൈർഘ്യത്തിന് തുല്യമാണെങ്കിൽ. ക്രിസ്റ്റലിൽ വീഴുമ്പോൾ ആ വെളിച്ചം സ്വയം തടസ്സപ്പെടുത്തുന്നു. റദ്ദ് ചെയ്യുന്നു. ഒരിക്കൽ ഓരോ കോപ്പ ചായക്കുമുകളിൽ ഇതേക്കുറിച്ച് ചർച്ചചെയ്യുന്നതിനിടയിൽ ഫ്രാൻസിസ് മെസഗ്വ, ജെയ്ം ലിനാഷ് എന്നീ ശാസ്ത്രജ്ഞന്മാർക്ക് പെട്ടെന്ന് തോന്നി, ശബ്ദത്തെയും ഇതേപോലെ ഇല്ലാതാക്കാമല്ലോ?

നാൽക്കവലകളിലെ പ്രതിമകൾ ചുറ്റുമുള്ള ശബ്ദമലിനീകരണം പിടിച്ചെടുത്ത് കേൾക്കാൻ സുഖമുള്ള ഒരൊച്ച മാറ്റൊലിപ്പിച്ചാലോ!

മെസഗ്വയും ലിനാഷും തെരുവിലേക്കിറങ്ങി. ദണ്ഡുകൾ, സ്തൂപങ്ങൾ എന്നിവയോടടുക്കുന്ന ചില പൊതു പ്രതിമകളിൽ പരീക്ഷണം നടത്തി. എന്തൊക്കെയോ സംഭവിക്കുകതന്നെ ചെയ്തു, പക്ഷേ, സ്വയം മൗനികളെങ്കിലും ഈ പ്രതിമകളുടെ ഉൽപ്പത്തി ശബ്ദഹനനം ഉദ്ദേശിച്ചുള്ളതല്ലല്ലോ. ആകയാൽ ചില കെട്ടിടങ്ങളിൽനിന്ന് ഭ്രാന്തമായ ചില മാറ്റൊലികളുണ്ടായി. പക്ഷേ, പരീക്ഷണശാലയിലേക്ക് തിരിച്ചുചെന്നപ്പോൾ, ലോഹത്തിലും മരത്തിലും തീർത്ത മാതൃകകൾ ഉപയോഗിച്ച് ശബ്ദത്തിന്റെ അളവുകൾ ചുരുങ്ങുന്ന മാറ്റൊലികൾ സൃഷ്ടിക്കാൻ അവർക്ക് കഴിഞ്ഞു.

പക്ഷേ, വെളിച്ചത്തെ ഇരുട്ടാക്കി മാറ്റൊലിപ്പിക്കുന്ന ഫോട്ടോണിക് ക്രിസ്റ്റലിന് സമാന്തരമായി ശബ്ദത്തെ മൗനമായി മാറ്റൊലിപ്പിക്കാൻ കഴിവുള്ളൊരു സോണിക് ക്രിസ്റ്റൽ തൽക്കാലം ഒരാഗ്രഹം മാത്രമായിരിക്കും.

തുളകളുടെ രഹസ്യമാണത്,

താളുകൾക്കിടയിലെ അകലങ്ങൾ.

സോണാർ ക്രിസ്റ്റലുകളുടെ ഒരാവരണത്തിനകത്ത് മുങ്ങിക്കപ്പലുകൾ വേട്ടക്കാരുടെ കണ്ണുവെട്ടിച്ച് ഒരു തരം അദൃശ്യത്വം പ്രാപിക്കുന്നതിനെക്കുറിച്ചുള്ള അമേരിക്കയുടെ സൈനികയത്നങ്ങളെക്കുറിച്ച് മുൻപൊരിടത്ത് വായിച്ചത് ഞാൻ ഓർക്കുന്നു. പക്ഷേ, സുനാമിയുടെ ദുർദ്ദിനങ്ങളിൽ, സൈസ്മിക് തരംഗങ്ങൾക്ക് മേൽ ഭൂകമ്പോർജ്ജങ്ങൾ സവാരി ചെയ്യുന്ന സന്ദർഭങ്ങളിൽ, കൂടുതൽ നമ്മോടടുത്തു

നിൽക്കുന്നൊരു യാഥാർത്ഥ്യമുണ്ട്. ഓർക്കുക, മറ്റൊരു തരം ശബ്ദവീചിയാണ് ഒരു സൈസ്മിക് തരംഗം. ഒരു കെട്ടിടത്തിന്റെയോ നഗരത്തിന്റെയോ ചുറ്റുപാടുമുള്ള ഭൂമിയിൽ നിറയെ തുളകൾ ഉണ്ടാക്കുക. അവ സൈസ്മിക് ആക്രമണത്തെ ചെറുത്തുനിൽക്കും.

ആകൃതികളും മാറ്റൊലികളും തമ്മിലുള്ള ബന്ധത്തെക്കുറിച്ചുള്ള ഈ അറിവ് പുതുതാകാം. പക്ഷേ, ആ ബന്ധത്തിന് പ്രാചീനതയുണ്ട്.

മാറ്റൊലികളെക്കുറിച്ചുള്ള അലൗകിക വ്യാഖ്യാനങ്ങൾ പല ജനതകളുടെയും ഐതിഹ്യങ്ങളിലുണ്ട്. ലോകം മുഴുവൻ സഞ്ചരിച്ച് ചരിത്രപൂർവ്വ ഗുഹാചിത്രങ്ങളുടെയും പാറയെഴുത്തുകളുടെയും പ്രാകൃത സാഹചര്യങ്ങളെക്കുറിച്ച് പഠിക്കുന്ന സ്റ്റീവൻ വാലറുടെ തെളിവ് ശബ്ദഗ്രഹണശാസ്ത്രം(അക്കൂസ്റ്റിക്സ്) സംബന്ധിച്ച കൃത്യമായ അളവുകണക്കുകളാണ്. മാറ്റൊലികൾക്ക് അപാര സാദ്ധ്യതകളുള്ള ഗുഹകളിലും മലയിടുക്കുകളിലും പഴയ കല ഓരോരോ സങ്കേതങ്ങൾ കണ്ടെത്തിയത് യാദൃച്ഛികമല്ല. ഒരു കവായിസു പുരോഹിതന്റെ വെളിപാടുണ്ട് "അവൻ പാറകളിൽ മാനിന്റെ ശബ്ദം കേട്ടു." വാസ്തവം, അയാൾ സൂചിപ്പിക്കുന്നേടത്തെ മാറ്റൊലികൾ കുളമ്പടിപോലെയാണ്.

വിരൽത്തുമ്പിൽ ഒരു മിന്നാമിനുങ്ങ്

അനുഗ്രഹിക്കുന്ന ദൈവത്തിന്റെ വിരലുകൾ ചെറിയ ചെറിയ ദീപസ്തംഭവെളിച്ചങ്ങൾകൊണ്ട് അനുഗ്രഹീതരെ തൊടുന്നത് വരച്ച ചിത്രകാരന്മാരുടെ വെളിപാടിനെക്കുറിച്ച് എനിക്കൊന്നുമറിഞ്ഞുകൂടാ. പക്ഷേ, പ്രകാശം പരത്തുന്നൊരു പെൺകുട്ടിയുടെ വിരലുകൾ കൈയിലെടുക്കുന്നൊരാൾ തൊടുന്നത് വെളിച്ചത്തെയാണെന്ന് ആധുനിക ശാസ്ത്രം പറയുന്നു.

പക്ഷേ, പക്ഷപാതമരുത്.

ആൺകുട്ടികൾക്കുമുണ്ട് ഈ സിദ്ധി.

ആൺകുട്ടികൾക്കെന്നല്ല, മുതിർന്ന സ്ത്രീ പുരുഷന്മാർക്കും ലോകത്തിലെ എല്ലാ മനുഷ്യർക്കും വെളിച്ചം വമിക്കുന്ന വിരലുകളുണ്ട്. എല്ലാ ഹസ്തദാനങ്ങളും പാണിഗ്രഹണങ്ങളും വെളിച്ചത്തിന്റെ ബന്ധങ്ങളാണ്. വളരെ കൃത്യമായി പറഞ്ഞാൽ ഫോട്ടോൺ ബന്ധങ്ങൾ. ജപ്പാനിലെ ഫോട്ടോണിക്സ് വിദഗ്ദ്ധനായ മിറ്റ്സുഗാ ഹിരാമറ്റ്സുവിന്റെ കണ്ടെത്തലാണത്. നഗ്നനേത്രങ്ങൾകൊണ്ട് ഈ വെളിച്ചം കാണാനാവില്ല. അതിന് ഫോട്ടോൺ കൗണ്ടർ എന്ന ഉപകരണം വേണം. അതുവഴി കാണാവുന്ന വെളിച്ചമാകട്ടെ കൈകളിൽ മാത്രമല്ല, നെറ്റിത്തടത്തിലും ഉള്ളം കാലിലുമുണ്ട്. മനുഷ്യരിൽ മാത്രമല്ല. എല്ലാ പക്ഷിമൃഗാദികളിലുമുണ്ട്, എല്ലാ ചെടികളിലും മരങ്ങളിലുമുണ്ട്. അതേ സമയത്ത് ഒരാളുടെ കൈപ്പടത്തിൽപ്പോലും അത് എല്ലായിടത്തും ഒരേപോലെയല്ല.

നഖത്തിൽ 60 ഫോട്ടോണുകൾ.

വിരലിൽ 40

ഉള്ളം കൈയിൽ 20

എന്തുകൊണ്ടാണ് നഖങ്ങൾക്ക് കൂടുതൽ വെളിച്ചം? നഖങ്ങളുടെ 'ഓപ്റ്റിക്കൽ വിൻഡോ പ്രോപർട്ടി' കാരണം. അതായത് നഖം

ഒരു പ്രിസംപോലെ വെളിച്ചം ചിതറാൻ ഇടവരുത്തുന്നു. നഖക്ഷത ങ്ങൾ വെളിച്ചംകൊണ്ടുള്ള എഴുത്താണ്. ഉയർന്ന താപനിലകളിൽ, ഓക്സിജന്റെ സാന്നിധ്യത്തിൽ ധാതുതൈലങ്ങളുമായുള്ള സ്വർഗ്ഗബ ന്ധത്തിൽ ആ വെളിച്ചം കൂടുതൽ തീക്ഷ്ണമാകുന്നു. എല്ലാറ്റിനും പുറമേ, വളരെ സാമാന്യമായി, ആരോഗ്യനിലയ്ക്ക് ഒരു തിരി നീട്ടുകയോ താഴ്ത്തുകയോ ചെയ്യുന്നതുപോലെ വെളിച്ചത്തെ ബാധിക്കാൻ കഴിയും. ഭാവിയിലെ വൈദ്യശാസ്ത്രത്തിൽ, പ്രത്യേകിച്ചും രോഗനിർണ്ണയ സന്ദർഭങ്ങളിൽ, ഈ കണ്ടെത്തൽ വളരെ സഹായകമാവും. നെറ്റി യിൽനിന്നും വിരലുകളിൽ നിന്നുമുള്ള വെളിച്ചങ്ങൾ അളവിൽ വ്യത്യാസമെങ്കിലും രണ്ടും സ്പന്ദിക്കുന്നത് ഒരേ പ്രാഥമിക താളത്തി ലാണ്. പക്ഷേ, ആരോഗ്യം ക്ഷയിക്കും തോറും രണ്ടും തമ്മിലുള്ള വ്യത്യാസം കൂടിക്കൊണ്ടുവരുന്നു. ഇതൊരു നല്ല സൂചികയാണ്.

എല്ലാം ഉപരിതലസ്പർശിയല്ല.

തൊലിക്കടിയിലും പ്രവർത്തനമുണ്ട്.

വെളിച്ചം കൂട്ടുന്ന തൈലങ്ങൾ ചർമ്മസുഷിരങ്ങളിലൂടെ അകത്തേ ക്ക് കടക്കുന്നതുകൊണ്ട് അങ്ങനെയുണ്ടാവുന്ന വെളിച്ചത്തിന്റെ 60 ശതമാനവും തൊലിക്കടിയിലെ പ്രവർത്തനമാണെന്ന് പറയാം. കൃത്യമായി പറഞ്ഞാൽ ഒരു കെമിക പ്രതിപ്രവർത്തനം തൊലിക്ക് പുറത്തുമുണ്ട്. ഉദാഹരണത്തിന് വിരലുകളിലെ തൊലി ഓക്സിജനു മായി പ്രതിപ്രവർത്തിക്കുമ്പോഴാണ് ബാക്കിയുള്ള 40 ശതമാനമുണ്ടാ കുന്നത്. മിന്നാമിനുങ്ങിന് തിളക്കം നൽകുന്ന കെമിലുമിനിസെൻസ് പോലുള്ള വെളിച്ചമാണത്. നമ്മുടെ വിരൽത്തുമ്പിൽ ഒരു മിന്നാമി നുങ്ങുണ്ട്.

എല്ലിനും സേമിയക്കും പൊതുവായുള്ളത്

പായസമാകുന്നതോടെ നഷ്ടപ്പെടുന്നൊരു ആശ്ചര്യം സേമിയയിലുണ്ട്. അത് ഭൗതികശാസ്ത്രത്തിനൊരു വെല്ലുവിളിയാണ്. സാക്ഷാൽ റിച്ചാഡ് ഫെയ്ന്മാൻ പോലും ആ വെല്ലുവിളി നേരിട്ട് കുഴഞ്ഞുപോയിട്ടുണ്ട്.

സേമിയയെന്നു പറഞ്ഞത് വളരെ കൃത്യമായിട്ടല്ല. വേ്മിചെലി (വെമിസെലി) എന്ന സേമിയയെപ്പോലെ പാസ്റ്റ വിഭാഗത്തിൽപ്പെട്ട മറ്റൊരു ഉൽപ്പന്നമുണ്ട്. സ്പാഗറ്റി. സൗകര്യാർത്ഥം പാസ്റ്റയെ സേമിയയായി കാണുകയാണെങ്കിൽ, വെമിസെലി നേർത്ത ചുള്ളികൾ പോലെ. സ്പാഗറ്റിക്ക് കട്ടികൂടും. പക്ഷേ ആശയക്കുഴപ്പമരുത്. ചൈനയിൽ ചെന്ന് നൂഡിൽസ് തിന്ന മാർകോ പോളോ വീട്ടിൽ തിരിച്ചെത്തിയപ്പോഴാണ് ഇറ്റലിക്ക് സ്പാഗറ്റിയുണ്ടായതെന്ന ധാരണ ചരിത്രകാരന്മാർ തിരുത്തിയത് പല ജനതക്കും പാസ്റ്റയുടെ പ്രാദേശിക രൂപങ്ങൾ പണ്ട് തൊട്ടേയുണ്ടായിരുന്നു എന്ന തിരിച്ചറിവ് കാരണമാണ്. അതുകൊണ്ട് സ്പാഗറ്റി മെലിഞ്ഞാൽ നമ്മുടെ നാട്ടിലെ വേ്മിചെല്ലിയാകുമെന്ന് പറയാനാവില്ല.

ചേരുവകളിൽ വ്യത്യാസമുണ്ടാകാം.

പൊട്ടലും വ്യത്യസ്തമാകാം.

ദ്രവ്യങ്ങളുടെ വൈവിധ്യം കണ്ട് അമ്പരക്കണമെങ്കിൽ ചില ചില വസ്തുക്കളെടുത്ത് വളച്ചൊടിക്കാൻ ശ്രമിച്ചാൽ മതി. തീപ്പെട്ടിക്കോൽ, ചന്ദനത്തിരി, കമ്പിത്തിരി, ടൂത്ത്പിക്ക്, പലതരം ചുള്ളിക്കോലുകൾ, കമ്പിത്തിരിയുടെ കമ്പി വളയുകയേ ഉള്ളൂ. പൊട്ടില്ല. ചന്ദനത്തിരിയുടെ കോലും പൊട്ടിയെന്ന് വരില്ല. പക്ഷേ ഒടിഞ്ഞുനിക്കും. ടൂത്ത്പിക്ക്, തീപെട്ടിക്കോൽ എന്നിവക്ക് സാദ്ധ്യമായ വളവിന് ദൃഢപരിമിതിയുണ്ട്. അത് താണ്ടിയാൽ വളഞ്ഞ വളവിൽ അത് പൊട്ടും.

സ്പാഗറ്റിയോ? പൊട്ടും.

തനതു ദ്രവ്യശൈലിയിൽ.

പൊട്ടുന്ന സ്പാഗറ്റിയുടേത് ഒരു ഉടനീളത്തകർച്ചയാണ്. സാധാരണ നിലക്ക് പൊട്ടുന്നത് രണ്ട് കഷ്ണങ്ങളായിട്ടല്ല. പല കഷ്ണങ്ങളായിട്ടാണ്. ചിലപ്പോൾ എട്ടുവരെ. ഭൗതികശാസ്ത്രപരമായൊരു അപ്രതീക്ഷിതത്വം ഇതിലുണ്ട്. സ്പാഗറ്റിയുടേതുപോലുള്ളൊരു കോല് വളഞ്ഞ് രണ്ടായി പൊട്ടുമ്പോൾ, ആ പൊട്ടലിന് കാരണമായ ആയാസം അയയേണ്ടതാണ്. പൊട്ടിയുണ്ടായ രണ്ട് കഷ്ണങ്ങൾ സമതുലിതാവസ്ഥയിൽ ചായേണ്ടതാണ്. പക്ഷേ, സ്പാഗറ്റിയിൽ സംഭവിക്കുന്നത് മറിച്ചാണ്. ആദ്യത്തെ ആഘാതം. ആദ്യത്തെ പൊട്ടൽ, കോലിലൂടെ ഉടനീളം വ്യാപിക്കുന്ന ഇലാസ്റ്റിക് തരംഗങ്ങളുണ്ടാക്കുന്നു. രണ്ട് കഷ്ണങ്ങൾ ഓരോന്നിലും ഈ തരംഗങ്ങൾ ഒരു പ്രാദേശിക വളവിന്റെ ആയാസം സൃഷ്ടിക്കുന്നു. വീണ്ടും പൊട്ടൽ, വീണ്ടും തിരകൾ വീണ്ടും തിരകൾ സ്പാഗറ്റിയുടെ ദ്രവ്യം ഇങ്ങനെ ശിഥിലമാകുന്നു.

ഫ്ളെക്സുലർ തരംഗങ്ങൾ

ക്രിക്കറ്റ് കളിയിലതുണ്ട്.

ക്രിക്കറ്റിലെന്നല്ല, ബാറ്റും പന്തുമുള്ള ഏത് കളിയിലും അടിക്കുമ്പോൾ പന്ത് ബാറ്റിലെ ഒരു പ്രത്യേക സ്ഥാനത്ത് കൊണ്ടാൽ നമുക്കൊരു സുഖം തോന്നും. ഈ സ്ഥാനമാണ് ബാറ്റിലെ 'സ്വീറ്റ് സ്പോട്ട്'. അവിടെയല്ലാതെ മറ്റെവിടെയെങ്കിലും പന്ത് തട്ടിയാൽ അസുഖകരമോ വേദനാകരമോ ആയ ഒരു കുലുക്കവും വിറയലുമെല്ലാം നാം അറിയുന്നു. തരംഗങ്ങളുടെയും തരംഗദൈർഘ്യങ്ങളുടെയും സൂക്ഷ്മാത്ഭുത ലോകമാണത്. സേമിയ പൊട്ടുന്നതെങ്ങനെ എന്നറിഞ്ഞാൽ, ഒരു കെട്ടിടമോ വിമാനമോ മറ്റെന്തെങ്കിലുമോ പൊട്ടുന്നതെങ്ങനെയെന്ന് നമുക്ക് അറിയാനാവും. ഒരു നൂറ് 'ചെറിയ' കാര്യങ്ങളിൽ മനസ്സിനെ വ്യാപരിപ്പിച്ചിരുന്ന റിച്ചാഡ് ഫെയ്ൻമാന്റെ അസാധാരണ പ്രതിഭക്ക് സ്പാഗറ്റി പ്രധാനമായി തോന്നിയത് സ്വാഭാവികം. പക്ഷേ, അതിന്റെ രഹസ്യം അദ്ദേഹത്തിന് പിടികിട്ടിയില്ല. അടുത്ത കാലത്താണ് രണ്ട് ശാസ്ത്രജ്ഞർ ഹൈസ്പീഡ് ഛായാഗ്രഹണ വിദ്യയുടെ സഹായത്തോടെ സ്പാഗറ്റി പൊട്ടുന്നതിന്റെ വിശദാംശങ്ങൾ വെളിപ്പെടുത്തിയത്.

നമ്മുടെ കാലിനെക്കുറിച്ചുള്ളതുകൂടിയാണതെന്നു പറയാം.

ആരെങ്കിലും നമ്മുടെ കാല് വളച്ചൊടിക്കാൻ ഒരുമ്പെട്ടാൽ അതിന്റെ ഫലവും മൂന്നോ നാലോ കഷ്ണങ്ങളിലാവും.

അഴിവിൽ ഊന്നൽ.

ഒന്നും ഒരിക്കലും ഉടയാത്തൊരു ലോകം വിഭാവനം ചെയ്തുകൊണ്ട് കുട്ടിക്കാലം പിന്നിട്ടൊരു രസതന്ത്ര വിദഗ്ദ്ധനുണ്ട്. മാർക് എബർഹാർട്ട്. ഇപ്പോൾ ഒരു കുപ്പിയോ കോപ്പയോ ഉടഞ്ഞുകിടക്കുന്നതു കണ്ടാൽ അയാൾ അതിനടുത്തിരുന്ന് സമയം ചെലവഴിക്കുന്നു. ഉടയും മുമ്പ് അതിൽ വീണ വിള്ളൽ അയാൾക്ക് കാണാം. ഒരു

വര. അയാൾ ഒരു കാല രേഖയിലൂടെ പിന്നോട്ട് സഞ്ചരിക്കുന്നതു പോലെ അതുവഴി തുടക്കത്തിലേക്ക് തിരിച്ചുചെല്ലുന്നു. ഒരു വളപ്പിന്റെ അതിരിലെ മരം കണ്ടാൽ, അതിന്റെ വളർച്ച അവിടത്തെ ഇരുമ്പുവേലിയിലെ കമ്പികളെ വളച്ചിരിക്കുന്നതെങ്ങനെയെന്ന് ശ്രദ്ധിക്കുന്നു. അഴിവിലും തകർച്ചയിലുമുള്ള വികൃത സുഖമല്ലിത്. ഒരു വസ്തു നമ്മെ തോൽപ്പിക്കുന്നത് കണ്ണാടി പോലെ തകരുന്ന സ്വഭാവം (ഭിദുരത, ബ്രിറ്റൽനെസ്) കാരണമോ, അതോ, ഇരുമ്പുപോലെ വളയുന്ന സ്വഭാവം (ആനമ്യത, ഡക്റ്റൈൽനെസ്) കാരണമോ എന്നതിനെക്കുറിച്ചുള്ളതാണ് സാങ്കേതിക ശാസ്ത്രം മുഴുവനുമെന്ന് എബർഹാർട് കരുതുന്നു.

വസ്തുക്കളുടെ ഈ രണ്ട് സ്വഭാവങ്ങൾ ഉപയോഗപ്പെടുത്താനുള്ള മനുഷ്യ യത്നങ്ങളിൽ നിന്നാണ് യഥാക്രമം ശിലായുഗവും ലോഹയുഗവും ഉണ്ടായത്.

എബർഹാർട് അതിശ്രദ്ധേയമായൊരു പുസ്തകമെഴുതിയിട്ടുണ്ട്. ശീർഷകം: “വസ്തുക്കൾ തകരുന്നതെന്തുകൊണ്ട്” (Why things Break). ഉപശീർഷകം സൂചിപ്പിക്കുന്നു: ലോകത്തെ ശരിക്കും അറിയാനാവുന്നത് അത് അഴിയുന്ന രീതിയിലൂടെയാണ്. ഇതിന് മേലാവും നാളത്തെ പാലങ്ങളും കെട്ടിടങ്ങളും ഉയരുക.

പാഷ്‌ലി: ചേരാത്തവയെ ചേർത്തൊരാൾ

മഴക്കുശേഷം പാതയിൽ വറ്റാതെ കിടക്കുന്ന വെള്ളത്തിൽ മഴവില്ല്. പെട്രോൾ. പിന്നെ തീൻമേശപ്പുറത്ത് കറികളുടെ ഉപരിതലത്തിൽ പാഠം തുടരുന്നു: എണ്ണയും വെള്ളവും ചേരില്ല. റിക് പാഷ്‌ലി എന്ന ശാസ്ത്രജ്ഞൻ ഈ പാചക രസതന്ത്ര സിദ്ധാന്തം തനിക്ക് അംഗീകരിക്കാനാവില്ലെന്ന് ശാഠ്യം പിടിച്ചപ്പോൾ ചില ആശ്ചര്യങ്ങളുണ്ടായി. അയാൾ വെള്ളത്തിനടിയിൽ ഒരു എണ്ണ ത്തുള്ളി രണ്ടായി പിളർന്നു. രണ്ട് കണികകൾ. അവ സംഭവിച്ച ബിന്ദുവിൽ മറ്റൊന്നുകൂടി സംഭവിച്ചു. ചില കുമിളകൾ. ഏതോ ഒരു വാതകം പുറത്തുവരുന്നതിന്റെ പിഴക്കാത്ത സൂചന. കണികകൾക്കി ടയിൽ ഈ വാതകം ഒരു പാലം പണിയുന്നു. പിന്നെ പാലത്തിന്റെ നീളം ചുരുങ്ങിച്ചുരുങ്ങി കണികകളെ അടുപ്പിക്കുന്നു.

വാതകം എവിടെനിന്നുണ്ടായി?

കണികകളിൽത്തന്നെയുള്ളതാണോ?

അതിലുമുപരി, കണികകൾക്കുള്ള വാതകാവരണമാണോ വെള്ള വുമായി കൂടിക്കലരുന്നതിൽനിന്ന് എണ്ണയെ തടുത്തുനിറുത്തുന്നത്? സത്യത്തിൽ എല്ലാ ദ്രാവകങ്ങളിലും അൽപ്പം വാതകമുണ്ട്. അന്തരീ ക്ഷത്തിൽ നിന്ന് ലയിച്ചത്. ഈ വാതകം നീക്കം ചെയ്താൽ എണ്ണ യുടെയും വെള്ളത്തിന്റെയും അടരുകൾ ഒന്നിക്കുമോ? ഏതെങ്കിലും ദ്രാവകത്തിൽ അലിഞ്ഞു ചേർന്ന വാതകത്തെ പുറംതള്ളാൻ ഒരു മാർ ഗ്ഗമുണ്ട്. ദ്രാവക രൂപത്തിലുള്ള നൈട്രജൻ ഉപയോഗിച്ച് സാമ്പിളിനെ തണുത്തുറയാൻ അനുവദിക്കുക. പിന്നീട് അത് നന്നായി ഇളക്കുക. നാലഞ്ചു തവണ ഇതാവർത്തിച്ചാൽ ദ്രാവകം വാതകരഹിതമാവും. ഇങ്ങനെ ആശ്ചര്യാവസ്ഥ പ്രാപിച്ച എണ്ണ വെള്ളവുമായി ചേരുക തന്നെ ചെയ്യും.

പാഷ്‌ലി എന്തോ ഉടച്ചു.

ചേരാത്ത രണ്ടുകൾ ചേർന്നു.

മുട്ടയിലെ മഞ്ഞയും വെളുപ്പും കരുക്കൾ ഒന്നാകുന്നതും ഇതുപോലൊരു പ്രക്രിയ വഴിയാണോ എന്ന് ചിന്തിക്കാം. ഇന്നേവരെ സാദ്ധ്യമല്ലാതിരുന്ന ഒരുതരം ഓംലെറ്റിനെക്കുറിച്ച് സങ്കൽപ്പിക്കയു മാവാം. പാഷ്‌ലിയുടെ മിശ്രണവിദ്യ ആഹാരനിർമ്മാണത്തിലും സുഗന്ധദ്രവ്യ നിർമ്മാണത്തിലും മാറ്റമുണ്ടാക്കും. ഇനിയത്തെ വൈദ്യ ശാസ്ത്രത്തിലാവട്ടെ അതൊരു കലാപമായിരിക്കുമെന്ന് നിരീക്ഷകർ തിരിച്ചറിയുന്നു. ഉടനെ ഒന്നും സംഭവിക്കുന്നില്ല. ഇനിയും സൂക്ഷ്മമായ ഗവേഷണങ്ങൾ വേണ്ടി വരും. പക്ഷേ, സാദ്ധ്യതകൾ തെളിഞ്ഞു കഴിഞ്ഞു. പ്രത്യേകിച്ച് ഒരുദാഹരണം വേണമെങ്കിൽ പല ഔഷധ ങ്ങളെയും സംബന്ധിച്ച ഒരു വസ്തുത ഓർമ്മിച്ചാൽ മതി.

ഔഷധങ്ങളിൽ എണ്ണയുണ്ട്.

എണ്ണ ഹാനികരമാണ്.

ഇത് കുത്തിവെപ്പിനെ ബാധിച്ചിരിക്കുന്നു. എണ്ണയുടെ അംശമുള്ള ഔഷധങ്ങൾ ചോരയിൽ നേരിട്ട് കലരാത്തതു കൊണ്ട് ആ ആവശ്യത്തിന് ചില ഇതര ഘടകങ്ങൾ വേണ്ടിവരുന്നു. സോൾവ ന്റ്സ്. ഡിറ്റർജെന്റ്സ്. ഇവ സ്വയം ചില പാർശ്വഫലങ്ങളുണ്ടാക്കാം. പാഷ്‌ലിയുടെ ശ്രമങ്ങളിൽ നിന്നുള്ള മാറ്റങ്ങൾ ഔഷധഘടനയെ ത്തന്നെ മാറ്റും. കൊഴുത്ത ദ്രാവകങ്ങൾ കുത്തിവെക്കുമ്പോഴുണ്ടാകുന്ന കടച്ചിലും ഒഴിവാക്കാം. ഔഷധങ്ങൾ ശരീരത്തിന് പെട്ടെന്ന് സ്വാം ശീകരിക്കാൻ പറ്റുന്ന സൂക്ഷ്മ കണികകളായി മാറും.

അഞ്ച്, നൂറ്:
ഒരു സ്ത്രീയും കുറെ കുപ്പയും

ഡി.എൻ.എയുമായി ബന്ധപ്പെട്ട ശാസ്ത്ര ചരിത്രം രണ്ട് തള്ളിപ്പറയലുകളുടെ ഓർമ്മയിൽ നമ്മെ അമ്പരപ്പിക്കുന്നു. അന്യോന്യം ബന്ധപ്പെടാത്തതും തികച്ചും വ്യത്യസ്തവുമായ രണ്ട് തള്ളിപ്പറയലുകൾ, ഒന്നാമത്തേതൊരു ദുശ്ചരിതമായിരുന്നു. തുടക്കത്തിലേ ദുരന്തത്തിലേക്ക് ഒരു ചായ്‌വുണ്ടായിരുന്നതും, ഒരു തിരുത്തലിനുവേണ്ടി തിരിച്ചുപോക്ക് സാദ്ധ്യമല്ലാത്തതുമായൊരു താരയാണിത്. രണ്ടാമത്തേത് ശാസ്ത്രത്തിൽ പതിവില്ലാത്ത ഒരുതരം അസംബന്ധത്തിന്റെ കൺകെട്ടിൽ തുടങ്ങുന്നു. പിന്നെ ലോകത്തിന് മുഴുവൻ തിമിരമുണ്ടാക്കുന്നൊരു ആഘോഷമാകുന്നു. പക്ഷേ, അതിന് വർത്തമാനത്തിലേക്ക് തുടർച്ചയുണ്ട്. വിവേകം വീണ്ടെടുക്കുന്നൊരു തുടർച്ച. ശാസ്ത്രം അതിന്റെ നാണക്കേടിനെ അതിജീവിക്കും.

ഒന്നാമത്തേതൊരു സ്ത്രീയായിരുന്നു.

റോസലിൻഡ് ഫ്രാങ്ക്ലിൻ.

അവരുടെ നിർണ്ണായക പ്രവർത്തനം ഇല്ലായിരുന്നെങ്കിൽ ഡി.എൻ.എയുടെ ഘടനാരഹസ്യം ആരും കണ്ടെത്തുമായിരുന്നില്ലെന്ന് ശഠിക്കുന്നതിൽ അർത്ഥമില്ല. അതിനുവേണ്ടിയുള്ള കിടമത്സരത്തിൽ ഏർപ്പെട്ടിരുന്നവർ പലരുമുണ്ട്. പക്ഷേ, അതിന്റെ പേരിൽ നോബൽ സമ്മാനം കിട്ടിയത് വാട്സൻ-ക്രിക്ക് ദ്വന്ദ്വത്തിനായിപ്പോയതിൽ ഒരു ചതിയുണ്ട്. ഊഹപ്രാണമായ അനുമാനങ്ങളിലൂടെ ബഹുദൂരം പോകാൻ അവർ തയാറായിരുന്നു. പക്ഷേ, വാസ്തവികതയിൽനിന്ന് അൽപ്പംപോലും വ്യതിചലിക്കാതിരിക്കുന്നതിൽ അപാര നിഷ്കർഷയുണ്ടായിരുന്ന റോസലിൻഡ് ഒറ്റക്ക് അധ്വാനിച്ചുണ്ടാക്കിയ വിവരവ്യവസ്ഥ കൂടാതെ അവർക്ക് മുന്നോട്ടു പോകാൻ കഴിയുമായിരുന്നില്ല. അവരോടൊപ്പം നോബൽ സമ്മാനം ഏറ്റുവാങ്ങിയ മൂന്നാമൻ, മോറിസ് വിൽകിൻസ്, റോസലിൻഡിന്റെ

സഹപ്രവർത്തകനായിരുന്നു. അയാൾ റോസലിൻഡിന്റെ അറിവു കൂടാതെ അവരുടെ കണ്ടെത്തലുകൾ വാട്സ്സുമായും ക്രിക്കുമായും പങ്കുവെച്ചു.

മൂന്നാളുകൾക്ക് നോബൽ.

റോസലിൻഡ് പുറത്ത്.

അവരോടുള്ള കടപ്പാട് പരസ്യമായി സൂചിപ്പിക്കുന്നതിൽ വിജയികൾ മടി കാണിച്ചു. ശാസ്ത്രജ്ഞകളെ ഉപയോഗിക്കാനും, പിന്നീട് അവരുടെ സംഭാവനകളെ ചെറുതാക്കിക്കാണിച്ച് അവരെ തഴഞ്ഞുകളയാനുമുള്ള സൗകര്യം ലോകമഹായുദ്ധത്തിന് മുമ്പുള്ള നാളുകളിൽ, പടിഞ്ഞാറിൽപ്പോലും ശാസ്ത്രജ്ഞന്മാർക്ക് ധാരാളമുണ്ടായിരുന്നു. ഫ്രാൻസിസ് ക്രിക്കിന്റെ വിജയഗാഥയായ ആത്മകഥാഗ്രന്ഥം(ദ ഡബിൾ ഹീലിക്സ്) റോസലിൻഡിനെ കൈകാര്യം ചെയ്ത രീതി ഇതിന് ഏറ്റവും വലിയൊരു ഉദാഹരണമാണ്. അതിനിടയിൽ ഗർഭാശയത്തിലെ അർബുദം കാരണം റോസലിൻഡ് 37-ാം വയസ്സിൽ മരിച്ചതും നോബൽ കമ്മിറ്റിക്കും വലിയ സൗകര്യമായി.

റോസലിൻഡ് കുപ്പിയിൽ.

അടുത്തതൊരു കുപ്പക്കഥ.

വലിയൊരു കണ്ടുപിടിത്തത്തിൽ തന്റെ സംഭാവനക്ക് അഞ്ചുശതമാനം ക്രെഡിറ്റ് പോലും കിട്ടാതെയാണ് റോസലിൻഡ് പിന്മാറിയതെങ്കിൽ, ആ കണ്ടെത്തൽ സ്വയം വെറും അഞ്ചുശതമാനമായിരുന്നു എന്നേടത്താണ് രണ്ടാമത്തെ തള്ളിപ്പറയലിലെ അസംബന്ധത. വാട്സൻ-ക്രിക്ക് ജോടിയുമായി ബന്ധപ്പെടുത്തിക്കൊണ്ട് വർഷങ്ങളോളം ശാസ്ത്രജ്ഞന്മാർ കണ്ട ഡി.എൻ.എയുടെ ലോകം സാക്ഷാൽ ഡി.എൻ.എയുടെ അഞ്ചു ശതമാനം വരെ മാത്രമാണ്. ഇവയുടെ ധർമ്മം എന്തെന്ന് ജനിതക വിദഗ്ദ്ധർ തിരിച്ചറിഞ്ഞിരുന്നു. അങ്ങനെയൊരു തിരിച്ചിറിവിന് വഴങ്ങാതെ ജീനുകൾക്കിടയിൽ വ്യാപിച്ചുകിടക്കുന്ന തരിശ്ശുകളാണ് 95 ശതമാനം ഡി.എൻ.എയും.

വെറും അവക്ഷിപ്തങ്ങൾ.

കുപ്പ(ജൻക്) ഡി.എൻ.എ.

ശരീരത്തിന്റെ പ്രതിരോധ വ്യവസ്ഥയെക്കുറിച്ച് അഗാധമായ അറിവുള്ള മാൽക്കം സൈമൺസാണ് ഇതിലെ അസംബന്ധതയെ ആദ്യമായി എതിർത്തത്. പരിണാമം ജൈവദ്രവ്യത്തിൽ ഇത്രയും കുപ്പ കുത്തിനിറക്കുകയോ! അതിനെക്കുറിച്ച് പഠിച്ചശേഷം സൈമൺസ് പറഞ്ഞു: ഈ 95 ശതമാനത്തിൽ ഒരു ക്രമമുണ്ട് അങ്ങനെയൊരു ക്രമമുള്ളേടത്ത് ധർമ്മങ്ങളുണ്ടാവും. സത്യത്തിൽ നമ്മുടെ ശരീരത്തിന്റെ രോഗവിധേയത്വം സംബന്ധിച്ച ചില രേഖകളും അടയാളങ്ങളും കുപ്പയിലുണ്ട്. രോഗനിർണ്ണയ ശാസ്ത്രത്തിൽ

ഇനിയുണ്ടാകാനിരിക്കുന്നൊരു കലാപം അതിൽ വായിക്കാം.

ആർക്കുമത് ബോധിച്ചില്ല.

ഈ പറച്ചിലല്ലേ കുപ്പ!

സൈമൺസ് പ്രവർത്തിച്ചു. എല്ലാവർക്കും കുപ്പയായ ദ്രവ്യത്തിൽ പ്രവർത്തിക്കാൻ പൂർണ്ണാവകാശമുണ്ടാക്കുന്നൊരു കലാപം അതിൽ വായിക്കാം.

സൈമൺസ് പ്രവർത്തിച്ചു. എല്ലാവർക്കും കുപ്പയായ ദ്രവ്യത്തിൽ പ്രവർത്തിക്കാൻ പൂർണ്ണാവകാശമുണ്ടാക്കുന്നൊരു പേറ്റന്റ് താൻ നേടിയെടുത്തപ്പോൾ പോലും മിക്കവർക്കും അത് കിറുക്കായി തോന്നി. ആ കിറുക്കിൽ ഒരു പ്രതിഭയുടെ ഉൾക്കാഴ്ച തിരിച്ചറിഞ്ഞത് ഒരു വ്യവസായ പ്രമുഖനായ മെർവിൽ ജേക്കബ്സൻമാത്രം. അവരുടെ ചേരൽ കാരണം ഉണ്ടായ സ്ഥാപനമാണ് 'ജെനറ്റിക് ടെക്നോളജിസ്.' കോടിക്കണക്കിന് ഡോളർ നിക്ഷേപം. പിന്നീട് ലോകത്തിന്റെ ഓരോരോ ഭാഗങ്ങളിൽ നടന്ന ഗവേഷണങ്ങളിൽ ഓരോരോ രോഗങ്ങളുടെ സൂചനകൾ കുപ്പയിൽ വെളിപ്പെട്ടു. ഭൂമിയിലെ ഓരോ ജീവിയുടെ 95 ശതമാനം ഡി.എൻ.എ യിലും പ്രവർത്തിക്കാനുള്ള അവകാശത്തിന്റെ അർത്ഥം പെട്ടെന്ന് തിരിച്ചറിഞ്ഞ ലോകം ഒരു പേറ്റന്റിനെച്ചൊല്ലി ഒച്ചയും ബഹളവുമുണ്ടാക്കുന്നു.

ഞാൻ അവസാനമായറിയുമ്പോൾ മാൽക്കം സൈമൺസ് ആ സ്ഥാപനത്തിൽ തനിക്കുള്ള അവകാശം വിറ്റ് പാപ്പരായി, തന്നെ ബാധിച്ച കാൻസറിന്റെ അവസാനഘട്ടവുമായി പൊരുത്തപ്പെടാൻ ശ്രമിക്കയാണ്. റോസലിൻഡിനെ കൊന്നതും തന്നെ കൊല്ലാൻ പോകുന്നതുമായ അർബുദ രൂപങ്ങൾ ആ കുപ്പയുടെ സൃഷ്ടിയാണെന്ന് അദ്ദേഹം ശ്രദ്ധിച്ചിരിക്കുമോ?

ഇരുട്ടിൽ ചോക്കലേറ്റ് തിന്നാൽ

ഹെമിങ്ങ്വേയുടെ ഒരു കഥാപാത്രത്തിന്റെ സംശയം, അന്ധർക്ക് പുകവലി ആസ്വദിക്കാനാവുമോ എന്ന സംശയം, ഒരു മുൻകുറിപ്പിൽ നാം ചർച്ച ചെയ്തിരുന്നു. ഒരു പുകവലിക്കാരന്റെ മനസ്സിൽ തന്റെ ആർത്തി, ദുശ്ശീലം, അഡിക്ഷൻ, ഒരു സിഗരറ്റോ ബീഡിയോ കൈയിലെടുക്കുന്ന നിമിഷം തൊട്ടുള്ള ശാരീരിക ചലനങ്ങളുമായി ബന്ധപ്പെട്ട ദൃശ്യാനുഭവങ്ങളുടെ ഒരു സംഘാതമാണ്. ഈ ദൃശ്യാനുഭവങ്ങൾ എടുത്തുമാറ്റിയാൽ പുകവലിയുടെ സുഖത്തിൽ അവശേഷിക്കാൻ എന്തുണ്ട്? കാഴ്ചയുള്ളവർക്കുപോലും ഇരുട്ടിൽ പുകവലിക്കുന്നതിൽ ആപേക്ഷികമായി ഒരു സുഖക്കുറവില്ലേ?

ഇപ്പോൾ, മറ്റു ദുശ്ശീലങ്ങൾക്ക് കാരണവും പരിഹാരവും ആരായുന്ന ഗവേഷകർ ചില സമാന്തരങ്ങളിൽ എത്തുകയാണ്.

സിഗരറ്റ് ഒറ്റക്കല്ല.

ഒപ്പം ചോക്കലേറ്റുമുണ്ട്.

ഒരു രോഗമെന്ന് പറയാവുന്ന അവസ്ഥയോളം ചോക്കലേറ്റ് തീറ്റ ശീലമായവരെ ഉൾക്കൊള്ളിച്ചുകൊണ്ടുള്ള പരീക്ഷണത്തിൽ മറിക ടിഗർമൻ തീറ്റക്കാരിൽ തീറ്റയുമായി ബന്ധപ്പെട്ടുണ്ടാകുന്ന മനോബിംബങ്ങൾ പിടിച്ചെടുക്കാൻ ശ്രമിച്ചു. ചോക്കലേറ്റിലുള്ള കൊതി സിഗരറ്റിലുള്ള കൊതിപോലെ ചില ദൃശ്യങ്ങളുമായി മാത്രമല്ല. രുചി ഗന്ധങ്ങളുമായി കെട്ടുപിണഞ്ഞുകിടക്കുന്നു. ഏതെല്ലാം ഐന്ദ്രിയാനുഭൂതികൾ എത്രത്തോളം പ്രലോഭനത്തിന്റെ ചേരുവകളാണ് എന്നതിനെ സംബന്ധിച്ച് ഒന്നാം ദശാംശസ്ഥാനം വരെ കൃത്യമായ അളവുകൾ കൂടി സാദ്ധ്യമാണ്. ചോക്കലേറ്റിന്റെ കാര്യത്തിൽ അതിന്റെ പിരിവ് ഇങ്ങനെയാണ്.

ദൃശ്യം 39.7 ശതമാനം

രുചി 30.6 ശതമാനം

ഗന്ധം 15.8 ശതമാനം.

ബാക്കിയുള്ളത് ചെവിയിൽ ചോക്കലേറ്റ് ബാറിന്റെ തോല്

ഉരിയുന്ന ഒച്ചയും വിരൽത്തുമ്പത്ത് അതിന്റെ തണുത്ത ഉപരിതലവുമായുള്ള സ്പർശവും മറ്റുമാകാം. ചോക്കലേറ്റിനെ അതുമായി ബന്ധപ്പെട്ട ഇന്ദ്രിയാനുഭവങ്ങളുടെ പടർപ്പിൽനിന്ന് എത്രത്തോളം വേർപെടുത്താമെന്നതിനെ ആശ്രയിച്ചിരിക്കുന്നു പ്രശ്നപരിഹാരം.

പോരാ, മറ്റൊരു ഘടകം കൂടിയുണ്ട്. ശീലങ്ങളുടെ പ്രാദേശിക/സാമൂഹിക/സാംസ്കാരിക സാഹചര്യമാണത്. ബ്രാൻഡിയോ വിസ്കിയോ ഒരു മദ്യപന് ഐസ് ക്യൂബുകൾ പാറുന്നൊരു ഗ്ലാസിലെ ആംബർ വെളിച്ചത്തിന്റെ ആസന്നദൃശ്യം മാത്രമല്ല, താൻ പതിവുകാരനായ ബാറിന്റെ അല്ലെങ്കിൽ ക്ലബ്ബിന്റെ മുഴുവൻ ഭൗതികാന്തരീക്ഷവും അതുൾക്കൊള്ളുന്നു. അതായത് പിൽക്കാലത്ത് നമ്മെ അഡിക്ഷനിലേക്ക് നയിക്കുന്ന വസ്തുക്കൾ (ഒരു പ്രണയസ്മൃതിയിലെന്നതുപോലെ) അവയുമായുള്ള ആദ്യ പരിചയത്തിന്റെ നാളുകളിൽ ദൃഢമാണ്.

കളയെന്നതുപോലെ ഒരു ദുശ്ശീലം പിഴുതുകളയണമെങ്കിൽ ആദ്യം വേണ്ടത് ഓരോ ദുശ്ശീലത്തിനും അതിന്റേതായ ഇക്കോസിസ്റ്റമുണ്ടെന്ന തിരിച്ചറിവാണ്.

നൊടിയിടയുടെ അഭിപ്രായവ്യത്യാസങ്ങളിൽ

ചക്കപ്പശയുടെ പരുവത്തിലുള്ള ഘടികാരങ്ങൾ സാൽവഡോർ ഡാലിയുടെ സമയസങ്കൽപ്പത്തിലേക്കുള്ള സൂചികളല്ല. അഥവാ അങ്ങനെയാണെങ്കിൽപ്പോലും കൂടുതൽ പ്രേരകമായി ആ ഘടികാരങ്ങൾക്ക് പിന്നിൽ പ്രവർത്തിക്കുന്നത് ചില ശാഠ്യങ്ങളാണ്. ആത്മകഥയിൽ ഡാലി തന്നെ സ്പഷ്ടമാക്കിയ ഇഷ്ടാനിഷ്ടങ്ങൾ. ലോഹത്തിലും മറ്റും തീർത്ത ഖരവസ്തുക്കളോട് അനിഷ്ടം, കൊഴുത്ത ദ്രവ്യങ്ങളോട് ഇഷ്ടം. ഗർഭപാത്ര മാദ്ധ്യമത്തിന്റെ തുടർച്ചയാണത് ഡാലിയിൽ. തന്റെ ആത്മകഥ തുടങ്ങുന്നതുതന്നെ ഗർഭപാത്ര സ്മൃതികളിൽ നിന്നാണല്ലോ?

നന്മൽക്കുടം ഉടയുന്നു.

പൊക്കിൾക്കൊടി മുറിയുന്നു.

പക്ഷേ, കാലം ഒരു പൊക്കിൾക്കൊടിയല്ല. പല സങ്കൽപ്പങ്ങളിലും സന്ദർഭങ്ങളിലും കാലം കൂടുതലും ഒരു ഗർഭപാത്രമാണെന്നാണ് തോന്നുക. ഏതായാലും അതിൽ മുറിവുണ്ടാകരുത്. അത് തുടരേണ്ടത് പ്രപഞ്ചത്തിന്റെ ആവശ്യമല്ലാതായാൽ പോലും മനുഷ്യന്റെ ആവശ്യമല്ലാതാവില്ല. ഡാലിക്ക് അതൊരു ആവശ്യമായിരുന്നെന്ന് തോന്നുന്നില്ല. പക്ഷേ, ഗർഭപാത്ര മാദ്ധ്യമം തന്റെ ഘടികാരങ്ങളിൽ കൊഴുത്തൊഴുകിക്കിടന്നു. നമ്മുടെ ഘടികാരങ്ങൾ ഡാലിയുടേതുപോലല്ല. എങ്കിലും ചക്കപ്പശയുടെ സമയപ്രസക്തി ഡാലിയുടെ ഘടികാരങ്ങളിൽ ഒതുങ്ങുന്നില്ല. ഒരു സെക്കന്റ് ആയിരങ്ങളായി വിഭജിക്കപ്പെടുന്നേടത്തുപോലും കണിശത ഒഴിവാക്കാനാവാത്ത ചില ഘടനകൾ സംരക്ഷിക്കാൻ സമയത്തിന് ആ 'പശിമ' വേണമെന്ന് ചിലർക്ക് നിർബ്ബന്ധം.

ഇവിടെ ഒരു തർക്കമുണ്ട്.

ഒരു ആശാഭംഗവും.

ആശാഭംഗമെന്ന പറഞ്ഞത് 2005നും 2006നും ഇടയിൽ പ്രതീക്ഷിക്കാമായിരുന്ന ഒരു ആശ്ചര്യ നിമിഷത്തെ ചൊല്ലിയുള്ളതാണ്. അതെ, ഒരു അധിക നിമിഷം ലീപ്പ് ഇയറിൽ ഫെബ്രുവരിക്ക് ഒരു ഇരുപത്തൊമ്പതാം ദിനമെന്നതുപോലെ 2005 ന് നാം അനുവദിക്കുന്ന (അഥവാ അനുവദിക്കുമായിരുന്ന) ലീപ്പ് സെക്കൻഡ്. ഇതുപയോഗിച്ച് കാലത്തിൽ ഒരൽപ്പം മരാമത്ത് നടത്തേണ്ടിവരുന്നത് ഭൂമിയുടെ കറക്കത്തിലെ വേഗ വ്യത്യാസങ്ങൾ കാരണമാണ്. ഒരു ക്രമീകരണം. അതിസൂക്ഷ്മവും സീസിയം അണുക്കളുടെ സ്പന്ദനത്തെ പെൻഡുലം പോലാക്കി പ്രവർത്തിക്കുന്നതുമായ അണുഘടികാരവുമായി ഭൂമിയുടെ കറക്കത്തെ ചിട്ടപ്പെടുത്തുക.

പതിനെട്ട് മാസം കൂടുമ്പോൾ ഒരിക്കൽ എന്ന നിർണ്ണയത്തോടെയാണ് അതിനുവേണ്ടിയുള്ള എണ്ണൽ തുടങ്ങിയത്. അതനുസരിച്ച് എല്ലാം ഭംഗിയായി നടക്കുകയാണെങ്കിൽ, ഈ വരുന്ന ഡിസംബർ 31-ാം തീയതി രാത്രി സിൻഡെറെല്ലക്ക് ഇടം കാലിയാക്കാൻ സമയമായെന്ന് സൂചിപ്പിച്ച് പന്ത്രണ്ട് മണി അടിക്കുമ്പോൾ, സമയം ഒരു നിമിഷം നിലച്ചുപോകേണ്ടതാണ്.

അതാണ് ആശ്ചര്യനിമിഷം.

പക്ഷേ, അത് സംഭവിക്കുമോ?

സംഭവിക്കാൻ ഇടയില്ലെന്നതിന് സൂചനയുണ്ട്. ഇനിയങ്ങോട്ട് ലീപ്പ് സെക്കൻഡ്വേണ്ടന്ന വെക്കാനുള്ളൊരു നിർദ്ദേശം വിദഗ്ദ്ധന്മാരിൽ നിന്നുതന്നെ ഉണ്ടായിട്ടുണ്ട്. ജ്യോതിശാസ്ത്രജ്ഞന്മാർ പരിഭ്രാന്തിയിലാണ്. അണുഘടികാരവും ഭൂമിയുടെ കറക്കവും തമ്മിലുള്ള പൊരുത്തമില്ലായ്മ വിദൂര നക്ഷത്രങ്ങളിലേക്ക് ചൂണ്ടുന്ന ദൂരദർശനികളുടെ സംവിധാനത്തെ ബാധിക്കും. അത് ചില നീക്കങ്ങളെയും ബാധിക്കും. സൗരസമയവും സാധാരണ സമയവും പിരിഞ്ഞാൽ ചില വിചിത്ര പ്രതിഭാസങ്ങൾക്ക് അവസരമുണ്ടാകും. അതേസമയത്ത്, സമയബദ്ധമായ ചില കമ്പ്യൂട്ടർ പ്രവർത്തനങ്ങളെയും വിനിമയ വ്യവസ്ഥകളെയും അത് തുണക്കും. ലീപ്പ് സെക്കൻഡ് ചില വ്യവസ്ഥകളെ തകരാറിലാക്കിയത് മൂലമായുണ്ടായ രണ്ട് വൻകിട തകർച്ചകളെങ്കിലും തിരിഞ്ഞുനോക്കിയാൽ പെട്ടെന്ന് കണ്ണിൽപ്പെടും. 1996ൽ അമേരിക്കയിലും 1997ൽ റഷ്യയിലും.

ഈ ലീപ്പ് സെക്കൻഡെന്ത്?

അതൊരു ടെക്നോഫിക്സല്ലേ?

സാങ്കേതികമായൊരു വെച്ചുകെട്ട്, കമ്പ്യൂട്ടർ ശാസ്ത്രത്തിന്റെ ഭാഷയിൽ പറഞ്ഞാൽ ക്ലജ് (Kludge). സമയം സൂക്ഷിപ്പിന്റെ ചരിത്രത്തെപ്പററി ഒരു ആധികാരിക ഗ്രന്ഥമെഴുതിയ ഡോക്ടർ ഡൻകൻ സ്റ്റീൽ ഈ അഭിപ്രായക്കാരനാണ്. ക്ലജുകൾ കാരണമായുണ്ടാവുന്ന പ്രശ്നങ്ങൾ അനിവാര്യവും അപ്രവചനീയവുമായിരിക്കും. അതുമല്ല,

ഭ്രമിയുടെ താളത്തിനൊത്ത് തുള്ളാൻവേണ്ടി സമയഘടനകളിൽ ഒരു അധിക നിമിഷം ചെലുത്തിയാൽ അതിന്റെ ആവശ്യകത ഇനിയുള്ള കാലങ്ങളിൽ കൂടിക്കൂടിവരും. ലീപ്പ് സെക്കൻഡ് കൂടാതെത്തന്നെ ഒരു പരിഹാരം സാദ്ധ്യമാണ്. ഭ്രമിയുടെ കറക്കത്തിന്റെ വേഗമാറ്റങ്ങൾ താൽക്കാലികമല്ലാത്തതുകൊണ്ട് സത്യത്തിൽ അങ്ങനെയൊന്നിന്റെ ആവശ്യമില്ലേ?

അതെന്താവണം?

നിമിഷ പുനർനിർവ്വചനം?

ഇപ്പോൾ നമ്മുടെ വ്യവഹാരത്തിലുള്ള സെക്കൻഡിന്റെ ദൈർഘ്യം ശാസ്ത്രജ്ഞന്മാർ തിട്ടപ്പെടുത്തിയത് 1900ലെ ദിവസങ്ങളുടെ നീളമനുസരിച്ചാണ്. ഇനി 2000ലെ ദിവസങ്ങളുടെ നീളമനുസരിച്ച് ഒരു സെക്കൻഡിന്റെ ദൈർഘ്യം വീണ്ടും തിട്ടപ്പെടുത്തണം. പക്ഷേ, പ്രശ്നമുണ്ട്. കേട്ടാൽ തികച്ചും അവിശ്വസനീയമെന്ന് തോന്നുമെങ്കിലും സ്ഥലപരമായ ചില ഏകകങ്ങൾക്കു പോലും അവലംബം നിമിഷമാണ്. സെക്കന്റിനെ പുനർനിർവ്വചിച്ചാൽ മീറ്ററിനെ പുനർനിർവ്വചിക്കേണ്ടിവരും.

വേതാളം വീണ്ടും സാൽവഡോർ ഡാലിയുടെ ഒരു ഘടികാരമായി മരക്കൊമ്പിൽ തൂങ്ങുന്നു. 2005-ന്റെ സ്റ്റോപ്പ് വാച്ച് തുടരുന്നു.

ഒരു ടൂത്ത് പേസ്റ്റിനും മറയ്ക്കാൻ കഴിയാതെ

ടൂത്ത് പേസ്റ്റ് നിർമ്മിക്കുന്നവർ അതാത് കാലങ്ങളിൽ അവരുടെ ഉൽപ്പന്നത്തിലെ ഏതെങ്കിലുമൊരു ഘടകത്തിന് ഊന്നൽ നൽകിക്കൊണ്ട് പരസ്യമെഴുതും. ഫ്ളൂറൈഡ് പോലുള്ള ഓരോരോ വിശേഷങ്ങളെപ്പറ്റി നാം വായിക്കും. ഇപ്പോളത് ഇന്ത്യക്കാരെ ഒന്നിപ്പിക്കുന്ന ഒരേ ഒരു തത്ത്വമായി ഗാന്ധിജി കണ്ടെത്തിയ ഉപ്പിൽ എത്തിയിരിക്കുന്നു. (ഏറ്റവും പുതിയൊരു ടെലിവിഷൻ പരസ്യത്തിൽ മുത്തച്ഛൻ പേരക്കുട്ടിയോട് പറയുന്നു. ഞാൻ ചെറുപ്പത്തിൽ ഉപ്പുകൊണ്ടാണ് പല്ല് തേച്ചിരുന്നത്). പക്ഷേ, ഒരൊറ്റ ടൂത്ത്പേസ്റ്റിനും നിങ്ങളുടെ പുഞ്ചിരിയിൽനിന്ന് നീക്കം ചെയ്യാനാവാത്ത ഒന്നുണ്ട്.

ഒരു വർഗ്ഗമുദ്ര പോലെ.

കാർബൺ പതിനാല്.

1950-കളിലും 1960-കളിലും ലോകത്തിൽ പലേടങ്ങളിലും ന്യൂക്ലിയർ ബോംബ് പരീക്ഷണങ്ങൾ നടന്നതിന്റെ ഫലമായി കാർബൺ 14 ധാരാളമായി അന്തരീക്ഷത്തിൽ നിറഞ്ഞു. ചിരിക്കാൻ നമുക്കുള്ള അവകാശം തന്നെ ചോദ്യം ചെയ്യുന്ന ദുശ്ചരിതം. പക്ഷേ, കുറ്റാന്വേഷണവുമായി ബന്ധപ്പെട്ട ചില വിഷയങ്ങളിൽ ഏർപ്പെട്ടിരുന്ന ഫോറൻസിക് വിദഗ്ദ്ധരുടെ മുഖത്ത് ഇപ്പോൾ ഒരു പുഞ്ചിരിയുണ്ട്. എവിടെയോ പുതിയൊരു തുറപ്പ് വിവൃതമാകുന്നു. കാരണം അന്തരീക്ഷത്തിൽനിന്ന് സസ്യങ്ങളിലേക്കും സസ്യങ്ങളിൽനിന്ന് ഭക്ഷണച്ചങ്ങലയിലേക്കും അതുവഴി നമ്മുടെ ശരീരത്തിലേക്കും വ്യാപിക്കുന്നു, കാർബൺ 14.

ഉടലിന്റെ വർത്തമാനം.

ഒരു ഭൂതകാലക്കുമിള.

പല്ലിന് പുറമേയുള്ള ഇനാമലിൽ, ടൂത്ത് പേസ്റ്റ് കൊണ്ട് വെളുപ്പിക്കേണ്ട ഉപരിതലത്തിൽ, മരത്തിന്റെ വാർഷികവലയങ്ങളെ ഓർമ്മിപ്പിക്കും വിധം അവ ചില അടയാളങ്ങളാവുന്നു. അല്ലെങ്കിൽതന്നെ ഒരു എല്ലിന്റെയോ പല്ലിന്റെയോ ശകലം കിട്ടിയാൽ അഞ്ച് വയസ്സോളം വരെ കൃത്യമായി ഒരാളുടെ പ്രായം കണക്കുകൂട്ടാൻ ഫോറൻസിക് ശാസ്ത്രജ്ഞർക്ക് കഴിഞ്ഞിട്ടുണ്ട്. ഇനി മിക്കവാറും ഒന്നരക്കൊല്ലത്തിന്റെ കൃത്യത സാധിക്കാം. ഒരാളുടെ കുട്ടിക്കാലത്ത് പല നിർദ്ദിഷ്ട ഘട്ടങ്ങളിലായാണ് പല്ലിലെ ഇനാമലിടൽ നടക്കുന്നത്. സാധാരണ നിലക്ക് അതിൽ കാർബണിന്റെ സാന്നിധ്യം ദശാംശം നാല്. (0.4) ശതമാനമാണ്. കൂടുതൽ കാണാവുന്ന അംശങ്ങൾ ഇനാമൽ രൂപപ്പെട്ടുവന്ന പല ഘട്ടങ്ങളിൽ ഒരാളുടെ ജൈവാന്തരീക്ഷത്തിൽ ഉണ്ടായിരുന്ന കാർബണിന്റെ അളവുകുറിക്കുന്നു. മരണസമയത്ത് ഒരാളുടെ വയസ്സെന്തായിരുന്നുവെന്ന് കൃത്യമായി കണക്കുകൂട്ടാൻ ഇത് സഹായിച്ചിട്ടുണ്ട്.

ഒരു ഭൂമിയുടെ മുഴുവൻ പുഞ്ചിരിയും വറ്റിയാലും അവശേഷിക്കുന്ന പല്ലുകളിൽ ഒരൊറ്റ ടൂത്ത് പേസ്റ്റിനും നൽകാനാവാത്തൊരു പുഞ്ചിരയോടെ കാർബൺ പതിനാല് തുടരും.

പക്ഷേ, ഒരപവാദമുണ്ട്.

1943-ന് മുമ്പ് ജനിച്ചവരുടെ വയസ്സ് ഈ പുതിയ രീതിയനുസരിച്ച് നിർണ്ണയിക്കാനാവില്ല. ആദ്യം പറഞ്ഞ ന്യൂക്ലിയർ പരീക്ഷണങ്ങളുടെ കാലത്തിന് മുമ്പേ അവരുടെ പല്ലുകൾ രൂപപ്രാപ്തിയിലെത്തിയിരിക്കും.

മുഖക്ഷൗരത്തിന് ഒരു സാങ്കേതിക നിയമം

കവിതക്കൊരു ക്ലീൻ ഷേവ് നൽകിയ ഓഗ്ഡൻ നാഷ് മരിച്ചത് 1971-ൽ. അതേ വർഷം മറ്റൊന്നുകൂടി സംഭവിച്ചു. പിൽക്കാല മുഖക്ഷൗരാനുഭവത്തെ എന്നെന്നേക്കുമായി മാറ്റാൻ പോകുന്ന റേയ്സർ കലാപം. ട്രാക്ക് രണ്ട് (Trac II), ഒരു ഗില്ലറ്റ് ഉൽപ്പന്നം. സാരമായി ഘനം ചുരുങ്ങിയ പിടി. ഒരൊറ്റ കാർട്റിജിൽ സമാന്തരമായി പിടിപ്പിച്ച രണ്ട് ബ്ലേഡിന്റെ അലകുകൾ.

സോപ്പുപതയിൽ സ്കീയിങ്.

താരയിൽ ചോരയില്ല.

ഓഗ്ഡൻ നാഷ് ഇതുമായി ബന്ധപ്പെടുന്നുണ്ടെങ്കിൽ അതിനു കാരണം ഒരു കവിതയിൽ വളരെ നിഷ്കർഷയോടെ താൻ എഴുതിച്ചേർത്ത മുഖക്ഷൗരവിവരണമായിരിക്കും. ഷേവിംഗിലെ രണ്ട് സാദ്ധ്യതകളുടെ നേട്ടങ്ങളെയും കോട്ടങ്ങളെയും കുറിച്ചാണത്. കുളിക്കു മുമ്പുള്ള ഷേവിംഗും കുളിക്കുശേഷമുള്ള ഷേവിംഗും. പുതിയ ഉപകരണം സാദ്ധ്യതകളുടെ ഇടവും ഊന്നലും മാറ്റുന്നത് കാണാൻ നാഷ് ജീവിച്ചിരുന്നെങ്കിൽ!

അലകെണ്ണത്തിൽ തുടങ്ങുക.

അലകൊന്നു കൂടിയാലെന്ത്?

ഉപയോഗിക്കുന്നവർക്കറിയാം ഒരു സാങ്കേതികശാസ്ത്രം ഈ വഴിക്ക് പരിണമിക്കുന്നതിനു പിന്നിലെ മാർക്കറ്റിംഗ് ശാഠ്യങ്ങൾ. രണ്ടു ബ്ലേഡുകൾ ആവശ്യത്തിലും സമ്മതത്തിലും പിടിച്ചുനിന്നു. ചോരപൊടിയലും തോലുരിയലും ഒരു പ്രഭാതകർമ്മത്തിന്റെ അനുഷ്ഠാനഭാഗങ്ങളല്ലാതായി. മൂന്ന് ബ്ലേഡുകളോ, മുഖത്ത് ഓടാൻ തുടങ്ങിയെങ്കിലും മനസ്സിൽ ഒരു അസാദ്ധ്യതയായി തുടരുന്നു. ആ നിലക്ക് നാല് ബ്ലേഡുകൾ ശുദ്ധ അസംബന്ധം. അപ്പോൾപിന്നെ അഞ്ചാം ബ്ലേഡിന്റെ പ്രസക്തി തന്നെയെന്ത്? എന്നിട്ടുമൊരു അഞ്ചലകിന്റെ മാതൃകയുണ്ടായി. ഗില്ലറ്റിന്റെ തന്നെ "ഫ്യൂഷൻ"

ഇതാവുമോ ഒടുക്കം?

പന്തയം വെക്കാൻ ആളില്ല.

സൂക്ഷ്മമായി പറഞ്ഞാൽ ഫ്യൂഷനിൽ അത്ര പ്രകടമല്ലാത്തൊരു ആറാം അലകുണ്ട്. മുഖത്ത് സാധാരണ നിലക്ക് എത്താൻ പ്രയാസമുള്ള ഇടങ്ങളിൽ പെരുമാറാൻ ഒരു ഉപാധിയെന്ന് പറയാമെങ്കിലും, ഒരു ആറാംവിരൽ പോലെ അത് ആളുകളെ അലട്ടാം. അത് ചൂണ്ടുന്നത് ബ്ലേഡുകളുടെ എണ്ണത്തിലുണ്ടായ വർദ്ധനയുടെ വേഗത്തിലാണ്. ഗില്ലറ്റിന്റെ ഒന്നാം മാതൃകയും ഒരൊറ്റ അലകോടെ പ്രത്യക്ഷപ്പെട്ടതുമായ സെയ്ഫ്റ്റി റേയ്സറിനെ സംബന്ധിച്ചിടത്തോളം ചരിത്രവും കാലവും നിശ്ചലമായിരുന്നതുപോലെയായിരുന്നു. അലകുകളുടെ എണ്ണത്തെ 1900 തൊട്ട് 2100 വരെയുള്ള വർഷങ്ങൾക്കെതിരെ വെക്കുന്നൊരു ഗ്രാഫിൽ നമ്മെയത് അന്ധാളിപ്പിക്കും.

ഒരു നേർവര, 70 വർഷം.

തികച്ചും വിലങ്ങനെ.

പിന്നെ പെട്ടെന്ന് കുത്തനെ.

ഒരു ഉപകരണത്തിന്റെ ശക്തിയിൽ ഇതേപോലെ വല്ലാത്തൊരു കയറ്റമുണ്ടാകാമെന്നതിന് ഏറ്റവും പ്രശസ്തമായൊരു ഉദാഹരണമുണ്ട്. പക്ഷേ, ഷേവിംഗ് സാമഗ്രികളുമായി ഒരു തരം ബന്ധവുമില്ലാത്തൊരു ലോകത്തിലാണത്. മൈക്രോചിപ്പ് നിർമ്മാണത്തിന് ഏറ്റവും പ്രോൽസാഹകമെന്ന് വിശേഷിപ്പിക്കാവുന്ന മൂറിന്റെ നിയമം (Moore's Law) ശരിക്കും നിയാമകമെന്ന് വീണ്ടും വീണ്ടും തെളിയിക്കപ്പെട്ടൊരു പ്രവചനം.

പതിനെട്ടു മാസം കൂടുമ്പോൾ ഒരിക്കൽ കമ്പ്യൂട്ടർ ചിപ്പുകളുടെ ശക്തി ഇരട്ടിക്കുമെന്ന് അത് പറയുന്നു. ഏതായാലും ഷേവ് ചെയ്യുന്നവർ ഇഷ്ടപ്പെട്ടാലും ഇല്ലെങ്കിലും ബ്ലേഡുകളുടെ എണ്ണം കൂടിക്കൊണ്ടിരിക്കാമെന്ന ഭീകരാവസ്ഥക്ക് കാരണം എന്താവും ?

ക്ഷൗര സാങ്കേതിക ശാസ്ത്രം?

അതോ, മാർക്കറ്റിംഗ് കുതന്ത്രമോ?

രണ്ടിന്റെയും ഉപജാപമാകാം. പക്ഷേ വരാനിരിക്കുന്ന വർഷങ്ങളിൽ മൂറിന്റെ നിയമത്തിന് പിടിച്ചുനിൽക്കാൻ കഴിയില്ലെന്ന് ചൈനക്കാരനായ മോറിസ് ചാങ് പറയുന്നു. കരാറനുസരിച്ചുള്ള മൈക്രോചിപ്പ് നിർമ്മാണത്തിൽ ആഗോളമായിത്തന്നെ ഒന്നാംസ്ഥാനത്ത് നിൽക്കുന്ന സ്ഥാപനത്തിന്റെ തലപ്പത്തുള്ള ആളാണ് ചാങ്. പുറമേ, ഓരോ അലകും റേയ്സറിന്റെ തൂക്കവും വലുപ്പവും കൂട്ടുന്നു. അതൊഴിവാക്കണമെങ്കിൽ അലകുകൾ കൂടുതൽ നേർത്തതും ഘനം ചുരുങ്ങിയവയുമാകണം. അവക്കിടയിലെ അകലം ചുരുങ്ങണം. അവയുണ്ടാക്കാൻ വിശേഷദ്രവ്യങ്ങൾ. അവക്ക് പുതിയ കോട്ടിങ്ങുകൾ.

ഗ്രാഫിൽ അഞ്ചു കുത്തുകളേ ഉള്ളൂ. അവ ഒന്ന് തൊട്ട് അഞ്ചുവരെ അലകുകളുള്ള മാതൃകകളെ സൂചിപ്പിക്കുന്നു(യഥാക്രമം ഗില്ലറ്റ് സെയ്ഫ്റ്റി റേസർ, ട്രാക്ക് ടു, മാർക്ക് ത്രി, ക്വാട്റോ, ഫ്യൂഷൻ). അവയുടെ പ്രവചനങ്ങൾ സ്പഷ്ടമല്ല. പക്ഷേ, അലകുകൾ കൂട്ടാനുള്ള പ്രവണത, ഒരു ബ്ലേഡ് ഹൈപർഡ്രൈവ്, വായുവിലുണ്ട്. അതിന്റെ താക്കീത്, താടി നീട്ടാൻ ഉദ്ദേശിക്കുന്നില്ലെങ്കിൽ കൈയിന്റെ പേശീബലം കൂട്ടാൻ പരിശീലിക്കുക. അടുത്ത നൂറ്റാണ്ടാവുമ്പോൾ 14 അലകുള്ളൊരു റേയ്സർ നിങ്ങൾക്കുവേണ്ടി തയാറായിരിക്കും.

അഞ്ചുമിനിറ്റ് ബാക്കി

ഷഡ്പദങ്ങൾക്ക് നമ്മുടെ ഫോർമുല വൺ കാറുകളോട് അസൂയ തോന്നേണ്ടതില്ല. ഈ വാഹനങ്ങൾക്ക് സാദ്ധ്യമായ വേഗതക്ക് അവയുടെ ജീവിതത്തിൽ പ്രസക്തിയില്ല. ഈ പ്രസക്തി ഒരു ജീവിയുടെ ആയുഷ്കാലവുമായി ബന്ധപ്പെട്ടതാണ്. ജൈവപരി ണാമത്തെ ആധാരമാക്കി പറഞ്ഞാൽ, ഏറ്റവും പ്രസക്തമായ വേഗം പുനരുൽപ്പാദന വേഗമാണ്. ആകയാൽ, ഒരു പ്രത്യേകാർത്ഥത്തിൽ, ഫോർമുല കാറുകൾ ഓടിക്കുന്നവരോട് ചില ഷഡ്പദങ്ങൾക്ക് അസൂയ തോന്നാം. ഒരൊറ്റ ഉദാഹരണം മതി.

ഇത് മേയീച്ച (മേഫ്ലൈ)

ആയുസ്സ് ഒരു ദിവസം

ആണീച്ചകൾക്കാണ് ആദ്യം പ്രായപൂർത്തിയാവുന്നത്. ആകയാൽ പെണ്ണീച്ചകൾ രംഗത്തെത്തും മുമ്പ് തയാറെടുക്കാൻ അവക്ക് ധാരാളം സമയമുണ്ട്. ഒരു പെണ്ണീച്ചയായാലെ വേഗമെന്നത് എത്ര പ്രധാന മായൊരു അതിജീവനമന്ത്രമാണെന്ന് തിരിച്ചറിയാൻ നിങ്ങൾക്ക് കഴിയൂ. അവൾക്ക് ഒരു ആണിനെ കണ്ടെത്തണം. ഇണ ചേരണം. ചാവും മുമ്പ് ഭദ്രമായി ഒരിടത്ത് മുട്ടകളിടണം.

എല്ലാറ്റിനും കൂടി സമയം?

വെറും അഞ്ചു മിനിറ്റ്.

മുഴുവൻ ആയുസ്സും ഫാസ്റ്റ് മോഷനിൽ. ഒരേയൊരു ജീവിതലക്ഷ്യം പുനരുൽപ്പാദനം. അതാവട്ടെ ഗിനസ് രേഖകൾ തകർത്തുകൊണ്ട് തകൃതിയായി നടക്കുന്നു. മേയീച്ചകളുടെ ലോകത്തിൽ വേഗതയുടെ അർത്ഥം നമുക്ക് മനസ്സിലാവും. മനസ്സിലാക്കാനാവാത്തത് പെണ്ണീ ച്ചയുടെ 'അഞ്ച് മിനിറ്റ് ബാക്കി' എന്ന സാഹചര്യത്തിൽപ്പെട്ടവ രെപ്പോലെ നാം മനുഷ്യർ ആഗ്രഹിക്കുന്ന ചലന വേഗങ്ങളാണ്. ഫോർമുല വൺ മൽസരങ്ങളുടെ കാര്യം മറക്കുക. ലക്ഷ്യത്തിൽത ന്നെ അവ വേഗതാ പ്രകടനങ്ങളാണല്ലോ.

പക്ഷേ, നമ്മുടെ ലിഫ്റ്റുകൾ?

ചൈനയിലെ ആ ലിഫ്റ്റ്?

തായ്‌വാനിലെ തായ്പ്പെ ഫൈനാൻഷ്യൽ സെന്ററിലെ ലിഫ്റ്റിന്റെ വേഗം മണിക്കൂറിൽ അറുപത്തൊന്ന് കിലോമീറ്റർ (61 കെപിയെച്ച്) അകത്തെ സമ്മർദ്ദം ക്രമീകൃതമല്ലായിരുന്നെങ്കിൽ ആ വേഗം നിങ്ങളെ മൂന്നൂറ് വർഷം മുമ്പ് ചെവികളെക്കുറിച്ച് ആഴത്തിൽ പഠിച്ചൊരു ഇറ്റലിക്കാരന്റെ പേരിലറിയപ്പെടുന്ന ചേഷ്ടകളിൽ എത്തിക്കുമായിരുന്നു. വിമാനങ്ങളിലെ യാത്രക്കാരായാലും ആഴക്കടലിലെ സ്കൂബ നീന്തൽക്കാരായാലും ചെവികൾക്കകത്തെ സമ്മർദ്ദം ക്രമീകരിക്കാൻ സ്വീകരിക്കേണ്ടൊരു ലഘുവ്യായാമമാണ് അന്റോണിയോ വൽസാൽവ നിർദ്ദേശിച്ചത് (Valsalva maneuver). മേയീച്ചകളുടെ അതിജീവനമന്ത്രമായ വേഗം ചെവിയിൽ വെറും ഒരു ഇരമ്പമായി മാത്രം അറിയുന്നവരുടെ ശ്രദ്ധക്കായി ഞാൻ അതിവിടെ പകർത്തട്ടെ.

ശ്വാസം ഉള്ളിലേക്കെടുക്കുക.

വായ നല്ലതു പോലടയ്ക്കുക.

മൂക്കിനകത്ത് നുള്ളുക.

പിന്നെ മൂക്കിലൂടെ പതുക്കെ പുറത്തേക്ക് ശ്വാസംവിടാൻ ശ്രമിക്കുക. നിങ്ങൾക്ക് നല്ലതുവരട്ടെ!

കലയ്ക്ക് ഒരു ലൈംഗിക ഹോർമോണിന്റെ സംഭാവന

ഡെയ്ൽ ഗത്രീയുടെ ഗുഹാകലാസിദ്ധാന്തം ശരിയെങ്കിൽ 'ചില ചുവർച്ചിത്രങ്ങൾ' എഴുതിയ കവിക്ക് ഒരു തെറ്റു പറ്റിയെന്നു വേണം പറയാൻ.

ആ കവിതയുടെ ഒടുക്കം.

'പണ്ടൊരിക്കൽ എന്റെയൊരു കാരണവർ/മരണം പിൻകഴുത്തിൽ ശ്വസിക്കുന്ന ഹിമയുഗങ്ങളൊന്നിൽ/നിയണ്ടർതാൽ മനുഷ്യരുടെ കണ്ണുകൾ വെട്ടിച്ച്/ഇരുണ്ടു ദുർഗ്ഗമമായൊരു ഗുഹയിലേക്ക് നുഴഞ്ഞു കയറി/ചുവരിലൊരു വേട്ടമൃഗത്തിന്റെ അതിർരേഖകൾ കോറിയിട്ടു;/ഏറ്റവും പ്രാഥമികമായ എഴുത്തുകൾ ഇങ്ങനെത്തന്നെയുണ്ടാകുന്നു-/ ആരോ പിടികൂടും മുമ്പുള്ള നൊടിയിടയുടെ രഹസ്യത്തിൽ.'

സത്യം ഇതിലല്ലെങ്കിലോ?

ഗത്രീ പറഞ്ഞതോ ശരി?

നരവംശശാസ്ത്രത്തെ മതദ്രോഹം(ഹെറിസി)പോലാക്കണമെന്നുണ്ടെങ്കിൽ, ചരിത്ര-പൂർവ്വ ഗുഹാകലയുടെ ശാക്തിക ഉറവിടം മിക്കവാറും ഒരു ലൈംഗിക ഹോർമോണാണെന്ന് പറയുക. ഒരു വൃഷണദ്രവ്യം. കൃത്യമായി പറഞ്ഞാൽ റ്റെസ്റ്റോസ്റ്ററോൺ. അതിന്റെ കലാപത്തിലേക്ക് കടക്കണമെങ്കിൽ, മന്ത്രവാദികളായും മറ്റും ഓരോരോ ഗോത്രങ്ങളിൽ പ്രമാണിത്തം നേടിയവരുടെ അനുഷ്ഠാനയന്ത്രങ്ങളിൽ കുടുങ്ങാതിരിക്കാൻ ആദ്യത്തെ കുതി കുതിക്കണം. പതിനായിരം വർഷങ്ങൾ തൊട്ട് മുപ്പത്തയ്യായിരം വർഷങ്ങൾ വരെ പഴക്കമുള്ള ഗുഹാചിത്രങ്ങൾ (പ്ലൈസ്റ്റസീൻ എന്ന ഭൂമിശാസ്ത്ര കാലഘട്ടത്തിന്റെ അന്ത്യപാദ ബിംബങ്ങൾ) ആധുനിക തെരുവുദൃശ്യങ്ങൾക്ക് യുവത്വത്തിന്റെ സംഭാവനയായ ചുവരെഴുത്ത് പോലിരിക്കുന്നതെന്തെന്നോർത്ത് നാം വല്ലാതെ ആശ്ചര്യപ്പെടാതിരിക്കുന്നതെന്ത്!

കലയെ കാലവുമായി ഘടിപ്പിക്കാൻ നാം കാലത്തെ ഉടലുമായി ഘടിപ്പിക്കുന്നു.

റ്റെസ്റ്റോസ്റ്ററോൺ കല.

ഗത്രീയുടെ വിശേഷണമാണത്.

ആണിൽ ലൈംഗികമായ ആണത്തത്തിന്റെ തുടക്കം കുറിക്കുന്നതും തുടർച്ച നിയന്ത്രിക്കുന്നതുമായൊരു ദ്രവ്യമാണ് വിഷയം. ഇന്നത്തെ നാഗരിക സാഹചര്യങ്ങളിലെ ആൺകുട്ടികളുടെ വരപ്പ് ശ്രദ്ധിച്ചിട്ടുണ്ടോ? ഏറ്റവും പുതിയ മാതൃകയിലുള്ള കാറുകൾ, ഫൈറ്റർ ജെറ്റ്, ജെഡി പടച്ചട്ട, മിസൈലുകൾ, സ്കേറ്റിംഗ് പലകകൾ... എല്ലാം റ്റെസ്റ്റോസ്റ്ററോൺ ഇതിവൃത്തങ്ങൾ. എല്ലാം തന്നെ "വിജയത്തിന്റെ അഡ്രിനലിൻ" (ദ അഡ്രിനലിൻ സക്സസ്) എന്ന സങ്കൽപ്പവുമായി ബന്ധപ്പെട്ടത്. പ്ലെസ്റ്റസീൻ കാലത്ത് ഇന്നത്തെ എരുമകളുടെയും കാളകളുടെയും പ്രാഗ് രൂപങ്ങളെ കൊല്ലുന്നതിലെ അപായത്തിന്റെയും ആവേശത്തിന്റെയും ആകെത്തുക ഇന്നത്തെ റ്റെസ്റ്റോസ്റ്ററോൺ കലയുടെ സമാന്തരമായിരുന്നെന്ന് പറയാം.

കൊല്ലപ്പെട്ട വേട്ടമൃഗങ്ങൾ.

മൂക്കിലും വായിലും ചോര.

ഗുഹാവിഷ്കാരങ്ങളിൽ ഈ കാഴ്ചകളും അവയുടെ പ്രാധാന്യവും പഴയ ഗവേഷകർ പിടിച്ചെടുത്തിരുന്നു. പക്ഷേ, ഇവിടെ സാന്ദർഭികമായി കൂടുതൽ ശ്രദ്ധേയമാകുന്നത് അവയിലെ ആൾ രൂപങ്ങളാണ്. ഇവയിൽ മിക്കപ്പോഴും ആണിന്റെ ജനനേന്ദ്രിയം ഒരൊറ്റ വരയുടെ പിശുക്കിൽ ഒതുങ്ങുന്നു. എന്നാൽ, പെൺരൂപങ്ങളുടെ ലൈംഗിക സാന്നിധ്യമാകട്ടെ താരതമ്യേന വിശദാംശങ്ങളുടെ പൂർത്തിൽ എടുത്തുപിടിച്ചുനിൽക്കുന്നു. റ്റെസ്റ്റോസ്റ്ററോണിൽ നിന്ന് ഊർജ്ജമെടുത്ത കലയുടെ പിഴക്കാത്ത അടയാളം. വയസ്സിലേക്കൊരു സൂചന.

പ്രായമോ പരിചയമോ കണക്കിലെടുത്ത് മുതിർന്നവരെന്ന് വിളിക്കാവുന്നവരുടെ കലാസൃഷ്ടികൾ ഏതു ഗുഹയിലുമില്ലെന്ന് ഇതിനർത്ഥമില്ല. ഒരുപിടി ഉദാഹരണങ്ങൾ എവിടെയും കാണാം. മറ്റൊരു പ്രധാന സാന്നിദ്ധ്യം പണിതീരാത്ത രൂപങ്ങളുടേതാണ്. ചിലപ്പോൾ ചെറുതായും ആംശികമായും. ചിലപ്പോൾ പരസ്പരം കെട്ടുപിണഞ്ഞും. കലാകാരന്മാരാകുന്നതിനുള്ള പരിശീലനത്തിൽ ഏർപ്പെട്ടിരുന്നവരെ സൂചിപ്പിച്ചുകൊണ്ട് അവ ഗവേഷകരെ ആകർഷിക്കുന്നു.

പിന്നെ കൈയടയാളങ്ങൾ.

ഇരുനൂറ് കൈയടയാളങ്ങൾ.

ഗത്രീയുടെ സിദ്ധാന്തം ശരിവെക്കുന്ന ഏറ്റവും വലിയ തെളിവ് അവയാണ്. ഓരോ ഗുഹാചിത്രത്തിനടുത്തും അത് തീർത്ത ആളുടെ കൈപ്പത്തിയുടെ അടയാളം. പൊടിയും മണ്ണും പിടിച്ച

ചുവരുകൾക്കടുത്ത് പെരുമാറുകയാൽ അബോധപൂർവ്വം കൈയട യാളങ്ങളും കാലടയാളങ്ങളും പിറകിലിട്ട് പോയവരുമുണ്ട്. പക്ഷേ, കലാകാരന്മാരുടേത് വേർതിരിച്ചറിയാം. എന്തോ വായിലിട്ട് ചവച്ച് ഓറഞ്ചും മഞ്ഞയും തുപ്പി, കൈപ്പടം മുഴുവൻ നിറം പിടിപ്പിച്ച് ചുവരിൽ പതിച്ചുണ്ടാക്കിയ അടയാളങ്ങൾ. ഓരോരോ വിരലുകളുടെയും പൊതുവെ കൈപ്പത്തിയുടെയും അവ തമ്മിലുള്ളതുമായ അനുപാത ങ്ങൾ. അങ്ങനെ ചിലത് ശ്രദ്ധിച്ചു പഠിച്ചാൽ അടയാളം ഉണ്ടാക്കിയ വരുടെ വയസ്സ് പിടിച്ചെടുക്കാൻ കഴിയും. ഗുഹകളിൽ ഗത്രീ വായിച്ച കൈയടയാളങ്ങളിൽ മിക്കതും പതിനേഴ് വയസ്സുവരെ പ്രായമുള്ള ആൺകുട്ടികളുടേത്; ചിലവ മാത്രം പെൺകുട്ടികളുടേതും.

അക്ഷരങ്ങൾ മരങ്ങൾ പോലെ

പഴയ കൗബോയ്ച്ചിത്രങ്ങൾക്ക് ഒരു പ്രത്യേകതയുണ്ട്. അവയിൽ പലതും ബോധപൂർവ്വമല്ലാതെതന്നെ ഒരു പരിവർത്തന ഘട്ടം കുറിക്കുന്നു. ചിരപരിചിതമായ 'അതിർദിനങ്ങൾ'(ഫ്രണ്ടിയർ ഡേയ്സ്) പുതിയ സാങ്കേതിക ശാസ്ത്രത്തിന്റെ ഉപാധികളെ തീണ്ടാൻ തുടങ്ങുന്നു. ടെലിഗ്രാഫ്, അച്ചുകൂടം. റെയിൽവേ സ്റ്റേഷനുകളിലും കടകളിലും സലൂണുകളിലും കാണാവുന്ന സൈൻബോർഡുകളിലെ അക്ഷരങ്ങളുടെ വടിവിൽ, പ്രത്യേകിച്ചും കിട്ടാപ്പുള്ളികളെ ഉദ്ദേശിച്ചുള്ള 'വാൺടഡ്'' എന്ന എഴുത്തിൽ, കൗബോയ് ജൈവദൃശ്യങ്ങളുടെ പ്രതിഫലനം കാണാമെന്ന് ഞാൻ എപ്പോഴും സങ്കൽപ്പിച്ചിരുന്നു.

ഫോൺട്സ്.

ടൈപ്പ്ഫേസസ്.

അച്ചടിക്കപ്പെട്ട വാക്കിന്റെ തുടക്കത്തിൽ ചുറ്റുപാടുകളുണ്ട്. അടുത്തകാലത്തൊരു ഗവേഷകൻ പറഞ്ഞു. ഒരു പേനയെടുത്ത് എഴുതാൻ തുടങ്ങുമ്പോൾ ഏതാനും അമൂർത്ത ചിഹ്നങ്ങൾ കുറിക്കുകയല്ല ശരിക്കും നിങ്ങൾ ചെയ്യുന്നത്. മരങ്ങൾക്കും മലകൾക്കും പൂർവ്വികരെ വലംവെച്ച ചക്രവാളത്തിനും പ്രാതിനിധ്യം നൽകുകയാണ് നിങ്ങൾ. പ്രകൃതിയിലെ ആകൃതികളുമായി പൊരുത്തപ്പെടും വിധമാണ് ആളുകൾ എക്കാലത്തും അവരുടെ ദൃശ്യചിഹ്നങ്ങൾ തെരഞ്ഞെടുത്തിട്ടുള്ളത്.

സദൃശമായൊരു കൈയൊപ്പ്.

അതെവിടെയും കാണാം.

നൂറിൽപ്പരം അക്ഷരവ്യവസ്ഥകൾ ഉൾക്കൊള്ളിച്ചൊരു ഗവേഷണത്തിലെ കണ്ടെത്തലുകൾ പറയുന്നു. പ്രകൃതീബദ്ധമായ ചില ആഗോള മാതൃകകൾ വാണിജ്യ ചിഹ്നങ്ങളടക്കമുള്ള എല്ലാതരം ദൃശ്യസംവിധാനങ്ങളിലും കാണാമെന്ന്. പരസ്പര ബന്ധമില്ലെന്ന് തോന്നിക്കുന്ന രണ്ട് വ്യവസ്ഥകളിലെ അക്ഷരങ്ങൾ വലിച്ചുനീട്ടുക,

പിടിച്ചമർത്തുക അങ്ങനെ പലതരത്തിൽ പരീക്ഷിച്ചു നോക്കുക. അപ്പോൾ കാണാം. സമാനതകൾ ചില ചേർപ്പുകൾ, കുത്തനെയും വിലങ്ങനെയുമായ ചില വയ്പുകൾ.

ഒരു പ്രത്യേകത കൂടി.

പിറ്റ്മാനെ ആദരിച്ചോർക്കുക.

എഴുത്തിന്റെ കാഴ്ചക്കുപകരം കേൾവിയെ ആശ്രയിച്ച് പെട്ടെന്നെഴുതാൻ എളുപ്പമുള്ളൊരു ഏർപ്പാടാണ് ഷോർട്ട് ഹാൻഡ്. അക്ഷരമാലകൾ പലതിലും ഊന്നൽ മറിച്ചാണ്. എഴുതാൻ അൽപ്പം പ്രയാസമുള്ളതായാലും എഴുതപ്പെട്ടത് പെട്ടെന്ന് തിരിച്ചറിയുമാറാകണം. കൗതുകകരമായൊരു സിദ്ധാന്തം, പക്ഷേ, ജീവശാസ്ത്രം അതിനെ വിചാരണക്കെടുക്കാം. കാരണം പിൽക്കാല സൗകര്യങ്ങളോടെ ഭൂമിയിൽ ഓരോരിടത്തിരുന്ന് അക്ഷരമാലകൾ തയാറാക്കിയവരുടെ വാതിൽപ്പുറ കാഴ്ചകൾ ആയിരുന്നിരിക്കില്ല പരിണാമകാല മനുഷ്യന്റെ ഭൂദൃശ്യം.

ഇര പിടിക്കാനും ഇരപിടിയന്മാരിൽനിന്ന് രക്ഷപ്പെടാനുമുള്ള നെട്ടോട്ടങ്ങൾ മാത്രം മതി ഒരു ജീവിയെ ഭൂമിയുമായി ബന്ധപ്പെടുത്തുന്ന ചിഹ്നങ്ങളുടെ കാഴ്ചതന്നെ മാറ്റാൻ.

വെട്ടുകിളി ഒരു തീപ്പെട്ടിക്കോലാണ്

വെട്ടുകിളി ഒരു തീപ്പെട്ടിക്കോലാണ്. ഉരസിയാൽ കത്തുന്നൊരു തീപ്പെട്ടിക്കോൽ. ഒറ്റക്കത് കത്തില്ല. രണ്ടും മൂന്നും നാലും ആയാലും കത്തില്ല. ഒരു തീപ്പെട്ടിയിൽ നിറഞ്ഞ് പരസ്പരം ഉരസുന്ന കോലുകൾപോലായാലേ വെട്ടുകിളികൾ ആളിപ്പടരൂ. പഴയ കാലത്ത് ഏകാന്തമായ ഓരോരോ റാന്തൽവെളിച്ചങ്ങളിൽ എത്തിപ്പെടാറുണ്ടായിരുന്ന പുൽച്ചാടികളെപ്പോലെ ഒറ്റപ്പെട്ടുള്ള അവസ്ഥയിൽ വെട്ടുകിളികളെ കാണാൻ പലർക്കും പ്രയാസം തോന്നും.

അതേപോലെ ഒരു വെട്ടുകിളിപ്പടയുടെ വിടവിൽ പുൽച്ചാടികളുടേതായൊരു കൂട്ടത്തെ സങ്കല്പിക്കാനും പലർക്കും പ്രയാസം തോന്നാം.

പക്ഷേ, രണ്ടും ഉണ്ട്.

പൊതുമന്ത്രം ഉരസൽ.

ഏകാകികളായാണ് വെട്ടുകിളികളും തുടങ്ങുന്നത്. സങ്കോചിച്ച് ഒതുങ്ങി മാറിനിൽക്കുന്ന പ്രകൃതം. ദൃശ്യവിനിമയത്തിന് ചേരാത്ത ഉടൽനിറം. അവയെങ്ങനെയാണ് ഒരു പ്രത്യേക ഘട്ടത്തിൽ വിശ്വവിഖ്യാതമായ ആ സാമൂഹികതയും അതിന്റെ ദൃശ്യവിനിമയ ആവശ്യങ്ങൾ സാധിക്കുന്നൊരു നിറവും കൈവരിക്കുന്നത്? അടുക്കള വിട്ട് രാജകുമാരന്റെ വിരുന്നിൽ നിശാനൃത്തത്തിനെത്തുന്ന സിൻഡറെല്ലയിൽ ഉണ്ടാവുന്ന മാറ്റം പോലെയാണതെന്ന് ഒരു ശാസ്ത്രലേഖികക്ക് തോന്നി.

പുൽച്ചാടികളുടെ കഥയോ?

ഓക്സ്ഫോഡ് യൂനിവേഴ്സിറ്റിയിലെ ജന്തുശാസ്ത്ര വകുപ്പിലെ ചില ഗവേഷകർ പുൽച്ചാടികളുടെ സ്പർശബോധം പരീക്ഷിക്കാൻ ഇടയായതെങ്ങനെയെന്ന് എനിക്കറിഞ്ഞുകൂടാ. അവർ പുൽച്ചാടികളെ സ്പർശിച്ചു. വളരെ മൃദുലമായ തടവൽ. ഏകദേശം ഒരു വർഷം ആയുസ്സുള്ള പുൽച്ചാടിക്ക് നാലു മണിക്കൂർ നിസ്സാരമല്ല. ആകയാൽ വളരെ വിസ്തൃതമായൊരു സ്പർശാനുഭവം. പക്ഷേ കൂട്ടത്തിൽ ഒന്നു

മാത്രമാണ് ആ ഷഡ്പദങ്ങളിൽ വളരെ പ്രകടമായൊരു പ്രതികരണം ഉണ്ടാക്കിയത്.

പിൻകാലുകളിലെ സ്പർശം.

പുൽച്ചാടികളിലെ സാമൂഹികതയെ അത് ഉണർത്തിയെന്നും പറയാം. ഒരു കൂട്ടത്തിന്റേതായ സാമൂഹികാചാരങ്ങളുമായി ബന്ധപ്പെട്ട ചേഷ്ടകളും ചലനങ്ങളും അവയുടെ പെരുമാറ്റത്തിൽ ഗവേഷകർ തിരിച്ചറിഞ്ഞു. അവർക്കൊരു പ്രതീക്ഷയുണ്ടായി. ആഫ്രിക്കയിലെ വിളനാശങ്ങൾ തടുക്കാൻ ഈ കണ്ടെത്തൽ മതിയാവില്ല. പക്ഷേ, അവിടത്തെ ആളുകളുടെ ദുഃസ്വപ്നമായ സാമൂഹികത എപ്പോൾ എങ്ങനെയാണ് വെട്ടുകിളികളിൽ ഉണരുന്നത് എന്ന അറിവിലേക്ക് ഇത് നമ്മെ നയിക്കും.

അതും പരീക്ഷണത്തിലായിട്ടുണ്ട്

വെട്ടുകിളിയുടെ സ്പർശബോധം.

വെട്ടുകിളികളെ 'സ്വോം' എന്ന പെരും പറക്കലിലേക്ക് തുരത്തുന്ന സാമൂഹികതക്ക് പ്രാഥമിക കാരണം ഇപ്പോൾ സ്പഷ്ടമാണ്. ഇടതൂർന്ന കൂട്ടങ്ങളിലാവുമ്പോൾ അവക്കൊരു പ്രത്യേക സ്വഭാവമുണ്ട്. പിൻകാലുകൾകൊണ്ട് അന്യോന്യം ഉരസുക. അതുവഴി സാമൂഹികത ആളിപ്പടരുന്നു. അതുകൊണ്ടാണ് വെട്ടുകിളി ഒരു തീപ്പെട്ടിക്കോലെന്ന് ഞാൻ പറഞ്ഞത്. ആളിപ്പടരലിലേക്ക് മൂന്നു ഘടകങ്ങളുണ്ട്.

ഒന്നാമത്തെ ഘട്ടം.

ലഘുവായ സാന്ദ്രത.

വളരെ ചെറിയൊരു കൂട്ടമാകുമ്പോൾ വെട്ടുകിളികൾ ക്രമരഹിതമായൊരു രീതിയിൽ അങ്ങോട്ടും ഇങ്ങോട്ടുമായി പറന്നുകൊണ്ടിരിക്കുന്നു.

രണ്ടാമത്തെ ഘട്ടം.

ഇടനിലയിലെ സാന്ദ്രത.

വെട്ടുകിളികൾ സംഘം ചേർന്നെന്ന് പറയാമെങ്കിലും ചലനങ്ങൾക്ക് ഏകോപനം സാധിച്ചിട്ടില്ല. അംഗങ്ങൾ ദിശ മാറ്റിമാറ്റിക്കൊണ്ടേയിരിക്കുന്നു.

മൂന്നാമത്തെ ഘട്ടം.

അധികരിച്ച സാന്ദ്രത.

വെട്ടുകിളികൾ 'ടിപ്പിങ് പോയന്റ്' എന്ന നിർണ്ണായക ബിന്ദു പൂകുന്നു. വളരെ വലതും പലപ്പോഴും തിരിച്ചുപോക്ക് സാദ്ധ്യമല്ലാത്തതുമായൊരു മാറ്റത്തിന്റെ ഘട്ടമാണത്. പകർച്ചവ്യാധിയെക്കുറിച്ചുള്ള ശാസ്ത്രത്തിലാണ് ഈ പ്രയോഗം മൗലികമായി ഉപയോഗത്തിൽ വന്നതെന്നത് ഒരു പക്ഷേ, അർത്ഥവത്താണ്. വെട്ടുകിളിക്കൂട്ടത്തെ

ചിലർ പ്ലേഗെന്നു വിളിക്കാറുണ്ട്. പ്ലേഗ് പോലുള്ള പകർച്ചവ്യാധികൾ പ്രാദേശികനിയന്ത്രണത്തിന്റെ പരിധി കടന്ന് വ്യാപിക്കുന്ന ഘട്ടമാണ് ടിപ്പിങ് പോയ്ന്റ്. അവിടെയെത്തിയ വെട്ടുകിളികൾ ഒരൊറ്റ ജീവിയെപ്പോലെ ഒരു നിരന്തര ദിശയിലേക്ക് പായുന്നു.

ചില കാലുരസലുകളാണ് 1986-89 കാലഘട്ടത്തിൽ 40 ബില്യൺ വെട്ടുകിളികളെ 1000 ചതുരശ്ര കിലോമീറ്റർ വ്യാപിപ്പിച്ചതെങ്കിൽ മെക്സിക്കോയിലെ ഒരു പൂമ്പാറ്റച്ചിറകടി വിദൂരങ്ങളിൽ ഉണ്ടാക്കിയേക്കാവുന്ന വൻകിട പ്രത്യാഘാതങ്ങളെക്കുറിച്ചുള്ള സിദ്ധാന്തം ഒരു ഭോഷ്കാവാൻ ഇടയില്ല.

ഈ പോൾ ആരുടെ മാർപാപ്പ?

ഇ- തപാൽ അയക്കുന്നവരിൽ ഭൂരിഭാഗവും പോൾ ബാരനെപ്പറ്റി കേട്ടിരിക്കില്ല. കേട്ടിരിക്കേണ്ടതാണ്. ഇന്റർനെറ്റിൽ കലാശിച്ച വിനിമയവ്യവസ്ഥക്ക് അവലംബമായ മൂന്ന് തത്ത്വങ്ങൾ അഥവാ ആശയങ്ങൾ പോൾ ബാരന്റേതാണ്.

ഒന്നാമത്തെ ആശയം കേന്ദ്രമില്ലാതെ പടർന്നുകിടക്കുന്ന ഒരു വിനിമയ വലയെക്കുറിച്ചുള്ളതാണ്. വികേന്ദ്രീയതയുടെ പൊരുൾ സ്പഷ്ടമാണ്. ഒരു ഭാഗം തകർന്നാലും നെറ്റ് വർക്കിന്റെ ബാക്കിഭാഗം നിർബാധമായി പ്രവർത്തനം തുടരും.

രണ്ടാമത്തെ ആശയത്തിന്റെ ഊന്നൽ വിഭാഗങ്ങളുടെ അന്തം കെട്ട ആധിക്യത്തിലാണ്. ഒറ്റവാക്കിൽ 'റിഡൻഡൻസി'. സഞ്ചരിക്കാനുള്ള ഒരു വഴി(പാത്‌വേ) അടഞ്ഞാൽ മറ്റൊന്ന് സദാ തുറന്നു കിടപ്പുണ്ടാവും. ഈ വഴി ചൈനയും ജപ്പാനും ചുറ്റിയുള്ളതാവാം. പക്ഷേ, സന്ദേശങ്ങൾക്ക് തടസ്സമില്ല.

മൂന്നാമത്തെ ആശയമനുസരിച്ച് ഒരു സന്ദേശം മുഴുവനുമായി സഞ്ചരിക്കരുത്. അതിനെ ചെറിയ ചെറിയ അംശങ്ങളാക്കി പകുക്കണം. സാങ്കേതികമായി പറഞ്ഞാൽ പാക്കറ്റുകൾ.പക്ഷേ, ഒരു പാക്കറ്റിലുള്ളത് സന്ദേശത്തിന്റെ ഒരംശം മാത്രമല്ല. ഉദാഹരണത്തിന്, പന്ത്രണ്ടാമത്തെ പാക്കറ്റിൽ അത് പന്ത്രണ്ടാമത്തേതാണെന്ന വിവരമുണ്ട്. അത് എവിടെ എത്തണം എന്ന വിവരവും. അങ്ങനെ, പാക്കറ്റുകൾ ലക്ഷ്യസ്ഥാനത്ത് എത്തിയാലുടനെ ഏത് ക്രമത്തിലാണ് അടുക്കേണ്ടതെന്ന വിവരം പാക്കറ്റുകളിൽത്തന്നെയുണ്ട്. അയൽക്കാരന് നിങ്ങൾ അയക്കുന്ന സന്ദേശം ഒരു നൂറു കഷ്ണങ്ങളായി പിരിഞ്ഞ് നൂറു വഴിക്ക് ചരിക്കാം. അവയിൽ ചിലവ നേരത്തേ പറഞ്ഞ ആധിക്യസങ്കല്പമനുസരിച്ച് ചൈനയും ജപ്പാനുമെല്ലാം ചുറ്റിയടിച്ചാവും അടുത്ത ഫ്ളാറ്റിൽ എത്തുക. ചിലപ്പോൾ ഒരു പെൺകുട്ടിയുടെ നിർണ്ണായകമായ 'യേസ്' മേഘങ്ങളെയും അവക്കപ്പുറത്തെ സാറ്റലൈറ്റിനെയും ചുംബിച്ചാവും കാമുകന്റെ അടുത്തെത്തുക!

തുടക്കം ശീതയുദ്ധമായിരുന്നു.

രണ്ടാം ലോകയുദ്ധത്തിനുശേഷം അമേരിക്കയും പഴയ സോവിയറ്റ് യൂനിയനും തമ്മിലുള്ള ബന്ധം വിനിമയങ്ങളിൽ തണു ത്തുറഞ്ഞ സന്ദർഭം. അമേരിക്കയുടെ വ്യോമസേന കണ്ടെത്തിയ ചിന്തായന്ത്രം റാൻഡ് കോർപ്പറേഷൻ എന്ന സ്ഥാപനമായിരുന്നു. 1959-ൽ പോൾ ബാരൻ അവിടെയെത്തിയപ്പോൾ അമേരിക്കയുടെ ഏറ്റവും വലിയൊരു ആവശ്യം റഷ്യ ആക്രമിച്ചാലും തകരാത്ത അതിശക്തമായൊരു വിനിമയ വ്യവസ്ഥയായിരുന്നു. രാജ്യത്തെ ന്യൂക്ലിയർ പ്രവർത്തനവുമായി ബന്ധപ്പെട്ട ഘടകങ്ങൾക്കിടയിൽ വിള്ളൽ വീഴരുത്.

പോൾ ബാരൻ ഈ സംരംഭത്തിന് നൽകിയ സംഭാവനയാണ് ആ മൂന്നാശയങ്ങൾ. ഭാഗ്യവശാൽ പെന്റഗണിൽ ഒരാൾക്കും അതൊന്നും മനസ്സിലായില്ല. പിന്നെ 1960-കളിൽ ലാറി റോബർട്സ് എന്ന മുന്നോടിയുടെ ശ്രദ്ധയിൽപ്പെട്ടതോടെ ആ മൂന്നാശയങ്ങൾ ഈ ലോകത്തിലെ ഒരേയൊരു സ്വച്ഛന്ദ റിപ്പബ്ലിക്കായ ഇന്റർനെറ്റിന്റെ സ്വർഗ്ഗവും ഭൂമിയും പാതാളവുമാകാൻ പോകുന്നു. എന്തിനൊക്കെയോ വാമനന്റെ മൂന്നാം ചുവടും.

ഡാമിയന്റെ തലയിലെഴുത്തിൽ ജെയിംസ് ബോണ്ട് വായിക്കാൻ

ഡാമിയൻ എന്ന കുട്ടി ചെകുത്താനാണെന്ന് സംശയിക്കുന്നവർ അവന്റെ തലയിൽ മൂന്ന് ആറുകൾ കണ്ടെത്തുന്നത് 'ഓമൻ' എന്ന ഹോറർച്ചിത്രത്തിലെ ഒരു നിർണ്ണായകരംഗമാണ്. ചെകുത്താന്റെ സംഖ്യയാണ് 666 എന്ന സങ്കൽപ്പം ആദ്യമായി പ്രത്യക്ഷപ്പെടുന്നത് ബൈബിളിലെ പഴയ നിയമത്തിൽ വെളിപാടുപുസ്തകത്തിലാണ്. വെളിപാടു പുസ്തകത്തിൽ മിഥ്യയും തഥ്യയും തിരിച്ചറിയാനാവാത്തൊരു മനസ്സിന്റെ 'സ്കീറ്റ്സഫ്രീനിക്' സ്പർശമുണ്ടെന്ന് ചിലർ സംശയിക്കുന്നു. തെറ്റിദ്ധരിക്കാൻ വരട്ടെ.

സംഗതി തികച്ചും മറ്റൊന്നാണ്.

പാറ്റമോസിലെ ജോണോ അല്ലെങ്കിൽ സെയ്ന്റ് ജോൺ എന്ന അപ്പോസ്തലനോ മനോശൈഥില്യം ബാധിച്ച ആളായിരുന്നുവെന്ന ആരോപണത്തിൽ ഉപരി, ചില പ്രത്യേക വിഭാവന രീതികളിൽ നിന്ന് ചില പ്രത്യേക ചിന്താക്രമങ്ങൾ ഉണ്ടാകുന്നതെങ്ങനെയെന്നതിനെക്കുറിച്ചുള്ള ഒരു നിരീക്ഷണമാണത്. ചെകുത്താന്റെ ആറ് അന്ധവിശ്വാസത്തിന്റെ മാത്രം ഉൽപ്പന്നമല്ല. പലതരം ആചാരങ്ങളിലും വിശ്വാസങ്ങളിലും ആ സംഖ്യക്ക് തുല്യപ്രധാന്യമുണ്ട്.

അതിന്റെ ഗണിതം അടുത്തകാലത്താണ് ഞാനറിഞ്ഞത്. അതറിയാൻ 28 എന്ന് സംഖ്യ ഇങ്ങനെയെഴുതുക.

1+2+4+7+14=28

ഒന്നും രണ്ടും മൂന്നും സംഖ്യകൾ കൂട്ടിയാൽ നാലാമത്തെ സംഖ്യ. ഒന്നും രണ്ടും മൂന്നും നാലും സംഖ്യകൾ കൂട്ടിയാൽ അഞ്ചാം സംഖ്യ. ഇതുപോലുള്ള പരമ്പരകൾ ഉള്ളടക്കമായ സംഖ്യകൾ ഗണിതത്തിലെ സമ്പൂർണ (പേർഫെക്റ്റ്) സംഖ്യകൾ.

അതിലാദ്യത്തേത് 6.

പിന്നെ 28, 469, 8128....

പൂവുകളുടെ അടുക്കിനുപോലും നിയാമകമായൊരു പരമ്പര ആവിഷ്കരിച്ച ഫിബോനാച്ചിയുടെ ആവശ്യം ഇറ്റലിയിലെ വണിക്കുകളെ സാഹായിക്കലായിരുന്നിരിക്കാം. ഇതുപോലുള്ള പരമ്പരകൾ തേടുന്ന ഓരോ മനസ്സിലും മന്ത്രമുണ്ട്. അതിന്റെ വ്യാപാരമോ മന്ത്രത്തിലും ചിലപ്പോൾ അത് ലോകാന്ത്യത്തെക്കുറിച്ചുള്ള അബദ്ധ വെളിപാടാകാം. മറ്റു ചിലപ്പോൾ അത് സുബദ്ധതയിൽ വിജയചിഹ്നമാകുന്നൊരു അടുക്കാവാം. ഡാമിയന്റെ തലയെഴുത്തിലെന്നപോലെ ചെകുത്താന്റെ അക്കങ്ങൾ നിരന്നുവന്ന 1666ലാണ് ലണ്ടനിലെ വൻതീ (ദ ഗ്രേറ്റ് ഫയർ ഓവ് ലണ്ടൻ) ഉണ്ടായത്. അതേ വർഷത്തിലാണ് ഒരു മഹാ പുരുഷായുസ്സിന്റെ സംഭാവനയെന്ന് പറയാവുന്ന ഭൂഗുരുത്വ നിയമങ്ങൾ ഐസക് ന്യൂട്ടൻ അവതരിപ്പിച്ചത്. പിൽക്കാല ന്യൂട്ടന്റെ ജീവിതം ഗൂഢശാസ്ത്രങ്ങളുടെ നിഴൽക്കുത്തിലായിരുന്നു.

ജെയിംസ് ബോണ്ടിന്റെ 007 തൊട്ട് ചെകുത്താന്റെ 666 വരെയുള്ള പല മാന്ത്രിക സംഖ്യകളും ഒരേതരം ബ്രാൻഡിംഗിന്റെ നിർമ്മിതികളാണ്.

മരണത്തിന്റെ ഏകകം എന്ത്?

ഫ്രാൻസിന്റെ നാടകവേദിയെത്തന്നെ മാറ്റിയ നടനും നാടകകൃത്തും നിർമ്മാതാവും സംവിധായകനും സൈദ്ധാന്തികനും എല്ലാമായിരുന്ന ആന്റണിൻ ആർട്ടോ ഒരിക്കൽ പറഞ്ഞു: ഞാൻ ആത്മഹത്യ ചെയ്യുകയാണെങ്കിൽ അത് എന്നെ നശിപ്പിക്കാൻ വേണ്ടിയാവില്ല, മറിച്ച് എന്നെ മുഴുവനുമായും തിരിച്ചെടുക്കാൻ വേണ്ടിയായിരിക്കും. താത്ത്വിക നാടകീയ വ്യാഖ്യാനങ്ങൾക്കപ്പുറം വളരെ ലളിതവും ഭൗതികവുമായൊരു കാര്യമാണ് ഇതെന്ന ഓർമ്മിപ്പിക്കുന്നത്.

അത് ഏകകങ്ങളെക്കുറിച്ചുള്ളത്.

മരണത്തിന്റെ ഏകകമെന്ത്?

ഞാൻ ഉദ്ദേശിക്കുന്നത് യൂനിറ്റാണ്. അതിനെപ്പറ്റിയുള്ള അസ്പഷ്ടതയാണ് ഡാർവിന്റെ പരിണാമവാദത്തെ ചരിത്രത്തിലെ ഏറ്റവും തെറ്റിദ്ധരിക്കപ്പെട്ടൊരു സിദ്ധാന്തമാക്കിയത്. അനുയോജ്യമായത് അതിജീവിക്കുമെന്ന് വായിച്ചവരിൽ ഭൂരിപക്ഷവും മനസ്സിലാക്കാൻ വിട്ടുപോയൊരു ചോദ്യമുണ്ട്. എന്തിന്റെ അനുയോജനം? അനുയോജനത്തിന്റെ ഏകകം അഥവാ 'ദ യൂനിറ്റ് ഓഫ് സർവൈവൽ' എന്ത്? ഡാർവിൻ ഉദ്ദേശിച്ചത് വ്യക്തിയുടെ സ്വകാര്യ അനുജീവനമല്ല. ഓരോരോ ജീവിവർഗ്ഗങ്ങളുടെ (സ്പീഷിസിന്റെ) അതിജീവനമാണ്. ഈ തിരിച്ചറിവിലാണ് പരിണാമവാദം തുടങ്ങുന്നത്.

അപ്പോൾ, മരണ ഏകകമെന്ത്?

വൈദ്യശാസ്ത്രത്തിനകത്തെ പ്രസക്തിയിൽ വൈദ്യന്മാർ ഉപയോഗിക്കുന്ന ഭാഷയിലും സങ്കൽപ്പങ്ങളിലും പോലും മരണത്തിന് ഇപ്പോഴും വളരെ കൃത്യമായൊരു നിർവ്വചനമില്ല. മരണത്തിന്റെ ആപേക്ഷിക നിർവ്വചനങ്ങളേ നമുക്ക് സാദ്ധ്യമാകൂ.

അതിനിടയിൽ മരണം തുടരുന്നു.

എല്ലാ സാദ്ധ്യനിർവ്വചനങ്ങളിലും.

പല സന്ദർഭങ്ങളിലും ജൈവശരീരത്തിന്റെ ഏകകമായി തുടരുന്ന

കോശങ്ങളുടെ മരണമെടുക്കുക. ഇവിടെ മരണമെന്നു പറഞ്ഞതുതന്നെ ആപേക്ഷികമായാണ്. കോശങ്ങൾക്ക് രണ്ടുതരം മരണസാദ്ധ്യതകളുണ്ട്. അവയിലൊന്ന് ശരീരത്തിന്റെ പ്രതിരോധ വ്യവസ്ഥയുമായി ബന്ധപ്പെട്ടിരിക്കുന്നു. ഒരു വിദഗ്ദ്ധൻ പറഞ്ഞതുപോലെ നിങ്ങളുടെ പ്രതിരോധവ്യവസ്ഥക്ക് വളരെ നിശിതമായി തിരിച്ചറിയാവുന്നൊരു കാര്യമുണ്ട്. നിങ്ങളും നിങ്ങളൊഴിച്ചുള്ള പ്രപഞ്ചവും തമ്മിലുള്ള വ്യത്യാസമാണത്. രണ്ടാമത്തേതിന്റെ ഒരു ധൂളിപോലും അത് ഉടലിൽ അനുവദിക്കില്ല. പക്ഷേ, ചിലപ്പോൾ അമിതാവേശത്തിൽ അത് നിങ്ങളുടെ കോശങ്ങളെത്തന്നെ ആക്രമിക്കാൻ തുടങ്ങുന്നു.

ഇവിടെയൊരു ഇടപെടലുണ്ട്.

പ്രോഗ്രാമ്ഡ് സെൽ ഡെത്ത്.

വളരെ പ്രാക്തനമായൊരു നിർദ്ദേശം. ആവേശത്തിൽ മാരകമായിത്തീരുന്ന കോശങ്ങളോട് ആത്മഹത്യ ചെയ്യാൻ അത് ആവശ്യപ്പെടുന്നു. ആർത്തവരക്തത്തിൽ അതിന്റെ ഒരു പ്രയോഗം കാണാം. ഓരോ തവണ ആർത്തവം ഉണ്ടാകുമ്പോഴും ഒരു സ്ത്രീയുടെ ഗർഭപാത്രത്തെ പൊതിഞ്ഞിരുന്ന കോശങ്ങൾ പ്രോഗ്രാമ്ഡ് സെൽ ഡെത്തിലൂടെ കടന്നുപോയിരിക്കും. തലമുടിക്ക് ചായം നൽകുന്ന കോശങ്ങൾ ആത്മഹത്യ ചെയ്യുന്നേടത്ത് വാർദ്ധക്യത്തിന്റെ വെളുത്ത വേരുകൾ പടരാൻ തുടങ്ങുന്നു. ചിലപ്പോൾ രോഗം ബാധിച്ച കോശങ്ങൾ ആത്മഹത്യയിലൂടെ രോഗബീജങ്ങളെ നശിപ്പിച്ച് ശരീരത്തെ കുറച്ചെങ്കിലും ആപത്തിൽനിന്ന് അകറ്റുന്നു.

ഇതാണ് അപോറ്റോസിസ്.

ഇതിനു വിപരീതം നെക്രോസിസ്.

രണ്ടാമത്തേത് ശരിക്കും മരണമാണ്. ചൂട്ടു പഴുക്കുമ്പോൾ, വിഷമേൽക്കുമ്പോൾ അല്ലെങ്കിൽ പ്രാണവായു കിട്ടാതെ പട്ടിണിയിലാകുമ്പോൾ കോശങ്ങൾ മരിക്കുന്ന മരണമാണത്. മരണത്തിന്റെ അർത്ഥത്തിലെന്നല്ല, രീതിയിൽപ്പോലും അപോറ്റോസിസിന് വിരുദ്ധമാണത്. പഴുത്തുപൊട്ടി ചോരയും ചലവും ഒലിക്കുന്നൊരു വ്രണംപോലെയാണത്. ആ പൊട്ടലും ഒലിപ്പും അടുത്തുള്ള കോശങ്ങളെ അപകടത്തിലാക്കുകയും ചെയ്യുന്നു. നിർദ്ദേശിതമായ കോശമരണമാകട്ടെ ചുങ്ങിയുണങ്ങി ചെറിയചെറിയ തരികളായി നിർബ്bാധം അടർന്നില്ലാതാകുന്നൊരു കുരുപോലെയാണ്. അത്രയും വൃത്തിയായി അത് പ്രതിരോധവ്യവസ്ഥയിൽ വിലയിക്കുന്നു.

ഇക്കോളജിക്കൽ മരണങ്ങളോ?

അതിജീവനത്തിന്റ ഏകകമെന്തെന്ന് നിർണ്ണയിച്ചുകഴിഞ്ഞാൽ ഒരു ജീവിവർഗ്ഗത്തിന്റെ തിരോധാനം ഒരു മരണമാകാം. പക്ഷേ, ചത്തതെല്ലാം വളരുന്നതിനു വളമാകുന്ന അവസ്ഥയിൽ അതിന്റെ

അർത്ഥം മാറാം. നമ്മുടെ കാലഘട്ടത്തിൽ ഭൂമിയെയും കോശങ്ങളെയും കുറിച്ച് ഏറ്റവുമധികം അറിഞ്ഞവരിൽ ഒരാളായ ഡോക്ടർ ലൂയിസ് റ്റോമസ് ഭൂമിയെത്തന്നെ ഒരൊറ്റ കോശമായാണ് കണ്ടത്. റിച്ചാഡ് ഡോക്കിൻസിന്റെ ജീവശാസ്ത്ര കലാപത്തിൽ ജീവികളെന്നത് സ്വാർത്ഥികളായ (സ്വയം അർത്ഥങ്ങളായ) ചില ജീനുകളുടെ വാഹനങ്ങൾ മാത്രമാകുമ്പോൾ ഏകകങ്ങളും നിർവ്വചനങ്ങളും വീണ്ടും മാറുന്നു. ഏതായാലും...

മരണം ആദ്യം തൊട്ടേ ഉണ്ട്. ചിലപ്പോൾ ചിലവയെ സംബന്ധിച്ച് ഒരു സന്ദർഭത്തിലോ വ്യാഖ്യാനത്തിലോ അത് ഔദ്യോഗികമായ ഒടുക്കമാവുന്നെന്നു മാത്രം.

പാഠത്തിൽ
കോമ വിട്ടുപോയ ഇടങ്ങൾ

മരണത്തിന്റെ വ്യാകരണത്തിലെ അർദ്ധവിരാമ ചിഹ്നമാണത്. കോമ. ഒരാളുടെ ശരീരം ചലനമറ്റ് ബാഹ്യലോകവുമായുള്ള പ്രതികരണങ്ങൾ നശിച്ചുകിടക്കുന്ന അബോധാവസ്ഥ. റോബിൻ കുക്കിന്റെ 'കോമ' എന്ന പുസ്തകവും, പിന്നെ അതിനെ ആധാരമാക്കിയുള്ള പടവും വളരെയധികം പൊതുജന ശ്രദ്ധയിൽ എത്തിച്ചൊരു അവസ്ഥയാണത്. രണ്ടിലും കോമയിൽ പെട്ടവർ ശരിക്കും ഒരു കുട്ടക്കിൽതന്നെയാണ്.

പക്ഷേ, ടി.വി പരിപാടികളിലോ?

സോപ്പ് ഓപ്പറകളിൽ?

സത്യത്തിൽ, ഡോക്ടർ ഡോവിഡ് കാസററ്റ് എന്നൊരു ഗവേഷകനും കൂട്ടുകാരും വളരെകാര്യമായി ഇതറിയാൻ ശ്രമിച്ചിട്ടുണ്ട്. കോമയെക്കുറിച്ചുള്ള പൊതുജനാവബോധം, അതിനോട്ടുള്ള സമീപനം, ഇങ്ങനെ ചിലതൊക്കെയാണ് അവർ അന്വേഷിച്ചത്. 'ദ ബോൾഡ് ആന്റ് ദ ബ്യൂട്ടിഫുൾ', 'ജനറൽ ഹോസ്പിറ്റൽ' തുടങ്ങിയ പല സീരിയലുകൾ. എല്ലാറ്റിലും കൂടിയായി പ്രത്യക്ഷപ്പെടുന്ന, ലക്ഷണമൊത്ത 64 കോമ ഉദാഹരണങ്ങൾ.

സ്ഥിതി വിവരങ്ങൾ ഇങ്ങനെ...

ഒരു വൻകിട ആഘാതം (ട്രോമ) കഴിഞ്ഞ് കോമയിൽ കിടന്നു മരിച്ചവരുടെ കണക്ക് ടെലിവിഷനിൽ ആറു ശതമാനം, യഥാർത്ഥ ജീവിതത്തിൽ 67 ശതമാനം. ട്രോമയില്ലാതെ കോമ പൂകി മരിച്ചവർ സോപ്പുകളിൽ നാലു ശതമാനം, ആശുപത്രികളിൽ 53 ശതമാനം. ഇനി അതിജീവിക്കുന്നവരുടെ വിവരങ്ങളിൽ: സാധാരണ നിലക്ക് കോമയെ അതിജീവിക്കുന്നവർക്ക് പലതരം അവശതകളുണ്ടാകും. അതൊന്നുമില്ലാതെ നേരിട്ട് പൂർവ്വസ്ഥിതി പ്രാപിക്കുന്നവർ ട്രോമാസഹിതം ഏഴു ശതമാനവും ട്രോമാരഹിതമായി ഒരു ശതമാനവുമാണ്. ടെലിവിഷൻ പരമ്പരകളിലിത് യഥാക്രമം 89 ശതമാനവും

91 ശതമാനവും. കണ്ണുതുറന്ന ഉടനെത്തന്നെ അവർ എല്ലാം തിരിച്ചറിയുകയും ചിരപരിചിതമായ ശാരീരികവും മാനസികവുമായ പ്രവർത്തനങ്ങളിൽ ഇടപെടുകയും ചെയ്യുന്നു.

വളരെ ആധികാരികമായ ബ്രിട്ടീഷ് മെഡിക്കൽ ജേണലിൽ പ്രത്യക്ഷപ്പെട്ടൊരു പഠനമാണത്. പക്ഷേ, അതേ പ്രസിദ്ധീകരണത്തിൽ വന്ന മറ്റൊരു പഠനമനുസരിച്ച് ടെലിവിഷൻ സോപ്പിലെ സാധാരണ മരണനിരക്ക് ബ്രിട്ടനിലെ മരണനിരക്കിനെ അപേക്ഷിച്ച് ഏഴു മടങ്ങ് അധികമാണ്. കോമയെ അനായാസമായി അതിജീവിക്കുന്നൊരു ജനത ഫോർമുല വൺ ഡ്രൈവർമാരെക്കാൾ, കാളപ്പോരുകാരെക്കാൾ, ബോംബ് വിതരണ വിദഗ്ദ്ധന്മാരെക്കാൾ സാഹസികമായാണ് ജീവിക്കുന്നതെന്നു വരുമോ, ഡോ. കാൾ ചോദിച്ചതുപോലെ? സമതുലിതാവസ്ഥയിൽ എത്താനുള്ളൊരു ശ്രമം ഇതിനുപിന്നിൽ കാണാനാവുമെന്ന് കരുതുന്നത് രസകരമായിരിക്കും.

ജോർജ് ഈസ്റ്റ്മാൻ
ദൈവമായ നിമിഷം

ജോർജ് ഈസ്റ്റ്മാൻ നമ്മളെല്ലാവരെയും ഫോട്ടോഗ്രാഫർമാർ ആക്കിയെന്നു പറഞ്ഞ സൂക്ഷ്മ നിരീക്ഷകനെ ഞാനോർക്കുന്നു. ഈസ്റ്റ്മാനെക്കുറിച്ചുള്ളൊരു സാങ്കേതികക്കുറിപ്പല്ലിത്. മറിച്ച് പ്രത്യേക ശാഠ്യങ്ങളൊന്നുമില്ലാത്തൊരു അനായാസ വിചാരം മാത്രമാണെന്നു പറയാം. അതിൽ വാൻഗോഗ് പ്രത്യക്ഷപ്പെടുന്നു, തെല്ലിട. ഫ്രാൻസ് കാഫ്ക പ്രത്യക്ഷപ്പെടുന്നു, കുറേക്കൂടി നേരം. എല്ലാം ഒരു പരസ്യവിക്ഷേപത്തിൽ തുടങ്ങുന്നു.

കോഡാക്കിന്റെ വാണിജ്യചിഹ്നം:

ചുവപ്പിലും മഞ്ഞയിലുമാണത്.

അതിന്റെ ചുവപ്പ് ഇരുണ്ട മുറിയിൽ ഫിലിം ദ്രവ്യം കൈകാര്യം ചെയ്യുന്നവർക്ക് അനുവദിക്കപ്പെട്ട ഒരേയൊരു വെളിച്ചമാണെന്ന് ഞാൻ സങ്കൽപ്പിക്കുന്നു.

അതിന്റെ മഞ്ഞ വാൻഗോഗിന്റെ മഞ്ഞയല്ല. കൂടുതലുമത് സൂര്യകാന്തിപ്പൂക്കളെ ഫിലിമിലേക്ക് പകർത്താൻ സഹായിക്കുന്ന പകൽ വെളിച്ചം തന്നെയാണ്.

പിന്നെ അക്ഷരങ്ങൾ.

കാഫ്ക, കോഡാക് എന്നീ വാക്കുകളിൽ 'കെ' എന്ന അക്ഷരം രണ്ടു തവണ പ്രത്യക്ഷപ്പെടുന്നത് നിങ്ങൾ ശ്രദ്ധിച്ചിരിക്കും. കാഫ്കക്ക് ആ അക്ഷരത്തോട് വല്ലാത്തൊരു വെറുപ്പായിരുന്നു. പക്ഷേ, ഈസ്റ്റ്മാന് അതൊരു മാന്ത്രിക സമവാക്യത്തിലെ അക്ഷരത്തിനു തുല്യമായിരുന്നു. കോഡാക്കിന് ഏതു ഭാഷയിലും പ്രത്യേകിച്ച് ഒരർത്ഥം ഇല്ല. നോത്രദാം പള്ളിയിൽ ആരും ശ്രദ്ധിക്കാറില്ലാത്തൊരു ഗോപുരത്തിലെ ഒരു പൊത്തിൽ കോറിയിട്ടതായി താൻ കണ്ടെത്തിയ ഒരൊറ്റ വാക്ക് (Anarkh) വിക്ടർ യൂഗോയുടെ ഒരു ലോക ക്ലാസിക്കിന്റെ അടിത്തറയായതുപോലെയുള്ള ചരിത്രാനുഭവമാണത്. 'കെ' അക്ഷരം രണ്ടു തവണ കടന്നുവരുന്ന നിരവധി വാക്കുകൾ മനസ്സിൽ

സങ്കല്പിച്ചുനോക്കിയാണ് ഈസ്റ്റ്മാൻ കോഡാക്കിൽ എത്തിയത്. അങ്ങനെ പ്രത്യേകിച്ച് ഒരർത്ഥവുമില്ലാത്ത വാക്കുകൾ തേടുന്നൊരാളുടെ മനസ്സിലുള്ളത് മാജിക്കാണ്.

കോഡാക്കിന്റെ മഞ്ഞ സ്വർണ്ണമാണ്.

പഴയ കീമാപ്പണിക്കാരുടെ സ്വർണ്ണം.

ഫ്രാൻസ് കാഫ്കയുടെ 'കെ' സ്വയംപീഡനത്തിലെത്തിയ ഭ്രതാവേശമായിരുന്നു. തന്റെ രണ്ടു മുഖ്യ രചനകളിൽ മുഖ്യ കഥാപാത്രമായി 'കെ' പ്രത്യക്ഷപ്പെടുന്നു. കാഫ്കയുടെ കൈപ്പടയിൽ ആ അക്ഷരത്തിലെ മൂന്നാമത്തെ വരയുടെ ചുവട്ടിലേക്കുള്ള പോക്ക്(അധോഗതി!) അതിനാടകീയമായിരുന്നു. കാഫ്കയുടെ മൂന്നാമതൊരു കഥ ('In the Penal Colony') വിവരിക്കുന്നത് കുറ്റവാളികളുടെ തൊലിപ്പുറത്ത് അവരുടെ കുറ്റങ്ങൾ പീഡനാത്മകമായി മുദ്രണം ചെയ്യുന്നൊരു വ്യവസ്ഥയാണ്. അത് കാഫ്കയുടെ ആന്തരിക വ്യവസ്ഥയുമായിരുന്നു. തനിക്കേറ്റവും വെറുപ്പുള്ള അക്ഷരം വീണ്ടും വീണ്ടും തന്റെ ഉടലിൽ എമ്പാടും പച്ച കുത്തുകയായിരുന്നില്ലേ ആ എഴുത്തുകാരൻ?

കാഫ്കയെക്കുറിച്ചുള്ള ഏറ്റവും മൗലികമായൊരു നിരീക്ഷണം അദ്ദേഹത്തിന്റെ കാലഘട്ടം ഫോട്ടോഗ്രഫിയുടെ കാലഘട്ടമായിരുന്നു എന്നതാണ്. ജോർജ് ഈസ്റ്റ്മാനാകട്ടെ ഛായാഗ്രഹണത്തിന്റെ നവോത്ഥാനമായിരുന്നു.

ഈസ്റ്റ്മാൻ എന്താണ് ചെയ്തത്? പഴയ സ്കൂൾ വളപ്പിൽ നാടകീയമായെത്തിയിരുന്ന ആ മുക്കാലിയുടെ തുഞ്ചത്തെ കുറ്റൻ ഘടനയെ സാധാരണ ആളുകളുടെ കൈയിൽ ഒതുങ്ങുന്ന ഒരുപകരണമാക്കി ആലങ്കാരികമായും അക്ഷരാർത്ഥത്തിലും. ആ പഴയ നനഞ്ഞ പ്ലേറ്റുകൾക്കു പകരം നമുക്ക് ഫിലിമിന്റെ ചുരുൾ തന്നു. റോൾ ഫിലിം. എഡിസൻ തൊട്ടുള്ള ആദ്യാചാര്യന്മാർ കൈകാര്യം ചെയ്ത ചലച്ചിത്ര സാങ്കേതികത്തിന്റെ തുടക്കവും ആ ചുരുളായിരുന്നു. ഇന്ന് ഓസ്കാർ സമ്മാനദാനച്ചടങ്ങുകൾ നടക്കുന്നേടം കോഡാക് തീയറ്ററാണെന്നതിൽ, ദാരിദ്ര്യം മൂലം പതിനാലാം വയസ്സിൽ ഒരു 'സ്കൂൾ ഡ്രോപ് ഔട്ട്' ആയൊരാളുടെ ചരിത്രജനകമായ ജീവചരിത്രമുണ്ട്. ചുവരിൽ തൂങ്ങുന്ന ഓരോ ഫോട്ടോയും ഈസ്റ്റ്മാനാണ്.

ഛായാപടം ഒരു തരം മരണവുമാണ്.

ഈസ്റ്റ്മാന്റെ ജീവിതം പരിശോധിക്കുമ്പോഴാകട്ടെ, ചലിക്കുന്നൊരാളുടെ നിമിഷം പെട്ടെന്ന് ഒരു നിശ്ചലചിത്രമാവുന്നതിന് അപ്പുറത്തുള്ളൊരർത്ഥം ഈ പറഞ്ഞതിനുണ്ട്. ഇന്നത്തെ വൈദ്യശാസ്ത്രം സ്പൈനൽ സ്റ്റെനോസിസ് എന്നറിയുമായിരുന്ന രോഗം, തന്നെ ചക്രക്കസാലയിൽ തളച്ചിടുമെന്ന് ഭീഷണിയുണ്ടായപ്പോഴാണ് ഈസ്റ്റ്മാൻ ഒരു തോക്കെടുത്ത് ഹൃദയഭാഗത്തേക്ക് വെടിവെച്ച് ആത്മഹത്യ ചെയ്തത്. ഒരു കാമറയുടെ ക്ലിക്ക്. ഒരു കാഞ്ചിയുടെ

ക്ലിക്ക്. അതിൽ ധ്വനിച്ച ആവസാനികത കാഫ്കയെ ഞെട്ടിക്കുമായിരുന്നു. ആത്മഹത്യാക്കുറിപ്പ് പറയുന്നു. "എന്റെ പണി പൂർത്തിയായി. ഇനി ഞാനെന്തിന് കാത്തിരിക്കണം?"

ആ നിമിഷത്തിൽ ജോർജ് ഈസ്റ്റ്മാൻ ഒരു ദൈവമായിരുന്നു. ഒടുക്കത്തെ ക്ലിക്കും താൻ തന്നെ തീരുമാനിക്കുന്നൊരു ഛായാഗ്രഹണ ദൈവം.

സെൽഫോണിൽ സംസാരിക്കുമ്പോൾ ഇടിവെട്ടേറ്റൊരു പെൺകുട്ടിയെക്കുറിച്ച്

പുറത്ത് ഇടി, മിന്നൽ, കൊടുങ്കാറ്റ് എന്നിവയുള്ളപ്പോൾ കുറച്ചൊക്കെ ഈറനായി ഒരു പാർക്കിലോ മൈതാനത്തിലോ നിന്ന് മൊബൈൽഫോണിലൂടെ ചിലയ്ക്കുന്ന പെൺകുട്ടീ, സൂക്ഷിക്കുക.

ലണ്ടനിൽനിന്നൊരു താക്കീതുണ്ട്.

തലയിൽ ഇടിത്തീ വീഴാൻ ആകാശത്തോളമുയർന്ന് ദൈവങ്ങൾക്കൊപ്പമാകാൻ ശ്രമിക്കണമെന്നൊന്നുമില്ല. അതിലും എത്രയോ ലളിതവും ലൗകികവുമായി ഓരോരുത്തർക്ക് ഓരോന്ന് സംഭവിക്കാറുണ്ട്. ഒരിക്കൽ ലണ്ടനിൽ പതിനഞ്ചു വയസ്സായൊരു പെൺകുട്ടിക്ക് അങ്ങനെയൊന്നു സംഭവിച്ചു. അവൾ നഗരത്തിലെ വലിയൊരു പാർക്കിലായിരുന്നു. സെൽഫോണിലൂടെ ആരോടോ സംസാരിക്കുകയായിരുന്നു. കൊടുങ്കാറ്റുള്ള അന്തരീക്ഷം.

പെൺകുട്ടിക്ക് ഇടിമിന്നലേറ്റു.

ഡോക്ടർ സ്വിൻഡ എസ്പ്രിറ്റ് ഉൾപ്പെടെ മൂന്നു വിദഗ്ദ്ധർ സ്ഥലത്തെ ഏറ്റവും ആധികാരികമായ വൈദ്യശാസ്ത്ര ആനുകാലികത്തിൽ അതിന്റെ പ്രത്യാഘാതങ്ങൾ വിവരിച്ചിരിക്കുന്നു. ഇടിമിന്നലേറ്റ ഉടനെത്തന്നെ പെൺകുട്ടിക്ക് ഹൃദയസ്തംഭനമുണ്ടായി. പക്ഷേ, രക്ഷപ്പെട്ടു. പല ദൃക്സാക്ഷികൾ സംഭവത്തിനുണ്ടായിരുന്നു. പക്ഷേ, അവൾക്ക് അതേക്കുറിച്ച് ഒന്നും ഓർമ്മയില്ല. ഒരു വർഷത്തിനുശേഷം ശാരീരിക വൈകാരിക പ്രശ്നങ്ങൾ പലതുമായി അവൾ ഒരു ചക്രക്കസേരയിലിരിക്കുന്നത് കാണാം. ഇടിമിന്നൽ ഏൽക്കുമ്പോൾ ഇടത്തേ ചെവിയോട് ചേർത്തുപിടിച്ചാണ് അവൾ സെൽഫോൺ ഉപയോഗിച്ചിരുന്നത്. ഇടിമിന്നൽ ആ ചെവിയിലെ ശ്രവണപടലത്തിൽ വളരെ വിലക്ഷണമായൊരു ഓട്ടയുണ്ടാക്കി.

ഇടിമിന്നലിന് എന്താണ് വേണ്ടത്?

തറയിലേക്ക് ഏറ്റവും എളുപ്പമുള്ള വഴിയാണ് ഇടിമിന്നൽ ഉപയോഗിക്കുന്നത്. കൈയിൽ സെൽഫോൺ പിടിച്ച്, ഒരു പക്ഷേ, ഒരൽപ്പം നനഞ്ഞ് ഇരുകാലിൽ കുത്തനെ നിൽക്കുന്നൊരു ജീവി ഇടിമിന്നലിന് ഏറെ പ്രതിരോധം നൽകാത്തൊരു വസ്തുവാണ്. ലണ്ടനിലേതിനു മുമ്പ് മൂന്നു ഉദാഹരണങ്ങൾ ഉണ്ടായിട്ടുണ്ട്.

ചൈനയിൽ 2005-ൽ

തെക്കൻ കൊറിയയിൽ 2004-ൽ

മലേഷ്യയിൽ 1999-ൽ

സ്ഥിതി വിവരക്കണക്കിന്റെ ഒരു മഹാനാടകവേദിയാണ് ഈ പ്രപഞ്ചം. പക്ഷേ ഓരോ വസ്തുവും ചലനവും 'സ്റ്റാറ്റിസ്റ്റിക്കൽ' ആയ ഈ പ്രപഞ്ചത്തിൽ പോലും ആവർത്തനങ്ങൾ സാധാരണമാകും മുമ്പുള്ള തുടക്കത്തിൽ, നാം കണ്ട ഉദാഹരണങ്ങൾ ഒറ്റപ്പെട്ടതും, ആ ഒറ്റപ്പെടലിൽ നാടകീയവുമാകാം. ഈ കുറിപ്പിന്റെ തലക്കെട്ടിൽ ആ നാടകീയത കാണാം. പക്ഷേ, ഓസ്ട്രേലിയയിൽ നിന്നുള്ളൊരു താക്കീത് വളരെ ഔദ്യോഗികമാണ്. ഇടിയും മിന്നലും വൻ കാറ്റുകളുമുള്ളൊരു അന്തരീക്ഷത്തിൽ, തുറന്ന സ്ഥലങ്ങളിൽ നിൽക്കുമ്പോൾ സെൽഫോൺ ഉപയോഗിക്കുന്നത് മാത്രമല്ല അത് പുറത്തേക്കെടുക്കുന്നതുപോലും ആപൽക്കരമാണ്.

പൈഡ് പൈപ്പർ: രണ്ടാം വരവ്?

പതിനാലാം നൂറ്റാണ്ടിൽ മൂന്നുതരം പ്ലേഗുകളിലൂടെ യൂറോപ്പിലെ മുപ്പതു ശതമാനമോ നാല്പതു ശതമാനമോ കൂടുതലോ ആളുകളെ വകവരുത്തിയ 'കറുത്ത മരണം' തന്നെയാണ് പൈഡ് പൈപ്പറെന്ന് 'സംഗീതം ഒരു സമയകലയാണ്', എന്ന കഥയിൽ കാണുന്നത് ശരിയെങ്കിൽ, ആ കുഴലൂത്തുകാരൻ വീണ്ടും ഒരു തെരുവിൽ പ്രത്യക്ഷപ്പെട്ടേക്കാമെന്നൊരു സൂചനയുണ്ട്. ഉറവിടത്തെക്കുറിച്ചുള്ളൊരു രണ്ടാം വിചാരത്തിൽനിന്നാണ് അതുവരുന്നത്.

കറുത്ത മരണമെന്തായിരുന്നു?

വൈറസ്? ബാക്ടീരിയ?

ഇവ രണ്ടും തമ്മിലുള്ള വ്യത്യാസത്തെക്കുറിച്ചൊരു വിവരണം ഇവിടെ ആവശ്യമില്ല. ആ വ്യത്യാസം നിർണ്ണായകമാണെന്ന അറിവാകട്ടെ പ്രധാനമാകാം. ശാസ്ത്രം ഇതേവരെ കരുതിയിരുന്നതിന് വിപരീതമായി, കറുത്ത മരണത്തിന് പിന്നിലെ ശക്തി ഒരു ബാക്ടീരിയ അല്ലെന്നും മറിച്ച് ഒരു വൈറസാണെന്നും ആരെങ്കിലും സ്ഥാപിക്കുകയാണെങ്കിലോ? പകർച്ചവ്യാധീ വിദഗ്ദ്ധരായ സൂസൻ സ്കോട്ടും ക്രിസ്റ്റഫർ ഡങ്കനും അങ്ങനെ പറഞ്ഞുകഴിഞ്ഞു. ഒപ്പം, ആ വൈറസുമായുള്ള ഭൂതകാല സ്പർശം ഇന്നത്തെ യൂറോപ്പിലെ പലരെയും എയിഡ്സ് ബാധിക്കാത്ത ഒരവസ്ഥയിൽ എത്തിച്ചെന്ന വിഭ്രാമക നിരീക്ഷണവും അവരുടേതായിട്ടുണ്ട്. അതാകട്ടെ അമേരിക്കയുടെ ദേശീയ കാൻസർ ഇൻസ്റ്റിറ്റ്യൂട്ടിൽ അതിസമർത്ഥമായി നടന്നൊരു ഗവേഷണത്തിന്റെ വിഷയവുമായി ബന്ധപ്പെട്ടിരിക്കുന്നു.

സി.സി.ആർ 5 (CCR5) എന്ന പ്രോട്ടീൻ.

കോശങ്ങളുടെ പ്രോട്ടീൻ സംജ്ഞ.

വല്ലാതെ ലളിതമാക്കി പറഞ്ഞാൽ, നമ്മുടെ പ്രതിരോധവ്യവസ്ഥയുമായി ബന്ധപ്പെട്ട വെളുത്ത രക്താണുക്കളുടെ പുറത്തുള്ളൊരു സ്വീകാരിയാണത്. ഒരുതരം 'ഡോക്കിംഗ് പോർട്ട്' പോലെ പ്രവർത്തിച്ച് അതു ചില മോളിക്യൂളുകളെ സ്വീകരിക്കുന്നു. വീക്കം

നിയന്ത്രിക്കുന്ന മോളിക്യൂളുകളെ. പക്ഷേ, എയിഡ്സുണ്ടാക്കുന്ന വൈറസ് ചോരയിലേക്ക് കടന്ന് കഴിഞ്ഞാൽ സി.സി.ആർ 5 നമ്മുടെ പ്രതിരോധവ്യവസ്ഥയിലെ ഒരു ദുർബല ബിന്ദുവും അങ്ങനെ പ്രവേശന കവാടവുമായിത്തീരുന്നു. ഇതിനൊരു വിചിത്രമായ മറുവശമുണ്ട്. സി.സി.ആർ 5 ഇല്ലെങ്കിൽ എയിഡ്സ് വൈറസിന് കോശങ്ങളിലേക്ക് കടക്കാനാവില്ല,

മാന്ത്രികമായൊരു പഴുതുണ്ടിവിടെ.

കോശങ്ങൾ അതുപയോഗിച്ചു കഴിഞ്ഞു.

ഒരു ഭ്രംശം. മ്യൂട്ടേഷൻ. അതിന്റെ ഫലമായി, വടക്കൻ യൂറോപ്പിൽ പലരുടെ ശരീരത്തിലും സി.സി.ആർ 5 ഇല്ല. സ്വീഡനിലെ ജനസംഖ്യയുടെ 14 ശതമാനത്തിന്റെ കഥ അതാണ്. അവരുടെ ശരീരത്തിലെ വെളുത്ത രക്താണുക്കൾ ഭാഗികമായെങ്കിലും എയ്ഡ്സിന് അപ്രാപ്യമാണ്. ഭൂമിശാസ്ത്രപരമായി കിഴക്കോട്ടും തെക്കോട്ടും പോകുന്തോറും ഈ പ്രതിരോധാവസ്ഥ ക്ഷയിച്ചുവരുന്നു. ആഫ്രിക്കയിലും കിഴക്കനേഷ്യയിലും അത് അപ്രത്യക്ഷമാകുന്നു. ഇവിടങ്ങളിലുള്ളവർ എയിഡ്സിന് കൂടുതൽ എളുപ്പമുള്ള ഇരകളാകുന്നു. പൗരാണിക അസ്ഥികൾ പറയുന്നൊരു കഥയുണ്ട്. ഏതാണ്ട് യേശുക്രിസ്തു ഒരു പയ്യനായിരുന്ന കാലത്ത് യൂറോപ്പിൽ 40,000 പേരിൽ ഒരാളിലെന്ന തോതിലാണ് മേൽ പറഞ്ഞ മ്യൂട്ടേഷൻ സംഭവിച്ചിരുന്നത്. പക്ഷേ, ഏകദേശം 700 വർഷം മുമ്പുള്ള കാലഘട്ടത്തിൽ അത് അമ്പരപ്പിക്കുന്ന നാടകീയതയോടെ ഏഴുപേരിൽ ഒരാൾ എന്ന തോതിലെത്തി. 'കറുത്ത മരണം' പെരുമാറിയത് ആ ഘട്ടത്തിലായിരുന്നു. അതിന്റെ ഭീകരമായ സ്ഥിതി വിവരക്കണക്ക് ആവർത്തനമില്ലാത്തൊരു ഭൂതമാണെന്ന് ഉറപ്പിക്കാൻ സമയമായില്ല.

സൂചനകൾ നേർവിപരീതം.

നമ്മുടെ ശരീരം പൊതുവെ സി.സി.ആർ 5 ഉപയോഗിക്കുന്നത് വൈറസുകളെ പിടിച്ചു നിറുത്താനാണ്. ആകയാൽ ചരിത്രത്തിലേക്കു വെച്ച് ബൃഹത്തായ പകർച്ചവ്യാധിക്ക് കാരണം ഏതോ വൈറസായിരുന്നെന്ന് സൂചന നൽകുന്നു. എഴുന്നൂറ് വർഷങ്ങൾക്ക് മുമ്പ് ജീവിച്ചിരുന്ന വൈറസുകളെ പുനരുജ്ജീവിപ്പിച്ചാലേ നമുക്ക് ശരിക്കും ഇതേക്കുറിച്ച് മനസ്സിലാവൂ. വെറും ഒരു നൂറ്റാണ്ടുപോലും ഇക്കാര്യത്തിൽ ഒരു നീണ്ട കാലയളവാണ്. 1918 ൽ ലോകം മുഴുവനും ചുറ്റിയടിച്ചൊരു ഫ്ളൂ വൈറസ് ലക്ഷക്കണക്കിന് ആളുകളെ കൊന്നപ്പോൾപോലും മൃതശരീരങ്ങളിൽ നിന്ന് അതിനെ പിടികൂടാൻ ശാസ്ത്രജ്ഞന്മാർക്ക് വളരെയധികം പ്രയാസപ്പെടേണ്ടിവന്നിരുന്നു. ഇനി എന്തെങ്കിലും ആശ്ചര്യകരമായ ജൈവസാങ്കേതികതന്ത്രം ഉപയോഗിച്ച് കറുത്ത മരണത്തിന്റെ കാലത്തുണ്ടായിരുന്ന പൗരാണിക വൈറസിന്റെ ഡി.എൻ.എയും ആർ.എൻ.എയും

വേർപെടുത്തിയെടുക്കാൻ കഴിഞ്ഞാൽപ്പോലും അവയിൽ കൃത്യമായും എന്താണ് തേടേണ്ടതെന്ന് ശാസ്ത്രജ്ഞന്മാർക്ക് വലിയ തിട്ടമുണ്ടാകില്ല. ഒരിക്കൽ നമ്മെ തൊട്ട ആ വൈറസ് ഇപ്പോഴും ഇവിടെയെവിടെയോ ഉണ്ടെന്നും ഇനിയും അത് നമ്മെ തൊടാമെന്നുമേ ആകെ ഉറപ്പിക്കാനാവൂ.

പൈഡ് പൈപ്പറുടെ മാരകമായ കുഴലൂത്ത് എലിമാളങ്ങളിൽ മീശരോമങ്ങളെ വിറപ്പിക്കും മുമ്പ് ശാസ്ത്രജ്ഞന്മാർ എന്തെങ്കിലും കണ്ടെത്തുമെന്ന് നമുക്ക് ആശിക്കുക.

ഐൻസ്റ്റൈൻ ഇ-തപാൽ ഉപയോഗിച്ചിരുന്നെങ്കിൽ

പ്രപഞ്ചത്തിലേക്കും വെച്ച് വേഗമുള്ളതെന്നറിയപ്പെടുന്ന വെളിച്ചത്തിൽ വ്യാപരിച്ച ഐൻസ്റ്റൈന്റെ മനസ്സിൽ സമയത്തിന്റെ ഏകകങ്ങൾ (Units of time) വളരെ ഹ്രസ്വമായിരുന്നെന്ന് സങ്കൽപ്പിക്കുക. എങ്കിൽ, നാമൊരു ആഴ്ചപ്പതിപ്പിന്റെ ഏടുകൾ മറിക്കുന്നതുപോലെ വൻകരകളും വൻകാലങ്ങളും മറിച്ചുനോക്കിയ ഡാർവിന്റെ ഏകകങ്ങൾക്ക് ലക്ഷക്കണക്കിനും കോടിക്കണക്കിനും വർഷങ്ങളുടെ ദൈർഘ്യം ഉണ്ടായിരുന്നിരിക്കണം. പക്ഷേ, ആശയവിനിമയം സംബന്ധിച്ചൊരു സാമാന്യതയിൽ അവർ ഒരുപോലാകുന്നു.

അവർ ഒരേ പോലെ കത്തുകളെഴുതി.

ആയിരക്കണക്കിന് കത്തുകൾ.

ആശ്ചര്യം ഈ സമാനതയല്ല. അവരുടെ പ്രതികരണ വേഗങ്ങളും രീതികളും നിഷ്കർഷകളും നമ്മുടെ കാലത്തിൽ ഇ-മെയിൽ കൈകാര്യം ചെയ്യുന്നവരുടേതുപോലിരിക്കുന്നു. പോർച്ചുഗലിലെ ഗവേഷകരായ ഒലിവൈറയും ബറബാസിയും പറയുന്നു, കത്തുകൾക്ക് അവർ തക്കസമയത്തയച്ച മറുപടികൾ ബൗദ്ധിക സംവാദങ്ങളുടെ പ്രാധാന്യത്തെക്കുറിച്ച് രണ്ട് പേർക്കുമുണ്ടായിരുന്ന ഉണർവ്വിനെ ചൂണ്ടുന്നു.

ഐൻസ്റ്റൈൻ 14,500-ൽ അധികം കത്തുകളെഴുതി. പക്ഷേ, തനിക്ക് കിട്ടിയ 16,200 കത്തുകളിൽ ഏകദേശം കാൽഭാഗത്തോടെ അദ്ദേഹം പ്രതികരിച്ചുള്ളൂ. ഡാർവിൻ 7,500-ൽ അധികം കത്തുകളയച്ചു. പക്ഷേ, തനിക്ക് കിട്ടിയ 6,530 കത്തുകളിൽ മുപ്പത്തിരണ്ട് ശതമാനത്തോടെ അദ്ദേഹം പ്രതികരിച്ചുള്ളൂ. പത്തു ദിവസത്തിനകം ഐൻസ്റ്റൈനും ഡാർവിനും പ്രതികരിച്ചിട്ടുള്ളത് യഥാക്രമം അമ്പത്തിമൂന്നും അറുപത്തിമൂന്നും കത്തുകളോടായിരുന്നു. കത്തുകൾ കുന്നുകൂടുമ്പോൾ ഏറ്റവും പ്രധാനപ്പെട്ട ഒരെണ്ണം ചിലപ്പോൾ ഒരു വർഷത്തിന് ശേഷം മാത്രം കണ്ണിൽപ്പെടുന്നതിന് ഐൻസ്റ്റൈന്റെ

ജീവിതത്തിലുണ്ടായ ഒരുദാഹരണം ഐതിഹാസികമാണ്. ആധുനിക ഭൗതികശാസ്ത്ര ചിന്തയെ മാറ്റിമറിച്ച 'ചരട്ടു സിദ്ധാന്തം' (String theory) സംബന്ധിച്ചൊരു കത്തായിരുന്നുവത്. പക്ഷേ, പ്രാഥമ്യം സംബന്ധിച്ച വിവേചനം, പ്രയോറിറ്റൈസേഷൻ, അവരുടെ കത്തിടപാടുകളിലും ഇ- തപാലിന്റെ കാലത്തെന്നതു പോലെ ഒരു നിയാമക ഘടകമായിരുന്നു.

ഐൻസ്റ്റൈന്റെ ശരാശരി ഒരു ദിവസം ഒരു കത്ത്. ഡാർവിന്റെ ശരാശരി ഒന്നരാടം ഒരു കത്ത്. പേനയോ പെൻസിലോ ഉപയോഗിച്ച് ഒരു കത്തെഴുതുകയെന്നത് ഇ-മെയിൽ അയക്കുന്നതിനെ അപേക്ഷിച്ച് എത്രയോ സമയമെടുക്കുന്ന പണിയാണെങ്കിലും, പ്രതികരണ സമയം പോലെയും വിളംബം പോലെയും ഏതാദ്യമെന്ന നിർണ്ണയം പോലെയുമുള്ള ഘടകങ്ങളുമായി ബന്ധപ്പെട്ട ഗണിതശാസ്ത്ര സങ്കേതങ്ങളനുസരിച്ച് രണ്ടു തരം എഴുത്തും ഏതാണ്ട് ഒരേ പാറ്റേൺതന്നെയാണ് പിന്തുടരുന്നത്.

ഉപസംഹാരത്തിൽ, ഓരോ ദിവസവും രാവിലെ നാം ഇ-മെയിൽ പരിശോധിക്കുമ്പോൾ വെളിപ്പെടുന്ന മാനുഷിക ചലനാത്മകതയുടെ അടിസ്ഥാനപരമായ പാറ്റേൺ തന്നെയാണ് ഐൻസ്റ്റൈന്റെയും ഡാർവിന്റെയും കത്തിടപാടുകളിൽ വെളിപ്പെടുന്നത്.

ചുവന്ന മുളകിന്റെ എരിവളക്കാൻ

എരിവിന്റെ നാളത്തിൽ ചുവക്കുന്ന മുളക് ഒരേ സമയത്തൊരു പ്രണയത്തിന്റെ തീക്ഷ്ണതയും വളരെ തീക്ഷ്ണമായൊരു ദൈഹിക വികാരവും ആവുന്നേടത്താണ് 'വുമൺ ഓൺ റ്റോപ്പ്' എന്ന ചലച്ചിത്രം അതിന്റെ തന്നെ സാധാരണതയിൽ നിന്ന് ഉയർന്നു നിൽക്കുന്നത്. ചുണ്ടുകളും ഒരു ചുവന്ന മുളകും അന്യോന്യം മാറിപ്പോകുന്നൊരു ചുംബന പരമ്പരയുടെ അപ്പുറത്താണത്. മുഖ്യ കഥാപാത്രത്തിന്റെ പാചക വൈദഗ്ധ്യം വെളിപ്പെടുത്തുന്ന സ്റ്റഡി ക്ലാസുകളിലൂടെയും ടെലിവിഷൻ പരിപാടികളിലൂടെയും ഇതിവൃത്തത്തിന്റെ ചേരുവകൾ ഒന്നിക്കുന്നു.

പുറത്ത് മുളകിന്റെ എരുവ്, സ്വാദ്.

അകത്ത് രണ്ട് തീയുകൾ.

രതിയും വിശപ്പും.

ഇസബെല്ല ഒരു മുളകെടുത്ത് മണത്തും രുചിച്ചും അതിനെ അറിയേണ്ടതെങ്ങനെയെന്ന് വിവരിക്കുന്നേടത്ത് ശാസ്ത്രജ്ഞർക്ക് കയറിവരാം. പ്രത്യേകിച്ചും അന്ന ബർജർ, ലിൻഡ ബാർടോഷക് എന്നിവർക്ക്. രണ്ട് പെണ്ണുങ്ങളുടെ മധുരപലഹാര നിർമ്മാണമെന്ന് പരിഹസിക്കപ്പെട്ടൊരു ചികിൽസാവിധിയിൽ, മുളകിലെ എരിവിന്റെ ദ്രവ്യമായ കാപ്സേസിൻ അടങ്ങിയ റ്റോഫികൾ കൊടുത്ത് അർബുദരോഗികളുടെ വേദനയകറ്റിയ വിദഗ്ദ്ധകളാണവർ. അവരുടെ പ്രയോഗം അർബുദചികിൽസയിലെ വളരെ ഋജുവായൊരു മുറയുമായി ബന്ധപ്പെട്ടിരിക്കുന്നു.

ചെത്തുക, കരിക്കുക.

ഒരു കൂട്ടം വിദഗ്ദ്ധർ അർബുദം ആവുന്നേടത്തോളം ചെത്തിക്കളയുന്നു. മറ്റൊരു കൂട്ടം വിദഗ്ദ്ധർ ഔഷധക്രിയ (കീമോതെറപ്പി)

തിരഞ്ഞെടുക്കുന്നു. ഉടലിലെമ്പാടും അതിവേഗമുണ്ടാകുന്ന കോശങ്ങളുടെ വളർച്ച തടയാമെങ്കിലും രോഗികളിൽ പലരും (40 ശതമാനം-70 ശതമാനം) വായ്പ്പുണ്ണ് ബാധിച്ച് ഒന്നും മിണ്ടാനോ തിന്നാനോ വയ്യാത്ത അവസ്ഥയിലെത്തുന്നു. കാപ്സേസിൻ റ്റോഫികളുടെ പ്രയോഗം ഇവിടെയാണ്. എരിവ് നമ്മുടെ വിശപ്പ് കൂട്ടുന്നതിന്റെ രഹസ്യവുമായി ഇത് ബന്ധപ്പെട്ടിരിക്കുന്നു. തീറ്റയുടെ ഒരു ഘട്ടത്തിൽ വിശപ്പ് അടങ്ങിയെന്ന് നമുക്കു തോന്നുന്നത് ആമാശയ വലിവ് പിടിച്ചെടുക്കുന്ന ചില സൂക്ഷ്മോപാധികളുടെ സന്ദേശം ഉണ്ടാകുമ്പോഴാണ്. അവയുടെ പ്രവർത്തനം ക്ഷയിച്ചാൽ വയറു നിറഞ്ഞാലും നമുക്ക് തീറ്റ തുടരാൻ തോന്നും. കാപ്സേസിന് ഈ പ്രവർത്തനം ക്ഷയിപ്പിക്കാനാവും. വായ്പ്പുണ്ണിന്റെ വേദന അറിയാനുള്ള ഉപാധികളെയും ക്ഷയിപ്പിക്കാനാവും.

വിസ്കി നാവിലുണ്ടാക്കുന്ന തരിപ്പറിഞ്ഞവർക്ക് ഇവിടെ പലതരം ഇന്ദ്രിയാനുഭൂതികൾ ഓർക്കാനുണ്ടാവും.

എരിവ്, മദ്യം, കൊഴുപ്പ്.

കാപ്സേസിനും അതേപോലെ മുളകിലെ എരിവാകുന്ന മറ്റ് കെമികദ്രവ്യങ്ങളും അത്ര പെട്ടെന്നൊന്നും വെള്ളത്തിൽ അലിയില്ല. കൊഴുപ്പിൽ വിലയിക്കൽ അവക്ക് ഒരു സുഖമാണെന്നു തോന്നും. നാവിലെ എരിവ് ശമിപ്പിക്കാൻ പാലിനുള്ള ശക്തി ഈ പറഞ്ഞതിലുണ്ട്. എരിവും മദ്യവും തമ്മിലുള്ള ബന്ധത്തിലാകട്ടെ ഒരു വൈരുദ്ധ്യാത്മകത കാണാം. പരീക്ഷണശാലകളിൽ ആവശ്യമായ ചാരായത്തിൽ കാപ്സേസിൻ വേഗം അലിയും. അതനുസരിച്ച് പാലിനെപ്പോലെ എരിവ് ശമിപ്പിക്കാൻ ചാരായത്തിന് കഴിയേണ്ടതാണ്. എന്നാൽ അൽപ്പം മദ്യം കലർത്തിയ വെള്ളത്തേക്കാൾ ഈ കഴിവുള്ളത് വെറും വെള്ളത്തിനാണ്.

അപ്പോൾ എരിവ് അളക്കുന്നതെങ്ങനെ?

സ്കോവിൽ എന്ന യൂനിറ്റുകളിലൂടെ.

സാധാരണ കമ്പോളത്തിൽ കാണാവുന്ന പല മുളകുസോസുകളും 300 യൂനിറ്റുകളിൽ തുടങ്ങുന്നു. നേരിട്ട് മുളകിലേക്ക് കടക്കുമ്പോൾ ആയിരക്കണക്കിന് അതുയരുന്നു. ആസാമിൽ നമ്മുടെ പട്ടാളത്തിന്റെ അകമ്പടി നേടിയ തേസ്പൂരിൽ പ്രാകൃതികമായുണ്ടാവുന്ന നാഗ ജൊലോക്കിയ എന്ന മുളകാവാം ഒരു പക്ഷേ ഗിനസിന്റെ പുസ്തകത്തിൽ എത്തിയിരിക്കുക. അതിന്റെ എരിവ് 8,55,000 യൂനിറ്റുകൾ! പട്ടാളത്തെയും മുളകിനെയും കുറിച്ചു പറയുമ്പോൾ 'മിർച്ച് മസാല' ഓർമ്മയിലെത്തുമോ? നികുതി പിരിക്കുന്ന സുബേദാർമാർ അടിച്ചൊതുക്കിയൊരു ഗ്രാമം പൊട്ടിത്തെറിക്കുന്നത് അവിടത്തെ പെണ്ണുങ്ങളുടെ മുളകുപൊടി പ്രയോഗത്തിലൂടെയാവുന്നത് ഓർക്കാൻ ഒരു കാരണം 'കാപ്സിക്കം സ്പ്രേ' എന്ന പേരിലൊരു പോലീസായുധം

ചിലേടങ്ങളിൽ ഉള്ളതാണ്. നാല് മീറ്റർ വരെയെത്താവുന്ന എരിവു ണ്ടാക്കാൻ അതാശ്രയിക്കുന്നത് അഞ്ചു ശതമാനം മുളകു ചേർത്ത പ്രാകൃതിക തൈലങ്ങളെയാണ്. കണ്ണിലെ അതിസൂക്ഷ്മമായ ചോര ക്കുഴലുകൾ തകർത്ത് ഒരാളെ അഞ്ചുമിനിറ്റോളം ആന്ധ്യത്തിലാഴ്ത്താൻ അതിന് കഴിയും.

സ്കോവിൽ സ്കെയിൽ ഉപയോഗിച്ച് ഇതുപോലുള്ള എല്ലാ പ്രയോ ഗങ്ങളുടെയും അളവുകൾ തിട്ടപ്പെടുത്താം. പക്ഷേ, പ്രണയസ്മൃതിയാ യും വിവാഹത്തിലെ മുറിവായും തന്റെ തൊഴിലായ പാചകവിദ്യയു മായുമെല്ലാം ചുവന്ന മുളകിനെയറിഞ്ഞ ആ ബ്രസീൽകാരിക്കുപോലും അറിയാത്തൊരു കാര്യമുണ്ട്. മുളക് നമ്മുടെ നാവിൽ എരിവാകുന്ന തിന്റെ കൃത്യശാസ്ത്രം എന്താണ്?

നിങ്ങളുടെ കാർബൺ കാൽപ്പാടുകൾ!

ജെയിംസ് ഹാഡ്‌ലി ചേസിന്റെ പഴയൊരു ത്രില്ലറിന്റെ തലക്കെട്ടിൽ കുറ്റകൃത്യങ്ങളുടെ ലോകത്തെക്കുറിച്ചൊരു തത്ത്വം കാണാം. എവിടെയും എല്ലാറ്റിനും ഒരു വിലയുണ്ട്.'There's Always a Price Tag' ഇന്നത് ലോകത്തിന്റെ മുഴുവൻ പ്രമേയ ഗാനമാകാം. ഒരു സൂപ്പർ മാർക്കറ്റിലോ മറ്റോ കാണാവുന്ന ഏത് തരം ഉൽപ്പന്നത്തിന്റെയും പിന്നിൽ, അദൃശ്യമായൊരു ചരടിന്റെ അറ്റത്തെ വിലവിവരം പോലൊന്ന് സ്ഥിതി ചെയ്യുന്നു. നമുക്കതിനെ കാർബൺ കോസ്റ്റ് എന്നു വിളിക്കാം.

ഭൗതിക ശാസ്ത്രജ്ഞനും ബഹിരാകാശ എഞ്ചിനീയറുമായ എറിക് ഡേലറേപ്പോലുള്ളവരുടെ പരിതോവസ്ഥാപരമായ ഇഷ്ടാനിഷ്ടങ്ങളിൽ അതൊരു ഭാഗമാകുന്നു.

അദ്ദേഹത്തെക്കുറിച്ചൊരു റിപ്പോർട്ട് അടുത്തകാലത്ത് എന്റെ ശ്രദ്ധയിൽ പെട്ടു. അതിങ്ങനെ പറയുന്നു: യാത്രകൾ തനിക്ക് വളരെ പ്രിയപ്പെട്ടതെങ്കിലും ഓരോ വിമാനത്തിൽ കയറും തോറും തന്റെ കാർബൺ കാൽപ്പാടുകൾ വലുതായി വരുകയാണെന്ന് ഡേലർ പറയുന്നു.

എന്താണീ കാർബൺ കാൽപ്പാടുകൾ?

ഒരു സാധാരണ ദിവസത്തിൽ നിങ്ങളുടെ ശരീരവും ചേഷ്ടകളും ചലനങ്ങളും പെരുമാറ്റങ്ങളുമെല്ലാം ചേർന്ന് ആസന്ന അന്തരീക്ഷത്തിലേക്ക് തൊടുക്കുന്ന അംഗാരാമ്ള വായുവിന്റെ അളവാണത്. നിങ്ങൾ ചെയ്യുന്ന എന്തും ഒരു കാർബൺ വിതരണം ഉളവാക്കുന്നു. ഒരു ജനാലയുടെ കൊളുത്തിടുമ്പോഴും കുപ്പായത്തിന്റെ കുടുക്കഴിക്കുമ്പോഴും ചായയിലെ പഞ്ചസാര ഇളക്കുമ്പോഴുമെല്ലാം അത് സംഭവിക്കുന്നു. സ്ഥലകാലങ്ങളിലൂടെ തുടരുന്ന ഏത് സാധാരണ നിലനിൽപ്പിന്റെയും അനിവാര്യ അവശിഷ്ടങ്ങൾ. ചുട്ടു പഴുക്കാൻ

തുടങ്ങുന്നൊരു ഭൂമിക്ക് മൂന്ന് ദശാംശം അഞ്ചു ശതമാനമെങ്കിലും കാരണം മനുഷ്യരുടെ വിമാനയാത്രകളാണെന്ന് ഒരു ആധികാരിക കേന്ദ്രം തെളിയിച്ചിരിക്കുന്നു.

പരിഹാസം പക്ഷേ നിശ്ചലതയാകരുതല്ലോ?

ശ്വാസം പിടിച്ച് ഭൂമിയെ രക്ഷിക്കാനാകുമോ?

പക്ഷേ, ചില പരിതോവസ്ഥാമിത്തുകളിൽ നിന്നുള്ള വിമോചനം അത്യാവശ്യമാണ്. നാട്ടിൻ പുറങ്ങളിൽ ചില കർഷകർ ഉൽപ്പാദിപ്പിക്കുന്ന പച്ചക്കറികൾക്കും ധാന്യങ്ങൾക്കും ഇതൊന്നും തീരെ ബാധകമല്ലെന്നു തോന്നും. പക്ഷേ, നഗരങ്ങളിൽ അവയെ എത്തിക്കാൻ വേണ്ട വ്യവസ്ഥകളിൽ (പാക്കിംഗ്, ഗതാഗതം, മറ്റും മറ്റും) തീർച്ചയായും അംഗാരച്ചെലവുകളുണ്ട്. ഗതാഗതത്തിന് ഉപയോഗിക്കുന്ന വാഹനങ്ങളെ ഓട്ടിക്കുന്നത് വിദ്യുച്ഛക്തിയാണെങ്കിൽ പരിസര മലിനീകരണം ഒഴിവാക്കാമെന്നു തോന്നാം. പക്ഷേ, ആഗോളാടിസ്ഥാനത്തിൽ, നമുക്കറിയാവുന്നതിലേക്കും വെച്ച് വലിയ കാർബൺ വിക്ഷേപണ സ്രോതസ്സുകളിലൊന്ന് വിദ്യുച്ഛക്തിയുൽപ്പാദനമാണെന്ന് പലർക്കും അറിയില്ല. ഉദാഹരണത്തിന് കൽക്കരിപോലുള്ള ഫോസിൽ ഇന്ധനങ്ങൾ കത്തിച്ചാണ് അമേരിക്കക്കാർ അവർക്കു വേണ്ട വിദ്യുച്ഛക്തിയുടെ എഴുപത് ശതമാനവും ഉൽപ്പാദിപ്പിക്കുന്നത്.

ചുറ്റും കരിയും പുകയും ഒന്നുമില്ലെങ്കിലും എവിടെയൊക്കെയോ ആരുടെയൊക്കെയോ കാർബൺ പാദമുദ്രകൾ പതിഞ്ഞുകൊണ്ടിരിക്കുന്നു. അവ ഭൂമിയുടെ ആയുസ്സ് അളന്നു തീർക്കുകയാണ്.

അന്നാ,
നീ നിലനിൽപ്പുണ്ടോ?

ഹോളിവുഡ് നടനായ കെവിൻ ബേക്കണിൽ തുടങ്ങുന്നൊരു കളി ഈ ഏട്ടുകളിലൂടെ മമ്മൂട്ടിയിലും മോഹൽലിലും എത്തിയത് ഒരുപക്ഷേ നിങ്ങൾ ഓർക്കുന്നുണ്ടാവും. 'സിക്സ് ഡ്രിഗ്രീസ് ഓവ് സെപറേഷൻ' എന്നറിയപ്പെടുന്ന സിദ്ധാന്തമാണ് അതിനു പിന്നിലുള്ളത്. ഈ ലോകത്തിൽ ആർക്കും ആർക്കുമായും ബന്ധം പുലർത്താൻ സുഹൃത്തും സുഹൃത്തിന്റെ സുഹൃത്തും എന്നിങ്ങനെ ഇടയിൽ വെറും അഞ്ചുപേർ മതിയെന്ന സിദ്ധാന്തം.

എക്സ് എന്ന നടി കെവിൻ ബേക്കണുമായി ബന്ധം പുലർത്താൻ ശ്രമിച്ചാൽ അവർക്കും ബേക്കണും ഇടയിലുള്ളവരിൽ ലക്ഷ്യത്തോട് ഏറ്റവും അടുത്തുനിൽക്കുന്ന വ്യക്തി ബേക്കണോടൊപ്പം ഏതെങ്കിലും പടത്തിൽ അഭിനയിച്ച ആളാണ്. അയാളുടെ ബേക്കൺ നമ്പർ ഒന്ന്. അയാളോടൊപ്പം ഏതെങ്കിലും പടത്തിൽ അഭിനയിച്ച ആൾ ബേക്കൺ നമ്പർ രണ്ട്. അത് മൂന്നിലൂടെ നാലിലൂടെ എന്നിങ്ങനെ എക്സ് എന്ന നടിയിലേക്ക് തുടരുന്നു.

ബേക്കണ് ഒരു സമാന്തരമുണ്ട്.

ഒരു ഗണിതശാസ്ത്ര സമാന്തരം.

എർഡോസ് നമ്പർ.

ഏതെങ്കിലും പരിചിത കുടുംബത്തിലേക്ക് കയറിച്ചെന്ന് പാതിരാവായാലും മെനക്കെട്ടിരുന്ന് എന്തെങ്കിലും കണക്കുകുറിച്ച് ഒന്നരമണിക്ക് ഉറങ്ങാൻ കിടന്ന് അഞ്ചുമണിക്കെഴുന്നേറ്റ് "അന്നാ, നീ നിലനിൽപ്പുണ്ടോ?" എന്ന് വീട്ടുകാരിയോട് വിളിച്ചു ചോദിക്കുന്ന പോൾ എർഡോസിനെയാണ് അത് കുറിക്കുന്നത്. പോൾ ഇപ്പോൾ ചോദിച്ചതിനർഥം. "അന്നാ, നീ എഴുന്നേറ്റോ?" എന്നാണ്. അതറിഞ്ഞ ഉടനെ എർഡോസ് പറയാൻ തുടങ്ങും: "ലെറ്റ് എൻ ബി"(Let N Be) കഥകളായും ഗാഥകളായും ചില ചില ഇതിഹാസങ്ങളിലൂടെ ചരിച്ച അവധൂതന്മാരുടെ കൂട്ടത്തിൽപ്പെടുത്തേണ്ട ഒരാൾ.

പക്ഷേ, എർഡോസ്(ഹങ്കറിയിൽ ഏർഡഷ്) അക്കങ്ങളായാണ് ചരിച്ചത്.

അക്കങ്ങളുടെ ഒരു ഘോഷയാത്ര.

ഏതെങ്കിലും വാതിൽക്കൽ കലാശിക്കുമ്പോഴേക്കും അതൊരു സിദ്ധാന്തമായിക്കഴിഞ്ഞിരിക്കും. കാപ്പിയെ ഗണിതശാസ്ത്ര സിദ്ധാന്തമാക്കാനുള്ളൊരു ഉപകരണമാണ് മനുഷ്യനെന്ന് എർഡോസ് വിശ്വസിച്ചിരുന്നു. 'സിക്സ് ഡിഗ്രീസ് ഓവ് സെപറേഷൻ' എന്ന സങ്കൽപ്പത്തിന്റെ നാനാർത്ഥാവിഷ്കാരമായ സിക്സ്ഡോസ് ഡോട്ട് കോം (www.sixdose.com) എന്ന വെബ്സൈറ്റിൽ സന്ദേശങ്ങൾ പോസ്റ്റ് ചെയ്യാൻ ഒരു എഞ്ചിനീയറിംഗ് വിദ്യാർത്ഥിനി സ്വീകരിച്ച പേര് ഞാൻ ശ്രദ്ധിക്കുകയുണ്ടായിട്ടുണ്ട്. ഗണിതജ്ഞനായ ഫെർമാറ്റിന്റെ ആദ്യത്തെ കാമിനിയായാണ് അൽപ്പം നർമ്മത്തോടെ അവൾ സ്വയം പരിചയപ്പെടുത്തുന്നത്. ഫെർമാറ്റ്സ് ഫസ്റ്റ് ഗേൾഫ്രണ്ട്. ആരെയും വേൾക്കാതെ, ഗണിതത്തെയൊഴികെ മറ്റൊന്നിനെയും സ്നേഹിക്കാതെ ജീവിച്ച എർഡോസിന് അതു മനസ്സിലാവും. സത്യത്തിൽ അദ്ദേഹത്തിനുവേണ്ടി ജീവിക്കുകയെന്ന കൃത്യം ചെയ്തത്പോലും തന്റെ സാന്നിധ്യം ഒരു മഹാഗണിതാനുഭവമായിരുന്ന മറ്റ് ശാസ്ത്രജ്ഞരായിരുന്നു. എർഡോസാകട്ടെ പ്ലേറ്റോയുടെ ദൈവത്തെപ്പോലെ കണക്കു ചെയ്തുകൊണ്ടിരുന്നു.

എർഡോസിന്റെ എത്ര അടുത്താണ് താനെന്ന് സൂചിപ്പിക്കൽ ഒരു ഗണിതശാസ്ത്രജ്ഞനു തോന്നുമ്പോഴാണ് ബേക്കൺ നമ്പറിന് സമാന്തരമുണ്ടാകുന്നത്.

അതാണ് എർഡോസ് നമ്പർ.

നാലാം വയസ്സിൽ 100 ഡിഗ്രിയിൽ നിന്ന് 250 ഡിഗ്രി കുറക്കാൻ ശ്രമിച്ചപ്പോൾ 'നെഗറ്റീവ് നമ്പർ' സ്വന്തമായി കണ്ടെത്തുകയും ആയിരത്തഞ്ഞൂറോളം ഗണിതശാസ്ത്ര നിബന്ധങ്ങൾ തയാറാക്കുകയും കമ്പ്യൂട്ടർ ശാസ്ത്രത്തിന്റെ അടിത്തറയായ ഗണിതശാസ്ത്രശാഖ (ഡിസ്ക്രീറ്റ് മാത്തമാറ്റിക്സ്) സ്ഥാപിക്കുകയും വൂൾഫ് മാത്തമാറ്റിക്സ് പ്രൈസായി കിട്ടിയ 50,000 ഡോളറിൽ 40,000 ഡോളറും യുവതലമുറയുടെ ഗണിതപഠനത്തിനായി ചെലവാക്കുകയും സെക്സിലോ ഭക്ഷണത്തിലോ വസ്ത്രങ്ങളിലോ സ്വത്തിലോ നികുതിയടയ്ക്കലിലോ ഒട്ടും താൽപ്പര്യമില്ലാതെ 83 വയസ്സോളം നീണ്ടൊരു ഡിജിറ്റൽ ജീവിതം നയിക്കുകയും ചെയ്ത എർഡോസിനോടൊപ്പം കൂട്ടുചേർന്ന് ഒരൊറ്റ പ്രബന്ധമെങ്കിലുമെഴുതി "എന്റേത് എർഡോസ് നമ്പർ ഒന്നാണ്" എന്ന പൊങ്ങച്ചം പറയൽ പലർക്കും പതിവായിരുന്നു. അവരോടൊപ്പം കൂട്ടുചേർന്ന് പ്രബന്ധം എഴുതിയവരെല്ലാം എർഡോസ് നമ്പർ രണ്ട്. പോൾ എർഡോസിന്റെ പദവിയോ?

എർഡോസ് നമ്പർ പൂജ്യം.

എർഡോസ് നമ്പർ ഒന്നായ ഗണിതജ്ഞന്മാർ ഏകദേശം 500. എർഡോസ് നമ്പർ രണ്ടായവർ ഏതാണ്ട് 5600. നൊബേൽ സമ്മാനം നേടിയ 63 പേരെങ്കിലും എർഡോസ് നമ്പർ ഒമ്പതിൽ താഴെയാണ്.

സാക്ഷാൽ ഐൻസ്റ്റൈൻ?

എർഡോസ് നമ്പർ രണ്ട്!

അതേ സമയത്ത് പ്രശസ്ത ബേസ് ബാൾ കളിക്കാരനായ ഹെന്റി 'ഹാൻക്' ആരൻ എർഡോസ് നമ്പർ ഒന്നാണ്- 1995ൽ എമറി സർവ്വകലാശാലയിൽ നിന്ന് ബിരുദം നേടിയതിനെ തുടർന്ന് എർഡോസിനോടൊപ്പം ഒരേ ബാറ്റിൽ കൈയൊപ്പിട്ടുകൊണ്ട്!

പാക്കനാർ പറഞ്ഞു, പണം ആളെക്കൊല്ലി

ഫ്രാൻസിലെ ഷെർലക് ഹോംസ് എന്നറിയപ്പെട്ടുകൊണ്ട് ജീവിച്ചിരുന്ന ആളുടെ ഒരു സിദ്ധാന്തം വികസിപ്പിച്ചെടുത്ത് പറയുകയാണ്. ഓരോ സ്പർശവും ഒരു കൈമാറ്റമാണ്. നിങ്ങൾ തൊടുന്ന ഓരോ വസ്തുവിലും നിങ്ങൾ എന്തോ നിക്ഷേപിക്കുന്നു. അതു നിങ്ങളിലും. ഏതു വീട്ടിലും അതിന്റെ അടയാളങ്ങൾ ഏറ്റവും അധികം വീഴുന്ന വസ്തുക്കൾ നാണയങ്ങളും കറൻസി നോട്ടുകളുമാണ്. എത്ര കൈകൾ മാറിയാണ് അവ നിങ്ങളുടേതായതെന്നോർത്താൽ കുറ്റാന്വേഷണത്തിനപ്പുറത്തൊരു പരിഗണന കടന്നുവരും.

അവ രോഗാണുക്കളുടെ വാഹനങ്ങൾ?

എത്രയോ പേർ ഇങ്ങനെ ചിന്തിച്ചിരിക്കാം. അതൊരു ബാധ തന്നെയാകുന്ന വികസിത സമൂഹങ്ങളുണ്ട്. എന്നിട്ടും നാണയങ്ങളും നോട്ടുകളും അതുമായി ബന്ധപ്പെട്ടൊരു സൂക്ഷ്മ നിരീക്ഷണത്തിൽ വിഷയമായത് വളരെ അടുത്തകാലത്താണ്. വളരെ ഉചിതമായ ഇടങ്ങളാണ് ഒരു ഗവേഷകൻ സന്ദർശിച്ചത്. കഫേകൾ, ബേക്കറികൾ, ഇറച്ചിക്കടകൾ എന്നിങ്ങനെ ഒരേ ആളുകൾ തന്നെ നാണ്യങ്ങളും നോട്ടുകളും ആഹാരപദാർഥങ്ങളും തൊട്ടുതീണ്ടുന്നേടങ്ങൾ. എന്നിട്ടും കണ്ടെത്തലുകൾ അപ്രതീക്ഷിതമായിരുന്നു.

പല കണക്കുകളും തെറ്റുകയാണ്.

ചതുരശ്ര സെന്റീ മീറ്ററിന് ഒന്നോ രണ്ടോ ബാക്റ്റീരിയ മാത്രമേ ഗവേഷകർക്ക് നാണ്യങ്ങളിൽ കാണാൻ കഴിഞ്ഞുള്ളൂ. അവയിൽ പലതിനും അടുത്ത തലമുറയിലേക്ക് പടരാനുള്ള ശക്തി നശിച്ചിരുന്നു. ചെമ്പും നിക്കലും അലൂമിനിയവുമെന്നല്ല കാൾ മാക്സിനെക്കൊണ്ട് പല ഖണ്ഡികകൾ എഴുതിച്ച സ്വർണ്ണം പോലും പല ബാക്റ്റീരിയകൾക്കും മാരകമായതുകൊണ്ട് ഇതു സ്വാഭാവികമാണ്. കറൻസി നോട്ടുകളിലോ? കൂടുതലാണ്. പക്ഷേ, ഗണ്യമല്ല. ചതുരശ്ര സെന്റീ മീറ്ററിന് പത്തുസെല്ലുകൾ മാത്രം.

പക്ഷേ ചിലതു ശ്രദ്ധിക്കേണ്ടതുണ്ട്.

മനുഷ്യരിലും മൃഗങ്ങളിലും ഒരേപോലെ രോഗങ്ങൾക്കും പകർച്ചവ്യാധികൾക്കും കാരണമാകുന്ന സാൽമനേല എന്ന ബാക്റ്റീരിയയുടെ സാന്നിധ്യം നാണ്യങ്ങളിലും നോട്ടുകളിലുമുള്ളത് ഗവേഷകരെ അന്ധാളിപ്പിച്ചു. പിന്നെ, ഈ സൂക്ഷ്മ ശരീരികൾ കിടന്നേടത്തുനിന്ന് വളരാൻ തുടങ്ങില്ലെന്നും മനുഷ്യരിലേക്ക് പടരില്ലെന്നും ഉറപ്പിക്കാൻ വയ്യ. ക്രയവിക്രയങ്ങളുടെ ലോകത്തിൽ അങ്ങോട്ടും ഇങ്ങോട്ടും ഇരുപത്തിനാലു മണിക്കൂറും ഓടിക്കൊണ്ടിരിക്കുന്ന നാണ്യങ്ങൾ ചിലപ്പോൾ മരണത്തിന്റെ ചക്രങ്ങളാവാം.

ഒരു പതിനാലുകാരന്റെ ലോക റെക്കോഡ്

ചിലപ്പോൾ ചിലർ സ്വീകരിക്കുന്നൊരു ഉറച്ച നിലപാടുണ്ട്. ഭൗതികാർത്ഥത്തിൽ ഉചിതമായ അളവിൽ പാദങ്ങൾ അകറ്റിവെച്ചുകൊണ്ട് (പ്ലാന്റിംഗ് ദ ഫീറ്റ് ഫേ്ലി അപാർട്). അതിൽ സൂചിതമായ ഒരുമ്പെടൽ കുറ്റാന്വേഷണ സാഹിത്യത്തിൽ ആദ്യമായി കണ്ടതായോർക്കുന്നത് പെറി മേസന്റെ നിൽപ്പ് വിവരിക്കുന്നേടത്താണ്. പക്ഷേ പെറി മേസൻ ഒരു അഭിഭാഷകനാണ്. ആയുധം വാക്ക്. എന്നാൽ, ചിലപ്പോൾ അകന്നുനിൽക്കുന്ന പാദങ്ങൾക്ക്മേൽ സ്ഥൈര്യം നേടുന്ന ഉടൽ ഒരു കിടിലമാകാം.

കിടിലം മറ്റുള്ളവർക്കാണ്.

തനിക്കത് ചാഞ്ചല്യമില്ലായ്മയും.

വർഷങ്ങൾക്കു മുമ്പൊരു ഡിസംബറിൽ ഒരു സ്കൂളിന്റെ മുറ്റത്തേക്കു കടന്നുപോന്ന പതിനാലുകാരന്റേത് ആ നിൽപ്പായിരുന്നു.

അവനെക്കുറിച്ചു പറയുമ്പോൾ ഡേവിഡ് ഗ്രോസ്മാൻ ഓർമ്മിക്കുന്നത് മറ്റൊരു നിലപാടാണ്. വീഡിയോ ആർക്കേഡ് കളികളിൽ ഏർപ്പെട്ടവരുടെ പടുതി. രണ്ടു കർമ്മങ്ങൾ സംവദിക്കയാണ്. പാദങ്ങൾ വേണ്ടത്ര അകറ്റിവെച്ച് അവൻ നിന്നു. ആ സ്ഥാനത്തുനിന്ന് ഒരിക്കലും അവന് കാലുകൾ മാറ്റേണ്ടിവന്നില്ല. മുഖത്ത് ശൂന്യമായ നോട്ടം. വിഡീയോ ലീലകളിൽ മുഴുകിയ ഒരാളുടെ ഒഴുകുന്ന നോട്ടം. രണ്ടു കൈകൾ കൊണ്ടും തോക്കുപിടിച്ച സമതുലിതാവസ്ഥയിലാണവൻ. തിരയൊഴിയ്ക്കാൻ ഇടത്തോട്ടോ വലത്തോട്ടോ വല്ലാതെ നീങ്ങേണ്ടതില്ല. വീഡിയോ സ്ക്രീനിന്റെ ചതുരം. ഒരു സ്കൂളിൽ കേന്ദ്രീകരിക്കുന്ന ശ്രദ്ധാചതുരം. വെടിയേറ്റു വീഴുന്നത് സ്ക്രീനിൽ 'പോപ്പ് അപ്പ്' ചെയ്യുന്ന ശത്രുരൂപങ്ങളോ സ്കൂൾകുട്ടികളോ? അവന്റെ കൈയിൽ ശരിക്കുമൊരു തോക്കുണ്ട്. എങ്കിലും അതൊരു വീഡിയോക്കളിയാണ്.

എട്ടുതവണ മാത്രം തിരയൊഴിച്ച് എട്ടുപേരെ വീഴ്ത്തിയ ആ പതിനാലുകാരന് വീഡിയോ കളികളിൽ വല്ലാത്ത ഭ്രമമായിരുന്നു.

തോക്ക് പ്രയോഗിക്കുന്നതിൽ ഒരുതരം പരിശീലനവും നേടി യിട്ടില്ലാത്ത വെറും ഒരു ചെറുക്കൻ. അവന്റെ പേര് ഗിനസിന്റെ പുസ്തകത്തിൽ കയറിയോ എന്നെനിക്കറിയില്ല. പക്ഷേ, ഉന്നം നോക്കലിലും മരണം വിക്ഷേപിക്കലിലും അവൻ പ്രദർശിപ്പിച്ച പാടവത്തിനു തുല്യമായി ഒന്നും യുദ്ധങ്ങളുമായോ കുറ്റകൃത്യങ്ങളുമായോ നീതിന്യായ പരിപാലനവുമായോ ബന്ധപ്പെട്ട ഒരൊറ്റ രേഖയിലും കാണാനില്ലെന്ന് ഗ്രോസ്മാൻ പറയുന്നു.

ആയുധപ്രയോഗത്തിൽ അസാധാരണ പരിചയമുള്ളൊരു സൈനിക മേധാവിയാണ് ഗ്രോസ്മാൻ. പുറമേ സൈനികചരിത്രവും സൈനികശാസ്ത്രവും പഠിപ്പിക്കുന്നൊരു പ്രൊഫെസർ. അദ്ദേഹത്തെ അമ്പരപ്പിച്ച ആ കൗമാരസിദ്ധിയുടെ ഉറവിടം വീഡിയോ യുദ്ധങ്ങളുടെ പ്രത്യേക തന്ത്രങ്ങളും നൈതിക ശാസ്ത്രവുമാകാനേ വഴിയുള്ളൂ.

ഒരു നിർണ്ണായക ഘടകമുണ്ട്.

പോയ്ന്റ് ബ്ലാൻകിന്റെ പ്രസക്തി.

കൈ പാതി നീട്ടിയാൽ തൊടാവുന്നൊരു സ്ക്രീനിൽ പെട്ടെന്ന് ഉയിർത്തെഴുന്നേൽക്കുന്ന രൂപങ്ങളെ ആക്രമിക്കുന്നതിനു സമാന്തരമായൊന്ന് യഥാർത്ഥ ലോക യുദ്ധങ്ങളിൽ തീർത്തും അസാദ്ധ്യമല്ലെങ്കിലും സാധാരണമല്ല. രണ്ടാം ലോക യുദ്ധത്തിന്റെ പ്രാമാണികമായൊരു വിശകലനമനുസരിച്ച് ഒരു കാലാൾപ്പട എതിർ സൈന്യത്തിലെ ഒരാളെ നേരിട്ടു വെടിവെച്ചു കൊന്നതിന്റെ നിരക്ക് വളരെ താണതാണ്. പതിനഞ്ച് ശതമാനം തൊട്ട് ഇരുപതു ശതമാനം വരെ മാത്രം. എതിരാളികളായ രണ്ടു സൈനികർക്കിടയിലെ അകലം ഒരു മുഖത്തിനും വീഡിയോ സ്ക്രീനിനും ഇടയിലുള്ള അകലമായി ചുരുങ്ങുമ്പോൾ സംഭവിക്കുന്നത് ഒരു ജന്തുനാടകമാണ്. യുദ്ധബദ്ധമായ പേടിയും സമ്മർദ്ദവും രൂക്ഷമാകുന്ന ആ നിമിഷങ്ങളിൽ അവരുടെ മസ്തിഷ്കത്തിൽ ഹോർമോണുകളുടെ ഒരു വെള്ളപ്പൊക്കം തന്നെയുണ്ടാകുന്നു. ചിന്താശക്തി സ്തംഭിക്കുന്നു. പിന്നത്തെ രംഗബോധം ജന്തുവാസനയിലാണ്. അതാകട്ടെ ജന്തുവിനും ജന്തുവിനും ഇടയിൽ അൽപ്പം ഇടം വിടുന്നു. സ്തന്യ-പാരമ്പര്യം വഴി നമ്മിൽ അടിഞ്ഞുകയറിയ ഈ ഉദാര ജന്തുവാസന പറയുന്നു. ആ അകലം താണ്ടരുത്. അതു താണ്ടാൻ മനുഷ്യനേ കഴിയൂ. സാധാരണ നിലക്കല്ല. യുക്തിവിചാരത്തിലൂടെയുമല്ല. മറിച്ച് പ്രായോഗികമായ പരിശീലനക്രമങ്ങളിലൂടെ.

യഥാർത്ഥമായ ചോരയും പോയ്ന്റ് ബ്ലാൻകിലെ ജന്മവാസനാവിലക്കുകളുമില്ലാത്ത വീഡിയോ ഗെയ്മുകളല്ലാതെ ആ പരിശീലനം നമുക്ക് ആരാണ് നൽകുക?

കുട്ടികളുടെ കൈകളുടെയും കണ്ണുകളുടേയും മുഴുവൻ സിരാഘടനയുടെയും പ്രതികരണശേഷി വർദ്ധിപ്പിക്കാൻ വീഡിയോ വിനോദങ്ങൾക്കുള്ള കഴിവ് തെളിയിക്കുന്ന ഗവേഷണങ്ങൾ ഓരോരോ സ്ഥലത്ത്

നടന്നുകൊണ്ടിരിക്കുമ്പോൾ, ഗ്രോസ്മാൻ ചോദ്യങ്ങൾ ഇരക്കുന്നു. പക്ഷേ, ഏറ്റവും മാനുഷികമായ (അതായത് നിഷ്കരുണമായ) യുദ്ധമുറകളിൽപ്പോലും ജന്തുനീതിയുടെ ഒരു അബോധസ്പർശമുണ്ട്. വീഡിയോ വിനോദങ്ങളാകട്ടെ തികച്ചും മാനുഷികമാണ്.

അസിമോവ് സത്യം പറയുമായിരുന്നോ?

ആദ്യത്തെ ഡേറ്റിംഗിന്റെ ദിവസം നീയെന്നെ റോളർ കോസ്റ്ററിൽ ഇരുത്തിയതെന്തിന്?

ഐസാക്ക് അസിമോവിന്റെ സ്നേഹബന്ധങ്ങളിലെ ആദ്യത്തെ പെൺകുട്ടി ഇങ്ങനെയൊരു ചോദ്യം അന്നു ചോദിച്ചിരുന്നെങ്കിൽ അസിമോവ് സത്യം പറയുമായിരുന്നോ? അഥവാ പറഞ്ഞിരുന്നില്ലെങ്കിൽ അത് അസിമോവിനെ ഒരു നുണയനാക്കുമായിരുന്നോ?

ഇന്നലെ വായിച്ചൊരു ഗവേഷണ വാർത്തയാണ് ഈ ചോദ്യം തോന്നിച്ചത്. ഓർമ്മയുടെ രഹസ്യപ്രവർത്തനങ്ങൾ പഠിക്കുന്ന സെലീയാ ഹാരിസ് ഒരു പി.എച്ച്.ഡി ഗവേഷണത്തിന്റെ ഭാഗമായി ഡസൻകണക്കിന് യുവതീയുവാക്കളെ സാങ്കൽപ്പിക ഡേറ്റിംഗുകളിൽ പങ്കെടുപ്പിക്കുന്നു. ഓരോ ജോടിയിലെയും ഒരാൾ മറ്റേ ആളോട് തന്നെക്കുറിച്ച് പറയേണ്ട പത്തു നല്ല കാര്യങ്ങളുടെയും പത്തു ചീത്ത കാര്യങ്ങളുടെയും പട്ടിക തയാറാവുന്നു. എല്ലാം സാങ്കല്പികം. വളരെ സങ്കീർണ്ണമായ വിവരണം ആവശ്യപ്പെടുന്ന തിരക്കഥ. എല്ലാം മാറ്റിവെച്ച് ചുരുക്കിപ്പറഞ്ഞാൽ...

സെലീയാ ഓരോ പങ്കാളിയോടും ചോദിക്കുന്നു: നിന്നെ സംബന്ധിച്ച പത്തും പത്തും വസ്തുതകളെന്ത്? അവരുടെ മറുപടി ഗവേഷകയെ ആശ്ചര്യപ്പെടുത്തി. അവരവരെക്കുറിച്ചുള്ള പത്തു നല്ല കാര്യങ്ങൾ എല്ലാവർക്കും ഓർമ്മയുണ്ട്. പക്ഷേ, പത്തു ചീത്തകാര്യങ്ങളിൽ പലതും പലരും മറന്നുപോയിരിക്കുന്നു. തെരഞ്ഞെടുത്ത ഓർമ്മകൾക്കും അവ സൃഷ്ടിക്കുന്ന മറവികൾക്കും ഓരോ ആത്മകഥാകഥനത്തെയും സ്വാധീനിക്കാൻ കഴിയുന്നതെങ്ങനെയെന്നതിനെക്കുറിച്ചുള്ള പഴയ ഗവേഷണഫലങ്ങൾ ഡേറ്റിംഗിലും തെളിയുകയാണ്. ഒരു ചെറുപ്പക്കാരിക്ക് ചെറുപ്പക്കാരനോട് (മറിച്ചും) മനഃപൂർവ്വം നുണ പറയേണ്ടതില്ല. കേൾക്കുന്ന ആളെ പ്രീണിപ്പിക്കയെന്ന ശക്തമായ പ്രേരണതന്നെ ഓർമ്മകൾ തെരഞ്ഞെടുക്കുന്നു.

അസിമോവ് സത്യം പറയുമായിരുന്നോ?

റോളർ കോസ്റ്ററിന്റെ കറക്കം തന്റെ പെൺകുട്ടിയെ പേടിപ്പിക്കുമെന്നും അവളോട് കൂടുതൽ 'അടുത്ത്' പെരുമാറാൻ അത് അവസരം നൽകുമെന്നുമായിരുന്നു താൻ പ്രതീക്ഷിച്ചത്. പക്ഷേ, ഒരു അസാധാരണ വിപര്യയത്തിൽ, താൻ ഒരുപക്ഷേ മറച്ചുവെക്കുമായിരുന്ന സത്യമല്ല, തനിക്കുതന്നെ അറിയാത്തൊരു സത്യമാണ് അസിമോവിനെ പിടിച്ചുകുലുക്കിയത്. പിൽക്കാലത്ത് മറ്റാരെക്കാളും അധികം ബഹിരാകാശയാത്രകളെക്കുറിച്ചെഴുതിയ അസിമോവ് വളരെ ചുരുക്കമായേ യാത്ര ചെയ്തിരുന്നുള്ളൂ. കാരണം, പറക്കാനുള്ള പേടി.

ഫിയർ ഓവ് ഫ്ളയിംഗ്.

ആദ്യത്തെ പെൺകുട്ടിയോടൊപ്പം റോളർ കോസ്റ്ററിൽ ഇരുന്നപ്പോഴാണ് അസിമോവ് ആദ്യമായി അത് തിരിച്ചറിഞ്ഞത്!

ചുംബനത്തെക്കുറിച്ച്, കവിതയില്ലാതെ

ഒരു ചുംബനത്തിന്റെ ഉഷ്മളതയിൽ ഇരുപത്തിയാറു കലോറികൾ കത്തിത്തീരുമെന്നാണ് ഒരു കണക്ക്. ചുംബനം കിട്ടുന്ന ആളോ അതോടൊപ്പം ഏതാണ്ട് ബാക്റ്റീരിയയുടെ ഇരുന്നൂറ്റമ്പത് കോളനികൾ ഏറ്റുവാങ്ങുന്നു. ഇത്രയും ചുംബനശാസ്ത്രം അഥവാ ഫിലമറ്റോളജി? വസ്തുതകളും കേട്ടുകേൾവികളുമായി അങ്ങനെ പലതുമുണ്ട്. സത്യത്തിൽ ചുംബനത്തെക്കുറിച്ച് പറയാൻ അത്രക്കൊന്നുമില്ല. ഒരു പക്ഷേ അതിന്റെ ആവശ്യവുമില്ല. ഏറ്റവും പ്രസക്തം അതിന്റെ ഉറവിടമാകാം.

നാം എന്തിനാണ് ചുംബിക്കുന്നത്?

അതിനൊരു പരിണാമകഥയുണ്ടോ?

മനുഷ്യർ ചുംബിക്കുന്നതിനെ ഓർമ്മിപ്പിക്കുന്ന പലതരം ചേഷ്ടകൾ ജന്തുലീലകളിൽ കാണാനാവുന്നത് ചിലപ്പോൾ നമുക്ക് പാരിണാമിക പ്രലോഭനങ്ങൾ ഉണ്ടാക്കിയേക്കാം. പ്രത്യേകിച്ചും ഫ്രഞ്ച് കിസ്സിങ്ങിനെ ഓർമ്മിപ്പിക്കുന്ന ഒരു ചുംബനരീതി ഒരുതരം ചിംപാൻസി വർഗ്ഗത്തിൽ പതിവുള്ളതുകൊണ്ട്. എന്നാൽ പാരിണാമികമായ ഒരു ഉറവിടം പോയിട്ട് പ്രാകൃതമായ സാർവ്വലൗകികത പോലും അവകാശപ്പെടാൻ ആവാത്തിടത്താണ് ചുംബനം ജന്തുനിരീക്ഷകരെ തളച്ചിടുന്നത്.

അപ്പോൾ ചുംബിക്കാത്തവരുമുണ്ടോ?

ആചാരങ്ങളുടെയും സ്വഭാവശൈലികളുടെയും പ്രചാരം മനുഷ്യസമൂഹങ്ങളിൽ എത്ര വിപുലമാണെന്നു പഠിക്കാൻ ഏറ്റവും ഉതകുന്ന സ്ഥലങ്ങൾ ഒരുപക്ഷേ ദ്വീപുകളാവും. ന്യൂ സയന്റിസ്റ്റ് എന്ന ആനുകാലികത്തിൽ തെക്കൻ ശാന്തസമുദ്രത്തിലെ മാൻജിയോ എന്ന ദ്വീപിനെക്കുറിച്ച് ഒരു അസാധാരണ ലേഖനം എഴുതിയ ക്രിസ് എയ്ൻവർത്തിന്റെ ശ്രദ്ധ ചുംബനത്തിന്റെ ചരിത്രമായിരുന്നു. ആ ദ്വീപിലെ ആദ്യത്തെ തലമുറകൾക്ക് ചുംബിക്കൽ

അപരിചിതമായൊരു സ്നേഹചേഷ്ടയായിരുന്നെന്നും 1700 കളിൽ യൂറോപ്പിൽ നിന്നുള്ള സഞ്ചാരികളുടെ വരവോടെയാണ് അവിടത്തെ ആളുകൾ ചുംബിക്കാൻ തുടങ്ങിയതെന്നും എയ്ൻവർത്ത് കണ്ടെത്തി. ചുംബനത്തിന്റെ ആഴം ജന്മവാസനയോളം എത്തില്ലെന്നാണ് ഇതു സൂചിപ്പിക്കുന്നതെങ്കിൽ...

അതിന്റെ സാംസ്കാരിക ഉറവിടമെന്ത്?

ഒരു സാംസ്കാരിക അന്വേഷണമാണെങ്കിൽപ്പോലും അതു വീണ്ടും നമ്മെ ചില ജന്തുദൃശ്യങ്ങളിൽ എത്തിക്കുന്നതായി കാണാം. എവിടന്നെങ്കിലും കൊത്തിക്കൊണ്ടുവന്ന ആഹാരം കുഞ്ഞുങ്ങളുടെ കൊക്കുകളിൽ തിരുകിക്കൊടുക്കുന്ന പക്ഷികൾ ഒരു സൂചന നൽകുന്നു. നാം പാചകവിദ്യ പഠിക്കുന്നതിനു മുൻപുള്ള ദിവസങ്ങളിൽ കുറേക്കൂടി സൂക്ഷ്മമായി പറഞ്ഞാൽ തീയ്യിനെ മെരുക്കിയതിനു മുൻപുള്ള ദിവസങ്ങളിൽ അമ്മ വായിലിട്ട് ചവച്ച ഭക്ഷണപദാർത്ഥങ്ങൾ ഒരു ചുംബനത്തിലൂടെന്നതുപോലെ കുഞ്ഞിന്റെ വായിലെത്തുന്നത് വളരെ സാധാരണമായൊരു സമ്പ്രദായമായിരുന്നിരിക്കണം. ഇന്നും അതു തുടരുന്ന ചില പ്രാകൃതസമൂഹങ്ങൾ നരവംശശാസ്ത്രത്തിന്റെ ദൃഷ്ടിയിൽപ്പെട്ടിട്ടുണ്ട്. പക്ഷേ, ഈ സമൂഹങ്ങളിൽപ്പോലും ചുംബനം പതിവില്ലായിരുന്നു, യൂറോപ്പുകാരുടെ വരവിന് മുൻപ്.

എസ്കിമോ കിസ്സിങ്ങിൽ ഉത്തരമുണ്ടോ?

എസ്കിമോകളുടെയും ശാന്തസമുദ്ര ദ്വീപുകളിൽ പലരുടെയും സ്നേഹപ്രകടനങ്ങളിലെ മൂക്കുരുമ്മലും ജന്തുലോകത്തിൽ അതിന്റെ സമാന്തരങ്ങളും ചുംബനത്തിന്റെ കെമികശാസ്ത്രത്തിലേക്ക് ചൂണ്ടുന്നു. ചുംബനത്തിൽ തൊടലും മണക്കലും എല്ലാമുണ്ടെങ്കിലും ഒരു വിനിമയ അനുഷ്ഠാനമെന്ന നിലക്ക് ഗന്ധസംജ്ഞകൾ ശക്തമായി പ്രവർത്തിക്കുന്നൊരു അബോധലോകത്തിലാണത് സംഭവിക്കുന്നത്. കവിളിൽ ഉരുമ്മുന്ന മൂക്കിലൂടെ ചില പ്രാക്തന സന്ദേശങ്ങൾ സഞ്ചരിക്കുന്നു. ഇരുനൂറ്റമ്പത് ബാക്റ്റീരിയ കോളനികൾ ഏറ്റുവാങ്ങുമ്പോൾപോലും ഒരു പെണ്ണ് തന്റെ കുഞ്ഞുങ്ങളുടെ അച്ഛനാകാൻ സാദ്ധ്യതയുള്ളൊരു ആണിന്റെ പ്രതിരോധവ്യവസ്ഥയുടെ (ഇമ്യൂൺ സിസ്റ്റത്തിന്റെ) വൈവിധ്യം പിടിച്ചെടുക്കുന്നു. ആണാകട്ടെ പെണ്ണിന്റെ ഉർവ്വരത സംബന്ധിച്ച സൂചനകളും.

അത്രയും പാരിണാമിക വശം.

പക്ഷേ, സെക്കന്റുകൾക്കകം ഇരുപത്താറു കലോറികൾ കത്തിച്ചുകളയുന്ന ആണിന്റെയും പെണ്ണിന്റെയും ബോധലോകത്തിൽ അതെന്തെന്ന് ഇന്നേവരെ ചുംബിക്കപ്പെടാത്തൊരു പെൺകുട്ടിക്കുപോലും ഊഹിക്കാൻ കഴിയും. സിരകളുടെ അറ്റങ്ങൾ (നെർവ് എൻഡിങ്സ്) ഒരാൾക്കൂട്ടംപോലെ നിറഞ്ഞുനിൽക്കുന്ന ഇടങ്ങളാണ് ചുണ്ടുകളും നാവും. ചുംബിക്കുന്നവരുടെ മിടിപ്പുകളും രക്തസമ്മർദ്ദവും കൂടുന്നു.

പിന്നെ കെമിക സംഗമങ്ങൾ.

ചുംബനം അഡ്വെൻചർ സ്പോർട്ടാകും.

ചുംബിക്കുന്നവരിൽ നിറയുന്നത് പാരഷൂട്ടിങ്ങിലും ബംഗീ ജംപിഗിലും അധികദൂര ഓട്ടങ്ങളിലും ഏർപ്പെട്ടവരിൽ കുമിഞ്ഞു കൂടുന്ന രാസദ്രവ്യങ്ങളാണ്. ഇരുട്ടിൽ ചുംബിക്കുന്ന ആണിന്റെയും പെണ്ണിന്റെയും ആപേക്ഷിക സ്ഥാനങ്ങൾ തെറ്റാതിരിക്കാൻ പോലും സഹായിക്കുന്നൊരു ഘടന നമ്മിലുണ്ട്. മോട്ടോ ന്യൂറോണുകൾ. തൊഴിലിന്റെ ഭാഗമായി ഇഷ്ടപ്പെടാത്തവരെ ചുംബിക്കേണ്ടിവരുന്ന നടീനടന്മാർക്ക് മാത്രം ഇതെല്ലാം നഷ്ടപ്പെടുന്നു.

എണ്ണം പിടിക്കുന്ന വിരലുകൾ

വിരലിന്റെ വിജാഗിരിയിൽ ഗണിതത്തിന്റെ തുടക്കമുണ്ട്. ഒരു നിര പിടിച്ച് ഏതെങ്കിലും വസ്തുക്കളെ എണ്ണാൻ നമുക്കുള്ള കഴിവ് സാദ്ധ്യമായത് വിരലുകൾ നിവർത്താനും മടക്കാനും കഴിവുള്ളൊരു സംവിധാനത്തിലാണ്. ഡിജിറ്റ് ഒരേസമയത്ത് അക്കവും വിരലുമാണല്ലോ. പക്ഷേ, വിരൽകൊണ്ടെണ്ണലാവില്ല നമ്മുടെ ആദ്യത്തെ ഗണിതകർമ്മം. വളരെ ലളിതമായ ചില ദൃശ്യ/പ്രതീക വ്യവസ്ഥകളായിരുന്നിരിക്കണം നമ്മുടെ കണക്കെടുപ്പിന്റെ തുടക്കം. ജർമ്മനിയിലെ ഭാഷാശാസ്ത്ര പണ്ഡിതനായ ഹൈക്കെവ്സ് ഇതു സംബന്ധിച്ച് പുറത്തുവിട്ട തെളിവുകൾ ഇന്ന് കാര്യമായി ചർച്ച ചെയ്യപ്പെടുന്നു.

കണക്കിന്റെ മൂന്നാം ഘട്ടമോ?

എണ്ണുന്നൊരു കുട്ടിയെ ശ്രദ്ധിക്കുക.

എണ്ണലിൽ വാക്കും വിരലുമുണ്ട്. നാലു ഗോട്ടികൾ മുന്നിൽ വെച്ചു കൊടുത്ത് എത്ര ഗോട്ടികളെന്ന് ചോദിച്ചാൽ കുട്ടി എണ്ണാൻ തുടങ്ങും. പക്ഷേ, 'നാല്' എന്നു പറഞ്ഞ് നിറുത്തുമ്പോൾ കുട്ടിയുടെ വാക്കിൽ ഒരു ഊന്നലുണ്ടാവുന്നു. കാരണം, 'നാല്' ഉത്തരമാണ്. അതിന്മേലുള്ള ഊന്നൽ കുട്ടിയുടെ കണ്ണിൽ തിളങ്ങും. ശരീരത്തിൽ ആംഗ്യമുണ്ടാകും. ഈ സാധാരണ കാഴ്ചയിൽ ഇതിനു മുൻപ് ശ്രദ്ധിക്കപ്പെടാത്തൊരു ഇതിവൃത്തം കാണാം. ഭാഷയുടെയും ഗണിതശാസ്ത്രത്തിന്റെയും ഏകോപിത പരിണാമം.

എപ്പോഴും മടക്കിപ്പിടിച്ച വിരലുകളുമായി കിടക്കുന്നൊരു ശിശുവിനെ ശ്രദ്ധിക്കുക

ശിശുക്കൾക്ക് എണ്ണമുണ്ടോ?

ഉണ്ട്. വളരെ ലളിതവും അമൂർത്തവുമായി, ഇന്ദ്രിയങ്ങൾക്ക് പിടിച്ചെടുക്കാനാവുന്ന ദൃശ്യങ്ങളുടെയും ശ്രാവ്യങ്ങളുടെയും പരമ്പരകളിലൂടെ അദൃശ്യമായ വിരലുകൾ നിവരുന്നു. മടങ്ങുന്നു. തന്നെ കാണാൻ മുറിയിൽ എത്തിയവർ ഒരു ശിശുവിന് ചില മുഖങ്ങളും

ഒച്ചകളുമാണ്. എത്ര മുഖങ്ങൾ? എത്ര ഒച്ചകൾ? രണ്ടും അറിയുന്ന തിനപ്പുറത്ത് രണ്ടിനെയും ബന്ധിക്കാൻ ആവശ്യമായ രീതിയിലുള്ള ദ്വയബോധവും ത്രയബോധവുമെല്ലാം ശിശുക്കൾക്കുണ്ട്.

മൂന്നു സ്ത്രീകൾ പ്രത്യക്ഷപ്പെട്ടുന്നൊരു വീഡിയോ ധാരയിൽ മൂന്നു മുഖങ്ങളും മൂന്ന് ഒച്ചകളും 'മാച്ച്' ചെയ്യാൻ ശിശുക്കൾക്കുള്ള കഴിവ് ഇതിനകം ഗവേഷകർക്ക് ബോധ്യപ്പെട്ടൊരു വസ്തുതയാണ്. മൂന്നു മുഖങ്ങളും രണ്ടൊച്ചകളും മാത്രമായി, അല്ലെങ്കിൽ മൂന്നൊച്ച കളും രണ്ടു മുഖങ്ങളുമായി തുടരുന്ന ചതുരങ്ങൾ ഒരു ശിശുവിനെ ആശയക്കുഴപ്പത്തിലാക്കാം. ആ മുഖത്തിന്റെ ഒച്ചയെവിടെ? ഈ ഒച്ചയുടെ മുഖമെവിടെ? 'മേയ്ക്കിങ്ങ് സെൻസ്' എന്ന പ്രയോഗം ഇത്രയും നിശിതവും സങ്കീർണ്ണവുമാകുന്ന മറ്റൊരു മാനുഷിക സന്ദർഭം ഉണ്ടെന്നു തോന്നുന്നില്ല.

പിന്നെപ്പിന്നെ ഗണിതം മാറുന്നു.

ചുണ്ടുകൾ മിണ്ടാനും വിരലുകൾ നിവരാനും തുടങ്ങുന്നതോടെ വാക്കുകളും വിരലുകളും ഒരു ജീവിയുടെ പ്രാചീന ദൃശ്യശ്രാവ്യങ്ങളുടെ കളങ്ങൾ മാച്ചുകളയാൻ തുടങ്ങുന്നു. ഡിജിറ്റ് എന്ന വാക്ക് രണ്ടർത്ഥ ങ്ങൾ ആവുകയായി.

പാത മുറിച്ചുകടക്കുന്ന ദൈവം?

റിച്ചാഡ് എബർഹാർടിനൊടൊപ്പം നാമൊരു കുന്ന് കയറുന്നു. "ചരിഞ്ഞ കുന്നിൽ ഒരു ആട്ടിൻകുട്ടി ചത്തളിഞ്ഞു കിടക്കുന്നു. ഡെയ്സിപ്പൂക്കൾ അതിന് താങ്ങുകൊടുക്കുന്നു."

റിച്ചാഡ് എബർഹാർടിനൊടൊപ്പം നാം ചുവട്ടിൽ പാതയിലേക്കിറങ്ങി ഒരു വാഹനത്തിൽ കയറി സഞ്ചരിക്കുന്നു. സ്ഥലം ന്യൂ ഇംഗ്ലണ്ടും കാലം ശരത്തുമാണെങ്കിൽ ഇനി ഏതു നിമിഷവും അപകടം പോലെ ഒരു കവിത സംഭവിക്കാം. ആകസ്മികത മുറിച്ചുകടക്കുമ്പോൾ കവിതയാകുന്ന വാക്കുകൾ. പാത മുറിച്ചു കടക്കുന്ന ഒരണ്ണാനെക്കുറിച്ചുള്ളതാണ് എബർഹാർടിന്റെ ഒരു കവിത ('On a squirrel crossing the road in autumn, in New England). അതിനെപ്പറ്റിയുള്ളതല്ല, പക്ഷേ, ഈ കുറിപ്പ്. പാതയിലൂടെ വാഹനം ഓടിക്കുന്ന കവി ഏതു നിമിഷത്തിലും ഡേവിഡ് ഷെപ്പേഡ് എന്ന ഗവേഷകനാവാം.

ഒരു കുന്നിൽചരിവിൽ ചത്തുകിടക്കുന്ന കുഞ്ഞാട്, സാധാരണ നിലക്ക് നഗരവാസികൾക്ക് പരിചിതമായ ജന്തു, ദുരന്തദൃശ്യങ്ങളിൽ പ്രത്യക്ഷപ്പെടുന്ന വരില്ല. അവർക്ക് ആകപ്പാടെ സാദ്ധ്യമായ 'വൈൽഡ് ലൈഫ്'' കാഴ്ച അപകടമരണത്തിൽപ്പെട്ട് പാതയിൽ ചത്തുകിടക്കുന്ന ജന്തുക്കളാണെന്ന് ഒരു രസികൻ പറഞ്ഞതോർക്കുന്നു. ഈ മരണത്തിനുള്ള പേര് 'റോഡ്കിൽ' എന്നാണ്. ടയറിനടിയിൽപ്പെട്ടുകയാൽ പാതയിൽ തപാൽമുദ്രപോലെ ഒട്ടിക്കപ്പെടുന്ന തവളകൾ നമ്മുടെ ഗ്രാമങ്ങളിൽപ്പോലും സാധാരണമാകയാൽ 'റോഡ്കിൽ' ഒരു ആഗോള ഇതിവൃത്തമാണ്.

അതിനൊരു സാങ്കേതികപ്പേരുമുണ്ട്.

ഫ്ളാറ്റൻഡ് ഫോണ.

ഓരോ പ്രദേശത്തിന്റെയും തനതു ജന്തുരാശിയാണ് ഫോണ. വാഹനങ്ങൾക്കടിയിൽപ്പെട്ട് ത്രിമാനത നഷ്ടപ്പെട്ടൊരു ജീവിയെ മിക്കപ്പോഴും നമുക്കു തിരിച്ചറിയാം. എന്നാൽ വല്ലാതെ

ചതച്ചരക്കപ്പെട്ടുന്നൊരു ജീവിയെ എങ്ങനെ തിരിച്ചറിയാം? അതിനു ത്തരം ഒരു ശാസ്ത്രദൗത്യമായി ഏറ്റെടുത്ത ആളാണ് റോജർ നട്ട്സൺ ('Common animals on roads, street and highway. A field guide to flattened fauna'). നട്ട്സന്റെ അന്വേഷണം വികസിപ്പി ച്ച മൂന്നു ഗവേഷകരെയെങ്കിലും എനിക്കറിയാം. കാറിന്റെ മുൻചി ല്ലിലെ അടയാളങ്ങൾ പഠിച്ച് അതിൽ വന്നടിച്ച ചത്ത പക്ഷിയോ ഷഡ്പദമോ ഏതെന്നറിയാൻ വരെ അവരുടെ കൃതികൾ നമ്മെ സഹായിക്കുന്നു.

അപകടകാരണം പലതിലൊന്നാവാം.

അപ്പോഴത്തെ വെളിച്ചത്തിന്റെ അവസ്ഥ.

അല്ലെങ്കിൽ ഡ്രൈവറുടെ കായികാവസ്ഥ.

പക്ഷേ, അപകടം ഒഴിവാക്കുന്നതിൽ മാനുഷികതക്കുള്ള നിഷ്കർഷയാണ് ഞാൻ നേരത്തെ സൂചിപ്പിച്ച ഡേവിഡ് ഷെപ്പേഡ് അളക്കാൻ ശ്രമിച്ചത്. പാതയിൽ ടയറുകൾ വരുന്നേടത്ത് കൃത്രിമ ആമകളെയും പാമ്പുകളെയും വെച്ച് ഡ്രൈവർമാരുടെ പ്രതികരണം നിരീക്ഷിക്കുക! പെട്ടെന്നുള്ള പ്രതികരണങ്ങളിൽ മേൽപ്പരപ്പെത്തു ന്ന ജന്തുനീതിയുടെ ഇടപെടൽകൊണ്ടാവാം, 87 ശതമാനം മാർക്ക് നേടിയാണ് മനുഷ്യർ ഷെപ്പേഡിന്റെയും കൂട്ടരുടെയും നിശിത പരീക്ഷണങ്ങളിൽ വിജയിച്ചത്. ഏഴു ശതമാനം പേർക്ക് അപകടം ഒഴിവാക്കാൻ കഴിയാതിരുന്നതിനു കാരണം അശ്രദ്ധ, പ്രതികരണ വിളംബം. ബാക്കിയുള്ള ആറുശതമാനത്തെ സൂക്ഷിക്കുക.

ജന്തുത്വം നഷ്ടപ്പെട്ട ജന്തുക്കളാണവർ.

ഒരൊറ്റ ജീവിയെ അവർ സഹിക്കില്ല.

ഒരുത്തൻ ഒരാമയെ ചതച്ചരക്കാനായി പാതയുടെ നടുവര മുറിച്ചു കടന്ന് അടുത്തുള്ള ലെയ്നിന്റെ വക്ക് താണ്ടും വരെ വാഹമോടിച്ചു. മനഃ പൂർവ്വം ഒരു പാമ്പിനെ ടയറിനടിയിലാക്കിയൊരു പോലീസുദ്യോഗ സ്ഥൻ അതുകൊണ്ടും അരിശം തീരാതെ കാറ് നിറുത്തി പുറത്തിറങ്ങി തോക്ക് കൈയിലെടുത്തപ്പോൾ പാതവക്കത്ത് മറഞ്ഞിരിക്കുന്ന ഗവേഷകർക്ക് വെളിപ്പെടേണ്ടി വന്നു." അയ്യോ സാറേ, അതു കൃത്രിമ പാമ്പാണേ!"

പാതയിൽ കവിതയും ശാസ്ത്രവുമൊന്നിക്കുന്നു.

ദൈവത്തെക്കുറിച്ച് നമുക്കറിയാത്തതെന്തോ അതാണ് ലോക ത്തിന്റെ ദൃശ്യ കവിത രചിക്കുന്നതെന്ന് എബർഹാർട് പറഞ്ഞു; അണ്ണാന് സൗന്ദര്യം നൽകുന്നത് അതിനറിയാത്ത കാര്യങ്ങളാ ണെന്നും പറഞ്ഞു. രണ്ടും ചേർത്തു വായിച്ചാൽ ഒരു സമവാക്യം കിട്ടും. അതനുസരിച്ച്, നിങ്ങളുടെ ടയറിനടിയിൽ ഒരു ചിത്രത്തിന്റെ ദ്വിമാനത പൂകിയ ജീവി, ഒരു പക്ഷേ പാതമുറിച്ചുകടക്കാൻ പറ്റാത്ത

ഒരു ദൈവമായിരിക്കാം. അണ്ണാനെക്കുറിച്ച് എബർഹാർട്ട് എഴുതിയ കവിതയുടെ അവസാന വരിയിൽ 'ജസ്റ്റ് മിസ്സ്ഡ് ഹിം' എന്നാണോ വായിച്ചതെന്ന് ഓർക്കാൻ ശ്രമിക്കുകയാണ്. ആശുപത്രിയിൽ വെച്ച് ബോധം തെളിയുമ്പോഴെന്നതുപോലെയാണ് ഓർക്കുന്നത്. എന്താണ് 'മിസ്' ചെയ്യപ്പെട്ടത്. അപകടമോ ഒരു കവിതയോ?

വിശ്വവിഖ്യാതമല്ലാത്തൊരു മൂക്ക്

എമ്മ എക്സ്റ്റെൻ എന്ന സ്ത്രീയുടെ മൂക്ക് വിശ്വവിഖ്യാതമായില്ല. ആയിരുന്നെങ്കിൽ ശാസ്ത്രചരിത്രം മാറുമായിരുന്നു. സിഗ്മണ്ട് ഫ്രോയിഡിനെ ആദരിക്കുന്നവരുടെ മനസ്സിൽ ഒരു മുറിവ് വീഴുമായിരുന്നു.

എമ്മ ഒരു പക്ഷേ ഫ്രോയിഡിനെ മാറ്റുമായിരുന്നു. ചെറുപ്പക്കാരി. സുന്ദരി. പ്രശസ്തമായൊരു സോഷ്യലിസ്റ്റ് കുടുംബത്തിലെ അംഗം. ആദ്യകാല ഫെമിനിസ്റ്റുകളിൽ ഒരുവൾ. വളരെയേറെ സ്ത്രീകൾ കുട്ടിക്കാലത്ത് ലൈംഗികപീഡനം അറിഞ്ഞവരാണെന്ന വിചാരത്തിലേക്ക് ഫ്രോയിഡിനെ എത്തിച്ചവരുടെ കൂട്ടത്തിൽ എമ്മ പെട്ടു. ഫ്രോയിഡിന്റെ രോഗികളുടെ കൂട്ടത്തിൽ രോഗിണിയുടെ അവസ്ഥയിലാണ് എമ്മയുടെ മൂക്ക് അപകടത്തിലായത്.

ഒരു വിദഗ്ദ്ധന്റെ ഇടപെടൽ.

പെണ്ണിന്റെ മൂക്കും ജനനനേന്ദ്രിയവ്യവസ്ഥയും തമ്മിൽ ഒരു ബന്ധമുണ്ടെന്നും ആകയാൽ മൂക്കിലെ ശസ്ത്രക്രിയ വഴിക്ക് ആർത്തവസംബന്ധിയായ ചില ക്രമക്കേടുകൾ മാറ്റാൻ കഴിയുമെന്നും വിശ്വസിച്ചിരുന്ന ഡോക്ടർ വില്യം ഫ്ളൈഡ്. അദ്ദേഹം ഫ്രോയിഡിന്റെ ഒരു സുഹൃത്തായിരുന്നു. സ്വയംഭോഗം മൂക്കിനെ ബാധിക്കുമെന്ന് വിശ്വസിച്ചിരുന്ന ഫ്ളൈഡ് വളരെ വേഗം എമ്മ സ്വയംഭോഗത്തിൽ ഏർപ്പെടാറുണ്ടെന്ന് കൃത്യമായി ഊഹിച്ചത് ഫ്രോയിഡിനെ വല്ലാതെ സ്വാധീനിച്ചു. എമ്മയുടെ മൂക്കിൽ ശസ്ത്രക്രിയ നടത്താൻ ഫ്രോയിഡ് സമ്മതിച്ചത് ആ സ്വാധീനത്തിലായിരുന്നു. അത് അതിഭീകരമായൊരു പരാജയമായിരുന്നു. അപാരമായ വേദന. ചോരയൊഴുക്ക്. പക്ഷേ, ഒരു പാട് സമ്മർദ്ദങ്ങളിൽ കുടുങ്ങിയ ഫ്രോയിഡ് തന്റെ രോഗികളുടേതിനെ വെല്ലുന്നൊരു വിഭ്രാന്തിയിൽ ഒരു നുണയനായി. എമ്മയുടെ ചോരയൊഴുക്കിന് ഭൗതിക കാരണങ്ങൾ ഒന്നുമില്ലെന്നും അത് ഹിസ്റ്റീരിയയുടെ ഭാഗമാണെന്നും ഫ്രോയിഡ് പറഞ്ഞു.

വാസ്തവികതയിൽ ഒരു ശാസ്ത്രക്രിയ.

എമ്മയുടെ മൂക്കിലെ ചോരയൊഴുക്ക് വിഭ്രാന്തിയെങ്കിൽ അതനുസരിച്ച് കുട്ടിക്കാലത്ത് താൻ ലൈംഗിക വശീകരണത്തിന് വിധേയയായതിനെക്കുറിച്ച് അവൾ പറഞ്ഞ 'കഥകൾ' മുഴുവൻ വിഭ്രാന്തിയാവേണ്ടതാണെന്ന് ഒരു യുക്തി. ഫ്രോയിഡ് നിർഭാഗ്യവശാൽ അതിൽ വീണു. എമ്മ എക്സ്റ്റെൻ ഉൾപ്പെടെ പല സ്ത്രീകളുടെയും ഓർമ്മകളിലെ ലൈംഗികപീഡാനുഭവം അബോധപൂർവ്വമായ അസത്യവും ആത്മവഞ്ചനയുമാണെന്ന് ഫ്രോയിഡ് തീരുമാനിച്ചു.

എമ്മയുടെ മൂക്കിലെ ശസ്ത്രക്രിയ ഒരു കുഴപ്പവുമില്ലാതെ നടന്നിരുന്നെങ്കിൽ ചരിത്രം മാറുമായിരുന്നു. ഫ്രോയിഡിന്റെ കണ്ടെത്തൽ മറ്റൊന്നാകുമായിരുന്നു.

ആണിന്റെ മരണം അടുത്തോ?

ആൺവർഗ്ഗം ഒടുങ്ങാറായോ? ലിംഗഭേദ രാഷ്ട്രീയത്തിൽ ഇതിനുത്തരം എന്തെന്ന് എനിക്കറിഞ്ഞുകൂടാ. പക്ഷേ, അടുത്തകാലത്തെ ലൈംഗിക ജീവശാസ്ത്ര ഗവേഷണങ്ങളിൽ ആണിന്റെ മരണം വളരെ മുഖരമായൊരു ഇതിവൃത്തമാണ്. അതൊരു കേവല അർത്ഥത്തിലും സവിശേഷ അർത്ഥത്തിലുമായി മാറിമാറി ചർച്ചകളിൽ എത്തിപ്പെടുന്നു.

കേവലാർത്ഥത്തിലെന്ന് പറഞ്ഞാൽ...

വൈ എന്ന ക്രോമസമിന്റെ പ്രശ്നം.

അലൻ ടൗൺസൻ ഒരു കണ്ടെത്തലിനു മുന്നിൽ പകച്ചുനിന്നുകൊണ്ടാണ് ആണുങ്ങളൊടുങ്ങിയൊരു ലോകത്തിൽ പെണ്ണുങ്ങളിലൂടെ മാത്രമായി മനുഷ്യവംശം തുടരാനുള്ള സാദ്ധ്യത (ഒരു സിംഗിൾ-സെക്സ് സമൂഹത്തിന്റെ സാദ്ധ്യത) അവതരിപ്പിച്ചത്. അടിസ്ഥാന വസ്തുതകളിൽനിന്ന് തുടങ്ങിയാൽ നമ്മുടെ ലൈംഗിക ക്രോമസമുകൾ രണ്ടുതരം എക്സ്, വൈ. ആണിൽ രണ്ടും ഓരോന്നുവീതം. പെണ്ണിൽ രണ്ടും എക്സ്. എക്സിന്റെ ജനിതക സമൃദ്ധി വൈയിനില്ല. ഡി.എൻ.എയുടെ ചെറിയൊരംശമേ വൈയിലുള്ളൂ. എക്സിൽനിന്ന് ചില ചില കുട്ടിക്കിഴിക്കലുകളിലൂടെ പരിണമിച്ചുണ്ടായതാണ് വൈ എന്ന സിദ്ധാന്തമനുസരിച്ച് പറഞ്ഞാൽ, ആണിന്റെ അടയാളം കുറിക്കുന്ന നിർണ്ണായക ജീനുകൾ അടങ്ങിയതെങ്കിൽപ്പോലും അതിലൊരു മാരക ന്യൂനതയുണ്ട്. വൈയിലെ വെട്ടിക്കളയലുകളുടെ എണ്ണം കൂടിക്കൂടി വരുന്നു. അത് പരിഹരിക്കാനുള്ള കഴിവ് വൈയിനില്ല. ഇതങ്ങനെ പോയാൽ...

വൈ ക്രോമസം എന്നും തുടരില്ല.

വൈയിന് ഒരു പാരിണാമിക ആയുസ്സുണ്ട്.

ഒരിക്കൽ ആണ് നാമാവശേഷമാകും.

പക്ഷേ, ആണിന്റെ അന്ത്യം മാനുഷികതയുടെ അന്ത്യമാകണമെന്നില്ല. ലൈംഗിക പുനരുൽപ്പാദനത്തിന്റെ രീതിമാറാം. രണ്ട്

സ്ത്രീകളുടെ ബീജങ്ങൾ ഉപയോഗിച്ച് സൂക്ഷ്മതലത്തിലുള്ള ചില ക്രിയകളിലൂടെ വംശവർദ്ധനവ് തുടരാനുള്ള സാദ്ധ്യതകൾ ആധുനിക ജനികതശാസ്ത്രം തള്ളിപ്പറയുന്നില്ല. മാനസിക തലത്തിലുള്ള വിലക്കാവും ഏറ്റവും വലിയ പ്രശ്നം.

നിലനിൽപ്പ് മാനസിക തയാറെടുപ്പിൽ.

ആർക്കും ഏതുതരം വിഭാവനങ്ങളും സാദ്ധ്യമായൊരു ജനിതക തിരക്കഥയിൽ പരിണാമത്തിന്റെ സംവിധാനശാഠ്യങ്ങൾ എന്താവും? ആണിന്റെ അന്ത്യം പ്രവചിച്ചത് ഒരു ആണാണെങ്കിൽ, കഥാഗതിയിൽ അവനെ തിരിച്ചുപിടിക്കാൻ പറ്റുന്നൊരു പാഠഭേദം നൽകുന്നത് ഒരു പെണ്ണാണ്. പേര് ജെന്നി ഗ്രേവ്സ്.

വൈ ഇല്ലാത്ത ആണിന്റെ പുനരുൽപ്പാദനശേഷി നശിക്കാമെങ്കിലും, ചിലർക്കെങ്കിലും ആണിന്റെ അടയാളം കുറിക്കുന്ന പുതിയൊരുതരം, ജീനുകൾ അടുത്ത തലമുറയിൽ എത്തിക്കാൻ കഴിയുമെന്ന് അവർ കരുതുന്നു. ഈ പുതിയ ജീനുകൾ പുതിയൊരു ജീവിവർഗ്ഗം(സ്പീഷീസ്) തന്നെ സൃഷ്ടിക്കാം. പഴയ വൈ ക്രോമസം തിരോഭവിക്കും. പക്ഷേ പതിനഞ്ച് ദശലക്ഷം വർഷങ്ങൾക്കുശേഷം മാത്രം.

വൈ ക്രോമസമില്ലാത്ത ആണ്.

എക്സ് എക്സ് മാൻ.

അവനെ തേടുന്ന ആളാണ് ആൻഡ്രൂ സിൻക്ലെയർ. ഒരു ലക്ഷത്തി അമ്പതിനായിരം ആണുങ്ങളിൽ ഒരാൾ ആ എക്സ് എക്സ് പുരുഷനാണ്, അവൻ ഒരു തിരക്കഥാപാത്രമല്ല. മറിച്ച്, ഒരു യഥാർത്ഥ സ്ഥിതിവിവരത്തിൽ മറ്റൊരുതരം ആണ്. സത്യത്തിൽ എക്സ് എക്സായി പിറക്കുന്നവർക്കിടയിൽ പത്തുശതമാനം പേരിലെങ്കിലും വൈയിന്റെ ചില സൂക്ഷ്മാംശങ്ങൾ കാണാം. നിർണ്ണായകതക്ക് അത്രയേ വേണ്ടൂ. അതൊരു പുതിയ ജീവിവർഗ്ഗത്തിന് ജന്മം നൽകുമെന്ന് ജെന്നി ഗ്രേവ്സ് പറയുന്നത് വളരെ സൈദ്ധാന്തികമായ ഒരർത്ഥത്തിലേ സിൻക്ലെയർക്ക് സ്വീകരിക്കാനാവൂ. പൂർണ്ണമായും വൈ ക്രോമസം നഷ്ടപ്പെട്ട ആണുങ്ങൾക്ക് പിടിച്ചുനിൽക്കാൻ ഏതെങ്കിലും ഒരു വിധത്തിൽ പരിണമിച്ചേ തീരൂ. ആ പാരിണാമിക സമ്മർദ്ദത്തിൽ പ്പെട്ടാലാകട്ടെ പുതിയൊരു ജീവിയല്ലെങ്കിലും പുതിയൊരു വ്യക്തിയെങ്കിലുമാകാതെ ആണിന് വേറെ വഴിയില്ല.

മറ്റൊരു തരം ആണിനെക്കുറിച്ചുള്ളൊരു ഫെമിനിസ്റ്റ് മോഹത്തിന്റെ സാക്ഷാൽക്കാരമാവില്ലിത്.

പക്ഷേ, അങ്ങനെയൊരു വ്യാമോഹത്തിനെങ്കിലും ഇവിടെ പഴുതുണ്ട്.

പുകയുള്ളേടത്തെല്ലാം സന്ദേശങ്ങളുണ്ട്

ചുവപ്പിന്ത്യക്കാരുടെ പുകയെഴുത്തിലെന്നതുപോലെ കാട്ടുതീയിന്റെ പുകയിലും ഒരു സന്ദേശമുണ്ട്. ആരും അതറിഞ്ഞില്ല, അടുത്ത കാലത്ത് ഡോക്ടർ കിങ്സ്‌ലി ഡിക്സനും കൂട്ടരും അത് വായിച്ചെടുക്കും വരെ. ഓസ്ട്രേലിയയിൽ വളരെ സാധാരണമായ ബുഷ് ഫയർ (കാടുകളിലും കുറ്റിക്കാടുകളിലും പുൽപ്പരപ്പുകളിലുമെല്ലാം വ്യാപരിക്കുന്ന തീ) തട്ടുമ്പോൾ ചില ചെടികളുടെ ഉണക്കവിത്തുകൾ പൊട്ടുന്നു. തീയുമായി പൊരുത്തപ്പെടാൻ സസ്യവർഗ്ഗങ്ങൾ സ്വീകരിച്ച പലതരം പാരിണാമിക ഉപാധികളിൽ ഒന്നു മാത്രമാണത്.

തീയിൽനിന്ന് പുകയിലേക്ക്.

പുകയെഴുത്തുകൾ എന്ത് പറയുന്നു?

അതൊരു കെമികദ്രവ്യത്തെക്കുറിച്ച് പറയുന്നു? ഒരു തരം ബ്യൂട്നോലൈഡ്. ശാസ്ത്രത്തിനുതന്നെ പുതുത്. ഒരു തരം കാർബൺ വലയങ്ങളും മറ്റു ചില പരമാണുക്കളുമായി ഇത് പുറത്തുവരുന്നത് സസ്യലോകത്തിലോ ജന്തുലോകത്തിലോ ആർക്കും പരിചിതമല്ലാത്ത ചില സംയുക്തങ്ങളിൽ നിന്നാണ്. അതിന്റെ സാന്നിധ്യത്തിൽ വിത്തുകൾ കിളിർക്കുന്നത് 80 ശതമാനം വരെ വേഗത്തിലാവാമെന്ന് ഓസ്ട്രേലിയയിലും വടക്കേ അമേരിക്കയിലും നടന്ന പ്രയോഗത്തിൽനിന്ന് തെളിയുന്നു.

ചെറിയൊരു പുകമറയുണ്ട്, എങ്ങനെയാണ് കൃത്യമായും ഈ ദ്രവ്യം വിത്തിന്മേൽ പ്രവർത്തിക്കുന്നത്? ഇത്രയും ഇനിയും അറിയാനിരിക്കുന്നതേയുള്ളൂ.

ദ്രവ്യം വരുന്നത് പുകയിൽനിന്ന്.

സീഡ് ബാങ്കുകളെ അത് ഉണക്കുന്നു.

ചിതറി വീണ് കാലാന്തരത്തിൽ ശരിക്കും മണ്ണടിയുന്ന വിത്തുകളുടെ ശേഖരമാണ് സീഡ് ബാങ്ക്. തീ ചുവട്ടിലെങ്ങും

കത്തിപ്പടരുമ്പോൾ മണ്ണിന്റെ ഉപരിതലം ചൂടുപിടിച്ചാലും ആഴത്തിൽ ഈ വിത്തുകൾ നിർബ്ബാധമാണ്. പുക ചിറകൊതുക്കി നിലംപറ്റി കിടക്കും. പിന്നെ മഴ പെയ്യും. മഴവെള്ളം പുകയിൽനിന്ന് ആ ദ്രവ്യം അരിച്ചെടുത്ത് അടിയിലുള്ള വിത്തുകളിൽ എത്തിക്കും. ചാരത്തിൽ നിന്ന് ഉയിർത്തെഴുന്നേൽക്കുന്നത് ഫീനിക്സ് പക്ഷി മാത്രമല്ല. പുക യുള്ളേടത്തെല്ലാം സന്ദേശങ്ങളുണ്ട്.

പക്ഷേ, ഈ കണ്ടെത്തലിന്റെ ഏറ്റവും പ്രധാനപ്പെട്ട സന്ദേശം തീയും പുകയുമില്ലാത്തേടത്തും അത് പ്രായോഗികമാവും എന്നതാണ്. നഷ്ടപ്പെട്ട പച്ചകൾ തിരിച്ചുപിടിക്കാനും, പച്ച അസാദ്ധ്യമെന്ന് തോന്നിച്ചിരുന്ന ഇടങ്ങളിൽ വയലുകളും പൂന്തോട്ടങ്ങളും ഉണ്ടാക്കാനും അത് സഹായിക്കും.

ഇതിനേക്കാൾ വാഗ്ദാനഭരിതമായൊരു പുകയെഴുത്ത് ഒരു പക്ഷേ ആരും ഇതുവരെ വായിച്ചിട്ടില്ല.

വായുവിൽ രണ്ടു ചുവൽ കൂടാതെ...

വാൾട് ഡിസ്നി അതിനെ വിശ്വസനീയ സാദ്ധ്യതയെന്നു വിളിച്ചു- 'ദ പ്ലോസിബ്ൾ ഇംപോസിബ്ൾ ' ഗ്രീക്കുകാരുടെ പുരാണങ്ങൾ തൊട്ട് മിക്കി മൗസും ഡോനാൾഡ് ഡക്കും പ്രത്യക്ഷപ്പെടുന്ന കാർട്ടൂൺ ചലച്ചിത്രങ്ങൾ വരെ വ്യാപിച്ചു കിടക്കുന്നൊരു ലോകത്തിന്റെ വിചിത്ര ഭൗതികശാസ്ത്രമാണ് ഡിസ്നി ഉദ്ദേശിച്ചത്. അതിന്റെ നിയമങ്ങളുടെ ക്രോഡീകൃത രൂപത്തെ നാം കാർട്ടൂൺ ഫിസിക്സെന്നു വിളിക്കുന്നു. അതിന്റെ ഒന്നാം നിയമം തന്നെ ഈ കുറിപ്പിന്റെ ഇതിവൃത്തവുമായി ബന്ധപ്പെട്ടിരിക്കുന്നു.

ഡാഫി ഡക്ക് നടക്കുന്നു.

നടക്കുന്നേടം ഒരു സമതലം.

അതൊടുങ്ങുന്നേടം ഒരു കീഴ്ക്കാംതൂക്ക്.

ഡാഫി അതു താണ്ടുന്നു.

ഇപ്പോൾ വെറും വായുവിൽ.

എന്നിട്ടും വീഴുന്നില്ല. വീഴില്ല.

ഒന്നാം നിയമം അനുശാസിക്കുന്നു. ഭൂഗുരുത്വം മനസ്സിൽ തുടങ്ങുന്നു! വായുവിൽ എങ്ങും തൊടാതെ ചരിക്കുകയോ നിശ്ചരമായി വർത്തിക്കുകയോ ചെയ്യുന്ന ആരും അതേപടി തുടരും- ചുവട്ടിലേക്കു നോക്കും വരെ. പക്ഷേ, ചുവട്ടിലേക്ക് നോക്കിയാൽ ആ നിമിഷം വീഴാൻ തുടങ്ങും. അതൊരു നിർണ്ണായക മാനസിക നിമിഷമാണ്. അതിനുതൊട്ടു മുൻപും പിൻപുമുള്ള അവസ്ഥകളിൽ ഒരേപോലെ, ഇച്ഛാശക്തിക്ക് പ്രസക്തിയില്ല. കീഴ്ക്കാംതൂക്ക് പിന്നിട്ട ഒരു സ്വഗതാഖ്യാനത്തിന്റെ ഈണത്തിൽ തിരശ്ചീനമായി ചുവടുകൾ വെച്ച് കടന്നുപോകുന്ന ഡാഫി ഡക്കിന്റെ മന്ത്രം വീഴ്ചയെക്കുറിച്ചുള്ള ഉണർവില്ലായ്മയാണ്.

ഉണർവിൽ മന്ത്രം തകരുന്നു.

അപ്പോൾ ഡാഫി വീഴുന്നു.

കാർട്ടൂണിലല്ലാത്ത വീഴ്ചകളോ?

വളരെ ഉയരത്തിൽനിന്ന് വീഴുന്നൊരാൾ നിലം പതിക്കും മുൻപേ മരിക്കുമെന്നൊരു പൊതു ധാരണയുണ്ട്. ആസന്ന മരണത്തെ ച്ചൊല്ലിയുള്ള കൊടും ഭീതിയോ അല്ലെങ്കിൽ ഒരു സാമാന്യ ഭയമോ ആഘാതമുണ്ടാക്കാം. അതു ഹൃദയസ്തംഭനം ഉണ്ടാക്കാം. അല്ലെങ്കിൽ വീഴ്ചയുടെ വേഗം ശ്വാസസ്തംഭനം ഉണ്ടാക്കാം. ഇങ്ങനെ ചിലതാണ് കാരണങ്ങളായി കേൾക്കാറുള്ളത്. ആശ്വാസം നൽകുന്നൊരു ധാരണയാണിത്. വീഴുന്ന ആൾ ഒടുക്കത്തെ സെക്കന്റിൽ തറയുമായി കൂട്ടിയടിക്കുന്ന വേദന അറിയില്ലെന്നാണല്ലോ ഇതു സൂചിപ്പിക്കുന്നത്.

ഈ വേദനയില്ലായ്മ സത്യമോ?

ശരിക്കും ഇതിന്റെ പ്രകൃതമെന്ത്?

മരണമില്ലാത്തൊരു വീഴ്ച പരിഗണിക്കുക. ഒരിക്കൽ തന്റെ ബലൂൺ 1,02,800 അടി ഉയരത്തിൽ എത്തിയതിനുശേഷമാണ് ജോ കിറ്റിങ്ങർ ചാടിയത്. പാരഷൂട്ട് 90,000 അടി ഉയരത്തിലായപ്പോൾ അദ്ദേഹത്തിന്റെ വീഴ്ചയുടെ വേഗം ഒരു മണിക്കൂറിൽ 1149 കിലോമീറ്ററെന്ന നിരക്കിലായിരുന്നു. അതായത് ശബ്ദത്തേക്കാൾ വേഗം. സ്വതന്ത്ര വീഴ്ച (free fall) പാരഷൂട്ട് വിടരുന്നത് നാലര മിനിറ്റ് കഴിഞ്ഞാണ്. ഏതാണ്ട് 14,000 അടി പിന്നിട്ടാൽ കാൽ നിലത്തുന്നാം എന്നായപ്പോൾ അതിനു മുൻപു തന്നെ കൂടുതൽ കൂടുതൽ സാന്ദ്രമായിക്കൊണ്ടിരിക്കുന്ന വായുവിലൂടുള്ള വേഗനിരക്ക് മണിക്കൂറിൽ 200 കിലോമീറ്ററായി ചുരുങ്ങിയിരുന്നു. പാരഷൂട്ട് വിടർന്നപ്പോൾ പെട്ടെന്നുണ്ടായ കുലുക്കത്തോടെ അത് മണിക്കൂറിൽ വെറും 21 കിലോമീറ്ററായി ചുരുങ്ങുന്നു.

അൽപ്പം റീവൈൻഡ് ചെയ്യുക..

മണിക്കൂറിൽ 200 കി.മീ.

അത്രയും വേഗത്തിലുള്ളൊരു വീഴ്ച അംഗുലങ്ങൾക്കകം പെട്ടെന്നു നിലയ്ക്കുമ്പോഴുള്ള അവസ്ഥയെ നമുക്ക് മരണമെന്ന് വിളിക്കാം.

ദ ബിഗ് ക്രൻച്.

നിലവുമായി ഏറ്റുമുട്ടുന്നതിന്റെ ആഘാതം തിരിച്ചറിയും മുൻപെന്നപോലും വിശേഷിപ്പിക്കാവുന്നൊരു നൊടിയിടയിൽ നിങ്ങളുടെ ശരീരത്തിൽ സംഭവിക്കുന്ന ചില ഭൗതിക അട്ടിമറികളുണ്ട്. ശരീരത്തിലെ എല്ലാമെല്ലാം ശരിക്കുമുള്ളതിന്റെ 7500 മടങ്ങ് കൂടുതൽ ഭാരമുള്ളതായിത്തീരുന്നു. നിങ്ങളുടെ ഒന്നര കിലോഗ്രാം മസ്തിഷ്കത്തിന്റെ തൂക്കം പത്തു ടണ്ണായി വർദ്ധിക്കുന്നു. അതിനിടയിൽ, അതേ നൊടിയിടയിൽ, കോശങ്ങൾ കുമിളകൾപോലെ പൊട്ടുന്നു. ചോരക്കുഴലുകൾ നെടുനീളമായി കീറുന്നു. ഉടലിലെമ്പാടും ശാഖകൾ പടർത്തുന്ന എയോർട എന്ന ഹൃദയരക്തധമനി പിഴുതെടുക്കപ്പെട്ടതുപോലാകുന്നു.

മസ്തിഷ്കത്തിലേക്കുള്ള ചോരയൊഴുക്ക് നിലയ്ക്കുന്നു.

ഒരു നൊടിയിട. പിന്നെയോ?

ഉടൽത്തുക്കം പഴയ പടിയാകുന്നു.

പക്ഷേ, ഇപ്പോൾ തലയിലേക്ക് ഇരമ്പിക്കയറുന്ന ചോരയൊരു ഊർജ്ജപ്രവാഹമല്ല. നിങ്ങളുടെ തലച്ചോറുണ്ണുന്നൊരു ഭീകര ജീവിയാണ്. അല്ലെങ്കിൽതന്നെ അവിടം എന്നെന്നേക്കുമായി നശിച്ചു കഴിഞ്ഞു. മാസീവ് ഇന്റേണൽ ബ്ലീഡിങ്. എവിടെനിന്നെങ്കിലും പ്രത്യക്ഷപ്പെടുത്താവുന്ന രണ്ടു ടുവലുകൾ രണ്ടു കൈകളിലായെടുത്ത് വീശിക്കൊണ്ട് വീഴ്ചയുടെ വേഗവും ദിശയും മാറ്റുന്ന കാർട്ടൂൺ കഥാപാത്രങ്ങളെ സ്വപ്നം കാണാൻപോലും സമയം കിട്ടാതെ നിങ്ങൾ മരിച്ചിരിക്കുന്നു.

ആത്മാവിന്റെ തൂക്കം 21 ഗ്രാം

ആറുവശങ്ങളിലുള്ള കുത്തുകളിലൂടെ ഒന്നുതൊട്ട് ആറുവരെയുള്ള അക്കങ്ങളെ കുറിക്കുന്ന പഴയൊരു കളിയുപകരണം, ഡൈ(സ്). ഇതെറിഞ്ഞാൽ ഒന്നുതൊട്ട് ആറുവരെയുള്ള ഏതക്കവും കിട്ടാനുള്ള സാദ്ധ്യത ആറിലൊന്ന്. ഏറ്റവും ലളിതമായൊരു സ്ഥിതിവിവരണക്കണക്ക്. അതിന്റെ പരിമിതിയിൽ ഒതുങ്ങിനിന്ന് വെറും ആറുപേർ അന്ത്യശ്വാസം വലിക്കുന്നത് കണ്ടതിനു ശേഷം മരണത്തെക്കുറിച്ചൊരു സാർവ്വലൗകിക സിദ്ധാന്തമുണ്ടാക്കുന്നൊരാളെ സങ്കൽപ്പിക്കാൻ കഴിയുമോ?

അങ്ങനെയൊരാൾ ജീവിച്ചിരുന്നു.

ഡൻകൻ മാക്ഡൗഗൾ.

മാക്ഡൗഗൾ തെളിയിക്കാൻ ശ്രമിച്ച സിദ്ധാന്തം തുലാസ്സിനെ ആശ്രയിക്കുന്നു. മരണനിമിഷത്തിൽ ശരീരത്തിന്റെ തൂക്കം ചുരുങ്ങുന്നു. ആത്മാവ് ശരീരത്തിൽനിന്ന് വേർപെടുന്നതുകൊണ്ടാണ് ഇത് സംഭവിക്കുന്നത്. ആകയാൽ, ആത്മാവിന്റെ തൂക്കം അറിയണമെങ്കിൽ മരണത്തിനു തൊട്ടുമുൻപും പിൻപുമുള്ള ശരീരത്തിന്റെ തൂക്കങ്ങൾ തമ്മിലുള്ള വ്യത്യാസം കണക്കാക്കിയാൽ മതി.

പക്ഷേ, ഏതു മരണം?

കോശങ്ങളുടെ മരണമോ മസ്തിഷ്കത്തിന്റെ മരണമോ ഹൃദയത്തിന്റെ മരണമോ പൊതുവേ ഭൗതികമായ മരണമോ അതോ നിയമപരമായ മരണമോ? മാക്ഡൗഗളിന്റെ പരീക്ഷണം നടന്നത് 1907ൽ. സൂക്ഷ്മ തുലനം സാദ്ധ്യമായ ഉപകരണങ്ങൾ അന്നുണ്ടായിരുന്നു. പക്ഷേ, പിന്നീടുള്ള ഒരു നൂറ്റാണ്ടിന്റെ മുഴുവൻ വൈദ്യ സാങ്കേതിക ശാസ്ത്ര കലാപത്തിനുശേഷം ഇപ്പോൾപോലും മരണനിമിഷം കൃത്യമായി ഗണിക്കൽ അത്ര എളുപ്പമല്ല. പക്ഷേ, മാക്ഡൗഗളിന് അന്നേ ഉത്തരങ്ങളുണ്ടായിരുന്നു.

ആത്മാവ് അയാളുടെ ത്രാസിൽ.

അതിന്റെ തൂക്കം 20 ഗ്രാം.

അതിന്റെ പ്രചോദനത്തിൽ, 2003ൽ ഒരു ഇംഗ്ലീഷ് പടം ('21 Grams') പുറത്തിറങ്ങി. ആറുപേരെ ആസ്പദിച്ചൊരു ആഗോള സ്ഥിതിവിവരത്തിന്റെ ഇതിഹാസം. സത്യത്തിൽ ആറുതവണയല്ല. ഒരൊറ്റ തവണയാണ് കഥാപുരുഷൻ കരുവെറിഞ്ഞത്. മാക്ഡൗഗൾ ശരിക്കും അളന്നത് ആറിൽ ഒരാളുടെ ആത്മാവുമാത്രം. ശേഷിക്കുന്നവരിൽ, രണ്ടു പേരുടെ വിവരങ്ങൾ, 'സാങ്കേതിക തടസ്സങ്ങൾ' കാരണം അനുപയോഗ്യം. ഒരാളുടെ ശവശരീരം കണക്കുതെറ്റിച്ചു. (ഇതു പിന്നീട് 'അഡ്ജസ്റ്റ്' ചെയ്യപ്പെട്ടു. മറ്റേ രണ്ടുപേർക്കും മരണാനന്തരം രണ്ടുതവണ തൂക്കം ചുരുങ്ങി.(അവർ രണ്ടുതവണ മരിച്ചിരിക്കമോ?!)

ഒറ്റക്കാലിൽ ചരിക്കുന്ന ഷഡ്പദം.

കൂട്ടത്തിൽ പറയട്ടെ. ഖസാക്കിലെ കുഞ്ഞാമിനയുടെ ചോദ്യം, "നായിന് ആത്മാവുണ്ടോ, സാർ?" എന്നായിരുന്നെങ്കിൽ മറുപടി എളുപ്പമായിരുന്നു. തന്റെ പരീക്ഷണങ്ങളിൽ മനുഷ്യശരീരങ്ങൾക്കുണ്ടായ തൂക്കനഷ്ടം ശ്വാനശരീരങ്ങളിൽ കണ്ടെത്താൻ മാക്ഡൗഗളിന് കഴിഞ്ഞില്ല. ആകയാൽ നായക്ക് ആത്മാവില്ലെന്നൊരു ഉപസിദ്ധാന്തം കൂടി അദ്ദേഹത്തിന്റേതായി നമുക്ക് ലഭിച്ചിട്ടുണ്ട്.

ശവശരീരം ഒരു കുപ്പിയാകുമ്പോൾ

ഓഡെ കൊളോൺ സുഗന്ധം പരത്തുന്നു. ശവശരീരങ്ങൾ ദുർഗന്ധവും. രണ്ടും ലളിത പ്രക്രിയകളല്ല. രണ്ടിനു പിന്നിലും ചില സങ്കീർണ്ണ സമയവിതാനങ്ങളുണ്ട്. സമാന്തര വിതാനങ്ങൾ.

ഗന്ധത്തിന്റെ അടരുകൾ.

വിദേശത്തുള്ള സുഹൃത്ത് കഴിഞ്ഞ തവണ അവധിക്ക് വന്നപ്പോൾ സമ്മാനിച്ച പെർഫ്യൂം കുപ്പിയുടെ ഗന്ധപരമായ ഉള്ളടക്കം ശരിക്കും എങ്ങനെയാണെന്ന് മനസ്സിലാക്കാൻ നിങ്ങൾ ശ്രമിച്ചിരുന്നോ? ഒരേയൊരുതരം പൂവു മാത്രമുള്ളൊരു തോട്ടത്തിന്റെ ഏകതാന ഗന്ധം പോലെയാവില്ലത്. എന്നാൽ, അതേ സമയത്ത് പല ഗന്ധങ്ങളുടെ ഒരു കോക്ക്റ്റെയിലെന്ന് അതിനെ വിശേഷിപ്പിക്കാനാവുകയുമില്ല. സമയ ഘടകത്തിന്റെ പ്രവർത്തനമാണ് ഈ വൈരുദ്ധ്യത്തിനു കാരണം. ഒരു അറബിക്കഥ ഓർമ്മിച്ചു പറഞ്ഞാൽ വേറെ വേറെ സമയത്ത് പുറത്തിറങ്ങുന്ന മൂന്നു ജിന്നുകളുള്ളൊരു കുപ്പിയാണത്. മൂന്നുതരം മണങ്ങൾ. ഇവയെക്കുറിക്കാൻ സംഗീതശാസ്ത്രത്തിലെ ഒരു വാക്ക്, നോട്സ്. ഈ കുറിപ്പിൽ 'വീചികൾ'.

റ്റോപ് നോട്സ്.

ഓരോരോ കുപ്പികളായി ചൂണ്ടിക്കാണിച്ച് സൂപ്പർമാർക്കറ്റിലെ ചെറുപ്പക്കാരിയെക്കൊണ്ട് കൈയിൽ സ്പ്രേ ചെയ്യിക്കുമ്പോൾ നിങ്ങളുടെ മൂക്ക് ഉടനടി പിടിച്ചെടുക്കുന്ന തീക്ഷ്ണഗന്ധങ്ങളാണിവ. ഈ ഘട്ടത്തിൽ നിങ്ങളെ ആകർഷിക്കാത്തൊരു സുഗന്ധ ലേപനം സ്വയം പരിചയപ്പെടുത്തുന്നതിൽ പരാജയപ്പെട്ടെന്നു പറയാം. ചേരുവകൾ നാരകം, ഇഞ്ചി എന്നിവ, ആയുസ്സ് പലപ്പോഴും അഞ്ചോ പത്തോ സെക്കന്റുകൾ മാത്രം.

മിഡിൽ നോട്സ്.

ഹൃദയവീചികളെന്നു കൂടി അറിയപ്പെടുന്ന ഈ മധ്യവീചികൾ തൊലിയിൽനിന്ന് വായുവിലേക്ക് പ്രസരിക്കുമ്പോഴേക്കും പതിനഞ്ചു മിനിറ്റു കഴിഞ്ഞെന്നുവരാം. ഇവയാണ് ഉള്ളടക്കത്തിന്റെ മുഖ്യശരീരം

തീർക്കുന്നതെന്നും പറയാം. പനിനീർ സത്തും ലാവൻഡറും ലക്ഷണമൊത്ത ഹൃദയവീചികളാണ്. ആയുസ്സ് ഒരു മണിക്കൂർ, ചിലപ്പോൾ അതിൽക്കൂടുതൽ.

ബേസ് നോട്സ്.

ആദ്യവീചികൾ തീർത്തും മാഞ്ഞുപോയതിനുശേഷം മാത്രം പുറത്തെത്തുന്ന ഈ അഗാധ വീചികൾ മധ്യവീചികളോട് ചേർന്ന് കുപ്പിയുടെ ഇതിവൃത്തമാകുന്നു. ഒരു ലേപനത്തിന്റെ ആഴവും ദാർഢ്യവും ഇവിടെയുണ്ട്. പുൽമണം, കസ്തൂരിഗന്ധം. അവൾ മുറിവിട്ട് പോയിട്ട് മണിക്കൂറുകൾ കഴിഞ്ഞിട്ടും തലയണയിൽ തുടരുന്ന ഗന്ധമാണിത്. (വലയങ്ങൾക്കുള്ളിൽ ഓർക്കാം: മൂന്നു വീചികളെ ഒരു സമയഘടനയിൽ എങ്ങനെ വിന്യസിക്കുമെന്നതിലാണ് സുഗന്ധലേപന നിർമ്മാതാക്കളുടെ വിജയരഹസ്യം)

ഇതും മരണവും തമ്മിൽ...?

ഒരു കവിതാദൃശ്യം ഓർക്കുന്നു. ശവപ്പെട്ടിയുടെ പുറത്തെ പൂവുകളെ പിന്തുടരുന്നൊരു പൂമ്പാറ്റ. പലപ്പോഴും ഈ ദൃശ്യമാണ് എന്നെ ഗന്ധമരണാദികളുടെ അമ്പരിപ്പിക്കുന്ന അന്വയത്തിൽ എത്തിക്കാറ്. പക്ഷേ, സയൻസിന്റെ അകമ്പടിയോടെ ഒരു കുപ്പി തുറന്നപ്പോഴാണ് ഞാനോർത്തത്, മരണാനന്തര ശരീരം വമിക്കുന്ന വാതകങ്ങളും ഗന്ധങ്ങളും ഒരു സമാന്തര സമയഘടനയിൽ പിടിച്ചെടുക്കാൻ കഴിഞ്ഞില്ല. ഒരു ശവശരീരത്തിന്റെ 'ടോപ് നോട്സ്' ആപേക്ഷികമായി മ്ലാനമാണെന്ന വ്യത്യാസം പരിഗണിച്ചുകൊണ്ട് അതിന്റെ അഴിവിന്റെ ഘട്ടങ്ങൾ പരിശോധിച്ചാലോ? ഇവിടെയും മൂന്നു ഘട്ടങ്ങൾ.

ഒന്നാംഘട്ടം ഒരു സ്വയംദഹനം (autolysis) നമ്മുടെ ശരീരത്തെ ആദ്യമായി തിന്നാൻ തുടങ്ങുന്നത് നമുക്കുള്ളിൽത്തന്നെയുള്ള ചില കെമികങ്ങളാണ്, എൻസൈമുകൾ. അവയുടെ പെരുമാറ്റത്തിൽ കോശങ്ങൾ വേർപെടാൻ തുടങ്ങുന്നതോടെ അഴിവിന്റെ ആദ്യവീചികൾ തുടങ്ങുന്നു. രണ്ടാം ഘട്ടം സംഭവമുഖരതയിലും. വിശദാംശങ്ങളിലും ഉപഘട്ടങ്ങൾ ആവശ്യപ്പെടുന്നു. കൃത്യമായ കാലക്രമത്തിൽ ആദ്യമാദ്യം അതിസൂക്ഷ്മ ജീവികളുടെയും പിന്നീട് ഈച്ചകൾ, വണ്ടുകൾ, കടന്നലുകൾ തുടങ്ങിയ ജീവികളുടെയും വിഹാരഭ്രമി. മൂന്നാംഘട്ടത്തിൽ എല്ലിൻകൂടിന്റെ ശുഷ്ക നഗ്നത. ഈ അവസ്ഥയിൽപ്പോലും ഒരു മൃതദേഹത്തെ തീറ്റയോ പാർപ്പിടമോ ആക്കാൻ ജീവികൾ ഉണ്ടെന്നതാണ് പ്രത്യക്ഷത്തിൽ അവിശ്വസനീയമായി തോന്നാവുന്നൊരു വസ്തുത. ഏതായാലും...

നാം കണ്ട മൂന്നു മരണാനന്തര ഘട്ടങ്ങളിൽ ശരീരം പുറപ്പെടുവിക്കുന്ന ഗന്ധങ്ങൾ ഒരു സുഗന്ധലേപനത്തിന്റെ മൂന്നു വീചികൾപോലെ തനതും വ്യത്യസ്തവും ഒരു സമയഘടനയിൽ കൃത്യവും ആകയാൽ,

അതിനെ ആശ്രയിച്ച് സാദ്ധ്യമായൊരു സാങ്കേതിക ശാസ്ത്രത്തിന് ചിലർ തുടക്കമിട്ടുകഴിഞ്ഞു. അമേരിക്കയിലെ ഒരു പരീക്ഷണശാലയിൽ തയാറായിക്കൊണ്ടിരിക്കുന്ന ഇലക്ട്രോണിക് മൂക്ക് ഒരുദാഹരണം. തൽസമയ ഗന്ധങ്ങൾ പിടിച്ചെടുത്ത് ഒരുടലിന്റെ മരണാനന്തര വയസ്സ് നിർണ്ണയിക്കാൻ അതിന് കഴിയും. ഓർമ്മകളെ ഉണർത്താൻ ഗന്ധത്തിനുള്ള കഴിവ് മറ്റൊരു ഐന്ദ്രിയാവബോധത്തിനും ഇല്ലെന്നിരിക്കെ ഈ മൂക്കിന്റെ വർത്തമാനത്തിൽ തെളിയുന്നത് എന്തൊരു ഭൂതമായിരിക്കും!

അനുബന്ധം:
ചില ചരമോത്തരക്കുറിപ്പുകൾ

രണ്ടാം വിചാരത്തിൽ മുൻ കുറിപ്പിൽനിന്ന് സ്വയം തെളിഞ്ഞുവരുന്നതോ, അല്ലെങ്കിൽ അതുമായി ബന്ധിപ്പിച്ച് പറയാവുന്നതോ ആയ ചില കാര്യങ്ങൾ.

* ചാവിന് ശേഷം ഉടൽ ഒരു ചൂഴ്നില, പല ജീവികൾക്കും. ഒടുവിലൊടുവിൽ എത്തുന്ന ചില ജീവികളുടെ ആകർഷണം ശവശരീരമല്ല, അതു തിന്നു ജീവിക്കുന്നവയും മുമ്പേ എത്തിയവയുമായ ജീവികളാണ്. ഒന്നിനെ മറ്റൊന്ന് തിന്നുന്നു, അതിനെ വേറൊന്ന് തിന്നുന്നു, ഈ മൂന്നാമത്തേതിനെ നാലാമതായൊന്നു തിന്നുന്നു, എന്നിങ്ങനെ തുടരുന്ന ആഹാരച്ചങ്ങല(ഇക്കോളജി എന്ന വാക്കുണ്ടാവുന്നതിനും എത്രയോ വർഷങ്ങൾക്ക് മുമ്പ് ജൊനാഥൻ സ്വിഫ്റ്റ് ഒരിടത്ത് കുറിച്ചുവെച്ചതും നാമിന്ന് "ട്രോഫിക് ലെവൽസ്" എന്നു വിളിക്കുന്നതുമായ ഭക്ഷ്യ വിതാനങ്ങൾ) പ്രകൃതിയിലെന്നതുപോലെ ശവശരീരങ്ങളിലുമുണ്ട്. സാധാരണ നിലക്ക് ഏതു ശവശരീരവും സ്വയം ഒരു ഇക്കോസിസ്റ്റമാണ്.
* സാഹചര്യ മാറ്റങ്ങൾ കാരണമായുള്ള വ്യത്യാസങ്ങൾ മാറ്റി നിറുത്തിയാൽ ഒരാളുടെ മരണത്തിനുശേഷം എപ്പോൾ ഏതു ജീവികളാണ് ശവശരീരത്തിൽ പ്രത്യക്ഷപ്പെടുന്നത് എന്നതിനൊരു കണിശതയുണ്ട്. സംശയാസ്പദമായ ചുറ്റുപാടുകളിൽ കണ്ടെത്തപ്പെടുന്ന മൃതദേഹങ്ങളെക്കുറിച്ച് അന്വേഷിക്കുന്ന പോലീസുദ്യോഗസ്ഥർക്ക് ഇവിടെ തുമ്പുകളുണ്ട്. ആകയാൽ കുറ്റാന്വേഷണവുമായി ബന്ധപ്പെട്ട ഷഡ്പദശാസ്ത്രം (ഫറൻസിക് എന്റമോളജി) ഒരു വിജ്ഞാനശാഖ എന്ന നിലക്ക് നിർണ്ണായകമാകാൻ തുടങ്ങിയിരിക്കുന്നു.
* പീറ്റർ ഗ്രീൻവേയുടെ 'എ സെഡ് ആന്റ് ടു നോട്ട്സ്' എന്ന പടം പുറത്തിറങ്ങിയത് 1985 ലാണെന്നോർത്താൽ അതൊരു

മുന്നോടിയാണെന്നുവേണം കരുതാൻ. അതിൽ ഒരു കാറപടകത്തിൽ മരിച്ച ഭാര്യമാരുടെ യഥാർത്ഥ ദുരന്തകാരണം തിരക്കുന്ന രണ്ടു സഹോദരന്മാർക്ക് ജന്മശരീരങ്ങളുടെ അഴിവ് ഒരു ബാധയാകുന്നത് കുറ്റാന്വേഷണത്തിന്റെ ഭാവിയെക്കുറിച്ചുള്ളൊരു വെളിപാട് പോലെ തോന്നുന്നു. വളരെ പതുക്കെ സംഭവിക്കയാൽ നമുക്ക് സംഭവിക്കുന്നുണ്ടെന്ന് തിരിച്ചറിയാനാവാത്ത കാര്യങ്ങൾ വളരെ വേഗത്തിൽ കാണിക്കാൻ ഉതകുന്ന 'റ്റൈം ലാപ്സ്' എന്ന ഛായാഗ്രഹണതന്ത്രം ഓർമ്മ. കാലം, മരണം എന്നിവയെ ഒരൊറ്റ ചുരുളഴിച്ചിലിൽ ഒന്നിപ്പിക്കുന്നു. അഴിവിന് വേഗമുണ്ടായിരുന്നെങ്കിൽ ഒരു ശവശരീരത്തിൽ നടക്കുന്ന ജൈവാധിനിവേശങ്ങൾ നമ്മെ ഞെട്ടിക്കുമായിരുന്നു.

റാഡിന് കഴിയുമോ ഷഡ്പദങ്ങളെ അളക്കാൻ?

വ്യക്തിപരമായൊരു കുറിപ്പോടെ ശാസ്ത്ര സാമാന്യതയിലേക്ക് കടക്കട്ടെ. ഇന്റർനെറ്റിലെ ചങ്ങാതിത്താവളമായ ഓർക്കുട്ടിൽ നിന്നൊരു സ്നേഹിത ചോദിച്ചിരിക്കുന്നു.

"ഇവിടെ നിങ്ങളുടെ പേര് റാഡ് മേതിൽ. പലർക്കും വെറും റാഡ്. പുറമേ, ഷഡ്പദങ്ങളെ സ്നേഹിക്കുന്നൊരാൾ. റാഡ് മറ്റൊരിടത്ത് പ്രസരം (റേഡിയേഷൻ) അളക്കാനുള്ള ഏകകമാണ്. റാഡിന് കഴിയുമോ ഷഡ്പദങ്ങളെ അളക്കാൻ? അതായത്, കൂറ എന്ന കോക്റോച്ച് ലോകാവസാനത്തിലെ പ്രസരത്തെ അതിജീവിക്കുമെന്നു കേൾക്കുന്നത് ഒരു ശാസ്ത്രീയ വസ്തുതയാണോ? പിന്നെ, കാഫ്കയുടെ 'മെറ്റാമോർഫോസിസ്' എന്ന കഥയിലെ മുഖ്യകഥാപാത്രം ഒരു ദിവസം രാവിലെ ഉറക്കമുണരുന്നത് ഒരു ഷഡ്പദമായിട്ടാണ്. ഈ ഷഡ്പദം ഒരു കൂറയാണെന്ന് ചിലർ വ്യാഖ്യാനിച്ചത് ശരിയാണോ?

ഒന്നാംതരം ചോദ്യങ്ങൾ.

ആദ്യം കൂറയുടെ അതിജീവനം.

രണ്ടായി പിളരുന്ന സമയത്താണ് ജൈവകോശങ്ങൾ കൂടുതൽ പ്രസരത്തിന് വിധേയമാകുന്നത്. കുപ്പായം മാറുമ്പോൾ മാത്രമാണ് കൂറയിൽ ഇത് സംഭവിക്കുന്നത് (ഉള്ളിലെ ശരീരത്തെ വളരാൻ അനുവദിച്ചുകൊണ്ട് ഷഡ്പദങ്ങളുടെ പുറംതോട് പിളരുന്നു. മോൾട്ടിംഗ്) അതും പരമാവധി ആഴ്ചയിലൊരിക്കൽ മാത്രം. ഏകദേശം 48 മണിക്കൂർ വേണം ഈ ചർമ്മമാറ്റം പൂർത്തിയാകാൻ. പ്രസരത്തിന് ഒരു ജീവിയെ പിടികൂടാൻ ഇത്രയും സമയം ധാരാളം. പക്ഷേ, ഒരൊറ്റ വീട്ടിലെ കൂറകൾ പോലും ഒരേ സമയത്തല്ല ഈ 48 മണിക്കൂറിലൂടെ കടന്നുപോകുന്നത്. ചുരുക്കത്തിൽ പ്രസരത്തിന് മനുഷ്യരിലുള്ളത്രയും പഴുതുകൾ കൂറയിലില്ല. ചർമ്മാവരണങ്ങളും സമയഘടനകളും

ഇടയുന്നു.

ഇനി റാഡുകളുടെ കണക്ക്.

വെറും 400 റാഡുകൾ മതി മനുഷ്യശരീരത്തെ അപകടത്തിലാക്കാൻ. ഹിരോഷിമയിൽ 1000 റാഡുകളിൽ കൂടുതൽ പ്രസരമേറ്റവർക്ക് ഉദാഹരണങ്ങളുണ്ട്. ഗ്രൗണ്ട് സീറോവിൽ നിന്ന്(അതായത് ബോംബ് വീണേടത്തുനിന്ന്) 21 കിലോമീറ്റർ അകലെയായിരുന്ന ചിലർക്ക് 1200 റാഡുകളോളം പ്രസരമേറ്റു. അവരുടെ വിധി അതിദാരുണമായ ഒരുതരം സ്ലോമോഷൻ മരണം. താരതമ്യത്തിൽ മനുഷ്യർ ലജ്ജിക്കേണ്ടത് ഈ ഭൂമിയിൽ തനിക്കുമാത്രം സൃഷ്ടിക്കാവുന്നൊരു വിപത്തിനെതിരെ തന്റെ തന്നെ ശരീരത്തിന്റെ അപാര ദൗർബ്ബല്യം ഓർത്താണ്. ഇക്കാര്യത്തിൽ ചില ഷഡ്പദങ്ങളുടെ അതികായത്വം ഓർത്താണ്!

ഇതാ ചില ബലരേഖകൾ.

മരംതുരപ്പന്മാരായ ഒരു തരം പ്രാണികളുണ്ട്. വിദഗ്ദ്ധ നിരീക്ഷണമനുസരിച്ച് 48,000 റാഡുകൾ തൊട്ട് 68,000 റാഡുകൾ വരെയുള്ള പ്രസരം അവയെയോ അവയുടെ മുട്ടകളെപ്പോലുമോ അലട്ടുന്ന ലക്ഷണമില്ല. ഒരുതരം ഈയലുണ്ട്. ഫ്രൂട്ട് ഫ്‌ളൈ. അതിനെ കൊല്ലാൻ 64,000 റാഡുകൾ വേണ്ടിവരും. ഒരു തരം കടന്നലുണ്ട്. ഹാബ്രോബ്രാകോൺ. അതിനെ കൊല്ലാൻ 1,80,000 റാഡുകൾ വേണ്ടിവരും.

കൂറയുടെ സഹന പരിമിതിയോ?

ഇതു സംബന്ധിച്ച് വളരെ ആധികാരികമായ രണ്ടു നിരീക്ഷണങ്ങളെങ്കിലും ഉണ്ടായിട്ടുണ്ട്. ജർമ്മനിയിൽ 1963 ൽ നടന്നൊരു പഠനമനുസരിച്ച്, മുഴുവളർച്ച പ്രാപിച്ചിട്ടില്ലാത്ത കൂറകൾക്കിടയിൽ ഒരു മരണ മെക്സിക്കോ തരംഗമുണ്ടാക്കാൻ വെറും 6400 റാഡുകളുടെ പ്രസരത്തിനു കഴിയും. മറ്റൊരിടത്ത് 1957ൽ നടന്നൊരു പഠനമനുസരിച്ച്, ഈ ജീവികളുടെ പുനരുൽപ്പാദന ശക്തി തകർക്കാൻ 1000 റാഡുകൾ മതിയാവും! ഒരു വൻകിട മിത്ത് തകരുന്നു. പക്ഷേ, ഓർക്കുക, ഒരു ജീവിയുടെ അതിജീവനശക്തിയെ വിലയിരുത്തലാവില്ല.

ദിനോസറുകൾ നിലനിന്നേടത്തോളം കാലം നാമിവിടെ തുടരാൻ ഇടയില്ലെന്നുറപ്പുള്ള ശാസ്ത്രജ്ഞർ പലരുണ്ട്. കൂറകളാവട്ടെ അത്രയും കാലവും അതിൽ കൂടുതലായി ഏതാണ്ട് 150 ദശലക്ഷം വർഷവും ഈ ഭൂമിയിൽ ജീവിച്ചുകഴിഞ്ഞിരിക്കുന്നു.

അടുക്കളയിലെ കിടിലം നാം മനുഷ്യർക്ക് നിത്യതയായിരിക്കും.

അപ്പോൾ ഒരു ചോദ്യം

ആരും പ്രസരം താണ്ടില്ലേ?

പ്രസരത്തിന്റെ ഒരാവരണത്തിനകത്ത് സുരക്ഷിതമായൊരു

മാംസക്കഷ്ണം അഴുകാൻ തുടങ്ങിയപ്പോഴാണ് ചിലർ അതിന് കാരണമായ സൂക്ഷ്മജീവിയെ കണ്ടെത്തിയത്. പേര് ഡൈനോകോക്കസ് റേഡിയോ ന്യൂറാൻസ്. അതിന്റെ ആരാധകർ അതിനെ ഒരു പ്രശസ്ത ചലച്ചിത്രത്തിന്റെ പേരോർത്ത് 'കോനാൻ ദ ബാക്റ്റീരിയം' എന്നു വിളിക്കുന്നു. ഏറെക്കുറെ 19 ലക്ഷം റാഡുകളുടെ പശ്ചാത്തല വിതാനങ്ങളിൽ സ്വൈര്യവിഹാരം സാദ്ധ്യമായ ഈ ജീവിയെ ഞാനെങ്ങനെയാണ് നിങ്ങൾക്ക് പരിചയപ്പെടുത്തേണ്ടത്? മറ്റു ചിലർ പരിചയപ്പെടുത്തുക, 'പ്രസര രാജാവ്'' എന്ന പേരിലാവും!

സാംസ എന്തായാണ് മാറിയത്?

ഒരു അഡ്രീനലിൻ തുള്ളി ഇറ്റുവീഴാൻ പോകുമ്പോളെന്നതുപോലുള്ളൊരു സംഭ്രാമക നിമിഷം (ഉടൽ കീഴം കാൽ മേലുമായി തട്ടിൽ തൂങ്ങിനിൽക്കുന്നൊരു ഷഡ്പദ നിമിഷം) തന്റെ കഥയിലൊരിടത്ത് അതിസൂക്ഷ്മമായി പിടിച്ചെടുത്തെങ്കിലും, കാഫ്ക ആ ജീവിയെ ഒരിടത്തും കൃത്യമായി വിവരിക്കുന്നില്ല. വണ്ടുപോലൊന്നിന്റെ ചിത്രമാണ് കഥയിൽ തെളിഞ്ഞു വരുന്നതെങ്കിലും അതിന്റെ കാലുകളുടെ എണ്ണത്തിൽ കൃത്യതയില്ല. മലർന്നു കിടന്ന് തന്നെ പരിഗണിക്കുന്ന ഗ്രിഗർ സാംസ കാണുന്നത് 'പല കാലുകൾ'.

സാംസ കൂറയാവുമോ?

ശരിയാണ്, ആ മലർന്നുകിടപ്പിൽ നിന്ന് ഒരു വശത്തേക്ക് ചരിയാൻ പല തവണ ശ്രമിക്കുന്നു. പരാജയപ്പെടുന്നു. മൗലികമായി കരിയിലകളും ചുള്ളിക്കൊമ്പുകളും കല്ലുകളുമുള്ള പരുക്കൻ ഉപരിതലങ്ങളിൽ നിന്നു വരുന്ന കൂറക്കും ഇതൊരു ക്ലിഷ്ട യത്നമാണ്. പക്ഷേ, നമ്മുടെ വീടുകളിലെ രാവെളിച്ചത്തിൽ എത്താറുള്ള ചെറിയ കറുത്ത ചാതികൾക്കും ഇതത്ര എളുപ്പമല്ല. പിടയ്ക്കുന്ന ആറു കാലുകൾ ഒരു ഇരുകാലിക്ക് ആ അവസ്ഥയിൽ പല കാലുകളായി തോന്നാമെന്നതിന് പുറമേ മറ്റൊരു സൂചന കൂടിയുണ്ട്.

"ബാക്കി ശരീരവുമായി താരതമ്യപ്പെടുത്തുമ്പോൾ ദയനീയമാം വിധം ശോഷിച്ചത്" എന്നൊരു വിശദാംശം കഥയിലുണ്ട്.

അതൊരു കൂറയാവില്ല.

അതൊരു കൂറയാവില്ലെന്ന് തീർത്തു പറഞ്ഞത് ഇരുപതാം നൂറ്റാണ്ടിലെ ഗദ്യത്തിന്റെ ഒരാചാര്യനായ എഴുത്തുകാരനായിരുന്നു. വ്ളഡിമിർ നാബക്കോഫ്, കാഫ്കയുടെ എഴുത്തിലും ഷഡ്പദശാസ്ത്രത്തിലും ഒരേപോലെ അവഗാഹമുള്ള ഒരേയൊരാൾ. കൂറയുടെ കാലുകൾ നല്ല നീളവും ബലവും ചലനശേഷിയുമെല്ലാം ഉള്ളതാണെന്നോർമ്മിക്കാൻ ഒരു നാബക്കോഫിന്റെ ആവശ്യമില്ല. പക്ഷേ, താൻ ചെയ്തതു പോലെ സാംസയെ രണ്ടു സ്കെച്ചുകളിൽ പിടിച്ചെടുക്കാൻ ഒരു

നാബക്കോഫിനേ കഴിയൂ. ഒരു സ്കെച്ച് സൂചിപ്പിക്കുന്നത് അടിയിലും മുകളിലും മദ്ധ്യോന്നതമായ ഉടലാണ്. കുറയുടെ ശരീരമാകട്ടെ മിക്കവാറും പരന്നതാണ്.

ഞെട്ടിക്കുന്നൊരു രൂപമാറ്റം.

പോൾ ലാൻഡ്സ്ബർഗ് എന്ന വ്യാഖ്യാതാവാണ് ഈ അവസ്ഥയെ അതിന്റെ ഭൗതികമായ അടിസ്ഥാനത്തിലേക്ക് തിരിച്ചുപിടിച്ചത്. സാംസ ഒരു സെയിൽസ്മാൻ. അയാളെപ്പോലെ മാറിമാറി അപരിചിത ഇടങ്ങളിൽ രാപ്പാർക്കുന്നൊരാൾ ഉണർന്നെഴുന്നേൽക്കുന്നത് പലപ്പോഴും ഒരു അയഥാർത്ഥ ബോധത്തിലേക്കാവും. താനൊരു വണ്ടായി മാറിയെന്ന പോലും തോന്നിക്കുന്ന അസംബന്ധത്തിലേക്ക്, "തുടർച്ചയെ സംബന്ധിച്ച ഏത് ബോധവും അസാദ്ധ്യമാക്കുന്ന ജീവിതരീതി."

സാംസയുടെ രൂപമാറ്റം ആ തുടർച്ചയില്ലായ്മയുടെ ഒരു ഖണ്ഡം.

അതിൽ മൂല്യശോഷണമുണ്ടോ?

നാബക്കോഫ് പറഞ്ഞു. "എത്രയായാലും ഒരു ഷഡ്പദമായി ഉറക്കമുണരുന്നത് നെപ്പോളിയനായോ ജോർജ് വാഷിംഗ്ടനായോ ഉറക്കമുണരുന്നതിൽനിന്ന് വ്യത്യസ്തമൊന്നുമല്ല."

സോഫിയുടെ തെരഞ്ഞെടുപ്പ്: ഒരു രണ്ടാം വിചാരം

സോഫിയുടെ തെരഞ്ഞെടുപ്പ് സോഫിക്കൊരു ദുർരഹസ്യമായതെന്തുകൊണ്ട്? മനുഷ്യസിരാഘടനയിൽ എവിടെയോ ഒരു ചുറ്റികയുടെ പ്രയോഗം ഉണ്ടാകുമ്പോഴാണ് ഒരാളുടെ ഇഷ്ടമോ പ്രഥമഗണനയോ ഒരു നൈതിക ആംഗ്യമാവുന്നത്?

ന്യായാധിപൻ ആശാരിയല്ല.

ചുറ്റികയടിയോ ഹൃദയത്തിലുമാവാം.

പക്ഷേ, ആണി തറയുന്നു.

ഇരുട്ടിൽപ്പെട്ട ഹൃദയത്തിന് അതിന്റേതായ ആചാരങ്ങളുണ്ട്. മന്ത്രവാദികൾ ചെയ്യുന്നതിന് വിപരീതമായി, ആണി പിഴുതെടുത്താണ് സോഫി ഒരു ദുർഭൂതത്തെ ആട്ടിയോടിക്കുന്നത്. അതുതന്നെയല്ലേ ഏറ്റുപറച്ചിൽ! സ്റ്റിങ്ങോ അവളുമായി ഒരു കുടുംബം തുടങ്ങാൻ ആഗ്രഹിക്കുന്നു. പക്ഷേ, അങ്ങനെ എന്തെങ്കിലും തുടങ്ങും മുമ്പ് സോഫിക്ക് തന്റെ ഒടുക്കത്തെ രഹസ്യം വെളിപ്പെടുത്തണം. ഓഷ് വിറ്റ്സിലെ തടങ്കൽപ്പാളയത്തിൽ തന്റെ രണ്ടു കുട്ടികളുമായി എത്തിപ്പെട്ടന്നേടത്താണ് അതിന്റെ തുടക്കം. വില്യം സ്റ്റൈറോണിന്റെ ഒരു നോവലിന്റെ തലക്കെട്ടും ഇതിവൃത്തവുമായ 'സോഫിയുടെ തെരഞ്ഞടുപ്പ്' (Sophie's Choice) അവിടെ നടക്കുന്നു.

സോഫിയെന്തിന് തെരഞ്ഞെടുക്കണം?

സോഫി ഒരു യഹൂദയല്ലല്ലോ!

പക്ഷേ, മനോരോഗിയായൊരു നാസി ഡോക്ടർ അവളുടെ ഒരു കുട്ടിയെ കൊല്ലും, മറ്റേ കുട്ടിയെ കൊല്ലില്ല, ഏത് കുട്ടി ചാകണമെന്ന് സോഫി തീരുമാനിച്ചാൽ മതി. ഉടനെ തീരുമാനം ഉണ്ടായില്ലെങ്കിൽ രണ്ടു കുട്ടികളും ചാവും. അപ്പോൾ മൂത്തവനോ ഇളയവനോ? സോഫി തെരഞ്ഞെടുക്കുന്നു. ഏഴു വയസ്സായൊരു പെൺകുട്ടി മരണത്തിലേക്ക് നടന്നുപോകുന്നു.

സോഫിക്ക് എങ്ങനെയതു കഴിഞ്ഞു? ആർക്കായാലും അതെങ്ങനെ കഴിയും? അഥവാ, ആർക്കാണത് കഴിയുക? ഏറ്റവും അടുത്തകാലത്ത് ഇങ്ങനെ ചില ചോദ്യങ്ങൾ ചോദിച്ച രണ്ടു പേർ മസ്തിഷ്ക ശാസ്ത്രവിദഗ്ദ്ധരായിരുന്നു.

മാർക് ഹോസർ.

അന്റോണിയോ ഡമാസിയോ.

നൈതിക പ്രശ്ന തീരുമാനങ്ങളിൽ നമുക്കുള്ള പാടവത്തെയും പക്ഷപാതങ്ങളെയും മസ്തിഷ്കത്തിന്റെ പ്രവർത്തന ശൈലിയുമായി ബന്ധപ്പെടുത്തി ചിന്തിക്കുന്നവരാണിവർ. ചില നിർണ്ണായക സന്ദർഭങ്ങളിൽ, വസ്തുനിഷ്ഠമെന്നു തോന്നിക്കുന്ന തീരുമാനങ്ങൾക്ക് പിന്നിൽ വികാരങ്ങൾക്കുള്ള പങ്കെന്തെന്ന് മനസ്സിലാക്കാൻ അവർ പ്രത്യേകിച്ചും ശ്രമിച്ചു. മസ്തിഷ്കത്തിന്റെ മുൻവശത്ത് കണ്ണുകളുടെ വിതാനത്തിന് കീഴിലുള്ളൊരു പ്രത്യേകഭാഗം (വെൻട്രോമീഡിയൽ പ്രീഫ്രോൻറൽ കോർടെക്സ്) ഇക്കാര്യത്തിൽ ഏത് പരിധിയോളം നിയാമകമാണെന്ന് അവർക്ക് തിരിച്ചറിയാൻ കഴിഞ്ഞുവെന്നു പറയാം. നമ്മിൽ സാമൂഹിക വികാരങ്ങൾ ജനിപ്പിക്കാൻ ഈ പ്രത്യേക ഭാഗത്തിനുള്ള കഴിവ് ശാസ്ത്രത്തിന് നേരത്തേ പരിചിതമാണ്. അവിടെ ഏതെങ്കിലും കാരണത്താൽ ക്ഷതമേറ്റവർ സഹാനുഭൂതി, കുറ്റബോധം തുടങ്ങിയ വികാരങ്ങളുടെ കാര്യത്തിൽ വളരെ പിന്നോക്കാവസ്ഥയിലാണെന്നതിന് നിസ്തർക്കമായ തെളിവുകളുണ്ട്.

അവരുടെ നൈതികതയോ? ഹോസറും ഡമാസിയോയും ആ വഴിക്കാണ് ചിന്തിച്ചത്. അവരുടെ സുഘടിത പരീക്ഷണങ്ങളിൽ രണ്ടുതരം ആളുകൾ പങ്കെടുത്തു. മുകളിൽപ്പറഞ്ഞ മസ്തിഷ്ക ഭാഗത്ത് പ്രശ്നമുള്ളവരും(ബാധിതർ) അല്ലാത്തവരും(അബാധിതർ). ചെറുതും വലുതുമായ അമ്പത് സാങ്കൽപ്പിക സാഹചര്യങ്ങളോട് അവർ പ്രതികരിച്ചു. വൈകാരിക പ്രതികരണങ്ങളുടെ കാര്യത്തിൽ ബാധിതരും അബാധിതരും വ്യത്യസ്തരായിരുന്നില്ല. പക്ഷേ, ഒരാളെ മരണത്തിന് വിട്ടുകൊടുത്ത് പല പേരെ രക്ഷിക്കാനാവുന്ന സാഹചര്യങ്ങളിൽ അബാധിതർ ഒരു നൈതിക ധർമ്മസങ്കടത്തിൽ അകപ്പെട്ടുനിൽക്കെ, ബാധിതർ ഒരു ക്ലേശവുമില്ലാതെ വളരെ പ്രായോഗിക ബുദ്ധിയോടെ ആ സാദ്ധ്യത സ്വീകരിച്ചു.

ശത്രുക്കളെ പേടിച്ച് ഒളിവിൽ കഴിയുന്നൊരു ചെറിയ സമൂഹത്തിന്റെ ഉദാഹരണമെടുക്കുക.

അവരുടെ കൂട്ടത്തിൽ ഒരു കുഞ്ഞുണ്ട്. എപ്പോൾ വേണമെങ്കിലും കുഞ്ഞ് കരയാം. ആ കരച്ചിൽ അവരെ ഒറ്റിക്കൊടുക്കും. എല്ലാവരും മരിക്കും. എങ്കിൽ ആ കുഞ്ഞിനെ കൊല്ലാമോ?

ബാധിതർ 'തീർച്ചയായും.'

അബാധിതർ "ദൈവമേ!"

സോഫിയിലേക്ക് മടങ്ങുക.

തുടക്കത്തിലെ അന്ധാളിപ്പും അടിച്ചേൽപ്പിക്കപ്പെട്ട അനിവാര്യതയും മാറ്റിനിറുത്തിയാൽ സോഫിയുടെ തെരഞ്ഞെടുപ്പ് മസ്തിഷ്ക ബാധിതരുടെ തെരഞ്ഞെടുപ്പായിരുന്നു. ഹോസറുടെയും ഡമാസിയോയുടേയും പാഠത്തിൽ നിന്ന് ആത്യന്തിക ഉപസംഹാരങ്ങൾ മെനഞ്ഞെടുക്കുന്നത് അപകടകരമാവും. വൈകാരികതയും നൈതികതയും തീർക്കുന്ന വൈരുദ്ധ്യാത്മകത, അതും മസ്തിഷ്കത്തിലെ കേടുപാടുകളുമായുള്ള ബന്ധം, ഇത്രയും ചേരുമ്പോൾ തന്നെ ഇതിവൃത്തം സംഭ്രാമകമായി കൊഴുക്കുന്നു.

മരണത്തിലേക്ക് നടന്നുപോകുന്നൊരു ഏഴുവയസ്സുകാരി എന്തെല്ലാമോ വ്യാഖ്യാനിക്കുന്നു. ദുർവ്യാഖ്യാനിക്കുന്നു.

ആണിന്റെ ദ്വേഷം വായിക്കുന്നത്

രാഷ്ട്രീയത്തിന്റെ (സ്റ്റേറ്റിന്റെ) അടിസ്ഥാനം ക്രോധമാണെന്ന് പ്ലേറ്റോ പറഞ്ഞത് വ്യാഖ്യാനിക്കൽ തൽക്കാലം എന്റെ കഴിവിനപ്പുറത്താണ്. കുറെക്കൂടി പ്രാഥമികമായൊരു വിനിമയതലത്തിൽ നിന്നാണ് ക്രോധം ഒരു പ്രാഥമിക വികാരമെന്ന് ഫ്രോയിഡ് പറഞ്ഞത്. ഒരു പക്ഷേ, ഏറ്റവും പ്രാഥമികമായ വികാരം? വെറും ആറാഴ്ച പ്രായമുള്ളൊരു കുഞ്ഞിൽ അതിന്റെ ആവിഷ്കാരം കണ്ടെത്തിയ ഡാർവിന്റെ കുറിപ്പിനു ശേഷം ആ വികാരത്തിന് അന്യരുടെ ശ്രദ്ധ പിടിച്ചുപറ്റുന്നതിലുള്ള കഴിവ് ആരും സംശയിക്കില്ല.

ഒരു നൂറു വനിതാപ്രസിദ്ധീകരണങ്ങളിലൂടെ സമൂഹ മനസ്സിൽ ദൃഢമായൊരു പുരുഷബിംബമുണ്ട്. ഒരു സ്റ്റീരിയോ റ്റൈപ്പ്, തന്റെ ജൈവസാഹചര്യങ്ങളിലെ വൈകാരിക ഘടകങ്ങളെ സംബന്ധിച്ച് തീർത്തും അജ്ഞാതനാണയാൾ. അവാസ്തവികമെന്ന് ഉറപ്പിക്കാനാവില്ല. ഇക്കാര്യത്തിൽ സ്ത്രീക്കുള്ള അധിക സംവേദനക്ഷമത ഭോഷ്കുമാവില്ല.

പക്ഷേ, ദ്വേഷം മറ്റൊന്ന്.

ദ്വേഷം, അറപ്പ്, ഭയം, സന്തോഷം, സങ്കടം എന്നീ സുപരിചിത വികാരങ്ങൾ പ്രകടിപ്പിക്കുന്ന കുറെ വ്യക്തികളുടെ കുറെ പടങ്ങൾ സങ്കൽപ്പിക്കുക. ഇവയോടുള്ള മനുഷ്യ പ്രതികരണങ്ങളെക്കുറിച്ചുള്ള ഗവേഷണങ്ങൾ തെളിയിച്ച ചില കാര്യങ്ങളുണ്ട്. ഒന്ന്, അന്യമുഖങ്ങളിലെ ദ്വേഷഭാവം പെണ്ണിനെക്കാൾ എത്രയോ വേഗത്തിൽ ആണ് തിരിച്ചറിയുന്നു. രണ്ട്, പെണ്ണുങ്ങൾ പോലും മറ്റു വികാരങ്ങളെ അപേക്ഷിച്ച് പെട്ടെന്ന് തിരിച്ചറിയുന്നത് ദ്വേഷമാണ്. മൂന്ന്, പെൺമുഖത്തിലെ ദ്വേഷത്തേക്കാൾ ആൺമുഖത്തിലെ ദ്വേഷമാണ് ആണും പെണ്ണും ഒരേപോലെ കൂടുതൽ വേഗത്തിൽ തിരിച്ചറിയുന്നത്. നാല്, കാണാനുള്ള പടങ്ങളുടെ എണ്ണം വർദ്ധിപ്പിച്ചാലും മുകളിൽ പറഞ്ഞ തിരിച്ചറിവുകൾക്കു വേണ്ട സമയത്തിൽ വലിയ വ്യത്യാസമില്ല.

ഇതിലെ അതിജീവന മന്ത്രമെന്ത്?

ആക്രമണവാസന കൂടുതലുള്ളത് ആണിനാണ്. മരണത്തിലേക്ക് നയിക്കുന്ന ആക്രമണവാസനയുടെ ഇരകൾ കൂടുതലും ആണുങ്ങളാണ്. പുറമെ ഭൂരിപക്ഷം ഹത്യകളിലും കൊല്ലുന്നവനും കൊല്ലപ്പെടുന്നവനും ആണാണ്. കവലയിലെ കൂട്ടത്തല്ലുകൾ തൊട്ട് ലോക മഹായുദ്ധങ്ങൾ വരെ തെളിവുകൾ. പിന്നെ ഒരു ജന്തുസ്വഭാവ നിരീക്ഷകന്, സാമൂഹിക ജീവിതം നയിക്കുന്ന ഏത് ജീവിവർഗ്ഗത്തിലും അനിവാര്യമായും കാണുന്നൊരു പ്രതിഭാസമുണ്ട്. പ്രഥമ തൽപ്പുരുഷൻ, ഏക വചനം (Alpha males). ഈ ജന്തുവിന്റെ മുഖത്തെ ചെറിയ ചെറിയ മാറ്റങ്ങൾപോലും ഏത് നിമിഷത്തിലും സൂക്ഷ്മമായി പിടിച്ചെടുക്കാൻ കഴിഞ്ഞാൽ കൂട്ടത്തിലെ മറ്റ് ജന്തുക്കൾക്ക് വളരെ ഉചിതമായ നയതന്ത്രങ്ങളോ, ചിലപ്പോൾ പെട്ടെന്ന് ഓർക്കാപ്പുറത്തുള്ളൊരു ആക്രമണം പോലുമോ സാധിക്കാം.

പ്ലേറ്റോയിലേക്ക് മടങ്ങുക.

മറ്റൊരു പെണ്ണിന്റെ ദ്വേഷത്തെക്കാളേറെ ഒരാണിന്റെ ദ്വേഷമാണ് ആദ്യം പെൺദൃഷ്ടിയിൽ പെടുന്നതെങ്കിൽ, നിലവിലുള്ള വിധേയത്വ രാഷ്ട്രീയം സംബന്ധിച്ചൊരു ദൃഢസൂചനയാണത്. രാഷ്ട്രത്തിന്റെ അടിത്തറ ക്രോധമായത് എന്തുകൊണ്ടെന്നതിലേക്കുള്ള താക്കോൽ ഒരുപക്ഷേ, ഇവിടെയുണ്ട്.

ചില കണ്ണുകളുടെ പതിനാറു വർഷങ്ങൾ

ബാരി ഗോൾഡ്‌വാട്ടർ ഒരു തെരഞ്ഞെടുപ്പിൽ രാഷ്ട്രപതിസ്ഥാനത്തേക്ക് മൽസരിക്കുന്നു, അമേരിക്കയിൽ. എക്ഹാഡ് ഹെസ് ഒരു പരീക്ഷണത്തിന് വെളിച്ചത്തെ നേരിടുന്ന കണ്ണുകളുടെ പ്രവർത്തനം രണ്ടാം വിചാരത്തിനെടുക്കുന്നു. അതും അമേരിക്കയിൽ. രണ്ടും നടക്കുന്നത് ഒരേ വർഷത്തിൽ (1964ൽ). സ്ഥലകാലങ്ങൾ ഒന്നെന്നുവെച്ച് ഈ രണ്ടു സംഭവങ്ങൾ ഏതെങ്കിലും ആശയബന്ധ തലത്തിൽ ഒന്നിക്കുമായിരുന്നോ? ഒന്നിക്കണമെന്നില്ലെന്നത് സാമാന്യബുദ്ധി. എന്നിട്ടും ഒന്നിച്ചുവെന്നത് ചരിത്ര വസ്തുത.

തെരഞ്ഞെടുപ്പിൽ എന്തുണ്ടായി?

ഗോൾഡ്‌വാട്ടർ തോറ്റു.

പരീക്ഷണത്തിൽ എന്തുണ്ടായി?

പല പല കണ്ണുകളിൽ വീഴുന്ന വെളിച്ചവും നിഴലുകളും മാത്രമല്ല ഹെസ് കണ്ടത്. കാമറയിലേക്ക് വെളിച്ചം കടത്തിവിടുന്ന അപർചർ എന്ന ദ്വാരത്തിന്റെ സങ്കോച വികാസങ്ങൾക്ക് തുല്യമാണ് കണ്ണിലേക്ക് വെളിച്ചം കടത്തിവിടുന്ന പ്യൂപ്ൾ എന്ന ദ്വാരത്തിന്റെ സങ്കോച വികാസങ്ങൾ. ചുരുങ്ങിയ വെളിച്ചത്തിൽ രണ്ടു ദ്വാരങ്ങളും വിടരുന്നു, വിടരണം, അല്ലാത്തപ്പോൾ മറിച്ചും, ഇത് ഒന്നാം പാഠം. അടുത്ത പാഠത്തിലാണ് ഹെസിന്റെ ഉൾക്കാഴ്ച. ഒരു വശത്ത് ഗോൾഡ്‌വാട്ടറുടെ രാഷ്ട്രീയ ഭാവിയെക്കുറിച്ചുള്ള പ്രവചനമായി. മറുവശത്ത്, "അവളുടെ കണ്ണുകളിൽ എന്തോ" ഉണ്ടെന്നു പറയുന്ന കാമ്പസ് കാമുകന്റെ മാമൂൽ ജൽപ്പനത്തിനു പിന്നിലൊരു ശാസ്ത്രീയ സത്യമുണ്ടെന്നതിനു തെളിവായി.

കാഴ്ചയുടെ അർത്ഥം മാറുന്നു.

കണ്ണിന്റെ ധർമ്മം മാറുന്നു.

ഹെസിന്റെ കണ്ടുപിടിത്തമല്ല കൺഭാഷ. ജൈവ വിനിമയത്തിന്റെ

ഒരു ഭാഗമായി നമ്മെ തുണച്ചും നിയന്ത്രിച്ചും പരിണാമത്തിൽ ഉടനീളം അതൊരു സാന്നിധ്യത്തിന്റെ തുടർച്ചയായിരുന്നു. തിരിച്ചറിയാതെ കണ്ടും അബോധപൂർവ്വമായി സ്വീകരിച്ചും ഒരു നീണ്ട അതിജീവന പഥത്തിലൂടത്രയും നാം സംരക്ഷിച്ചും ആചരിച്ചും പോന്ന ദൃശ്യ സംജ്ഞകൾ. പിന്നെ എവിടെയോ വെച്ച് മനുഷ്യരുടെ ബോധപൂർവ്വമായ പെരുമാറ്റത്തിലും ചര്യകളിലും ഈ സംജ്ഞകതൾ പ്രവേശിക്കുന്നു. ചൈനയിലെ കല്ലു വ്യാപാരികൾ വിലപേശലിനിടയിൽ നിങ്ങളുടെ കണ്ണുകൾ ശ്രദ്ധിക്കുമ്പോൾ, തുർക്കിയിൽ പരവതാനി വിൽക്കുന്നവരും മറ്റു ചിലേടങ്ങളിൽ ചീട്ടുകളിയിൽ ഏർപ്പെട്ടവരും അവരുടെ ആത്മഗതങ്ങൾ കണ്ണിലൂടെ വെളിപ്പെടാതിരിക്കാൻ കറുത്ത കണ്ണടകൾ ധരിക്കുന്നു.

ആധുനിക കമ്പോള നിഘണ്ടുവിലുള്ള ഒരു വാക്കിലൂടെ നാം ഹെസിന്റെ കണ്ടെത്തലിൽ തിരിച്ചെത്തുന്നു.

പ്യൂപ്ളോമെട്രിക്സ്.

ഹെസിന്റെ വാക്കാണത്. ചുറ്റുമുള്ള വെളിച്ചത്തിന്റെ പ്രകൃതം മാത്രമല്ല കൃഷ്ണമണിയുടെ സങ്കോച വികാസങ്ങളെ നിയന്ത്രിക്കുന്നത്. കൺവെട്ടത്തുള്ള ഓരോ കാര്യങ്ങളിൽ നമുക്കുള്ള ഇഷ്ടം/ അനിഷ്ടം, ആകർഷണം/ അനാകർഷണം, ആസക്തി/ അനാസക്തി എന്നിവയും സങ്കോച വികാസങ്ങൾക്ക് കാരണമാവാം. കണ്ണിനകത്തെ ഏറ്റവും സൂക്ഷ്മമായ ചലനങ്ങൾ പോലും പിടിച്ചെടുക്കാൻ സമർത്ഥമായ ഉപകരണങ്ങളിലൂടെ ഹെസ് അതു തെളിയിച്ചു. അതിനെ കുറിക്കാൻ ഒരു വാക്കുണ്ടാക്കി. അതേ വാക്ക് കമ്പോള ഗവേഷകർ ഉപയോഗിക്കുന്നത് ഉൽപ്പന്നങ്ങളെ നേരിടുന്ന ഉപഭോക്താവിന്റെ കൃഷ്ണമണിയെക്കുറിച്ചുള്ള നിരീക്ഷണങ്ങൾ സൂചിപ്പിക്കാനാണ്.

ഓരോ മുഖവും വൈരുദ്ധ്യാത്മകം.

കണ്ണുകൾ വാക്കുകളോടിടയുന്നു.

വാക്കുകൾ നുണയായാലും ഉള്ളിലിരിപ്പ് മൗനത്തിൽ മറഞ്ഞാലും, കണ്ണുകളിൽ സത്യത്തിന്റെ ഭാഷ തുറക്കുമെന്ന് ഹെസിന് ആദ്യം സൂചന നൽകിയത് ബാരി ഗോൾഡ്‌ വാട്ടർ സൃഷ്ടിക്കുന്ന പ്രതികരണങ്ങൾ പഠിക്കുമ്പോഴായിരുന്നു. യാഥാസ്ഥിതിക രാഷ്ട്രീയത്തിന്റെ മുന്നോട്ടക്കാരനായ ആ മനുഷ്യന്റെ പേരു പറയുന്നതുപോലും നാണക്കേടാണെന്ന് കരുതുന്നൊരു സമൂഹവിഭാഗത്തിന്റെ കണ്ണിലേക്കാണ് ഹെസ് നോക്കിയത്. എന്നിട്ടും അവരിൽ മൂന്നിലൊന്നു ഭാഗത്തിന്റെ കണ്ണുകളിൽ ഗോൾഡ്‌വാട്ടറുടെ ചിത്രങ്ങളിലുള്ള കൗതുകം കൃഷ്ണമണിയായി വിടരുന്നത് ഹെസ് കണ്ടു. ഹെസിനെ അത് അന്ധാളിപ്പിച്ചിരിക്കണം.

ഗോൾഡ്‌വാട്ടർ തോറ്റു. പക്ഷേ....

ഹെസിന്റെ ഉപകരണങ്ങളുടെ വായന ശരിവെച്ചുകൊണ്ട് ഗോൾഡ്‌വാട്ടർ 38.4 ശതമാനം വോട്ടുകൾ നേടി. അതേ ഉപകരണങ്ങൾ ചിലരുടെ കണ്ണുകളിൽ പിടിച്ചെടുത്ത തിളക്കം കാലത്തിലൂടെ മുന്നോട്ട് പ്രക്ഷേപിച്ചാലെന്നതു പോലെ, തന്റെ പരാജയത്തിനു ശേഷമുള്ള വർഷങ്ങളിൽ ഗോൾഡ്‌വാട്ടറിന്റെ പ്രവർത്തനങ്ങളുടെ ഫലമായി റിപ്പബ്ലിക്കൻ പാർട്ടിക്കു ലഭിച്ച പുതിയ നിർവ്വചനവും കരുത്തുമാണ് 1980ലെ തെരഞ്ഞെടുപ്പിൽ റോനാൾഡ് റീഗന്റെ വിജയത്തിനും പിൽക്കാല സ്വാധീനശക്തിക്കും കാരണമായത്. റീഗൻ ജയിച്ചപ്പോൾ പ്രശസ്ത പത്രപ്രവർത്തകനായ ജോർജ് വിൽ പറഞ്ഞു. "പതിനാറു വർഷം വേണ്ടിവന്നു 1964-ലെ തെരഞ്ഞെടുപ്പിലെ വോട്ടുകൾ എണ്ണിത്തീർക്കാൻ, കൂട്ടരേ ഗോൾഡ്‌വാട്ടർ ജയിച്ചു."

ഹെസിന്റെ ഉപകരണങ്ങൾ ചൂണ്ടിയൊരു ഭാവിയിൽ നിന്നെന്നതുപോലെ വന്നതു കൊണ്ടാണ് ജോർജ് വില്ലിന്റെ വാക്കുകൾ കൗതുകം ജനിപ്പിക്കുന്നത്.

ഒന്നാം സമ്മാനം സ്വർണ്ണപ്പതക്കമായത്

സ്വർണ്ണത്തിന്റെ അർത്ഥശാസ്ത്രം ഒരു മാനസികാവസ്ഥയല്ലേ? സ്വർണ്ണത്തെക്കുറിച്ചെഴുതുമ്പോൾ സാക്ഷാൽ കാൾ മാർക്സ് പോലും ആല്യക്കാസിനെ പകൽസ്വപ്നമാക്കിയൊരു മലയാളിപ്പെൺകുട്ടിയുടെ മാനസികാവസ്ഥയിലായിരുന്നു. മാർക്സിന്റെ 150-ാം വാർഷികത്തിന് അദ്ദേഹത്തിന്റെ ശിരസ്സുള്ളൊരു നാണ്യം കിഴക്കൻ ജർമ്മനി പുറത്തിറക്കിയിരുന്നു. അതിനിപ്പോൾ ഒരു സ്വർണ്ണപ്പകർപ്പുള്ളത് ഒരു ഉയിർത്തെഴുന്നേൽപ്പിൽ മാർക്സിനെ ആകർഷിക്കുമായിരുന്നോ!

സ്വർണ്ണത്തെക്കുറിച്ച് നമുക്കുള്ള സങ്കൽപ്പം പഴയ ക്യൂബയിലെ തദ്ദേശികളായിരുന്ന തെയ്നോകളുടേതായിരുന്നെങ്കിലോ?!

തെയ്നോകൾക്ക് ധാരാളം സ്വർണ്ണനിക്ഷേപങ്ങൾ അന്നത്തെ ഭൂദൃശ്യങ്ങളിലുണ്ടായിരുന്നു. സുലഭതയിൽ, സാധാരണയിൽ സ്വർണ്ണം തിളങ്ങിയില്ല. അന്ന്, 15-ാം നൂറ്റാണ്ടിൽ, അവർക്ക് വിലപ്പെട്ട ലോഹം സ്വർണ്ണത്തിന്റെയും ചെമ്പിന്റെയും മിശ്രമായ ഗ്വാനിൻ ആയിരുന്നു. ഗ്വാനിന് വ്യത്യസ്തമായൊരു ഗന്ധവും തികച്ചും അലൗകികമെന്ന് വിശേഷിപ്പിക്കാവുന്നൊരു തിളക്കവും ഉണ്ടെന്ന് അവർക്ക് തോന്നി.

കൊളംബസിന്റെ വരവിനു മുൻപുള്ള കഥയാണിത്. അന്ന് ക്യൂബയിൽ പിച്ചള ഇല്ലായിരുന്നു.

പിച്ചളയിൽ തീർത്ത വിശിഷ്ടാഭരണങ്ങൾ തെയ്നോകളുടെ ശ്മശാന ഭൂമികളിൽ ധാരാളമായി പുതഞ്ഞുകിടക്കുന്നത് ഒരിക്കൽ ഒരു സംഘം പുരാവസ്തു ഗവേഷകരെ വല്ലാതെ ആശ്ചര്യപ്പെടുത്തുകയുണ്ടായി. പിച്ചളക്ക് ഗ്വാനിനുമായി സാദൃശ്യമുണ്ടായിരുന്നു. പക്ഷേ, ഇത്രയും പിച്ചള എവിടന്നു വന്നു! ജർമ്മനിയിലെ പിച്ചളയാണതെന്ന് കെമികപരിശോധനയിൽ തെളിഞ്ഞു. പക്ഷേ, അന്ന് ജർമ്മനിയിൽനിന്ന് ക്യൂബയിലേക്ക് വരക്കാവുന്ന വാണിജ്യരേഖകൾ ഉണ്ടായിരുന്നില്ല. കൊളംബസിന്റെ സംഘത്തിലുള്ളവർ

സ്പെയിൻകാരായിരുന്നു. അപ്പോൾ ജർമ്മനിയിൽ നിന്ന് സ്പെയിൻ വഴിയാണ് പിച്ചള ക്യൂബയിൽ എത്തിയതെന്ന് പറയാം.

പിച്ചള സ്വർണ്ണത്തെ കൊന്നു.

പ്രാദേശികമായി സാധാരണമായ സ്വർണ്ണം നിർല്ലോഭമായി പകരം കൊടുത്ത് ക്യൂബ പിച്ചള ശേഖരിച്ചു. ക്യൂബയുടെ സ്വർണ്ണ നിക്ഷേപങ്ങൾ വൻതോതിൽ വിദേശങ്ങളിലേക്ക് ചോർന്നു പോകാൻ തുടങ്ങി. യൂറോപ്പുകാരുടെ സ്വർണ്ണബദ്ധമായ കറൻസി വ്യവസ്ഥ പിൽക്കാലത്ത് ആഗോളമായി. കാൾമാർക്സ് ഒരു മലയാളി പ്പെൺകുട്ടിയെപ്പോലെ സ്വർണ്ണപ്പതക്കമായതിന് കാരണമായ മാന സികാവസ്ഥയുടെ ചരിത്രം ഇവിടെയുണ്ടെന്ന് ഞാൻ പറയുന്നില്ല. പക്ഷേ, മറ്റൊന്നോർക്കാം.

പഴയ ചില ക്രയവിക്രയങ്ങൾ മാറിപ്പോയിരുന്നെങ്കിൽ 2004-ലെ ഒളിമ്പിക്സിൽ ബേസ്ബോളിൽ ഒന്നാം സ്ഥാനത്തെത്തിയ ക്യൂബക്ക് കിട്ടിയത് പിച്ചള പതക്കമാകുമായിരുന്നു.

ചാരൻ 007,
ഒരു ശൈലീവിചാരം

ജേംസ് ബോണ്ട് എന്ന ചാരന് പ്രിയപ്പെട്ട മദ്യം മാർടിനിയാണെന്നത് എല്ലാവരെയും ആകർഷിക്കേണ്ടതില്ല. മൂന്നു മാർടിനിയുടെ ദൈർഘ്യമുള്ള ഉച്ചഭക്ഷണം (ത്രീ-മാർടിനി ലഞ്ച്) അൽപ്പം കടന്ന കൈയാണെന്ന് അമേരിക്കക്കാർ പോലും തിരിച്ചറിയുകയാൽ പ്രത്യേകിച്ചും. പക്ഷേ, മാർടിനി എങ്ങനെ കൈകാര്യം ചെയ്യണമെന്നതിൽ ബോണ്ടിനുള്ള നിഷ്കർഷ ഒരു ശാസ്ത്രീയ കൗതുകമാകാം. ബോണ്ട് ചാരന്മാരിൽ അഗ്രഗണ്യൻ മാത്രമല്ല, വൈദ്യശാസ്ത്രത്തിൽ അവഗാഹമുള്ള ഒരാൾകൂടിയാണെന്ന് പറഞ്ഞത് അസാമാന്യനായൊരു ശാസ്ത്ര ലേഖകനാകയാൽ പ്രത്യേകിച്ചും.

ബോണ്ടിന്റെ വാക്യം പ്രശസ്തമാണ്.

"ഷേക്കൻ, നോട്ട് സ്റ്റിർഡ്"

മാർടിനി കുലുക്കാം, ഇളക്കരുത്.

മാർടിനി ഇളക്കലും കുലുക്കലും ഒന്നല്ലാതാവുന്നതിൽ ഒരു ശൈലീകലാപമുണ്ട്. ജേംസ് ബോണ്ട് ഏർപ്പെടുന്ന ഉഗ്രമായ പോരാട്ടങ്ങളെ ഓർമ്മിപ്പിച്ചുകൊണ്ട് നമ്മുടെ ശരീരത്തിനകത്ത് തുടരുന്ന തന്മാത്രാ സംഘട്ടനങ്ങളിലൊന്നിലെ ഇരുകക്ഷികൾ ഓക്സിഡന്റുകളും ആന്റി-ഓക്സിഡന്റുകളുമാണ്. ഇരുമ്പിനെ തുരുമ്പാക്കുകയും ആപ്പിൾക്കഷ്ണങ്ങളുടെ വെളുപ്പിൽ വാൻഗോയുടെ മഞ്ഞ പുരട്ടാൻ ശ്രമിക്കുകയും ചെയ്യുന്ന ഓക്സിഡന്റുകൾക്ക് നമ്മുടെ ശരീരത്തിൽ മാരകമായ ചില തക്കിടികൾ സാദ്ധ്യമാണ്. അവക്കെതിരെ പിടിച്ചുനിൽക്കാൻ നമ്മെ സഹായിക്കുന്ന ആന്റി-ഓക്സിഡന്റുകൾ. പക്ഷേ, എല്ലാ ആന്റി-ഓക്സിഡന്റുകളും ഒരേപോലെ സംരക്ഷകമെല്ലെന്ന് കൂട്ടിച്ചേർത്താൽ ഒരു നിർണ്ണായക ചോദ്യത്തിലേക്ക് കടക്കാം.

ഹേഴ്സ്റ്റ്, ട്രെവിതിക്, എന്നിവർക്കാണ് അത് തോന്നിയത്. ഇളക്കലും കുലുക്കലും ഒന്നല്ലെങ്കിൽ ബോണ്ടിന്റെ പാനീയത്തിൽ

അവ രണ്ടും വ്യത്യസ്തമായാണോ പ്രവർത്തിക്കുന്നത്?

അവരൊരു മാർടിനി തീർത്തു.

മാർടിനി ഒരു മിശ്രം, കോക്ടെയിൽ, ചേരുവകൾ ഔഷധികളുടെ ഗന്ധമുള്ള വെർമൂത്ത് എന്ന വീഞ്ഞും ജിന്നും. ചിലർ ജിന്നിന് പകരം വോഡ്ക ഉപയോഗിക്കുന്നു. കുടിക്കുന്നവരുടെ ഇഷ്ടമനുസരിച്ച് ചേരുവകളുടെ അനുപാതം മാറാം. ഹേഴ്സ്റ്റും ട്രെവിതിക്കും ഉപയോഗിച്ചത് വെർമൂത്തും ജിന്നുമായിരുന്നു. മിശ്രത്തെ അവർ രണ്ടായി പകുത്ത് ഒരു പാതി ഇളക്കി. മറ്റേപ്പാതി കുലുക്കി. മിശ്രിതമല്ലാത്ത വെർമൂത്തും ജിന്നും വേറെ ഉണ്ടായിരുന്നു. അങ്ങനെ നാലു വക.

അവയെങ്ങനെയാവും ഹൈഡ്രജൻ പെറോക്സൈഡ് പോലുള്ളൊരു ദ്രവ്യത്തിനുമേൽ പ്രവർത്തിക്കുക? അതിന്റെ ചുരുക്കെഴുത്ത് എച്ച് 2 ഓ 2. എന്നു വെച്ചാൽ വെള്ളത്തെ അപേക്ഷിച്ച് ഓക്സിജൻ ഒരളവധികം. ആകയാൽ ശക്തമായൊരു ഓക്സിഡന്റ്.

പരീക്ഷണഫലങ്ങൾ.

ജിന്നിന്റെ പ്രവർത്തനത്തിൽ 58.3 ശതമാനം ദ്രവ്യം അവശേഷിച്ചു. വെർമൂത്തിന്റെ പ്രവർത്തനത്തിൽ അവശേഷിച്ചത് വെറും 1.9 ശതമാനം മാത്രം. ഇവ രണ്ടും ചേർത്തുണ്ടാക്കിയ മാർടിനിക്ക് കൂടുതൽ ആന്റി-ഓക്സിഡന്റ് വീര്യം. ഇളക്കിയ മാർടിനിയുടെ പ്രവർത്തനത്തിൽ 0.157 ശതമാനം ദ്രവ്യം അവശേഷിച്ചു. കുലുക്കിയ മാർടിനിയുടെ പ്രവർത്തനത്തിൽ അവശേഷിച്ചതാകട്ടെ 0.072 ശതമാനം ദ്രവ്യം മാത്രം.

പരീക്ഷകരുടെ ഉപസംഹാരം.

അനുസരണയുള്ള ബാർടെൻഡർമാരാണ് 007ന്റെ ഗംഭീരമായ ആരോഗ്യത്തിന് കാരണം, ഭാഗികമായെങ്കിലും.

മാർടിനി കുലുക്കിക്കുടിക്കൽ വ്യക്തിപരമായൊരു അഭിരുചിയാണ്. രസതന്ത്രത്തിലെ അളവുകണക്കുകൾക്ക് സ്വീകാര്യമാവുന്നേടത്ത് അതൊരു മൂന്നു മാർടിനിയുടെ ദൈർഘ്യമുള്ള ഉച്ചഭക്ഷണത്തെ ന്യായീകരിക്കുന്ന ചർച്ചാവിഷയമാകുന്നില്ലേ?

ചിയേഴ്സ്? വരട്ടെ.

ജേംസ് ബോണ്ടിന്റെ ഇഷ്ടം ഒരു ശൈലീകലാപമാണെന്ന് ഞാൻ പറഞ്ഞു. അതൊരു അതിപ്രയോഗമല്ലെന്നാണ് ആൻഡിസെൻ റോസൽ സൂചിപ്പിക്കുന്നത്. അദ്ദേഹം പറയുന്നു. ബോണ്ട് ഒരു നിഷേധിയാണ്. മാർടിനിയുടെ കീഴ്വഴക്കത്തെ അയാൾ ധിക്കരിക്കുന്നു. ക്ലാസിക് മാർടിനി കുലുക്കൽ അനുവദിക്കുന്നില്ല, ഇളക്കലാണ് പതിവ്. 'ബക്കാർഡ്-മാർടിനി' എന്ന സ്ഥാപനത്തിന്റെ തലപ്പത്തുള്ള രസതന്ത്ര വിദഗ്ദ്ധനായ റോസലിന്റെ അഭിപ്രായത്തിൽ "കുലുക്കൽ ജിന്നിന് ക്ഷതമേൽപ്പിക്കുന്നു." പിന്നെ സത്യത്തിൽ, മാർടിനി

കുലുക്കിയാൽ കിട്ടുക ബ്രാഡ് ഫോഡ് എന്ന പേരുള്ളൊരു മദ്യമാവു മെന്നാണ് അയർലെന്റിലെ ഒരു ശാസ്ത്രജ്ഞന്റെ അഭിപ്രായം.

അത് ഒരു മഹാശ്ചര്യം

വെള്ളം കുലുക്കിയാണ് കാനായിലെ കല്യാണത്തിന് യേശു വീഞ്ഞുണ്ടാക്കിയതെന്ന് എങ്ങനെയെങ്കിലും വെളിപ്പെട്ടാലെന്നതു പോലെ!

യാമമോടോ നൃത്തം ചെയ്യുമ്പോൾ

ഉൽപ്പത്തി ആഫ്രിക്കയിലാണെങ്കിലും സാംബ എന്ന നൃത്തത്തിന്റെ നാട് ഇപ്പോൾ ബ്രസീലാണെന്ന് പറയാം. കാൽപ്പന്ത്, ഒരുപക്ഷേ, മറ്റേത് നാടിന്റേതുമെന്നതിനേക്കാൾ ഉപരി ബ്രസീലിന്റെ കളിയാണെന്നും പറയാം. പക്ഷേ, സാംബയെ കളിപ്പന്തുമായി ബന്ധിപ്പിച്ചത് ജപ്പാനിലെ ഒരു ശാസ്ത്രജ്ഞനാണ്.

ടോമോയൂകി യാമമോടോ.

ചലനങ്ങളുടെ കോക്ടെയ്ൽ.

യാമമോടോ സാംബ പഠിച്ചു. മറ്റു ചിലരെ പഠിപ്പിച്ചു. അദ്ദേഹത്തിന്റെ ശിഷ്യന്മാർ സാംബയിലേർപ്പെടുന്നത് ഷേയ്ക്കർ എന്ന താളോപകരണം കൈയിൽ പിടിച്ചാണ്. മുമ്പോട്ടും പിമ്പോട്ടും ചലിപ്പിച്ചുകൊണ്ടാണ് ഷേയ്ക്കർ കിലുക്കുക. അതിസൂക്ഷ്മമായി ചലനങ്ങൾ ആഗ്രഹിക്കാവുന്ന ചില ഉപകരണങ്ങൾ നർത്തകരുടെ അരക്കെട്ടിന്റെയും കണങ്കൈയിന്റെയും താളങ്ങൾ രേഖപ്പെടുത്തുന്നു.

ഊന്നലുകൾ കൃത്യമാണോ?

നർത്തകർ നാലു തരം. ഉടലിൽ ഒരിടത്തും ഊന്നൽ നൽകാതെ ആടുന്നവർ, ഒന്നുകിൽ അരക്കെട്ടിൽ അല്ലെങ്കിൽ കണങ്കൈയിൽ മാത്രം ഊന്നലോടെ ആടുന്നവർ, പിന്നെ രണ്ടിടത്തും ഒരേ പോലെ കൃത്യമായ ഊന്നലോടെ ആടുന്നവർ. ഏറ്റവും പ്രധാനം അരക്കെട്ടിന്റെ ചലനങ്ങളുടെ കൃത്യതയാണെന്ന് യാമമോടോ കണ്ടെത്തുന്നു. അത് ശരിയായാൽ ഷേയ്ക്കർ കുലുക്കുന്ന കൈയുകൾ കുറച്ചുകുറച്ചായി താനേ താളത്തിലാവുമെന്നത് ഒരാശ്ചര്യമാണ്. എവിടെ എങ്ങനെയാണ് ചലനങ്ങളുടെ ആകെത്തുകയിൽ അരക്കെട്ടിന്റെയും കണങ്കൈയിന്റെയും അവിശ്വസനീയമായ ഏകോപനം?

രഹസ്യം അരക്കെട്ടിലാണ്.

ഉടലിന്റെ ഭൂഗുരുത്വകേന്ദ്രത്തിന് തൊട്ടാണ് അരക്കെട്ട്, അവിടെ ക്രമീകരണം പൂർത്തിയായാൽ നിങ്ങളെ വീഴ്ത്താതെ കൈകാലുകൾ വളവുകളുടെയും വ്യാപ്തിയുടെയും സ്ഥലകാലങ്ങൾ ഭംഗിയായി

പിടിച്ചെടുക്കും. അരക്കെട്ടിന്റെ രഹസ്യം കാൽപ്പന്തിനും ബാധകം. നൃത്തം ചെയ്യുകയാണെന്ന് തോന്നിക്കുന്ന കാൽപ്പന്തുകളിക്കാരില്ലേ! സാംബയിൽ നിന്ന് സോക്കറിലേക്ക്! മൂന്നുമാസം സാംബ പരിശീലിച്ച അഞ്ചു കാൽപ്പന്തുകാരുടെ നിലവാരം വളരെ ഉയർന്നതായി. അഭ്യസിതമായ അരക്കെട്ടിന് താഴെ കാലുകളുടെ ഇടത്തോട്ടും വലത്തോട്ടുമുള്ള ഓങ്ങലുകൾ (ഒരു തരം 'സിഗ്സാഗിംഗ്'' ആട്ടം) ചടുലവും കണിശവുമായി, ചലനങ്ങളുടെ കോക്കെയ്ൽ അങ്ങനെ പൂർത്തിയാവുന്നു. സാംബയിലോ കാൽപ്പന്തിലോ ബ്രസീലിനെ വെല്ലാൻ തൽക്കാലം ജപ്പാന് കഴിയില്ല. പക്ഷേ, രണ്ടു വിദ്യകളുടെയും ഏകോപനം അവർക്കൊരു വലിയ ചുവടാകാം.

ഏകോപനം, ചുവടുകൾ.

നൃത്തത്തിന്റെ ചുവടുകളിൽ യാമമോടോയെ വല്ലാതെ ആകൃഷ്ടനാക്കിയത് സാംബയുടെ ചുവടുകളല്ല, കാൽപ്പന്തിന്റെ നൃത്തവുമല്ല, മറിച്ച്, റോബോട്ടുകളാണ്. റോബോട്ടിക്സിന്റെ ഒരു ആശാനാണ് യാമമോടോ. റോബോട്ടുകളിൽനിന്ന് നേടിയ പ്രചോദനവുമായി അദ്ദേഹം സാംബയിലേക്കും കാൽപ്പന്തിലേക്കും തിരിഞ്ഞു. അവയുടെ ഏകോപനരഹസ്യവുമായാവും ഇനി യാമമോടൊ തന്റെ പ്രിയപ്പെട്ട റോബോട്ടുകളെ ചലിക്കാൻ പഠിപ്പിക്കുക.

ഐസ്ക്രീമും ചില ഭൗതികാവശിഷ്ടങ്ങളും

ചില ശവശരീരങ്ങൾക്കരികിലിരുന്ന് ഐസ്ക്രീം തിന്നുന്ന പ്രതീതിയാണ് ഈ കുറിപ്പിന്റെ പിൻബലം. ഐസ്ക്രീമിന് വനിലയുടെ ഫ്ളേവർ. മൂന്നു കുത്തുകൾക്കിടയിലെ വരകൾ മാറിമാറി തെളിയുകയും മായുകയും ചെയ്കയാൽ എന്റെ മുന്നിൽ ഉണ്ടാവുകയും ഇല്ലാതാവുകയും ചെയ്തു കൊണ്ടിരിക്കുന്നൊരു ത്രികോണം. ചരിത്രം തിരുത്തുന്ന കുത്തുകൾ.

ജോൻ ഓവ് ആർക്.

ഈജിപ്തിലെ മമ്മികൾ.

വനിലയുടെ ഉളവാകൽ.

വനിലയുടെ മുഖ്യ ഉള്ളടക്കമായ ദ്രവ്യം വനിലിൻ. വിത്ത് മുളക്കുമ്പോഴെന്നല്ല കായകൾ പാകമാകുമ്പോൾപോലും അതിന്റെ സാന്നിധ്യം ഒരിടത്തുമില്ല. കായ പറിച്ച് നിങ്ങൾ വേർപെടുത്തുന്ന മണികൾക്ക് തിളച്ച വെള്ളത്തിൽ ഇരുപത് സെക്കന്റ് നേരത്തേക്ക് ഒരു ചൂടുകുളി. പിന്നെ സൂര്യസ്നാനം. ചൂടായാൽ മണികൾ ഒരു കമ്പിളിയിലേക്ക് കടക്കുന്നു. അതിനകത്തു കിടന്നു വിയർക്കുന്നു.

അങ്ങനെ മാസങ്ങളോളം പകലിന്റെ വെയിൽകായലും രാത്രിയിൽ കമ്പിളിക്കകത്ത് വിയർക്കലുമാവുമ്പോൾ അവയിൽ നരയലുണ്ടാവുന്നു. മണികൾ നാലിലൊന്നായി ചുരുങ്ങുന്നു. ഇരുണ്ട തവിട്ടുനിറമാകുന്നു. അപ്പോൾ അവക്കുമേൽ പൊടിപടലങ്ങൾ പുരണ്ടതുപോലെ നേർത്ത് വെളുത്തൊരു ആവരണമുണ്ടാകാൻ തുടങ്ങുന്നു. അതാണ് വനിലിൻ.

രണ്ടു കുത്തുകൾ ബന്ധപ്പെടുന്നു.

പഴയ ഈജിപ്തുകാർ ആചാരവിധികളോടെ തീർത്ത മമ്മികളിൽ വനിലിന്റെ സാന്നിധ്യമുണ്ട്. ആ സംരക്ഷിത മൃതദേഹങ്ങൾ പരിശോധിച്ചാൽ പരേതരുടെ മരണകാരണമടക്കമുള്ള ശരീരശാസ്ത്ര

പ്രത്യേകതകൾ കണ്ടെത്താനുള്ള സംവിധാനം ഇന്നുള്ളതുകൊണ്ട് നമുക്കത് തിരിച്ചറിയാം. പക്ഷേ, വനിലിനിൽ നിന്ന് ഓർലീൻസിലെ കന്യകയിലേക്ക് ഒരു വരവരക്കുക സാദ്ധ്യമല്ല. എങ്കിൽ, ആ പത്തൊമ്പതുകാരിയുടെ ഭൗതിക അവശിഷ്ടങ്ങളിൽനിന്ന് മമ്മികളിലേക്ക് ഒരു വര സാദ്ധ്യമാണോ?

ജോനിന്റെ അവശിഷ്ടങ്ങൾ.

ജോൻ ജീവനോടെ ചുട്ടുകരിക്കപ്പെട്ടുന്നത് 1431 ൽ. പിന്നെ ജോനിന്റെ അവശിഷ്ടങ്ങൾ. ചാരവും മറ്റും വെളിപ്പെടുന്നത് പാരീസിലെ ഒരു ഫാർമസിയുടെ നിലവറയിൽ കണ്ടെത്തപ്പെട്ടൊരു പാത്രത്തിൽ. ഇതിൽ വല്ലാത്തൊരു അസാദ്ധ്യതയുണ്ട്. ദഹനത്തിനുശേഷം ഇംഗ്ലീഷുകാർ സംഭവസ്ഥലത്തെ ഭൗതികബാക്കി മുഴുവൻ തുടച്ചെടുത്ത് സെയ്ൻ നദിയിൽ ഒഴുക്കിക്കളഞ്ഞതല്ലേ? ചാരത്തിൽ നിന്ന് ഒരു ആരാധനാ പ്രസ്ഥാനം നിലകെട്ടി പൊങ്ങാതിരിക്കാൻ! എന്നിട്ടും അവശിഷ്ടങ്ങൾ എങ്ങനെയുണ്ടായി? ചരിത്രത്തിൽ എപ്പോഴും എവിടെയും ഓരോരോ എല്ലുകളിലും പല്ലുകളിലും രോമങ്ങളുടെ മതനിക്ഷേപങ്ങൾക്ക് സാദ്ധ്യതയുണ്ടെന്ന് ഒരുത്തരം. പക്ഷേ, റോമൻ കാത്തലിക്ക് ചർച്ച് ഒരിക്കലും ഈ അവശിഷ്ടങ്ങളെ ജോനിന്റേതായി അംഗീകരിച്ചിട്ടില്ലെന്നാണ് സഭയുടെ ഒരു ഔദ്യോഗിക വക്താവ് പറഞ്ഞത്.

പിന്നെ ശാസ്ത്രത്തിനെന്തു വേണം ഇടപെടാൻ! പോയവർഷം തൊട്ട് മൂന്നു രാജ്യങ്ങളിൽ നിന്നായി ഇരുപതു ശാസ്ത്രജ്ഞൻമാർ സത്യം അന്വേഷിക്കയായിരുന്നു. അവശിഷ്ടങ്ങളെല്ലാം ക്രിസ്തുവിന് മുമ്പ് മൂന്നും ആറും നൂറ്റാണ്ടുകൾക്കിടയിലുള്ള കാലഘട്ടത്തിലേതാണെന്ന് അവരുടെ പരിശോധനയിൽ തെളിഞ്ഞു.

അവശിഷ്ടങ്ങളുടെ വിവരണം.

ഒരു പൂച്ചയുടെ തുടയെല്ല്. പെണ്ണിനെ ഉരുക്കുന്നേടത്ത് പൂച്ചക്കെന്തു കാര്യമെന്നു ചോദിക്കാം. പക്ഷേ, ദുർമന്ത്രവാദിനികളുടെ ചിതയിലേക്ക് പൂച്ചയെ എറിയൽ മദ്ധ്യയുഗങ്ങളിൽ ഒരസാധാരണത ആയിരുന്നില്ല. അതേ സമയത്ത് പഴയ ഈജിപ്തിലെ കർമ്മങ്ങൾ ആളുകളുടെയും ജന്തുക്കളുടെയും ബാക്കികളെ ഒരേ മറവിടങ്ങളിൽ എത്തിച്ചിരുന്നു. പിന്നെ 15 സെന്റിമീറ്റർ നീളമുള്ളൊരു ലിനൻ നാട. ഏതോ മമ്മി വരിഞ്ഞുകെട്ടാൻ ഉപയോഗിച്ചതെന്നു വ്യക്തം. പിന്നെ മമ്മീകരണത്തിനാവശ്യമായ ഒരുതരം മരപ്പശയുടെ അവശിഷ്ടങ്ങൾ. ആ പശ ചുരത്തുന്ന ഇനത്തിൽപ്പെട്ട മരങ്ങളാവട്ടെ അക്കാലത്തെങ്കിലും ജോനിന്റെ ദഹനം നടന്നേടത്തെ ഭൂപടത്തിൽ ഒരിടത്തുമുണ്ടായിരുന്നില്ല.

അത് ജോനായിരുന്നില്ല, കുട്ടരേ!

ഒടുവിൽ വനില, വനിലിൻ.

വനിലിന്റെ സാന്നിധ്യം മമ്മിയിലുണ്ടെന്ന് നാം കണ്ടു. മരണത്തെ ത്തുടർന്ന് ശരീരത്തിലുണ്ടാവുന്ന രാസമാറ്റങ്ങളുടെ ഒരുൽപ്പന്നമാണത്. ഒരു മനുഷ്യശരീരം കത്തിയടങ്ങിയാലുണ്ടാവുന്ന ശരീരത്തിൽ അതു ണ്ടാവില്ല. പക്ഷേ, ജോനിന്റേതെന്ന് പറയപ്പെടുന്ന അവശിഷ്ടങ്ങളിൽ വനിലിൻ ഉണ്ടായിരുന്നു. വിശിഷ്ടമായ രണ്ടു മൂക്കുകൾ (ഗന്ധകാര്യ വിദഗ്ദ്ധന്മാർ) മണം പിടിച്ചെടുത്തപ്പോഴാണ് ആദ്യമായത് വെളി പ്പെട്ടത്. മണക്കാൻ കിട്ടിയ വസ്തുക്കൾ എന്തെന്നും എന്തിനെന്നും അവർ രണ്ടുപേർക്കും അറിഞ്ഞുകൂടായിരുന്നു.

ചരിത്രത്തിന്റെ ഒരു കുസൃതിയെന്നു പറയാവുന്നൊരു പാർ ശ്വവസ്തുത കൂടി ഇവിടെ കുറിച്ചിടട്ടെ. പതിനഞ്ചാം നൂറ്റാണ്ടിൽ ജീവിച്ചിരുന്നൊരു പെൺകുട്ടി വനില ഐസ്ക്രീം തിന്നിരിക്കാൻ ഇടയില്ല. പക്ഷേ, ഐസ്ക്രീം കോരിയെടുക്കാനുള്ള ഉപകരണങ്ങൾ 'ജോൻ ഓവ് ആർക്' എന്ന പേരോടെ കമ്പോളത്തിലിറക്കുന്നൊരു സ്ഥാപനം ഇന്ന് നിലവിലുണ്ട്.

ശസ്ത്രക്രിയയിൽ കത്തിരി പിടിക്കേണ്ടതെങ്ങിനെ?

ഇന്ത്യക്ക് സ്വാതന്ത്ര്യം കിട്ടിയ വർഷത്തിൽ കോഡാക്ക് എന്ന സ്ഥാപനത്തിൽ ഒരു കൊച്ചു കാര്യം സംഭവിച്ചു. ചിലർ എടുത്തൊരു കൊച്ചു ചലച്ചിത്രം, ഒരു ഫിലിം ചുരുൾ, അവർക്ക് കിട്ടി. ഓടിച്ചുനോക്കിയാൽ കാണാവുന്നത് ഒരു കോണിയുടെയും വാതിലിന്റെയും ദൃശ്യങ്ങളായിരുന്നു. ഇതിലെന്താശ്ചര്യമെന്ന് തോന്നുകയാണെങ്കിൽ അറിയുക, ആ പടം ഒരു ശസ്ത്രക്രിയയെക്കുറിച്ചുള്ളതാണെന്നാണ് പടം പിടിച്ചവർ പറയുന്നത്.

ശസ്ത്രക്രിയയിലെന്തു കോണി?

അമേരിക്കയിൽ, ന്യൂ മെക്സികോ സംസ്ഥാനത്തിലെ റോസ് വെൽ എന്ന സ്ഥലത്തുള്ളൊരാൾ 1947-ൽ പ്രസക്ത അധികൃതരോട് പറഞ്ഞു. എന്റെ വയലുകളിൽ ചില അഭൗമിക അവശിഷ്ടങ്ങൾ ഞാൻ കണ്ടു. മറ്റേതോ ഗോളത്തിൽനിന്നുള്ള സന്ദർശകരെക്കുറിച്ചാണ് സൂചനയെന്ന് മനസ്സിലായല്ലോ? ദൃഢമായ തെളിവുകളുടെ അഭാവത്തിൽ മുഖ്യധാരാമാധ്യമങ്ങൾ അത് തഴഞ്ഞു കളഞ്ഞു.

റോസ് വെല്ലിൽ അന്യഗ്രഹജീവികളോ!

പിന്നെ 1995 ൽ റേ സാന്റല്ലി എന്നൊരാൾ ഫോക്സ് നെറ്റ് വർക്ക് വഴി ഒരു പടം പ്രക്ഷേപണം ചെയ്തു. ദൈർഘ്യം 17 മിനിറ്റ്. കറുപ്പില്ലും വെളുപ്പില്ലും മാത്രമായി 16 എം.എം. ഫിലിമിൽ പകർത്തിയത്. ഇത്തവണ മാധ്യമങ്ങൾ ശ്രദ്ധിച്ചു. കാരണം റോസ് വെൽ സന്ദർശിച്ചപ്പോൾ മരിച്ചുപോയൊരു അന്യഗ്രഹജീവിയെക്കുറിച്ചാണ് പടം. ആറ് വിരലുകളും നഗ്നമായ ഉടലുമായി ആ സത്വം ഒരു മേശപ്പുറത്തു കിടക്കുന്നു. വെളുത്ത കുപ്പായമിട്ട രണ്ടു ഭൗമികർ അതിന്മേൽ ഒരു ശവപരിശോധന നടത്തുന്നു. മൂന്നാമതൊരാൾ ഒരു കടലാസിൽ എന്തൊക്കെയോ കുത്തിക്കുറിക്കുന്നു. നാലാമത്തെയാൾ ഒരു ജനാലക്ക് പിന്നിൽ അതെല്ലാം നോക്കിക്കൊണ്ട് നിൽക്കുന്നു.

കാമറ നുണ പറയുമോ? പക്ഷേ, ഒരു പിശകില്ലേ?

ചില യഥാർത്ഥ വിദഗ്ദ്ധന്മാർ ശ്രദ്ധിച്ചു. പടത്തിൽ ശസ്ത്രക്രിയ ചെയ്യുന്നവർ കത്തിരിപ്പിടിയുടെ തുളകളിലൂടെ ചൂണ്ടുവിരൽ കടത്തി വെച്ചിരിക്കുന്നത്. അത് തയ്യൽക്കാരുടെയും പൊതുവെ എന്തെങ്കിലും വെട്ടിമുറിക്കുന്ന ഏത് സാധാരണക്കാരന്റെയും രീതിയാണ്. ശരിക്കും ശസ്ത്രക്രിയയിൽ ഏർപ്പെടുന്ന വിദഗ്ദ്ധന്മാർ ഈ വിരലുകളുടെ സ്ഥാനത്ത് ഉപയോഗിക്കുക പെരുവിരലും നടുവിരലുമാകും. അവരുടെ ചൂണ്ടുവിരൽ തിരികുറ്റിയുടെ ഭാഗത്താവും. ചലനങ്ങൾ ക്രമീകരിച്ചുകൊണ്ട്.

പടമെടുത്തത് 1947-ൽ തന്നെയാണെന്ന് സാക്ഷാൽ കോഡാക്ക് സാക്ഷ്യപ്പെടുത്തിയിട്ടുണ്ടെന്നാണ് നിർമ്മാതാക്കൾ അവകാശപ്പെട്ടത്. അത്രയുമല്ലാതെ മറ്റെന്താണ് കോഡാക്ക് സാക്ഷ്യപ്പെടുത്തുക! കോഡാക്കിനറിയാമോ ആ പടം എന്തിനെക്കുറിച്ചുള്ളതാണെന്ന്!

അന്യഗ്രഹജീവികളുടെ സന്ദർശനത്തെക്കുറിച്ചുള്ള എല്ലാ രേഖകളും സൂക്ഷ്മദൃഷ്ടിയിൽ വ്യാജരേഖകളാണ്. നാം ഭൗമികർക്ക് സങ്കല്പിക്കാൻ പോലുമാകാത്ത പലതും ഇതര ഗോളങ്ങളിൽ ഉണ്ടാകാനുള്ള സാദ്ധ്യതയെക്കുറിച്ച് ഉറപ്പുള്ള ഒരാളാണ് ഞാൻ. പക്ഷേ, ഭൂമിയിൽ നാം അറിയുന്നതുപോലുള്ള ജീവൻ മറ്റേതെങ്കിലും ഗോളത്തിൽ ഉണ്ടാകുമെന്ന് സങ്കൽപ്പിക്കുന്നതു പോലും ശുദ്ധമണ്ടത്തരമാണെന്ന് വിശ്വസിക്കുന്ന മണ്ടന്മാരിൽ ഒരാൾക്കൂടിയാണ് ഞാൻ.

അന്ത്യനിമിഷങ്ങളിൽ ലെയ്ക്ക വാലാട്ടിയിരുന്നോ?

നായയുടെ വാലാട്ടലിൽ ഒരു ജപ്പാനീസ് വിശറി തോന്നിയപ്പോഴാണ് ജന്തുസ്വഭാവ പഠനത്തിലെ പുതിയൊരു ചോദ്യം ഈ പംക്തിയിൽ ചേർക്കാൻ പ്രേരണയുണ്ടായത്. നായ വാലാട്ടുന്നത് ഇടത്തോട്ടോ വലത്തോട്ടോ? വാലിന് രണ്ട് വശത്തേക്കും ഒരേപോലെ ആടേണ്ടതുകൊണ്ട് ഈ ചോദ്യം ശുദ്ധ അസംബന്ധമെന്ന് തോന്നാം. എന്നാൽ, ഇതെന്നല്ല, നായ വാലാട്ടുന്നത് എന്തുകൊണ്ടെന്ന ചോദ്യം പോലും പ്രത്യക്ഷമായ ഉത്തരങ്ങളോട് ഇടഞ്ഞു നിൽക്കുന്നുവെന്നതാണ് സത്യം. അതുകൊണ്ട് അവിടെ തൊട്ട് തുടങ്ങാം.

വാലാട്ടം ഒരു ചാഞ്ചാട്ടമാണ്.

ആടുന്ന വാലിൽ സംഘർഷമുണ്ട്.

സാക്ഷാൽ ഡെസ്മണ്ട് മോറിസാണ് അത് ആദ്യം കണ്ടെത്തിയത്. എല്ലാ വാലാട്ടികൾക്കും പൊതുവായ ഒരേയൊരു വൈകാരികാവസ്ഥ ഒരു സംഘടന സാഹചര്യമാണ്. വിപരീതമായ തുനിയലുകളുടെ കൂട്ടിമുട്ടൽ. ജന്തു വിനിമയത്തിൽ അങ്ങോട്ടും ഇങ്ങോട്ടും മാറിമാറിയുള്ള ഏത് ചലനത്തെ സംബന്ധിച്ചും ഇത് ശരിയാണ്. അങ്ങനെയൊരു അവസ്ഥയിൽ എത്തിപ്പെട്ടാൽ താൻ രണ്ട് വിപരീത ദിശകളിലേക്ക് വലിച്ചിഴക്കപ്പെടുകയാണെന്ന് ജന്തുവിന് തോന്നുന്നു. ഒരേ സമയത്തത് മുന്നോട്ടടുക്കാനും പിൻവാങ്ങാനും ആഗ്രഹിക്കുന്നു. പക്ഷേ, ഈ രണ്ട് ചോദനകളും അന്യോന്യം റദ്ദ് ചെയ്യുന്നതുകൊണ്ട് ജന്തു നിന്നേടത്ത് നിൽക്കുന്നു.

ഇതൊരു സമതുലിതാവസ്ഥയല്ല.

ചുരുക്കത്തിൽ, ഉടൽ മുഴുവൻ കൊണ്ടും ഒരേ സമയത്ത് മുന്നോട്ടും പിന്നോട്ടും ചലിക്കാനാവാത്തൊരു ജന്തുവിന്റെ വൈകാരിക സാക്ഷാത്കാരമാണ് നായയുടെ വാലാട്ടൽ.

പക്ഷേ, പിന്നോട്ടുള്ള ആക്കം ഭയത്തിന്റെ സൃഷ്ടിയാണെന്ന്

വ്യക്തമെങ്കിലും നിന്നേടത്ത് നിൽക്കൽ അത്ര എളുപ്പത്തിൽ നമുക്ക് വ്യാഖ്യാനിക്കാനാവില്ലെന്ന് മോറിസ് ചൂണ്ടിക്കാണിച്ചു. അദ്ദേഹത്തിന്റെ 'ഡോഗ് വാച്ചിങ്' എന്ന സചിത്ര കൃതി പുറത്തിറങ്ങുന്നത് 1986 ൽ. പിന്നെ ഇരുപതു വർഷങ്ങളും ചിലമാസങ്ങളും കഴിഞ്ഞ്, വളരെ അടുത്ത കാലത്താണ് ഇറ്റലിയിലെ മൂന്ന് ഗവേഷകർ വാലാട്ടത്തിന്റെ ഇതിവൃത്തത്തിൽ എത്തിയത്. പല ഇനങ്ങളിൽപ്പെട്ട നായ്ക്കൾ. ആണും പെണ്ണും. പക്ഷേ, മസ്തിഷ്കത്തിന്റെ ഇടതും വലതും പാതികളെങ്ങനെ ജന്തുവികാരങ്ങളെ നിയന്ത്രിക്കുന്നുവെന്നതിന് ഒരുദാഹരണമാണ് ഈ ഇറ്റലിക്കാർക്ക് നായയുടെ വാലാട്ടൽ.

ഒരു പെൻഡുലം പോലെ ഇടത്തോട്ടും വലത്തോട്ടും തുല്യനീളമുള്ള ഒരു ചാപം തീർത്തുകൊണ്ടാണോ വാൽ ആട്ടുന്നത്?

അല്ലെന്ന് സൂക്ഷ്മോപകരണങ്ങൾ.

വാലാട്ടലിൽ പക്ഷപാതമുണ്ട്.

ഒന്നുകിൽ ഇടത്തോട്ടോ അല്ലെങ്കിൽ വലത്തോട്ടോ കൂടുതൽ ഒരു ആക്കം, ഊന്നൽ, അതിന്റെ അളവ് സൂക്ഷ്മം. അതു പിടിച്ചെടുക്കാൻ നഗ്നദൃഷ്ടി പോരാ, അസാദ്ധ്യ ഗ്രഹണശക്തിയുള്ള വീഡിയോ ഉപകരണങ്ങൾ വേണം. ഇറ്റലിയിലെ ഗവേഷകരുടെ ഭൗതികത്തെളിവുകൾ അവയിലാണ്. പരീക്ഷണത്തിലെ ഓരോ നായയും നാലു വ്യത്യസ്ത ജീവികളോട് പ്രതികരിക്കുന്നതെങ്ങനെയാണെന്ന് അവർ പിടിച്ചെടുത്തു. എല്ലാ നായ്ക്കളുടെയും പ്രതികരണം ഒരേ പോലെയാണെന്ന് അവർ കണ്ടു. സ്വന്തം ഉടമസ്ഥനെ അല്ലെങ്കിൽ ഉടമസ്ഥയെ നേരിടുന്ന നായയുടെ വാലാട്ടത്തിലെ പ്രത്യേക ഊന്നൽ വലത്തോട്ട് തന്നെ.

പക്ഷേ, അളവുകളിൽ വ്യത്യാസം.

അപരിചിത വ്യക്തികളുടെ സാന്നിധ്യത്തിൽ വാലാട്ടത്തിന്റെ വലതുപക്ഷീയത അൽപ്പം ചുരുങ്ങുന്നു. ഒരു പൂച്ചയുടെ സാന്നിധ്യത്തിൽ അത് പിന്നെയും ചുരുങ്ങുന്നു വല്ലാതെ. വാലാട്ടൽ, ഇനി വിപരീത ദിശയിലേക്ക് തിരിഞ്ഞാലോ? വാലാട്ടത്തിൽ അതു വേണമല്ലോ! അപരിചിതത്വത്തിന് പുറമേ അധീശവാസനയുടെ ഭീഷണി കൂടിയുള്ള മറ്റൊരു നായയുടെ സാന്നിധ്യത്തിൽ വാലാട്ടം ഇടത്തോട്ടാകുന്നു. ഒരു മനുഷ്യേതര ജന്തുവിൽ മസ്തിഷ്കത്തിന്റെ ഇടംപാതിയും വലംപാതിയും അടുക്കലിന്റെയും അകലലിന്റെയും നിയാമക കേന്ദ്രങ്ങളാവുന്നത് കാണുമ്പോൾ അങ്ങനെയൊരു വിഭജനത്തിന്റെ കാലപ്പഴക്കമാണ് ഒരുപക്ഷേ, അന്ധാളിപ്പുണ്ടാക്കുന്നത്.

ഏകാന്തതയിലെ വാലാട്ടലോ?

വാലാട്ടൽ ഏറ്റവും കൂടുതലാകുന്നത് ആളോ ജന്തുവോ അടുത്തില്ലാതെ നായ തികച്ചും ഒറ്റപ്പെടുമ്പോഴാണ്.

പരിചിത/ സ്നേഹ ബന്ധങ്ങളോട് നായക്കുള്ള ഈ മമത ശരിക്കും

ഉള്ളിൽ തട്ടിയാലേ ഒരു പേടകത്തിനകത്തെ പരിമിതവും അന്യവും യാന്ത്രികവുമായ അന്തരീക്ഷത്തിലിരുന്ന് ഒറ്റക്ക് ഒരു ബഹിരാകാശ യാത്രയിൽ ഏർപ്പെടാൻ വിധിക്കപ്പെട്ട ലെയ്ക്കയുടെ ദുരന്തത്തിന്റെ ആഴം നമുക്ക് വെളിപ്പെട്ടു. ഏകാന്ത ഭീകരമെന്നൊക്കെ ഭാവനയിലൂടെ മാത്രം കവികൾക്കറിയാവുന്ന ഒരവസ്ഥയുടെ ആത്യന്തികത ഏൽപ്പിച്ച മനഃസമ്മർദ്ദമാണ് മറ്റെന്തിനേക്കാളും അധികം ലെയ്ക്കയുടെ മരണത്തിന് കാരണമായതെന്ന് ഞാൻ വിശ്വസിക്കുന്നു. ഇന്നേവരെ മോസ്കോയിലെ ഏതെങ്കിലും തെരുവിൽ തെണ്ടിയലഞ്ഞ ഒരൊറ്റ ശ്വാനനും അറിഞ്ഞിട്ടില്ലാത്ത ഒറ്റപ്പെടലാണത്.

മനുഷ്യന്റെ ഏകാന്തത ജന്തുവിന്റെ ഏകാന്തതയാണെന്ന് റോബർട്ട് ആർദ്രേ എഴുതിയതിന്റെ പെരുംപൊരുളുമായി ഞാൻ ഈ ശ്വാനകഥാനുഗായിയെ ബന്ധിപ്പിക്കട്ടെയോ?

ഒരു ചുവർച്ചിത്രത്തിന്റെ ഓർമ്മക്ക്

കമ്യൂണിസ്റ്റ് രാജ്യങ്ങൾക്ക് പുറത്ത് പ്രസ്ഥാനവുമായുള്ള ബന്ധത്തിന്റെ പേരിൽ കൂടി ഓർമ്മിക്കപ്പെടുന്ന വളരെ ചുരുക്കം ശാസ്ത്രജ്ഞന്മാരിൽ ഒരാളായിരുന്ന ജോൺ ഡെസ്മൺഡ് ബെർനാൾ. ഒരു ഔദ്യോഗികതെളിവ് 1953ൽ അദ്ദേഹം നേടിയ ലെനിൻ പീസ് പ്രൈസ്. പക്ഷേ, അടുത്ത കാലത്ത്, ബെർനാളിന്റെ പേര് പത്രങ്ങളിൽ പ്രത്യക്ഷപ്പെട്ടത് പ്രശസ്തനായൊരു ചിത്രകാരന്റെ തീരെ പ്രശസ്തമല്ലാത്തൊരു സൃഷ്ടിയുടെ പശ്ചാത്തലവുമായി ബന്ധപ്പെട്ടാണ്.

ചിത്രകാരൻ പിക്കാസോ.

ചിത്രമോ? ബാഹ്യലക്ഷണങ്ങളനുസരിച്ച് ചിലർക്ക് ഒരു 'മ്യൂറൽ'. ആംഗല സാങ്കേതികഭാഷയിൽ 'ക്രയോൺ ഓൺ പ്ലാസ്റ്റർ' സത്യത്തിൽ വെറും ഒരു കുത്തിവരക്കൽ. ഒരു സ്മാൾ അടിച്ച ആളുടെ ചുവരെഴുത്ത്, വള്ളിക്കിരീടം ധരിച്ച ഒരു ഇണ. രണ്ട് പേർക്കും ചിറകുകളുണ്ട്. ഈ സൃഷ്ടി വിറ്റു പോയതാണ് പത്രവാർത്ത. വെൽക്കം ട്രസ്റ്റ് എന്ന ധർമ്മസ്ഥാപനം അതിന് നൽകിയ വില 2,50,000 ബ്രിട്ടീഷ് പൗണ്ട് (ഈ കുറിപ്പെഴുതുമ്പോഴുള്ള നിരക്കനുസരിച്ച് 208 ലക്ഷത്തിലധികം വരും)

വില ചരിത്രത്തിനുള്ളതാണ്.

പിക്കാസോയുടെ അടുത്ത സുഹൃത്തായിരുന്നു ബെർനാൾ. പിക്കാസോ 1950-ൽ ലണ്ടനിലെത്തുന്നത് വലിയൊരു സമാധാന സമ്മേളനവുമായി ബന്ധപ്പെട്ടുകൊണ്ട്. അദ്ദേഹം ബെർനാളിന്റെ വീട്ടിൽ എത്തുന്നു. ഒരു ചുവരിൽ ആ കുത്തിവരക്കൽ നടത്തുന്നു. വെൽക്കം ട്രസ്റ്റ് ഔചിത്യം കണ്ടെത്തുന്നത് സമാധാന ചരിത്രത്തിന്റെ ഈ ആകസ്മിക വിശദാംശത്തിലാണ്. ഒരു കലാകാരനും ശാസ്ത്രജ്ഞനും തമ്മിലുള്ള ബന്ധത്തിലെ വിശേഷപ്പെട്ടൊരു നിമിഷമെന്നാണ് അവരതിനെ വ്യാഖ്യാനിച്ചത്. ഇതിന് ശേഷമാണ് ലെനിന്റെ പേരിലുള്ള സമാധാന സമ്മാനം സോവിയറ്റ് യൂനിയനിൽനിന്ന് ബെർനാളിന് ലഭിക്കുന്നത്. പഴയ റഷ്യയുടെ നോബൽ

സമ്മാനമാണതെന്നോർക്കുക.

മറ്റൊരു വിശദാംശം.

ബെർനാളിന്റെ വീട്ടിൽ ഒരു പാർട്ടി നടക്കുമ്പോഴാണ് പിക്കാസോ തന്റെ സമാധാന ചിത്രം ചുവരിലാക്കുന്നത്. തുടക്കത്തിൽ അത് വെറുമൊരു മുഖം മാത്രമായിരുന്നു. നീരസം നിറഞ്ഞൊരു മുഖം, മുകളിൽ രണ്ട് കൊമ്പുകളും. ബെർനാളിന്റെ അതിഥികൾ ഏകസ്വരത്തിൽ ചോദിച്ചു: "ഇതും സമാധാനവും തമ്മിലെന്ത് ബന്ധം!" പിക്കാസോ തന്റെ ആൾരൂപത്തിന് ഒരു ഇണയെ നൽകി. പിന്നെ രണ്ട് പേർക്കും ചിറകുകളും.

പിക്കാസോയുടെ മനസ്സിലെ ആശയബന്ധങ്ങളിൽ ആ ചിറകുകൾ ഒരു പ്രാവിന്റേതായിരുന്നിരിക്കും. ഒലീവില കൊത്തി പറക്കുന്നൊരു സമാധാന പ്രാവിന്റേത്.

കുമിളകൾ പൊന്തുന്നു, കപ്പലുകൾ താഴുന്നു

തുടക്കം ഒന്ന്: ത്രികോണം ഇത്തവണ എന്റെ മനസ്സിലല്ല, അത് പുറത്താണ്, വളരെ വിപുലമായിത്തന്നെ. ബർമ്യൂഡ, പോർട്ടോ റിക്കോ, മയാമി എന്നീ സ്ഥലങ്ങളെ മൂലകളാക്കുന്നൊരു മുക്കോണിന്റെ വിസ്തൃതിയായ പത്തുലക്ഷത്തിൽപ്പരം ചതുരശ്ര കിലോമീറ്ററുകളല്ല ഞാൻ സൂചിപ്പിക്കുന്നത്. സാധാരണ മനസ്സുകളിലെ ബർമ്യൂഡ ത്രികോണത്തിന്റെ വിസ്തൃതി തേടേണ്ടത് അലൗകികതയുടെ ജ്യാമിതിയിൽ ആയിരിക്കണം. പക്ഷേ എന്തിനും വേണ്ടേ ഒരു ലൗകിക വശം?

തുടക്കം രണ്ട്: സ്കോട്ട്ലാൻഡിൽ അബർഡീന്റെ വടക്കുകിഴക്കായി ഒരു യക്ഷിപ്പറമ്പുണ്ട്. ശരിയായ പേരാണ് പറഞ്ഞത്. വിച്ചസ് ഗ്രൗണ്ട്. സത്യത്തിൽ ഇതൊരു പറമ്പല്ല, കടൽ ഭാഗമാണ്. അതിന്റെ അടിത്തട്ടിൽ ഏതാണ്ട് 100 മീറ്റർ കുറുക്കളവുള്ളൊരു യക്ഷിക്കുഴി(വിച്ചസ് ഹോൾ) ഒരു വസൂരിക്കല പോലെയെന്ന് എനിക്ക് പ്രിയപ്പെട്ടൊരു ശാസ്ത്രലേഖകൻ. അതെങ്ങനെയുണ്ടായി?

തുടക്കം മൂന്ന്: ഒരു മുപ്പതുവർഷം മുമ്പുപോലും ശാസ്ത്രത്തിന് അജ്ഞാതമായിരുന്ന ഒരു കൂട്ടം വിചിത്ര സൂക്ഷ്മ ജീവികളുണ്ട്. ഭൂമിയിലെ മൊത്തം ജീവരാശിയിൽ മൂന്നിലൊന്ന്. ബാക്ടീരിയയെക്കാൾ ചെറുത്. അങ്ങേയറ്റം വ്യത്യസ്തം. അവയുടെ ഉൽപ്പത്തിക്ക് പ്രാണവായുവിനെക്കാൾ എത്രയോ കാലത്തെ പഴക്കമുണ്ട്. അവക്ക് ആശ്രയം കടലിന്റെ അടിത്തട്ടിൽ ധാരാളമായുള്ള മീഥെയ്ൻ എന്ന ദ്രവ്യമാണ്. അവ മീഥെയ്ൻ ആഹരിക്കുന്നു, ഉൽപ്പാദിപ്പിക്കുന്നു. പുറത്തേക്കവ വിക്ഷേപിക്കുന്ന വാതകം കുമിളകളായി മേൽപ്പരപ്പിലെത്തുന്നു. ചിലപ്പോൾ അതൊരു മരണ വിക്ഷേപമാകാം.

മൂന്നു തുടക്കങ്ങളൊന്നിച്ചാൽ...

ആ വാതകം ഒരു ഡ്രാക്കുള.

ബ്രാം സ്റ്റോക്കറുടെ പുസ്തകത്തിലെ സത്വങ്ങളെപ്പോലെ,

വെളിച്ചത്തിൽ പെട്ടാൽ മീഥെയ്ൻ അപകടത്തിലാവുമെന്ന് ഒരു നിരീക്ഷണമുണ്ട്. ഇടിമിന്നലിന്റെ സ്പർശമുണ്ടായാൽ ഈ കുമിളകൾ ആളിക്കത്താം.

കുമിളകളുടെ പ്രവർത്തനമോ?

മീഥെയ്ൻ കുമിളകളായി മുകളിലോട്ട് നീങ്ങുമ്പോൾ, കടലിന്റെ അടിത്തട്ടിൽ അതുണ്ടായിരുന്നേടങ്ങളിൽ വസൂരിക്കലകൾ പോലെ ചില പാടുകളുണ്ടാകുന്നു. സ്കോട്ട്ലാൻഡിനടുത്തൊരു കടലിൽ നാം കണ്ട യക്ഷിക്കുഴിയുടെ ഉൽപ്പത്തിയതാണ്.

യക്ഷിക്കുഴിയിൽ മറ്റൊന്നുണ്ട്.

ഒരിക്കൽ, അത്രയും ആഴത്തിൽ ചിലർക്ക് പ്രത്യക്ഷപ്പെട്ടൊരു നിർമ്മിതി. വല വീശി മീൻപിടിക്കുന്നവർ ഉപയോഗിച്ചൊരു തോണി(ട്രോളർ). കടലിന്റെ അടിത്തട്ടിൽ അതിന്റെ ഇരിപ്പ് അൽപ്പം വിശേഷപ്പെട്ടതായിരുന്നു. വെള്ളത്തിനു മുകളിൽ പാറിക്കിടക്കുന്ന അതേ പടുതിയിൽ നേരെ ചുവട്ടിലേക്ക് സ്ഥാനമാറ്റം ഉണ്ടായാലെന്നതുപോലെ. കുളിത്തൊട്ടിയിലെ ആർക്കമീഡിസ് കണ്ടെത്തിയ പ്ലവനതത്ത്വം ഒരു വിഭ്രാമക നിമിഷത്തിൽ പെട്ടെന്ന് ഇല്ലാതായതാണോ? ബർമ്യൂഡ ത്രികോണത്തിലെ ജലത്തിൽ 'അകാരണമായി' മുങ്ങിപ്പോയ കപ്പലുകളെക്കുറിച്ചുള്ള ചില അശാസ്ത്രീയ വിവരണങ്ങളനുസരിച്ച് ഭൂഗുരുത്വ നിയമങ്ങൾ തകർക്കുന്ന ചില അലൗകിക ക്ഷുദ്രജീവികളുടെ പ്രവർത്തനമാണ് ഇതെന്നോർക്കുക.

യാഥാർത്ഥ്യം കുമിളകളിലാണ്.

യക്ഷിക്കുഴിയിൽ കണ്ടെത്തപ്പെട്ട തോണി ഉരുക്കിന്റെ ഘടനകളും 25 മീറ്റർ നീളമുള്ളതുമായിരുന്നു. അതിനെക്കാൾ എത്രയോ വലുപ്പവും ഭാരവുമുള്ള എത്രയോ കടൽവാഹനങ്ങൾ നിർബ്ബാധം ജലോപരി പാറിക്കിടക്കാം.

ആർക്കമീഡിസിന്റെ കുളിത്തൊട്ടിയിൽ നിന്ന് അത്രയും നമുക്ക് മനസ്സിലാക്കാം. പക്ഷേ, ചുവട്ടിൽ നിന്നും മീഥെയ്ൻ കുമിളകൾ പൊന്തുന്ന ഏതെങ്കിലും ജലഘട്ടത്തിൽ എത്തിപ്പെടുന്നൊരു കപ്പൽ അതിന്റെ തന്നെ നങ്കൂരം പോലെ ഭംഗിയായി മുങ്ങിപ്പോകും. ദ്രവ്യത്തിന്റെ പ്രവർത്തനം ആഴത്തിലും ഉപരിതലത്തിലും ഒതുങ്ങുന്നതുമില്ല. വലിയ വലിയ ഒട്ടേറെ കുമിളകൾ ഉടഞ്ഞ് അന്തരീക്ഷത്തിലേക്ക് പ്രസരിക്കുന്ന വാതകം യന്ത്രത്തിലുടക്കിയൊരു ജെറ്റ് വിമാനം പൊട്ടിത്തെറിക്കാം.

ഇതാണ് 'മീഥെയ്ൻ ബബ്ലിങ്ങ് ഇഫക്റ്റ്.' ബർമ്യൂഡ ത്രികോണത്തിനും ഇത് ബാധകം.

ഇതൊരു ആത്യന്തികവുമല്ല. അത്യാഹിതങ്ങൾ ഏതാണ്ടൊരു ഭൂതാവേശമായ ശാസ്ത്രജ്ഞന്മാർക്ക് കൂടുതൽ പറയാനുണ്ട്. അവർ

തീർത്തും സ്ഥിരീകരിക്കുന്നത് 55.5 ദശലക്ഷം വർഷങ്ങൾക്കുമുമ്പ്, 1000 വർഷങ്ങളോളം, ഓരോ നിമിഷവും 30 ശതത്തുക്കം എന്ന നിരക്കിൽ, മീഥെയ്ൻ കടലിന്റെ മുകളിലേക്കുയർന്നിരുന്നൊരു കാലഘട്ടമാണ്. അത്രയും വാതകത്തിന്റെ ഭൂരിഭാഗവും തീക്കൊടുങ്കാറ്റുകളായി കത്തിയടങ്ങിയെന്ന് മറ്റു ചില വിദഗ്ദ്ധർ. പക്ഷേ, മീഥെയ്നിന്റെ അളവിൽ സാദ്ധ്യമായ ആത്യന്തികത രണ്ടു കൂട്ടരും അംഗീകരിക്കുന്നു. ആകയാൽ അതിനിപ്പോൾ ഔദ്യോഗിക അംഗീകാരമുള്ളൊരു പേരുണ്ട്. 'ലേറ്റ് പാലിയോസീൻ തെർമൽ മാക്സിമം'

മീഥെയ്ൻ നിഷിദ്ധമാണോ?

അല്ലെന്നു പറഞ്ഞില്ലെങ്കിൽ ഈ കുറിപ്പ് ഭാഗികമാവും. അടുത്ത ഹിമയുഗത്തിൽ (അതേതു നിമിഷത്തിലും തുടങ്ങാം) ആഗോള സമുദ്രപ്പരപ്പുകൾ 100 മീറ്ററോളം താഴുമ്പോൾ, ഒരു റ്റെന്നിസ് പന്തിന്റെ രോമാവരണം പോലെ ഹിമം ഭൂമിയെ പൊതിയുമ്പോൾ, അംഗാരാമ്ല വാതകത്തിന് കഴിയുന്നതിന്റെ ഇരുപത് മടങ്ങ് ശക്തിയുള്ളൊരു 'ഗ്രീൻ ഹൗസ്' ബാധ വഴി ഭൂമിയെ പഴയ സ്ഥിതിയിൽ എത്തിക്കാൻ കഴിയും.

വിശേഷം അൺകാനി താഴ്വരയിൽ

കോൻറാഡ് ലോറൻസിന് സ്വാഭാവികശാസ്ത്രത്തിലുള്ള അറിവ് ഏറ്റവും തെളിയുന്ന ലളിത നിരീക്ഷണങ്ങളിലൊന്ന് ചിരിയെക്കുറിച്ചാണ്. എല്ലാ ജന്തുക്കളെയും നോക്കി നാം ചിരിക്കാറില്ല. ഒരു ജന്തുവിൽ നാം നമ്മെത്തന്നെ കാണുമ്പോഴാണ് ചിരിയുണ്ടാവുന്നത്. ഏറ്റവുമധികം മനുഷ്യചേഷ്ടകളെ ഓർമ്മിപ്പിക്കുന്നൊരു ജന്തു ഏറ്റവുമധികം നമ്മെ ചിരിപ്പിക്കുന്നു.

അപ്പോൾ റോബോട്ടുകൾ?

അവ നമ്മെ ചിരിപ്പിക്കുമോ?

മസാഹിറോ മോറി തുടങ്ങുന്നത് ഇവിടെ നിന്നല്ല. പക്ഷേ, ലോറൻസിന്റെ നിരീക്ഷണവുമായി പരിചയപ്പെടാതെ തന്നെ തന്റെ പ്രവർത്തന മേഖലയിൽ മോറി കണ്ടെത്തിയത് അതിന്റെ സമാന്തരമാണ്. മനുഷ്യ-യന്ത്ര ബന്ധങ്ങൾ ഇവിടെ ഒരൽപ്പം കൂടി സങ്കീർണ്ണമാണെന്നു മാത്രം. പിന്നെ മോറിയുടെ വിഷയം ചിരിയല്ല. വൈകാരിക സമീപനമാണ്. അതിന്റെ രണ്ടറ്റങ്ങളും ഇടവേളയിലെ സംഘർഷവും ഒരറ്റത്ത്, ആകൃതിയിലും ചലന രീതികളിലും ഏറെക്കുറെ മനുഷ്യതുല്യമായൊരു റോബോട്ട് മനുഷ്യരെ ആകർഷിക്കുന്നു. അതിനോടുള്ള മനുഷ്യ പ്രതികരണം അനുകൂലവും സഹാനുഭൂതിപരവുമാണ്. ഒരു പരിധി വരെ, പിന്നീടത് പെട്ടെന്ന് നിലക്കുന്നു. വിപരീത വികാരങ്ങൾ പകരം വരുന്നു. പിന്നെ, ഒരു ദീർഘദൂരത്തിനു ശേഷം മറ്റേ അറ്റത്ത്. ആകൃതിയിലും ചലനരീതികളിലും വളരെയേറെ മനുഷ്യതുല്യമായൊരു റോബോട്ട് നമ്മിൽ വീണ്ടും സഹാനുഭൂതി പോലുള്ള വികാരങ്ങളുണർത്തുന്നു. അങ്ങനെ ഏറെക്കുറെ മാനുഷികമെന്നും വളരെയേറെ മാനുഷികമെന്നും വിശേഷിപ്പിക്കാവുന്ന രണ്ട് 'റോബോട്ടിക്ക്' അവസ്ഥകൾക്കിടയിലെ ദീർഘദൂരത്തിന്റെ പേരാണ് 'ദ അൺകാനി വാലി'

('അൺകാനി' എന്ന വാക്ക് അത് സൂചിപ്പിക്കുന്ന വികാരസ്ഥലി പോലെത്തന്നെ ഛായാഭേദങ്ങൾ നിറഞ്ഞതാണ്. നാനാർത്ഥങ്ങളുടെ

ഒരറ്റത്ത് അസമർത്ഥവും അശ്ലഭവും മറ്റും, എന്നാൽ മറ്റേ അറ്റത്ത് നിഗൂഢമോ പൈശാചികമോ ഒക്കെയാവുന്നു. അതുകൊണ്ടാണ് ആ വാക്കിന്റെ തർജ്ജമ ഞാൻ ഒഴിവാക്കിയത്.)

പ്രയോഗം മൗലികമായി മോറിയുടേതല്ല. അൺകാനിയുടെ മനഃശാസ്ത്രത്തെക്കുറിച്ച് ആദ്യമെഴുതിയത് ഏൺസ്റ്റ് ജെൻറ്ഷ്, 1906ൽ. ഒരു കഥയുടെ ആഖ്യാനത്തിൽ 'അൺകാനി ഫേക്റ്റ്' സൃഷ്ടിക്കുന്നതിന് ജെന്റ്ഷ് നൽകുന്ന നിർദ്ദേശമിതാണ്. ഒരു കഥാപാത്രം മനുഷ്യനോ യന്ത്രമോ എന്ന് വെളിപ്പെടുത്താതിരിക്കുക, വായനക്കാരിൽ അതുളവാക്കുന്ന അനിശ്ചിതത്വം ആവുന്നത്രയും ഒഴിവാക്കുക. ആകട്ടെ, അതിനിടയിൽ, മോറിയും കൂട്ടരും നിർമ്മിക്കുന്ന ഓരോ റോബോട്ടിനും അൺകാനി താഴ്വരയിലൂടെ നടന്നുപോയേ തീരൂ.

അപരിചിതത്വത്തിന്റെ വിടവിൽ റോബോട്ടിന്റെയും മനുഷ്യന്റെയും ഭാഗധേയം സമാന്തരമാണ്.

ഒരു ഉള്ളി ക്ലോസപ്പിൽ

ചിലർക്ക് ശ്വാസംമുട്ടുന്നത് സ്വന്തം കണ്ടുപിടിത്തങ്ങളിലാണ്. ചിലർ ആ ശ്വാസം മുട്ടലിൽ ചാവുകയും ചെയ്യുന്നു. ചിലരുടെ ആദ്യത്തെ കണ്ടുപിടിത്തമുണ്ടാകുന്നത് ഒരുപക്ഷേ ചാവുന്നതിനിട യിലാണ്. തിന്നുന്നതിനിടയിൽ സംസാരിക്കുന്നത് അത്ര നല്ലൊരു കാര്യമല്ലെന്ന് ഒടുക്കത്തെ ശ്വാസം മുട്ടലിൽ അവർ കണ്ടെത്തുന്നു. തീറ്റയുമായി ബന്ധപ്പെട്ട കാര്യങ്ങൾ കണ്ടുപിടിച്ച ചിലരുടെ ശ്വാസം മുട്ടലോ ചാവലോ എങ്ങനെയാവാം?

ചില ഉദാഹരണങ്ങൾ.

ജേംസ് വാട്ട് ആവിയന്ത്രം വികസിപ്പിച്ചെടുത്തു. ആദ്യമായി താനത് പ്രവർത്തിപ്പിച്ചപ്പോഴുണ്ടായ ആവിയുടേയും കരിയുടെയും തഴപ്പിൽ അദ്ദേഹത്തിന് ആപൽക്കരമായി വീർപ്പുമുട്ടി. ഒരു അപക ടമരണം ഉണ്ടായില്ല, പക്ഷേ വാട്ട് ആശുപത്രിയിലായി.

എഗ്ബർട് സ്മിത്ത് കൃത്രിമപ്പല്ല് കണ്ടുപിടിച്ചു. ആദ്യമായി ഒരു സദസ്സിനുവേണ്ടി തന്റെ സൃഷ്ടിയുടെ പ്രവർത്തനം പ്രായോഗികമായി അവതരിപ്പിക്കുന്നതിനിടയിൽ ആരോ അദ്ദേഹത്തിന്റെ പുറത്തുതട്ടി. വായിൽ, ശ്വാസത്തിൽ, അതിന്റെ ആഘാതം സദസ്സിനെ പേടിപ്പി ച്ചൊരു ശ്വാസം മുട്ടലുണ്ടാക്കി. ഭാഗ്യവശാൽ മറ്റൊന്നും സംഭവിച്ചില്ല. പീറ്റർ ബ്രാൻസ്റ്റന്റെ കണ്ടുപിടിത്തമാണ് 'പിക്കിൾഡ് ഒനിയൻസ്''. ഉപ്പും വിനാഗിരിയും മറ്റുമടങ്ങിയൊരു ലായനിയിൽ ഉള്ളി ഇട്ടുവെ ച്ചാൽ കിട്ടുന്നൊരു വിഭവം. കണ്ടുപിടിത്തത്തിനുശേഷം പത്തുവർഷം കഴിഞ്ഞൊരിക്കൽ, ഒരു സാൻവിച്ച് തിന്നുന്നതിനിടയിൽ, തന്റെ പ്രശസ്ത രീതിയനുസരിച്ച് പാകം ചെയ്യപ്പെട്ടൊരു ഉള്ളി ശ്വാസനാള ത്തിൽ കുടുങ്ങുകയാൽ അദ്ദേഹം വീർപ്പുമുട്ടി മരിച്ചു.

രണ്ട് കുഴലുകളുടെ ഇടച്ചിൽ.

രണ്ട് പാതകളുടേതു പോലെ.

ഒരു ഗതാഗത പ്രശ്നമാണത്.

അസ്തിത്വവാദികൾക്ക് പ്രിയപ്പെട്ടൊരു ചിന്തകൻ അവതരിപ്പിച്ച 'അതോ/ഇതോ' എന്ന താത്ത്വിക പ്രശ്നം (Either/or', Soren Kierkegaard) പോലെ സങ്കീർണ്ണം, പക്ഷേ തികച്ചും ഭൗതികം. ശരീരത്തിനൊരു പ്രതിനിമിഷ പ്രതിസന്ധി, കാറ്റോ, കൊറ്റോ? രണ്ട് സമാന്തര പാതകൾ. രണ്ടുതരം വാഹനങ്ങൾ. നിർദ്ദിഷ്ട ഗതാഗതം. പാതകൾ തെറ്റരുത്. സാധാരണ തെറ്റാറില്ല, അത്രത്തോളമിത് കൃത്യമായും ഒരു 'അതോ/ഇതോ" പ്രശ്നമല്ല. ചിന്തകരുടെ താത്ത്വിക ധർമ്മസങ്കടങ്ങൾ ഉടലിനില്ല. ഇല്ലെന്നത് ജീവികളുടെ മഹാഭാഗ്യം. പക്ഷേ, ആ വാഹനങ്ങൾക്ക് ആ പാതയും ഈ വാഹനങ്ങൾക്ക് ഈ പാതയുമേ ആകാവൂ എന്ന ഗതാഗതശാഠ്യം ഉടലിലെമ്പാടും കാണാം.

സ്വന്തം വാക്കുകളിൽ ശ്വാസം മുട്ടുന്ന ഒരേയൊരു ജീവി മനുഷ്യനാകയാൽ ഈ ശരീരശാസ്ത്ര വിവരണം ഒരാവശ്യമാകാം.

(വരികൾക്കിടയിൽ ശ്വസിക്കുക)

വായു മൂക്കിലൂടെ കടന്ന് ഒരു 'റ-വളവ്' (ആംഗലത്തിൽ U trun) പിടിച്ച് തൊണ്ടയിലെത്തുന്നു. ആഹാരം വായവഴിക്ക് തൊണ്ടയിലെത്തുന്നു. തൊണ്ടയാണ് സന്ധി. ചിലപ്പോൾ അപകട സന്ധി. പീറ്റർ ബ്രാൻസ്റ്റന്റെ ഉള്ളിക്ക് വഴിതെറ്റിയത് അഥവാ വഴിമുട്ടിയത് ഇവിടെയാണ്.

ഉള്ളിക്ക് പോകേണ്ടിയിരുന്നത് 'ഈസോഫഗസ്'' എന്ന ആഹാരക്കുഴൽ വഴി ആമാശയത്തിലേക്കായിരുന്നു. പക്ഷേ, അത് എങ്ങനെയോ വായുമാർഗ്ഗത്തിനു നേർക്ക് വഴുതിപ്പോയി. വായു തൊണ്ടയിൽ നിന്ന് ആദ്യം 'ലാറിങ്സ്'' എന്ന ശ്വാസ/ശബ്ദ നാളത്തിലേക്ക് കടക്കുന്നു. വായ്പ്പാട്ടിന്റെ മാദ്ധ്യമം ശ്വാസമാണെന്ന് ഹിന്ദുസ്ഥാനിശാസ്ത്രീയ സംഗീതത്തിന്റെ ഒരാചാര്യൻ പറഞ്ഞത് ഇവിടെ ഓർമ്മിക്കാം. കാരണം, ശ്വാസം നമ്മുടെ പാട്ടുകളും പ്രഭാഷണങ്ങളും അപശബ്ദങ്ങളും എല്ലാമായി മാറുന്ന ഇടമാണ് നാമിപ്പോൾ മനസ്സിൽ കാണുന്നത്. വായു അവിടെനിന്ന് 'ട്രക്കീയ' എന്ന തനി ശ്വാസക്കുഴൽ വഴി ശ്വസനേന്ദ്രിയങ്ങളിലെത്തുന്നു.

ഉള്ളിക്കെന്താണ് സംഭവിച്ചത്?

ശബ്ദവും ശ്വാസവും ഒന്നിക്കുന്ന ആ നാളത്തിലേക്ക് ഒരു തുറപ്പുണ്ട്. അതിനൊരു മൂടിയുമുണ്ട്. (എപിഗ്ലോട്ടിസ്) ഇലപോലുള്ളൊരു മൂടി. സത്യത്തിൽ അതിന് ഒരു ഞെട്ടി പോലുമുണ്ട്. ആ വഴി ആഹാരത്തിന്റെ വരവുണ്ടെങ്കിൽ ഇല തുറപ്പിനെ മൂടുന്നു. ആഹാരശകലങ്ങൾ അതിനു മുകളിലൂടെ വഴുതി അന്നനാളത്തിലേക്ക് കടക്കുന്നു. പീറ്റർ ബ്രാൻസ്റ്റൻ തിന്ന സാൻവിച്ചിലെ ഉള്ളി ഇങ്ങനെ ഈ ഇലയ്ക്കു മുകളിലൂടെ 'സ്കേറ്റ്'' ചെയ്ത് വയറ്റിൽ എത്തേണ്ടതായിരുന്നു. പക്ഷേ, ഒരു ശ്വാസപ്പിശകിൽ ഇല തുറപ്പിനെ മൂടിയില്ല. ഉള്ളി തുറപ്പിൽ കുടുങ്ങി... ശ്വാസമാർഗ്ഗം അടഞ്ഞു.

ഒരു ഉള്ളി ക്ലോസപ്പിൽ!

പടത്തിലെ അവസാന ചത്വരം.

വായും മൂക്കുമെല്ലാം അമ്മയുടെ മാറോടമർത്തിക്കൊണ്ട് മുലകുടിക്കുന്ന ശിശുവിന്റെ രഹസ്യമെന്തെന്ന് നമുക്കിപ്പോൾ ചോദിക്കാം. പാനവും ശ്വാസവും എപ്പോഴും അന്യോന്യം ഇടയണമെന്നില്ല. ഒരു കുഴൽ (സ്റ്റ്രോ) ഉപയോഗിച്ച് ഇളനീർ കുടിക്കുന്നതിനിടയിൽ ഒരാൾക്ക് അപകടമില്ലാതെ ശ്വസിക്കാൻ കഴിയാം. പക്ഷേ ശിശുക്കൾക്ക് ഒരു തന്ത്രം കൂടിയുണ്ട്, അവരുടെ ശ്വാസ/ ശബ്ദ നാളം തൊണ്ടയിൽ ഏറെ മുകളിലായിട്ടാണ്. അതൊരു ചെറിയ വക്രഘടന സൃഷ്ടിക്കുന്നു. മുലപ്പാലിന് അതിന്റെ ഇരുവശത്തിലൂടെ ഒലിച്ച് അന്നനാളത്തിലെത്താം. മനുഷ്യന്റെ ശബ്ദവ്യാപ്തി ശിശുക്കൾക്കും ആൾക്കുരങ്ങുകൾക്കും സാദ്ധ്യമാകാത്തതിനു കാരണം ആ പ്രത്യേകതയാണെന്ന് ഒരു നിരീക്ഷണമുണ്ട്. വാർദ്ധക്യത്തിലെത്തിയവരുടെ ശ്വാസ/ശബ്ദ നാളം തൊണ്ടയുടെ അടിയിലാവും.

അങ്ങനെയെങ്കിൽ, തണുപ്പിൽ താഴുന്ന മെർക്കുറിയെ ഓർമ്മിപ്പിച്ചുകൊണ്ട്, വയസ്സേറും തോറും നമ്മുടെ ശരീരത്തിലുണ്ടാവുന്ന ഒരവരോഹണത്തിന്റെ സൂചന ഞാൻ ഈ ഖണ്ഡികയിൽ ആകസ്മികമായി കണ്ടെത്തുന്നു. ഈ കണ്ടെത്തലിൽ എനിക്ക് ശ്വാസം മുട്ടാതിരിക്കട്ടെ.

മറഞ്ഞു കിടക്കുന്ന പിൻതലങ്ങൾ

ക്രിക്കറ്റിൽ പന്തടിക്കാർ (ബാറ്റ്സ്മെൻ) എന്നനിലക്ക് പ്രശസ്തരായ സച്ചിൻ റ്റെൻഡുൽക്കറുടെയും കൃഷ്ണാമാചാരി ശ്രീകാന്തിന്റെയും പന്തേറ് (ബൗളിംഗ്) തികച്ചും വിശേഷപ്പെട്ടതു തന്നെയെന്ന് എനിക്ക് പലപ്പോഴും തോന്നിയിട്ടുണ്ട്. പന്തേറിനെ സംബന്ധിച്ച സങ്കൽപ്പങ്ങളിൽ നിന്ന് ഒരൽപ്പമെങ്കിലും വ്യത്യസ്തവും പലപ്പോഴെങ്കിലും വളരെ കാര്യക്ഷമവുമായ മാതൃകകൾ. നോവലെഴുത്തുകാർ എന്നനിലക്ക് പ്രശസ്തരായ ചിലരുടെ കവിതകളിൽ അതിനൊരു സമാന്തരത്വം കാണാം. അക്കൂട്ടത്തിൽപ്പെട്ടൊരു രചനയാണ് ജോൺഅപ്ഡൈക്ക് പനിയെക്കുറിച്ചെഴുതിയ അസാധാരണ കവിത. തനിക്ക് രോഗാവസ്ഥയിൽ, ഒരു ജ്വരബാധിതാവസ്ഥയിൽ, പ്രത്യേകമായുണ്ടായ ചില തോന്നലുകളുടെയോ വെളിപാടുകളുടെയോ വിവരണമാണത്.

പനി എന്തു പറയുന്നു?

രോഗം എന്തു പറയുന്നു?

മരിക്കുമെന്നു തോന്നുന്ന ഒരവസ്ഥയിൽപ്പോലും ഭയവികാരങ്ങൾക്കപ്പുറമെത്തി വളരെ വസ്തുനിഷ്ഠമായി അതിന്റെ ശാരീരിക അനുഭവങ്ങൾ ശ്രദ്ധിക്കാൻ ചിലർക്ക് കഴിയും.

മരിക്കയാണെന്നു തോന്നിക്കൊണ്ട് ഉറക്കത്തിൽ ഞെട്ടിയുണർന്ന ഒരാൾ പറയുന്നു. "ശ്വാസോച്ഛ്വാസം എന്തെന്ന് ഞാൻ ശരിക്കും അറിഞ്ഞത്, ശ്രദ്ധിച്ചത്, ആ രാത്രിയായിരുന്നു. ഒരുപക്ഷേ അതു കൊണ്ടുതന്നെയാവാം ഉണർന്നത്. ഉണർന്നപ്പോൾ, ഇല്ല, എനിക്ക് ശ്വാസം മുട്ടുന്നുണ്ടായിരുന്നില്ല, പക്ഷേ ദീർഘദീർഘമായി ശ്വസിക്കാൻ തോന്നി. തുറന്നിട്ട ജനാലക്കരികിൽച്ചെന്നു നിന്ന് കുറച്ചുനേരം ദീർഘദീർഘമായി ശ്വസിച്ചു. കിടിലം ശരീരത്തെ തരിപ്പിച്ചത് പിന്നീടാണ്. ബോധപൂർവ്വമായ ശ്വസിക്കൽ നിറുത്തി കിടക്കയിലേക്ക് തിരിഞ്ഞപ്പോഴാണറിയുന്നത് ഞാൻ സ്വാഭാവികമായി ശ്വസിക്കുന്നില്ല. എന്റെ ശരീരം സ്വയം അനിച്ഛാപൂർവ്വമായി ശ്വസിക്കുന്നില്ല. ഇച്ഛാപൂർവ്വം ഞാൻ ശ്വസിച്ചില്ലെങ്കിൽ എന്റെ ശ്വാസം നിൽക്കും.

ശരീരം എനിക്കുവേണ്ടി ഒരു പശ്ചാത്തല പ്രവർത്തനമായി ഒന്നും ചെയ്യില്ല. എന്നുവെച്ചാൽ, വീണ്ടും ഉറക്കത്തിൽപ്പെട്ടാൽ ഞാൻ മരിക്കും. പക്ഷേ, എനിക്ക് ഉറങ്ങണം. മുറിയുടെ വാതിലടച്ചാണ് ഞാൻ സാധാരണ ഉറങ്ങാറ്. വാതിൽ തുറന്നിട്ടു. അന്യർക്ക് വാതിൽ കുത്തിത്തുറന്ന് കാണാനുള്ള ശവശരീരങ്ങൾ ആത്മഹത്യ ചെയ്യുന്നവരുടെ പ്രത്യേകാവകാശമാണല്ലോ. ഞാൻ കിടന്നു. എന്നിട്ട് എനിക്കെന്താണ് പറ്റിയതെന്ന് വിശകലനം ചെയ്യാൻ ശ്രമിച്ചു. മസ്തിഷ്കത്തിൽ അനിച്ഛാപൂർവ്വമായ ശ്വാസപ്രവർത്തനവുമായി ബന്ധപ്പെട്ട ഭാഗം തൽക്കാലം നിലച്ചിരിക്കണം. ശരീരത്തിലെ ഇത്തരം പ്രവർത്തനങ്ങൾ എനിക്ക് പെട്ടെന്ന് വല്ലാതെ രസകരമായിത്തോന്നി. ഞാൻ കിടന്നുറങ്ങുന്നതും മരിക്കുന്നതും ഞാൻ തന്നെ കാണുന്നതുപോലെ, മരിച്ചുകൊണ്ടിരിക്കേ തന്നെ എന്റെ മരണത്തിന്റെ പുരോഗതി ഞാൻ തന്നെ നിരീക്ഷിക്കുന്നതുപോലെ....”

ജോൺ അപ്ഡൈക്കിന്റെ പനി പറഞ്ഞത് ഇതായിരുന്നു. ആരോഗ്യം നമ്മിൽ നിന്ന് ചിലതെല്ലാം മറച്ചുപിടിക്കുന്നു. ഒരുപക്ഷേ, ആ മറച്ചുപിടിക്കൽ തന്നെ ആരോഗ്യത്തിന്റെ ഒരു ഭാഗമാകാം. അത് മറ്റൊരു വിഷയം.

ഒടുക്കത്തെ ഒമ്പതുകളുടെ പിടിയിൽ...

ഡാനിയൽ മാർസുല വരച്ചൊരു കാർട്ടൂണിലെ സന്തുഷ്ട മത്സ്യങ്ങൾക്ക് മനുഷ്യമുഖമാണുള്ളത്. പക്ഷേ, പെട്ടെന്ന് കേൾക്കുമ്പോൾ തോന്നുന്ന എല്ലാറ്റിനുമപ്പുറത്ത്, ഉപഭോഗ മനഃശാസ്ത്രത്തെ രണ്ടാം ദശാംശസ്ഥാനം വരെ തിട്ടപ്പെടുത്തുന്നൊരു വരപ്പാണത്.

മത്സ്യങ്ങളുടെ സന്തോഷമെന്ത്?

ഇരയോ ഇണയോ ആകാവുന്ന ഒന്നിന്റെ സാന്നിദ്ധ്യമല്ലത്. മറിച്ച് വെള്ളത്തിന്നടിയിലേക്ക് ഇറങ്ങിവരുന്നൊരു സംഖ്യയാണത്. കൃത്യമായി പറഞ്ഞാൽ ഒരു സംഖ്യയുടെ അവസാന അക്കങ്ങൾ, .99 (ദശാംശം ഒമ്പത് ഒമ്പത്). എന്തെന്ന് ഉടനെത്തന്നെ നിങ്ങൾക്ക് തിരിച്ചറിയാനാവാത്ത ഈ അക്കങ്ങൾ പ്രത്യക്ഷപ്പെടുന്നത് മത്സ്യങ്ങളെ പിടിക്കാൻ ആരോ ചുവട്ടിലേക്കെറിഞ്ഞൊരു ചൂണ്ടൽകൊളുത്തിലെ ഇരയ്ക്കു പകരമായാണ്. പെട്ടെന്ന് മത്സ്യങ്ങൾ നാം തന്നെയാകുന്നു. കാരണം, മത്സ്യങ്ങൾ വിഴുങ്ങാത്തൊരു പ്രലോഭനമാണത്.

ആ ഇര ഒരു വിലയാണ്.

ഒമ്പതിൽ അവസാനിക്കുന്ന വിലകൾ (നൈൻ-എൻഡിങ് പ്രൈസസ്) ചില്ലറ വ്യാപാരത്തിൽ നമുക്ക് സുപരിചിതമായൊരു ഏർപ്പാടാണ്. ചില സാധനങ്ങളുടെ വിലകൾ 199.99 രൂപ, 1999.99 രൂപ എന്നൊക്കെയാണല്ലോ. ഫലത്തിൽ ഇവ യഥാക്രമം 200 രൂപയും 2000 രൂപയുമാണെന്ന് ആരും തിരിച്ചറിയേണ്ടതാണ്. അത്രത്തോളമെങ്കിലും വിലകൾ താരതമ്യത്തിലാക്കാനും ഒരു തീരുമാനത്തിൽ എത്താനുമുള്ള കഴിവ് പൊതുവെ എല്ലാ ഉപഭോക്താക്കൾക്കുമുണ്ടെന്ന് 'ക്ലാസിക്കൽ' സാമ്പത്തിക സിദ്ധാന്തം ശഠിക്കുന്നു. എന്താ, ശരിയല്ലേ? അല്ലെന്ന് ഉപഭോക്താവിന്റെ മനഃശാസ്ത്രം വിസ്തരിച്ച് പഠിച്ച ചില ഗവേഷകർ. ഡാനിയൽ മാർസുലയുടെ കാർട്ടൂണിലെ ചൂണ്ടൽ (.99) പലരെയും പ്രലോഭിപ്പിച്ച് കുടുക്കുകതന്നെ ചെയ്യുന്നു.

'ഷിൻഡ്‌ലേഴ്സ് ലിസ്റ്റ്' കാണുക.

സ്പീൽബെർഗിന്റെ പടമല്ല ഉദ്ദേശിക്കുന്നത്. വിൽക്കൽ, വാങ്ങൽ, വിളംബരങ്ങൾ എന്നിവയ്ക്ക് പിന്നിലുള്ള മനഃശാസ്ത്രത്തെക്കുറിച്ച് ഒന്നാം കിട പുസ്തകങ്ങളെഴുതിയ റോബർട്ട് ഷിൻഡ്‌ലറും കൂട്ടരും നടത്തിയ ഗവേഷണത്തിന്റെ ഒരു ബൃഹദ് രേഖയുണ്ട്. മൂന്നു കൂട്ടമായി വേർതിരിക്കപ്പെട്ട 90,000 ഉപഭോക്താക്കളുടെ മനോവ്യാപാരങ്ങളെ, ഓരേ വിലവിവരപ്പട്ടികയുടെ മൂന്ന് വ്യത്യസ്ത ഭാഷ്യങ്ങൾ എത്രത്തോളം ബാധിക്കുന്നുവെന്നാണ് അന്വേഷണം. ഒന്നാംസംഘത്തിന് കിട്ടിയത് ദശാംശസ്ഥാനങ്ങളിൽ ചിട്ടപ്പെടുത്തലില്ലാത്ത യഥാർത്ഥ വിലകൾ. പക്ഷേ, രണ്ടാം സംഘത്തിന് കിട്ടിയ വിലകളുടെ ഒടുവിൽ രണ്ട് പൂജ്യങ്ങൾ (.00), മൂന്നാം സംഘത്തിന് കിട്ടിയ വിലകളുടെ ഒടുവിൽ രണ്ട് ഒമ്പതുകൾ (.99). മൂന്നാംസംഘം ആശ്ചര്യകരമാം വിധം ഉയർന്ന വിൽപ്പന സൃഷ്ടിച്ചെന്ന് ഗവേഷകർ. ദശാംശം ഒമ്പത് ഒമ്പത് എങ്ങനെയാവും ഈ സ്വാധീനം സാധിക്കുക?

ഇവിടെ രണ്ട് ഘടകങ്ങളുണ്ട്.

ഇടംപാച്ചിലും വലംപാച്ചിലും.

ഇടംപാച്ചിൽ(സാങ്കേതികമായി 'ലെഫ്റ്റ് ഡിജിറ്റ് ഇഫക്ട്' എന്നറിയപ്പെടുന്നതിന്റെ സ്വാധീനം) ഉണ്ടാകുന്നത് വായനയുമായി ബന്ധപ്പെട്ട സിരാഘടനയുടെ ഒരു ആർജ്ജിത ശീലം കാരണമാണ്. അതായത്, നാം സംഖ്യകൾ വായിക്കുന്നത് ഇടത്തുനിന്ന് വലത്തോട്ടാണ്. ആ വായനയിൽ ഇടത്തേ അറ്റത്തെ അക്കം എങ്ങനെയോ ഒരു നിർണ്ണായക മുദ്രപോലെ നമ്മുടെ മനസ്സിൽ തറയുന്നു. ഒന്നാം അക്കങ്ങളിൽ വ്യത്യാസമില്ലെങ്കിൽ വിൽപ്പന കൂടാറില്ല. അതായത്, 199.99 ഡോളർ ഫലത്തിൽ 200 ഡോളറാണെന്ന് തിരിച്ചറിയപ്പെടാത്തേടത്ത് 20.99 ഡോളർ 21 ഡോളർ തന്നെയെന്ന് തിരിച്ചറിയപ്പെടുന്നു. ഒന്നാമക്കത്തിന്റെ അള്ളിപ്പിടിത്തം.

വലംപാച്ചിൽ (സാങ്കേതികമായി 'റൈറ്റ് ഡിജിറ്റ് സൈൻ' എന്നറിയപ്പെടുന്നതിന്റെ സ്വാധീനം) അൽപ്പം വ്യത്യസ്തമാണ്. വിലയുടെ വലത്തേയറ്റം ഇവിടെ ശ്രദ്ധേയമാകുന്നു. ദശാംശസ്ഥാനങ്ങളിലെ ഒമ്പതുകൾ ഉടനടിയുണ്ടാക്കുന്ന പ്രതികരണം ഇതാണ്. ഏയ്, ഇത് ഏതോ അവസരം പ്രമാണിച്ചുള്ള ആദായവിൽപ്പനയല്ലേ! അത്രയും മതി വാങ്ങലിലേക്ക് ഒരാളെ ഉരത്തുന്ന വൈകാരിക പ്രേരണ('ഇമോഷനൽ കിക്ക്') സൃഷ്ടിക്കാൻ. വിലക്കുറവില്ലാത്തേടത്തും ചിലപ്പോൾ അതിന്റെ പ്രതീതി. ചിഹ്നങ്ങളുമായുള്ള പരിചയംതന്നെ ഒരു കാഴ്ച ക്കേടുണ്ടാക്കുന്നു. ദശാംശ ഒമ്പതുകൾ വിലക്കയറ്റവുമാകാമല്ലോ. ഉദാഹരണം 49 ഡോളർ 49.99 ഡോളറായി വർദ്ധിക്കുന്നു. തന്റെ കക്ഷികളിൽ ഏതാണ്ട് എഴുപത്തഞ്ചു ശതമാനവും ഇത് തിരിച്ചറിയുക പോലും ചെയ്യുന്നില്ലെന്ന് പറഞ്ഞത് ഓരോ ആഴ്ചയും 15,000 ഉപഭോക്താക്കളുമായി കൂടിക്കാഴ്ച നടത്തുന്നൊരു പ്രശസ്ത സ്ഥാപനത്തിന്റെ

തലപ്പത്തുള്ള ബ്രിറ്റ് ബീമർ എന്ന നിരീക്ഷകനാണ്.

ഇതെല്ലാം സാർവ്വലൗകികമാവില്ല. പോളണ്ടിലെ ആളുകളെ സംബന്ധിച്ച് പൊതുവേ, .99 വെറും തട്ടിപ്പാണ്. അല്ലെങ്കിൽത്തന്നെ ഷിൻഡ്ലറുടെ ഭാഷയിൽപ്പറഞ്ഞാൽ എല്ലോളം കൃത്യമായി വെട്ടിയെടുത്ത വിലകൾ ഉപഭോഗ വിനിമയത്തിൽ ഗുണപരമായ ഒരു കൃത്യത ഉണ്ടാക്കേണ്ടതില്ലേ? വാൾ-മാർട്ട് എന്ന ചില്ലറ വ്യാപാരശ്രേണിയുടെ വിലകൾ 8.44ഡോളർ, 3.17 ഡോളർ എന്നൊക്കെയാണ്. പക്ഷേ, 8.44 ചൈനയിൽ കുഴപ്പമുണ്ടാക്കാം. ചൈനീസ് ഭാഷയിൽ നാല് എന്ന അക്കത്തെയും മരണത്തെയും കുറിക്കുന്ന വാക്കുകളുടെ ശബ്ദം ഒന്നാണ്!

കീറ്റ്സ് കാണാത്ത മഴവില്ലുകൾ

പ്രിസം ഒരു മഴവില്ലിന്റെ ശവപേടകമാവുമോ? ആവുമെന്നാണ് മറ്റു വാക്കുകളിൽ ജോൺ കീറ്റ്സ് എന്ന കവി പറഞ്ഞത്. ഐസക്ക് ന്യൂട്ടൻ ഒരു പ്രിസം വഴി വെളിച്ചത്തിന്റെ ഇഴപിരിച്ച് ഏഴ് നിറങ്ങളുടെ വർണ്ണരാജി പിടിച്ചെടുത്തു. അങ്ങനെ മഴവില്ലെന്തെന്ന് വിശദീകരിച്ച ന്യൂട്ടൻ അതിന്റെ സൗന്ദര്യം തകർത്തെന്നായിരുന്നു ഒരു ബാലിശ നിമിഷത്തിൽ കീറ്റ്സിന്റെ ആരോപണം. കീറ്റ്സിനെപ്പോലുള്ള കവികൾക്ക് അവശ്യം വേണ്ട സൗന്ദര്യശിക്ഷണം 'അൺ വീവിങ്ങ് ദ റെയ്ൻബോ' എന്ന കൃതിയിലൂടെ റിച്ചാർഡ് ഡോക്കിൻസ് നൽകുന്നു. അതവിടെ നിൽക്കട്ടെ.

ഒരു മഴവില്ലിനെ പിന്തുടരുക,

ഇതര ഗോളങ്ങളിലേക്ക് കടക്കുക.

ജെറമി ബെയ്‌ലി അതാണ് ചെയ്തത്. മറ്റേതെങ്കിലും ഗോളത്തിൽ മഴവില്ലുണ്ടോ? മറ്റേതെങ്കിലും ഗ്രഹം മനുഷ്യർക്ക് താമസയോഗ്യമാണോ? രണ്ടാം ചോദ്യത്തിന് ഉത്തരം കിട്ടാൻ ശാസ്ത്രജ്ഞന്മാർക്ക് പലതരം തുമ്പുകളുണ്ട്. അന്തരീക്ഷത്തിലെ വാതകരൂപമുള്ള ജലാംശങ്ങൾ കണ്ടെത്താനൊരു വിദ്യ നിലവിലുണ്ട്. സ്പെക്ട്രോസ്കോപ്പി. പക്ഷേ, ന്യൂട്ടന്റെ പ്രിസം ദ്രാവക രൂപത്തിലുള്ള ജലാംശമാണ്.

ഓരോ വെളിച്ചത്തിലും മഴവില്ലുണ്ട്.

ഏതെങ്കിലും ജല/ദ്രാവക കണികയിൽ തട്ടുന്ന വെളിച്ചം ഒരു പ്രത്യേക കോൺ പിടിച്ച് ചിതറുമ്പോഴാണ് മഴവില്ലുണ്ടാകുന്നതെന്നോർക്കുക. ആ കോൺ നിർണ്ണയിക്കുന്നത് ഓരോ ദ്രാവകത്തിനും തനതായ ഒരു ഗുണം (റിഫ്രാക്റ്റീവ് ഇൻഡക്സ്). അതനുസരിച്ച് മഴവില്ലുകളും വ്യത്യസ്ത കോണുകളിൽ പ്രത്യക്ഷപ്പെടുന്നു. ആകയാൽ മറ്റേതെങ്കിലുമൊരു ഗോളത്തിലെ മേഘങ്ങളുടെ ഉള്ളടക്കമായ ദ്രാവകമെന്തെന്നറിയാൻ അതുണ്ടാക്കുന്ന മഴവില്ലുകൾ ശ്രദ്ധിച്ചാൽ മതി. ശുക്രഗ്രഹത്തിലെ മേഘങ്ങൾ ഗന്ധകാമ്ലത്തുള്ളികളാണെന്ന് ശാസ്ത്രജ്ഞന്മാർ കണ്ടെത്തിയത് അങ്ങനെയാണ്.

ബെയ്‌ലി മഴവില്ലുകളിലൂടെ ചരിക്കുന്നു. നമുക്ക് ഒരൽപ്പം വ്യത്യാസത്തിനായി മഴവിൽ നിറങ്ങളിലൂടെ ചരിച്ചാലോ?

ഇലയുടെ നിറം എന്താണ്?

ഭൂമിയിൽ? മറുഗോളങ്ങളിൽ?

ഭൂമിയിൽ ഇലകൾക്ക് സാമാന്യമായ പച്ചയുടെ അർത്ഥം ശാസ്ത്രജ്ഞന്മാർ ശരിക്കും മനസ്സിലാക്കിയത് അടുത്ത കാലത്താണെന്ന് പറഞ്ഞാൽ അവിശ്വസനീയമായിത്തോന്നാം. പച്ചയെ അപേക്ഷിച്ച് വളരെ കൂടുതലായാണ് ഇലകൾ വെളിച്ചത്തിൽ നിന്ന് ചുവപ്പും നീലയും വലിച്ചെടുക്കുന്നതെന്നത് പഴയ അറിവാണ്. പക്ഷേ, ഇതെന്തുകൊണ്ട്? ഇതരഗോളങ്ങളിൽ സസ്യങ്ങളുണ്ടെങ്കിൽ അവ വലിച്ചെടുക്കുകയും പുറന്തള്ളുകയും ചെയ്യുന്ന നിറങ്ങളെക്കുറിച്ചുള്ള അറിവ് പ്രശ്നസ്ഥലിയെ ചുരുക്കുമെന്ന ഉണർവ്വിന്റെ തുടർച്ചയിലാണ് 'നാസ' ഉത്തരം കണ്ടെത്തുന്നത്. ഭൂമിയിൽ കൂടുതലായും എത്തുന്ന നിറം ചുവപ്പാണ്. വലിച്ചെടുക്കാൻ കൂടുതൽ എളുപ്പമുള്ള നിറം നീലയും. സസ്യങ്ങളുടെ ആവശ്യം നിറവേറ്റാൻ ഈ രണ്ട് നിറങ്ങൾ ധാരാളം. പച്ചയോ അധികപ്പറ്റായി പുറന്തള്ളപ്പെടുന്നു.

'നാസ'യിലെ ശാസ്ത്രജ്ഞനായ നാൻസി കിയാൻ പറഞ്ഞു: "ചെടികൾക്ക് പച്ച ആവശ്യമില്ല" മറ്റു ഗ്രഹങ്ങളിലോ? ഒരു പക്ഷേ അവിടങ്ങളിലെ വ്യത്യസ്ത സാഹചര്യങ്ങളിൽ ഇലകളുടെ നിറം ചുവപ്പോ മഞ്ഞയോ ആകാം. കറുപ്പ് പോലും.

നാണയത്തിൽ ഒരു ജന്തു വാസന

വെസ്പാസിയൻ എന്ന പഴയ റോമാ ചക്രവർത്തി ഒരു നാണയം കൈയിലെടുത്ത് മണക്കുന്ന ചിത്രം പ്രത്യക്ഷപ്പെട്ടത് തന്റെ തന്നെ പേരിലുള്ളൊരു നാണയത്തിന്റെ തലയായാണ്. ചില ആധുനിക ഗവേഷകർ അതിന്റെ പുരാവൃത്തത്തിൽ എത്തിയത് നഗരത്തിൽ ജലവിതരണത്തിന് ഉപയോഗിക്കുന്ന ലോഹക്കുഴലുകൾ വഴിയാണ്.

എവിടെയോ ഇരുമ്പ് മണക്കുന്നു.

പൊതു മറപ്പുരകളിൽ നിന്നുപോലും നികുതി പിരിച്ചെടുത്ത സമർത്ഥനായിരുന്നു വെസ്പാസിയൻ. തന്റെ പ്രശസ്ത പുത്രനായ ടൈറ്റസ് അതിനെ വിമർശിച്ചപ്പോൾ ഒരു നാണയമെടുത്ത് പുത്രന്റെ മൂക്കിനുനേർക്ക് പിടിച്ച് വെസ്പാസിയൻ ചോദിച്ചു. ഇത് നാറുന്നുണ്ടോ? ഇല്ല, ടൈറ്റസ് പറഞ്ഞു. ഇല്ല, പിതാവ് പറഞ്ഞു, ഇത് മൂത്രപ്പണമായിട്ടുപോലും! പണത്തിന് നാറ്റമില്ലെന്ന് പിൽക്കാല സാമ്പത്തികശാസ്ത്രഫലിതം. അതിന്റെ ആന്തരികാർത്ഥം മറക്കുക, ഗന്ധത്തെ ഭൗതികമായി കാണുക, മൂത്രത്തിന്റേതല്ലെങ്കിലും റോമാ സാമ്രാജ്യത്തിലെ ആ നാണയത്തിന് ഉണ്ടായിരുന്നിരിക്കണം ഒരു ഗന്ധം.

നാണയങ്ങൾക്കെല്ലാം ഗന്ധമുണ്ട്.

ചോരക്ക് ഇരുമ്പിന്റെ മണം.

(അതോ തുരുമ്പിന്റെ മണമോ?)

ഉത്തരങ്ങൾ ഏകോപിക്കുന്നു.

കുട്ടികളുടെ ഒരു വിദ്യയോർക്കുന്നോ? ഒരു നാണയം നേരെ കുത്തനെ നിറുത്തി, ഒരു വിരൽ മുകളിൽവെച്ച്, പിന്നാക്കമായി ബലം കൊടുത്ത് ഒരു പ്രയോഗം നടത്തിയാൽ, ആദ്യമത് കുറച്ചുദൂരം മുന്നോട്ടുരുളും, പിന്നെ 'റിവേഴ്സ് ഗിയർ' ഇട്ടതുപോലെ തിരിച്ചുവരും, അതുപോലെ നാണയത്തിന്റെ ഗന്ധം ചോരയിലേക്ക് തിരിച്ചുവരുന്നു.

ഒരു രസികൻ പറഞ്ഞു: തുരുമ്പ് നിറഞ്ഞതാണ് നമ്മുടെ ശരീരം. ഒരർത്ഥത്തിൽ ചോരയുടെ തുരുമ്പിക്കൽ തന്നെയാണ് നമ്മുടെ

ശരീരത്തിലൂടെ പടരുന്ന പ്രാണവായു. ചോരയിൽ ഇരുമ്പുണ്ട്. പ്രാണവായു പെരുമാറിയ ഇരുമ്പാണ് അയേൺ ഓക്സൈഡ്. അത് ശാസ്ത്രത്തിൽ തുരുമ്പിന്റെ പേരാണ്. അങ്ങനെ ചോരക്ക് തുരുമ്പിൻ മണം. ഇതൊരു വിദഗ്ദ്ധാഭിപ്രായമായി കരുതേണ്ടതില്ല. പക്ഷേ, ഇതും റോമിലേക്കുള്ളൊരു പാതയാവാം. സത്യത്തിൽ, പഴയ ജലക്കുഴലുകൾ വഴിയെത്തുന്ന കുടിവെള്ളത്തിന്റെ ലോഹഗന്ധം എന്തെന്ന് മനസ്സിലാക്കാൻ ശ്രമിച്ച ഗവേഷകരാണ് നാണയങ്ങൾക്കെങ്ങനെ ഗന്ധമുണ്ടാകുന്നുവെന്ന് ആദ്യമായി ശാഠ്യപൂർവ്വം മനസ്സിലാക്കാൻ ശ്രമിച്ചത്. നാണയങ്ങൾക്ക് മാത്രമല്ല ഈ ലോഹഗന്ധമുള്ളത്, പാത്രങ്ങൾ, പണിയുപകരണങ്ങൾ എന്നിങ്ങനെ നാം തൊട്ടുപെരുമാറുന്ന പല വസ്തുക്കളും വമിക്കുന്ന ഗന്ധം അതുപോലെതന്നെയാണ്. ഇവയുടെയെല്ലാം ഗന്ധരഹസ്യവും ഒന്നു തന്നെ.

അവയുടെ ഗന്ധം അവരുടേതല്ല.

അത് നമ്മുടെ ഗന്ധമാണ്.

പലപ്പോഴും നാം ഇരുമ്പിന്റെ മണമെന്ന് വിശേഷിപ്പിക്കുന്ന ഗന്ധഘടനയിൽ ഇരുമ്പണുക്കളേ ഇല്ല. വിരലടയാളം പോലെ അത് നമ്മുടെ സ്പർശത്തിന്റെ സൃഷ്ടിയാണ്. നമ്മുടെ ചർമ്മത്തിലെ ചില ദ്രവ്യങ്ങളും വസ്തുക്കളും തൊട്ടുതീണ്ടുമ്പോഴുണ്ടാവുന്ന രാസപ്രവർത്തനങ്ങളുടെ ഫലം. കൂട്ടത്തിലൊന്ന് വൺ-ഓക്റ്റൻ-ത്രീ-വൺ' (1-octen-3-one) എന്ന ദ്രവ്യമാണ്. വളരെ നേർത്ത ഗന്ധമാണ് അതിന്റേത്. പക്ഷേ അത് പിടിച്ചെടുക്കാൻ നമുക്കുള്ള കഴിവ് തികച്ചും അസാധാരണമാണ്.

ചോരയുടെ ഗന്ധമൊന്നു വേറെ.

ചിലപ്പോൾ ചില വസ്തുക്കളിൽ നമുക്ക് തോന്നുന്ന രക്തഗന്ധം സ്വേദദ്രവ്യങ്ങളും 'ഫെറസ് അയേൺ' എന്ന ഇരുമ്പുരൂപവും തമ്മിലുള്ള സ്പർശത്തിന്റെ ഫലമാകാം. കാരണം. അൽപ്പം ചോരയെടുത്ത് തൊലിക്കുമേൽ ഉരുമ്മിയാൽ അതേ ഗന്ധം കിട്ടും. ഇരുമ്പ് മണക്കാൻ നമുക്കുള്ള കഴിവ് ചോരമണക്കാനുള്ള കഴിവുതന്നെയാണ്.

ചോരയിൽ ഇരുമ്പുണ്ട്.

ഇരുമ്പ് ചോരതന്നെയാണ്.

അപകടം, മരണം എന്നിവ സംബന്ധിച്ച ഗന്ധസംജ്ഞകൾ നമ്മുടെ സിരാഘടനയിൽ സാധിച്ചൊരു താദാത്മ്യമാണതെന്നു പറയാം. 'ചോരയും ഇരുമ്പും' (Blood and Iron) കൊണ്ട് തന്റെ നയം രൂപപ്പെടുത്താൻ ശ്രമിച്ച ബിസ്മാർക്ക് ഇത് തിരിച്ചറിഞ്ഞിരിക്കാനിടയില്ല. പക്ഷേ, ചോരയിലെ ഇരുമ്പ് മണത്ത് ആസന്നാന്തരീക്ഷത്തിൽ നിന്ന് സൂചനകൾ പിടിച്ചെടുക്കൽ ഒരു പാരിണാമിക സിദ്ധിയായിരിക്കണം. ആ ചോര മുറിവേറ്റൊരു ഇരയുടേതാവാം.

മുറിവേറ്റ തുണയുടേതാവാം. അല്ലെങ്കിൽ തന്റേതന്നേയാവാം.

വെസ്പാസിയന്റെ നാണ്യത്തിലെ ലോഹഗന്ധം ചോര അല്ലായിരിക്കാം. പക്ഷേ, ഒരു ജന്തുവാസനയുടെ മുദ്രണം അതിൽ എവിടെയോ ഉണ്ട്.

കൊക്കിൽ സിഗരറ്റുമായി നൃത്തം ചെയ്യുന്ന പക്ഷി

യൂറോപ്പിൽ വീടിന്റെ ചിമ്മിനികളെ ആശ്രയിച്ച് ജീവിക്കുന്ന ചില പക്ഷികളെ നോക്കി ഒരു ജന്തുനിരീക്ഷകൻ ആശ്ചര്യപ്പെട്ടു. ചിമ്മിനികളുടെ വരവിനുമുമ്പ് ഇവ എന്തുചെയ്യുകയായിരുന്നു! റോമിലെ ചില പക്ഷികൾ ഗതാഗതത്തിന് നമ്മുടെ വൻപാതകളെയും റെയിൽവേകളെയും കൂടി മാർഗ്ഗരേഖകളാക്കാൻ തുടങ്ങിയത് ഇറ്റലിയിലെ ചില നിരീക്ഷകരുടെ ശ്രദ്ധയിൽപ്പെട്ടു. ('മൂന്ന് വര'യിൽ ഒരിക്കൽ അവ പ്രത്യക്ഷപ്പെട്ടിരുന്നു.) അടുത്തകാലത്ത് ഇംഗ്ലണ്ടിൽ പതിവായി തീവണ്ടിയാത്രകൾ ആവശ്യമായ ജെഫ് ജോൺസ് നടത്തിയ നിരീക്ഷണമാവട്ടെ ഒരു പക്ഷേ കൂടുതൽ ആശ്ചര്യകരമായിത്തോന്നാം.

എക്സ്റ്റെറ്റർ സെന്റ് ഡേവിഡ്സ് റെയിൽവേ സ്റ്റേഷനിൽ, ഒരു ഹിച്കോക്ക് ചിത്രത്തിന്റെ തുടക്കത്തിലെന്നതുപോലെ ചില പക്ഷികൾ പറന്നെത്താൻ തുടങ്ങിയിരിക്കുന്നു. പേടിക്കേണ്ടതായി ഒന്നുമില്ല. കാക്കകളെ ഓർമ്മിപ്പിക്കുന്ന റൂക്കുകൾ എന്ന പക്ഷികളുടെ വരവിലാണ് അപ്രതീക്ഷിതത്വം. പട്ടണത്തിൽ അവ വരാറില്ല.

ഇപ്പോഴത്തെ ആകർഷണം?

പുകവലിക്കാർക്ക് ചില താഴ്ചകൾ ചാരപ്പാത്രമാണല്ലോ. പ്ലാറ്റ് ഫോമിൽനിന്ന് സിഗരറ്റുകുറ്റി മുന്നോട്ടെറിഞ്ഞാൽ കൃത്യമായി ചുവട്ടിൽ റെയിൽവേ പാളങ്ങൾക്കു മേൽ വീഴും. പക്ഷി മനസ്സിൽ അതൊരു നാടകീയ ചാപമായി രൂപപ്പെടാൻ പോകുന്നതേയുള്ളൂ. തൽക്കാലം പക്ഷികൾക്ക് സിഗരറ്റുകുറ്റികൾ മതി. പക്ഷേ, വീഴ്ചയിൽ കെട്ടുപോകാതെ പുകഞ്ഞുകൊണ്ടിരിക്കുന്നവ മാത്രം.

ജോൺസ് വിവരിക്കുന്നു.

"ഒരു പക്ഷി ഒരു റാഞ്ചിപ്പിടിത്തത്തിലെന്നതുപോലെ താഴോട്ട് പാഞ്ഞ് കൊക്കുകൾക്കിടയിൽ സിഗരറ്റു കുറ്റി കൊത്തിപ്പിടിച്ചു. പിന്നെ തിരിച്ചുപറന്ന്, പ്ലാറ്റ്ഫോമിൽ വന്നിരുന്ന്, കൊക്കിൽ

പുകയുന്ന സിഗരറ്റുമായി നൃത്തം ചെയ്യാൻ തുടങ്ങി. ഒരു കോമാളിക്കളി പോലെ തോന്നി. പിന്നീടത് കുറ്റി തറയിലിട്ട്, അതിനു മുകളിലായി ഒരു ചിറക് വിടർത്തിവെച്ച് അതിനിടയിൽ പുക പിടിക്കാൻ തുടങ്ങി. ഉടലിൽ കടന്നുകൂടിയൊരു ഉറുമ്പിനെയോ മറ്റോ പുകച്ചോടിക്കാനെന്നതുപോലെ. അഞ്ചു മിനിറ്റ് കഴിഞ്ഞ് മറ്റാരോ ട്രാക്കിലേക്കൊരു സിഗരറ്റു കുറ്റി വലിച്ചെറിഞ്ഞപ്പോൾ മറ്റൊരു പക്ഷി (ഒരുപക്ഷേ ആദ്യത്തെ പക്ഷി തന്നെയാവണം) അത് കൊത്തിയെടുത്തു. പിന്നീടെല്ലാം തികച്ചും ആദ്യം നടന്നതിന്റെ ആവർത്തനം."

അതേ ധൂമനൃത്തം.

അതേ പുകപിടിത്തം.

സ്ഥലത്തെ 'റോയൽ സൊസൈറ്റി ഫോർ ദ പ്രൊട്ടക്ഷൻ ഓഫ് ബേഡ്സ്' എന്ന സ്ഥാപനത്തിലെ വിദഗ്ദ്ധനായ റിച്ചാർഡ് ആർച്ചർ അങ്ങനെയൊരു കാഴ്ച മുമ്പൊരിക്കലും കണ്ടിട്ടില്ല. ഉപദ്രവം ചെയ്യുന്ന കീടങ്ങളെ സിഗരറ്റു പുകകൊണ്ട് തുരത്താമെന്ന് എങ്ങനെയാണ് ഈ പക്ഷികൾ പഠിച്ചത്? ജന്തുവിൽ സ്വഭാവങ്ങൾ ആരോപിക്കുന്നത് സൂക്ഷിച്ചുവേണം. പക്ഷേ, റൂക്ക് വളരെ ബുദ്ധിയുള്ളൊരു പക്ഷിയാണെന്നോർത്താൽ പുതിയൊരു ആർജ്ജിത സ്വഭാവമാണിതെന്ന് സങ്കൽപ്പിക്കാം. ജീവികൾ പഠിച്ചുകൊണ്ടേയിരിക്കുന്നു.

പുകയുന്ന സിഗരറ്റുകുറ്റികൾ കൊത്തിപ്പിടിച്ച് പട്ടണങ്ങളിൽ വ്യാപരിക്കുന്ന പക്ഷികൾ ഒരതിശയോക്തിയിൽ മറ്റൊരു ഹിച്ച്കോക്കിയൻ ഭീഷണിയാവാം. പക്ഷേ, തൽക്കാലം കെടുത്താതെ വലിച്ചെറിയുന്ന സിഗരറ്റുകുറ്റികൾക്ക് നാമറിയാത്ത അപകടസാദ്ധ്യതകൾ ഉണ്ടാകാമെന്ന് മാത്രം ഓർക്കുക.

പക്ഷികളുടെ 'വി'കാരം അറിയാൻ

പക്ഷിക്കൂട്ടങ്ങളുടെ 'വി' കാരമെന്നു കേട്ടാൽ നിങ്ങളുടെ മനസ്സിൽ ഉറുദു ഭാഷയിൽ എഴുതുന്ന ഇക്റാമുല്ലയുടെ 'പശ്ചാത്താപം' എന്ന അസാധാരണ കഥയിൽ ഒരു തത്തക്കൂട്ടത്തെ ചൂഴുന്ന വികാരം ഉണ്ടാകാതിരുന്നാൽ അത്രയും സൗകര്യം. അത് കൂട്ടത്തിന്റെ ഏറ്റവും പിന്നിൽ പറക്കുന്ന തത്തയെക്കുറിച്ചാണെങ്കിലും, ഇക്റാമുല്ല, ഒരു പാലക്കാടൻ ഗ്രാമത്തിലെ പണ്ടത്തെ (പ്രതീക്ഷാപൂർവ്വം ഇപ്പോഴ ത്തെയും) കുട്ടികളെ ഓർമ്മിപ്പിക്കാൻ ഇടയുണ്ടെങ്കിലും.

ഞാൻ ഉദ്ദേശിക്കുന്ന 'വി'കാരം ആംഗലഭാഷയിലെ 'വി' (V) എന്ന അക്ഷരത്തിന്റെ ആകൃതിയിൽ വ്യൂഹമുണ്ടാക്കി പറക്കുന്ന പക്ഷികളുടെ ദൃശ്യമാണ്.

കൂട്ടത്തിന്റെ 'വി-ഫോ(ർ)മേഷൻ'

തലക്കു മുകളിലൂടെ പറക്കുന്ന കാക്കക്കൂട്ടത്തിന് 'വി' കാരം ഇല്ലെങ്കിലും ഞാൻ സൂചിപ്പിച്ച കുട്ടികൾ അതിന്റെ നേർക്ക് ഉച്ചത്തിൽ വിളിച്ചു പറയും. 'ഒടുക്കം പോകണ കാക്കടെ കൂട്ടത്തിൽ തീപ്പിടിച്ചേ!" അതു കേട്ടാൽ ഒടുക്കം പറക്കുന്ന കാക്ക ധിറുതിപിടിച്ച് മുന്നിൽ എത്താൻ ശ്രമിക്കുമെന്ന് വിശ്വാസം. വിശ്വാസമെന്തായിരുന്നാലും 'വി' കാരത്തോടെ പറക്കുന്ന പക്ഷികളെ സംബന്ധിച്ചൊരു വാസ്തവികത അതോർമ്മിപ്പിക്കുന്നു. 'വി' കാരത്തിന്റെ മുന കൂർക്കുന്നേടത്തുള്ള ഒന്നാം പക്ഷിയും പിന്നിലാകാം. ഈ ഒന്നാം പക്ഷി നേതാവെങ്കിൽ കൂട്ടത്തിന്റെ നേതൃത്വം അതിന്റെ പ്രത്യേകാവകാശമാവണമെന്നില്ല. രാഷ്ട്രീയ/വ്യവസായിക സ്ഥാപനങ്ങളിലെ മുനകൾക്കും ഈ 'വി' കാരഘടന പാകമാകാം. അത് മറ്റൊരു വിഷയം.

മുനക്ക് ദിശ നിർണ്ണയിക്കാം.

പക്ഷേ, മറ്റു കാര്യങ്ങൾ?

ഒരു കൂട്ടത്തിന്റെ ഏകോപിതമായ പറക്കലിന് ചിലചില നിബന്ധനകളുണ്ട്. എല്ലാ പക്ഷികളുടെയും വേഗം ഒന്നാവണം.

പക്ഷികൾക്ക് സ്ഥാനമാറ്റമുണ്ടായാലും അവക്കിടയിലെ

ആപേക്ഷിക അകലങ്ങൾ ഒരു കടലാസിലെ ചിത്രത്തിലെ ഘടകങ്ങൾക്കിടയിലെന്നതുപോലെ മാറ്റമില്ലാതെ തുടരണം. എന്നിട്ടും, ഒരിക്കലും നമ്മുടെ വളരെ നിയമബദ്ധമായ ഗതാഗതത്തിലെ കൂട്ടിയിടിക്കലുകളില്ലാതെ ഒരൊറ്റ മനസ്സുപോലെ വർത്തിക്കുന്നൊരു പക്ഷിക്കൂട്ടത്തെ, മനുഷ്യന് രണ്ടു മിനിറ്റ് വിനയം ആചരിക്കാനൊരു കാരണമെന്നു മാത്രമേ എനിക്ക് വിശേഷിപ്പിക്കാൻ കഴിയൂ. പക്ഷേ ഇതിന്റെ അവ്യാഖ്യേയതയിലുമുണ്ട് ചില കണക്കുകൾ.

പറക്കുന്നവയുടെ നീളമളക്കുക.

അവയുടെ ചിറകടി ശ്രദ്ധിക്കുക.

പറക്കുന്നൊരു ജീവിയുടെ നീളത്തെ ചിറകടികൾക്കിടയിലുള്ള പ്രവേഗവും ഇടവേളയുടെ ദൈർഘ്യവും കൊണ്ട് ഹരിച്ചാൽ കിട്ടുന്ന സംഖ്യ ഒരു കൂട്ടത്തിൽ അതിന്റെ ഏകോപന സിദ്ധിയെ സംബന്ധിച്ച് വളരെ കൃത്യമായ ഒരളവാണെന്ന് കണ്ടെത്തിയത് ജപ്പാനിലെ രണ്ട് ശാസ്ത്രജ്ഞർ. ഒറ്റ അക്ഷരത്തിൽ 'ജി' എന്നാണ് അവർ ആ സംഖ്യയെ, ഏകകത്തെ വിളിച്ചത്.

മൂന്ന് ഉദാഹരണങ്ങൾ

കൊതുകിന്റെ 'ജി' ഏകദേശം 100. പറക്കലിൽ ഏറ്റവും ചിതറുന്നൊരു കൂട്ടമാണ് കൊതുകുകളുടേത്. കുരുവിയുടെ 'ജി' വെറും1. ചിലപ്പോൾ ചിതറിയും ചിലപ്പോൾ ചേർന്നും പറക്കുന്ന കുരുവിക്കൂട്ടം. ചില കൊറ്റികളുടെ 'ജി' ദശാംശം ഒന്ന് (0.1). ഏറ്റവും വടിവോടെ പറക്കുന്നൊരു കൂട്ടമാണ് ഈ കൊറ്റികളുടേത്. ചുരുക്കത്തിൽ ഒരു ജീവിവർഗ്ഗത്തിന്റെ 'ജി'യും പറക്കലിൽ അതിന്റെ ഏകോപന ശൈലിയും വിപരീതാനുപാതത്തിലാണ്. പൊതുവേ ഭൗതികശാസ്ത്രത്തിൽ മാത്രം സാദ്ധ്യമായൊരു കൃത്യതയാണിത്.

ഭൗതികശാസ്ത്രം എന്തു പറയുന്നു?

ഒന്നിലധികം സങ്കൽപ്പനങ്ങളുണ്ട്.

ജോൺ റ്റോണർ, യുഹായ് ടു എന്നിവരാണ് പല കൂട്ടങ്ങളുടെ ചലന/ വിനിമയ രീതികളെക്കുറിച്ചുള്ള ഭൗതിക വിവരങ്ങളുടെ സമഗ്രതയിൽ നിന്ന് ഒരു കമ്പ്യൂട്ടർ മാതൃകയുണ്ടാക്കിയത്. അന്ധാളിപ്പിക്കുന്ന സാങ്കേതിക പ്രയോഗങ്ങൾ നിറഞ്ഞതെങ്കിലും ആ മാതൃകയുടെ വിവരണം വളരെ ലളിതമായ മൂന്ന് ഭൗതിക തത്ത്വങ്ങളുടെ ജൈവ പ്രത്യക്ഷതയെക്കുറിച്ചുള്ളതാണെന്ന് എളുപ്പത്തിൽ കാണാം.

ഒന്നാം തത്ത്വം കാന്തങ്ങളുടെ ഭൗതികശാസ്ത്രമാണ്. കൂട്ടത്തിന്റെ ദിശയെന്തെന്ന് തിരിച്ചറിയാൻ ഒരു പക്ഷിക്ക് മറ്റു പക്ഷികളെ മുഴുവൻ കാണേണ്ടതില്ല. തൊട്ടടുത്തുള്ള ഒരൊറ്റ പക്ഷിയെ കണ്ടാൽ മതി. ഇടയിലെ അകലത്തെയും സമാന്തരത്വത്തെയും കുറിച്ചുള്ള അറിവിൽ ഒരു കൂട്ടം മുഴുവൻ ഏകദിശോന്മുഖമാകുന്നു. ചലനത്തിന്

തടസ്സമില്ലാതെ അടുത്തടുത്തായി സ്ഥിതി ചെയ്യുന്ന കാന്തങ്ങൾ ഒരൊറ്റ വടക്കുനോക്കി ആകുന്നതു പോലെ.

രണ്ടാം തത്ത്വം ദ്രാവകത്തിനുമേൽ പാറുന്ന പൊടിപടലങ്ങളുടെ ഭൗതികശാസ്ത്രമാണ്. അവ ചിലപ്പോൾ വേർപിരിയുന്നതുപോലാണ് പക്ഷികൾ കൂട്ടം പിരിയുന്നത്.

മൂന്നാം തത്ത്വം ദ്രാവകങ്ങളിൽ ചൂടുപടരുന്നതിന്റെ ഭൗതികശാസ്ത്രമാണ്. തീയിനുമേൽ വെച്ച പാത്രത്തിലെ വെള്ളം തിളക്കാൻ തുടങ്ങുന്നത് ആദ്യഘട്ടത്തിൽ പാത്രത്തിന്റെ ചൂട് നേരിട്ട് വെള്ളത്തിലേക്ക് കടക്കുമ്പോഴാണ്. പക്ഷേ, പിന്നീട് ഏറ്റവുമടിയിലെ ജലാംശങ്ങൾ ചൂടിൽ ചലനശേഷിയാർജിച്ച് ചൂടില്ലാത്തേടങ്ങളിലേക്ക് പടരുന്നു. അവിടങ്ങളും ചൂടുപിടിക്കുന്നു. ആദ്യം വിവരമറിയുന്ന പക്ഷികൾ ആദ്യം ചൂടുപിടിക്കുന്ന ജലാംശങ്ങൾ പോലാണ്. അവയുടെ സ്ഥാനമാറ്റങ്ങളിലൂടെ കൂട്ടത്തിന്റെ വിവരവ്യവസ്ഥയുണ്ടാകുന്നു.

ഇതിന് 'വി' കാര മുന വേണോ?

നിർണ്ണായക ഘട്ടങ്ങളിൽ പല ജന്തുക്കൂട്ടങ്ങൾക്കും ഒരു മോശ(മോസസ്) വേണ്ട. ഇതിന് ഉദാഹരണമായൊരു ചെറുമത്സ്യക്കൂട്ടമുണ്ട്, തീൻഭ്രാന്തിന് പേരുകേട്ട ബാരക്കുഡാ എന്ന മൽസ്യം. പാഞ്ഞടുത്താൽ ഈ കൂട്ടം പെട്ടെന്നൊരു വിടവുണ്ടാക്കിക്കൊണ്ട് രണ്ടായി പിരിയും, പിന്നെ ഇരപിടിയനു പിന്നിൽ വീണ്ടും യോജിക്കും. പഴയ ചെങ്കടൽ, മോശക്കും കൂട്ടർക്കും മുന്നിൽ പിളരുകയും പിന്നെ അവർക്കുപിന്നിൽ ഒന്നാവുകയും ചെയ്തതുപോലെ!

പ്രഥമതൽപ്പുരുഷന്റെ മരണം

മരണം പ്രഥമതൽസ്ത്രീയുടേതുമാകാം. ലിംഗഭേദ രാഷ്ട്രീയത്തിന്റെ ഇടപെടൽ ആവശ്യമില്ല. മാനുഷിക അഹന്തയുടെയും മരണത്തി ന്റെയും ആഗോള വ്യാകരണത്തിൽ ലിംഗഭേദങ്ങളില്ല. ഉള്ളടക്കം ആദ്യം തന്നെ തുറന്നുപറഞ്ഞാൽ ധാരണപ്പിശകുകൾ ഉണ്ടാവുകയു മില്ല.

ഭൂമിയിൽ മരണമെന്നൊന്നില്ല.

സൂക്ഷ്മാർത്ഥത്തിലാണ് പറയുന്നത്.

സമൂലാർത്ഥത്തിൽ മരണമെന്നൊന്നുള്ളത് ഈ ഭൂമിയിൽ പ്രഥമ തൽപ്പുരുഷന് മാത്രമാണ്. പ്രഥമതൽസ്ത്രീക്കും.

മരിക്കുന്നത് 'ഞാൻ' മാത്രം.

"പാപത്തിന്റെ ശമ്പളം മരണം" എന്ന വേദപുസ്തക വചനം 'രതിയുടെ കൂലി മൃതി' എന്നാക്കിത്തിരുത്തിയ ശാസ്ത്രലേഖകന്റെ പേര് മറന്നു പോയതിൽ ഞാൻ ഖേദിക്കുന്നു. ആദിയിൽ ഉണ്ടായത് ഏകകോശ ജീവികൾ. അവയുടെ പുനരുൽപ്പാദനം ലൈംഗികമല്ല. ഒന്ന് പിളർന്ന് രണ്ടാകുന്നു. ആ രണ്ടുകളും ആദ്യത്തെ ഒന്നുതന്നെ. ആ രണ്ടുകൾ വീണ്ടും പിളർന്നാലും അവയിൽ ഓരോന്നും ആദ്യത്തെ ഒന്നുതന്നെ. അതങ്ങനെ തുടരുന്നു. അങ്ങനെ കോടിക്കണക്കിന് പിളർന്നുണ്ടായ ഓരോന്നും ഒന്നുതന്നെ. അവയിൽ ഓരോന്നും 'ഞാൻ' എന്ന് ചിന്തിക്കാൻ തുടങ്ങിയാലുണ്ടാവുന്ന അവസ്ഥ വിഭാവനം ചെയ്യാൻ ശ്രമിച്ചാൽ രാത്രി വിളക്കിനോടൊപ്പം നിങ്ങളുടെ ഉറക്കം കെടും. (ചിലപ്പോൾ കമ്പ്യൂട്ടറുകൾ നൽകുന്നൊരു അറിയിപ്പനുകരിച്ച് പറഞ്ഞാൽ ക്ഷമിക്കുക, ഈ 'ഞാൻ' ഇപ്പോൾ ഉപയോഗത്തിലാണ്!)

ഏകകോശത്തിന് 'ഞാൻ' ഇല്ല.

ലൈംഗികത മരണം കുറിച്ചു.

സ്ഥൂലാർത്ഥത്തിൽ ലൈംഗികമായി പുനരുൽപ്പാദനം നടത്തു ന്ന ഏതു ജീവിവർഗ്ഗത്തിലെയും ഓരോ അംഗവും മരിക്കുന്നു. ഇവിടെ രസകരമായൊരു വസ്തുതയുണ്ട്. സ്ഥൂലമരണം ഓരോ

ജീവിക്കുമുണ്ടെങ്കിലും 'മർത്ത്യ' ശബ്ദം മരണമുള്ള ഏതു ജീവിയേയും കുറിക്കുമെങ്കിലും, 'മർത്ത്യൻ' ഒരു മനുഷ്യമാത്ര പര്യായമായിത്തീർന്നത് നമ്മുടെ ഭാഷയിൽ അബദ്ധവശാൽ സംഭവിച്ചൊരു സുബദ്ധതയാണ്. അനശ്വരത്വത്തെക്കുറിച്ച് ആകാംക്ഷയും ആശങ്കയുമുള്ള ഒരേ ഒരു ജീവി മനുഷ്യനാണെന്നത് അതോടൊപ്പം ചേർത്തുവായിക്കേണ്ടതാണ്. മരണമുള്ളത് ഞാൻ എന്ന ഭാവമുള്ള ജീവികൾക്കുമാത്രം. അവയുടെ മരണം ശരിക്കും ഒരു അന്ത്യം തന്നെ.

പക്ഷേ, 'ഞാൻ' എന്ന തുടർച്ചയില്ലാത്ത അനശ്വരത എന്നൊന്നുണ്ട്, പരിതോവസ്ഥാപരമായ തുടർച്ച ("Things make sense only ecologically"). എന്റെ ശരീരത്തിലെ മൂലകങ്ങൾ 'ഞാൻ' ഇല്ലാതെ ഒരു ഉറുമ്പിലേക്കും പുല്ലിലേക്കും കല്ലിലേക്കും പടരുമെന്ന യാഥാർത്ഥ്യത്തെക്കാൾ ഉദാത്തമായ എന്തു സ്വപ്നമാണ് നമുക്ക് കാണാനുള്ളത്! ഭൂമിയിലെ ഏറ്റവും മികച്ച അപനിർമ്മാണ (ഡി കൺസ്ട്രക്ഷൻ) വിദഗ്ദ്ധരായ ഏകകോശജീവികൾ എന്ന് വായിക്കുമ്പോഴല്ലേ ഇനി വരാനുള്ള പല ജീവികളും സാദ്ധ്യമാകുന്നത്?

പറഞ്ഞുവരുമ്പോൾ...

ഭൂമിയിൽ ഒരേയൊരു ജീവിയെ ഉള്ളൂ. അത് ഭൂമിതന്നെയാണ്.

ലാസ്കോയിൽ ചില ഉച്ഛ്വാസങ്ങൾ

റോബോട്ടെന്ന പേരുള്ളൊരു നായയെ തേടിയലഞ്ഞ ദിവസം ഫ്രാൻസിലെ നാലു പയ്യന്മാരെ സംബന്ധിച്ച പ്രധാന ചോദ്യം "അവർ അതിനെ കണ്ടെത്തിയോ?" എന്നാകേണ്ടിയിരുന്നു. പക്ഷേ, ആകസ്മികമായൊരു ഉപകഥ അവരെ ചരിത്രത്തിലേക്ക് കയറ്റി; നായയെ വിസ്മൃതിയിലേക്കും. പിന്തുടരാൻ ഒരു ഉച്ഛ്വാസം പോലുമില്ലാതെ.

ഉച്ഛ്വാസം ഒരു ഗുഹയിലായി.

ഉപകഥ ഒരു കണ്ടെത്തലായിരുന്നു. പതിനേഴായിരം വർഷം പഴക്കമുള്ളതെങ്കിലും "നാം ഒന്നും കണ്ടുപിടിച്ചിട്ടില്ല" എന്നേറ്റു പറയാൻ സാക്ഷാൽ പിക്കാസോയെ പ്രേരിപ്പിച്ച ചുവർച്ചിത്രങ്ങൾ നിറഞ്ഞ ലാസ്കോ ഗുഹയാണ് 1940-ൽ പയ്യന്മാർ കണ്ടെത്തിയത്. രണ്ടാം ലോക യുദ്ധത്തെത്തുടർന്നുള്ള സജ്ജീകരണങ്ങൾ അതിനെ പൊതുജന പ്രദർശനത്തിനു പാകമാക്കി. പക്ഷേ, കണ്ടെത്തലിനെ തുടർന്ന് ഏതാണ്ട് പതിനഞ്ചു വർഷം കഴിഞ്ഞപ്പോൾ സന്ദർശകർക്കു നേരെ ഗുഹാമുഖം അടഞ്ഞു. കാരണം, ഗുഹാചിത്രങ്ങൾക്ക് നാശം സംഭവിക്കാൻ തുടങ്ങിയെന്ന് അധികൃതകർ ശ്രദ്ധിച്ചു. വിദഗ്ദ്ധന്മാർ അതിന്റെ രഹസ്യം ആരായാൻ ശ്രമിച്ചു.

ഗുഹാജീവിതമൊന്നു വേറെ.

സ്ഥായീഭാവങ്ങൾ, സഞ്ചാരീഭാവങ്ങൾ. ഗുഹക്കകത്തു ജീവിത ചക്രം (ലൈവ് സൈക്ക്ൾ) പൂർത്തിയാക്കുന്ന ജീവികൾ. ഗുഹക്കകത്തും പുറത്തുമായി കഴിയുന്ന ജീവികൾ, ചില ഋതുക്കളിൽ മാത്രം ഗുഹതേടിയെത്തുന്ന ജീവികൾ. പിന്നെ സന്ദർശനങ്ങളെ എപ്പോഴും ഇടപെടലുകളാക്കുന്ന മനുഷ്യർ. ഗുഹകൾ പലതും ഒരു കാലത്ത് മനുഷ്യരെ അപേക്ഷിച്ച് ദുർഗ്ഗമമോ അജ്ഞാതമോ ആയിരുന്നു. ജൈവാന്തരീക്ഷങ്ങളെ അപേക്ഷിച്ച് മൃദുലവും. ഇപ്പോഴും ഗുഹക്ക് പുറത്തുള്ള അന്തരീക്ഷമാറ്റങ്ങളില്ലാത്ത ഒരവസ്ഥയിലൂടെയാണ് ഗുഹാജീവികളുടെ പരിണാമം. ആകയാൽ അവയുടെ ജൈവ പരിതോവസ്ഥ അതിലോലമാണ്. മാറ്റങ്ങൾ അതിൽ ആപൽക്കരമാവും.

ചെറിയ മാറ്റങ്ങൾ പോലും.

ഒരു ഉച്ഛ്വാസം പോലും!

ചുവർച്ചിത്രങ്ങളെപ്പോലും ആ അവസ്ഥ ബാധിച്ചെന്നു തോന്നും. ലാസ്കോയിലെ ഗുഹയിലെ കലാസൃഷ്ടികളുടെ നാശത്തിനു ഒരു കാരണം വിദഗ്ദ്ധന്മാർ കണ്ടെത്തി. മനുഷ്യരുടെ ശ്വാസോച്ഛ്വാസം വഴി ഗുഹാന്തരീക്ഷത്തിൽ കുമിഞ്ഞു കൂടുന്ന കാർബൺ ഡയോക്സൈഡ്! പ്രാചീന കലാപ്രവർത്തന കേന്ദ്രങ്ങളായിരുന്ന പല പ്രശസ്ത ഗുഹകളുടേയും അവസ്ഥ ഇതാണെന്ന് ഓരോരോ രാജ്യങ്ങളിലെ നിരീക്ഷണങ്ങൾ തെളിയിക്കുന്നു. മന്ത്രാനുഷ്ഠാനങ്ങളുടെ മറവിൽ സംഭവിക്കയാൽ ഒരു സദസ്സില്ലാതിരുന്ന ഏകാന്ത സൃഷ്ടികൾ. ആയിരത്താണ്ടുകൾക്കു ശേഷമാണ് ഉച്ഛ്വസിക്കുന്ന കൂട്ടങ്ങളെ അവ നേരിടുന്നത്.

ഗുഹകളിൽ ആ പഴയ കലാകാരന്മാരുടെ ഉച്ഛ്വാസം പിടിച്ചെടുക്കാൻ ഒരു നിമിഷം മനസ്സു കൊണ്ട് ശ്രമിക്കുക. അഞ്ചാറു വർഷം മുമ്പ് ബോർണിയോവിൽ ചിലർ കണ്ടെത്തിയ ഗുഹാചിത്രങ്ങൾക്ക് ഉച്ഛ്വാസം അക്ഷരാർത്ഥത്തിൽ ഒരു നിർമ്മാണ ദ്രവ്യമായിരുന്നു. ചുവരുകളിൽ നിറഞ്ഞു നിൽക്കുന്ന കൈപ്പടരൂപങ്ങളിലെ ചില രഞ്ജനകൾ(പാറ്റേൺസ്) ഉച്ഛ്വാസത്തെ ഉപകരണമാക്കി നിർമ്മിച്ചവയാണെന്ന് കെമിക പരീക്ഷണങ്ങൾ പറയുന്നു. അതായത് കലാകാരന്മാർ മൂക്കുകൊണ്ടോ വായകൊണ്ടോ ചില പ്രയോഗങ്ങൾ നടത്തിയിട്ടുണ്ട്.

റോബോട്ട് എന്ന നായക്ക് പിന്നിലുണ്ടായി അടുത്ത കാലത്തൊരു ഓർമ്മയുടെ ഉച്ഛ്വാസം. ലാസ്കോ ഗുഹയുടെ തനിപ്പകർപ്പായൊരു നിർമ്മിതി സന്ദർശിക്കാൻ ഉദ്ദേശിക്കുന്നവരോട് ഒരു സഹൃദയൻ പറഞ്ഞു. അവിടെയെങ്ങാനും റോബോട്ടുണ്ടോയെന്ന് ഒന്നു നോക്കിയാൽ കൊള്ളാം.

അയലത്തെ പെൺകുട്ടി ഫ്റീമാർട്ട്ൻ?

ആൽഡസ് ഹക്സ്‌ലി 'ധീര നൂതന ലോകം' (Brave New World) എഴുതിയത് 1934ൽ. അതിൽ അദ്ദേഹം ഉപയോഗിച്ചൊരു വാക്ക്, ഒരു സങ്കൽപ്പം, ജീവശാസ്ത്രപരമായൊരു ചുറ്റിൽ ഈ ഏടിലേക്ക് കന്നുകാലികളെ തെളിച്ചുകൊണ്ടുവരുന്നു.

ഹക്സ്‌ലിയുടെ നാട്ടുകാരികളായ ക്ലേർ ജാനകി ഹോൾഡൻ, റൂത്ത് മേസ് എന്നിവർ ആഫ്രിക്കയിലെ നാനൂറിൽപ്പരം മനുഷ്യസമൂഹങ്ങൾ വിനിമയത്തിനുപയോഗിക്കുന്ന 68 ബാൺട്ടു ഭാഷകളുടെ പരിണാമം ഗണിതശാസ്ത്ര കൃത്യതയോടെ അവതരിപ്പിച്ചത് 2003ൽ. ജൈവ പരിതോവസ്ഥയെ അവലംബിച്ച് ഓരോരോ സമൂഹങ്ങളുടെ ഭാഷയിലുണ്ടാവുന്ന മാറ്റങ്ങളിൽ കൃത്യമായും ഏത് ഘട്ടത്തിലാണ് ആൺമേൽക്കോയ്മയുടെ അടയാളങ്ങൾ പ്രത്യക്ഷപ്പെടുന്നതെന്ന് നിർണ്ണയിക്കുന്നതാണ് അവരുടെ പഠനം. അതും ഈ ഏടിലേക്ക് കന്നുകാലികളെ തെളിച്ചുകൊണ്ടുവരുന്നു.

ജോൺ ഹൺടർ അനുധാളിക്കും.

പതിനെട്ടാം നൂറ്റാണ്ടിൽ ജീവിച്ചിരുന്ന അപാരനായൊരു ശസ്ത്രക്രിയാ വിദഗ്ദ്ധൻ. ഇന്ന് ചില വിദ്യാഭ്യാസ സ്ഥാപനങ്ങളുടെ പേരുകളിലൂടെയും വൈദ്യശാസ്ത്രത്തിലെ ചില സാങ്കേതിക പദങ്ങളിലൂടെയും വില്യം ബ്ലേക്കിന്റെ ഒരു രചനയിലെ ജാക്ക് ടിയർ ഗട്സ് എന്ന കഥാപാത്രത്തിലൂടെയും ഹൺടർ തുടരുന്നു. പിന്നെ ലണ്ടനിലെ പ്രശസ്തമായ ഹൺടേറിയൻ മ്യൂസിയത്തിലൂടെയും ഹൺടർ തുടരുന്നു. ഹൺടറുടെ മൗലിക സംഭാവനകളെക്കുറിച്ചോർത്താൽ, 'ദൂരവ്യാപകം' എന്ന വാക്കിൽ സൂചിതമായൊരു സമയഘടകം പിൽക്കാല ശാസ്ത്രത്തെ പരിഹസിക്കുന്നതായി തോന്നും. ഹൺടറുടെ ഒരു കണ്ടെത്തലിന്റെ മാനുഷിക സമാന്തരം ഒരു ശാസ്ത്രജ്ഞൻ കണ്ടെത്തുന്നത് 2007ൽ! കന്നുകാലികളുടെ പുനരുൽപ്പാദനം

പഠിക്കുന്നതിനിടയിലാണ് ഒരു പ്രത്യേകതരം പശുവിന്റെ രഹസ്യം ഹൺടർ മനസ്സിലാക്കിയത്.

ഒരു വ്യതിചലിത പശു.

ഫ്റീമാർട്ട്ൻ.

ഫ്റീമാർട്ട്ൻ എന്ന വാക്കറിയാവുന്ന ഏത് കർഷകനും അതിനെ തിരിച്ചറിയാം, ഒരു പശുവിന്റെ ശരീരം അതിനുണ്ട്, സ്തനങ്ങളും ജനനേന്ദ്രിയവുമടക്കം. പക്ഷേ, അതിന്റെചേഷ്ടകൾ പലതും കാളകളുടേതാണ്. 'ആരോഹണ' വാസനയടക്കം. ഫ്റീമാർട്ട്ൻ ഒരു മച്ചിപ്പശുവാണ്. രണ്ടും കെട്ട ഈ അവസ്ഥ കാരണം അതിന്റെ കഴുത്ത് ചിലേടങ്ങളിലെങ്കിലും നുകത്തിനടിയിലാവുന്നു. മാംസം മേശപ്പുറത്തെത്തുന്നു. (കാളയിറച്ചിക്ക് തുല്യം.) സമാന്തരമില്ലാത്തൊരു ജന്തുദുരന്തം.

ഫ്റീമാർട്ട്ൻ എന്തിന്റെ സൃഷ്ടി?

പുരുഷമേധാവിത്വത്തിന്റെ!

സാൽവഡോർ ഡാലിയുടെ ആത്മകഥാ സ്മൃതിപോലെ ഗർഭപാത്രത്തിലാണത് തുടങ്ങുന്നത്. നമ്മുടെ രാഷ്ട്രീയ/ സാമൂഹിക മനസ്സിലെ എല്ലാ പരിചിതങ്ങൾക്കും പ്രതീക്ഷിതങ്ങൾക്കും അപ്പുറത്ത് പുരുഷന്റെ ഇടപെടലില്ലാതെ നടക്കുന്നൊരു സംഭവമാണത്. എങ്കിലും അതിൽ ആധിപത്യമുണ്ട്. ഭ്രൂണതലത്തിൽ. ഇരട്ട പ്രസവത്തിന് തയാറെടുക്കുന്നൊരു പശുവിന്റെ ഗർഭാശയം ശ്രദ്ധിക്കുക. രണ്ടു വളർച്ചകൾ. ഒന്നുകിൽ രണ്ടും പശുക്കൾ, അല്ലെങ്കിൽ രണ്ടും കാളകൾ. അതുമല്ലെങ്കിൽ ഒന്നു കാളയും മറ്റേത് പശുവും. മൂന്നാമത് പറഞ്ഞതിനാണ് ജൈവ ലൈംഗികത രാഷ്ട്രീയം പ്രസക്തമാവുന്നത്. ഒരേസമയത്ത്, ഒരേ ഗർഭാശയത്തിൽ, ഒരു കാളയോടൊപ്പം വളരാൻ തുടങ്ങുന്ന പശുദ്രവ്യത്തിന്റെ ഭാവിയാണ് ഫ്റീമാർട്ട്ൻ, ഇത് ജോൺ ഹൺടർ കണ്ടെത്തിയത്.

ഇതിലെവിടെ ആധിപത്യം?

എങ്ങനെയാണത് പ്രവർത്തിക്കുന്നത്?

മനുഷ്യ സമാന്തരത്തിൽ ഉത്തരമുണ്ട്. അടുത്തവീട്ടിലെ പെൺകുട്ടിയും ഫ്റീമാർട്ട്ൻ ആകാമെന്ന് 2007 ൽ കണ്ടെത്തിയത് വെർപിലുമ്മാ, ഒരു പാരിണാമിക ജീവശാസ്ത്ര ഗവേഷകൻ. ഗർഭത്തിലെ രണ്ടു ഭ്രൂണങ്ങളെ ബന്ധിപ്പിക്കുന്ന സൂക്ഷ്മഘടനകൾ വഴിയാണ് ആധിപത്യം നടക്കുന്നത്. രണ്ടു ഭ്രൂണങ്ങളും മാതൃദ്രവ്യം സ്വീകരിക്കുന്നു. പെണ്ണിൽ ആൺദ്രവ്യവും ആണിൽ പെൺദ്രവ്യവും ഉണ്ടെന്നോർക്കണം ഏറ്റക്കുറച്ചിലും പ്രാഥമികതയും മറ്റുമാണ് വ്യത്യാസമുണ്ടാക്കുന്നത്. ആ അർത്ഥത്തിൽ പ്രാഥമികമായി പുരുഷന്റേതായ ഒരു ഹോർമോൺ (റ്റെസ്റ്റോസ്റ്ററോൺ) ആൺ ഭ്രൂണത്തിൽ നിന്ന്

പെൺഭ്രൂണത്തിൽ എത്തുന്നതുകൊണ്ടാണ് ഒരു ഫ്റീമാർട്ൻ പിറക്കുന്നത്. അവളിൽ പുരുഷലക്ഷണങ്ങൾ തെളിയും. വന്ധ്യത അനിവാര്യമല്ല. പക്ഷേ ഒരു പരിധിവരെ.

ല്യമ്മാസ്റ്റ് തെളിവുകളുണ്ട്.

ഒരു പള്ളിയിൽ ഇരുനൂറ്റമ്പത് വർഷങ്ങളിൽക്കൂടുതൽ (1734-1888) ദൈർഘ്യമുള്ള കാലയളവിൽ നടന്ന ജനന-മരണ വിവാഹങ്ങളെക്കുറിച്ചുള്ള രേഖകൾ ഈ ഗവേഷകൻ കണ്ടെത്തി. വ്യാവസായിക വിപ്ലവത്തിനു മുമ്പുള്ളൊരു കാലഘട്ടം അദ്ദേഹം പരിശോധിച്ചത് ബോധപൂർവ്വമായിരുന്നു. നമ്മുടെ കാലഘട്ടത്തിലെ പ്രസവ സംരക്ഷണരീതികളോ ഗർഭനിരോധനമോ സ്ഥതിവിവരത്തിൽ വൈയക്തിക മാറ്റങ്ങൾ ഉണ്ടാക്കുന്നത് ഒഴിവാക്കാൻ. പള്ളിയുടെ രേഖകളിൽ കൃത്യം 754 ഇരട്ട പ്രസവങ്ങൾ. അതനുസരിച്ച് ഫ്റീമാർട്ൻ സ്ത്രീകൾക്ക്, സാധാരണ സ്ത്രീകളെ അപേക്ഷിച്ച്, പുനരുൽപ്പാദനശേഷി 25 ശതമാനത്തോളം കുറവാണ്. പിന്നെ, അവർ വിവാഹിതകളാകാനുള്ള സാദ്ധ്യത 18 ശതമാനം കുറവാണ്.

ആഫ്രിക്കയിൽ ഭാഷാപരിണാമം പഠിച്ച വിദഗ്ദ്ധകൾ ഒടുവിൽ എത്തിച്ചേർന്നതും കന്നുകാലികളിലാണ്. അവയെ മെരുക്കിയെടുക്കാൻ തുടങ്ങുന്നതോടെ ആണുങ്ങൾ പുതിയൊരു സ്വകാര്യ സ്വത്താർജ്ജിക്കുന്നു. ആൺവാഴ്ചയും ബഹുഭാര്യാത്വവും അവിടെ തുടങ്ങുന്നു. പെൺവാഴ്ച പതിവായിരുന്ന സമൂഹങ്ങളിൽപ്പോലും. ആണ് പെണ്ണിന് കന്നുകാലികളെ പുരുഷധനമായി നൽകൽ ബാൺട്ടു സമൂഹങ്ങളിൽ പതിവാണ്. ഗോസ്വത്ത് നിർണ്ണായകമായതിന്റെ സമയരേഖ ആഫ്രിക്കയിലെ ഭാഷകൾ ആൺമേൽക്കോയ്മയിലേക്ക് ചായാൻ തുടങ്ങിയ കാലഘട്ടവുമായി കൃത്യമായും സംവദിക്കുന്നു. നാൽക്കാലികൾ ആഫ്രിക്കയുടെ ഭാഷ മാറ്റി.

തുടക്കത്തിൽ ഹക്സ്‌ലിയുടേതെന്ന് ഞാൻ സൂചിപ്പിച്ച സങ്കൽപ്പം ഫ്റീമാർട്ൻ തന്നെ! 'ധീരനൂതനലോക' ഭീകരാവസ്ഥയിൽ ഒരു ഭരണകൂട നയമനുസരിച്ച് ആൺ ഹോർമോണുകളുടെ കുത്തിവെയ്പിലൂടെ പെൺമയിൽനിന്ന് വ്യതിചലിച്ചൊരു സ്ത്രീയാണ് ഈ ഫ്റീമാർട്ൻ.

ഹൺടർ: ഒരു അന്ത്യചിത്രം.

കാപ്റ്റൻ കുക്ക് നൽകിയ സൗജന്യയാത്ര സ്വീകരിച്ച് ഇംഗ്ലണ്ടിൽ എത്തിയ ഒമേയ് എന്ന പോളിനേഷ്യൻ സുന്ദരിയെ ചിത്രത്തിലാക്കിയ ഒരാളുണ്ടായിരുന്നു. ജോഷ്വാ റെയ് നോൾഡ്സ്. ഒമേയ്ടേതുപോലുള്ള ആൾച്ചിത്രങ്ങളിലെ സൗന്ദര്യവത്കരണം അദ്ദേഹത്തെ ചിലരുടെ ദൃഷ്ടിയിൽ തികച്ചുമൊരു പ്രീണനക്കാരനാക്കി. പക്ഷേ, ഇരുണ്ട ദൗർമ്മനസ്യത്തിലേക്കുള്ള ചായ്വും റെയ്നോൾഡ്സിന് സാദ്ധ്യമായിരുന്നു. ആ ചായ്വിന്റെ നിഴൽ തന്നെക്കുറിച്ചുള്ളൊരു ചിത്രത്തിലേക്ക് ആവാഹിക്കാൻ തികച്ചും പാകമായ ഒരാളുണ്ടായിരുന്നു.

ജോൺ ഹൺടർ (വീണ്ടും).

ബ്ലേക്കിന്റെ പരിഹാസകവിതയിൽ അദ്ദേഹം പിശാചിന്റെ ആത്മാവുള്ളൊരു 'കുടൽ കീറി' (Tearguts) മാത്രം. ലണ്ടനിലെ സെമിത്തേരികളിലെ ശവശരീരങ്ങൾ, ഹൺടറുടെ വീടിന്റെ പിൻവാതിലിലൂടെ കടത്തുന്നവരെക്കുറിച്ചും ബ്ലേക്ക് പറഞ്ഞു. ശരിയാണ്. ഭ്രാന്തോളം പോന്നൊരു ആവേശം ഹൺടർക്ക് ശസ്ത്രക്രിയയിൽ ഉണ്ടായിരുന്നു. പക്ഷേ ആ ആവേശത്തെ ശുദ്ധ ശാസ്ത്രപ്രജ്ഞയിൽ ഒതുക്കുമ്പോൾ, ഒരാൾ കശാപ്പോളം പ്രാകൃതമായിരുന്നൊരു കൈക്രിയയെ ആധുനിക സർജറിയിലേക്കു നയിക്കുന്നൊരു വിരൽ മാന്ത്രികനാവുന്നു. അതിൽ ഹൺടർ എപ്പോഴും മരണത്തിനടുത്തായിരുന്നു. റെയ്നോൾഡ്സ് 1786-ൽ തീർത്ത ചിത്രത്തിൽ, ഹൺടർ ഇരിക്കുന്നതിനടുത്തുള്ള മേശക്കുമേൽ, എല്ലിൻകൂട്ടുകളുടെ പടങ്ങളുള്ളൊരു പുസ്തകം മലർന്നു കിടക്കുന്നു. പിൻതലത്തിൽ, ആളിന്റെ തലക്കു മേലുയരുന്ന ചുവരിൽ മനുഷ്യാസ്ഥികൾ തൂങ്ങുന്നു. ഒരിക്കൽ താനും അതുപോലെ ചില എല്ലിൻ കഷ്ണങ്ങൾ മാത്രമാവുമെന്ന ഉണർവ്വ് ഹൺടറുടെ മുഖത്തുണ്ടെന്ന് തോന്നിക്കുമെന്ന് ഒരു നിരൂപകൻ പറഞ്ഞു. നീയും മർത്ത്യനാണെന്ന് ഓരോ വ്യക്തിയെയും

ഓർമ്മിപ്പിക്കുന്നൊരു ലത്തീൻ പ്രയോഗം('മെമന്റോ മോറി') ചിത്ര കലയിലെ ഒരു ശാഖയുടെ പേരു തന്നെയായത് ഇവിടെ ഒരു നട്ടക്കമാണ്.

പിന്നെ, ഒരു രോഗത്തെത്തുടർന്ന് ഹൺടറുടെ മുഖച്ഛായ തന്നെ മാറിയപ്പോൾ റെയ്നോഡ്ൾസ് ആ ചിത്രം പുതുക്കിയെഴുതി. പിന്നെ, റെയ്നോൾഡ്സ് മരിച്ചപ്പോൾ എന്തുകൊണ്ടോ ഒരു ശവ പരിശോധന വേണ്ടിവന്നു. അത് നിർവ്വഹിച്ചത് ഹൺടർ, അതിനു മുമ്പൊരിക്കൽ അദ്ദേഹം റെയ്നോൾഡ്സിനെ ചികിത്സിച്ചിരുന്നു.

കശാപ്പും ശസ്ത്രക്രിയയും കാൽപ്പനിക സൗന്ദര്യമാർന്ന ദൃശ്യങ്ങളല്ല. പക്ഷേ, നൂറുകണക്കിന് ആളുകളുടെ ശരീരപോഷണത്തിനും നിലനിൽപ്പിനും വേണ്ടി ചിലർക്ക് അങ്ങനെ ചില 'വൃത്തികെട്ട' പണികൾ ചെയ്യേണ്ടിവരുന്നു. ആ പണികൾ തമ്മിൽത്തന്നെ നിർണ്ണായകമായ വ്യത്യാസമുണ്ട്. പിത്തനീര് മഞ്ഞച്ചായം പൂശാൻ തുടങ്ങിയ ചോരയും ത്വക്കും, മറ്റു പല രോഗലക്ഷണങ്ങളുമായി മൃതിയടഞ്ഞ ബ്ലേക്കിന്റെ ഒടുക്കത്തെ ബോധത്തെളിച്ചം അതിനെക്കുറിച്ചുള്ള ഉണർവ്വാകേണ്ടിയിരുന്നു.

സെമിത്തേരികളിൽ നിന്നുള്ള ശവശരീരങ്ങളിൽ കശാപ്പു നടത്തുന്ന ചിലരാണ് ആ പരേതരെ ഓർമ്മിക്കാനുള്ള പിൻതലമുറകളുടെ വരവ് സാദ്ധ്യമാക്കുന്നത്.

ഓരോ വെടിവെപ്പിലും ന്യൂട്ടൻ മരിക്കുന്നു

ഓരോ തോക്കിന്റെയും പ്രവർത്തനത്തിലും സർ ഐസക് ന്യൂട്ടന്റെ മൂന്നാം നിയമം തെളിയുന്നു. പക്ഷേ, ഓരോ വെടിവെപ്പിലും ന്യൂട്ടൻ ചത്തുവീഴുന്നു. ചില 'ആക്ഷൻ' പടങ്ങളിൽ.

ഓരോ പ്രവർത്തനത്തിനും തുല്യവും വിപരീതവുമായൊരു പ്രതിപ്രവർത്തനമുണ്ടെന്ന പറഞ്ഞപ്പോൾ ന്യൂട്ടൻ ഉദ്ദേശിച്ച ഭൗതികതത്ത്വം(ആങ്ഗുലർ മൊമെന്റം) ഏറ്റവും ഭംഗിയായി ദൃശ്യത്തിലെത്തിക്കുന്നൊരു ഉപകരണമാണ് തോക്ക്. ചില ചലച്ചിത്രങ്ങളിലാവട്ടെ തോക്കുകൾ അവയുടെ സ്വന്തം ഭൗതിക നിയമങ്ങൾ സൃഷ്ടിക്കുന്നു. പ്രതിപ്രവർത്തനം ഇല്ലാത്ത പ്രവർത്തനം. പക്ഷേ ഈ കുറിപ്പെഴുതാൻ എന്നെ പ്രേരിപ്പിച്ചത് മൂന്നാം നിയമം ലംഘിക്കാത്തൊരു ചലച്ചിത്രഭാഗമാണ്.

'മെൻ ഇൻ ബ്ളാക്ക്'

രണ്ടു കഥാപാത്രങ്ങൾ ഈ ചിത്രത്തിൽ തോക്കെടുക്കുന്നത് ഒരന്യഗ്രഹത്തിന്റെ അധിനിവേശം തടയാനാണ്. ഏജന്റ് കെ (റ്റോമി ലീ ജോൺസ്) ഉപയോഗിക്കുന്നത് നീളത്തിലും വലുപ്പത്തിലും തന്റെ പകുതിയെത്തുന്നൊരു കൂറ്റൻ തോക്കാണ്. അയാളുടെ കീഴിലുള്ള ഏജന്റ് ജെ (വിൽ സ്മിത്ത്) കൈയിലെടുക്കുന്നത് അന്വർത്ഥമാം വിധം 'ഒച്ചവെക്കുന്ന ചീവിട്' (നോയ്സി ക്രിക്കറ്റ്) എന്നറിയപ്പെടുന്നൊരു കൊച്ചു തോക്കാണ്. ഒരു ഘട്ടത്തിൽ അയാൾ കുപ്പ നിറച്ചു പോകുന്നൊരു ട്രക്കിനെ വെടിവെച്ചു തകർക്കുന്നു. അതിന്റെ പ്രതിപ്രവർത്തനത്തിൽ, തന്റെ തോക്ക് ഏറെ ചെറുതാണെങ്കിലും ഏജന്റ് ജെ അനിയന്ത്രിതമായി, അതിശക്തമായി, കുറെ ദൂരം പുറകോട്ടടിച്ചു വീഴുന്നു. ശാസ്ത്രകൽപ്പനയിലെ സ്വാതന്ത്ര്യമുണ്ടായിട്ടും സംവിധായകൻ മൂന്നാം നിയമം പാലിച്ചിരിക്കുന്നു.

കൊല്ലാൻ കഴിയാത്തതുകൊണ്ടാണ് താൻ ചലച്ചിത്രങ്ങൾ നിർമ്മിക്കുന്നതെന്നു പറഞ്ഞ ലോകപ്രശസ്ത സംവിധായകന് തോക്കിന്റെ ഭൗതികശാസ്ത്രം ഒരുപക്ഷേ കൗതുകകരമാവുമായിരുന്നു.

വസ്തുതകളിലേക്ക് കടക്കുക.

ഒരു തോക്കിൻകുഴലിൽ നിന്ന് ചലനം തുടങ്ങുന്ന വെടിയുണ്ടയുടെ പ്രവേഗം(വെലോസിറ്റി) പൂജ്യം, ആക്കം (മൊമെന്റം) പൂജ്യം. തോട്ട(കാർട്രിജ്) പൊട്ടിത്തെറിക്കുന്നു. തോട്ടക്കകത്തെദ്രവ്യം ആസ്ഫോടനത്തിൽ വാതകമായി മാറുന്നു. വാതകം വികസിക്കുന്നു. അതിന്റെ തള്ളലിൽ വെടിയുണ്ട മുന്നോട്ട് പായുന്നു. ന്യൂട്ടന്റെ മൂന്നാം നിയമമനുസരിച്ച് ആ പാച്ചിലിന്റെ ഊക്കുള്ളൊരു പിൻതള്ളൽ (റികോയ്ൽ) തോക്കിൽ സംഭവിക്കുന്നു. തോക്കേന്തിയ ആൾ അത് ശരീരത്തിലറിയുന്നു.

റിവേഴ്സ് ആംഗിൾ.

വെടിയേൽക്കുന്ന ആൾ.

സങ്കല്പിക്കുക, അയാളുടെ തൂക്കം 80 കിലോഗ്രാം.

വെടിയുണ്ടയുടെ തൂക്കം 30 ഗ്രാം. വേഗം മണിക്കൂറിൽ 1700 കിലോമീറ്റർ ഇത്രയും അളവുകളിൽ ഒതുങ്ങുന്നൊരു ലോകത്തിലാണ് ചില ചലച്ചിത്ര കഥാപാത്രങ്ങൾ വെടിയേൽക്കുമ്പോൾ രണ്ടുകാലും നിലം തൊടാത്തവിധത്തിൽ പിന്നിലേക്ക് പാഞ്ഞ് ഏതെങ്കിലും വാതിലിൽ ചെന്നടിച്ച് അതിന്റെ ചില്ല് തകർത്ത് ചുവട്ടിൽ വീഴുന്നത്. നാം സങ്കൽപ്പിച്ച സാഹചര്യത്തിൽ, വെടിയുണ്ടയുടെ മുഴുവൻ ശക്തിയും തന്റെ 80 കിലോഗ്രാം ശരീരത്തിൽ ഏറ്റുവാങ്ങുന്ന ആൾ അനുഭവിക്കുന്നത് മണിക്കൂറിൽ 0.7 കിലോമീറ്ററായിട്ടാണ്. നടക്കുമ്പോൾ പോലും ഒരു മണിക്കൂറിൽ ആറു കിലോമീറ്ററോളം പ്രവേഗം സാധിക്കുന്ന മനുഷ്യശരീരങ്ങളെ ഓർത്താൽ, ഈ ദശാംശം ഏഴ് വെറുമൊരു തൊടലാണ്.

അടുത്ത റിവേഴ്സ് ആംഗിളിൽ, വെടിവെച്ച ആൾ താൻ നിന്നിരുന്നേടത്തുതന്നെ രണ്ടു കാലിൽ ഉറച്ചുനിൽക്കുന്നു. ഒരു പക്ഷേ, തോക്കിൻ കുഴലിൽ നിന്നുള്ള പുകയിലേക്ക് കാറ്റൂതിക്കൊണ്ട്.

മൂന്നാം നിയമം തരിപ്പണം.

വിശദാംശങ്ങളിൽ ഇതിന്റെ സംഭവ്യത അതിൽക്കൂടുതൽ വഷളാവുന്നു. വെടിയുണ്ടയുടെ തള്ളൽ വെടിയേറ്റവനറിയുന്നത് അതിന്റെ മുഴുവൻ ശക്തിയുമടങ്ങിയ ഒരൊറ്റ തള്ളലായിട്ടല്ല. അതിൽ ചില കിഴിവുകളും പിരിവുകളുമുണ്ട്. അതിന്റെ ഒരംശം ഉടലിൽ ചില ആഘാത തരംഗങ്ങളായി പിരിയുന്നു. മറ്റൊരംശം വെടിയുണ്ടയിലും ശരീരത്തിലും ക്ഷതമേൽപ്പിക്കുന്ന ശക്തിയായി പിരിയുന്നു. ഏറ്റവും ആദ്യം വായുപിളർന്നു കടന്നു പോകുന്ന ഗതിയിൽത്തന്നെ

വെടിയുണ്ടയുടെ വേഗവും ശക്തിയുമെല്ലാം ഒരൽപ്പം ക്ഷയിക്കുന്നു. ഇത്രയും കിഴിക്കലുകൾ കഴിഞ്ഞാൽ, വെടിവെച്ചയാൾ ഏൽക്കുന്ന പിൻതള്ളൽ വെടിയേറ്റയാൾ അറിയുന്ന തള്ളലിനേക്കാൾ ശക്തമാണ്. എന്നിട്ടും ഒന്നാമൻ തന്റെ ഇടപെടലില്ലാതെ തോക്കിലെ പുകപോലും ഉലയില്ലെന്ന മട്ടിൽ ഉറച്ചുനിൽക്കുന്നു.

പെട്ടെന്നു തോന്നുന്നൊരു ആശയബന്ധത്തിൽ രണ്ടുപേർ ഈ കുറിപ്പിലേക്ക് കയറി വരുന്നു.

കവിയായ പോൾ വലേറി.

ഗണിതജ്ഞനായ ജോൺ നാഷ്.

സാർത്രിന്റെ വീട്ടിലെ ഒരു ജനാലയിലെ ചില്ലിലൂടെ പുറത്തേക്ക് നോക്കിക്കൊണ്ട് പോൾ വലേറി ചോദിക്കുന്നു. "ഒരു മനുഷ്യനെ എങ്ങനെ ഒളിപ്പിക്കാം?" ഒന്നിലധികം അർത്ഥങ്ങളിൽ ഇതിന്റെ എതിർവശക്കാഴ്ചയിലാണ് 'എ ബ്യൂട്ടിഫുൾ മൈൻഡ്' എന്ന ചിത്രത്തിൽ നാഷിന്റെ ഭാഗം അഭിനയിക്കുന്ന റസ്സൽ ക്രോ പ്രത്യക്ഷപ്പെടുന്നത്. ഒരു ജനാലയുടെ ചില്ലുകൾക്കു പിന്നിൽ നാം നാഷിനെ കാണുന്നു, ചില്ലുകളിൽ അദ്ദേഹം കുറിച്ചിട്ട ഗണിതശാസ്ത്ര സമവാക്യങ്ങൾക്കിടയിലൂടെ. (ഒരു ശാസ്ത്രജ്ഞനെ ഒളിപ്പിക്കാനാവുമോ?) ചിത്രത്തിനുവേണ്ടി ഈ സമവാക്യങ്ങൾ സൃഷ്ടിച്ചത് ഡേവ് ബേയർ എന്ന ഗണിതജ്ഞനായിരുന്നു. ചില്ലിലും പലകയിലും മറ്റും നാഷ് കുറിച്ചിടുന്ന ഗണിതം 50 വർഷം പഴക്കമുള്ള നോട്ടുപുസ്തകങ്ങളിലെ കണക്കാവരുതെന്നും, ഒരു ഗണിതപ്രതിഭ മനോരോഗത്തിലേക്ക് വഴുതിയിറങ്ങുന്ന താര സൂക്ഷ്മമായി പകർത്താൻ ആഖ്യാനത്തിനു കഴിയണമെന്നും സംവിധായകനായ റോൺ ഹോവാഡിനും ശാഠ്യമുണ്ടായിരുന്നു. അങ്ങനെയാണ് ചിത്രത്തിന്റെ ഗണിതോപദേഷ്ടാവാകാൻ അദ്ദേഹം ബേയറെ ക്ഷണിക്കുന്നത്.

ഒരു നാഷ്ച്ചിത്രത്തിനാവശ്യമായ ശാസ്ത്രീയ നിഷ്കർഷ 'ആക്ഷൻ' പടങ്ങൾക്ക് വേണ്ടായിരിക്കാം. പക്ഷേ, പ്രതിപ്രവർത്തനം ഇല്ലാത്തൊരു ലോകത്തിൽ തോക്കിൻ കുഴലിലൂടെ വരുന്ന അധികാരം സാക്ഷാൽ മാവോയെപ്പോലും അമ്പരിപ്പിക്കുമായിരുന്നു.

എലിയറ്റിന്റെ പൂച്ച ടിക്കറ്റെടുത്തോ?

പൂച്ച ഈ ആഴ്ച രണ്ടു തവണ എന്നെ ആശ്ചര്യപ്പെടുത്തി. എലിയറ്റിന്റെ പൂച്ച ഒരു ബസിലെ ഇരിപ്പിടത്തിനടിയിൽ പ്രത്യക്ഷപ്പെട്ടു. പിന്നെ മനുഷ്യരുമായുള്ള ബന്ധത്തിൽ ഏറ്റവും പഴക്കമുള്ള ജന്തുക്കളുടെ പട്ടികയിൽ നായയെ പിന്നിലാക്കി പൂച്ച ഒന്നാം സ്ഥാനത്തെത്തി.

രണ്ടറ്റങ്ങളിലെ കാര്യങ്ങൾ.

നായ്ക്കളുടെ വരവിന് എത്രയോ മുമ്പ്, ആയിരക്കണക്കിന് വർഷങ്ങളോളം, പൂച്ചകൾ മാനുഷിക ജൈവപരിതോവസ്ഥയുടെ വക്കുകളിലെങ്കിലും ചുറ്റിപ്പറ്റി നിന്നിരുന്നു. നാം ഇന്നറിയുന്ന ശ്വാനവംശത്തിന്റെ തുടക്കക്കാർ ചെന്നായകളിൽ നിന്ന് വേർതിരിഞ്ഞത് ഏതാണ്ട് 15,000 വർഷങ്ങൾക്ക് മുമ്പ് മാത്രമാണ്. വളർത്തു പൂച്ചകളടക്കമുള്ള ചില മാർജ്ജാര വർഗ്ഗങ്ങളുടെ ഉറവിടം തേടിയാൽ നാം 1,30,000 വർഷങ്ങളോളം പിറകോട്ടെത്താമെന്ന് ഇപ്പോൾ ഡി.എൻ. എ സാങ്കേതിക ശാസ്ത്രം തെളിയിച്ചിരിക്കുന്നു. അൽപ്പം പഴക്കമുള്ള കാവ്യഭാഷയിൽ പറഞ്ഞാൽ, ഒരുമ്പെട്ടൊരു ഇരപിടയനിൽനിന്ന് നമ്മുടെ കാലുകളിൽ ഉരുമ്മി നടക്കുന്ന രോമഹർഷത്തിലേക്കുള്ള പരിണാമം ഏകദേശം 10,000 വർഷങ്ങൾക്കു മുമ്പ് പൂർത്തിയായിരുന്നു. മധ്യേഷ്യയിൽ സ്ഥാവരം തേടിയ കർഷകരോടൊപ്പം പൂച്ചകളുണ്ടായിരുന്നു. ഇന്നത്തെ ഇറാഖും സിറിയയും ലെബനോണും ഇസ്റായേലും ഉൾപ്പെടുന്ന ഭൂവിഭാഗത്തിൽ നിന്ന് വെറും അഞ്ച് പെൺവഴികളായാണ് പൂച്ചകൾ എല്ലായിടത്തുമെത്തിയത്.

അമ്പരപ്പിക്കുന്ന വംശചിത്രം.

അതിനിടയിൽ ചിലർ റ്റി.എസ്. എലിയറ്റിന്റെ ഒരു കവിതയിലെ മക്കാവിറ്റി എന്ന ആശ്ചര്യപൂച്ചയെ ഓർക്കുന്നു. കുറ്റകൃത്യങ്ങളുടെ നെപ്പോളിയനെന്ന് കവി വിശേഷിപ്പിക്കുന്ന ഈ പൂച്ചയുടെ രഹസ്യാത്മകത കവിതയിൽ ആവർത്തിക്കപ്പെടുന്നൊരു വരിയിൽ കാണാം.

'മക്കാവിറ്റി അവിടെയില്ല!' മനുഷ്യനിയമങ്ങളെന്നല്ല ഭൂഗുരുത്വ നിയമം പോലും ലംഘിക്കുന്നൊരു മാസ്റ്റർ ക്രിമിനൽ. ഫ്ളൈയിംഗ് സ്ക്വാഡ് കുറ്റരംഗത്ത് കിതച്ചെത്തുന്നു. മക്കാവിറ്റി അവിടെയില്ല! നിങ്ങൾ മേൽപ്പോട്ടു നോക്കിക്കോളൂ, കീഴ്പ്പോട്ടു നോക്കിക്കോളൂ, മക്കാവിറ്റി അവിടെയില്ല. നിങ്ങൾക്കതിനെ ഇടവഴിയിൽ കാണാം, കവലയിൽ കാണാം. പക്ഷേ, കുറ്റകൃത്യം കണ്ടെത്തപ്പെട്ടുമ്പോൾ മക്കാവിറ്റി അവിടെയില്ല.

പിന്നെവിടെയാണ് ഈ പൂച്ച?

ഒരു ബസ് ഡ്രൈവറാണ് അതിനെ കണ്ടെത്തിയത്. ലണ്ടനിൽ ആദ്യമായി കാണുമ്പോൾ അത് ചില യാത്രികർക്കൊപ്പം ബസിൽ നിന്ന് ഇറങ്ങിപ്പോവുകയായിരുന്നു. കയറിയത് ആരും കണ്ടില്ല, പിറ്റേന്ന് ചർച്ച് ഗേറ്റിൽ വാഹനം നിന്നപ്പോൾ യാത്രികർക്കൊപ്പം പൂച്ചയും കയറുന്നു. ഒരു ഇരിപ്പിടത്തിനടിയിൽ ഒതുങ്ങുന്നു. എലിയറ്റിന്റെ കവിതയുടെ ഓർമ്മയിൽ ഡ്രൈവർമാർ അതിന് മക്കാവിറ്റിയെന്നു പേരിട്ടു. മാസങ്ങളോളമായി, ആഴ്ചയിൽ രണ്ടോ മൂന്നോ തവണ അത് ഒരേ ബസ്സ്റ്റോപ്പിൽ നിന്ന് 331-ാം നമ്പർ ബസിൽ കയറുന്നു, കൃത്യമായി അടുത്ത സ്റ്റോപ്പിൽ ഇറങ്ങുന്നു. ഇറങ്ങുന്നേടത്ത് മൽസ്യവും ചിപ്സും വിൽക്കുന്നൊരു കടയുണ്ട്.

പൂച്ചയുടെ തായ് വഴികൾ തിരക്കിയവർ പറഞ്ഞൊരു കാര്യമുണ്ട്. മെരുക്കപ്പെട്ടും മുമ്പ് മെരുങ്ങുകയാണ് അവർ ചെയ്തത്. മനുഷ്യ സങ്കേതങ്ങളിലെ മാംസാഹാര സാദ്ധ്യതയാവാം പൂച്ചകളെ അടുപ്പിച്ചതെന്ന് അവർ കരുതുന്നു.

തലക്കും വാലിനുമിടയിലെ പൂച്ച

ഞാനിന്ന് രണ്ടിലൊന്ന് തീരുമാനിക്കുമെന്ന് പറയുന്നൊരാൾ സ്ഥിതിവിവരക്കണക്കിലെ ഒരു സങ്കൽപ്പത്തിലൂടെ കടന്നുപോകുന്നു.

ബെർണൂലി ട്രയൽ.

ചില കളികളിലെ ആചാരമായ 'ടോസിങ്' അതിന്റെ ഒരാവിഷ്കാരമാണ്. ഹാംലെറ്റ് തന്റെ ലോകപ്രശസ്ത സന്ദേഹം ("റ്റു ബി ഓർ നോട്ട് റ്റു ബി") പരിഹരിക്കാൻ ഒരു നാണയമെടുത്ത് മേൽപ്പോട്ടെറിഞ്ഞതായറിവില്ല. പക്ഷേ, ഷേക്സ്പിയറുടെ ആ നാടകത്തിലെ രണ്ട് അമുഖ്യ കഥാപാത്രങ്ങളെ മുഖ്യകഥാപാത്രങ്ങളാക്കിയ, റ്റോം സ്റ്റോപാഡ് തന്റെ നാടകം തുടങ്ങുന്നത് അവരെക്കൊണ്ട് റ്റോസ് ചെയ്യിച്ചുകൊണ്ടാണ്. ഒരു നൂറു തവണ, നൂറു തവണയും അവർക്ക് തല കിട്ടുന്നു. അവരുടെ അന്വേഷണമങ്ങനെ അസംബന്ധത്തിന്റെ തലസ്ഥാനത്തുനിന്ന് തുടങ്ങുന്നു.

വല്ലാത്തൊരു അനവസ്ഥ....

നാണയത്തിന് ഒരു മൂന്നാം വശമുണ്ട്, വക്ക്. കമ്മട്ടത്തിൽ പ്രവർത്തിക്കുന്നവർക്ക് അതും രൂപകൽപ്പന ആവശ്യമായൊരു വശമാണ്. അവരവിടെ ചില വള്ളികളോ വരകളോ കോറിയിടുന്നു. രണ്ടിലൊന്നു മാത്രം സാദ്ധ്യവും, രണ്ടും ഒരേ പോലെ സാദ്ധ്യവുമായ അവസ്ഥകളറിയാൻ നാണയങ്ങളെറിഞ്ഞു പഠിച്ച ഗണിതജ്ഞനായ ബെർണൂലിക്ക് ഇത് ബാധകമായിരുന്നില്ല. പക്ഷേ, ബെർണൂലിയുടെ വഴിക്കുതന്നെ ഉരുളുന്ന ചില സന്ദർഭങ്ങളെ അപ്രതീക്ഷിതമായൊരു അനവസ്ഥയിലെത്തിക്കാൻ അത് എഴുത്തുകാരെ സഹായിക്കുന്നു. ലൂയിസ് ഫോസ്റ്ററുടെ ഒരു നോവലിലെ സംസ്ഥാനത്തലവന് ഒരു ഇടക്കാല സാമാജികനെ നിയമിക്കേണ്ടിവരുന്നു. ശിപാർശ ചെയ്യപ്പെട്ട രണ്ടു സ്ഥാനാർത്ഥികളും കൊള്ളരുതാത്തവരെന്നു തോന്നുകയാൽ അയാൾ നാണയമെറിയലിൽ ആശ്രയം തേടുന്നു. പക്ഷേ, ഒരു

പുസ്തകത്തോട് ചേർന്ന് വീഴുകയാൽ നാണയം തലയോ വാലോ ആകാതെ വക്കിൽ കുത്തനെ നിൽക്കുന്നു!

കഥാഖ്യാനങ്ങൾ നിറുത്തുക.

യഥാർത്ഥ ലോകത്തേക്ക് തിരിക്കുക.

തലയുടെയും വാലിന്റെയും സാദ്ധ്യത ശരിക്കും തുല്യമാണോ? നാണയമെറിഞ്ഞുള്ള തീരുമാനങ്ങൾ പക്ഷപാതരഹിതമാണോ? നൂറുതവണ നാണയമെറിഞ്ഞാൽ അമ്പതു തലയും അമ്പതു വാലും കിട്ടുമെന്ന ധാരണയാണ് സ്ഥിതി വിവരക്കണക്കിലെയും പല കളികളിലെയും ചില കീഴ്‌വഴക്കങ്ങൾക്ക് അവലംബം. പതിനേഴു വയസ്സുതൊട്ട് കസീനോയിൽ ചൂതാടുന്നവരുടെയും അതീന്ദ്രിയാനുഭവക്കാരുടെയും മിത്തുകൾ പിളർക്കൽ കലാപമാക്കിയൊരു ഗവേഷകനാണ് ഈ ധാരണ തിരുത്തിയത്.

പെഴ്സി ഡയാക്കോണിസ്.

പത്തിലധികം വർഷങ്ങൾക്കു മുമ്പ് ഹാർവാഡിലെ സാങ്കേതിക വിദഗ്ദ്ധർ അദ്ദേഹത്തിന്റെ നിർദ്ദേശമനുസരിച്ച് ഒരു യന്ത്രമുണ്ടാക്കി. എപ്പോൾ പ്രവർത്തിപ്പിച്ചാലും നാണയത്തിന്റ ചരിവും ഗതിയും വേഗവും അതു സഞ്ചരിക്കുന്ന ഉയരവും ഒരേ പോലെയാവുവിധം 'ടോസ്' ചെയ്യാൻ കഴിവുള്ളൊരു യന്ത്രം. അത്രയും കൃത്യതയോടെ ഒരാൾ നൂറുതവണ ഒരേ പോലെ നാണയമെറിയുകയാണെങ്കിൽ ഓരോ തവണയും അതു വീഴുക ഒന്നുകിൽ തല മാത്രം അല്ലെങ്കിൽ വാൽമാത്രം വരും വിധമാകുമെന്ന് ഡയാക്കോണിസ് കണ്ടെത്തി. എന്നാൽ, യന്ത്രത്തിന്റെ കൃത്യത ഇക്കാര്യത്തിൽ മനുഷ്യചലനങ്ങൾക്ക് സാദ്ധ്യമല്ല. അതുകൊണ്ടാണ് തലക്കും വാലിനും തുല്യസാദ്ധ്യതയുള്ളൊരു അനിശ്ചിതത്വം, അപ്രവചനീയത നമ്മുടെ നാണയമേറിൽ ഹൃദ്യമായി കടന്നുകൂടുന്നത്.

തുല്യ സാദ്ധ്യതയോ?

അതോ ഒരു പൂച്ചവീഴ്ചയോ?

ഒരു പൂച്ചക്കാര്യം ഇതിനിടയിൽ കയറിവരുന്നത് പെഴ്സി ഡയാക്കോണിസ് ഒരിക്കൽ റിച്ചാഡ് മോൺട് ഗോമെറിയെ കണ്ടെത്തിയതുകൊണ്ടാണ്. എങ്ങനെ വീണാലും പൂച്ച നാലുകാലും കുത്തി വീഴുന്നതിന്റെ ഭൗതികശാസ്ത്രരഹസ്യം വെളിപ്പെടുത്തിയ ഗണിതജ്ഞനാണ് മോൺട്ഗോമറി. ഛായാപട പരമ്പരകളിലൂടെ അദ്ദേഹം തെളിയിച്ച സിദ്ധാന്തം('ഫാളിങ് കാറ്റ് തിയറി') പൂച്ചയുടെ വീഴ്ചക്കും നാണയത്തിന്റെ വീഴ്ചക്കും ബാധകമായൊരു തത്ത്വത്തിലൂടെ കടന്നുപോകുന്നു. ആ ചിത്രങ്ങളിലേക്ക് നോക്കി പെഴ്സി ഡയാക്കോണിസ് മോൺട് ഗോമറിയോടു പറഞ്ഞു. "നിങ്ങളാണ് എന്റെ ആൾ"

ഒരു സ്വയം കണ്ടെത്തൽ.

ഇപ്പോൾ ഡയാക്കോണിസ് പറയും എറിയുമ്പോൾ മുകളിലുള്ളത് ഏതു വശമാണോ അതേ വശമാകും നാണയം വീഴുമ്പോഴും മുകളിലു ണ്ടാവുക, അതാണ് കൂടുതൽ സാദ്ധ്യത. നേർത്തൊരു ചായ്‌വാണത്. അമ്പത്തൊന്നു ശതമാനം. ആ ഒരു ശതമാനത്തിന്റെ മുൻതൂക്കം ബോധ്യപ്പെടാൻ ഒരു 10,000 തവണ നാണയം എറിയേണ്ടിവരും. രണ്ടാം ലോകയുദ്ധ കാലത്ത് ജോൺ കെറിച്ച് എന്ന ഗണിതശാ സ്ത്രജ്ഞനെ വെട്ടിച്ച കടന്നുപോയ കണ്ടെത്തലാണത്. ഹിറ്റ്ലറുടെ ജർമ്മനിയിലെ ഒരു തടവറയിലിരുന്ന് ഈ ദക്ഷിണാഫ്രിക്കക്കാരൻ 10,000 തവണ ഒരു നാണയം മേൽപ്പോട്ടെറിയുകയുണ്ടായി. പക്ഷേ, എറിയുമ്പോൾ ഓരോ തവണയും ഏതു വശമാണ് മുകളിലുള്ളതെന്ന് അദ്ദേഹം ശ്രദ്ധിക്കാതെ പോയി.

പിന്നെ, ഘടനയുടെ സ്വാധീനം.

പോളണ്ടിൽ നടന്നൊരു ഗവേഷണത്തിൽ ബെൽജിയത്തിലെ ഒരു നാണ്യം(1 യൂറോ) കൂടുതലും വാലു മേലായാണ് വീഴുന്നതെന്നു തെളിഞ്ഞു. പെനി എന്ന നാണ്യം നൂറിൽ എൺപതു തവണയും വീഴുക അങ്ങനെയാണ്. തലയുടെ വശത്തുള്ള അധിക ദ്രവ്യമാണ് കാരണം. റ്റോം സ്റ്റോപാഡിന്റെ നാടകത്തിലെ കഥാപാത്രങ്ങൾക്ക് നൂറിൽ നൂറു തവണയും കിട്ടുന്നത് തലയാണ്. എറിയാൻ അവർ ഉപയോഗിക്കുന്ന നാണ്യമാകട്ടെ പെനിയും!

ഐൻസ്റ്റൈൻ ചായ ഇളക്കിയാൽ

ആൽബർട് ഐൻസ്റ്റൈനെ നാം ക്ഷണിക്കാറില്ല; കാപ്പിക്കോപ്പക്കടിയിലെ കറ, ബിയറിലെ നുര, നൂഡിൽസ് ഇഴകളുടെ പെരുമാറ്റം തുടങ്ങിയ സാധാരണ കാര്യങ്ങളുടെ രഹസ്യമറിയാൻ. കൊച്ചുകൊച്ചു കാര്യങ്ങളുടെ ശാസ്ത്രജ്ഞന്മാരെന്ന് വിളിക്കാവുന്ന പല പേർ ഇത്തരം ദൈനംദിന ദൃശ്യങ്ങളിലെ ആശ്ചര്യഘടകങ്ങൾ വെളിപ്പെടുത്താൻ ശ്രമിച്ചുകൊണ്ടിരിക്കുന്നു. അവരുടെ കണ്ടെത്തലുകൾ കൃഷിയിലും വ്യവസായത്തിലും വൈദ്യശാസ്ത്രത്തിലും വമ്പിച്ച കലാപങ്ങൾ സൃഷ്ടിച്ചുകൊണ്ടിരിക്കുന്നു.

പക്ഷേ, ഐൻസ്റ്റൈനും തന്റെ മുന്നിലെ കോപ്പയിലെ ചായ ഇളക്കിക്കൊണ്ട് ചിലതൊക്കെ ചിന്തിച്ചിട്ടില്ലേ?

ചായയല്ല, ചോരയാണ് ആപേക്ഷികതാ വാദത്തിന്റെ ആചാര്യനെ ഓർമ്മിക്കാൻ ഡോക്ടർ ലെസ്‌ലി യി യോക്ക് പ്രേരണയായത്. ചോരയിലെ ചില പ്രത്യേക കോശങ്ങളെ മറ്റു ദ്രവ്യങ്ങളിൽ നിന്ന് വേർപെടുത്തൽ പല വൈദ്യപരിശോധനകളിലും അത്യാവശ്യമാണ്. കൊളസ്റ്റോളിന്റെ അളവെടുക്കൽ തൊട്ട് കായികതാരങ്ങൾ മരുന്ന് കഴിച്ചിട്ടുണ്ടോയെന്ന് കണ്ടുപിടിക്കൽ വരെയുള്ള പലതരം പരിശോധനകൾ. അതേക്കുറിച്ചുള്ള ഗവേഷണത്തിന്റെ ഭാഗമായി, വിദ്യുത്മേഖലകൾ ഉപയോഗിച്ച് ഒരു സൂചിയുടെ അറ്റത്തുള്ള ചോരത്തുള്ളികൾ ചുറ്റും ചിതറിക്കാനുള്ള ശ്രമത്തിനിടയിലാണ് ഒരു കണ്ടെത്തൽ യി യോയെ ആശ്ചര്യത്തിൽ തളച്ചത്. അദ്ദേഹം ഉപയോഗിച്ചിരുന്ന യന്ത്രം, 'ഷോർട് സർക്യൂട്ട്' കാരണം നിലക്കും വിധം ഒരു ചോരത്തുള്ളി തെന്നിത്തെറിച്ചുപോയി. വീണ്ടും യന്ത്രം പ്രവർത്തിക്കാൻ തുടങ്ങിയപ്പോൾ ആ തുള്ളിക്കകത്ത് അതിസൂക്ഷ്മമായ ചില ഖരപദാർത്ഥങ്ങൾ ചുറ്റിക്കറങ്ങുന്നത് അദ്ദേഹം കണ്ടെത്തി.

കോപ്പയിൽ തേയിലപോലെ!

ഐൻസ്റ്റൈൻ ശ്രദ്ധിച്ച കാര്യമാണത്. ചായ ഇളക്കുമ്പോൾ, തേയില കോപ്പയുടെ അടിത്തട്ടിന്റെ നടുവിൽ കുമിഞ്ഞുകൂടുന്നു. യിയോ ശ്രദ്ധിച്ച ചോരത്തുള്ളിയിലെ സൂക്ഷ്മ വസ്തുക്കളും അതേപോലെയാണ്

പെരുമാറിയത്. സംഭവിക്കേണ്ടിയിരുന്നത് ഇതിന്റെ വിപരീത മായിരുന്നു. അതായത്, കോപ്പയിലെ തേയില ഒരു വ്യതികേന്ദ്ര ശക്തിയിൽ അടിത്തട്ടിന്റെ വക്കിൽ ചെന്നടിയുകയാണ് വേണ്ടത്. ഇപ്പോൾ 'റ്റീ ലീവ്സ് പാരഡോക്സ്'' എന്നപേരിലറിയപ്പെടുന്ന ഈ വിരോധാഭാസം 1926-ൽ എഴുതിയൊരു ലേഖനത്തിൽ ഐൻസ്റ്റൈൻ വ്യാഖ്യാനിച്ചിരുന്നു. അടിത്തട്ടിലെ കുട്ടിയുരസൽ, തേയിലയെ വക്കത്തേക്കു തുരത്തുന്ന ശക്തി തടയുകയും ഒരു വിപ രീതശക്തി സൃഷ്ടിക്കയും ചെയ്യുന്നതുകൊണ്ടാണ് അങ്ങനെ സംഭവി ക്കുന്നതെന്ന് അദ്ദേഹം വിശദീകരിച്ചു. ചോരയിലെ ഘടകങ്ങൾ വേർ തിരിച്ചെടുക്കുന്നതിന് ഈ തത്ത്വം ഉപയോഗപ്പെടുമെന്ന് യി യോ പ്രതീക്ഷിക്കുന്നു. അങ്ങനെ സംഭവിക്കുകയാണെങ്കിൽ, ഭാവിയിൽ, രോഗികളെ ഏതെങ്കിലും ലാബുകളിലേക്ക് ഓടിക്കുന്നതിനു പകരം ഡോക്ടർമാർക്ക് നേരിട്ട് രക്ത പരിശോധന നടത്താം.

ഒരാൾ 'വൗ' എന്നാശ്ചര്യപ്പെട്ടേടത്ത്

പോൾ ബ്ലോക്ക് ബോണിനെപ്പോലുള്ളൊരു സഹൃദയൻ വേണ്ടിവരും നമുക്ക് കോട്ടുവായുണ്ടാക്കുന്നൊരു കാഴ്ച കവിതയിലാക്കാൻ.

'യോൺ' എന്ന കവിത.

കറുത്ത തലമുടിയും തവിട്ട നിറമാർന്ന കണ്ണുകളുമുള്ള പെൺകുട്ടി ക്വീൻസ് ട്രെയ്നിൽ ജോലി സ്ഥലത്തേക്ക് പോകുന്നു. ഒരു കോട്ടുവായിടലിൽ അവൾ അത്രമേൽ സുന്ദരമാം വിധം വിപുലമായി വാ തുറക്കുകയാണ്. അവളിറങ്ങിപ്പോയിട്ട് രണ്ടു സ്റ്റേഷൻ കടന്നതിനു ശേഷം പോലും അവളെ ഓർക്കുകയേ വേണ്ടൂ എനിക്ക് ഓ-ഓാ-ആ- ഹ്ം വൌ'!

സഹൃദയത്വമോ, സവക്ത്രത്വമോ!

രണ്ടു താവളങ്ങളുടെ ദൈർഘ്യമുള്ളൊരു 'സ്ലോ മോഷൻ' എന്ന വിശേഷമൊഴിച്ചാൽ ആ മാനുഷിക ചേഷ്ടയുടെ പകർച്ചയിൽ ഒരു സാമാന്യതയുണ്ട്. കോട്ടുവാ ഒരാളിൽനിന്ന് അടുത്തുള്ളവരിലേക്ക് പകരാമെന്നത് പൊതുധാരണ. മടുപ്പിന്റെ ആവിഷ്കാരമാവാം അതെന്നത് മറ്റൊരു സാമാന്യവിശ്വാസം. ലോകത്തിലെ ഏറ്റവും മികച്ച പിയാനോ പ്രതിഭകളിൽ ഒരാളായിരുന്ന ഗ്ലെൻ ഗൗൾഡിന്റെ ജീവിതവും സംഗീതവും കവിതകളിലാക്കിയ ജേംസ് സ്റ്റേക്കർ ഒരിക്കൽ ഗൗൾഡിനെ അടക്കം ചെയ്ത ശവപ്പറമ്പിൽനിന്ന് വിചാരിച്ചു. "ഈ സ്ഥലമൊക്കെ കോട്ടുവായിടുന്നതുപോലെ തോന്നുന്നു. യുക്തിക്കപ്പുറത്തുള്ള കാരണങ്ങളാൽ പരേതർക്ക് നമ്മോട് മടുപ്പു തോന്നിയിട്ടെന്നോണം."

പ്രാണവായുവിനു വേണ്ടിയെന്നോണം?

തിരിച്ചുവരവിനു വേണ്ടിയെന്നോണം?

ജീവിച്ചിരിക്കുന്നവരെ സംബന്ധിച്ച് ഇവ രണ്ടും പ്രസക്ത

ചോദ്യങ്ങളാണെന്ന് കാണാം. ഒരു ഓക്സിജൻ ബന്ധം കോട്ടുവായിൽ പലർക്കും തോന്നിയിട്ടുണ്ട്, മണിക്കൂറുകളോളമുള്ള തുടർച്ചയായ ശ്വാസോച്ഛ്വാസം നമ്മുടെ ശ്വാസകോശങ്ങളിൽ ഒരു തരം മുറുക്കം ഉണ്ടാക്കും. അതിന് അയവുവരുത്താൻ കോട്ടുവായിടലിന് കഴിയും. വ്യാഖ്യാനമിതാണ്. പക്ഷേ, ആരോഗ്യമുള്ളൊരാളുടെ ശരീരത്തിൽ ഓക്സിജന്റെ അളവ് വർദ്ധിപ്പിക്കാൻ കോട്ടുവായിടലിന് കഴിയില്ലെന്നത് ശാസ്ത്രീയവസ്തുത. ഉടലിന്റെ വ്യാകരണത്തിൽ എവിടെയൊക്കെയോ അർദ്ധവിരാമമായി വീഴുന്ന ഈ ചേഷ്ടയെക്കുറിച്ച് ദശകങ്ങളോളം ഗവേഷണം നടത്തിയ ഒരാളുണ്ട്. റോബർട് പ്രവൈൻ. സാധാരണ സാഹചര്യങ്ങളിൽ നാം ശ്വസിക്കുന്ന വായുവിലുള്ളത് ഏതാണ്ട് 80 ശതമാനം നൈത്രജനും 10 ശതമാനം പ്രാണവായുവുമായതുകൊണ്ട് ഓക്സിജൻ ക്ഷാമം ഒരു സ്വാഭാവിക വിഷയമാകാം. പക്ഷേ, ചില പരീക്ഷണങ്ങളിൽ 100 ശതമാനം ഓക്സിജൻ ശ്വസിച്ചുകൊണ്ടിരിക്കുന്നവർക്കിടയിൽപ്പോലും കോട്ടുവായിടലുണ്ടാകാമെന്ന് പ്രവൈൻ കണ്ടെത്തി.

തിരിച്ചു വരവിന്റെ കാര്യമോ?

ഹൃദയാഘാതത്തെ തുടർന്ന് അനിശ്ചിതാവസ്ഥയിൽ കിടക്കുന്നവരിൽ കോട്ടുവായിടൽ ജീവിതത്തിലേക്കുള്ള തിരിച്ചുവരവിന്റെ സൂചനയാകാമെന്ന് തെളിഞ്ഞിട്ടുണ്ട്. പക്ഷേ, രോഗശയ്യകൾക്കരികിൽ നിന്ന് 'വൗ!" എന്ന ആശ്ചര്യപ്രകടനത്തിൽ ഏർപ്പെട്ടിരിക്കാവുന്നൊരാൾ സിരാരോഗ വിദഗ്ദ്ധനായ ഫ്രാൻസിസ് വാൽഷാണ്. നമ്മുടെ മസ്തിഷ്കത്തിലേക്കുള്ള ചോരയൊഴുക്കിൽ തടസ്സമുണ്ടാകുമ്പോൾ ആഘാതമുണ്ടാകുന്നു. ഭാഗികമായി നശിച്ച മസ്തിഷ്കം പക്ഷവാതത്തിന് കാരണമാകുന്നു. പക്ഷേ, എത്ര ശ്രമിച്ചാലും ഉടലിന്റെ ഒരു ഭാഗം അനക്കാനാവാതെ കിടക്കുന്നവരിൽ ചിലർക്കെങ്കിലും പഴയ ചലനസാദ്ധ്യതകൾ തിരിച്ചു നൽകാൻ കോട്ടുവായിടലിന് കഴിയുമെന്ന് വാൽഷ് കണ്ടെത്തി.

കോട്ടുവായ സഹാനുഭൂതിയാണ്.

സഹാനുഭൂതിയെന്നും അനുകമ്പയെന്നുമൊക്കെ നാം വിളിക്കുന്ന 'കംപാഷൻ' എങ്ങനെയോ അതിന്റെ ഒരു ഉറവിടമാകുന്നു. ആ വൈകാരികാവസ്ഥയുടെ ഏറ്റക്കുറച്ചിലനുസരിച്ചാണ് മറ്റൊരാളുടെ കോട്ടുവായിടൽ നമ്മിലേക്ക് പടരുകയോ പടരാതിരിക്കുകയോ ചെയ്യുന്നതെന്ന് തെളിയിച്ചത് നാം നേരത്തെ പരിചയപ്പെട്ട റോബർട്ട് പ്രവൈൻ തന്നെയാണ്. വിലക്ഷണമായൊരു ചേഷ്ടയുടെ അഗാധ സാമൂഹികത ഓർക്കാപ്പുറത്ത് നാമിവിടെ തിരിച്ചറിയുകയാണ്.

കോട്ടുവായ ഒരു ദൃശ്യചിഹ്നമാണ്.

പരിണാമ കാലങ്ങളിലേക്ക് തിരിഞ്ഞു നോക്കിയാൽ.

വേട്ടക്കാരായ കുലപൂർവ്വികരുടെ ഒരുക്കൂട്ടം ഏറ്റവും

ജാഗ്രത്തയായിരിക്കേണ്ട അവസരങ്ങളിൽ ചിലരുടെ കോട്ടുവായിടൽ കൂട്ടത്തിന്റെ മൊത്തം സന്നദ്ധതയെ സംബന്ധിച്ചൊരു സൂചനയായി പ്രവർത്തിച്ചിരുന്നിരിക്കണം.

ഇന്നും ആ വിനിമയവ്യവസ്ഥ പ്രവർത്തിക്കുന്നു. ഏതെങ്കിലും കാര്യനിർവ്വഹണത്തിനായി ഉറക്കമിളച്ച് തയാറെടുത്തിരിക്കുന്ന സംഘങ്ങളിൽ. ചില സാമൂഹിക രാത്രികളിൽ ആളുകൾ പിരിയുന്നതുതന്നെ അങ്ങനെയാണ്. ശിശുക്കളുടെ കോട്ടുവായിടൽ നമ്മിലേക്ക് പടരുമ്പോൾ നമ്മുടേത് ശിശുക്കളിലേക്ക് പടരാത്തത് ആ ദൃശ്യചിഹ്നത്തിന്റെ സാമൂഹികത അവർക്ക് അപരിചിതമായതുകൊണ്ടാണെന്ന് ചിലർ കരുതുന്നു.

കോട്ടുവായ ലൈംഗികവുമാകും.

ഡിപ്രഷൻ എന്ന മാനസികാവസ്ഥയിൽ കുടുങ്ങിയവർക്കുള്ള ചില ഔഷധങ്ങൾ അവരുടെ ലൈംഗികശേഷിയെയും ആസക്തിയെത്തന്നെയും തളച്ചിരുന്നു. പക്ഷേ, ചിലരിലതു പ്രവർത്തിക്കുന്നത് നേർവിപരീതമായാണ്. കോട്ടുവായിടലിൽ ഇതിനൊരു സമാന്തരമുണ്ടോ എന്നെനിക്കറിഞ്ഞുകൂടാ. പക്ഷേ, ഒന്നുണ്ട്, ചിലർക്കത് ലൈംഗികവികാരങ്ങൾ ഉണരുന്നൊരു വിചിത്രാവസ്ഥയാണ്. സത്യത്തിൽ, കോട്ടുവായും ലൈംഗികാവസ്ഥയും ദുരൂഹമായി കെട്ടുപിണഞ്ഞുകിടക്കുന്ന ശരീരങ്ങളുള്ള ആണുങ്ങളുടെയും പെണ്ണുങ്ങളുടെയും വളരെ നേർത്തൊരു ന്യൂനപക്ഷം വൈദ്യശാസ്ത്രത്തിന് പരിചിതമാണ്. ഇക്കൂട്ടർ കോട്ടുവായിടലിലൂടെ രതിമൂർച്ഛ (ഓർഗാസം) പ്രാപിക്കുന്നു.

അങ്ങനെ പല വസ്തുതകൾ.

പക്ഷേ, ക്വീൻസ് ട്രെയ്നിൽ ഒരു പെൺകുട്ടിയുടെ കോട്ടുവായിടൽ പല സ്റ്റേഷനുകൾക്കുശേഷം ഒരു കവിയെ പിടികൂടിയത് എന്തുകൊണ്ടെന്നറിയാൻ നമുക്ക് ഇനിയും കാത്തിരിക്കേണ്ടിവരും.

മേരിയുടെ വിശേഷാൽ ഐസ്ക്രീം

ഫാദർ ഡാമിയന്റെ ജീവിതത്തിലെ ഒരു നിർണ്ണായക നിമിഷം തന്റെ മേൽ ചൂടുവെള്ളം വീണിട്ടും തൊലിയിൽ പൊള്ളൽ അറിയുന്നില്ലെന്ന് തിരിച്ചറിഞ്ഞപ്പോഴായിരുന്നു. പക്ഷേ, പിൽക്കാലത്ത് എയിഡ്സിനെ കീഴ്പ്പെടുത്താൻ ശ്രമിക്കുന്നവർക്ക് മാതൃകയാവും വിധം കഷ്ടത്തെ നേരിട്ട ഒരാൾക്ക് അത് അപ്രതീക്ഷിതമാവുകില്ലായിരുന്നു. തന്റെ രോഗത്തിനുകാരണം സ്ത്രീലമ്പടത്വമാണെന്ന് പ്രചരിപ്പിക്കാൻ ഒരു പുരോഹിതൻ ശ്രമിച്ചപ്പോൾ തന്നെ രക്ഷിക്കാൻ റോബർട് ലൂയിസ് സ്റ്റീവൻസനെപ്പോലെ ലോകപ്രശസ്തനായൊരു എഴുത്തുകാരൻ അദ്ദേഹത്തിന്റെ ഭാഗത്തുണ്ടായിരുന്നു..

ഫാദർ ഡാമിയന്റെ രോഗമോ മരണമോ ഒരു ചതിയുടെ ഭാഗമല്ലായിരുന്നു.

പക്ഷേ, മേരിയുടെ ദുരന്തമോ?

ചരിത്രത്തിൽ ബ്ലഡി മേരിയെപ്പോലെ കുപ്രശസ്തയാവും മുമ്പ് അവർ ഈ ലോകത്തിലെ ലക്ഷക്കണക്കിന് മേരികൾക്കിടയിൽ മറ്റൊരു മേരി മാത്രമായിരുന്നു. മേരി മലോൺ. പാചകവിദ്യയിലുള്ള മിടുക്ക് അവൾക്ക് ഒരൽപ്പം ആപേക്ഷിക പ്രാദേശിക മഹത്വം അനുവദിച്ചത് സത്യം. മേരി ഉണ്ടാക്കിയിരുന്ന പീച്ച് ഐസ്ക്രീം ഒന്നുവേറെ.

ചതിച്ചതും ഐസ്ക്രീം!

ചതിയെന്നല്ലാതെ മറ്റെന്താണ് അതിനെ വിളിക്കുക? മേരി 1906 ൽ ജോലി ചെയ്തിരുന്ന വീട്ടിലെ പതിനൊന്നു പേരിൽ ആറുപേരെ ഒരു രോഗം ബാധിച്ചു. അന്വേഷണത്തിനെത്തിയ ജോർജ് സോപ്പർ എന്ന പൊതുജനാരോഗ്യവിദഗ്ദ്ധൻ മറ്റൊരു കാര്യം കൂടി കണ്ടെത്തി. മേരി അതിനു മുമ്പ് പാചകക്കാരിയായിരുന്ന എട്ടു വീടുകളിലായി ഏഴുപേർക്ക് അതേ രോഗമുണ്ടായിട്ടുണ്ട്. ഒരാൾ മരിക്കുകയും ചെയ്തു. മേരിയുടെ വിശേഷപ്പെട്ട ഐസ്ക്രീമിൽ മരണം പതിയിരിക്കുന്നു.

അഗത ക്രിസ്റ്റിയുടെ വായനക്കാർക്ക് ശ്വാസം അടക്കിപ്പിടിക്കാനുള്ള ഒരേടാണത്. ഒരു കൊലപാതകക്കുറ്റമോ, ഭക്ഷണത്തിൽ വിഷം കലർത്തിക്കൊടുത്തെന്ന ആരോപണമോ മേരിയുടെ പേരിലുണ്ടായിരുന്നില്ല. എന്നിട്ടും അവൾ തടവിലായി. മൂന്നുവർഷത്തെ നിയമത്തർക്കങ്ങൾക്കും, താൻ ഇനിമേൽ ആരുടെയും പാചകക്കാരിയാവില്ലെന്ന സത്യപ്രതിജ്ഞക്കും ശേഷം മേരി വിമോചനം നേടി. അഞ്ചുവർഷത്തിനു ശേഷം മേരിയുടെ പാചകം ആസ്വദിച്ചിരുന്നവരെ വധിച്ച അതേ രോഗവുമായി 25 പേർ ഒരു ആശുപത്രിയിലെത്തി. കൂട്ടത്തിൽ രണ്ടുപേർ മരിക്കുകയും ചെയ്തു. സംഭവം അന്വേഷിക്കാനെത്തിയവർ അടുക്കളയിൽ, മറ്റൊരു പേരിൽ മേരിയെ കണ്ടെത്തി. ഇത്തവണ അവളെ പ്രതിയാക്കൽ എല്ലാവർക്കും എളുപ്പമായിരുന്നു. ന്യൂയോർക്കിന്റെ ഭാഗമെങ്കിലും അക്കാലത്ത് വിജനമായിരുന്ന ദ്വീപുകളിലൊന്നിൽ ഏതാണ്ട് കാൽ നൂറ്റാണ്ടോളം തടവിൽക്കിടന്ന് മേരി മരിച്ചു.

എന്താണ് മേരിയുടെ രഹസ്യം?

കാഫ്കയുടെ ഒരു ദുഃസ്വപ്ന കഥ രോഗശാസ്ത്ര ചരിത്രത്തിൽ കടന്നുകൂടിയാലുണ്ടാവുന്നൊരു ഭീകരാവസ്ഥയാണത്. നിങ്ങളൊരു മാരകരോഗത്തിന്റെ ബീജങ്ങൾ പേറുന്നുവെന്ന് സങ്കൽപ്പിക്കുക. നിങ്ങളിൽ ആ രോഗമില്ല, അതിന്റെ ലക്ഷണങ്ങളുമില്ല. പക്ഷേ, നിങ്ങൾ തൊട്ടുതീണ്ടുന്നവരെ, നിങ്ങൾ സ്പർശിച്ച വസ്തുക്കൾ സ്പർശിക്കുന്നവരെ, ആ രോഗം ബാധിക്കുന്നു. അപ്പോൾ വൈദ്യശാസ്ത്രത്തിൽ നിങ്ങളുടെ പേര് 'സിംറ്റംലെസ് കാരിയർ' എന്നാണ്. മേരി അതായിരുന്നു. അവർ പേറിയിരുന്ന രോഗാണുക്കൾ 1900-കളിൽ അമേരിക്കയിൽ പടർന്ന റ്റൈഫോയിഡിന്റേതായിരുന്നു. അതു പരത്തുന്ന വിഷാണുക്കളുടെ സുഖജീവിതത്തിന് ഏറ്റവും യോജ്യമായൊരു മാദ്ധ്യമമാണ് ഐസ്ക്രീം. പല കാരണങ്ങളാൽ, സത്യത്തിൽ മേരിയെപ്പോലുള്ള 'വാഹികൾ' നൂറുകണക്കിന് അന്നത്തെ അമേരിക്കയിലുണ്ടായിരുന്നു. മേരിയിൽ നിന്ന് നേരിട്ട് അണുക്കൾ ഏറ്റുവാങ്ങിയവർ അമ്പതിൽച്ചുരുക്കം. എന്നിട്ടും അധികൃതർ, കൃത്യമായ സ്ഥിതിവിവരക്കണക്കുകളുടെ അഭാവത്തിൽ, ആയിരക്കണക്കിന് ദുർമ്മരണങ്ങളുടെ ഉത്തരവാദിത്തം അവളിൽ അടിച്ചേൽപ്പിച്ചു.

അവളിപ്പോൾ ചരിത്രത്തിൽ അറിയപ്പെടുന്നത്. 'റ്റൈഫോയ്ഡ് മേരി' എന്ന പേരിലാണ്. ആംഗലത്തിൽ ആ പ്രയോഗത്തിനർത്ഥം മറ്റുള്ളവരെ കുഴപ്പത്തിലാക്കാൻ ഒരുമ്പെട്ടവൾ എന്നാണ്. പാവം മേരി!

ഒരു 24 കാരറ്റ് നുണയുടെ പിന്നിൽ

പോപ്പൈ എന്ന നാവികന് കഴിഞ്ഞത് ബഗ്സ് ബണ്ണി എന്ന മുയലിന് കഴിഞ്ഞില്ലായിരിക്കാം. പക്ഷേ, ഈ രണ്ടു പ്രശസ്ത കാർട്ടൂൺ കഥാപാത്രങ്ങൾക്ക് പ്രിയപ്പെട്ട ആഹാരവസ്തുക്കൾ ഒരേ കാലത്ത് രണ്ടു വ്യത്യസ്ത രീതികളിൽ രണ്ടു വ്യത്യസ്ത രാജ്യങ്ങളിലായി ഒരു തരം സമാന്തരത്വം സൃഷ്ടിച്ചു.

പശളച്ചീരയും കാരറ്റും.

പോപ്പൈയുടെ വീര്യകൃത്യങ്ങൾ രണ്ടാം ലോകയുദ്ധത്തിന്റെ കാലത്ത് ഒരു ദേശീയ പ്രചാരണ പരിപാടിയുടെ ഭാഗമായപ്പോഴാണ്, മൾബറിയില തിന്നുന്ന പട്ടുനൂൽപ്പുഴുക്കളെ ഓർമ്മിപ്പിച്ചുകൊണ്ട് അമേരിക്കയിൽ ചിലർ 'സ്പിനച്ച്' എന്ന പശളച്ചീര തിന്നാൻ തുടങ്ങിയത്. തുല്യനിലയിൽ കാരറ്റ് തീറ്റക്ക് പ്രചോദനം നൽകാൻ ബണ്ണിക്ക് കഴിഞ്ഞില്ല, സമകാലിക കാർട്ടൂൺ ലോകത്തിൽ ആ മുയലിന്റെ പ്രശസ്തി വളരെ ഉയർന്നതായിരുന്നിട്ടുപോലും (ഓർക്കുക, 2005ൽ നടന്നൊരു വോട്ടെടുപ്പിൽ മിക്കി മൗസിനെപ്പോലും പിന്നിലാക്കിക്കൊണ്ട് ഒന്നാം സ്ഥാനത്തെത്തിയത് ബണ്ണിയായിരുന്നു). ചടയ്ക്കാൻ വേണ്ടി കാരറ്റ് തിന്നു തിന്ന് സ്വന്തം ചർമ്മത്തിന് ഓറഞ്ചിന്റെ തൊലിയുടെ നിറം കിട്ടിയവൾ എന്നറിയപ്പെടുന്ന സിനിമാ താരം, സൂസൻ ഡേ, അന്നു ജനിച്ചിട്ടുപോലുമുണ്ടായിരുന്നില്ല. പിന്നാരാണ് ബ്രിട്ടനിൽ ആയിരക്കണത്തിന് അത്താഴക്കിണ്ണങ്ങളിലേക്ക് കാരറ്റുകളെ തുരത്തിയത്?

ബ്രിട്ടന്റെ ആകാശപ്പട.

ആർ.എ.എഫ് (റോയൽ എയർഫോഴ്സ്) സാങ്കൽപ്പിക കഥാപാത്രങ്ങളെ ആശ്രയിച്ചില്ല. അവർക്ക് ഉയർത്തിപ്പിടിക്കാൻ ഒരു യഥാർത്ഥലോക നായകനുണ്ടായിരുന്നു.

ജോർജ് കണ്ണിങ്ഹാം.

രണ്ടാം ലോകയുദ്ധത്തിൽ ഒരു പ്രത്യേക അദ്ധ്യായം തന്നെ ഉണ്ടാക്കിക്കൊണ്ട്, നാസികളുടെ വ്യോമസേനയായ ലുഫ്ട്ട് വഫ 1940-ൽ നടത്തിയ ആക്രമണശ്രമങ്ങൾ തകർത്തവരുടെ മുൻ നിരയിലുണ്ടായിരുന്ന വൈമാനികൻ. തന്റെ അസാധാരണമായ രാക്കാഴ്ച(നൈറ്റ് വിഷൻ) ഉപയോഗിച്ച്, ആർക്കും കണ്ണുകാണാത്ത ഇരുട്ടിൽ 20 ശത്രുവിമാനങ്ങൾ നിലംപതിപ്പിച്ച രാത്രിഞ്ചരൻ. ലുഫ്ട്ട് വഫയെ തിരിച്ചുവിളിക്കാൻ ഹിറ്റ്ലറെ നിർബ്ബന്ധിതനാക്കിയ ആ തിരിച്ചടിയുടെ പേരിൽ 'പൂച്ചക്കണ്ണുകൾ' (കാറ്റ്സ് ഐസ്) എന്ന ചെല്ലപ്പേര് നേടിയെടുത്ത ആസൂത്രകൻ. ജോൺ കണ്ണിങ്ഹാമിനെക്കുറിച്ച് ഇത്രയും വിവരവും, കൂടുതൽ വിശദാംശങ്ങളും ചരിത്രരേഖകളിലുണ്ട്. ആർ.എ.എഫ് എന്തുതരം പതക്കമാണ് അദ്ദേഹത്തിന് നൽകിയതെന്ന് എനിക്കറിഞ്ഞുകൂടാ. പക്ഷേ, സ്വന്തം മികവിന്റെ രഹസ്യമായി അവർ വെളിപ്പെടുത്തിയ വസ്തുത പുതിയൊരു അദ്ധ്യായമുണ്ടാക്കിയത് സൈനികശാസ്ത്രത്തിലായിരുന്നില്ല. പോഷകാഹാരശാസ്ത്രത്തിലായിരുന്നു.

വിജയരഹസ്യം കാരറ്റ്.

പല വർഷങ്ങളായി കാരറ്റ് തിന്നുന്ന ശീലം ഉണ്ടായിരുന്നതുകൊണ്ടാണ് ജോൺ കണ്ണിങ്ഹാമിനും മറ്റു പല ബ്രിട്ടീഷ് വൈമാനികർക്കും അസാമാന്യമായ രാക്കാഴ്ച കിട്ടിയതെന്ന് ആർ.എ.എഫ് ഔദ്യോഗികമായിത്തന്നെ പ്രഖ്യാപിച്ചു. അവരുടെ നാട്ടിലെ കാരറ്റ് അമേരിക്കയിലെ ചീരക്ക് സമാന്തരമായത് അങ്ങനെയാണ്. നാട്ടുകാർ പണ്ടെങ്ങുമില്ലാതിരുന്നവിധം കാരറ്റ് ഭക്ഷിക്കാൻ തുടങ്ങി. ആർ.എ.എഫ് പറഞ്ഞതിൽ എത്ര സത്യമുണ്ട്? ഇരട്ട പ്രയോഗത്തിൽ, സ്വർണ്ണത്തിന്റെ മേന്മ കുറിക്കുന്നൊരു സാങ്കേതികപദം കടമെടുത്തു പറഞ്ഞാൽ, അതൊരു 24 കാരറ്റ് നുണയായിരുന്നു. പൂച്ചകൾക്കു കാരറ്റ് പഥ്യമല്ല. മുയലുകൾക്ക് രാക്കാഴ്ച കഷ്ടിയുമാണ്.

പക്ഷേ, വിറ്റാമിൻ എ?

ശരിയാണ്, കാഴ്ചയുടെ ശക്തിയും ചർമ്മത്തിന്റെ കാന്തിയും ഈ ജീവകത്തിന്റെ അനുഗ്രഹമാണ്. ഇരുണ്ട സാഹചര്യങ്ങളിൽ ചിലർക്കുള്ള അന്ധതക്ക് കാരണം അതിന്റെ അഭാവവുമാണ്. കാരറ്റിന് അതിന്റെ നിറം നൽകുന്ന കാരറ്റീൻ എന്ന ദ്രവ്യം നമ്മുടെ ശരീരത്തിൽ വിറ്റാമിൻ എയുടെ വകുപ്പിലെത്തിച്ചേരുകയും ചെയ്യുന്നു. പക്ഷേ, വിറ്റാമിൻ എ ചിലപ്പോൾ അപകടകരമാവാം. പിന്നെ, കാരറ്റീൻ എന്ന ദ്രവ്യത്തിന്റെ ആധിക്യമാണ് സൂസൻ ഡേയുടെ തൊലിക്ക് ഓറഞ്ചുനിറം നൽകിയത്. രോഗശാസ്ത്രത്തിലത് 'കാരറ്റനോസിസ്' എന്നറിയപ്പെടുന്നു. ജോൺ കണ്ണിങ്ഹാമിന്റെ ത്വക്ക് ഓറഞ്ചായോ! ഏതു നിലക്കും, അദ്ദേഹത്തിൽ ആരോപിതമായ അമാനുഷികമായ

രാക്കാഴ്ച നൽകാൻ നാം കണ്ട ദ്രവ്യങ്ങൾക്കൊന്നും കഴിയില്ല.

ഇവിടെയൊരു ഉപവിഷയമുണ്ട്.

മുയലിന്റെ രാക്കാഴ്ച മോശപ്പെട്ടതെങ്കിലും പൊതുവേ അതിന്റെ കാഴ്ചക്കൊരു സവിശേഷതയുണ്ട്. കണ്ണുകൾ തലയുടെ ഏതാണ്ട് ഇരു വശത്തുമാകയാൽ മിക്കവാറും 360 ഡിഗ്രികളിലുള്ളൊരു വലിയകാഴ്ച മുയലിന് സാദ്ധ്യമാണ്. പക്ഷേ, മുഖത്തിന് നേർക്ക് 10 ഡിഗ്രിയോളം വരുന്നൊരു അന്ധവശം അതിലുണ്ട്. ആകയാൽ, തന്റെ തൊട്ടു മുന്നിൽ എത്തിപ്പെട്ടൊരു ആഹാരവസ്തു തിരിച്ചറിയാൻ മുയലിന് ഒരൽപ്പം സമയം വേണ്ടിവരും. ചുറ്റുപാടുമുള്ള വസ്തുക്കളുടെ സാന്നിധ്യ വും സ്ഥാനവും പിടിച്ചെടുക്കുന്ന റഡാർ എന്ന യന്ത്രത്തിനുപോലും ചിലപ്പോൾ ഒരുതരം അന്ധവശമുണ്ടാകാം. സത്യത്തിൽ, 1981 ൽ ഇറാഖിന്റെ റഡാർ വ്യവസ്ഥയിലെ അന്ധവശത്തിന്റെ മറവുപിടി ച്ചാണ് ഇസ്രായേലിന്റെ വിമാനങ്ങൾ അകത്തു കടന്ന് അവിടത്തെ ന്യൂക്ലിയർ റിയാക്ടർ തകർത്തത്. ഏതാണ്ട് അതേപോലൊരു സാന്ദർഭിക വിടവിലൂടെയാണ് ബ്രിട്ടന്റെ വ്യോമസേന കണ്ണിങ് ഹാമിന്റെ കിണ്ണത്തിൽ കാരറ്റുകളിട്ടത്. ഒരു കാരറ്റിന്റെ കഥക്കു പിന്നിൽ ബ്രിട്ടൻ എന്താണ് മറച്ചു പിടിക്കാൻ ശ്രമിച്ചത്?

റഡാർ, അതെ റഡാർ.

രണ്ടാം ലോക യുദ്ധത്തിന്റെ തുടക്കത്തിൽ അമേരിക്ക, ജർമ്മനി, ഫ്രാൻസ്, ഇറ്റലി തുടങ്ങിയ ചില രാജ്യങ്ങൾക്ക് റഡാർ സാങ്കേതിക ശാസ്ത്രം പരിചിതമായിരുന്നു. പക്ഷേ, ബ്രിട്ടനു മാത്രമാണ് അതിന്മേൽ കെട്ടിപ്പടുത്തൊരു മുഴുവൻ പ്രതിരോധവ്യവസ്ഥയുണ്ടായിരുന്നത്. കാരറ്റിന്റെ ശക്തികൊണ്ടല്ല, റഡാറിന്റെ സഹായം കൊണ്ടാണ് മേലിരുട്ടിലെ ശത്രു വിമാനങ്ങളെ ആർ.എ.എഫ് വക വരുത്തിയത്. പക്ഷേ, ബ്രിട്ടന് ആ രഹസ്യം ലോകദൃഷ്ടിയിൽനിന്ന് ഒളിപ്പിക്കണ മായിരുന്നു.

ചീസ് തിന്നുന്ന ജെറിക്കറിയാത്തത്

കാർട്ടൂൺ കഥാപാത്രങ്ങളുടെ ഇഷ്ടാഹാരങ്ങളെക്കുറിച്ച് ചിന്തിക്കാൻ തുടങ്ങിയാൽ ചീസ് ഓർമ്മയിലെത്തും. നിറയെ ഓട്ടകളുള്ള സ്വിസ് ചീസ്, അതിന്റെ പിന്നിൽ ജെറി എന്ന ചുണ്ടെലിയുമുണ്ടാകും. തനിക്ക് പ്രിയപ്പെട്ട ചീസ് തിന്നുമ്പോൾ ജെറിക്ക് പ്രത്യേകിച്ച് ഏതെങ്കിലും അപകടത്തെക്കുറിച്ച് ചിന്തിക്കാനില്ല.

റ്റോമിന്റെ ഇടപെടലൊഴികെ.

പക്ഷേ, റ്റോം എന്ന പൂച്ചയുടെ ഇടപെടൽ അതിന്റെ മരണഭീഷണിയില്ലായ്മയിൽ ഓരോ കഥയിലും ദിനചര്യകൾ പോലുള്ള ആവർത്തനത്തിൽ അപകടമല്ലാതാവുന്നു. യഥാർത്ഥ ലോകത്തിലെ അപകടങ്ങൾ, പ്രത്യേകിച്ചും മനുഷ്യർക്കുണ്ടാകുന്ന അപകടങ്ങൾ, തികച്ചും വ്യത്യസ്തമാണ്. മനുഷ്യർ അപകടങ്ങളിൽപ്പെട്ടു മരിക്കുക മാത്രമല്ല, അപകടകാരണങ്ങൾ (ഉപാധികൾ, അവസരങ്ങൾ) സൃഷ്ടിക്കുകയും ചെയ്യുന്നു. എന്നിട്ടും അപകടവിചാരങ്ങളെ സംബന്ധിച്ചിടത്തോളം, വ്യത്യസ്ത കാരണങ്ങൾകൊണ്ടാണെങ്കിലും, മിക്ക മനുഷ്യരും മിക്കപ്പോഴും ചീസ് തിന്നുന്ന ജെറിയുടെ അവസ്ഥയിലാണ്.

കാമുവിന്റെ മരണമോർക്കുന്നോ?

മരണത്തെയും സ്വയംഹത്യയെയും കുറിച്ച് ഏറ്റവുമധികം ചിന്തിക്കുയും എഴുതുകയും ചെയ്തവരിൽ ഒരാളായിരുന്നു ആൽബർ കാമു. മരണത്തിന്റെ അസംബന്ധാംശം അദ്ദേഹം കണ്ടു. ഒരേയൊരു താത്ത്വിക പ്രശ്നം സ്വയംഹത്യയാണെന്നും കണ്ടു.

ഏറ്റവും അസംബന്ധമായി മരിക്കാനുള്ള വഴി ഒരു കാറപകടമാണെന്ന് തന്റെ സ്വതഃസിദ്ധ ശൈലിയിൽ പറയുകയും ചെയ്തു. പിന്നീട് കാമു ഒരു കാറപകടത്തിൽ മരിക്കുകയും ചെയ്തു. അന്ത്യനിമിഷങ്ങളിൽ വിചാരശക്തി ശേഷിച്ചിരുന്നെങ്കിൽ അതിന്റെ അപ്രതീക്ഷിതത്വത്തിനെതിരെ കാമുവിന്റെ തോന്നലുകൾ എന്തായിരിക്കണം! ആ കാറിൽ യാത്ര ചെയ്യുമ്പോൾ, താൻ ഉപയോഗിച്ചിട്ടില്ലാത്തൊരു

ട്രെയിൻ ടിക്കറ്റ് കാമുവിന്റെ പോക്കറ്റിലുണ്ടായിരുന്നു. കാമുവിന്റെ യാത്ര ആ വണ്ടിയിൽ ആയിരുന്നെങ്കിൽ... ഇല്ല, മറ്റു പലരെയും പോലെ ആ എഴുത്തുകാരനും ചീസ് തിന്നുന്ന ജെറിയുടെ അവസ്ഥ യിലായിരുന്നു.

അപകടം വെറും റ്റോം.

പക്ഷേ, ഒരു ചീസിന്റെ ഓട്ടകളിലൂടെ നോക്കിയപ്പോൾ അപക ടങ്ങളുടെ വ്യവസ്ഥ തന്നെ കണ്ടെത്തിയൊരു ചിന്തകനുണ്ട്. മനഃശാസ്ത്രജ്ഞനായ ജോംസ് റീസൻ(സ്വന്തം പേരുപോലും ഒരു യുക്തി, കാരണം). ഒരു വിചാരമാതൃകയിൽ, ചീസിലെ ഓട്ടകൾ ആകസ്മികതകളുടെ തുറപ്പുകളാവാം. മരണവക്ത്രങ്ങളാവാം. ഒരു കൂട്ടം ചീസ് കഷണങ്ങൾ (Slices) കൈയിലെടുത്തു നോക്കുക. ഓട്ടകൾ എണ്ണത്തിലും സ്ഥാനത്തിലും വ്യത്യസ്തമാണ്. അടുക്കിപ്പിടിച്ച് കണ്ണോടടുപ്പിച്ചാൽ, അപ്പുറം കാണാനാവുന്ന ഓരൊറ്റ ഓട്ടപോലുമു ണ്ടാവില്ല. ആ നിലയിൽ, എല്ലാ കഷ്ണങ്ങളും ഒരു വ്യവസ്ഥയിലെ (മനുഷ്യശരീരത്തിലെ, ഒരു സ്ഥാപനത്തിലെ, അല്ലെങ്കിൽ മറ്റേ തെങ്കിലും യാന്ത്രിക/സാമൂഹിക സംവിധാനത്തിലെ) പ്രതിരോധ ശക്തികളാണ്. പക്ഷേ, അടുക്കൽ തകർന്നാൽ, ചീസിലെ ഓട്ടകൾ ഒരു നിമിഷത്തിൽ ഒരു നേർവരയിലാകാം. പ്രതിരോധഭംഗത്തിൽ അപകടത്തിന് സഞ്ചരിക്കാനാവുന്ന ഒരു തുരങ്കംപോലെ, അപക ടാവസരത്തിന്റെ ചലനരേഖ ('എ ട്രാജക്റ്ററി ഓവ് ആക്സിഡെന്റ് ഓപ്പർച്യൂണിറ്റി' എന്നാണ് റീസന്റെ മൗലിക പ്രയോഗം).

സ്വിസ് ചീസ് മോഡൽ.

ചീസ് തിന്നുന്ന ജെറിക്ക് ബാധകമല്ലാത്ത ഓട്ടകളെ സംബന്ധിച്ച ഈ മാതൃകയിന്ന് പല മേഖലകളിൽ അപകടങ്ങളെക്കുറിച്ച് പഠി ക്കാനുള്ളൊരു സൈദ്ധാന്തിക ഉപാധിയാണ്.

ചുവന്ന രാജ്ഞിയുടെ സിദ്ധാന്തം

ചുവന്ന രാജ്ഞിയുടെ സിദ്ധാന്തം ശരിയാകുന്ന ചില സന്ദർഭങ്ങളുണ്ട്. പക്ഷേ, മനുഷ്യൻ അതിനെ ഓടിത്തോൽപ്പിച്ചെന്നു തോന്നുന്നു.

സിദ്ധാന്തം ഓടിക്കൊണ്ടിരിക്കട്ടെ.

ഒപ്പം നമുക്കും ഓടാം.

അത്ഭുതലോകത്തിലെ ആലിസ് എത്തിപ്പെട്ട മറ്റൊരു ലോകത്തിൽ (ലൂയിസ് കരോളിന്റെ 'ത്രൂ ദ ലുക്കിംഗ് ഗ്ലാസ്' എന്ന കഥയിൽ) ചതുരംഗക്കളം ഉയിരെടുത്തപ്പോഴാണ് ചുവന്ന രാജ്ഞി ഉണ്ടായത്. ദിശകളും ദൂരങ്ങളും ഒരു കണ്ണാടിക്കുള്ളിലെ ചതിയാവുന്ന അവസ്ഥയിൽ ഏറെ നേരം നടന്നു തളർന്നതിനുശേഷമാണ് ആലിസ് രാജ്ഞിയെ കണ്ടുമുട്ടുന്നത്. അതിനുശേഷവും നടത്തം. പിന്നെ, അടുത്തൊരു നിമിഷത്തിൽ, എങ്ങനെയെന്നറിയില്ല രണ്ടുപേരും കൈകൾ കോർത്തുപിടിച്ചുകൊണ്ട് ഓടാൻ തുടങ്ങുന്നു. വേഗം അതിവേഗം. കാറ്റ് ചെവികളിൽ ചൂളംവിളിക്കേ, കൂടുതൽ വേഗം കൂടുതൽ വേഗമെന്ന് പറഞ്ഞ് ചുവന്ന രാജ്ഞി ഇടക്കിടെ തിടുക്കപ്പെടുത്തിക്കൊണ്ടിരിക്കേ, ആലിസ് ഒരു കാര്യം തിരിച്ചറിയുന്നു. പലപ്പോഴും കാലുകൾ നിലം തൊടുന്നില്ലെന്ന് തോന്നിക്കും വിധം പായുമ്പോൾപ്പോലും ഇരുവശത്തുമുള്ള മരങ്ങളും മറ്റു ദൃശ്യങ്ങളും പിൻവാങ്ങി മറയുന്നില്ല.

അതിന്റെ രഹസ്യം വെളിപ്പെടുത്തിക്കൊണ്ട് രാജ്ഞി പറയുന്നു. ആ ലോകത്തിൽ അത്രയും വേഗം ഓടിയാലേ നിൽക്കുന്നേടത്തെങ്കിലും എത്താൻ പറ്റൂ. ആകയാൽ ഇരട്ടി വേഗത്തിൽ ഓടിക്കൊണ്ടേയിരിക്കുക.

അതൊരു സിദ്ധാന്തമാകുമോ?

ലൂയിസ് കരോളിന്റെ കഥ വായിച്ചിട്ടുണ്ടെങ്കിൽ, ഈ ലോകത്തിൽ കോടികണക്കിനാളുകൾ സ്വന്തം നിലനിൽപ്പിനു വേണ്ടിയുള്ള

നെട്ടോട്ടത്തിൽ ചുവന്ന രാജ്ഞിയുടെ ഓട്ടം പെട്ടെന്ന് തിരിച്ചറിയും. അത് മറ്റൊരു വിഷയം. ഇപ്പോളത്, ചില ശാസ്ത്രജ്ഞന്മാരെ സംബന്ധിച്ചെങ്കിലും, ലോക സാഹിത്യത്തിലെ ഏറ്റവും പ്രശസ്തമായ ഓട്ടമായതിനു കാരണം ഒരു പരിണാമവാദിയാണ്. ആരുടെയോ തമാശയിൽ, ദൈവത്തിന്റേതിനെക്കാൾ നീണ്ടതെങ്കിലും ഡാർവിന്റേതിനോളം നീണ്ടതല്ലാത്ത താടിയുള്ള ലീ ഫോൺ വാലെൻ. ഭൂമിയിൽ പല സ്ഥലങ്ങളിൽ പല കാലങ്ങളിലായി വംശനാശം സംഭവിച്ച ജീവിവർഗ്ഗങ്ങളെക്കുറിച്ചുള്ള പഠനത്തിനിടയിൽ ഒരിടത്തു വെച്ച് തുടർച്ചയുടെയും തിരോധാനത്തിന്റെയും രഹസ്യങ്ങളിലേക്ക് അദ്ദേഹത്തിന് ഉൾക്കാഴ്ച കിട്ടി. ഒരു കണ്ടെത്തൽ, സിദ്ധാന്തം. അതിനെന്തു പേരിടണം എന്ന ആലോചനക്കിടയിലാണ് ജീവരാശിയുടെ മുഴുവനുമായൊരു ഒളിംപിക്സിൽ ദീപശിഖയേന്തുന്നൊരു കായികതാരത്തെപ്പോലെ ചുവന്ന രാജ്ഞി അദ്ദേഹത്തിന്റെ മനസ്സിലൂടെ ഓടിയത്.

റെഡ് ക്വീൻ തിയറി.

എല്ലാ ജൈവസാഹചര്യങ്ങളിലും ഇതരേതരബന്ധമുള്ള ജീവിവർഗ്ഗങ്ങൾക്കിടയിലെ കിടമൽസരങ്ങളിൽ എതിരാളികളുടെ പരിണാമപരമായ തന്ത്രങ്ങൾ അന്യോന്യം ആശ്രയിച്ചിരിക്കുന്നു. വളരെ ദൂരവ്യാപകമായൊരു കുതിപ്പിൽ (വിദൂരഭാവിയെക്കുറിച്ചുള്ള കൃത്യമായ കണക്കുകൂട്ടലിലൂടെയുള്ളൊരു വൻകിട മാറ്റത്തിൽ) ഒന്ന് മറ്റേതിനെ തീർത്തും ഓടി പിന്നിലാക്കുന്ന പതിവില്ലാത്തൊരു അവസ്ഥയാണിത്. വാലെൻ ചതുരംഗത്തെക്കുറിച്ച് പറയുന്നില്ലെങ്കിലും, ചുവന്ന രാജ്ഞി ഒരു ചതുരംഗക്കരുവായതുകൊണ്ട് ആ കളിയെ അപേക്ഷിച്ച് പറയാം. ഒരു ജൈവപരിതോവസ്ഥയുടെ തുടർച്ചയിലെ വഴക്കം അടിയറവ്(ചെക്ക് മേയ്റ്റ്) അല്ല. ഓരോ കരുനീക്കവും എതിർനീക്കവും ഒരു ഈടരശ് (സ്റ്റെയിൽമേയ്റ്റ്) സൃഷ്ടിക്കയും, അങ്ങനെ ഈടരശുകളുടെ ഒരു നിരന്തര പരമ്പരയിലൂടെ തുടരുകയും ചെയ്യുന്ന അവസ്ഥയാണ് നാം കാണുന്നത്. പല വ്യത്യസ്ത ബന്ധങ്ങളിൽ: ഇരയും ഇരപിടിയനും തമ്മിലുള്ള ബന്ധത്തിൽ, ജീവികളും പരാന്നഭുക്കുകളും തമ്മിലുള്ള ബന്ധത്തിൽ, ഒരു ജൈവശരീരത്തിന്റെ പ്രതിരോധവ്യൂഹമായ കോശങ്ങളും രോഗാണുക്കളും തമ്മിലുള്ള ബന്ധത്തിൽ.

ഇതിൽ തിരോധാന കഥകളുണ്ട്.

ചുവന്ന രാജ്ഞിയുടെ അറിയിപ്പ്, ഒന്നുകിൽ നിന്നേടത്തു നിൽക്കാൻ ഓടിക്കൊണ്ടേയിരിക്കുക (കൂടുതൽ വേഗത്തിൽ) അല്ലെങ്കിൽ ഓട്ടം നിറുത്തി പരിണാമത്തിൽ നിന്ന് പുറത്താവുക. പക്ഷേ, നാലുമിനുറ്റിൽ ചുരുങ്ങിയ സമയംകൊണ്ട് ഒരു നാഴിക ഓടൽ മനുഷ്യസാദ്ധ്യമല്ലെന്ന കായിക രംഗത്തുണ്ടായിരുന്ന ധാരണ തകർത്ത്,

ഒരു യഥാർത്ഥലോക റാണിയിൽനിന്ന് (എലിസബത്ത് രണ്ടാമിയിൽ നിന്ന്) 'സർ' പദവി നേടിയ വൈദ്യശാസ്ത്ര വിദ്യാർത്ഥിയായ റോജർ ബാനിസ്റ്ററെ ഓർമ്മിപ്പിച്ചുകൊണ്ട്, നാം ചുവന്ന രാജ്ഞിയുടെ സിദ്ധാന്തം തകർത്തെന്ന് എനിക്ക് തോന്നാൻ കാരണം ആൾക്കുരങ്ങുകളിൽനിന്ന് ആളിലേക്കുള്ള പരിണാമം സാദ്ധ്യമാക്കാൻ നമ്മെ തുണച്ചൊരു പ്രത്യേക സിദ്ധിയാണ്.

അത് ഓട്ടം തന്നെ.

ഇരുകാലിന്മേലുള്ള നിവർന്നുനിൽപ്പും, അതോടെ പുതിയ പ്രയോഗങ്ങളിലേർപ്പെടാൻ കൈകൾക്കുകിട്ടിയ സ്വാതന്ത്ര്യവുമാണ് ആൾക്കുരങ്ങിനെ ആളാക്കിയതെന്ന് നരവംശശാസ്ത്രത്തിൽ പരക്കെ അറിയപ്പെടുന്നു. പക്ഷേ, ഓട്ടം നടത്തത്തിന്റെ വിശേഷാൽപ്പതിപ്പാണോ! നാലര ദശലക്ഷം വർഷങ്ങൾക്കു മുൻപ് രണ്ടുകാലിൽ കുത്തനെയുയർന്ന ഓസ്ട്രലോപിതകസ് എന്ന പൂർവ്വികൻ ആൾക്കുരങ്ങിന്റെയും ആളുകളുടെയും ഇടനിലയിലായിരുന്നു. പിന്നെ രണ്ടര ദശലക്ഷം വർഷങ്ങളോളം നടന്നിട്ടും നാം നിന്നേടത്തു തന്നെ നിന്നു. വളരെ അടുത്ത കാലത്താണ് രണ്ടു നിരീക്ഷകർ (ഡാനിയൽ ലൈബർമാർ, ഡെന്നിസ് ബ്രാംബ്ൾ) ഓട്ടത്തിന്റെ പാരിണാമിക പ്രാധാന്യം പ്രത്യേകിച്ച് ശ്രദ്ധിച്ചത്. നീണ്ടൊരു ഇടനിലയിൽനിന്ന് നമ്മെ ആൾനിലയിലേക്ക് പരിണമിപ്പിച്ചത് ഓട്ടമാണ്. ഓട്ടം തുടങ്ങുന്നത് ഏതാണ്ട് രണ്ടു ദശലക്ഷം വർഷങ്ങൾക്കു മുൻപാണ്. പിന്നീട് പാദങ്ങൾതൊട്ട് കാലുകളിലൂടെ, നിതംബത്തിലൂടെ, കശേരുവിലൂടെ, തലയോട്ടുവരെ വ്യാപിച്ച് ഘടനാമാറ്റങ്ങൾ തുടങ്ങുകയായി.

ഒരു പ്രത്യേക പാരിണാമിക നിമിഷത്തിൽ ചുവന്ന രാജ്ഞിയുടെ സിദ്ധാന്തത്തെ നാം ഓടിത്തോൽപ്പിച്ചു. പക്ഷേ, ഓർക്കുക, സാമാന്യത്തിൽ ഒറ്റപ്പെട്ടൊരു വിശേഷമാണത്.

മൂന്ന് വരികൾ ബാക്കി

പഴയൊരു ലിമറിക്ക് (അഞ്ചുവരി അസംബന്ധമെന്ന് വിളിക്കാവുന്നൊരു കാവ്യരൂപം) എപ്പോഴും കീറിപ്പറഞ്ഞ വസ്ത്രങ്ങളുമായി പ്രത്യക്ഷപ്പെടുന്നൊരു ചെറുപ്പക്കാരിയെക്കുറിച്ച് പറയുന്നു. പോപ്പ് ഗായികയായ കൈലി മിനോഗ് തന്റെ തലയിൽനിന്ന് പുറത്താക്കാനാവാത്ത ഒന്നിനെക്കുറിച്ച് പാടുന്നു. സംഗീതജ്ഞനായ മൊസാർട്ടിന്റെ കുട്ടികൾ അച്ഛനെ ശുണ്ഠിപിടിപ്പിക്കാൻ വേണ്ടി പിയാനോയിൽ എന്തെങ്കിലും തുടങ്ങിവെച്ച് പെട്ടെന്ന് നിറുത്തുമായിരുന്നു.

ഇവയെല്ലാം ഒന്നിക്കുമോ?

ഹിസ്റ്റമിൻ എന്നൊരു കെമികദ്രവ്യമുണ്ട്. അതിന്റെ പ്രവർത്തനത്തെക്കുറിച്ച് വായിച്ചപ്പോൾ എനിക്ക് പെട്ടെന്നോർമ്മവന്നത് ആ ലിമറിക്കിലെ ചെറുപ്പക്കാരിയെയാണ്. തന്റെ കീറിപ്പറഞ്ഞ വസ്ത്രങ്ങൾക്ക് അവൾ നൽകിയ വിശദീകരണമിതാണ്. ചൊറിച്ചിൽ തോന്നുമ്പോഴൊക്കെ താൻ ചൊറിയുന്നു. വരണ്ട ചർമ്മം കാരണമായാലും, തിരിച്ചറിയപ്പെടാത്ത അർബുദം കാരണമായാലും, ചില ചെറുപ്രാണികളുടെ സ്പർശം കാരണമായാലും, ചൊറിച്ചിലിന് പ്രേരണയാകുന്നത് ഹിസ്റ്റമിനാണ്. അതിനു തുല്യമായൊന്ന് ചിലർക്ക് തലക്കകത്ത് അനുഭവപ്പെടാം.

ഒരു മസ്തിഷ്കച്ചൊറിച്ചിൽ.

വിഷയത്തെക്കുറിച്ച് പഠിച്ച ജേംസ് കെല്ലാറിസ് അതിനെ വിളിച്ചത് 'കോഗ്നിറ്റീവ് ഇച്ച്' എന്നാണ്. പക്ഷേ, ഈ ഭാരിച്ച പ്രയോഗം സൂചിപ്പിക്കുന്നതുപോലെ ജ്ഞാനബദ്ധമായി അതിലൊന്നുമില്ല. കൈലി മിനോഗിന് തലയിൽനിന്ന് പുറത്താക്കാനാവാത്തത് ("just can't get you out of head") പ്രണയമാണ്. പക്ഷേ, കൈലിയുടെ പാട്ട് സ്വയം മറ്റൊരാൾക്ക് മസ്തിഷ്കച്ചൊറിച്ചിലാവാം. ചിലപ്പോൾ, എത്ര ശ്രമിച്ചാലും നിലയ്ക്കാതെ ആ പാട്ടിലെ 'ലാ ലാ ലാ' നിങ്ങളുടെ തലക്കകത്ത് ഒട്ടിപ്പിടിച്ചുനിൽക്കും. വല്ലാതെ ശല്യപ്പെടുത്തുന്നൊരു സംഗീത ബാധ. ചിലർക്ക് പാട്ടുമുഴുവൻ കേട്ടാൽ, അല്ലെങ്കിൽ സ്വയം അതു പാടിത്തീർത്താൽ ചൊറിച്ചിൽ അടങ്ങും. ജർമ്മനിയിൽ

ഇതിന്റെ പേര് 'ചെവിപ്പുഴക്കൾ' എന്നാണ്. ചെവിയിലൂടെ കയറി തലക്കകത്ത് ഒട്ടിപ്പിടിക്കാൻ ചില പരസ്യവചനങ്ങൾക്കും കഴിവുണ്ട്.

മറ്റൊരു ലിമറിക്കെടുക്കുക.

അഞ്ചു വരിയാവേണ്ട ലിമറിക്കിനെ രണ്ടുവരിയോടെ നിറുത്തിയൊരു കവിയുണ്ട്. ആ ലിമറിക്കിന്റെ ഇതിവൃത്തം തന്നെ അതാണ്. "ക്രൂവിൽ ഒരു യുവതിയുണ്ട്. അവളുടെ ലിമറിക്ക് രണ്ടാം വരിയിൽ നിന്നു."

മൂന്നു വരികൾ ബാക്കി.

വെറുമൊരു ചൊറിച്ചിൽ മസ്തിഷ്കത്തിന്റെ ഒരു പ്രത്യേക സ്വഭാവമാകുന്നേടത്താണ് ഇത് നമ്മെയെത്തിക്കുന്നത്. വെള്ളിയാഴ്ച തീരാത്തൊരു പണി ശനിയാഴ്ചയും ഞായറാഴ്ചയും ഒരു ഗൃഹസ്ഥനെ പീഡിപ്പിക്കാം. പൂർത്തിയാവാത്തൊരു പ്രവൃത്തിയെക്കുറിച്ച് ഓർമ്മിപ്പിച്ചുകൊണ്ടിരിക്കാൻ പലപ്പോഴും നമ്മുടെ മസ്തിഷ്കത്തിന് വല്ലാത്തൊരു നിർബ്ബന്ധമുണ്ട്. ചിലപ്പോളത് ഉത്തരവാദിത്വത്തിന്റെ പ്രശ്നത്തിനപ്പുറം കടന്ന് ഒരു പ്രതിഭയുടെ സമ്പൂർണ്ണതാബോധത്തിന്റെ വേട്ടയാകാം. ലിമറിക്ക് രണ്ടാം വരിയിൽ നിൽക്കുമോ?

കുട്ടികൾ പിയാനോയിൽ എന്തെങ്കിലുമൊന്ന് തുടങ്ങിവെച്ച് പെട്ടെന്ന് നിറുത്തുമ്പോഴെല്ലാം മൊസാർട് അങ്ങോട്ടോടിച്ചെന്ന് അത് മുഴമിക്കുമായിരുന്നു.

ഹിച്ച് കോക്കിന്റെ ആൾക്കൂട്ടം പോലെ

ആൽഫ്റഡ് ഹിച്ച്കോക്കിന്റെ 'ഫ്രൻസി' പുറത്തിറങ്ങുന്നത് 1972ൽ. അതിലെ തുടക്കക്കാഴ്ചകളുമായി ബന്ധിപ്പിക്കാവുന്നൊരു സിദ്ധാന്തം ലോകശ്രദ്ധയിൽ എത്തിച്ച പുസ്തകം ('ദ ടിപ്പിങ്ങ് പോയിന്റ്') മാൽകം ഗ്ലോഡ്വെൽ പ്രസിദ്ധീകരിക്കുന്നത് 2000ൽ. അതിന്നിടയിലെന്തെല്ലാം!

ഹിച്ച്കോക്കിന്റെ ചിത്രം തുടങ്ങുന്നത് റ്റേംസ് നദിയുടെ വക്കിലൊരിടത്താണ്. അവിടെയൊരു പൊതുസമ്മേളനം. പ്രസംഗകന്റെ വിഷയംതന്നെ ആ നദിയാണ്. എങ്ങനെയാണ് നദിയിൽ വന്നടിയുന്ന അന്യവസ്തുക്കൾ(ഫോറിൻ ബോഡീസ്) നീക്കം ചെയ്യേണ്ടത്? ആരുടെയോ ശ്രദ്ധ നദിയിലേക്കു തിരിയുന്നു. മേൽപ്പരപ്പിൽ ഒരു 'അന്യവസ്തു' പാറിക്കിടക്കുന്നു. ഒരു സ്ത്രീയുടെ നഗ്നജഡം. പിന്നെ ഏതു ഘട്ടത്തിലാണ്, കൃത്യമായും എത്ര തലകൾ അങ്ങോട്ടു തിരിഞ്ഞതിനു ശേഷമാണ്, ആൾക്കൂട്ടം മുഴുവൻ ഒരൊറ്റ മുഖം പോലെ നദിയിലേക്കു നോക്കുന്നത്? ഒന്നോ രണ്ടോ പേരുടെ പെരുമാറ്റം, ചലനം, ശ്രദ്ധ എന്നിവ ഒരു മുഴുവൻ കൂട്ടത്തിന്റേതുമാകുന്ന നിർണ്ണായക ബിന്ദു എന്തെന്നത് സംബന്ധിച്ചൊരു സമാന്യചോദ്യം കൂടിയാണിത്. പക്ഷേ...

ഹിച്ച് കോക്ക് തലയെണ്ണുന്നില്ല.

അതൊരു സിനിമാപ്രശ്നമല്ല.

സാങ്കേതികമായി 'മാക്ഗഫിൻ' എന്നറിയപ്പെടുന്ന ആകസ്മിക ശ്രദ്ധാമാറ്റതന്ത്രത്തിന്റെ ആശാനാണ് ഹിച്ച്കോക്ക്. നദിയിൽ പൊന്തുന്ന ശവംതന്നെ ഒരു നിർണ്ണായകബിന്ദുവാണ്, ഒരർത്ഥത്തിൽ. പക്ഷേ, ബലാൽസംഗത്തിനു ശേഷം പെണ്ണുങ്ങളെ കൊല്ലൽ പതിവാക്കിയൊരു അജ്ഞാതന്റെ തീണ്ടലിനെക്കുറിച്ചുള്ള അറിവും ഭീതിയും പെട്ടെന്നു പടരാൻ തുടങ്ങുന്നത് അവിടെ തൊട്ടാണ്. താൻ ഉദ്ദേശിക്കുന്ന നിർണ്ണായകബിന്ദു(ടിപ്പിങ്ങ് പോയിന്റ്)

വിശദീകരിക്കാൻ മാൽകം ഗ്ലാഡ്‌വെൽ ഉദാഹരിച്ച കാര്യങ്ങളല്ല ഇത്രയും പറഞ്ഞതൊന്നും. പക്ഷേ, ഒരു ഹിച്ച്‌കോക്ക്ചിത്രത്തിൽ നാം കണ്ടതുപോലെ, പലർക്കും പല സാമൂഹിക പ്രവണതകളിലും തിരിച്ചറിയാനാവും വിധം 'നിർണ്ണായകബിന്ദു' കോടിക്കണക്കിനാളുകളുടെ ശ്രദ്ധയിൽപ്പെട്ടത് ഗ്ലാഡ്‌വെല്ലിന്റെ പുസ്തകം ഒരു 'ബെസ്റ്റ് സെല്ലർ' ആയപ്പോളാണ്. ആ അർത്ഥത്തിൽ, അദ്ദേഹത്തിന്റെ പ്രശസ്തി തന്റെ വിഷയത്തിന്റെ തന്നെ നിർണ്ണായകബിന്ദുവായെന്നു പറയാം. ഗ്ലാഡ്‌വെൽ വിസ്തരിച്ച സങ്കൽപ്പം മൗലികമായി മാർക് ഗ്രാനേവെറ്ററുടേതാണ്. 'ടിപ്പിങ്ങ് പോയിന്റ്' എന്ന പ്രയോഗം മോർടൻ ഗ്രോഡ്സിന്റ്സിന്റെയും. രണ്ടുപേരും സമൂഹശാസ്ത്രവിദഗ്ദ്ധർ. സാക്ഷാൽ ശാസ്ത്രത്തിലാകട്ടെ അളവുകണക്കുകൾ നിർണ്ണായകബിന്ദുവിന് കൂടുതൽ കണിശത നൽകുന്നു. പ്രത്യേകിച്ചും രണ്ടു വിശദാംശങ്ങളിൽ.

എണ്ണങ്ങളുടെ പ്രാധാന്യം.

നേതൃത്വമില്ലാത്ത ദിശാബോധം.

ആയിരങ്ങളുടെ കൂട്ടായ്മയിൽ വിളകൾ മുടിക്കുന്നതിൽ കുപ്രശസ്തി നേടിയ വെട്ടുകിളികൾ എന്ന ഷഡ്പദങ്ങൾ ജാത്യാ ഒറ്റയാന്മാരാണ്. അന്യോന്യം കാലുകൾ ഉരയ്ക്കുന്നതിലെ സാമൂഹിക സ്പർശമാണ് അവയുടെ ഏകോപനത്തിന്റെ തുടക്കം. സാമീപ്യം. പിന്നെ എണ്ണം കൂടുമ്പോളുള്ള സാന്ദ്രത. ഹിച്ച് കോക്കിന്റെ പടത്തിലെ ആൾക്കൂട്ടത്തിന്റെ ഏകദിശോന്മുഖതയുള്ളൊരു കൂട്ടപ്പറക്കൽ(സ്വോം) സാദ്ധ്യമാകാൻ എത്ര വെട്ടുകിളികൾ വേണം? അതിനുള്ള ഒരുത്തരത്തിൽ മൂന്നു സ്പഷ്ടഘട്ടങ്ങൾ തിരിച്ചറിഞ്ഞത് ഓസ്ട്രേലിയയിലെ ജെറോം ബൂൾ, ഒപ്പം സ്റ്റീവ് സിംസണും. ഒന്നാംഘട്ടം, ചുരുങ്ങിയ സാന്ദ്രത. വെട്ടുകിളികൾ ഒറ്റക്കൊറ്റക്ക് അപ്പപ്പോൾ തോന്നുന്നതുപോലെ അങ്ങോട്ടും ഇങ്ങോട്ടും പറക്കുന്നു. രണ്ടാം ഘട്ടം, ഇടനിലയിലെ സാന്ദ്രത: ഇപ്പോൾ കൂട്ടങ്ങൾ സാദ്ധ്യമാണ്. പക്ഷേ പറക്കലിന്റെ ദിശ മാറിക്കൊണ്ടേയിരിക്കും. മൂന്നാംഘട്ടം, ഏറിയ സാന്ദ്രത: ഒരു ചതുരശ്ര മീറ്ററിൽ 25 വെട്ടുകിളികൾ. നിർണ്ണായക ബിന്ദു. വ്യൂഹം മേലോട്ടുയരുന്നു. ഒരേ ദിശ, ഏകോപിത ചലനം, വീടുകൾക്കും വയലുകൾക്കും മേൽ ഒരൊറ്റ കൂറ്റൻ നിഴൽ.

ഇതെങ്ങനെ പ്രയോഗികമാകുന്നു?

കൂട്ടത്തിന് ഒരു നേതാവില്ലാതെ?

സിംസൺ പറയും, എളുപ്പം.

നിർജ്ജീവ വസ്തുക്കൂട്ടങ്ങളുടെ ചലനം ഒരു സമൂഹമനസ്സിന്റെ പ്രവർത്തനം പോലാകുന്ന സന്ദർഭങ്ങൾ ഭൗതികശാസ്ത്രത്തിന് പരിചിതമാണ്. ഡോജം (Dodgem) കാറുകളാണ് സിംസൺ നിൽകുന്ന ഒരു ഉദാഹരണം. വിനോദകേന്ദ്രങ്ങളിൽ കുട്ടികൾക്ക്

വളരെ പ്രിയപ്പെട്ട നിർമ്മിതികൾ. വാഹനങ്ങളെപ്പോലെ പുരോഗമിക്കുന്നതിനു പകരം ആഘാതവും അപകടവുമില്ലാതെ അന്യോന്യം കൂട്ടിയിടിക്കലിലാണ് ഡോജമ്മിന്റെ ഹരം. വൃത്താകൃതിയിലോ ചതുരാകൃതിയിലോ പാകിയ ലോഹത്തറക്കുമേലാണ് അവയുടെ സഞ്ചാരം. ഇന്ത്യയിലെ ഗതാഗതം ഡോജമുകളുടേതാണെന്ന് ഒരു പത്രം പരാതിപ്പെട്ടതോർത്താൽ വളരെ തെളിവുള്ളൊരു ചിത്രം കിട്ടും. പക്ഷേ, ദിക്കുകളെ അപേക്ഷിച്ച് ഏറ്റവും ലക്ഷ്യബോധമില്ലാത്ത ഈ ചലനമാതൃകയിൽപ്പോലും ഒരു തരം ക്രമം കണ്ടെത്താം. മുറ്റത്തേക്ക് കൂടുതൽ കൂടുതലായി ഡോജമുകളെ കടത്തിവിടുക. എണ്ണം ഒരു നിർണ്ണായക ബിന്ദുവിലെത്തിയാൽ പെട്ടെന്ന് എല്ലാ ഡോജമുകളും ഒരു പ്രത്യേക ദിശയിലേക്ക് ചരിയ്ക്കാൻ തുടങ്ങും. ഭൗതികശാസ്ത്രം വ്യാപരിക്കുന്ന സൂക്ഷ്മലോകത്തിലെ ധൂളികൾ (പാർടിക്ക്ൾസ്) അതേ ദിശാബോധം പിൻതുടരാം. നേതൃത്വവും ആസൂത്രണവുമില്ലാതെ. അതെ, വെട്ടുകിളിക്കൂട്ടങ്ങളെപ്പോലെ.

ചില കഫീൻ നിമിഷങ്ങൾ

ചായക്കോപ്പയുടെ അടിത്തട്ടിൽ ഐൻസ്റ്റൈൻ കണ്ടത് പിൽക്കാല വൈദ്യശാസ്ത്രത്തെ ഉഷാറാക്കുന്നൊരു ഭൗതികതത്ത്വമായിരിക്കാം. പക്ഷേ, ഒഴിഞ്ഞൊരു കാപ്പിക്കോപ്പയുടെ അടിത്തട്ടിലുള്ളത് തികച്ചും മറ്റൊന്നാണ്.

ആയാസം, സ്ട്രസ്.

അതോ സങ്കീർണ്ണവും.

ഒറ്റക്ക് പണിയെടുക്കുന്നവർ ഒരൽപ്പം അനായാസതക്കുവേണ്ടി കാപ്പി കുടിക്കുന്നു. പക്ഷേ, കാപ്പിവേള (കോഫി ബ്രേയ്ക്ക്) കഴിഞ്ഞതിനു ശേഷമുള്ള മണിക്കൂറുകളിൽ പണിക്ക് ആയാസം കൂടുന്നു. ആപേക്ഷികതയിൽ, ഒരു കൂട്ടമായി പണിയെടുക്കുന്നവർക്ക് കാപ്പിവേളയെത്തുടർന്നുള്ള പണി അത്രയും ആയാസമുള്ളതല്ല. പക്ഷേ, അവരുടെ കാര്യക്ഷമത അടിത്തട്ടിലേക്കിറങ്ങാൻ തുടങ്ങുന്നു.

അടിത്തട്ട് പ്രശ്നം തന്നെ.

വാർത്ത പുതിയതുമല്ല.

പക്ഷേ, പുതിയൊരു കാപ്പിനോട്ടത്തിൽ തെളിയുന്നത് ചില പരസ്യങ്ങളിൽ കാണാവുന്നതുപോലുള്ള സന്തുഷ്ടമുഖങ്ങളാണ്. പക്ഷേ, ആ മുഖങ്ങൾ ഉപഭോക്താക്കളുടേതല്ല. പരസ്യക്കാരുടേതാണ്. അവർ പരസ്യപ്പെടുത്തുന്നത് കാപ്പിയാവണമെന്നില്ല. പക്ഷേ നിങ്ങൾ കാപ്പി കുടിക്കുന്നത് അവരെ സന്തോഷിപ്പിക്കും. വിഷയത്തിന്റെ അടിത്തട്ടിലേക്ക് കടന്നു പറഞ്ഞാൽ, കാപ്പിയുടെ കാതലായ കഫീൻ ഒരുതരം പ്രീണനദ്രവ്യമാണ്. കഫീൻ ശരീരത്തിൽ പ്രവർത്തിക്കുമ്പോൾ ഒരാൾക്ക് അസംസ്കൃത വിവരങ്ങൾ കൂടുതൽ ഭംഗിയായി പരിപാകം ചെയ്യാൻ കഴിയും. അയാളുടെ മനോവസ്ഥ പ്രീണനത്തിനും ഉപദേശത്തിനും നിർദ്ദേശത്തിനും കൂടുതൽ വശംവദമാവുന്നു. പരസ്യാത്മക സന്ദേശങ്ങൾക്ക് കൂടുതൽ അനുകൂലമാവുന്നു. ഒരു പരസ്യവിദഗ്ദ്ധന്റെ വാക്കുകൾ ഉദ്ധരിച്ചാൽ "ആരെയെങ്കിലും നിങ്ങളുടെ വഴിക്ക് ചിന്തിപ്പിക്കാൻ ആഗ്രഹമുണ്ടെങ്കിൽ ആദ്യം

അയാളുടെ കൈയിൽ ഒരു കോപ്പ കാപ്പിയുണ്ടെന്ന് ഉറപ്പു വരുത്തുക."
പക്ഷേ, പരസ്യങ്ങൾക്ക് കാപ്പിയുമായി എന്തു ബന്ധം?

ബന്ധം കാപ്പിയുമായല്ല, കാപ്പിവേളയുമായാണ്.

ചിട്ടപ്പെടുത്തലിന്റെ തത്ത്വം.

ഡോക്ടർ ബ്ളേക്ക് മെക്കമ്മിയാവാം അതിന്റെ ആചാര്യൻ. ഇഷ്ടവിഷയം വിധിനിർണ്ണയമാണ്. ജൂറിമാർ എങ്ങനെയാണ് ഒരു തീരുമാനത്തിൽ എത്തുന്നതെന്നും, പഴയ നിയമസങ്കൽപ്പങ്ങളെങ്ങനെയാണ് പലപ്പോഴും കോടതിവിധികളെ താറുമാറാക്കുന്നതെന്നും സൂക്ഷ്മമായി പഠിച്ചൊരാൾ. അദ്ദേഹം പരസ്യപ്രവർത്തകർക്ക് നൽകുന്ന നിർദ്ദേശമിതാണ്. നിങ്ങളുടെ ടെലിവിഷൻ പരസ്യങ്ങളുടെ പ്രദർശനസമയവും പ്രേക്ഷകർക്ക് പൊതുവേ കാപ്പി കുടിക്കുന്ന സമയവും ഏകോപിക്കുന്നൊരു സംവിധാനമുണ്ടാക്കുക. വിളംബരങ്ങളും സന്ദേശങ്ങളും പ്രേക്ഷകരുടെ ശ്രദ്ധയിൽപ്പെടുത്താനും ഓർമ്മയായി വ്യാപിപ്പിക്കാനും ഏറ്റവും ഉചിതം കഫീൻ നിമിഷങ്ങളാണ്.

പക്ഷേ, എല്ലാ എതിർവാദങ്ങളും മാറ്റിവെച്ചാലും ഇതിൽ ശാസ്ത്രീയമായി ഒരപകടമുണ്ട്. കഫീൻ കൂടുതൽ തലക്കു പിടിച്ചാൽ പ്രേക്ഷകരുടെ ശ്രദ്ധ സന്ദേശത്തിൽനിന്ന് വഴുതി പരഭാഗശോഭകളിൽ ലയിക്കും. ഐശ്വര്യാറായ് "വിൽക്കുന്ന" ഉൽപ്പന്നത്തിൽ ശ്രദ്ധിക്കുന്നതിന് പകരം നിങ്ങൾ അവരെ ശ്രദ്ധിക്കും. കാപ്പി കുടിക്കാത്തപ്പോഴും തന്റെ അനുഭവം അതാണെന്ന് ഒരു സുഹൃത്ത് പറഞ്ഞത് വളരെ സാർത്ഥകമായൊരു അടിക്കുറിപ്പാകാം.

എബർഹാർടിന്റെ കവിതയോടിയ പാതയിൽ

റിച്ചാഡ്എബർഹാർടിന്റെ കവിതയിലെ അണ്ണാൻ ഒരിക്കൽ കൂടി പാത മുറിച്ചു കടക്കുന്നു. വാഹനങ്ങൾക്കിടയിൽപ്പെട്ട് ചതയുന്ന ജീവികളുടെ ദ്വിമാന ശവശരീരങ്ങളെപ്പറ്റിയൊരു കുറിപ്പ് ഈ പംക്തിയിൽ ഇതിന് മുമ്പ് പ്രത്യക്ഷപ്പെട്ടിരുന്നു. പക്ഷേ, അവയെ കൊന്ന അപകടങ്ങളുടെ പിൻതലം മറ്റു മാനങ്ങളിലേക്ക് മാറുന്നു. അണ്ണാന്റെ ചിലക്കൽ ഇത്തവണ മറ്റൊരു പാതയിലാണ്. അതിന്റെ മാറ്റൊലി പോലും വ്യത്യസ്തമാണ്.

സ്ഥലത്ത് രണ്ട് പേരുണ്ട്.

ഹാളുഡ്, റൂഡിഗർ.

വന്യജീവി സംരക്ഷണ പ്രവർത്തകയായ സൂസൻ ഹാളുഡാണ് അണ്ണാനെ നാഷനൽ ഫുട്ബാൾ ലീഗ് മൽസരങ്ങളിൽ ഒരു നിർണ്ണായക സ്ഥാനത്ത് കളിക്കുന്നവരോട് ഉപമിച്ചത്. അണ്ണാൻ അവരെപ്പോലെ അന്ധവേഗത്തിൽ പായുന്നു. പക്ഷേ, ആ വേഗത്തിനിടയിൽപ്പോലും തൊണ്ണൂറ് ഡിഗ്രിയിൽ തിരിയുന്നു. ഒരു ചുവടുപോലും അധികം വെക്കാതെ വേണ്ടേടത്ത് പെട്ടെന്ന് നിൽക്കുന്നു. നിലം തിരിച്ചിടുന്നു. കൂടുതൽ വലിയവരും അപകടകാരികളുമായ എതിരാളികളെ ഒഴിവാക്കാൻ അവർക്കുള്ള സഹജാവബോധം അണ്ണാനുമുണ്ട്. എന്നിട്ടുപോലും അമേരിക്കയിലെ ശരൽക്കാല ചലനങ്ങൾക്കിടയിൽ അണ്ണാൻമാർ ധാരാളമായി പാതയിൽ ടയറുകൾക്കിടയിൽപ്പെട്ട് ചാവുന്നു.

ഒരു വ്യത്യസ്ത ദുരന്തമാണത്.

പാതയപകടത്തിൽ മരിക്കുന്നൊരാളുടെ ദുരന്തത്തിന് ഒരു വൈയക്തിക തലമേ ഉള്ളൂ. കൂടിയാൽ ഒരു സാമൂഹികതലവും. പക്ഷേ, അതേ മരണം ഒരു വന്യജീവിയുടേതാകുമ്പോൾ ഇതിവൃത്തം തന്നെ മാറുന്നു.

പാതകൾ ആളുകളുടേതാണ്. ആളുകളെ ഉദ്ദേശിച്ചുള്ളതുമാണ്.

ബിൽ റൂഡിഗർ ഒരൊറ്റ യാത്രക്കിടയിൽ പതിനേഴ് മാനുകൾ ചത്തു കിടക്കുന്നത് കണ്ടു. പിന്നെ കൂടുതൽക്കൂടുതൽ. ഒരിടത്ത് ഒരു തരം ചെന്നായ്ക്കളിൽ 35 ശതമാനവും, മറ്റൊരിടത്ത് ഒരു പുള്ളിപ്പുലിവർഗ്ഗത്തിന്റെ 65 ശതമാനവും ഒടുങ്ങിയത് വൻപാതകളിലെ അപകടങ്ങളിലാണ്. വെറും രണ്ടുദാഹരണങ്ങൾ. പക്ഷേ, അപകടമരണങ്ങളുടെ ഞെട്ടിപ്പിക്കുന്ന സ്ഥിതിവിവരക്കണക്ക് മാത്രമല്ല റൂഡിഗറുടെ സംഭാവന. ആളുകളെ അപേക്ഷിച്ച് അപകടങ്ങൾ അപ്രതീക്ഷിത സംഭവങ്ങളാണ്. പക്ഷേ, ഇത്രയും ജന്തുദുരന്തങ്ങൾ മനുഷ്യനിർമ്മിതമായൊരു ദുർഘടനയിലെ പ്രതീക്ഷിതങ്ങളാണ്. നിർബ്ബന്ധ മരണങ്ങൾ. വൻപാതകൾ ശവമെണ്ണലിൽ തെളിയാത്തത്രയും സൂക്ഷ്മവും ഭീകരവുമായൊരു പരിതോവസ്ഥാപ്രശ്നമാണെന്ന് ആദ്യമായി തിരിച്ചറിഞ്ഞ ആൾ ഒരുപക്ഷേ റൂഡിഗറാണ്.

അമേരിക്കയുടെ ഒരു ഗതാഗത ഭൂപടത്തിലേക്ക് വിരൽ ചൂണ്ടിക്കൊണ്ട് റൂഡിഗർ പറയുന്നു, ഇതിലെ വരകൾ മറ്റൊന്നിന്റെ വരകൾ കൂടിയാണ്.

ചൈനയിലെ വൻമതിലിന്റെ അപ്പുറത്തും ഇപ്പുറത്തുമുള്ള സസ്യവർഗ്ഗങ്ങളെക്കുറിച്ച് പഠിക്കാൻ തോന്നിയൊരു നിരീക്ഷകനെ ഞാൻ ഓർക്കുന്നു. കുത്തനെ അളന്നാലും വിലങ്ങനെ അളന്നാലും ഒരിടത്തും മുപ്പതടി കവിയാത്തൊരു നിർമ്മിതിയാണിത്. പരാഗങ്ങൾ തരണം ചെയ്യുന്ന ഷഡ്പദങ്ങൾക്കോ, വിത്തുകൾ വിതരണം ചെയ്യുന്ന പക്ഷികൾക്കോ അതൊരു തടസ്സമല്ല. കാലാവസ്ഥക്ക് അത് ബാധകമല്ല, എന്നിട്ടും ആ മതിലിന്റെ ഇരുവശത്തുമുള്ള സസ്യവർഗ്ഗങ്ങൾ തികച്ചും ഒരേ പോലെയല്ലെന്ന് ചൈനയിലെ നിരീക്ഷകൻ കണ്ടെത്തി. പക്ഷേ, ചെടികൾക്കും മരങ്ങൾക്കും നിന്നേടത്തുനിന്ന് വളർന്നാൽ മതി. ജീവികൾക്ക് ചലിച്ചേ തീരൂ.

ചില മാർജ്ജാരവർഗ്ഗങ്ങൾക്ക്, വ്യക്തികളുടെ നിലനിൽപ്പിനും വംശത്തിന്റെ നിലനിൽപ്പിനും ഏറെ നാഴികകളോളം വിസ്തൃതമായ ജൈവമേഖലകൾ വേണം. വൻപാതകൾ അവയെ പിളർക്കുന്നു. അങ്ങനെയുണ്ടാവുന്ന ശൈഥില്യങ്ങളിൽ ഒരു തുടർച്ച ഉണ്ടാക്കാനാണ് ജീവികൾ പാത മുറിച്ചു കടക്കുന്നത്. മൃഗങ്ങളെ നാം മരണത്തിലേക്ക് തുരത്തുന്നു.

അഥവാ, അപകടങ്ങളെന്തിന്?

ചില സന്ദർഭങ്ങളിൽ ജീവത്തകർച്ചക്ക് വാഹനങ്ങൾ വേണ്ട. മനുഷ്യ ഗതാഗതത്തിന്റെ സാമീപ്യം മാത്രം മതി. 'ക്രേസിഫ്രോഗ്' എന്ന തവള നേടിയ പൊതുജന പ്രീതി സംഗീതവ്യവസായത്തെ മാത്രമല്ല സംഗീതത്തെത്തന്നെ അപകടത്തിലാക്കിയെന്ന് ചിലർ നിരീക്ഷിക്കുമ്പോഴാണ് സാക്ഷാൽ തവളകളുടെ പ്രണയഗാനങ്ങൾ ഒരു വിപത്സന്ധിയിലാണെന്ന് നാമറിയുന്നത്. പുനരുൽപ്പാദന

ദിവസങ്ങളിൽ ഇണയെ ആകർഷിക്കാൻ ആൺതവളകൾ ഉപയോഗിക്കുന്ന പ്രത്യേക കരച്ചിൽ, വിളി(മെയ്റ്റ് കാൾ) ആർക്കാണ് പരിചിതമല്ലാത്തത്! ഇപ്പോൾ നഗരഭ്രദൃശ്യങ്ങളിൽ അത് പെൺതവളകളുടെ കേൾവിയിലെത്തുന്ന കാര്യം അൽപ്പം പരുങ്ങലിലായിരിക്കയാണ്.

കാരണം വാഹനങ്ങൾ.

ആണിന്റെ വിളി പലപ്പോഴും ഗതാഗതത്തിന്റെ പ്രത്യേക ഇരമ്പത്തിൽ മുങ്ങിപ്പോവുന്നു. പെൺതവളകൾ അത് കേട്ടില്ലെങ്കിൽ ഇണചേരലില്ല. പുനരുൽപ്പാദനമില്ല. ആകയാൽ കൂടുതൽ ഉറക്കെ കരയൽ ആൺതവളകൾക്ക് ഒരു വെല്ലുവിളിയായിരിക്കയാണ്. നഗരങ്ങളിലെയും നാട്ടിൻപുറങ്ങളിലെയും തവളകളുടെ വിളികളിലുള്ള വ്യത്യാസത്തെക്കുറിച്ച് പഠിക്കുന്ന ഡോക്ടർ കിർസ്റ്റൻ പാറിസ്സാണ് ഇതറിയിക്കുന്നത്. നഗരങ്ങളിലെ ചില പക്ഷിവർഗ്ഗങ്ങളും ഇതേ പ്രശ്നം നേരിടുന്നുവെന്ന് ശ്രദ്ധിച്ചതും അവർ തന്നെ.

ആക്രമണവാസനയില്ലാത്ത ഒരു ജാലകം

ചെവികൾക്ക് ശബ്ദം കേൾക്കാൻ മാത്രമേ കഴിയൂ എന്നാണ് നിങ്ങളുടെ ധാരണയെങ്കിൽ തെറ്റുപറ്റി. ചെവികൾക്ക് ശബ്ദം ഉണ്ടാക്കാനും കഴിയും(എന്നെപ്പോലെ 'ടിനിറ്റസ്' ബാധിച്ചൊരാളുടെ ചെവിയിൽ ഒരു മഴക്കാല പശ്ചാത്തലത്തിൽ വീട്ടുതൊടിയിലെ ചീവിടുകൾ പുറപ്പെടുവിക്കുന്ന ശബ്ദം എപ്പോഴും അലച്ചുകൊണ്ടിരിക്കും. പക്ഷേ, ഞാൻ അതല്ല ഉദ്ദേശിക്കുന്നത്). ചെവികളും കണ്ണുകളും തമ്മിൽ ഒരു ബന്ധവും ഇല്ലെന്നാണ് നിങ്ങളുടെ ധാരണയെങ്കിൽ വീണ്ടും തെറ്റുപറ്റി. ഈ അവയവങ്ങൾക്ക് ഒരു ഏകോപനംപോലുമുണ്ട്.

ചെവിയാട്ടത്തിൽ തുടങ്ങുക.

ആനയെപ്പോലെ വിപുലമായല്ലെങ്കിലും ചെറിയ തോതിൽ ചെവിയാട്ടാൻ കഴിവുള്ളൊരാളുടെ ഭാര്യയും, അതേ കഴിവുള്ളൊരു പയ്യന്റെ അമ്മയുമായൊരു സ്ത്രീ ഒരിക്കൽ ചോദിച്ചു. "എനിക്കെന്തുകൊണ്ടാണ് അത് കഴിയാത്തത്?" ഉത്തരം "നിങ്ങളൊരു പെണ്ണായതുകൊണ്ട്." ചെവിയാട്ടാൻ പലർക്കും കഴിയും. പക്ഷേ, അക്കൂട്ടത്തിൽ മൂന്നിൽ രണ്ടു ഭാഗവും ആണുങ്ങളാണെന്ന് സ്ഥിതിവിവരക്കണക്ക്. എന്നാൽ, അതേ സമയത്ത്, ഇലക്ട്രോഡുകളുടെ സഹായത്തോടെ ചില പ്രത്യേക പേശികളിൽ ഒന്നു പെരുമാറിയാൽ ആർക്കും അതു കഴിയും. തുടർന്ന് ചെവികളെ അത് പരിശീലിപ്പിക്കാനും കഴിയും. ഒരുപക്ഷേ, ഇതൊരു പഴയ സിദ്ധിയുടെ തിരിച്ചുവരവാകാം. ഒരു കാലത്ത് എല്ലാ മനുഷ്യർക്കും ചെവികൾ ചലിപ്പിക്കാൻ കഴിഞ്ഞിരുന്നെന്നും, പിന്നീട് പരിണാമത്തിന്റെ ഏതോ ഘട്ടത്തിൽ ആ കഴിവ് നഷ്ടപ്പെടുകയാണുണ്ടായതെന്നും ഒരു സിദ്ധാന്തമുണ്ട്. മറ്റു സ്തന്യപങ്ങളിൽ അതിപ്പോഴും തുടരുന്നു. ഒച്ചകളുടെ ഉറവിടം അറിയാൻ അത് സഹായിക്കുന്നു. ഓരോ ചെവിക്കു ചുറ്റും തലയോടിനോട് ചേർന്ന് കിടക്കുന്ന മൂന്നു പേശികളുടെ പ്രവർത്തനമാണത്.

മനുഷ്യരിലത് സങ്കീർണ്ണമാണ്.

മുഖപേശികൾക്കില്ലാത്തൊരു പ്രത്യേകത ചെവിപ്പേശികൾക്കുണ്ട്. അവക്ക് മാത്രമായൊരു മർമ്മം. സഹകാരിയായൊരു ന്യൂക്ലിയസ്. മസ്തിഷ്കത്തിൽ പേശീചലനങ്ങളെ നിയന്ത്രിക്കുന്ന ഭാഗത്ത്, പൂച്ചകളെയോ വവ്വാലുകളെയോ അപേക്ഷിച്ച് മനുഷ്യരിലിത് വളരെ ചെറുതാണ്. പക്ഷേ, അതിന്റെ പ്രത്യേകത തുടരുന്നു.

അത് മിടിക്കും, 'റ്റിക്ക്.'

ഇതുവരെ ശ്രദ്ധിച്ചിട്ടില്ലെങ്കിൽ ഒരു കണ്ണാടിക്ക് മുന്നിൽ നിന്ന് ശ്രദ്ധിക്കുക. നിങ്ങൾ പെട്ടെന്ന് വലത്തോട്ട് നോക്കിയാൽ ഇടത്തേച്ചെവി ഒരൽപ്പം പിൻവാങ്ങും; ഇടത്തോട്ടു നോക്കിയാൽ വലത്തേച്ചെവിയും. ഇതാണ് നേരത്തേ സൂചിപ്പിച്ച ഏകോപനം. കണ്ണിളക്കവുമായി ബന്ധപ്പെട്ടൊരു പേശിക്ക് ചെവിയിളക്കത്തിൽ ഒരു നിയന്ത്രണമുള്ളതാണ് കാരണം. പുറമേ, ശ്വസിക്കലിനെയും വിഴുങ്ങലിനെയും ചെവിയിളക്കവുമായി ബന്ധിപ്പിക്കാൻ ചില പേശികളും സിരകളും നമുക്കുണ്ട്.

ചെവികൾ ശബ്ദിക്കുന്നതോ?

നേർത്തൊരു പെൻസിലടി പോലെയാണത്. അല്ലെങ്കിൽ പിഴച്ചുപോയൊരു 'റേഡിയോ സിഗ്നൽ' പോലെ. പുറത്തുനിന്നുള്ള ഒച്ചകളെ മാറ്റൊലിപ്പിക്കുന്നതുപോലെ, ചിലതരം കുരങ്ങുകളിലും കാട്ടുനായയെന്നും കഴുതപ്പുലിയെന്നുമൊക്കെ നാം വിളിക്കുന്ന ഹയീനയിലും ഇതിന്റെ പ്രവർത്തനം ശാസ്ത്രജ്ഞന്മാർ ശ്രദ്ധിച്ചിട്ടുണ്ട്. ചെവിയുണ്ടാക്കുന്ന ഒച്ച(ഓട്ടോ അക്കൂസ്റ്റിക് എമിഷൻസ്) പെൺവർഗ്ഗത്തിൽ കൂടുതൽ ശക്തമാണ്. പുനരുൽപ്പാദന കാലത്ത് അത് കൂടുതൽക്കൂടുതലാവുന്നു. പിന്നിൽ ഹോർമോണുകളുടെ പ്രവർത്തനം ഊഹിക്കാം. മനുഷ്യരിലും പെൺചെവിയൊച്ച കൂടുതൽ മൂർച്ചയുള്ളതാണ്. സ്വവർഗ്ഗ/ദ്വിവർഗ്ഗ ലൈംഗികച്ചായ്‌വുള്ളവരിൽ അതൽപ്പം ചുരുങ്ങുന്നു. പക്ഷേ, ആൺചെവിയൊച്ചയോളം താഴില്ല. മസ്തിഷ്കത്തിൽ ഇനിയും കൃത്യമായി തിരിച്ചറിയപ്പെട്ടിട്ടില്ലാത്ത ചില ഭാഗങ്ങളുമായി ബന്ധപ്പെട്ട് ഉൾച്ചെവി നമ്മുടെ ലൈംഗിക മുൻഗണനകളിൽ വലിയൊരു പങ്ക് വഹിക്കുന്നു.

ആക്രമണവാസനയില്ലാത്തൊരു ജാലകമാണ് ഉൾച്ചെവിയെന്ന് ഡോക്ടർ ഡെനിസ് മാക്ഫാഡൻ പറഞ്ഞു. ഗർഭസ്ഥശിശുവിന്റെ വളർച്ചയിൽ ലൈംഗികതാ നിർണ്ണയവുമായി ബന്ധപ്പെട്ട സംഭവങ്ങളിലേക്ക് അത് തുറന്നു കിടക്കുന്നു.

അരക്കെട്ട് നുണ പറയില്ല.

ഷക്കീര പാടുന്നു, "ഹിപ്പ്സ് വോൻ'ട് ലൈ." പെനാൽറ്റിയടി കാത്തുനിൽക്കുന്ന ഗോളിക്ക് ഇവിടെയെന്തെങ്കിലും ശ്രദ്ധിക്കാനുണ്ടോ?

അതിനു മുൻപ്...

ചെറിയൊരു ഭാഷാപ്രശ്നമുണ്ട്. മലയാളത്തിൽ 'ഹിപ്പ്' പല വാക്കുകളിലറിയപ്പെടുന്നു. ശരീരശാസ്ത്രപരമായി മനസ്സിൽ തെളിയേണ്ടത് തുടയെല്ലിന്റെ മുകളറ്റങ്ങൾ ഇരുഭാഗത്തേക്കുമായി ഉണ്ടാക്കുന്ന മുഴപ്പാണ്. പിന്നെ അതിനുമേൽ വിന്യസിച്ച മാംസപേശികളും. എല്ലാം ചേർത്ത്, അരക്കെട്ടെന്നു പറയട്ടെ. ശ്രദ്ധയാകെ, വിസ്തരണ വ്യാപ്തിയാകെ, അവിടെയാണെന്ന് ഷക്കീര പാടുന്നു. വാക്കുകളും ചലനങ്ങളും ഒരേപോലെ പറയുന്ന എന്റെ അരക്കെട്ടിലേക്കു നോക്കുക. നൃത്തത്തിന്റെ ചലനശാസ്ത്രത്തിന് ഇതേപ്പറ്റി ഉപന്യസിക്കാം. നൃത്തം പരിശീലിക്കാൻ തുടങ്ങുന്നവർ തുടങ്ങുന്നത് അരക്കെട്ട് ചലിപ്പിച്ചുകൊണ്ടാണ് (അതായത് ഷക്കീരയെപ്പോലെ നൃത്തം ചെയ്യാൻ പരിശീലിക്കുന്നവർ) പിന്നെ പരിശീലനത്തിനിടയിൽ അവർ അറിയും. ചലനങ്ങളുടെ ഊക്കിൽ വീഴാത്തവിധം ഭൂഗുരുത്വത്തോട് പിടിച്ചു നിൽക്കുന്നത് അരക്കെട്ടാണെന്ന്.

പക്ഷേ, കാൽപ്പന്തുകളിക്കാർ?

പെനാൽറ്റി കിക്ക് എടുക്കാൻ പോകുന്ന ആൾ അൽപ്പം നർമ്മവും വെല്ലുവിളിയും കലർന്നൊരു സ്വരത്തിൽ എതിർസംഘത്തിലെ ഗോളിക്ക് ഒരു സൂചന നൽകുകയാണെങ്കിൽ അത് ഷക്കീരയുടെ ആടിപ്പാടലിന്റെ സൂചന തന്നെയാവും. എന്റെ അരക്കെട്ട് ശ്രദ്ധിക്കുക.

അരക്കെട്ട് നുണ പറയില്ല.

ബ്രിട്ടനിൽ, ലിവർപൂൾ ജോൺമൂർസ് സർവ്വകലാശാലയിൽ, ശാസ്ത്രവും കാൽപ്പന്തുകളിയും പഠിപ്പിക്കുന്ന വകുപ്പിന്റെ തലപ്പത്തുള്ള ഡോക്ടർ മാർക് വില്യംസ് നിരീക്ഷിച്ച കാര്യമാണത്(അദ്ദേഹം

ഷക്കീരയെക്കുറിച്ച് ഒന്നും പറയുന്നില്ലെങ്കിലും). പരിശീലനം നടക്കു മ്പോൾ താൻ വീഡിയോ ഉപകരണങ്ങളിൽ പിടിച്ചെടുത്ത ഒട്ടേറെ പെനാൽറ്റി കിക്കുകളെക്കുറിച്ചുള്ള പഠനത്തിലെ അനുഭവമാണത്. ഗോളിക്ക് കിട്ടുന്ന സമയം(എതിരാളി തൊടുത്ത പന്തിന് ഗോൾവ ലയത്തിൽ എത്താൻ വേണ്ട സമയം) ശരാശരി അര നിമിഷമാണ്. ചുറ്റുപാടുകൾ മുഴുവൻ പിടിച്ചെടുത്ത് ഏറ്റവും ഉചിതമായ തന്ത്രം നിർ ണ്ണയിക്കാൻ സമയമില്ല.

പക്ഷേ, എന്തിനിതെല്ലാം?

വില്യംസ് പറഞ്ഞു, പന്തടിക്കുന്നവന്റെ അരക്കെട്ട് ശ്രദ്ധിക്കുക. അയാൾ വലംകാലനാണെങ്കിൽ, അയാളുടെ അരക്കെട്ടൊരു ചതുരം പോലെ വളവും വലിവുമില്ലാതെ നിൽക്കയാണെങ്കിൽ, പന്ത് പായുക ഗോളിയുടെ വലതുഭാഗത്തേക്കായിരിക്കും. പക്ഷേ, അരക്കെട്ട് കുറേക്കൂടി വിവൃതം(ഓപ്പൻ) ആണെങ്കിൽ, അഥവാ ഗോളിയുടെ എതിർവശത്തേക്ക് ഒരു കോണെടുത്തു നിൽക്കയാണെങ്കിൽ, അയാളടിക്കുന്ന പന്ത് ഗോളിയുടെ ഇടതുഭാഗത്തേക്ക് പായാനാണ് സാദ്ധ്യത. വില്യംസിനോട് പ്രതികരിച്ചില്ലെങ്കിലും, അദ്ദേഹത്തിന്റെ നിരീക്ഷണത്തിന് സ്വന്തം അനുഭവങ്ങളിലൂടെ ഏതാണ്ടൊരു സ്ഥിരീ കരണം നൽകിയൊരാളുണ്ട്. പഴയ 'ആഴ്സനൽ' കളിക്കാരനും സ്കോട്ട് ലൻഡിന്റെ ഗോളിയുമായ ബോബ് വിൽസൻ. വിൽസന്റെ വിവരണ മനുസരിച്ച് പെനാൽറ്റി കിക്കെടുക്കുന്നൊരു വലംകാലൻ പന്തിനു നേർക്കോടുന്നത് ഏറെക്കുറെ ഗോൾരേഖക്ക് കുത്തനെയാണെങ്കിൽ പന്തെത്തുക തന്റെ വലത്തുഭാഗത്താവുമെന്ന് ഗോളിക്ക് മിക്കവാറും നിശ്ചയിക്കാം. പന്തടിക്കാരന്റെ ആ ഓട്ടം അൽപ്പം പ്രകടമായൊരു കോണെടുത്താണെങ്കിൽ, നേരെ മറിച്ചും.

നിരീക്ഷണം പ്രായോഗികമാക്കാം.

നിമിഷത്തെ ആയിരമായിപ്പകുക്കുക. വിരുതന്മാർ കള്ളക്കോ ണികളുണ്ടാക്കി ഗോളിയെ കബളിപ്പിക്കാം. പക്ഷേ, അവരുടെ ആംഗ്യചലനങ്ങൾ മില്ലിസെക്കൻഡുകളിൽ പിടിച്ചെടുത്താൽ പലതും സ്പഷ്ടമാകും. ഡോക്ടർ മാർക് വില്യംസ് അതാണ് ചെയ്തത്. ഗോളിയുടെ കാഴ്ചപ്പാടിൽനിന്ന് പല കളിക്കാരുടെ പെനാൽറ്റി കിക്കുകൾ അദ്ദേഹം വീഡിയോ ഉപകരണങ്ങളിലേക്ക് പകർത്തി. എന്നിട്ട്, ചലനത്തിലെ നാലു പ്രത്യേക ഘട്ടങ്ങളെ നിശ്ചല ചതുര ങ്ങളിലാക്കി. ഒന്ന്, പന്തടിക്ക് 120 മില്ലിസെക്കൻഡുകൾ മുമ്പുള്ള ചതുരം; രണ്ട്, 40 മില്ലിസെക്കൻഡുകൾ മുമ്പുള്ള ചതുരം; മൂന്ന്, കൃത്യമായും കാല് പന്തിൽ തട്ടുന്ന ചതുരം; നാല്, പന്തടിയെത്തുടർന്ന് 40 മില്ലിസെക്കൻഡുകൾ കഴിഞ്ഞുള്ള ചതുരം. വില്യംസ് നൽകിയ പരിശീലനത്തിൽ ഒന്നാം ചതുരം പഠിച്ച കളിക്കാർക്ക് ഗോൾ തട്ടു ക്കാനുള്ള കഴിവിൽ 50 ശതമാനം പുരോഗതിയുണ്ടായി. രണ്ടും മൂന്നും

ചതുരങ്ങളെക്കുറിച്ചുള്ള ധ്യാനത്തിൽ അത് യഥാക്രമം 62 ശതമാനവും 82 ശതമാനവുമായുയർന്നു. പെനാൽറ്റിയുടെ വെടിക്കെട്ടോടെ അസംബന്ധമായൊടുങ്ങുന്ന ലോകകപ്പ് മൽസരങ്ങളുടെ എണ്ണം ഭാവിയിൽ ഒരൽപ്പമെങ്കിലും ചുരുങ്ങുമെന്ന് പ്രത്യാശിക്കുക.

പക്ഷേ, മറ്റൊരു ഘടകമുണ്ട്.

മറ്റേക്കാലിന്റെ നിലപാട്.

ഒരു കാൽ പന്തടിക്കുമ്പോൾ കളിക്കാരൻ വീഴാത്ത വിധം നിലത്തൂന്നി നിൽക്കുക മാത്രമാണോ മറ്റേക്കാൽ ചെയ്യുന്നത്? സത്യത്തിൽ മറ്റേക്കാൽ നൽകുന്ന സൂചന മാർക് വില്യംസ് തന്നെ തിരിച്ചറിഞ്ഞിരുന്നുവെങ്കിലും, അതാണ് ശരിക്കും നിർണ്ണായകമെന്ന് ശഠിച്ചത് കനഡയിൽ സമാന്തര ഗവേഷണങ്ങളിലേർപ്പെട്ട രണ്ടു പേരാണ്.

അവരുടെ തെളിവ് 1982 തൊട്ട് 1994 വരെയുള്ള ലോകകപ്പ് മൽസരങ്ങളിൽ നിന്ന് പകർത്തിയ 138 പെനാൽറ്റി കിക്കുകളുടെ വിശദാംശ ദൃശ്യങ്ങൾ. ഇവയിൽ 80 ശതമാനം ഉദാഹരണങ്ങളിലും മറ്റേക്കാൽ ചൂണ്ടുന്ന ദിശയിലാണ് പന്തിന്റെ പോക്ക്. പക്ഷേ, വില്യംസ് പറയുന്നു, മറ്റേക്കാലിന്റെ ചൂണ്ടൽ വായിക്കാൻ ഗോളിക്ക് വളരെ പ്രയാസമാണ്. പന്തടിക്കുന്നവന്റെ ദിശാപ്രജ്ഞ അരക്കെട്ടിൽത്തന്നെ.

മുൻ കാലുകളിൽ ചരിക്കുന്ന ഓർമ്മ

പൂച്ചയുടെ വഴിയിൽ ഒരു തടസ്സം. മുൻകാലുകൾ വെക്കണോ? പിൻകാലുകളോ? ചലനങ്ങൾ. പരിചിത സ്ഥലങ്ങളിൽ പ്രത്യേകിച്ചും, നാമറിയാതെത്തന്നെ ഓർമ്മയുമായി ബന്ധപ്പെട്ടിരിക്കുന്നു. നിലാവില്ലാത്തൊരു രാത്രിയിൽ വീട്ടിലും പുറത്ത് തെരുവിലും വിളക്കുകൾ അണഞ്ഞാലും, താഴത്തുനിന്ന് കോണിപ്പടികൾ കയറി മുകൾനിലയിലെത്താൻ ഒരാൾക്ക് പ്രയാസം തോന്നില്ലെന്നത് നമുക്കൊരു ആശ്ചര്യ കാരണമല്ല. ഓർമ്മ ഓർമ്മയുടെ വിതാനം കടന്ന് ബോധമാകുന്നൊരു അവസ്ഥയാണത്. വസ്തുക്കളും ദിശകളും, വസ്തുക്കൾക്കിടയിലുള്ള അകലങ്ങൾ, വസ്തുക്കൾക്കും നമുക്കും ഇടയിലുള്ള അകലങ്ങൾ എന്നിങ്ങനെ പലതിനെക്കുറിച്ചുള്ള അബോധ പരിഗണനകൾക്കിടയിൽ ഭൂതം വർത്തമാനമാകുന്നു. അതിലൂടെ നാം കടന്നുപോകുന്നു.

ജന്തുക്കളുടെ കാര്യമോ?

ഒരു പൂച്ചയുടെ കാര്യമോ?

മൂന്നു സാദ്ധ്യതകളെടുക്കുക.

ഒന്ന്: പൂച്ച തടസ്സത്തിന്മേൽ മുൻകാലുകൾ വെക്കുന്നു. പിന്നെ തടസ്സം താണ്ടി കടന്നുപോകുന്നു. രണ്ട്: തടസ്സത്തിന്മേൽ മുൻകാലുകൾ വെച്ചെങ്കിലും എന്തുകൊണ്ടോ അത് താണ്ടാതെ പൂച്ച മറ്റൊരു വഴിക്ക് പോകുന്നു. മൂന്ന്: തടസ്സത്തിന്മേൽ മുൻകാലുകൾ വെക്കുകപോലും ചെയ്യാതെ പൂച്ച പിൻവാങ്ങുന്നു. മൂന്നു സാദ്ധ്യതകളിലും തടസ്സം കാണുന്നുണ്ടെങ്കിലും പൂച്ചയെ സംബന്ധിച്ച് അവ മൂന്നും ഒന്നല്ല. ഇരുട്ടിൽ നമുക്കില്ലാത്ത കാഴ്ച പൂച്ചക്കുണ്ടെങ്കിലും, ഓർമ്മകളും ചലനങ്ങളും തമ്മിലുള്ള ബന്ധം ഈ ജീവിക്ക് വ്യത്യസ്തമാണ്.

വേറൊരു അവസരത്തിൽക്കൂടി അതേ തടസ്സംതന്നെ നേരിടുന്നേടത്താണ് പൂച്ചയും മനുഷ്യനും തമ്മിലുള്ള വ്യത്യാസം. തടസ്സം ഒരു മരത്തടിയാണെന്നു കരുതുക. ആ മരത്തടി കാണലും കവച്ചുകടക്കലും മനുഷ്യരുടെ ഓർമ്മയെ സംബന്ധിച്ച് വ്യത്യസ്തമല്ല. അതായത്

കവചുകടന്നാലും ഇല്ലെങ്കിലും മരത്തടിയെക്കുറിച്ചുള്ള ഓർമ്മയുടെ ആയുസ്സ് മനുഷ്യമനസ്സിൽ ഒന്നുതന്നെ. പക്ഷേ, പൂച്ചക്ക് മരത്തടി കാണലും താണ്ടലും ഒന്നല്ല. കാണുക മാത്രം ചെയ്ത മരത്തടി ഏതാനും സെക്കൻഡുകളോളമേ പൂച്ചയുടെ ഓർമ്മയിൽ തങ്ങിനിൽക്കൂ. പക്ഷേ, താൻ താണ്ടിയ മരത്തടി കുറേക്കൂടി നേരം പൂച്ച ഓർമ്മിക്കും. പൂച്ച ആദ്യം മുൻകാലുകളെടുത്തു വെക്കുന്നു. പിന്നെ, അപ്പോൾ തിട്ടപ്പെടുത്താവുന്ന ഉയരമനുസരിച്ചാണ് പിൻകാലുകളുടെ കുതി. പക്ഷേ, നിരീക്ഷകരെ ആശ്ചര്യപ്പെടുത്തുന്ന പ്രത്യേകത മറ്റൊന്നാണ്. ഓർമ്മ മായും മുമ്പ് രണ്ടാമതും അതേ വഴിക്ക് സഞ്ചരിക്കുമ്പോൾ മരത്തടി അവിടെയില്ലെങ്കിലും ആദ്യത്തെ ചാട്ടത്തിലെ ഉയരം പിടിച്ചാണ് പൂച്ചയുടെ പിൻകാലുകൾ കുതിക്കുന്നത്. വർത്തമാനം ഭൂതത്തിന്റെ ഓർമ്മയാകുന്നു.

പക്ഷേ, മനുഷ്യർക്കുമില്ലേ ഇതുപോലെ ചില തെറ്റുകൾ? ഇരുട്ടത്ത് കോണിയിറങ്ങുമ്പോൾ, നാം ചിലപ്പോൾ ഒരുപടികൂടി താണ്ടാൻ ബാക്കിയുണ്ടെങ്കിലും നിലത്തെത്തിക്കഴിഞ്ഞാലെന്നതുപോലെ ഒരു സമതലത്തിലേക്ക് അടുത്ത കാൽ വെക്കുന്നു. അടിതെറ്റി വീഴുന്നു. മറ്റുചിലപ്പോൾ ഒരു കാൽ നിലത്തെത്തിക്കഴിഞ്ഞാലും മറ്റേക്കാൽ ഇനിയും ഒരു പടി ബാക്കിയുള്ളതുപോലെ പിന്നെയും ഇറങ്ങാൻ ശ്രമിക്കുന്നു. ഓർമ്മകളും ചലനങ്ങളും കെട്ടുപിണഞ്ഞുകിടക്കുന്നു.

ചീവീടുകൾ അരിപ്പയിൽ എന്തെടുക്കുന്നു?

അരിപ്പ കൊണ്ട് മണൽ അരിക്കാം, ധാന്യപ്പൊടി അരിക്കാം. പലതരം തരികൾ അരിക്കാം, പക്ഷേ, പഴയ ഗ്രീസിലെ മഹാവിജ്ഞാനിയായിരുന്ന എറട്ടോസ്തനീസ് അരിച്ചെടുത്തത് ചില സംഖ്യകളായിരുന്നു.

ചീവീടുകൾക്ക് അറിയാമോ?

എറട്ടോസ്തനീസിന്റെ അരിപ്പയിലെ ചോർന്നുപോകുന്ന സംഖ്യകളുടെ പ്രസക്തി അവയുടെ വലുപ്പമല്ല, പ്രകൃതമാണ്. അരിപ്പയിൽ കിടന്ന് സികാഡ് എന്ന ചീവീട് അവയെണ്ണട്ടെ. ആദ്യം 2. പിന്നെ 3,4,5,11. പിന്നെ 13 അല്ലെങ്കിൽ 17 അരിപ്പയിലൂടെ കടക്കുമ്പോൾ ഒപ്പം ചീവീടും ചോർന്നുപോകുന്നു.

ഒരു കാലികതന്ത്രം.

ഗണിക്കപ്പെട്ട അവതാരം.

ചീവീടുകളെക്കൊണ്ട് നാം എണ്ണിച്ച സംഖ്യകൾക്ക് ഗണിതശാസ്ത്രത്തിൽ ഒരു പ്രത്യേക പദവിയുണ്ട്. അവിഭാജ്യ സംഖ്യകൾ (പ്രൈം നമ്പേഴ്സ്) എല്ലാ സംഖ്യകളെയും 1 കൊണ്ട് ഹരിക്കാം. ഈ സാമാന്യത മാറ്റിവെച്ചാൽ ഒരു അവിഭാജ്യസംഖ്യയുടെ വിശേഷത ഇതാണ്: അതിനെ അതൊഴികെ മറ്റൊരു സംഖ്യകൊണ്ടു കൃത്യമായി ഹരിക്കാൻ, വിഭജിക്കാൻ കഴിയില്ല. അവിഭാജ്യസംഖ്യകളെക്കുറിച്ച് താൻ എഴുതിയ കവിതയിൽ ഹെലൻ സ്പാൾഡിങ്ങ് പറഞ്ഞു: "അവയുടെ വരവ് ആർക്കും പ്രവചിക്കാനാവില്ല. സ്ഥാനസംഖ്യകൾക്കിടയിൽ (ഒന്നാമത്തേത്, രണ്ടാമത്തേത്, മൂന്നാമത്തേത്...) ഇരിപ്പിടം 'റിസർവ്' ചെയ്യാതെ അപ്രതീക്ഷിതമായി അവയെത്തുന്നു." ഞാനിതെഴുതുമ്പോൾ 98 ലക്ഷത്തിൽപ്പരം അക്കങ്ങളുള്ളൊരു അവിഭാജ്യസംഖ്യ ഗണിതത്തിന് പരിചിതമാണെങ്കിലും, 7057 വരെ

എത്താൻ കഴിഞ്ഞാൽ ഒരു ഹൈസ്കൂൾ വിദ്യാർത്ഥിക്ക് പൊങ്ങച്ചം കാണിക്കാം. പതിനഞ്ച് വയസ്സായ ക്രിസ്റ്റഫർ 7057 വരെയുള്ള അവിഭാജ്യ സംഖ്യകൾ അനായാസമായി പിടിച്ചെടുക്കുന്നു.

ആരാണീ ക്രിസ്റ്റഫർ?

ചീവീടിന്റെ 17 എന്ത്?

കാലിക(പീരിയഡിക്ക്) ചീവീടുകൾ ആ വിശേഷണം നേടിയത് അവയുടെ നിഗൂഢ ജീവിത ശൈലിയിലൂടെയാണ്. മണ്ണിനടിയിലെ രഹസ്യസങ്കേതങ്ങൾ വിട്ട് കൂട്ടംകൂട്ടമായി അവ വെളിപ്പെടുന്നത് 13 അല്ലെങ്കിൽ 17 വർഷങ്ങൾ കൂടുമ്പോൾ ഒരിക്കലാണ്. ഓർക്കുക. 13 ഉം 17ഉം അവിഭാജ്യസംഖ്യകൾ. ഇതൊരു യാദൃച്ഛികതയാണോ? അതെ, ചിലർ ശഠിച്ചു. അല്ല. സ്റ്റീവൻ ജേ ഗൗൾഡ് പറഞ്ഞു. ജപ്പാനിലും ചൈനയിലും കാണാവുന്ന ഒരുതരം മുള (ബാംബൂ) ഈ പുരാജീവശാസ്ത്ര ഗവേഷകന്റെ മനസ്സിലുണ്ടായിരുന്നു. ഏകദേശം 120 കൊല്ലത്തിൽ ഒരിക്കലാണ് ഈ മുള വിത്തുകളുണ്ടാക്കുന്നത്. പക്ഷേ, അതിന് അലൈംഗിക പുനരുൽപ്പാദനം സാദ്ധ്യമാണ്. പൂവിടും മുമ്പ്, പലതവണ. ഒരു പതിനേഴുവർഷച്ചീവീടിന്റെ കാര്യമോ? ഹെലൻ സ്പാൾഡിങ്ങിന് അപ്രവചനീയമായിത്തോന്നിയത് അവിഭാജ്യസംഖ്യകളുടെ വരവാണെങ്കിൽ മുവ്വരിക്കവിത (Haiku) എഴുതുന്നവർക്ക് ആചാര്യനായ ബാഷോ അതു കണ്ടത് ചീവീടുകളുടെ പോക്കിലാണ്.

ബാഷോ എഴുതി:

"മരിക്കാൻ പോകയാണെന്ന്

ഒരു തരം സൂചനയുമില്ല

ചീവീടിന്റെ കരച്ചിലിൽ."

ലൈംഗിക സന്ദേശങ്ങൾ ഇടറാതിരിക്കണം. ഇണ ചേർന്നില്ലെങ്കിൽ വംശനാശം. അതിനു കിട്ടുന്ന സമയമോ വളരെ ഹ്രസ്വം, ആ സമയത്ത് പക്ഷികളുടെ ആക്രമണവും. എണ്ണം, സമയനിർണ്ണയം എന്നീ ഘടകമായിട്ടാണെങ്കിൽ, അവക്കാവശ്യമായ പ്രവർത്തന സമയം വളരെ പരിമിതമാണെങ്കിൽ, ആർത്തിയും തിടുക്കവുമുള്ള ഇരപിടിയന് തിന്നുമടുക്കും. ഇണചേരൽ പൂർത്തിയാക്കിയ ഒട്ടേറെ പെൺചീവീടുകൾക്ക് മുട്ടയിടാൻ മണ്ണിനടിയിലേക്ക് നിർബ്ബാധം പിൻവാങ്ങാം. പല ജീവിവർഗ്ഗങ്ങളും ഉപയോഗിക്കുന്ന ഈ തന്ത്രത്തിനപ്പുറത്ത്, അവിഭാജ്യസംഖ്യകളുമായുള്ള വിചിത്രബന്ധത്തിൽ, പതിനേഴുവർഷച്ചീവീടുകൾ വംശത്തുടർച്ച കൂടുതൽ ഭദ്രമാക്കുന്നുവെന്ന് സ്റ്റീവൻ ഗൗൾഡ് നിരീക്ഷിച്ചു. ഉദാഹരണത്തിന്, 5 വർഷത്തിന്റെ ജീവചക്രമുള്ളൊരു പക്ഷിവർഗ്ഗം ഈ ചീവീടിനെ കാണുക 85(17x5) വർഷം കൂടുമ്പോളൊരിക്കൽ മാത്രമാവും.

അപ്രവചനീയമായ ഇര.

പക്ഷേ, ഒരു പ്രശ്നമുണ്ട്. എന്തുകൊണ്ട് 13 അല്ലെങ്കിൽ 17 വർഷം? ചീവീടിന്റെ ആവശ്യം അവിഭാജ്യ സംഖ്യകളാണെങ്കിൽ 11 വർഷമോ അല്ലെങ്കിൽ 19 വർഷമോ തുല്യനിലയിൽ പ്രയോഗികമല്ലേ?

അവിഭാജ്യ സംഖ്യകളെ സ്നേഹിക്കുന്ന ക്രിസ്റ്റഫറാകട്ടെ എല്ലാ ജീവികൾക്കും ബാധകമായൊരു മരണ സൂചന നൽകുന്നു. പല ശാസ്ത്രജ്ഞന്മാരുടെ ആദരവ് നേടിയൊരു കുറ്റാന്വേഷണ നോവൽ ('ദ ക്യൂറിയസ് ഇൻസിഡന്റ് ഓവ് ദ ഡോഗ് ഇൻ ദ നൈറ്റ്-റ്റൈം) എഴുതിയ മാർക്ഗാഡന്റെ മുഖ്യകഥാപാത്രമാണ് ക്രിസ്റ്റഫർ. പലപ്പോഴും പ്രതിഭയുടെയും മനോവൈകല്യങ്ങളുടെയും വല്ലാത്തൊരു കലർപ്പായ 'ഓട്ടിസം' എന്ന രോഗം ബാധിച്ച ഈ പയ്യൻ തന്നെയാണ് കഥയിലെ ശ്വാനവധം അന്വേഷിക്കുന്ന അപസർപ്പകൻ. അവന്റെ താര കുറ്റാന്വേഷണം താണ്ടി ചില വിഭ്രാമക ശാസ്ത്രീയ സങ്കൽപ്പനങ്ങളിലൂടെ കടന്നുപോകുന്നു. ഒരു വൻകിട ഗണിതശാസ്ത്ര സമൂഹം(ദ മാത്തമാറ്റിക്കൽ അസോസിയേഷൻ ഓഫ് അമേരിക്ക) അവന്റെ വിചാരങ്ങൾ വായിച്ച് ആശ്ചര്യപ്പെട്ടു. അല്ല, ഇത് കഥയിലെ ഒരു ഭാഗമല്ല, ഒരു യഥാർത്ഥ സംഭവം.

ക്രിസ്റ്റഫർ എഴുതി.

"ചിലപ്പോൾ തവളകളുടെയോ പുഴുക്കളുടെയോ അല്ലെങ്കിൽ മനുഷ്യരുടെയോ മുഴുവൻ സമൂഹങ്ങൾതന്നെ ഒരൊറ്റ കാരണവുമില്ലാതെ മരിക്കാം. എന്തെന്നാൽ സംഖ്യകൾ പ്രവർത്തിക്കുന്നത് അങ്ങനെയാണ്."

ഗൗൾഡ്, ഒരു ശരാശരിക്കുറിപ്പ്

കാളപ്പോരിനെക്കുറിച്ച് 1932-ൽ ഹെമിങ്‌വേ എഴുതിയ പുസ്തകം('ഡെത്ത് ഇൻ ദി ആഫ്റ്റർനൂൺ'), ഒരു മുക്കാൽ നൂറ്റാണ്ടിനുശേഷവും ആ വിഷയത്തെക്കുറിച്ചുള്ള ഏറ്റവും ആധികാരികമായ കൃതികളിലൊന്നായി തുടരുന്നു. പക്ഷേ, മരണത്തെക്കുറിച്ച് അങ്ങിങ്ങായി ചില അസാധാരണ വിചാരങ്ങൾ മാറ്റിനിറുത്തിയാൽ, ഒരു കാളപ്പോർ പ്രേമിയായി തുടങ്ങുന്ന ഹെമിങ്‌വേ തന്റെ പുസ്തകം അവസാനിപ്പിച്ചിട്ടും അതേപടി അവശേഷിക്കുന്നു. പക്ഷേ, അമേരിക്കയുടെ കാളപ്പോരെന്ന് വിശേഷിപ്പിക്കാവുന്ന ബേസ്ബോളിനെ സ്നേഹിച്ച സ്റ്റീവൻ ജേ ഗൗൾഡ് ആ വിഷയത്തിൽ നിന്ന് തുടങ്ങുന്ന പുസ്തകം('ലൈഫ്''സ് ഗ്രാൻജർ'), തനിക്കിഷ്ടപ്പെട്ട കളിയിലെയും ചില മരണക്കണക്കുകളിലെയും ശരാശരികളിലൂടെ ജൈവപരിണാമത്തിലെ വ്യതിയാനങ്ങളെക്കുറിച്ചുള്ള സൂക്ഷ്മ നിരീക്ഷണങ്ങളിലേക്ക് പടരുന്നു.

ശരാശരികൾ ചതിക്കാം.

സ്ഥിതിവിവരണക്കണക്ക് ഭൂരിപക്ഷം മനുഷ്യർക്കും ഒരു ശുഷ്ക വിഷയമാണ്. ചിലർക്ക് ഒരു ഫലിതവും, പക്ഷേ, ഒരു നിമിഷം സങ്കൽപ്പിക്കുക, വയറിൽക്കിടന്ന് മരണം ഉറപ്പിക്കുന്ന ഒരുതരം അർബ്ബുദത്തിന്റെ കുടുക്കിലാണ് നിങ്ങൾ. എങ്കിൽ, ആ രോഗം ബാധിച്ചവരുടെ മരണം സംബന്ധിച്ച ശരാശരികളിലാണ് നിങ്ങളുടെ ഭാവി. ഗൗൾഡിനെപ്പോലെ സ്ഥിതിവിവരക്കണക്കിൽ അവഗാഹവും, ഭൂമിയിൽ ഇല്ലാതായ എല്ലാ ജീവജാലങ്ങളിലൂടെയും കടന്നുപോകുന്ന മരണാവബോധവും ഉള്ളൊരാളാണ് നിങ്ങളെങ്കിൽ എന്താവും നിങ്ങളുടെ പ്രതികരണം? ഒരിക്കൽ, ഒരു വൈദ്യപരിശോധനക്കുശേഷം ഗൗൾഡ് മനസ്സിലാക്കുന്നു. താനൊരു രോഗിയാണ്. 'മെസൊത്തീലിയോമ' എന്ന അർബ്ബുദം തന്നെ പിടികൂടിയിരിക്കുന്നു. ഒരു താൽക്കാലിക ശാസ്ത്രക്രിയക്കുശേഷം ഗൗൾഡ് തന്റെ വൈദ്യയോട് ചോദിച്ചു. മെസൊത്തീലിയോമയെക്കുറിച്ചുള്ള വിശദവിവരങ്ങൾ എനിക്കെവിടന്നു കിട്ടും? വൈദ്യ പറഞ്ഞു. ഒരു വഴിയുമില്ല. ഈ

രോഗത്തെക്കുറിച്ച് ആർക്കും വലിയ പിടിപാടില്ല.

ഗൗൾഡ് അന്വേഷിക്കുന്നു.

സൂക്ഷ്മപഠനത്തിനുശേഷം ഗൗൾഡ് തിരിച്ചറിയുന്നു. വൈദ്യ തന്നെ ഞെട്ടിക്കാതിരിക്കാൻ ഒരു നുണ പറയുകയായിരുന്നു, വൈദ്യശാസ്ത്രം വളരെ ക്രൂരമായ സ്പഷ്ടതയോടെ തന്റെ അവസ്ഥയെപ്പറ്റി പറയുന്നുണ്ട്. രോഗനിർണ്ണയത്തിനുശേഷം ആയുസ്സ് വെറും എട്ടുമാസം. ഇതൊരു ശരാശരിയാണ്. മീഡിയൻ. നടുനില (അഞ്ചാളുകളെ ഉയരമനുസരിച്ച് ഒരു വരിയിലാക്കിയാൽ, നടുവിലുള്ള ആളുടെ ഉയരമാണ് മീഡിയൻ). മെസൊത്തീലിയോമയെ സംബന്ധിച്ച് താൻ അവിടെയാണ്. മരണത്തിന്റെ അരിപ്പയിലൂടെ കടന്നുപോകുന്ന സാദ്ധ്യതകളെക്കുറിച്ചുള്ള അന്വേഷണമാണ് ബേസ്ബോളിന്റെ ശരാശരികളിൽ ഗൗൾഡിനെ എത്തിച്ചത്. പരിണാമത്തിന്റെ പ്രവണതകൾ വിശദീകരിക്കാൻ ഒരുപാധി; ഒപ്പം തന്റെ മരണത്തെ അകറ്റി നിറുത്താനും.

ഗൗൾഡിന്റെ രോഗം നിർണ്ണയിക്കപ്പെട്ടത് 1982 ജൂൺ മാസത്തിൽ, അദ്ദേഹം മരിച്ചത് 2002 മെയ് മാസത്തിൽ. എട്ടുമാസത്തിനുപകരം ഇരുനൂറ്റിനാൽപ്പത് മാസം അദ്ദേഹം അസാദ്ധ്യമായി ജീവിച്ചു. സ്വന്തം മരണത്തോടും, എല്ലാ ജീവജാലങ്ങളെയും കുറിച്ചുള്ള ശാസ്ത്രീയ സിദ്ധാന്തങ്ങളോടും പ്രശസ്തമായി തർക്കിച്ചുകൊണ്ട്.

മറ്റൊരു വിശേഷം.

കൃത്യമായി പറഞ്ഞാൽ, ഗൗൾഡിന്റെ മരണത്തിനു കാരണം എട്ടുമാസത്തെ 'നോട്ടീസ്' നൽകിയ മെസൊത്തീലിയോമ ആയിരുന്നില്ല. അതുമായി ബന്ധപ്പെട്ട മറ്റൊരുതരം അർബ്ബുദമായിരുന്നു.

ബാലെ നർത്തകി ഒഴികെ

പൈതാഗറസിന്റെ കാലത്തെ പെണ്ണുങ്ങൾ ഹൈഹീൽ ഷൂവുകൾ ഉപയോഗിച്ചിരുന്നില്ല. പഴയ ഗ്രീസിൽ അങ്ങനെയൊരു ആഡംബരം പതിവായിരുന്നെങ്കിൽ തന്നെ അദ്ദേഹത്തെപ്പോലൊരു തത്ത്വചിന്തകനെ അത് ആകർഷിക്കുമാ യിരുന്നോ? മരത്തൊലികൊണ്ടുള്ള പാദരക്ഷകൾ ധരിക്കാനാണ് അദ്ദേഹം അനുയായികളോട് പറഞ്ഞതെന്ന് കേട്ടിട്ടുണ്ട്. ഒരു സസ്യഭുക്കിന്റെ ശാഠ്യം? പിൽക്കാലത്ത് തുകൽച്ചെരിപ്പുകളോട് പൊരുതാൻ പോകുന്ന ജന്തുവിമോചനവാദികൾക്ക് ഒരു ചരിത്ര ത്തുടക്കം? ഏതായാലും 1847ൽ 'വെജിറ്റേറിയൻ' എന്ന വാക്കുണ്ടാ കുന്നതിനു മുമ്പുവരെ, മാംസാഹാരം വർജ്ജിച്ചിരുന്നവർക്കുള്ള പേര് 'പൈതാഗറിയന്മാർ' (pythagoreans)എന്നായിരുന്നു.

അത് മറ്റൊരു വിഷയം.

പക്ഷേ, ചെരിപ്പുകൾ തുടരുന്നു.

പൈതാഗറസ് എല്ലാറ്റിനുമുപരി ഒരു ഗണിതജ്ഞനായിരുന്നു. പ്രത്യേകിച്ചും ഒരു ത്രികോണജ്ഞാനി. ഭൂരിപക്ഷം ആളുകളുടെയും മനസ്സിൽ പൈതാഗറസിന്റെ പേര് ആദ്യമായി കടന്നുകൂടുന്നതുതന്നെ ഒരു മട്ട ത്രികോണത്തിന്റെ ചിത്രത്തിൽ ചേക്കേറിക്കൊണ്ടാണ്. ത്രി കോണത്തിനും ഒരു പാദം ഉണ്ടെന്നത് ഇവിടെ നമ്മെ തുണക്കുന്നൊരു ആകസ്മികത. പാർശ്വവീക്ഷണത്തിൽ, നമ്മുടെ പാദവും കണങ്കാലും ഉൾപ്പെടെയുള്ള ഭാഗം (അത് മുട്ടുന്ന ഷൂവും) ഒരു ത്രികോണമാണ്. പക്ഷേ, മനസ്സിൽ അങ്ങനെ ഒരു ത്രികോണ സങ്കൽപ്പമൊന്നുമില്ലാ തെയാണ് ഡയാൻ സ്റ്റിൽവെൽ പാദരക്ഷകളെ സംബന്ധിച്ചൊരു ശാസ്ത്രീയ നിരീക്ഷണത്തിന് കാരണക്കാരിയായത്.

ഹൈഹീലുകളുടെ ത്രികോണം.

'സെക്സ് ആന്റ് ദ സിറ്റി' എന്ന പ്രശസ്ത ടെലിവിഷൻ പരമ്പര ശ്രദ്ധിച്ചിട്ടുള്ളവർക്ക് ഏറെ ചടച്ചുയർന്ന ഉപ്പൂറ്റികളിൽ കമ്പമുള്ള കാരി ബ്രാഡ്ഷാ എന്ന കഥാപാത്രത്തെ ഓർക്കാതിരിക്കാനാവില്ല.

ആ പരമ്പര കണ്ടുകൊണ്ടിരിക്കെ, ശാസ്ത്രജ്ഞയല്ലാത്ത ഡയാൻ സ്റ്റിൽവെൽ ആശ്ചര്യപ്പെട്ടു. ഇത്രയും ഉയരമുള്ള ഹൈഹീലുകൾക്കു മേൽ അവളെങ്ങനെയാണ് വീഴാതെ നടക്കുന്നത്! തീർച്ചയായും ഹൈഹീലുകൾ എത്രത്തോളം ഉയരാമെന്നത് സംബന്ധിച്ചൊരു സൂത്രവാക്യം എവിടെയെങ്കിലും ഉണ്ടായിരിക്കണം. ഉണ്ടായിരുന്നില്ല. പക്ഷേ, ഭൗതികശാസ്ത്രജ്ഞനായ ഡോക്ടർ പോൾ സ്റ്റീവൻസൻ അവർക്ക് വേണ്ടത് ഉണ്ടാക്കിക്കൊടുത്തു.

$$h=Q(12+3s/8)$$

കാഴ്ചക്ക് തോന്നുന്നതിന് വിപരീതമായി, വളരെ ലളിതമാണിതിന്റെ വിശദീകരണം. വീഴാതെയും കാലുകൾ കേടുവരുത്താതെയും ഒരു വ്യക്തിക്ക് ഉപയോഗിക്കാവുന്ന ഹൈഹീലുകളുടെ പരമാവധി ഉയരമാണ് h (ഹൈറ്റ്). പാദരക്ഷയുടെ വലുപ്പമാണ് 's'. ഇടയിലെ 'ക്യൂ' (Q, ഒരു നീണ്ട ക്യൂ) പല ശാസ്ത്ര/ സാമൂഹിക കാര്യങ്ങൾ കണക്കിലെടുക്കുന്നൊരു സംജ്ഞയാണ്.

അഞ്ചു ഘടകങ്ങൾ.

ഒന്ന്: ഹൈഹീലുകളിൽ ഉയരുന്നതിന് പുറമെ, നിങ്ങൾ മാനസികമായോ സാമൂഹികമായോ ഒരു പൊങ്ങൽ, ഒരു 'പുൾ' അനുഭവിക്കുന്നുണ്ടോ? (ഉണ്ടെങ്കിൽ 1 മാർക്ക്, ഇല്ലെങ്കിൽ 0 മാർക്ക്) രണ്ട്: നിങ്ങൾ ഹൈഹീലുകൾ ധരിക്കാൻ തുടങ്ങിയിട്ട് എത്ര വർഷങ്ങളായി? (തുടക്കക്കാർ ചെറിയ ഉയരങ്ങളിൽ പരിശീലിക്കട്ടെ) മൂന്ന്: നിങ്ങളുടെ ഷൂവുകളുടെ വിലയെന്ത്? (ആളുകൾ ഇമ്മാതിരി കാര്യങ്ങൾ ശ്രദ്ധിച്ച് മറ്റുള്ളവരെ അളക്കുന്നൊരു സമൂഹത്തിലാണ് നിങ്ങൾ ജീവിക്കുന്നതെങ്കിൽ വളരെ വിലപിടിച്ചൊരു ജോടി സാഹസികമായി കാൽക്കലാക്കുക) നാല്: നിങ്ങളുടെ പാദരക്ഷ ഫാഷന്റെ ഉച്ചത്തിലെത്തിയിട്ട് എത്ര മാസങ്ങൾ കഴിഞ്ഞു? (മുന്നേറുന്നൊരു തിരയോടൊപ്പമാണ് നിങ്ങളുടെ ചുവടുകളെങ്കിൽ, അൽപ്പം കാൽവേദനയൊക്കെ സഹിക്കാം. സ്വന്തം സൗന്ദര്യ ബോധം സംരക്ഷിക്കാൻ) അഞ്ച്: അൽപ്പം ശാസ്ത്രീയമായി ചായ്ഞ്ഞ് ചോദിച്ചാൽ നിങ്ങൾ മദ്യപിച്ചിട്ടുണ്ടോ? വിശദീകരണം ആവശ്യമില്ലല്ലോ.) ഇത്രയും വിവരത്തിന്റെ അടിസ്ഥാനത്തിൽ കാരി ബ്രാഡ്ഷാ എന്ന കഥാപാത്രത്തിന്റെ പരിചയവും, സാമൂഹിക സാമ്പത്തിക സാഹചര്യങ്ങളും പരിഗണിക്കയാണെങ്കിൽ, ഡയാൻ സ്റ്റിൽവെല്ലിനുള്ള ഉത്തരമായി. അഞ്ചിൽ ഒരൽപ്പം കൂടുതൽ ഉയരമുള്ള ഹൈഹീലുകൾക്കു മേൽ ശ്രീമതി ബ്രാഡ്ഷായുടെ നടത്തം ഭദ്രമാണ്... ഒരു മദ്യവിരുന്നിന് ശേഷമെങ്കിൽ. പക്ഷേ...

ഇതിൽ പൈതാഗറസെവിടെ?

സമവാക്യമുണ്ടാക്കിയ സ്റ്റീവൻസൻ പറഞ്ഞു. പൈതാഗറസിന്റെ മട്ടത്രികോണമായിരുന്നു തനിക്ക് അവലംബം. ആചാര്യന്റെ

സിദ്ധാന്തം പെട്ടെന്ന് ഹൈഹീലുകളിൽ ഉയരുന്നതുപോലെ ഒരനുഭവം. ലിവർപൂൾ സർവ്വകലാശാലയിലെ ലോറ ഗ്രാൻഡ് പ്രതികരിച്ചു. “എന്റെ സഹപ്രവർത്തകരായ ഭൗതികശാസ്ത്രജ്ഞന്മാർക്ക് ‘ക്വാണ്ടം മെക്കാനിക്സ്’ മനസ്സിലാക്കാൻ ഒരു പ്രയാസവുമില്ല. പക്ഷേ, പെണ്ണുങ്ങളെങ്ങനെയാണ് ഹൈഹീലുകൾ ധരിക്കുന്നതെന്ന് അവർക്ക് മനസ്സിലാക്കാനാവില്ല. വീഴാനുള്ള സാദ്ധ്യത ഞാനെങ്ങനെ ചുമക്കുന്നുവെന്ന് അവർക്ക് വിശദീകരിച്ചു കൊടുക്കാൻ ഇപ്പോൾ എനിക്കു കഴിയും.”

പക്ഷേ, ഏഴിഞ്ചും കൂടുതലും ഉയരമുള്ള സാങ്കൽപ്പിക ഹൈഹീലുകളോടെ, കാൽവിരലുകളുടെ കൂർപ്പ് മാത്രം നിലത്തുന്നുന്ന പടുതിയിൽ (എൻ. പ്വാൻട്) വട്ടം കറങ്ങുന്നൊരു ബാലെ നർത്തകിയോട് ഈ വിശേഷം പറയായ്ക. അവളുടെ സമവാക്യം തൽക്കാലം ഇതെഴുതുന്ന ആൾക്ക് അപരിചിതമാണ്.

തലകൾ മാറ്റിവെക്കപ്പെടാതെ

തോമസ് മാൻന്റെ 'മാറ്റിവെക്കപ്പെട്ട തലകൾ' (മൂലം ഒരു വിക്രമാദിത്യൻ കഥ) ഒരു പ്രശ്നം ഓർമ്മിപ്പിക്കുന്നു. കഥയിൽ രണ്ടുപേരുടെ ശിരച്ഛേദം. പിന്നെ ഒരുവൾ ഒരു ദേവതയുടെ അനുഗ്രഹത്തോടെ രണ്ടു കബന്ധങ്ങൾക്കും അവരുടെ തലകൾ തിരിച്ചുകൊടുക്കുന്നു, അവരെ ജീവിപ്പിക്കുന്നു. പക്ഷേ, ഒരബദ്ധം, തന്റെ വെപ്രാളത്തിനിടയിൽ. ഒരാളുടെ തല മറ്റേ ആളുടെ ഉടലുമായാണ് അവൾ കൂട്ടിച്ചേർക്കുന്നത്. സത്യത്തിൽ തലകൾ മാറ്റിവെക്കപ്പെട്ടില്ലെങ്കിലും ഉടലിനും തലക്കും ഇടയിൽ ഒരു പ്രശ്നമുണ്ട്. തോമസ് മാൻന്റെ നാട്ടിൽ ഒരിക്കലുണ്ടായിരുന്ന ബെർലിൻ മതിൽപോലെ. പക്ഷേ ചില ഓട്ടകളോടെ, വിടവുകളോടെ, തോമസ് മാൻന്റെതന്നെ നാട്ടിലെ രണ്ടു ശാസ്ത്രജ്ഞന്മാർ സന്ദർഭത്തിലെത്തുന്നു.

ഒരാൾ തല നോക്കുന്നു.

മറ്റേ ആൾ ഉടലും.

ചെടികൾ വെള്ളം വലിച്ചെടുക്കുന്നുവെന്ന് 'തെളിയിക്കാൻ' കുട്ടികൾ നടത്തുന്നൊരു പരീക്ഷണമാണ് അതോർമ്മിപ്പിക്കുന്നത്. ഉടലിലെ ചോര തലയിലേക്ക്, കൃത്യമായി പറഞ്ഞാൽ മസ്തിഷ്കത്തിലേക്ക്, ഒഴുകുന്നതിനെക്കുറിച്ച് പഠിക്കാൻ ചോരയിൽ ഒരുതരം ചായം കലർത്തി പരിശോധിച്ചവരാണ് ജർമ്മനിക്കാരനായ പോൾ എർലിച്ച്, എഡ്വിൻ ഗോൾഡ്മാൻ എന്നിവർ. കുട്ടികൾ വേരുകളോടെ ചെടി പിഴുതെടുക്കുന്നു. വേരുകളിലെ മണ്ണ് കഴുകിക്കളഞ്ഞ്, ചുവന്ന മഷി കലർത്തിയ വെള്ളമുള്ളൊരു കുപ്പിയിൽ അത് ഇറക്കിവെക്കുന്നു. വെള്ളത്തിലെ ചുവപ്പ് ചെടിയുടെ തണ്ടിലൂടെ മുകളിലേക്ക് പടരുന്നു. ഒരു ഉടലിലെ ചോരയിലാണ് എർലിച്ച് ചായം കലർത്തിയത്. അതിന്റെ കറ മസ്തിഷകത്തിൽ ഒതുങ്ങിനിന്നു.

നമുക്കറിയാം. ഉടലിലെ ചോര മസ്തിഷ്കത്തിൽ എത്തിയേ തീരൂ. എത്തുന്നതുകൊണ്ടാണ് നാം ജീവിച്ചിരിക്കുന്നത്.

പിന്നെവിടെയാണ് പ്രശ്നം?

മസ്തിഷ്കത്തിനകത്തും പുറത്തുമുള്ള ചോരക്കുഴലുകളിലെ കോശങ്ങൾ വ്യത്യസ്തമാണ്. അകത്തെ കോശങ്ങൾ ഇടതൂർന്ന് നിൽക്കുന്നു. ഈ ദൃഢസന്ധികളാണ് തടസ്സം. പക്ഷേ, അതിലും പ്രവേശനമാർഗ്ഗങ്ങളുണ്ട്. അത്രയും സൂക്ഷ്മമായ ലോകത്തിലെ വസ്തുക്കളുടെ തൂക്കമറിയാൻ നാം ഉപയോഗിക്കുന്ന ഏകകമാണ് ഡാൽറ്റൻ (രസതന്ത്രജ്ഞനായിരുന്ന ജോൺ ഡാൽറ്റന്റെ ഓർമ്മക്ക്). തൂക്കത്തിൽ ഏതാണ്ട് 500 ഡാൽറ്റൻ താണ്ടാത്ത വസ്തുക്കൾ മസ്തിഷ്കത്തിലേക്ക് കടക്കും. ഇതൊരു വൻ തൂക്കമല്ല. വെള്ളത്തിന്റെ തന്മാത്രാഘനം 18 ഡാൽറ്റൻ. ഇൻസുലിന്റേത് ഏകദേശം 5000. രോഗ ബീജങ്ങളുടെയും മറ്റ് സൂക്ഷ്മശരീരികളുടെയും തൂക്കം കോടാനുകോടികളിലേക്കു കടക്കാം. ആകയാൽ സാധാരണ നിലക്ക് അവക്ക് മസ്തിഷ്കത്തിലേക്ക് കടക്കാനാവില്ല, പക്ഷേ, ഒന്നാംതരം ഔഷധങ്ങളുണ്ടായിട്ടും ചിലവൻകിട മസ്തിഷ്ക രോഗങ്ങൾ ചികിൽസക്കപ്പുറത്ത് നിൽക്കുന്നതും ഇതേ കാരണം കൊണ്ടുതന്നെയാണ്.

ഔഷധക്കമ്പോളത്തെയും ഇത് ബാധിക്കുന്നു. നാല് വർഷം മുമ്പുണ്ടായൊരു നിരീക്ഷണമനുസരിച്ച്, ലോക കമ്പോളത്തിൽ ഹൃദയത്തെയും ചോരക്കുഴലുകളെയും ബാധിക്കുന്ന രോഗങ്ങൾക്കുള്ള മരുന്നുകൾ 70 ബില്യൻ ഡോളർ വിലപിടിപ്പുള്ളതായിരുന്നപ്പോൾ, മസ്തിഷ രോഗ ഔഷധങ്ങളെ സംബന്ധിച്ച് അത് പകുതിയിലും താഴെയായിരുന്നു. 33 ബില്യൻ.

ഉടലിനും തലക്കും ഇടയിലുള്ള തട്ടികയിൽ വേതാളം തൂങ്ങുന്നു.

പുല്ലിൽ പുൽച്ചാടി പോലെ

പീസയിലെ ചരിഞ്ഞ ഗോപുരമാണ് ഉറക്കം തൂങ്ങലെങ്കിൽ, ഒരു രാത്രിയിലെ തീവണ്ടി യാത്രക്കിടയിൽ ഇടക്കിടെ മുറിയുന്ന ഉറക്കമാണ് ചൈനയിലെ വൻമതിൽ. ഒരു പ്രതിരോധ ഉപാധിയെന്ന നിലക്ക് ഒരു കൂറ്റൻ പടപ്പാകേണ്ടിയിരുന്ന വൻമതിൽ സത്യത്തിൽ പല കെട്ടുകളുടെ ഒരു വ്യൂഹമാണ്. വളരെ വ്യത്യസ്തരായ രണ്ടു നിരീക്ഷകർ അതിന്റെ വിശദാംശങ്ങൾ ശ്രദ്ധിച്ചിട്ടുണ്ട്.

ഓട്ടക്കാരനായ ലീ- വിൽസൻ.

എഴുത്തുകാരനായ കാഫ്ക.

വൻമതിലിനു മുകളിലൂടെ ഓടിയ എഡ്വാഡ് ലീ- വിൽസൻ വിവരിച്ചത് 1998 ൽ അതിന്റെ അവസ്ഥയാണ്: "1900 കിലോമീറ്റർ ദൈർഘ്യമുള്ളൊരു ഓട്ടത്തിൽ, മതിൽ സ്പഷ്ടമായി തിരിച്ചറിയാനാവുന്നതും വല്ലേടത്തും മാത്രം അഴിഞ്ഞോ മുറിഞ്ഞോ കിടക്കുന്നതുമായ ഭാഗം 22 ശതമാനം, മതിൽ പൊതുവേ തിരിച്ചറിയാനാവുന്നതും എന്നാൽ ഇടക്കിടെ അഴിഞ്ഞോ മുറിഞ്ഞോ കിടക്കുന്നതു മായ ഭാഗം 41 ശതമാനം, മതിൽ കഷ്ടിച്ച് തിരിച്ചറിയാനാവുന്നതും ഏതാണ്ട് മുഴുവനായും അഴിഞ്ഞും മുറിഞ്ഞും കിടക്കുകയാൽ ഭൂപടത്തിന്റെ സഹായമില്ലാതെ ഓടാനാവാത്തതുമായ ഭാഗം 37 ശതമാനം."

കാഫ്കയുടെ ആഖ്യാനം. 'ചൈനയിലെ വൻമതിൽ' തുല്യനിലയിൽ വസ്തുനിഷ്ഠമാണ്. സൃഷ്ടിയെക്കുറിച്ചുതന്നെയുള്ളൊരു അന്യാപദേശകമാകുന്ന ആഴങ്ങൾ അതിനുണ്ടെങ്കിലും തറനിലയിലത് ഒരു പെരും കെട്ടിന്റെ നിർമ്മാണത്തിൽ കെട്ടുകാർ നേരിടുന്ന ഭൗതിക/ സാങ്കേതിക പ്രശ്നങ്ങളുടെ വിവരണമാണ്. ഇരുപതു പേരോളമുള്ള കൂട്ടങ്ങളായിത്തിരിഞ്ഞ കെട്ടുകാർ ഖണ്ഡം ഖണ്ഡമായി പണി പൂർത്തിയാക്കുകയാൽ സ്വാഭാവികമായി മതിലിൽ ചില വിടവുകളുണ്ടായതെങ്ങനെയെന്ന് കാഫ്ക വിശദീകരിക്കുന്നു; നിർമ്മാണം അങ്ങനെയല്ലാതെ സാദ്ധ്യമാവില്ലായിരുന്നുവെന്ന് സമർത്ഥിക്കുകയും

ചെയ്യുന്നു. വടക്കുനിന്നുള്ള നാടോടികളുടെ നുഴഞ്ഞുകയറ്റം തടുക്കലായിരുന്നു മതിലിന്റെ ഉദ്ദേശ്യം. പക്ഷേ, മതിലിന്റെ വരവിനെച്ചൊല്ലിയുള്ള ഉത്കണ്ഠയിൽ "പുൽച്ചാടികളെപ്പോലെ, അവിശ്വസനീയ വേഗത്തിൽ" താവളങ്ങൾ മാറ്റിക്കൊണ്ടിരുന്ന ഈ കൂട്ടങ്ങൾക്ക് ഒരു പക്ഷേ, കെട്ടിന്റെ പുരോഗമനത്തെക്കുറിച്ച് കെട്ടുകാർക്കുണ്ടായിരുന്നതിനേക്കാൾ കൂടുതൽ സ്പഷ്ടമായൊരു മൊത്തക്കാഴ്ച ഉണ്ടായിരുന്നു.

കെട്ടിയവരുടെയും കാണുന്നവരുടെയും കാഴ്ചപ്പാടുകളിലെ ഈ വ്യത്യാസം പിൽക്കാലത്ത്, ഒരു വിതാനാന്തരത്തിൽ, ബഹിരാകാശ ചിന്തകളിലേക്ക് പടരാനിരിക്കുന്നു.

ചൊവ്വാഗ്രഹം വരേക്കും.

നീഡമിന്റെ ആത്യന്തികതയിൽ.

ഒരേ സമയത്ത് ശാസ്ത്രജ്ഞനും ചരിത്രകാരനുമായിരുന്ന ജോസഫ് നീഡം ചൈനയിലെ ശാസ്ത്രീയ/സാങ്കേതിക പുരോഗതിയെയും നാഗരികതകളെയും ബന്ധിപ്പിച്ചെഴുതിയ സമഗ്രകൃതി വൻമതിൽപ്പോലെത്തന്നെ പല ഭാഗങ്ങളിലായി നീണ്ടുകിടക്കുന്നു. നീഡം എഴുതി: "ചൈനീസ് ടർക്കിസ്ഥാൻ തൊട്ട് ശാന്തസമുദ്രം വരെ 2000 നാഴികയിലധികം (ഏതാണ്ട് ഭൂമിയുടെ ചുറ്റളവിന്റെ പത്തിലൊന്നോളം) ഒരേ വരിയിൽ നീണ്ടുകിടക്കുന്ന ഈ മതിൽ ചൊവ്വയിലെ ജ്യോതിശാസ്ത്രജ്ഞന്മാർക്ക് പിടിച്ചെടുക്കാവുന്ന ഒരേയൊരു മനുഷ്യനിർമ്മിതിയായി പരിഗണിക്കപ്പെട്ടുവരുന്നു." ആശ്ചര്യം!

ചുറ്റിക്കറങ്ങലിനിടയിൽ ഭൂമിക്ക് ഏറ്റവും അടുത്തെത്തുമ്പോൾ പോലും 56 ദശലക്ഷം കിലോമീറ്റർ അകലെയുള്ള ചന്ദ്രനിൽ ആദ്യമായി കാലൂന്നിയ ആൾ, നീൽ ആംസ്ട്രോങ്, പറഞ്ഞു: ചന്ദ്രദൂരത്തിൽ നിന്ന് ചൈനയിലെ വൻമതിൽ കാണാനാവില്ല. സഹയാത്രികനായ എഡ്വിൻ ആൽഡ്‌റിൻ കൂട്ടിച്ചേർത്തു. "വൻകരകൾ കാണാൻപോലും നിങ്ങൾക്ക് പ്രയാസമുണ്ടാവും"

പക്ഷേ, അകലങ്ങളെ, ഉയരങ്ങളെ അപേക്ഷിച്ച് വളരെ അവ്യക്തമായൊരു സങ്കല്പമാണ് 'ബഹിരാകാശം'. പല ബഹിരാകാശ വാഹനങ്ങളും കേന്ദ്രങ്ങളും വർത്തിക്കുന്നത് ആപേക്ഷികമായി അത്ര ഉയരത്തിലല്ല. അപ്പോൾ പോലും കാഴ്ചയെ നിയന്ത്രിക്കുന്ന പല ഘടകങ്ങളുണ്ട്; സമയം, വീക്ഷണകോൺ എന്നിവയുടെ പരിമിതി. ബഹിരാകാശ സഞ്ചാരിയായ കാൾ ഹെനൈസ് (സ്പേസ് ഷട്ടിൽ 51 എഫ്) ചൈനയിലെ വൻമതിൽ കണ്ടിട്ടില്ല, 126 തവണ ഭൂമി ചുറ്റിയിട്ടും, അതിനുകാരണം ഗണിതശാസ്ത്ര കൃത്യതയോടെ അദ്ദേഹം വ്യക്തമാക്കിയിട്ടുണ്ട്. കുത്തനെ 45 ഡിഗ്രി തൊട്ടാണ് ഒരു ഭൂവിഭാഗം കണ്ണിൽപ്പെടുക. പിന്നെയത് വാഹനത്തിനടിയിലേക്ക് പാഞ്ഞു മറയും മുമ്പ് വിശദവിവരങ്ങൾ പിടിച്ചെടുക്കാൻ കിട്ടുന്ന സമയം 40 സെക്കൻഡുകൾ മാത്രം.

പരിചിതത്വം പ്രസക്തമാണോ?

ഭ്രമണത്തിനിടയിൽ വെറും കണ്ണുകൾ കൊണ്ട് എൽപ്പാസോ വിമാനത്താവളം പിടിച്ചെടുത്ത ജേംസ് ലോവലിന് അത്രയും വലുപ്പത്തിൽ ആഫ്രിക്കയിലുള്ള കിൻഷാസ വിമാനത്താവളം കാണാൻ കഴിഞ്ഞില്ല. ആദ്യത്തേതിനു മുകളിലൂടെ ലോവൽ പലതവണ വിമാനത്തിൽ പറന്നിട്ടുണ്ട്. രണ്ടാമത്തേത് അദ്ദേഹത്തിന് അപരിചിതമാണ്. ഭൂപടത്തിൽ അതിന്റെ സ്ഥാനം തനിക്ക് കൃത്യമായി അറിയാമായിരുന്നിട്ടും. പക്ഷേ, തന്റെ നാടായ ഓസ്ട്രേലിയയുടെ ചുവപ്പുരാശിപോലെ വടക്കേ ആഫ്രിക്കയിലെ മരുഭൂമികളും ഇറ്റലിയുടെ ചുവട്ടിൽ ഒരു പാദരക്ഷ(ബൂട്ട്) വരയ്ക്കുന്ന കടൽരേഖപോലും കണ്ടിട്ടും ആൻഡി റ്റോമസ് ചൈനയിലെ വൻമതിൽ കണ്ടില്ല. താനും അതുകണ്ടില്ലെന്ന് ചൈനക്കാരനായൊരു ബഹിരാകാശ സഞ്ചാരി (യാങ് ലിവേയി) പറഞ്ഞേടത്താണ് വിവാദം സ്തംഭിച്ചത്.

അത്രയും ദൂരത്തിൽ അത് അദൃശ്യമായതുകൊണ്ടല്ല. നൂറ്റാണ്ടുകളുടെ പൊടിയിലും മണലിലും അതിന്റെ എടുത്തുപിടി നഷ്ടപ്പെട്ടിരിക്കുന്നു.

പുൽച്ചാടിയുടെ പച്ച പുല്ലുകളിലെന്നതുപോലെ, വൻമതിൽ അതിന്റെ അഴിവിന്റെ ചുറ്റുപാടിൽ വിലയിച്ചിരിക്കുന്നു.

ചോക്കലേറ്റ് തിന്നുക.
ചൂളമടിക്കുക.

വലേറിയ ഡ്റോഗോയെ വിശ്വസിക്കുക, ചിലപ്പോൾ ആർക്കുവേണമെങ്കിലും ഒരു പിക്കാസോ ആകാൻ കഴിയും. അതിനാകെ വേണ്ടത് ഒരു മസ്തിഷ്കബാധ മാത്രം. ബ്റൂസ് മില്ലറെ വിശ്വസിക്കുക, ചോക്കലേറ്റിലൂടെ സംഗീതത്തിലേക്കൊരു വഴിയുണ്ട്; ഉയർന്ന സംഗീതബോധമുള്ള ചൂളംവിളിയിലേക്കെങ്കിലും. അതിനും വേണ്ടത് ഒരു മസ്തിഷ്കബാധ മാത്രം.

രണ്ടും ഒരേ ബാധ.

ഡോക്ടർ മില്ലറുടെ രോഗികൾക്കിടയിൽ 'ചോക്കലേറ്റ് വിസ്ലർ' എന്ന പേരിൽ അറിയപ്പെടാൻ തുടങ്ങിയ സ്ത്രീ ചോക്കലേറ്റിനോട് തനിക്കുള്ള ആർത്തിയും ചൂളം വിളിയിൽ തനിക്കുള്ള മിടുക്കും തിരിച്ചറിയുന്നതും ഒന്നിനു പിറകെ ഒന്നായി പെട്ടെന്നാണ്. അപ്പോൾ അവളുടെ മസ്തിഷ്കം പതുക്കെ മരിച്ചുകൊണ്ടിരിക്കയായിരുന്നു. ചൂളംവിളി ക്ലാസിക് സംഗീതത്തിലെത്തി. ഒരു സിരാരോഗ വിദഗ്ദ്ധനായ മില്ലർക്ക് അതിന്റെ കാരണം തിരിച്ചറിയാം. എഫ്.എൽ.ഡി (ഫ്രണ്ടൽ ലോബ് ഡിമൻഷിയ). ഭൂതകാലത്തിന്റെ ഏതോ ഘടകത്തിൽനിന്നാണ് അവളുടെ ഈണങ്ങളും താളങ്ങളും വരുന്നത്. അതിൽ സംഗീതജ്ഞാനമില്ല. താൻ ചെയ്യുന്നതെന്തെന്ന് അവൾക്ക് തിരിച്ചറിവുമില്ല. പക്ഷേ, അതവളെ വല്ലാതെ സന്തോഷിപ്പിക്കുന്നു.

ചോക്കലേറ്റിന്റെ കാര്യമോ? എഫ്.എൽ.ഡി. ബാധിച്ചവരുടെ ശരീരത്തിൽ ക്ഷയിക്കുന്നൊരു സിരാദ്രവ്യമുണ്ട്. സെററ്റോണിൻ. അതിന്റെ അഭാവം ചിലരെ ചോക്കലേറ്റിലേക്കും മറ്റു മധുരപദാർത്ഥങ്ങളിലേക്കും പെരുംതീറ്റയിലേക്കും നയിക്കുന്നു. മറ്റു ചിലരെ അപാരമായ ചില ശാഠ്യങ്ങളിലേക്കും. രണ്ടാമത്തെ അവസ്ഥയിലെ നിർബ്ബന്ധബുദ്ധിയാണ് അവരുടെ പ്രവൃത്തി. ഉള്ളിലെ ഒരു ശൂന്യപ്രദേശം നിറയ്ക്കാനുള്ള വീറോടെ അവരത് ആവർത്തിക്കുന്നു. ആവർത്തനം നിരന്തര പരിശ്രമമാകുന്നു. പരിശ്രമം വൈദഗ്ധ്യവും.

ശൂന്യത നികത്താനുള്ള ഒരുതരം ശ്രമം എല്ലാ കലാസൃഷ്ടികളിലുമുണ്ട്. ആതുരത്വത്തിൽനിന്ന് കലയെ തീർത്തും വേർപെടുത്താനാവുകയുമില്ല. പക്ഷേ, മസ്തിഷ്കം മരിക്കാൻ തുടങ്ങുമ്പോൾ പെട്ടെന്ന് കാൻവാസുകളെ ആക്രമിക്കാൻ തുടങ്ങുന്നവരെക്കുറിച്ച് പ്രത്യേകിച്ച് പഠിച്ച ഡോക്ടർ വലേറിയ ഡ്റാഗോ, രോഗം ബാധിക്കുംമുമ്പേ കലാപ്രവർത്തനങ്ങളിൽ ഏർപ്പെട്ടിരുന്നവരിലേക്കും അന്വേഷണം തിരിച്ചു. അവരിലൊരാളുടെ സൃഷ്ടികളെപ്പറ്റി ഡ്റാഗോ പറഞ്ഞു. "രോഗചരിത്രം മനസ്സിലാക്കിയാൽ ഈ പെയിന്റിംഗുകളിലെ മാറ്റവും മനസ്സിലാക്കാൻ കഴിയും." മസ്തിഷ്കം ക്ഷയിക്കുന്തോറും രോഗികളുടെ സാങ്കേതികജ്ഞാനം വർദ്ധിക്കുന്നു.

ഒരു ചോദ്യം ശേഷിക്കുന്നു.

രോഗം രോഗികളിലെ ലീനശക്തികളെ ഓർക്കാപ്പുറത്ത് ആളിക്കത്തിക്കയാണോ അതോ ചില അപൂർവ്വശക്തികൾ ഊതിത്തെളിയിക്കയാണോ?

മൊബൈലുകൾക്കിടയിൽ ഒരു മുട്ട

എഡിസൻ കുട്ടിക്കാലത്തൊരിക്കൽ മുട്ടകൾ വിരിയിക്കാൻ അവക്കു മേൽ പൊരുന്തിരുന്നതിന് വളരെ വർഷങ്ങൾക്കു ശേഷം മുട്ട ആഹാരമായല്ലാതെ ഒരു മേശപ്പുറത്തെത്തിയിരിക്കയാണ്. എട്ടു വയസ്സായൊരു പെൺകുട്ടിയുടെ ശാസ്ത്രീയ ജിജ്ഞാസക്ക് അത് പ്രാതലാകുന്നു.

രണ്ടു മൊബൈൽ ഫോണുകൾ.

ഇടയിൽ ഒരു മുട്ട.

കൈയിലൊരു 'പാചകക്കുറിപ്പ്.'

അവളെന്താണ് തെളിയിക്കുക?

ഒരു സാങ്കൽപ്പിക തിരക്കഥാരംഗത്തിൽ ഒരു ചെറുപ്പക്കാരിയും കാമുകനും മൗനം ആലിംഗനമാകുന്നൊരു നിമിഷത്തിൽ. അവർ അണച്ചിട്ട മൊബൈൽ ഫോണുകൾ, അവരെപ്പോലെ അടുത്തടുത്തായി. ഒരു മേശക്കുമേൽ. ചെറുപ്പക്കാരി ചോദിക്കുന്നു. "നമ്മളില്ലാതെതന്നെ നമ്മുടെ മൊബൈലുകൾ സ്വയം ഒരു സംഭാഷണത്തിലേർപ്പെടുമോ? ഒരു നേർക്കുനേർ ചിലച്ചിൽ?

ഇ-തപാൽ വഴി സൂസന്ന ഡീകാന്റ് വേർത്തി എന്നൊരുവൾ ലോകമെമ്പാടും ഒരു കണ്ടുപിടിത്തം അറിയിച്ചല്ലോ? മൈക്രോതരംഗങ്ങൾക്ക് മുട്ട വേവിക്കാൻ കഴിയും. 'ഒരു മൊബൈൽ ഫോൺ സൃഷ്ടിക്കുന്ന പ്രസരത്തിൽ അരികത്തുള്ളൊരു മുട്ട വെന്തുപോകും. മുട്ടയിലെ പ്രോട്ടീനുകൾ പാചകം ചെയ്യാൻ മൊബൈലിന് കഴിയുമെങ്കിൽ നമ്മുടെ തലച്ചോറിലെ പ്രോട്ടീനുകളെ അതിനെന്തു ചെയ്യാൻ കഴിയുമെന്ന് ഊഹിച്ചാൽ മതി'.

സൂസന്നയുടെ പാചകക്കുറിപ്പ്.

മുട്ടക്കോപ്പയിൽ ഒരു മുട്ട വെക്കുക. സാൻവിച്ച് ഉണ്ടാക്കുന്ന രീതിയിൽ മുഖാമുഖമായ രണ്ടു മൊബൈലുകൾ മുട്ടയോട്

ചേർത്തുവെക്കുക. പിന്നെ ഒരു ഫോൺ മറ്റേതുമായി ബന്ധപ്പെടട്ടെ. 65 മിനിറ്റുകളോളം.

ആദ്യത്തെ 15 മിനുറ്റുകൾ പ്രത്യേകിച്ചൊന്നും സംഭവിക്കില്ല. 25 മിനുറ്റുകൾ കഴിഞ്ഞാൽ മുട്ട ചൂടുപിടിക്കാൻ തുടങ്ങും. 45 മിനുറ്റുകൾ കഴിഞ്ഞ് തൊട്ടാൽ വിരലിൽ പൊള്ളലറിയാം. 65 മിനുറ്റുകൾ കഴിഞ്ഞാൽ മുട്ട തിന്നാൻ പാകമായിരിക്കും.

എന്തൊരു 'എഗ്സ്''പെർട്! എട്ടു വയസ്സായ ലോലക്ക് കേട്ട ഉടനെ തോന്നി ശുദ്ധ ഭോഷ്കാവണമതെന്ന്. പക്ഷേ, എഞ്ചിനീയറും ഗണിതജ്ഞനും ശാസ്ത്രലേഖകനുമൊക്കെയായ ഒരച്ഛന്റെ മകളെന്ന നിലക്ക് നേരിട്ടത് പരീക്ഷിക്കാൻ തനിക്ക് ബാധ്യതയില്ലേ? പ്രത്യേകിച്ചും അച്ഛൻ ഉത്സാഹിപ്പിക്കുമ്പോൾ! അങ്ങനെയാണ് അച്ഛനും മകളും സൂസന്നയുടെ പാചകക്കുറിപ്പ് ആവശ്യപ്പെടുന്ന സജ്ജീകരണത്തോടെ മുട്ട വേവിക്കാൻ ശ്രമിച്ചത്. 40 മിനുറ്റുകൾ കഴിഞ്ഞപ്പോൾ മുട്ട ചൂടാകുന്നതിനു പകരം മകളുടെ ഉത്സാഹം തണുത്തു. അവൾ മറ്റെന്തോ ചെയ്യാൻ തുടങ്ങി. അച്ഛൻ ഒറ്റക്ക് 70 മിനുറ്റുകൾ കാത്തിരുന്നു. പിന്നെ പിറ്റേന്ന് താപം കൃത്യമായളക്കാനുള്ള ഉപകരണങ്ങളോടെ പരീക്ഷണം ആവർത്തിച്ചു. മുട്ട ഒരു ഡിഗ്രി പോലും ചൂടാകുന്നില്ല. അച്ഛൻ പറഞ്ഞു: "എട്ടു വയസ്സായൊരു പെൺകുട്ടിക്ക് ഒരു മുട്ടയും രണ്ടു മൊബൈൽ ഫോണുകളും കൊണ്ട് തെറ്റെന്ന് തെളിയിക്കാനാവുന്നൊരു കഥ ആളുകൾ വിശ്വസിച്ചെന്നത് എന്നെ ആശ്ചര്യപ്പെടുത്തുന്നു." സൂസന്ന ഡീകാന്റ് വേർത്തി എന്ന കള്ളപ്പേരിൽ അതു പ്രചരിപ്പിച്ച ചാളി ഐവേർമി ആ ആശ്ചര്യം പങ്കിടുന്നു! മൊബൈൽ മസ്തിഷ്കത്തെ മുട്ടപോലെ പൊരിക്കുകയെന്ന ആശയം ബാലിശമാണെന്ന് ഇലക്ട്രോണിക്സിൽ പരിചയമുള്ള ഐവേർമിക്ക് അറിയാമായിരുന്നു!

രണ്ടു വസ്തുതകളോർക്കേണ്ടതുണ്ട്.

ഒന്നാമതായി ഒരു മുട്ട പാകം ചെയ്യാനാവശ്യമുള്ള വൈദ്യുതശക്തി കണക്കിലെടുക്കുക. തോടിൽ ഒരോട്ടപോലും ഇല്ലാതെ മൈക്രോ ഓവനിൽ എത്തിയാൽ മുട്ട പൊട്ടിത്തെറിക്കും. പക്ഷേ, മറ്റു രീതികളിൽ അത് ആഹാരമാക്കിയെടുക്കാൻ 35-40 സെക്കന്റുകൾ മതി. ഒരു സാധാരണ മൈക്രോ ഓവൻ 600 തൊട്ട് 1000 വാട്ടുകളോളം വൈദ്യുതശക്തി തരുന്നു. മൊബൈലുകളുടെ പൂർണ്ണശക്തി രണ്ട് വാട്ടുകളിലൊതുങ്ങും. അതുതന്നെ നിമിഷാംശങ്ങളോളം മാത്രം നിലനിൽക്കുന്ന തുടിപ്പുകൾ (ബ്ളിപ്സ്). മൊബൈൽ വിനിമയ പ്രാദേശിക കേന്ദ്രത്തിൽ നിന്ന് (ബെയ്സ് സ്റ്റേഷനിൽ നിന്ന്) വളരെ അകലത്താവുമ്പോൾ ഒരു ശരാശരി ഫോണിന് സാദ്ധ്യം കാൽ(0.25) വാട്ട് മാത്രം. കേന്ദ്രത്തോട് വളരെയടുത്താൽ അത് ഒരു വാട്ടിന്റെ രണ്ടായിരത്തിൽ ഒരംശം വരെ ചുരുങ്ങാം. സൂസന്നയുടെ

പാചകക്കുറിപ്പ് പരീക്ഷിച്ച ഗണിതജ്ഞന്റെ കണക്കനുസരിച്ച്, ഒരു മുട്ട പാകപ്പെടുത്താൻ രണ്ട് ഫോണുകൾക്ക് സാധാരണ നിലക്ക് 40 മണിക്കൂറുകൾ വേണ്ടിവരും. അതുപോലും അവയുണ്ടാക്കുന്ന താപം എവിടെയും ചിതറി ക്ഷയിക്കാതെ മുഴുവനുമായും മുട്ടയിൽ ഏൽക്കുമെങ്കിൽ മാത്രം.

രണ്ടാമത്തെ വസ്തുത ആ സാങ്കൽപ്പിക തിരക്കഥയിൽ ഇടപെടുന്നു. അതിലെ ചെറുപ്പക്കാരി രണ്ടു മൊബൈലുകളുടെ നേർക്കുനേരായ ചിലക്കലിനെക്കുറിച്ചു പറഞ്ഞു. അൽപ്പം സാങ്കേതിക അറിവുണ്ടെങ്കിൽ അവളുടെ കാമുകന് ഇങ്ങനെ പറയേണ്ടിവരും, “പക്ഷേ, പ്രിയപ്പെട്ടവളേ, നമ്മുടെ തൊട്ടുതീണ്ടിക്കിടക്കുന്ന ഫോണുകൾക്കിടയിൽപ്പോലും വിനിമയം ഒരുനേർരേഖയിലല്ല. ഒരു ഫോൺ പറയുന്നത് വിനിമയ കേന്ദ്രത്തിലൂടെ കടന്നു വന്നിട്ടു വേണം മറ്റേതിന് കേൾക്കാൻ.”

മൊബൈലുകൾ വഴി രഹസ്യമായി ഹൃദയങ്ങൾ കൈമാറുന്നവർക്ക് ഇതൊരു ഞെട്ടലാവാം. കേന്ദ്രത്തിൽ ആരും ചെകിടോർക്കുന്നില്ലെങ്കിലും.

ഇരുട്ടിൽ ഫ്രിഡ്ജിനു നേർക്ക്

ഒരു കാരണവുമില്ലാതെ തന്റെ തടിയോ ഭാരമോ കൂടുന്നതിനെപ്പറ്റി ആരെങ്കിലും ആത്മാർത്ഥമായി അമ്പരക്കുന്നുണ്ടെങ്കിൽ, നിങ്ങളുടെ ഒരു കണ്ണ് അയാളുടെ നിശാജീവിതത്തിലേക്കു തുറന്നു വെക്കുക. ഇരുട്ടിൽ ഫ്രിഡ്ജിനു നേർക്കുള്ള അയാളുടെ രഹസ്യയാത്രകളുടെ ഏറ്റവും പരിഭ്രാമകമായ വശം അവ അയാൾക്കുതന്നെ ഒരു രഹസ്യമാണെന്നതാണ്.

നിദ്രാടനം.

ഷേക്സ്പിയറുടേതാണ് അതേക്കുറിച്ചുള്ള സൂക്ഷ്മമായ ഒരു നിരീക്ഷണം. ഉറക്കത്തിലെ നടത്തത്തിൽ പ്രത്യക്ഷപ്പെടുന്ന ശ്രീമതി മാക്ബെത്തിനെക്കുറിച്ചുള്ള ഒരു വരി ഇതാണ്. "ഇതു നോക്കു, അവരുടെ കണ്ണുകൾ തുറന്നിരിക്കുന്നു. പക്ഷേ അവയിലെ ബോധം അടഞ്ഞിരിക്കുന്നു." ഒരു മനോരോഗ വിവരണത്തിൽ ഉറക്കത്തിന്റെ മൂന്നാം ഘട്ടത്തിൽ ഉണരാതെ എഴുന്നേറ്റ് നടക്കുന്നവരുടെ ശൂന്യവും പ്രതികരണരഹിതവുമായ മുഖവുമായി അതു കൃത്യമായും സംവദിക്കുന്നു. രാത്രിയിൽ ഭാര്യയെ കൊന്നൊരാൾ "ലേഡി മാക്ബെത്ത് സിദ്ധാന്തം" ഉന്നയിച്ച് കുറ്റത്തിൽനിന്ന് രക്ഷപ്പെടാൻ ശ്രമിച്ചൊരു സംഭവമുണ്ടായിട്ടുണ്ട്. ശരിക്കും നിദ്രാടനത്തിനിടയിൽ നരഹത്യയിൽ ഏർപ്പെട്ടവരുമുണ്ട്. പക്ഷേ, ഉറക്കത്തിന്റെയും ഉണർച്ചയുടെയും അതിർവരമ്പിലൂടെ ചരിക്കുന്ന നിദ്രാടനക്കാർ കൂടുതലും സ്വയം അപകടത്തിൽപ്പെടുന്നവരാണ്. ആ അവസ്ഥയിൽ മറ്റു ചിലർ മൊബൈൽ ഫോണെടുത്ത് ആർക്കെങ്കിലും ഒരു ലഘുസന്ദേശം (എസ്. എം. എസ്) അയക്കുന്നു.

സത്യത്തിൽ നിദ്രാടനം ഒരു തരം സ്വപ്നാടനമാണ്. ഒരു വ്യത്യാസം മാത്രം.

സ്വപ്നം കാണുന്നൊരാളുടെ ചില മനോഭാവങ്ങൾ ചലനമുഖരമാണ്. പക്ഷേ, ശരീരം ഒരു വാതരോഗിയുടേതുപോലെ നിശ്ചലവും. അതുകൊണ്ടാണ് സ്വപ്നത്തെ ഉടൽകൊണ്ട് പിന്തുടരാൻ, പ്രവർത്തിക്കാൻ (Acting out) അവർക്കു സാദ്ധ്യമല്ലാത്തത്. പക്ഷേ,

നിദ്രാടനക്കാർ ഉടലോടെ സ്വപ്നങ്ങളിൽ പ്രവർത്തിക്കുന്നു.

ആധുനിക ജീവിതശൈലികളുടെ സാഹചര്യത്തിൽ വൈദ്യശാസ്ത്രത്തിന് പ്രത്യേക താൽപ്പര്യമുള്ളൊരു നിദ്രാബാധ 'എസ്.ആർ.ഇ.ഡി' എന്ന ചുരുക്കപ്പേരിൽ അറിയപ്പെടുന്നു. സ്ലീപ്-റിലെയ്റ്റഡ് ഈറ്റിംഗ് ഡിസ്ഓർഡർ. ഉണർച്ചയോടെയുള്ള തീറ്റയും ഉറങ്ങിക്കൊണ്ടുള്ള തീറ്റയും ഇതിൽപ്പെടും. ഇതു ബാധിച്ച നിദ്രാടനക്കാർ ഫ്രിഡ്ജിന് നേർക്ക് നടക്കുന്നു. കണ്ണിൽ കാണാത്തതെല്ലാം ധാരാളമായിത്തിന്നുന്നു. പിറ്റേന്ന് അതേക്കുറിച്ച് ഓർമ്മകൾ അവശേഷിപ്പിക്കാതെ. "അകാരണമായി" തടിയോ തൂക്കമോ കൂടുന്നത് മാത്രമല്ല ഭവിഷ്യത്ത്. പൊള്ളിയ വായയും മുറിവുകളേറ്റ വിരലുകളുമായി ഉണർന്നെഴുന്നേൽക്കുന്നതിലെ അമ്പരപ്പ് സങ്കൽപ്പിക്കുക. പാചകത്തിലേർപ്പെടുകയോ ഭക്ഷണമല്ലാത്ത വസ്തുക്കൾ കഴിക്കുകയോ ചെയ്യുന്ന നിദ്രാടനക്കാരെക്കുറിച്ചാണ് പറഞ്ഞത്.

നിദ്രാടനക്കാരെ എന്താണ് ചെയ്യേണ്ടത്?

കുലുക്കിയുണർത്തിയാൽ പെട്ടെന്നുള്ള അവസ്ഥാമാറ്റത്തിൽ അവർക്ക് ആഘാതമുണ്ടാകുമെന്ന സാമാന്യധാരണ തെറ്റാണ്. ഉണർത്തുക. പതുക്കെ അവരുടെ കൈമുട്ടിൽപ്പിടിച്ച് കിടക്കയിലേക്ക് നടത്തുക. ഒരു രസികൻ പറഞ്ഞു. നിങ്ങളുടെ ഭർത്താവ് നിദ്രാടനത്തിൽ നിലം തുത്തുവാരുകയാണെങ്കിൽ അയാൾ ജനാലകൾ കൂടി വൃത്തിയാക്കും വരെ കാത്തുനിൽക്കുക!

ഒരു പൂമ്പാറ്റ ചിറകടിച്ചാൽ, ചിറകടിച്ചില്ലെങ്കിൽ

മേഘങ്ങളുടെ ശാസ്ത്രീയമർമ്മം അറിയാവുന്ന സ്റ്റീവൻ ബോർമാൻ പറഞ്ഞതോർക്കുന്നോ? "പെയ്യണമെന്ന് തോന്നിയില്ലെങ്കിൽ മേഘം പെയ്യില്ല. അത്രതന്നെ!"

ബ്രസീലിലെ ഒരു പൂമ്പാറ്റയുടെ ചിറകടിയിൽ നിന്ന് തന്റെ ക്രമരാഹിത്യ സിദ്ധാന്തം(കെയോസ് തിയറി) തുടങ്ങിയ എഡ്വാഡ് ലോറൻസ് 1961-ൽ കാലാവസ്ഥാ പ്രവചനത്തിന് ഒരു കമ്പ്യൂട്ടർ മാതൃക രൂപപ്പെടുത്തുന്നതിനിടയിൽ ഒരിടത്ത്, ആറ് ദശാംശങ്ങൾ (.506127) വേണ്ടേടത്ത് മൂന്ന് ദശാംശങ്ങൾ (.506) മാത്രം ഉപയോഗിച്ചു. ഒരു വൃത്തത്തിന്റെ ചുറ്റളവിന് കുറുക്കളവുമായുള്ള അനുപാതം കുറിക്കുന്ന 'പൈ' (pi) പോലും സാധാരണനിലക്ക് ആറാം ദശാംശമില്ലാതെ ഗണിക്കാമെങ്കിൽ ഇതത്ര വലിയൊരു തഴയലാണോ? പക്ഷേ, ലോറൻസിന്റെ ചുരുക്കെഴുത്ത് ഒരു അത്യാഹിതമായിരുന്നു. അദ്ദേഹത്തിന്റെ പ്രവചന മാതൃകയെ അത് തികച്ചും മറ്റൊരു തിരക്കഥയാക്കി. അതിന്റെ സൂചന വ്യക്തമായിരുന്നു. ചിലപ്പോൾ എന്തിന്റെയെങ്കിലും തുടക്കാവസ്ഥയിലെ ചെറിയ ചെറിയ വ്യത്യാസങ്ങൾ പോലും ദൂരവ്യാപകതയിൽ വൻകിട മാറ്റങ്ങൾക്ക് കാരണമാവാം. ഇന്നത് അവതരണത്തിലെ ബിംബസ്പഷ്ടതയിൽ ഒന്നാംകേൾവിയിൽത്തന്നെ ആരുടെയും മനസ്സിൽ പച്ചകുത്തുന്നൊരു ശാസ്ത്രീയ സങ്കൽപ്പമാണ്.

ബട്ടർഫ്ളൈ ഇഫക്റ്റ്.

ബ്രസീലിലെ ഒരു പൂമ്പാറ്റയുടെ ചിറകടി ചിലപ്പോൾ റ്റെക്സാസിൽ ഒരു കൊടുങ്കാറ്റുണ്ടാക്കാം.

തുടക്കാവസ്ഥയുടെ ആധിപത്യം.

പലേടത്തുമത് അനിവാര്യം.

ആകാശവാണി നാട്ടുകാർക്കൊരു തമാശയുണ്ടാക്കിക്കൊണ്ട് "പെയ്യുകയോ പെയ്യാതിരിക്കുകയോ" ചെയ്യാവുന്ന മഴയുടെ കാര്യം പ്രക്ഷേപിക്കാൻ തുടങ്ങിയ കാലത്ത് ചുറ്റുവട്ടത്തൊന്നും കമ്പ്യൂട്ടർ ഉണ്ടായിരുന്നില്ല. കമ്പ്യൂട്ടർ ഇല്ലെങ്കിൽ കാലാവസ്ഥാ പ്രവചനം അചിന്ത്യം. പക്ഷേ, കാലാവസ്ഥയുമായി ബന്ധപ്പെട്ട കമ്പ്യൂട്ടർ പ്രയോഗത്തിലെ പല കലാപങ്ങൾക്കുശേഷം ഇപ്പോൾപ്പോലും മഴ (ബോർമാന്റെ മേഘം പോലെ) അത്ര പ്രത്യേകിച്ചൊന്നും പ്രവചനീയമല്ലാതെ തുടരുന്നു. ഒന്നാംലോകയുദ്ധത്തിനുമുമ്പ് (1913-ൽ) ലൂയിസ് ഫ്രൈ റിച്ചാർഡ്സൻ കാലാവസ്ഥയെപ്പറ്റി വ്യത്യസ്തമായി ചിന്തിക്കാൻ തുടങ്ങിയ കാലത്ത് കമ്പ്യൂട്ടറേ ഉണ്ടായിരുന്നില്ല. പിന്നെ യുദ്ധം തുടങ്ങിയപ്പോൾ നാട്ടിലെ കരസേനക്കുവേണ്ടി ആംബുലൻസ് ഓടിക്കാൻ തുടങ്ങിയ ഈ ഫ്രഞ്ചുകാരൻ ഭൂമിയുടെ ഉപരിതലത്തെ പതിനായിരക്കണക്കിന് കള്ളികളായി പകുത്ത് ഓരോന്നിലെയും അന്തരീക്ഷ വിവരം ശേഖരിക്കാൻ തുടങ്ങി.

പക്ഷേ, മേഘസന്ദേശം പെൻസിൽ കൊണ്ടെഴുതാനാവില്ല.

ആധുനിക 'കമ്പ്യൂട്ടിംഗ്' ആചാര്യന്മാരിലൊരാളായ ജോൺഫോൺ ന്യൂമാൻ 1950-ൽ പറഞ്ഞു. നമുക്കിപ്പോൾ റിച്ചാർഡ്സന്റെ കാലാവസ്ഥാ ഗണിതം കൈകാര്യം ചെയ്യാം. പിന്നെ 1953-ൽ ലോകത്തിലെ ആദ്യത്തെ ലക്ഷണമൊത്ത ഡിജിറ്റൽ കമ്പ്യൂട്ടർ (ENIC) ഉണ്ടായപ്പോൾ റിച്ചാഡ്സന്റെ സമവാക്യങ്ങൾ അതിനകത്തു കയറി. ഏകദേശം ഇരുപതുവർഷം കഴിഞ്ഞാണ് ക്രമരാഹിത്യത്തിന് കാലാവസ്ഥക്കുമേലുള്ള നിയന്ത്രണത്തെക്കുറിച്ച് എഡ് ലോറൻസ് സംസാരിക്കാൻ തുടങ്ങിയത്. അദ്ദേഹം ആദ്യം പറഞ്ഞത് ഒരു കടൽപ്പക്ഷിയുടെ ചിറകടിയെക്കുറിച്ചായിരുന്നു. 'ബട്ടർഫ്ളൈ ഇഫെക്റ്റ്" ഒരനിഷേധ്യ വസ്തുതയാണ്.

പക്ഷേ, ഇവിടെയൊരു പ്രശ്നമുണ്ട്. പൂമ്പാറ്റയുടെ ചിറകടി കൃത്യമായും ലോറൻസ് വിട്ടുപോയ ദശാംശങ്ങളാണ്. അതായത്, ഒരു പ്രവചന മാതൃകയിലെ ആദ്യത്തെ പിശകുകൾ. കാലാന്തരത്തിൽ അവ വലുതാകുന്നു. പക്ഷേ, കാലാവസ്ഥാ മാതൃകകളിൽ നേരേ മറിച്ചാണ് സംഭവിക്കുന്നത്. ഗണിതജ്ഞനായ ഡേവിഡ് ഓറലിനെ ഇത് ശല്യപ്പെടുത്തി. ഓറലും കൂട്ടരും മാതൃകകളിലെ ആദ്യത്തെ തെറ്റുകളെങ്ങനെ പ്രവചനങ്ങളെ ബാധിക്കുന്നുവെന്ന് പഠിക്കാൻ ഒരു മാതൃകയുണ്ടാക്കി. ഒരു മാതൃകയിലെ തെറ്റുകൾ പ്രവർത്തിക്കുന്നത് ഒരർത്ഥത്തിൽ റ്റെക്സാസിലെ കൊടുങ്കാറ്റ് ബ്രസീലിലെ പൂമ്പാറ്റയുടെ ചിറകടിയാകുന്നതുപോലാണ്. തെറ്റുകളുടെ പിന്നിലുള്ളത് ചിറകടിയുടെ സിദ്ധാന്തത്തിന്റെ ഭംഗി തോന്നിക്കാത്തൊരു നിയമമാണെന്ന് ഓറൽ കണ്ടെത്തി. വർഗ്ഗമൂല (സ്ക്വയർ റൂട്ട്)നിയമം. അതനുസരിച്ച് ആദ്യം ദ്രുതഗതിയിൽ വളർച്ച. പിന്നെ മന്ദഗതിയിൽ.

ഇവിടെ ഒരാശ്ചര്യവുമുണ്ട്.

ലോറൻസിന്റെ സിദ്ധാന്തം പുറത്തു വരുന്നതിനു എത്രയോ വർഷങ്ങൾക്കുമുമ്പ് (1952-ൽ) റേ ബ്രോഡ്ബറി എഴുതിയൊരു കഥയിൽ. അക്ഷരാർത്ഥത്തിൽത്തന്നെ കാലത്തിലൂടെയുള്ള ഗതാഗതം('റ്റൈം ട്രാവൽ) ഇതിവൃത്തമായ പല ശാസ്ത്രകഥകളിലൊന്നാണത്. തർക്കശാസ്ത്രപരമായി അസാധ്യമായി അസ്ഥാധിപ്പുണ്ടാക്കുന്നൊരുതരം ഗതാഗതമാണത്. വർത്തമാനത്തിലെ ചില സംഭവങ്ങൾക്ക് കാരണമായ സാഹചര്യങ്ങൾ തിരുത്താൻ ഭൂതത്തിലേക്ക് പോകുക. പക്ഷേ, ചിലപ്പോൾ ഒരു തിരുത്തിന്റെ ഫലമായി നിങ്ങളുടെ തിരിച്ചുവരവെന്നല്ല, തിരിച്ചുവരാൻ നിങ്ങൾ തന്നെയുണ്ടാവില്ല. ബ്രാഡ്ബറിയുടെ കഥയിൽ അങ്ങനെയൊരു യാത്രക്കിടയിൽ, ഭൂതത്തിലെ ഒരു പൂമ്പാറ്റ ആരുടെയോ കാൽപ്പത്തിക്കടിയിൽ അപകടമരണമടയുന്നു. അത് ജൈവപരിണാമത്തെയെന്നല്ല നാട്ടിലെ ഒരു തെരഞ്ഞെടുപ്പിൽ ജയിച്ച സ്ഥാനാർത്ഥിയെപ്പോലും മാറ്റുന്നു.

ഒരു പൂമ്പാറ്റയുടെ ചിറകടിപോലെ ചിറകടിയില്ലായ്മയും ഭാവിയിലേക്ക് ഒരു കൊടുങ്കാറ്റഴിച്ചുവിടാം.

മുതലക്കണ്ണീർ, നാലാം കണ്ണീർ

ഷേക്സ്പിയറുടെ കൃതികൾ വരെ 'മുതലക്കണ്ണീർ' എത്തിച്ചത് 1400-ൽ പുറത്തിറങ്ങിയൊരു യാത്രാവിവരണ കൃതി('ദ വോയജ് ആൻഡ് ട്രാവൽ ഓവ് സർ ജോൺ മാൻഡിവിൽ') ആയിരിക്കണമെന്ന് പൊതുവിശ്വാസം. മുതലകൾ ഒരുതരം സർപ്പങ്ങളാണെന്ന് ധരിച്ചിരുന്ന ഗ്രന്ഥകർത്താവിന്റെ ഒരുവരി പലരും ഉദ്ധരിച്ചിട്ടുണ്ട്. "ഈ സർപ്പങ്ങൾ മനുഷ്യരെ കൊല്ലുകയും കരഞ്ഞുകൊണ്ട് അവരെ ഭക്ഷിക്കുകയും ചെയ്യുന്നു."

മുതലകൾ കരയാറുണ്ടോ?

മനുഷ്യർക്ക് മുതലക്കണ്ണീരുണ്ടോ?

വൈദ്യശാസ്ത്രത്തിൽ കാണാവുന്നൊരു മുതലക്കണ്ണീരുണ്ട്. 'ക്രോക്കഡൈൽ റ്റിയ്ർസ് സിൻഡ്രോം.' അതു ബാധിച്ചൊരാൾ ആഹാരം കഴിക്കുമ്പോൾ വായയുടെ ഒരു ഭാഗത്തു നിന്ന് ഉമിനീരും അതിനു സമാന്തരമായി കണ്ണീരും ഒഴുകും. രോഗകാരണം വിചിത്രമാണ്. ഉമിനീർഗ്രന്ഥികളുമായി ബന്ധം പുലർത്തേണ്ട ചില സിരാനാരുകൾ നശിക്കുന്നു; പിന്നെ രണ്ടാമത്തെ വളർച്ചയിൽ അവ അബദ്ധവശാൽ കണ്ണീർഗ്രന്ഥികളിലേക്ക് പടരുന്നു! രോഗത്തിന്റെ പേരിന് എന്തെങ്കിലും ഭൗതികാടിസ്ഥാനമുണ്ടോ എന്നറിയാൻ രണ്ടു ഗവേഷകർ(മാൽക്കം ഷാനർ, കെന്റ് വ്ളയ്റ്റ്) മുതലകളെക്കുറിച്ച് പഠിച്ചത് അടുത്തകാലത്താണ്. ഉവ്വ്, ഇരയെ കടിച്ചുകീറുമ്പോൾ മുതലയുടെ കണ്ണീർഗ്രന്ഥികൾ സ്രവിക്കാറുണ്ട്. കാരണം വ്യക്തമല്ല. ഒരു പക്ഷേ, ഇരപിടിത്തത്തിലെ ചേഷ്ടകളായ ചീറലും കീറലും ചില നാളികളിലേക്ക് കാറ്റപായിക്കുന്നതുകൊണ്ടാവാം. കാരണമെന്തായാലും മുതലക്കണ്ണീരിൽ കപടദുഃഖമില്ല. ഇര പിടിക്കുന്ന മുതല ശരിക്കും ആ പണിക്ക് ഒരുമ്പെട്ടിറങ്ങിയൊരു ജീവിയാണ്. അതിന്റെ സിരാഘടനയിൽ കുറ്റബോധത്തിനോ പശ്ചാത്താപത്തിനോ വകുപ്പില്ല. മുതലക്കണ്ണീരിന്റെ ഉള്ളടക്കം ഈ ഗവേഷകർ കണ്ടെത്താൻ ശ്രമിച്ചതായറിവില്ല.

മനുഷ്യക്കണ്ണീരിന്റെ ഉള്ളടക്കമോ?

ജീവശാസ്ത്രം മൂന്നുതരം കണ്ണീർ തിരിച്ചറിയുന്നു. ഒന്ന്: പല സ്തന്യപങ്ങൾക്കുമെന്നതുപോലെ നമുക്കുമുള്ള പ്രാകൃത നീരൊഴുക്ക്. ഒരു സുരക്ഷാവ്യവസ്ഥ. രണ്ട്: ചൂട്, എരിവ് തുടങ്ങിയ ബാഹ്യസാന്നിദ്ധ്യങ്ങളോടുള്ള പ്രതികരണം. മൂന്ന്: സാക്ഷാൽ കരച്ചിൽ. ഡോക്ടർ വില്യം ഫ്റേ രണ്ടാമൻ ഇവയിൽ രണ്ടെണ്ണത്തിന്റെ ഉള്ളടക്കം തിരിച്ചറിഞ്ഞിട്ടുണ്ട്. ഉള്ളി തൊലിക്കുമ്പോഴുണ്ടാകുന്ന കണ്ണീരിലെയും വികാരാധിക്യത്തിലുണ്ടാകുന്ന കണ്ണീരിലെയും കെമിക വസ്തുക്കൾ അളവിൽ ഒന്നല്ല. ശരിക്കും കരയുന്നൊരാളുടെ കണ്ണീരിൽ രണ്ടുതരം ഹോർമോണുകളും ഒരു പ്രാകൃതിക നോവുകൊല്ലിയും താരതമ്യേന വളരെ കൂടുതലാണ്. ആയാസത്തിൽപ്പെട്ടൊരു ശരീരം ഉണ്ടാക്കുന്ന ദ്രവ്യങ്ങൾ തന്നെയാണ് ഇവയെല്ലാം. കണ്ണീരിലൂടെ അവ പുറന്തള്ളപ്പെടുന്നു. കരച്ചിലിനു ശേഷമുള്ള ആശ്വാസത്തിന്റെ ജീവശാസ്ത്രം ഇപ്പോൾ നിങ്ങൾക്കറിയാം.

നമ്മുടെ 'മുതലക്കണ്ണീർ' നാലാം കണ്ണീരാണ്. ഒരൊറ്റ മുതലക്കും പരിചയമില്ലാത്ത സാമൂഹിക കാപട്യത്തിന്റെ സൃഷ്ടി ആകയാൽ തികച്ചും ഒരു സാംസ്കാരികോൽപ്പന്നം.

ലൂസി ആകാശത്തിൽ. വജ്രങ്ങളോടെ

വജ്രം ഒരു ചൊല്ലനുസരിച്ച് പെൺകുട്ടികളുടെ ഉറ്റ സുഹൃത്തായി തുടരട്ടെ. മറ്റൊരിടത്ത് കമ്പോളത്തിന് പുറത്ത്, അതിന് ഒരുതരം മൂല്യശോഷണം സംഭവിച്ചിരിക്കുകയാണ്.

പക്ഷേ, സൂപ്പർമാൻ ജ്വലിക്കട്ടെ.

സൂപ്പർമാനെക്കുറിച്ചുള്ള പരമ്പരയിൽ ഒരിടത്ത് കഥാപുരുഷൻ ഒരു പിടി കരിയെടുത്ത് മുഷ്ടിക്കുള്ളിലിട്ടമർത്തി വജ്രപ്പൊരികൾ സൃഷ്ടിക്കുന്നു. സൂപ്പർമാന്റെ അപാരശക്തി കഥാഭാഗമായി അംഗീകരിച്ചാൽ ഈ 'ചമത്കാര്' വജ്രോൽപ്പത്തിയുടെ ഭൗതിക നിയമങ്ങളുമായി പൊരുത്തപ്പെടുന്നു. കരി അംഗാരം, കാർബൺ. താപവും സമ്മർദ്ദവും അതിനെ വജ്രമാക്കുന്നു. ഏകദേശം 400 ഡിഗ്രി സെന്റിഗ്രേഡിലധികം താപം, സാധാരണ അന്തരീക്ഷത്തിലുള്ളതിന്റെ 30,000 മടങ്ങ് സമ്മർദ്ദം. അങ്ങനെ താപവും സമ്മർദ്ദവും ഉപയോഗിച്ച് ആദ്യമായി കൃത്രിമ വജ്രം നിർമ്മിക്കാൻ ശ്രമിച്ചൊരാൾ, തന്റെ ഒരു വിരലനക്കം പ്രക്ഷേപിച്ചുകൊണ്ട് ലോകത്തിലെ ആദ്യത്തെ ടെലിവിഷൻ സാങ്കേതികവിദ്യകളിലൊന്ന് വികസിപ്പിച്ചെടുത്ത ജോൺ ലോഗി ബെയ്ഡാണെന്നത് അത്ര അറിയപ്പെടുന്നൊരു വസ്തുതയല്ല.

ബെയ്ഡിന് വജ്രമുണ്ടാക്കാനായില്ല.

മൊത്തം 44 ഗാലൻ കൊള്ളുന്നൊരു വീപ്പയിൽ ബെയ്ഡ് കൽക്കരിയും കോൺക്രീറ്റും സ്ഫോടനവസ്തുക്കളും നിറച്ചു. ചൂടും മർദ്ദവും ഉണ്ടാക്കാൻ സ്ഫോടനവസ്തുക്കൾ; അവ ചോർന്നുപോകാതെ അകത്തു പിടിച്ചുനിറുത്താൻ കോൺക്രീറ്റ്. വീപ്പ പൊട്ടിത്തെറിച്ചു. പരീക്ഷണം ഉണ്ടാക്കിയൊരു 'ഷോർട്ട്' കാരണം ഗ്ലാസ്ഗോ നഗരത്തിലെ വൈദ്യുതി നിലച്ചു. പൊട്ടിത്തെറി വ്യാപിച്ചേടത്തോളം ഒരിടത്തും ഒരൊറ്റ തരിയിൽപ്പോലും ഒരു വൈരത്തിളക്കം ബെയ്ഡ് കണ്ടില്ല.

ഭൂമിയെ ഒരു വീപ്പയാക്കാമോ?

ബെയ്ഡിന്റെ ശ്രമം ഒരർത്ഥത്തിൽ പ്രാകൃതിക വജ്ര

നിർമ്മാണത്തിന്റെ ഔചിത്യമില്ലാത്തൊരു 'ഫാസ്റ്റ് മോഷൻ' മാത്രയായിരുന്നു. ഭൂമിക്കുള്ളിൽ നൂറോ ഇരുനൂറോ മൂന്നൂറോ കിലോമീറ്ററുകൾക്കടിയിൽ അത്രമേൽ താപവും സമ്മർദ്ദവും കാരണം അംഗാരം വജ്രമാകുന്നത് അത്ര പെട്ടെന്നല്ല. പക്ഷേ, ബെയ്ഡിന്റെ വീപ്പയുടേതുപോലൊരു പൊട്ടിത്തെറി ഭൂമിയിലുണ്ട്. കുറുകെ നൂറോ ആയിരമോ മീറ്ററുകളുള്ള പ്രാകൃതിക പ്രതിഭാസമായ കിംബർലൈറ്റ് കുഴലുകൾ. അഗ്നിശൈലങ്ങൾപോലെ അവ പൊട്ടിത്തെറിക്കുമ്പോൾ ഉണ്ടാക്കുന്ന ദ്രവ്യങ്ങൾക്കൊപ്പമാണ് വജ്രങ്ങൾ ഉപരിതലത്തോടടുക്കുന്നത്.

തൊലിയോടടുക്കുന്ന ഹൃദയത്വം.

വജ്രത്തിന്റെ ഹൃദയാവസ്ഥ പ്രമാണകൽപ്പനകളിലൂടെയല്ലാതെ എത്താവുന്നൊരു ഭൗതിക വസ്തുതയാണ്. മരിച്ച നക്ഷത്രങ്ങൾ ഉള്ളിൽ വജ്രങ്ങളാകാം. നക്ഷത്രസ്പന്ദനങ്ങളിലൂടെ ശാസ്ത്രജ്ഞൻമാർ അതു കണ്ടെത്തുന്നു.

ലൂസി ആകാശത്തിൽ വജ്രങ്ങളോടെ.

ബീറ്റ്ൽസിന്റെ ആ പാട്ടോർക്കുന്നോ?

ഭൂമിയിലെ ചില വജ്രങ്ങളുടെ ഉറവിടമറിയാൻ ചില ശാസ്ത്രജ്ഞന്മാർ ആകാശത്തിലേക്ക് നോക്കാൻ തുടങ്ങിയിട്ട് വളരെ വർഷങ്ങളായി. ആഫ്രിക്കയിലും ബ്രസീലിലും കാണാവുന്ന കറുത്ത വജ്രങ്ങൾ വ്യത്യസ്തം. വ്യത്യസ്തത നിറത്തിലൊതുങ്ങിയില്ല. ഒരു വിവാഹമോതിരത്തിലെ വജ്രം ഒരൊറ്റ അർക്കം. ക്രിസ്റ്റൽ. കറുത്ത വജ്രം ഒരു അർക്കക്കൂട്ടമാണ്. ഇത് ചില വ്യത്യസ്തതകളിൽ ഒന്നു മാത്രം. ബഹിരാകാശത്തുനിന്നു വീഴുന്ന പാറകളും മറ്റും (മീറ്റിയറോയ്ഡ്സ്) ആവണം അവയെ ഭൂമിയിലെത്തിച്ചത്. തെക്കേ ധ്രുവത്തിൽ 1981-ൽ വീണൊരു ഇരുമ്പുപാറ മുറിക്കുന്നതിനിടയിൽ ഗവേഷകർ ഉപയോഗിച്ച ആയുധത്തിന്റെ പല്ലുകൾ മടങ്ങിപ്പോയി. ഒരു സൂചിമുനയിൽ പല കോടികളായി പറ്റിപ്പിടിക്കാവുന്നത്രയും സൂക്ഷ്മമായ വജ്രധൂളികളായിരുന്നു അതിന്റെ ഉള്ളടക്കം. പക്ഷേ, എത്ര വ്യത്യസ്തം ആയാലും ഇവയെ സൃഷ്ടിച്ചതും താപസമ്മർദ്ദങ്ങൾ തന്നെയാണ്. ബീറ്റ്ൽസ് ആ പ്രശസ്ത ഗാനം (ലൂസി ഇൻ ദ സ്കൈ വിത്ത് ഡയമൺഡ്സ്) പാടിയിട്ട് ഏകദേശം മുപ്പത്തേഴ വർഷത്തിനു ശേഷം ചില ശാസ്ത്രജ്ഞന്മാർ നല്ലൊരു പേരുപോലും ഇല്ലാതെ ബി.പി.എം. 37093 എന്നറിയപ്പെട്ടുന്നൊരു നക്ഷത്രത്തിന്റെ സ്പന്ദങ്ങൾ പഠിക്കയായിരുന്നു. സ്പന്ദങ്ങൾ വഴി ഉള്ളടക്കം അറിയാം. ഒരിക്കൽ സൂര്യനെപ്പോലെ ആളിക്കത്തിയിരുന്നതെങ്കിലും ഇപ്പോൾ ഇന്ധനം കെട്ടടങ്ങിയ ആ നക്ഷത്രത്തിന്റെ ഉള്ളാകെ ഒരു കൂറ്റൻ വജ്രമാണെന്ന് അവർ കണ്ടെത്തി. ബീറ്റ്ൽസിന്റെ പാട്ടോർമ്മിച്ച് അവർ അതിന് ലൂസിയെന്നു പേരിട്ടു. ജ്യോതിശാസ്ത്രജ്ഞനായ ട്രാവിസ് മെറ്റ്കാഫ് പറഞ്ഞു. വജ്ര വ്യാപാരിയുടെ ഭൂതക്കണ്ണാടിക്ക്

സൂര്യനോളം വട്ടമുണ്ടെങ്കിലേ ലൂസിയുടെ കാരറ്റ് അളക്കാനാവൂ. വളരെ വളരെ വളരെ വർഷങ്ങൾക്കു ശേഷം സൂര്യനും ഇതുപോലൊരു വജ്ര ഹൃദയമാകും.

പക്ഷേ, വജ്രങ്ങൾക്ക് ചില സ്ഥാനങ്ങൾ നഷ്ടപ്പെട്ടിരിക്കുന്നു. അസ്സൽ വജ്രം കൊണ്ട് സ്ഫടികം മുറിക്കാനാവുമെന്നും, കൃത്രിമ വജ്രം അതിനു പറ്റില്ലെന്നും പൊതുധാരണ. ദാർഢ്യത്തിന്റെ പ്രശ്നമാണത്. വസ്തുക്കളുടെ ദാർഢ്യം അളക്കാനുള്ള മോസ് സ്കെയിൽ അനുസരിച്ച് വജ്രത്തിന്റെ ദാർഢ്യം 10, ചിലർ മുഖത്തു പൂശുന്ന ടാൽക്കത്തിന്റേത് വെറും 1. സത്യത്തിൽ ദാർഢ്യം 7,8,9, എന്നൊക്കെയായ ചില വിശേഷപ്പെട്ട കല്ലുകൾക്കും ചില്ലിൽ പോറലേൽപ്പിക്കാൻ കഴിയും. പിന്നെ പ്രപഞ്ചത്തിലെ ഏറ്റവും ദാർഢ്യമുള്ള ദ്രവ്യമെന്ന നിലക്ക് വജ്രത്തിനുള്ള പദവി തട്ടിയെടുത്തിരിക്കുന്നു, കഠിനമായ പേരുകളുള്ള രണ്ടു കൃത്രിമ പദാർത്ഥങ്ങൾ (ആഗ്റിഗേയ്റ്റഡ് ഡയമൺഡ് നാനോ റോസസ്, അൾട്രാഹാർഡ് ഫുള്ളറൈറ്റ്). പക്ഷേ, ലൂസിയെ ഇവയോടൊപ്പം ആരാണ് ആകാശത്ത് കാണുക?

സമയപേടകത്തിൽ ഒരു ജീവി

പഴയ കാലങ്ങളിൽ മരപ്പശകൊണ്ടൊരു സമയപേടകം. പാതി താര്യം ബ്രാൻഡിപോലെ. ഏകദേശം അതേ നിറം. ദശലക്ഷ ക്കണക്കിന് വർഷങ്ങളുടെ പഴക്കം. ഉള്ളിൽ ചത്തു കിടക്കുന്നൊരു ഉറുമ്പ്. പ്രകൃതി തന്നെ പരിണാമവാദികൾക്കായി ജൈവപ്പഴക്ക ത്തിനൊരു തെളിവ് ഒരുക്കിവെച്ചതുപോലെ. പഠിപ്പിക്കുന്നൊരു ശവപേടകം.

ആംബറിനകത്തെ ഉറുമ്പ്.

ആകെ ആശ്ചര്യമില്ലാത്തത് ഉറുമ്പെങ്ങനെ അതിനകത്ത് കടന്നു കൂടിയെന്നതിലാണ്. പല കാര്യങ്ങൾക്കായി മരങ്ങളിൽ വ്യാപരിക്കു ന്നൊരു ജീവിക്ക് അങ്ങനെയൊരു ഒടുക്കം അസാദ്ധ്യമല്ല. ആശ്ചര്യം മറ്റൊരിടത്താണ്. പശയും വെള്ളവും ഒന്നിക്കാത്തേടത്ത്. ഒരു കൂട്ടം കാര്യങ്ങൾ ഇവിടെ ഓർക്കാനുണ്ട്. വെള്ളവും മരപ്പശയും ഒരിക്കലും ചേരില്ല. ഉണക്കപ്പശയാണ് ആംബർ. ഏറെ കാലപ്പഴക്കമുള്ള പശ. ഒരർത്ഥത്തിൽ പശയുടെ ഫോസിൽ. ഡോക്ടർ അലക്സാൻഡർ ഷ്മിട്ടിനെ ആശ്ചര്യപ്പെടുത്തിയത് ബാൾട്ടിക്ക് കടലിൽനിന്ന് കിട്ടിയൊരു വലിയ ആംബർത്തുണ്ടിനകത്തെ ജലപ്രാണിയാണ്. പശ വെള്ളത്തിൽ എന്തെടുക്കുന്നു? അദ്ദേഹം പറഞ്ഞു. “നാമിവിടെ 40 ദശലക്ഷം വർഷങ്ങൾക്കു മുമ്പുണ്ടായിരുന്നൊരു ആംബർ വനത്തിലേക്ക് തിരിഞ്ഞു നോക്കുകയാണ്.” മറ്റൊരു ശാസ്ത്രജ്ഞൻ, സാന്റിയാഗോ ബ്ലൈ, കൂടുതൽ വലിയ ജീവികളുടെ പശയടക്കങ്ങൾ മെക്സിക്കോയിൽ കണ്ടിരുന്നു. ചെമ്മീനിന്റെയും ചിറ്റാക്കൊഞ്ചന്റെയും വർഗ്ഗത്തിൽപ്പെട്ട ജീവികൾ.

പക്ഷേ, മരപ്പശ?

മരങ്ങളും ജലാശയങ്ങളും വളരെ സാധാരണമായി തൊട്ടുതീണ്ടി കഴിഞ്ഞിരുന്ന കാലങ്ങളെക്കുറിച്ചാണ് അവർ പറയുന്നത്. പച്ചയും നീലയും കൂടിക്കലർന്ന വൻ ചതുപ്പുകൾ. മരങ്ങളുടെ പശ ധാരാളമായി ചുവട്ടിലേക്ക് ഒലിച്ചിറങ്ങും. വെള്ളത്തിൽ പാറിക്കിടക്കും. തിടുക്കപ്പെട്ടു നീന്തുന്ന ജീവികൾ ഓർക്കാപ്പുറത്ത് അതിൽ കുടുങ്ങും. “രക്ഷപ്പെടാൻ

വേണ്ടി ചുവട്ടിലേക്ക് ചുവട്ടിലേക്കായവ പണിപ്പെട്ടും. പിന്നെ ചാവും."

സുലഭമായ ചരമാവരണം. ആദ്യമായൊരു ജീവന്റെ തരിയുമായി ഇറ്റലിയിൽ ആൽപ്സ് പർവ്വതനിരകൾക്കടുത്ത് പ്രത്യക്ഷപ്പെട്ട പശക്ക് 220 ദശലക്ഷം വർഷങ്ങളുടെ പഴക്കമുണ്ട്. ഉറുമ്പുകളെപ്പോലെ ഷഡ്പദങ്ങളെ അടക്കം ചെയ്ത പശ പ്രത്യക്ഷപ്പെട്ടത് ലെബനാനിൽ. ഏകദേശം 130 ദശലക്ഷം പഴക്കം. ആംബറിലെ ഉറുമ്പ് ഇന്നലെവരെ ഒരു സമയസൂചനയായിരുന്നു. ഇന്നത് ഒരു മുഴുവൻ പരിതോവസ്ഥ തന്നെ വിവരിക്കുന്നു.

ആഭരണങ്ങളിലെ ആംബർ?

പിൽക്കാല നിക്ഷേപങ്ങളുടെ സമ്മാനം. ഏതെങ്കിലും മാലയിലെ ഒരു ആംബർമണിക്കകത്ത് എപ്പോഴെങ്കിലും ഒരു തലയോ കാലോ പൊടിപ്പോ കാണാനിടവന്നാൽ ഊഹിക്കുക. അതിന്റെ പഴക്കം 15 ദശലക്ഷം വർഷങ്ങൾ വരെയാകാം. ഒരു പെൺകുട്ടിയുടെ കഴുത്തിൽ തൂങ്ങുന്ന സമയപേടകം.

ഗളിവർ: തീൻമേശക്കരികിൽ, തീപ്പിടിത്തത്തിൽ

ഗളിവർക്ക് വേണ്ടത്ര ആഹാരം നൽകുന്ന കാര്യത്തിൽ ലില്ലിപ്പുട്ടുകൾക്ക് നിഷ്കർഷ ഇല്ലായിരുന്നെങ്കിൽ മാക്സ് ക്ലീയ്ബറുടെ നിയമം ഇല്ലാതാകുമായിരുന്നില്ല. പക്ഷേ, അതിന്റെ വിശദീകരണത്തിൽ ക്ലീയ്ബർക്ക് നല്ലൊരു ഉദാഹരണം നഷ്ടപ്പെട്ടുമായിരുന്നു.

ഗളിവർ പ്രസക്തമാകുന്നതെങ്ങനെ?

സ്വിഫ്റ്റിന്റെ കഥയിൽ ഒരിടത്ത് ഗളിവർ ലില്ലിപ്പുട്ടുകൾക്കുവേണ്ടി അയൽദ്വീപായ ബ്ലെഫസ്കുവിലെ നീക്കങ്ങൾ നിരീക്ഷിക്കാൻ ഒരു ദൂരദർശിനി ഉപയോഗിക്കുന്നുണ്ട്. 'ഗളിവറുടെ യാത്രകൾ' എഴുതിയ ആൾ സ്വയം ഒരു ദൂരദർശിനിയുടെ രണ്ടറ്റങ്ങളിലൂടെ മാറിമാറി നോക്കി രസിക്കുകയായിരുന്നു. കഥയങ്ങനെ വലുപ്പം, ആപേക്ഷികത എന്നിവയെ സംബന്ധിച്ച ചില ദൃഢബിംബങ്ങളിലൂടെ ജീവശാസ്ത്രത്തിന് എക്കാലത്തും നിർണ്ണായകവും ആയാസകരവുമായിരുന്നൊരു പ്രശ്നം ഓർമ്മിപ്പിക്കുന്നു: അളവുകൾക്കും അനുപാതങ്ങൾക്കും നിയാമകമായൊരു കൃത്യപ്രമാണത്തിലെത്തൽ.

ഒറ്റവാക്കിൽ 'സ്കെയിലിംഗ്.'

ഉടലിനേക്കാൾ എത്രയോ അധികം ഭാരമുള്ള ചുമടേന്തി എത്രയോ ദൂരം ചരിക്കുന്നു ഉറുമ്പുകൾ. ഉറുമ്പിന്റെ അനുപാതങ്ങൾ നമ്മുടെ സിദ്ധിയായിരുന്നെങ്കിൽ ഓരോ മനുഷ്യനും ഓരോ സൂപ്പർമാൻ ആകുമായിരുന്നു. ആയില്ല. ആകുകയുമില്ല. ജൈവവസ്തുക്കളിൽ അനുപാതങ്ങൾ പ്രവർത്തിക്കുന്നത് അത്ര ലളിതമായല്ല. മാക്സ് ക്ലീയ്ബറുടെ നിയമമാകട്ടെ ജൈവവസ്തുവിന്റെ പിണ്ഡവും ദഹന/ പോഷണ ആവശ്യങ്ങളും തമ്മിലുള്ള അനുപാതത്തെക്കുറിച്ച് നിലവിലുണ്ടായിരുന്നൊരു ധാരണയിലെ തിരുത്താണ്. ലില്ലിപ്പുട്ടുകളുടെ നാട്ടിലെ അരമനക്ക് തീ പിടിച്ചപ്പോൾ അത് മൂത്രമൊഴിച്ച് കെടുത്തിയ ഗളിവറാണ്

തന്റെ ഹീറോയെന്ന് ഒരു കവി പ്രഖ്യാപിച്ചത് മറക്കുക. പക്ഷേ, വിസർജ്ജ്യം ഒരു ജീവിയുടെ ആകാരവും ആഹാരവസ്തുക്കളും സംബന്ധിച്ചൊരു സൂചന നൽകുന്നു. ലില്ലിപ്പുട്ടുകൾ കണക്കുകൂട്ടി. ഗളിവറുടെ ഉയരം തങ്ങളുടേതിന്റെ 12 മടങ്ങാണെങ്കിൽ അയാൾക്ക് ഒരു ദിവസം എത്ര ഭക്ഷണം വേണ്ടിവരും. ഉത്തരം: കൃത്യം 1728 മടങ്ങ്. അതായത് 12ന്റെ മൂന്നാം ശക്തി (12x12x12x = 1728). ക്ലീയ്ബർ പ്രതികരിച്ചു.

'പഴയൊരു മൃഗവൈദ്യശാസ്ത്ര പ്രൊഫസർ അയവിറക്കുന്നു' എന്ന പേരിലെഴുതിയൊരു ലേഖനത്തിൽ, ലില്ലിപ്പുട്ടുകൾ 233 വർഷങ്ങൾക്ക് മുമ്പ് തന്റെ സിദ്ധാന്തം ദീർഘദർശനം ചെയ്തുവെന്ന് ക്ലീയ്ബർ എഴുതി. പിൽക്കാല നിരീക്ഷകർ ഇതിൽ ചില പൊരുത്തക്കേടുകൾ കണ്ടിരിക്കാം. പക്ഷേ, ഗളിവറുടെ ഉയരം പല സന്ദർഭങ്ങളിലേക്ക് തുടരുന്നു.

ചിലപ്പോൾ ഒരു താക്കീതോടെ.

ചിലപ്പോൾ അപകടസൂചനയോടെ.

ഉറുമ്പെടുക്കുന്നത്രയും ചുമട് ആനുപാതികമായി ചുമക്കാൻ ശ്രമിച്ചാൽ നാം എല്ലൊടുങ്ങി അതിനിടയിൽപ്പെട്ട് ചതയും. കുട്ടികളെ ഒരു 'സ്പെഷൽ ഇഫെക്ട്'' പോലെ പിടിച്ചിരുത്തിയേക്കാവുന്നൊരു ചിത്രം സ്വിഫ്റ്റിന്റെ കഥയിലുണ്ട്. അൽപ്പം മടക്കിയ കാൽമുട്ടുകൾക്കുമേൽ കൈകൾ വെച്ച് കുനിഞ്ഞു നിന്ന് ഗളിവർ ചുവട്ടിലേക്ക് നോക്കുന്നു. അപ്പോഴും ഗളിവർക്ക് ലില്ലിപ്പുഷ്യൻ ചക്രവർത്തിയുടെ കൊട്ടാരത്തേക്കാൾ പൊക്കം. ചിത്രം ഒരു കഥാസന്ദർഭമനുസരിച്ചുള്ളതാവാം. പക്ഷേ, കഥക്ക് പുറത്ത് ഗളിവറുടെ കുനിയൽ ഒരു ഭൗതിക അനിവാര്യതയാണ്. ഉയരക്കൂടുതലിന്റെ ദൗർബ്ബല്യം. സത്യത്തിൽ ചില ദ്രവ്യശാസ്ത്ര നിരീക്ഷകർ സൂചിപ്പിക്കുന്ന 'ഗളിവർ ഇഫെക്ട്'' മറ്റൊന്നല്ല. ഒരേ മരത്തിൽത്തീർത്ത രണ്ട് പലകകൾ സങ്കൽപ്പിക്കുക. ഏതുവശം അളന്നാലും ഒന്നാം പലകയുടെ പത്തുമടങ്ങാണ് രണ്ടാം പലക. പക്ഷേ, ഒരു പ്രത്യേക പട്ടുതിയിൽ രണ്ട് പലകകൾക്കും താങ്ങാവുന്ന ഭാരം തുല്യമാകുന്നു. എന്നുവെച്ചാൽ രണ്ടാം പലകയുടെ അധികവലുപ്പം അതിന്റെ ആപേക്ഷിക ദൗർബല്യമാകുന്നു. ഘടനകൾക്ക് ഉയരത്തിൽ പരിമിതിയുണ്ട്. വൻകാറ്റുകൾക്കെതിരെ ഒരൽപ്പം കുനിഞ്ഞുകൊടുക്കും വിധമാണ് ആകാശചുംബികളുടെ ഘടനയെന്ന് ഇതേ പംക്തിയിൽ ഞാനൊരിക്കൽ സൂചിപ്പിച്ചിരുന്നു. എനിക്കിപ്പോൾ അതിൽ ഗളിവറുടെ കുനിയൽ കാണാം. ചിത്രകാരൻ അതുദ്ദേശിച്ചിട്ടില്ലെങ്കിലും.

സസ്യലോകത്തിലെ 'ഗളിവർ ഇഫെക്ട്'' തികച്ചും മറ്റൊന്ന്. അതിലും ഉയരത്തിന്റെ ഇതിവൃത്തം നമ്മെ പിന്തുടരാമെങ്കിലും.

ഗളിവർ ഒരു തീപ്പിടിത്തത്തിൽ ലില്ലപ്പുട്ടുകളുടെ അഗ്നിശമന വകുപ്പായിരിക്കാം. പക്ഷേ, സവാനകൾ എന്ന പുൽപ്പരപ്പുകളുള്ള

ഭൂദൃശ്യങ്ങളിൽ, നിലനിൽപ്പിനു വേണ്ടിയുള്ള സമരത്തിൽ കാട്ടുതീ ഗളിവർമാർക്കെതിരെ ലില്ലിപ്പുട്ടുകളുടെ ആയുധമാണ്. ഇവിടങ്ങളിൽ കാട്ടുതീ പുൽവർഗ്ഗങ്ങൾക്ക് ചില പ്രകൃതിനിയമങ്ങളനുസരിച്ച് സാദ്ധ്യമായൊരു ശക്തിയാണ്. ഫയർ ആന്റ് പ്ലാന്റ്സ് എന്ന പുസ്തകമെഴുതിയവർ വിവരിച്ചൊരു സാഹചര്യത്തിൽ പുല്ലുകൾ മരങ്ങളുടെ വിത്തുകളെ ഒതുക്കുക മാത്രമല്ല. നിലവിലുള്ള മരങ്ങളുടെ വളർച്ച കാട്ടുതീ വഴി മുടക്കുകയും ചെയ്യുന്നു. ഇതാണ് ഗ്രന്ഥകർത്താക്കൾ സൂചിപ്പിക്കുന്ന 'ഗളിവർ ഇഫെക്ട്'. ഇപ്പോൾ തീയിനെ അതിജീവിക്കാൻ കഴിയാതെ പലകുറ്റികളായി മുരടിച്ചു നിൽക്കുന്ന വൃക്ഷങ്ങൾക്കുള്ള പേരാണ് 'ഗളിവർമാർ'

ഉറുമ്പുകൾ വീണ്ടും.

ഇവിടെ ഗളിവർമാരെ സൃഷ്ടിക്കുന്ന തീപ്പിടിത്തങ്ങളിൽ ഉറുമ്പുകളുടെ ഗതിയെന്തെന്ന് വെളിപ്പെട്ടിട്ടില്ല. പക്ഷേ എ.എൻ.ആൻഡേഴ്സന്റെ ഒരു നിരീക്ഷണമുണ്ട്. വാർഷിക തീപ്പിടിത്തം ഉണ്ടാകുന്നേടത്തും ഉണ്ടാകാത്തേടത്തും ഉറുമ്പുകളുടെ സമൂഹഘടന വ്യത്യസ്തമാണ്!

വെളുപ്പിൽ എഴുതിയ ഭയം

'ല്യൂക്കോഫോബിയ', വെളുപ്പിനോടുള്ള ഭയം. ഐസ്‌ലാന്റുകാരിയായ ഇൻഗ റാൻവിയ്ഗിന്റെ ഛായാഗ്രഹണകലയുടെ ഏറ്റവും മികച്ച ഉദാഹരണങ്ങളിലൊന്നിന്റെ പേരാണത്. കറുപ്പും വെളുപ്പും. പടത്തിൽ മുഴുത്തുനിൽക്കുന്ന ബിംബം വെളുത്ത ചായത്തിൽ പൂർത്തനായി മുക്കിയെടുത്ത് കുത്തനെ നിറുത്തിയൊരു ബ്രഷാണ്. ചിത്രത്തിന് ചുവട്ടിൽ ചേർത്ത വരികൾ "ചിലർക്ക് സമാധാനകരം, ചിലർക്ക് ശുദ്ധഭീതി, വെളുപ്പ് എന്ന നിറം" മനഃശാസ്ത്രത്തിൽ ബിരുദമുള്ള ഇൻഗക്ക് തീർച്ചയായും അതിന്റെ അർത്ഥവ്യാപ്തി അറിയാം.

പക്ഷേ, വെളുപ്പിനെ ഭയത്തോടെ കാണുന്ന കണ്ണുകളുടെ വെളുപ്പിലെ ഭയത്തെക്കുറിച്ച് നമുക്കെന്തറിയാം?

സാൾഡിന് അതറിയാം.

ഇൻഗയുടെ ഛായാഗ്രാഹിപോലെ നിശിതമായി കണ്ണിലെ വെളുപ്പ് പിടിച്ചെടുത്ത ആൾ ഡേവിഡ് സാൾഡാണ്. ചുറ്റുപാടുമുള്ള ദൃശ്യങ്ങളിൽ ചിലവ നമ്മുടെ ശ്രദ്ധയിൽ മുൻഗണന പിടിച്ചുപറ്റുന്നതെങ്ങനെയെന്ന് സൂക്ഷ്മമായി നിരീക്ഷിക്കുന്നൊരാളാണ് സാൾഡ്. സാധാരണനിലക്ക് നമ്മുടെ രണ്ട് കണ്ണുകളും ഒരേ കാഴ്ചയിലാണ്. പക്ഷേ, ഓരോ കണ്ണും ഓരോ വ്യത്യസ്ത ദൃശ്യത്തിൽ പതിയുംവിധം ഇടയിലൊരു വിഭജനം ഉണ്ടാക്കുന്നൊരു ഉപാധിയുണ്ടെങ്കിലോ? സംശയിക്കേണ്ട, ഇവയിൽ ഏതാണ് ആദ്യം സ്വീകരിക്കേണ്ടതെന്നത് സംബന്ധിച്ച് മസ്തിഷ്കത്തിന് ചില ശാഠ്യങ്ങളുണ്ട്. അങ്ങനെയുള്ളൊരു ഉപാധിയുടെ സഹായത്തോടെയാണ് മറ്റുള്ളവരുടെ മുഖഭാവങ്ങളോട് (സാമൂഹിക വിനിമയത്തിൽ ഉച്ചഭാഷിണികളേക്കാൾ ശക്തിയുള്ള നിശ്ശബ്ദ സംജ്ഞകളോട്) മനുഷ്യ മസ്തിഷ്കത്തിനുള്ള പക്ഷപാതം കണ്ടെത്താൻ സാൾഡ് ശ്രമിച്ചത്. ജീവന്റെ അടിസ്ഥാനവികാരം ഭയമാണ്. അതിന്റെ ജീവശാസ്ത്രപരമായ പഴമയും നിർണ്ണായകതയും മറ്റൊരു വികാരത്തിനും അവകാശപ്പെടാനാവില്ല. കാരണം നിലനിൽപ്പിന്റെ ഒന്നാം പരിഗണനയായ സ്വരക്ഷയുമായി ഭയം നേരിട്ട് ബന്ധപ്പെട്ടിരിക്കുന്നു. ചുറ്റുപാടുകളിൽ നിന്ന്

അപകടസൂചനകൾ പിടിച്ചെടുക്കുന്നതിൽ പരാജയപ്പെടുന്നൊരു ജീവിവർഗ്ഗത്തിന്റെ ഭാവി തിരോധാനമാകും.

പരീക്ഷണത്തിലത് തെളിഞ്ഞു.

സാൾഡ് കണ്ടെത്തി: ഭയം നിറഞ്ഞ മുഖങ്ങളാണ് മസ്തിഷ്കം ഏറ്റവും ആദ്യമായും പെട്ടെന്നും ശ്രദ്ധിക്കുന്നത്. ഭയഭാവങ്ങൾ നേരിട്ട് മസ്തിഷ്കത്തിൽ വിപത് സൂചനകളുടെ കേന്ദ്രത്തിലേക്ക് (അമിഗ്ഡലയിലേക്ക്) പായുന്നു. സന്തുഷ്ട മുഖങ്ങൾക്കാണ് അവസാന പരിഗണന. കാരണം അവ അപകടമില്ലായ്മയുടെ സൂചനയാണ്. ഉടൻ ശ്രദ്ധ ആവശ്യമില്ല. അവയേക്കാൾ കൂടുതൽ മസ്തിഷ്കം ശ്രദ്ധിക്കുന്നത് നിർവ്വികാര മുഖങ്ങളാണ്. സംഭവം റിപ്പോർട്ട് ചെയ്ത ജൂലി സ്റ്റീൻഹ്യൂസൻ എഴുതി. "പുഞ്ചിരിക്കുക, ലോകം മുഴുവൻ നിങ്ങളെ അവഗണിച്ചോളും."

പക്ഷേ, സാൾഡിന്റെ കണ്ടെത്തലിലെ ഏറ്റവും ശ്രദ്ധേയമായ വിശദാംശം കണ്ണിലെ വെളുപ്പാണ്. കണ്ണെഴുതുന്നതുപോലെ ഭയം വലിച്ചുനീട്ടിയെഴുതുന്നത് ഈ വെളുപ്പിലാണ്. ചകിതമായ കണ്ണുകളിലെ വെളുപ്പുകൾ എടുത്തുപിടിടിയോടെ വലുതാകുന്നു. പലപ്പോഴും കൃഷ്ണമണിയുടെ വെറും പശ്ചാത്തലമായി അവഗണിക്കപ്പെടുന്ന വെളുപ്പ് ഇപ്പോൾ ഒരു ദൃഷ്ടി തന്നെയാണ്.

മുറിവിനെക്കുറിച്ച് മുറിവേറ്റവർ

ആൽഡസ് ഹക്സ്ലി ഒരിടത്ത് സ്നോബുകളെക്കുറിച്ച് എഴുതിയിട്ടുണ്ട്. സാമ്പത്തിക സ്നോബുകൾ, സാംസ്കാരിക സ്നോബുകൾ... പലതരം സ്നോബുകൾ. പക്ഷേ, ഹക്സ്ലി പറഞ്ഞു, ആർക്കും തനിക്കുള്ളൊരു രോഗത്തെച്ചൊല്ലി പൊങ്ങച്ചംകാണിക്കാനാവില്ല.

ഹക്സ്ലിക്ക് തെറ്റു പറ്റിയോ?

വർഷങ്ങൾക്കു മുമ്പൊരു തീവണ്ടിയാത്രക്കിടയിൽ, എനിക്കു ചുറ്റുമുള്ള സഹയാത്രികരിൽ രണ്ടുപേർ പെട്ടെന്നു പരിചയപ്പെട്ട് ഓരോരോ കാര്യങ്ങൾ സംസാരിക്കാൻ തുടങ്ങി. പതുക്കെപ്പതുക്കെ ഒരാളുടെ വിഷയം തന്നിലേക്കു തിരിഞ്ഞു. മാസങ്ങൾക്കു മുമ്പുണ്ടായ ഹൃദയാഘാതം. രക്ഷപ്പെടൽ. പിന്നെ ചില ഹൃദ്യാനുഭവങ്ങൾ അയവിറക്കുന്ന മട്ടിൽ അയാൾ ഒരൊറ്റ വസ്തുവോ വസ്തുതയോ വിശദാംശമോ ഉപേക്ഷിക്കാതെ തന്റെ രോഗാനന്തര ദിനങ്ങളെക്കുറിച്ച് പറയാൻ തുടങ്ങി. കഴിക്കുന്ന മരുന്നുകൾ, ആഹാരപദാർത്ഥങ്ങൾ, അളവുകൾ, സമയങ്ങൾ. ഞാൻ ആശ്ചര്യപ്പെട്ടു. ഒരാൾക്കെങ്ങനെയാണ് ആത്മരതിയെ സ്പർശിക്കുന്നൊരു സ്വരത്തിൽ ഇത്തരം വിഷയങ്ങളെപ്പറ്റി സംസാരിക്കാൻ കഴിയുക!പിൽക്കാലത്തൊരിക്കൽ എനിക്ക് ഹൃദയാഘാതം ഉണ്ടായതിനുശേഷം വിവരമന്വേഷിക്കാൻ എത്തിയൊരു സുഹൃത്തിനോട് സംസാരിക്കുന്നതിനിടയിൽ മനസ്സുകൊണ്ട് പെട്ടെന്ന് ആഖ്യാനം തടുത്ത് ഞാൻ സ്വയം ചോദിച്ചു: “നീയിപ്പോൾ സംസാരിക്കുന്നത് ആ പഴയ സഹയാത്രികനെപ്പോലെയല്ലേ?”

ഉം, ഏകദേശം.

പൊങ്ങച്ചമോ, ആത്മരതിയോ?

ആൻ ഹോക്കിൻസ് 1993 ൽ രോഗത്തിന്റെ പുനർനിർമ്മാണത്തെക്കുറിച്ചെഴുതിയ പുസ്തകം (‘റീ കൺസ്ട്രക്റ്റിങ് ഇൽനെസ്’)പുതിയൊരു വാക്ക് നിർമ്മിച്ചു: പത്തോഗ്രഫി. രോഗിയുടെ രോഗാഖ്യാനം (പത്തോളജി+ഓട്ടോബയോഗ്രഫി). രണ്ടു വർഷം കഴിഞ്ഞ് ആർതർ

ഫ്രാൻക് എഴുതിയ പുസ്തകം ('ദ വൂൺഡഡ് സ്റ്റോറി ടെല്ലർ')മുറിവ് മുറിവേറ്റവന് നൽകുന്ന ആഖ്യാനശക്തിയെക്കുറിച്ച് പറയുന്നു. പൊതുവേ രണ്ടു കൃതികളും മുറിവേറ്റവർ മുറിവിനെക്കുറിച്ച് പറയേണ്ടതിന്റെ, പറയുന്നതിന്റെ, പ്രാധാന്യത്തിൽ ഊന്നുന്നു. ഫ്രാൻക് പറഞ്ഞു: ജീവിതത്തിൽ താൻ എവിടെയെന്നും എങ്ങോട്ടെന്നുമുള്ളതു സംബന്ധിച്ച് രോഗിക്കുള്ള ബോധത്തെ തകരാറിലാക്കുന്നു രോഗം. കഥകൾ കേട്ടുപാടുകൾ തീർക്കുന്നു.

ഇതിൽ ആത്മരതിയില്ല.

ഇത് ആത്മകാരുണ്യവുമല്ല.

ഒരു മസ്തിഷ്ക രോഗത്തിന്റെ ചികിൽസക്ക് ശേഷം മറ്റു ചില ശാരീരിക വേദനകളോടെയും വൈകല്യങ്ങളോടെയും തുടരുന്നൊരു സ്ത്രീ തന്റെ രോഗത്തെ വിശേഷിപ്പിക്കാൻ ഉപയോഗിച്ചത് ജാതികളുടെയോ വർഗ്ഗങ്ങളുടെയോ സ്വത്വം വിശേഷിപ്പിക്കാൻ നരവംശശാസ്ത്രം ഉപയോഗിക്കുന്നൊരു വാക്കാണ്. എത്തിസിറ്റി. അവർ പറഞ്ഞു: "എന്റെ രോഗമാണ് എന്റെ എത്തിസിറ്റി." പരിചിത സ്വത്വ ചിന്തകളുടെ ഗതാഗതം തകർക്കുന്നൊരു വല്ലാത്ത വ്യതിയാനം, തൊണ്ണൂറു ഡിഗ്രിയിൽ ഒരു ഡീറ്റൂഅ. രോഗിയുടെ കഥ ഒരു തരം ജാതീയ (എത്തിക്) സൃഷ്ടിയാണ്. വൈദ്യശാസ്ത്രം നിറുത്തിയേടത്തു നിന്ന് കഥകൾ ചികിൽസ തുടങ്ങുന്നു. രോഗം സാധിക്കുന്ന അനുഭവ വീക്ഷണ മാറ്റം പല എഴുത്തുകാരെ ഓർമ്മിപ്പിക്കും. കാഫ്ക, ഡോസ്റ്റോയേഫ്സ്കി, റ്റോമസ്മൻ. പക്ഷേ, കുറേക്കൂടി ഭൗതികമായൊരു തലത്തിലെ ആഖ്യാനങ്ങളാണ് നാമിവിടെ പരിചയപ്പെടുന്നത്.

ആൻ ഹോക്കിൻസ് പറഞ്ഞു: "വൈദ്യന്റെ റിപ്പോർട്ടും രോഗിയുടെ പത്തോഗ്രഫിയും അനുഭവത്തിനു നേർക്ക് ചരിച്ചു പിടിച്ച കണ്ണാടികളാണ്. രണ്ടിലും വക്രീകരണമുണ്ട്, പക്ഷേ, ഒപ്പം യാഥാർത്ഥ്യവും." പതിനെട്ടാം നൂറ്റാണ്ടിൽ, ഒരു പ്രസവത്തിനു ശേഷം സ്തനച്ഛേദം അനുഭവിച്ച ഫാനി ബേണിയുടെ കുറിപ്പുകളിൽ രണ്ടു കണ്ണാടിക്കാഴ്ചകൾ പരസ്പരം തിരിച്ചറിയുന്നു. ശസ്ത്രക്രിയക്കു മുമ്പ് രോഗിയുടെ ബോധം കെടുത്താനുള്ള ഉപാധികൾ അന്നുണ്ടായിരുന്നില്ല. എല്ലിൽ കത്തി ഉരയുന്നതിന്റെ വേദന അറിയാം; അതിന്റെ ഒച്ച പോലും കേൾക്കാം. ഫെമിനിസത്തിന്റെ ആദ്യകാല ആചാര്യകളിൽ ഒരാളായ മേരി വോൾസ്റ്റോൺ ക്രാഫ്റ്റിന്റെ മകളായിരുന്നു ഫാനി. ശസ്ത്രക്രിയക്ക് മുമ്പു തന്നെ 'ഈവ്ലിൻ' എന്ന നോവലെഴുതിയ ആളെന്ന നിലയിൽ ഫാനി പ്രശസ്തയായിരുന്നു. ഒരു വർഷം കഴിഞ്ഞപ്പോൾ അവരുടെ രോഗക്കുറിപ്പുകൾ പുറത്തുവന്നു. ചുവട്ടിൽ അവരുടെ ഡോക്ടറുടെ കുറിപ്പ്, അർബ്ബുദരോഗ സാഹിത്യത്തിൽ മറ്റൊരിടത്തും സാദ്ധ്യമല്ലാത്ത ഒരു ഇരട്ട വായനയാണത്. എലിയറ്റിന്റെ കവിത പോലെ, രോഗം അതിന്റെ ശപിക്കപ്പെട്ട ആത്മനിഷ്ഠതയിൽ നിന്ന്

മുക്തി നേടുന്നു.

ദൈഹികത മറ്റൊന്നാവുന്നു.

മുറിവേറ്റവർക്ക് ചിലപ്പോൾ ചികിൽസിക്കുന്നവരെപ്പോലെ അകന്നുനിന്ന് നിർവ്വികാരമായി, വസ്തുനിഷ്ഠമായി സ്വന്തം മുറിവുകൾ കാണാൻ കഴിയും. അപകടവും ശസ്ത്രക്രിയയും കഴിഞ്ഞ ഒരു സ്ത്രീ പറഞ്ഞു 'താടിയെല്ല് തകർന്നു, നാലു പല്ലുകൾ തെറിച്ചുപോയി, വർഷങ്ങളോളം പുനർനിർമ്മാണ ശസ്ത്രക്രിയ വേണ്ടിവന്നു.' എന്നിട്ടുംതുടരുന്ന മുഖ വൈകല്യങ്ങൾ ഈ സ്ത്രീയെ അലട്ടുന്നില്ല. അതിലുമുപരി, അവരുടെ വിവരണത്തിൽ 'ആത്മ' ശബ്ദമുള്ള വാക്കുകളില്ല. 'എന്റെ താടിയെല്ല്' എന്നല്ല അവർ പറഞ്ഞത്. 'ദ ജോ', തന്റേതല്ലാതായി കാണാവുന്നൊരു താടിയെല്ല്. ആരുടെയും ആകുമായിരുന്ന താടിയെല്ല്. ഒരു പാഠപുസ്തകത്തിലെന്നതുപോലെ, ഒരു ദ്വിതീയ തൽസ്ത്രീ ആഖ്യാനം. മുറിവുകൾ ചിലപ്പോൾ സ്വത്വത്തിന്റെ വ്യാകരണം മാറ്റുന്നു.

തിരിച്ചിടാനാവുന്ന വയസ്സുകൾ

പാലക്കാട് ജില്ലയുടെ സവിശേഷതകളിലൊന്നായ കണ്യാർകളിയിലെ സങ്കേതങ്ങളിൽ ഒരു മൂന്നിന്റെ പെരുക്കമുണ്ട്, അഞ്ചിന്റേതും. അടിസ്ഥാനപരമായി അഞ്ച് കാലുകളാണുള്ളത്. നൃത്തഭാഷയിൽ പദവിന്യാസങ്ങൾ, സ്റ്റെപ്പുകൾ. ഒന്നാംകാൽ, രണ്ടാം കാൽ എന്നിങ്ങനെ അഞ്ചാം കാൽ വരെ. മൂന്നാം കാലിന്റെയും അഞ്ചാം കാലിന്റെയും ചില വിസ്താരങ്ങളാണ് യഥാക്രമം മൂന്നിന്റെ പെരുക്കവും അഞ്ചിന്റെ പെരുക്കവും. ഇവിടെനിന്ന് ഗണിതശാസ്ത്ര ജ്ഞാനമില്ലാതെ ഒമ്പതിന്റെ പെരുക്കങ്ങളിലേക്ക് കടക്കുന്നൊരാൾ(ഉദാഹരണത്തിന് എന്നെപ്പോലൊരാൾ)ചില ആശ്ചര്യങ്ങൾക്ക് തയാറാവണം. സത്യത്തിൽ ആൻഡി ബോയ്ഡിന്റെ ഗണിതജ്ഞാനമുള്ളൊരാൾക്കു പോലും രക്ഷയില്ല.

നൃത്തത്തിൽ സാദ്ധ്യമല്ലാത്ത സാദ്ധ്യതകളും അതോടൊപ്പം പരിമിതികളുമാണ് ഗണിതത്തിന്റെ വിന്യാസങ്ങൾ.

ശാസ്ത്രജ്ഞനായ ബോയ്ഡ് ഒരു ചെറുക്കനെ പരിചയപ്പെട്ടു. പേര്, വയസ്സ് തുടങ്ങിയ പ്രാഥമിക കാര്യങ്ങൾ പരസ്പരം ചോദിച്ചു മനസ്സിലാക്കിയ ഉടനെ ചെറുക്കൻ പറഞ്ഞു: "തിരിച്ചിടാവുന്ന വയസ്സുകളാണ് നമ്മുടേത്." സത്യം. അപ്പോൾ ബോയ്ഡിന്റെ വയസ്സ് 41, ചെറുക്കന്റേത് 14. ഇതൊരു വലിയ കണ്ടെത്തലല്ല. പക്ഷേ, ഒന്നു ശ്രദ്ധിക്കേണ്ടതുണ്ട്. 'ഓട്ടിസം' ബാധിച്ച ഒരാളാണ് ആ ചെറുക്കൻ. ഈ മനോബാധ വിവരിക്കാൻ ഇടമില്ല. ഇത്രയും പറയാം. ഓട്ടിസം ബാധിച്ച കുട്ടികൾ പൊതുവേ സമപ്രായക്കാരെ അപേക്ഷിച്ച് മന്ദബുദ്ധികളാണ്. പക്ഷേ, അതേ സമയത്ത്, പല മേഖലകളിലും വിദഗ്ദ്ധരെപ്പോലും ആശ്ചര്യപ്പെടുത്തുന്ന ചില കാര്യങ്ങൾ അവരിൽനിന്ന് പ്രതീക്ഷിക്കാം.

'റെയ്ൻമാൻ ' എന്ന പടത്തിൽ ഡസ്റ്റിൻ ഹോഫ്മാൻ അവതരിപ്പിച്ച കഥാപാത്രം വഴിയാണ്'ഓട്ടിസം' വളരെ വ്യാപകമായി പൊതുജനശ്രദ്ധയിലെത്തിയത്. ഇപ്പോൾ സാക്ഷാൽ മൈക്കലാൻജലോക്ക് നേരിയ തോതിലെങ്കിലും അതിന്റെ ബാധ ഉണ്ടായിരുന്നെന്ന്

ഗവേഷകർ കണ്ടെത്തിയിരിക്കുന്നു.

ചെറുക്കൻ ബോയ്ഡിനോട് പറയുന്നു: “ഇനിയെനിക്ക് 25 വയസ്സാകുമ്പോഴും 36 വയസ്സാകുമ്പോഴും നമ്മുടേത് തിരിച്ചിടാനാവുന്ന വയസ്സുകളായിരിക്കും.” സത്യം. അപ്പോൾ ബോയ്ഡിന്റെ വയസ്സ് യഥാക്രമം52 ഉം 63ഉം ആയിരിക്കും. രണ്ടുപേർക്കുമിടയിൽ 11 വർഷം കൂടുമ്പോളൊരിക്കൽ സംഭവിക്കുന്നൊരു കാര്യമാണതെന്ന് ബോയ്ഡ് പെട്ടെന്ന് തിരിച്ചറിഞ്ഞു. പക്ഷേ, രഹസ്യം 11 ൽ അല്ല, ചെറുക്കൻ പറഞ്ഞു, ‘ശ്രദ്ധിക്കേണ്ടത് മറ്റൊന്നാണ്; ഒമ്പതിന്റെ പെരുക്കങ്ങൾ.’ രണ്ടുപേരുടേയും വയസ്സുകൾ(14, 41) ഒമ്പതുമായി ബന്ധപ്പെട്ടതല്ല, പക്ഷേ, അവ തമ്മിലുള്ള വ്യത്യാസം(27) ഒമ്പതിന്റെ പെരുക്കമാണ്(3*9). അങ്ങനെ ഒമ്പതിന്റെ പെരുക്കങ്ങളായ വയസ്സുകളുള്ളവർക്കിടയിലേ ‘തിരിച്ചിടാനാവുന്ന വയസ്സുകൾ’ സാദ്ധ്യമാവൂ.

ബോയ്ഡ് പിന്നീട് ആ ചെറുക്കനെക്കുറിച്ചെഴുതി: ‘അവൻ നമ്മെ ഓർമ്മിപ്പിച്ചു, ഭാവനയെയും കണ്ടെത്തലിനെയും ഭരിക്കുന്ന ഒരൊറ്റ നിയമവുമില്ലെന്ന്; വ്യത്യസ്തമായി ചിന്തിച്ചുകൊണ്ട് നമുക്കെല്ലാവർക്കും അത്ഭുതങ്ങൾ സൃഷ്ടിക്കാമെന്ന്.’

അന്ത്യശ്വാസം ഒരു പരീക്ഷണക്കുഴലിൽ

എഡിസൺ ആവിഷ്കാരങ്ങളുടേയും വിഭാവനങ്ങളുടേയും ആശാനായിരുന്നു. ഒപ്പം അവക്ക് കമ്പോളമുണ്ടാക്കുന്ന കുതന്ത്രങ്ങളുടേയും. എന്നിട്ടും, വല്ലാത്തൊരു പേറ്റന്റ് മോഹിയായിരുന്നിട്ടും, തന്റെ ഓർമ്മ ശ്വസിക്കുന്നൊരു സമയപേടകമുണ്ടാക്കാൻ എഡിസന് തോന്നിയില്ല. ഹെൻറി ഫോഡിനാണ് അത് തോന്നിയത്.

ഫോഡ് ആരാധകനായിരുന്നു.

എഡിസൻ മൂർത്തിയും.

എഡിസൻ വരച്ചൊരു ചാപമുണ്ട്. ഏതാണ്ട് തന്റെ വൈദ്യുത വിളക്കുകളിലെ തിരി പോലെ ലാടത്തിന്റെ ആകൃതിയിൽ. ഫോഡിന്റെ കാഴ്ചവസ്തുശാലയിലേക്ക് കടക്കുന്നേടത്തുള്ള തറക്കല്ലിൽ ഒരു വടിയാൽ കൈയൊപ്പിടുമ്പോൾ തന്റെ പേരിലെ മുൻ അക്ഷരങ്ങൾ(T,E)യോജിപ്പിച്ചുകൊണ്ടാണ് എഡിസൻ അത് വരച്ചത്. അതൊരു ചരിത്ര ചാപമാണ്.

നീണ്ടൊരു സൗഹൃദത്തിന്റെ, സാങ്കേതിക കലാപങ്ങളിലൂടെ മൂർത്തമായൊരു കാലഘട്ടത്തിന്റെ. ഒരർത്ഥത്തിൽ അതൊരു മഴവില്ലുമാണ്. ശരിക്കും വൃത്താകൃതിയുള്ള ഒന്നിൽ ഏഴു നിറങ്ങൾ തെളിയുന്നേടത്തെ ചാപം മാത്രമാണ് മഴവില്ലെന്നോർക്കുക. എഡിസന്റെ ചാപവും ഒരു വലയത്തിന്റെ ഭാഗമാണ്. വലയത്തിന്റെ കാണാമറയത്ത് അജ്ഞാതങ്ങൾ, അപരിചിതങ്ങൾ, അശാസ്ത്രീയങ്ങൾ.

കൂട്ടത്തിലൊരു താക്കോൽ വാക്കുണ്ട്.

ബൻക്(അസംബന്ധം, പിന്നലാട്ടം).

ജനകീയമായി പായാൻ ചരിത്രത്തിന് നാല് ടയറുകൾ വെച്ചുകൊടുത്തെങ്കിലും, ഫോഡിന് ചരിത്രം പിന്നലാട്ടമായിരുന്നു. എഡിസൻ മതങ്ങളെ നിർവ്വചിക്കാൻ ഉപയോഗിച്ചത് അതേ വാക്കായിരുന്നു!പക്ഷേ, ആത്മാവിനെപ്പറ്റി എഡിസന് ഒരു സിദ്ധാന്തമുണ്ടായിരുന്നു.

എന്നെയത് വ്യക്തിപരമായൊരു ഓർമ്മയിലെത്തിക്കുന്നു. കുട്ടിക്കാലത്ത്, എഡിസന്റെ സമയപേടകമെന്നു തോന്നിച്ചൊരു കൂറ്റൻ പാട്ടുപെട്ടിയിലേക്ക് ഉറ്റുനോക്കിക്കൊണ്ടിരിക്കുമ്പോൾ എനിക്കു തോന്നിയിരുന്നു: ഇതിനകത്ത് ഒരുപാട് കൊച്ചു മനുഷ്യർ ഒളിച്ചിരിക്കുന്നു, താരയിലൂടെ സൂചി നീങ്ങുമ്പോൾ അവർ ഊഴമനുസരിച്ച് അശരീരികളായി പുറത്തുവരുന്നു. ഓർമ്മയെ എഡിസൻ കണ്ടത് ഇലക്ട്രോണുകളെപ്പോലെ സ്ഥലത്തിലൂടെ സഞ്ചരിക്കുന്ന നിരവധി സൂക്ഷ്മവസ്തുക്കളായാണ്. ജീവനുള്ളൊരാളുടെ മസ്തിഷ്കത്തിൽ അവ ഏകീകൃതമാവുന്നു, പ്രജ്ഞാരൂപത്തിൽ. മരണത്തിൽ അവ ഏകത്വം നഷ്ടപ്പെട്ട് ചിതറുന്നു, മറ്റുള്ളവരിലേക്ക് പടരുന്നു. 'കൊച്ചു മനുഷ്യർ'എന്നാണ് ഈ സൂക്ഷ്മ വസ്തുക്കളെ എഡിസൻ വിളിച്ചത്. അവക്ക് സമാന്തരമായി ഫോഡ് കണ്ടത് 'ദശലക്ഷക്കണക്കിന് സൂക്ഷ്മ സത്തകൾ'ആയിരുന്നു. മരണത്തിൽ അവ ചിതറുന്നു, സന്ദേശങ്ങൾ പേറി ആത്മാവുകൾക്കിടയിലെ വിനിമയങ്ങളാകുന്നു. എഡിസന്റേതുപോലെ 'കൃത്യമായി ശ്രുതിപ്പെടുത്തിയൊരു ആന്റിന'ഉള്ളവർ കൂടുതൽ സന്ദേശങ്ങൾ പിടിച്ചെടുക്കുന്നു. മരിക്കുന്നൊരാളുടെ ആത്മാവ് ഉടൽ വിടുന്നത് ഒടുക്കത്തെ ഉച്ഛ്വാസത്തിലൂടെയാണ്.

ശാസ്ത്രപ്രതീതിയുള്ള പിന്നലാട്ടങ്ങൾ.

പക്ഷേ, എഡിസന്റെ ഒടുക്കത്തെ ഉച്ഛ്വാസം ഒരു പരീക്ഷണക്കുഴലിൽ പിടിച്ചെടുക്കാനുള്ള സംവിധാനമുണ്ടാക്കാൻ ഫോഡിനെ പ്രേരിപ്പിച്ചത് തന്റെ ആത്മീയ സിദ്ധാന്തമോ അതോ ഓരോരോ സാങ്കേതിക പ്രയോഗങ്ങളുടെ തുടക്കവും ഒടുക്കവും കുറിക്കുന്ന വസ്തുക്കൾ ശേഖരിക്കുന്നതിൽ തനിക്കുണ്ടായിരുന്ന നിഷ്കർഷയോ? രണ്ടുമായിരുന്നിരിക്കണം. ഏതായാലും, അങ്ങനെയൊരു പരീക്ഷണക്കുഴൽ ഫോഡിന്റെ ശേഖരത്തിലുണ്ട്.

എങ്ങനെയൊരു പരീക്ഷണക്കുഴൽ?

ഫോഡ് നിർദ്ദേശം നൽകിയത് എഡിസന്റെ മകനായ ചാൾസിനായിരുന്നു. ഫോഡ് സ്വയം ഒന്നും ചെയ്തില്ല. മ്യൂസിയത്തിൽ ആ കുഴൽവെച്ചതും ഫോഡല്ല. (അദ്ദേഹത്തിന്റെ മരണത്തിന് ശേഷമാണ് ആരോ അത് കണ്ടെത്തിയത്). കുഴലുമായി ബന്ധപ്പെട്ട പ്രദർശനക്കുറിപ്പ് ചോദ്യരൂപത്തിലാണ്. 'Edison's last breath?' പക്ഷേ, ചാൾസ് എഡിസൻ ഒരു പ്രശസ്ത പത്രപ്രവർത്തകനെഴുതിയ കത്തിൽ സ്ഥിരീകരണമുണ്ട്. ഒന്നല്ല, എട്ട് പരീക്ഷണക്കുഴലുകൾ അച്ഛന്റെ ചരമശയ്യക്കരുകിൽ നിരന്നുനിന്നിരുന്നെന്നും, അവയിലൊന്ന് താൻ ഫോഡിന് നൽകിയെന്നും മകൻ എഴുതിയിരിക്കുന്നു. പിന്നെയും അന്വേഷിച്ച് പോകുമ്പോൾ, എണ്ണങ്ങൾ അധികമാവുന്നു. എഡിസൻ എസ്റ്റേറ്റിന്റെ തലപ്പത്തുള്ള ഡോക്ടർ ലെസ്‌ലി മാരിയെറ്റ പറയുന്നു: അങ്ങനെ എഡിസന്റെ അന്ത്യശ്വാസം കോർക്കിനടിയിൽ

തളക്കപ്പെട്ടതെന്ന് പറയപ്പെടുന്ന 42 പരീക്ഷണക്കുഴലുകൾ സ്ഥാപനത്തിന്റെ ശേഖരണത്തിലുണ്ട്!അന്ധാളിപ്പിലും അതൊരു തമാശക്കാഴ്ചയുണ്ടാക്കുന്നു. ഫോഡിന്റെ ചരിത്രപ്രസിദ്ധമായ അസംബ്ലിലൈനിലൂടെ നീങ്ങിക്കൊണ്ടിരിക്കുന്ന യന്ത്രങ്ങളെ ഓർമ്മിപ്പിച്ചുകൊണ്ട്, പക്ഷേ, 'ഫാസ്റ്റ് മോഷൻ ' ശൈലിയിൽ, രണ്ടു കുഴലുകൾ എഡിസന്റെ മൂക്കിനടിയിലൂടെ ഒന്നിന് പിമ്പേ ഒന്നായി കടന്നുപോകുന്ന കാഴ്ച. എങ്കിലും, വളരെ തമാശയോടെ ഈ അന്ത്യശ്വാസ ഗവേഷണം ഏറ്റെടുത്ത വില്യം പാമർ പോലും ഇപ്പോൾ മ്യൂസിയത്തിൽ ഒറ്റപ്പെട്ട പരീക്ഷണക്കുഴൽ നേരിൽ കണ്ടപ്പോൾ വികാരഭരിതനായി: 'കുറച്ചു നേരം ആ പരീക്ഷണക്കുഴലിലേക്ക് ഉറ്റുനോക്കിയാൽ, കോർക്കിനരികിൽ നിങ്ങൾ ലഘുവായൊരു മങ്ങൽ കണ്ടേക്കാം;നേർത്തൊരു മൂടൽമഞ്ഞ്, ഒരു സാന്ധ്യവെളിച്ചം. ആദ്യത്തെ ഉരുക്കത്തിന് ശേഷമുള്ളൊരു ഹിമപടലം പോലാണത്;ആരോ ഊതിക്കെടുത്തുമ്പോഴുള്ള മെഴുകുതിരിനാളംപോലെ, മൗനത്തിലേക്ക് വളരുന്നൊരു സംഗീത വീചിയുടെ മാറ്റൊലി പോലെ. അത് നിറയെആശ്ചര്യമാണ്. '

പക്ഷേ, എല്ലാ ആശ്ചര്യങ്ങളും അടങ്ങുമ്പോൾ നമ്മെ തുറിച്ചുനോക്കുന്ന വസ്തുത മറ്റൊന്നാണ്: തന്റെ തന്നെ ഒടുക്കത്തെ ഉച്ഛ്വാസം പിടിച്ചുവെക്കാൻ ഒരേർപ്പാടുമില്ലാതെ ഹെൻറി ഫോഡ് മരിച്ചതെന്തേ?

പന്തിനെപ്പറ്റി പെലേക്ക് അറിയാത്തത്

അടുത്ത ലോകകപ്പ് മൽസരങ്ങൾ നടക്കാൻ പോകുന്ന സ്ഥലമറിയാൻ ഒരു സ്കൂൾ കുട്ടി ഗ്ലോബ് കറക്കുന്നു, അല്ലെങ്കിൽ ഒരു ഭൂപടത്തിലൂടെ വിരലുകൾ ഓടിക്കുന്നു. ആ പ്രവൃത്തിയും പന്തും തമ്മിലുള്ള ബന്ധം തിരിച്ചറിയാൻ കുട്ടിക്ക് ഉടനടി കഴിഞ്ഞെന്നു വരില്ല. തത്ത്വങ്ങൾ അകലെയാണ്.

കിപ്ളിങ്ങിന്റെ ഒരു കഥയിൽ ഭൂമി പരന്നതാണെന്ന് വോട്ടുകളിലൂടെ സ്ഥാപിച്ചൊരു ഗ്രാമത്തെക്കുറിച്ച് ചിലർ പാടുന്നു. ഇപ്പോൾപ്പോലും വോട്ടുകൾക്ക് അത് സ്ഥാപിച്ചെടുക്കാൻ കഴിയും. അത് മറ്റൊരു വിഷയം. പക്ഷേ, പ്രത്യക്ഷത്തിൽ പരന്നുകിടക്കുന്ന പരിചിതലോകത്തെ ഒരു ഗോളത്തിന്റെ ത്രിമാനതയിലേക്ക് വിവർത്തനം ചെയ്യൽ അൽപ്പം പ്രയാസമായിത്തന്നെ തുടരും. ഭൂപട നിർമ്മാതാക്കളുടെ പ്രയാസം നേർവിപരീതമാണ്. ഉരുണ്ട ഒന്നിന് പരന്നൊരു പ്രതിനിധാനം ഉണ്ടാക്കൽ. ഭൂപടത്തിലൂടെ ഓടുന്ന വിരലുകളാവട്ടെ ഒടുവിൽ ലോകകപ്പിലെ കാൽപ്പന്തിൽ തട്ടും. ഒരു കാലത്ത് നമ്മുടെ നാട്ടിലെ പഴയ മൈതാനങ്ങളിലുരുണ്ട കാൽപ്പന്തിന്റെ പുറംചട്ട ആംഗലത്തിലെ 'റ്റി' എന്ന അക്ഷരത്തിന്റെ ആകൃതിയിൽ വെട്ടിയെടുത്ത കീറുകൾ തുന്നിയുണ്ടാക്കിയ ഉറയായിരുന്നു. എല്ലാ കളികളിലെയും പന്തുകളുടെ നിർമ്മാണരീതി വളരെയേറെ മാറിക്കഴിഞ്ഞു. ഓരോ കളിയെ സംബന്ധിച്ചും അതിന്റെ ചരിത്രം വ്യത്യസ്തമാണ്. പക്ഷേ, അടിസ്ഥാനപരമായൊരു പ്രശ്നം തുടരുന്നു. പരന്നവകളെ ഉരുണ്ടതാക്കൽ. അതൊരു ജ്യാമിതീയ പ്രശ്നമാണ്.

റ്റെന്നീസ് പന്തിൽ കാലം നിന്നേടത്തു നിൽക്കുന്നു. രണ്ട് മണൽ ഘടികാര രൂപങ്ങളുടെ ചേർപ്പ് അതിന്റെ ദൃശ്യമായി തുടരുന്നു.

പക്ഷേ, കാൽപ്പന്തിലോ?

പഴയ കളിയിലെ 'ടി' യാൻ പുറത്തായിക്കഴിഞ്ഞു. ഇന്നത് പുതിയ ജ്യാമിതീയ വിഭാവനങ്ങളുടെ സൃഷ്ടിയാണ്. ഒരു പക്ഷേ, ഏറ്റവും

സുന്ദരമായ പന്ത് ഇന്നത്തെ കാൽപ്പന്താണെന്ന് ജോൺലൈൻ ഹാർഡ് പറയുന്നു. മൊത്തം മുപ്പത്തിരണ്ട് ഖണ്ഡങ്ങൾ. കറുപ്പിൽ 12 പഞ്ചകോണങ്ങൾ, വെളുപ്പിൽ 20 ഷഡ്കോണം. ഇതിലെ പഞ്ചകോണം പ്രപഞ്ചത്തിന്റെ പ്രവർത്തനങ്ങളുമായി സാക്ഷാൽ പ്ലേയ്റ്റോ ബന്ധിപ്പിച്ചൊരു രൂപത്തിന്റെ (ഐകോസഹീഡ്രന്റെ) മൂലകൾ ചെത്തിയാൽ കിട്ടുന്ന ആകൃതിയാണ്. കാൽപ്പന്ത് ഒരുതരം പ്ലേയ്റ്റോണിക് പരിപൂർണ്ണതയാണ്. അറുപത് പരമാണുക്കളടങ്ങിയതും കാർബൺ-60 എന്നറിയപ്പെടുന്നതുമായൊരു അംഗാര രൂപം (സാധാരണ ഭാഷയിൽ 'ബക്കിബാൾ') 1985 ൽ കണ്ടെത്തിയ ശാസ്ത്രജ്ഞർ അതിന്റെ ദൃശ്യം വിസ്തരിച്ചത് കാൽപ്പന്തിലെ പഞ്ചകോണങ്ങളും ഷഡ്കോണങ്ങളും ഉപയോഗിച്ചാണ്. എടുത്തുപറയത്തക്ക കുഴപ്പങ്ങളൊന്നുമില്ലാതെ ഉരുണ്ടതിനെ പരന്നതായും പരന്നതിനെ ഉരുണ്ടതായും വിന്യസിക്കുന്നതിൽ താത്ത്വികമായും പ്രായോഗികമായും നാം വിജയിച്ചിരിക്കുന്നു. പക്ഷേ, നേരിയ ചില വളച്ചൊടിക്കലുകളോ ഒത്തുതീർപ്പുകളോ ഇല്ലാതെ ഇത് ഭൗതികമായി സാദ്ധ്യമല്ല.

പഞ്ചകോണങ്ങളും ഷഡ്കോണങ്ങളും ഉപയോഗിച്ച് ഒരു കാൽപ്പന്ത് എങ്ങനെയുണ്ടാക്കാമെന്ന് ചിത്രസഹിതം ഉപന്യസിച്ച ഇയാൻ കെല്ലി പറഞ്ഞു: കാൽപ്പന്തിലെ എല്ലാ പഞ്ചകോണങ്ങളുടേയും എല്ലാവശങ്ങളും തുല്യമല്ല. പക്ഷേ, നാമിത് ഗണിത ശാസ്ത്രജ്ഞരോട് പറയില്ല.

ഉറുമ്പുകളുടെ താര കമ്പ്യൂട്ടറിലേക്ക്

ഉറുമ്പിനെ ചൂണ്ടി എസ്റാ പൗണ്ട് മനുഷ്യനോട് പറഞ്ഞു: നിന്റെ പൊങ്ങച്ചം നിറുത്ത്! ഉറുമ്പുകൾക്കും കമ്പ്യൂട്ടറുകൾക്കും അറിയാത്തതൊന്നും തനിക്കറിയേണ്ടതില്ലെന്ന് ഒരു കഥയിൽ ഒരാൾ പറയുന്നു. അയാളുടെ ശാഠ്യത്തിന് വിശദീകരണമില്ല. കഥയിലൊരിടത്തും ഉറുമ്പുകളും ഒരു കമ്പ്യൂട്ടറും ഒരുമിച്ച് പ്രത്യക്ഷപ്പെടുന്നില്ല. പക്ഷേ, കഥക്കപ്പുറത്ത് യഥാർത്ഥ ലോകത്തിൽ അങ്ങനെയൊരു സന്ദർഭമുണ്ട്. പിന്നോട്ട് ജൈവപരിണാമത്തിലേക്കുള്ള നോട്ടവും മുന്നോട്ട് സാങ്കേതിക ശാസ്ത്രത്തിലേക്കുള്ള നോട്ടവും ഒരൊറ്റ കാഴ്ചയാവുന്നൊരു സന്ദർഭം.

മാർക്കോ ഡോറിഗോയേപ്പോലുള്ള കമ്പ്യൂട്ടർ ശാസ്ത്രജ്ഞരുടെ പ്രചോദനം എസ്റാ പൗണ്ടിന്റെ വിനയപാഠമല്ല. പക്ഷേ, അവർ അക്ഷരാർത്ഥത്തിൽ തന്നെ ഉറുമ്പിൻ താരകളെ പിന്തുടരുന്നു.

മുദ്രാവാക്യങ്ങളില്ലാത്ത ജാഥകൾ.

കെമികങ്ങളിലെഴുതിയ ചൂണ്ട്പലകകൾ.

ഒരു ബിന്ദു, ഒരു ഉറുമ്പുസമൂഹത്തിന്റെ പോട്. മറ്റൊരു ബിന്ദു, ഏതോ തീറ്റ വസ്തു ഉള്ളേടം. അന്യോന്യം കാണാമറയത്തായ ഈ ബിന്ദുക്കളെ യോജിപ്പിക്കുന്നൊരു നേർവര തുടക്കത്തിൽ തികച്ചും അചിന്ത്യം. ഉറുമ്പുകൾ രണ്ടാം ബിന്ദു കണ്ടെത്തുന്നതിനു മുമ്പ് അങ്ങനെയൊരു നേർവരയെക്കുറിച്ചുള്ള സങ്കൽപ്പംപോലും ഒരർത്ഥത്തിൽ പ്രസക്തമല്ല. അല്ലെങ്കിൽത്തന്നെ, നമുക്ക് സമതലമായി തോന്നുന്ന മുറ്റങ്ങൾപോലും ഉറുമ്പിന്റെ കൊച്ചുകാലുകൾക്ക് വൻകിട ഉയർച്ചത്താഴ്ചകളുടെ പ്രശ്നമാണെന്നോർത്താൽ നേർവരക്ക് എത്ര പ്രയോഗസാദ്ധ്യതയുണ്ട്? ആപേക്ഷികദൂരങ്ങളെക്കുറിച്ചേ നമുക്കു ചിന്തിക്കാൻ കഴിയൂ. ഏതായാലും ഒരു സുപ്രഭാതത്തിൽ ഒരു പോടിലെ ഉറുമ്പുകൾ ആഹാരം തേടി പുറത്തിറങ്ങുന്നു. കൂട്ടത്തിൽ ഒരു ഉറുമ്പ് ആദ്യം ആഹാരം കണ്ടെത്തുന്നു. ഇവിടം തൊട്ടാണ് അകലം ശരിക്കും പ്രസക്തമാവുന്നത്. രണ്ട് ഉറുമ്പുകൾ ചിലപ്പോൾ വ്യത്യസ്ത വഴികളിലൂടെ ചരിച്ച് ഒരേ ഉറവിടത്തിലെത്താം, വെവ്വേറെ ഉറവിടങ്ങളിലുമെത്താം.

കൊറുക്കകളിൽ ആഹാരാംശങ്ങൾ പേറി പോടിലേക്ക് തിരിക്കുന്ന ഉറുമ്പുകൾ വഴിയിൽ ഫെറമോണുകൾ എന്ന കെമികദ്രവ്യങ്ങൾ ചുരത്തുന്നു. മൊത്തത്തിൽ ഗന്ധപഥങ്ങളുടെ ഒരു ഭൂപടം, പിന്നെ ഓരോ താരയിലൂടെയും ഗതാഗതം. പക്ഷേ, ക്രമേണ ഏറ്റവും നീളം ചുരുങ്ങിയ പാത ഏറ്റവുമധികം ഉറുമ്പുകളെ ആകർഷിക്കുന്നു.

ഇതെങ്ങനെ സാദ്ധ്യമാവുന്നു?

ജോസഫ് ഹെല്ലറുടെ 'ക്യാച്ച് 22'എന്ന നോവൽ ബഹുജനപ്രീതി നേടിയതോടെ അതിന്റെ തലക്കെട്ട് ഒരു അവസ്ഥാരൂപകമായി. അതുണ്ടാകണമെങ്കിൽ ഇതുണ്ടാകണം, പക്ഷേ, ഇതുണ്ടാകണമെങ്കിൽ അതുണ്ടാകണം. സ്വയം പരാജയപ്പെടുത്തുന്ന ക്യാച്ച് 22 അവസ്ഥയുടെ വിപരീതമാണ് ഉറുമ്പുകളുടേതെന്ന് ഞാൻ സങ്കൽപ്പിക്കുന്നു. അങ്ങോട്ടുമിങ്ങോട്ടും പല യാത്രകൾ ആവശ്യപ്പെടുന്നത്രയും സമൃദ്ധമാണ് ഉറവിടങ്ങളെന്ന് കരുതുക. ഓരോ ഉറുമ്പും താരയിലുണ്ടാക്കുന്ന ഗന്ധത്തിന് സമയപരിധിയുണ്ട്. ആകയാൽ കൂടുതൽ ചലനമുഖരമായ താരകൾ കൂടുതൽ ഗന്ധഭരിതമാകുന്നു;മറിച്ചും. കൂടുതൽ ഗന്ധമുള്ള താരകൾ കൂടുതൽ ഉറുമ്പുകളെ ആകർഷിക്കുന്നു. സ്വാഭാവികമായും ഇതു സംഭവിക്കുക ഏറ്റവും ദൈർഘ്യമില്ലാത്ത താരയിലാവും.

ക്യാച്ച് 22 തകരുന്നത് ഒരു നേർവരയിലാകണമെന്നില്ല. 'നേർവഴി(സ്ട്രെയ്റ്റ് പാത്ത്)എന്നൊന്നിനെക്കുറിച്ച് പറയുന്ന കമ്പ്യൂട്ടർ വിദഗ്ദ്ധരുടെ വിവക്ഷയും അതല്ല. അവർ ഉദ്ദേശിക്കുന്നത് കാര്യങ്ങൾ ആകാവുന്നത്രയും മെച്ചപ്പെടുത്തൽ(ഓപ്റ്റിമൈസേഷൻ) മാത്രം. ഉറുമ്പുകളുടെ സ്വഭാവം മാർകോ ഡോറിഗോക്ക് മാതൃകയും പ്രചോദനവുമായത് ഈ നേർവഴി കണ്ടെത്തലിലാണ്. അദ്ദേഹം ചിട്ടപ്പെടുത്തിയ പ്രശ്നപരിഹാരമാർഗ്ഗത്തിന്റെ പേരു തന്നെ ഉറുമ്പുകൾക്കുള്ള ഒരു കടപത്രമാണ്: 'ആന്റ് കോളനി ഓപ്റ്റിമൈസേഷൻ അൽഗറിതം.' ഡോറിഗോ ഈ വിഷയത്തിൽ തന്റെ ഗവേഷണപ്രബന്ധം എഴുതും മുമ്പേ അത് ഗണിതശാസ്ത്രബദ്ധമായ പല ശാസ്ത്രശാഖകളിലും മറ്റൊരു രൂപത്തിൽ പ്രത്യക്ഷപ്പെട്ടിരുന്നു. ദ ട്രാവലിംഗ് സെയിൽസ്മാൻ പ്രോബ്ലം. ഔദ്യോഗികമായി ഓരോ ഊഴത്തിലും പല നഗരങ്ങൾ സന്ദർശിക്കേണ്ടി വരുന്നൊരു വിൽപ്പനാ പ്രവർത്തകന്റെ പ്രശ്നം ഇതാണ്: ആദ്യം ഏതു നഗരം? പിന്നെ, അവിടെ നിന്ന് എങ്ങോട്ട് ഏതു വിധത്തിൽ ഇത് ക്രമീകരിച്ചാലാവും യാത്രാ ദൈർഘ്യം പരമാവധി ചുരുക്കാനാവുക? ഡോറിഗോ പ്രശ്നത്തെ ഉറുമ്പിൻതാരയിലൂടെ ഓടിച്ചു. ലോകത്തിലെ ഏറ്റവും കാര്യക്ഷമമായ അൽഗറിതങ്ങളിലൊന്ന്. ഇന്നത് പല തരം മനുഷ്യവ്യാപാരങ്ങളിൽ പ്രായോഗികമായൊരു പ്രശ്നപരിഹാര തന്ത്രമാണ്.

പഴയ സമസ്യയിലെ സെയിൽസ്മാനു പകരം ഇപ്പോൾ

ഉറുമ്പുകൾ ഓടുന്നു. കമ്പ്യൂട്ടർ ഉറുമ്പുകൾ. സോഫ്റ്റ്‌വെയർ ഉറുമ്പുകൾ. നാലു നഗരങ്ങളുള്ളേടത്ത് സെയിൽസ്മാന് 24 വഴികളുണ്ട്; നഗരങ്ങളുടെ എണ്ണം 30 ആയാൽ വഴികൾ ആയിരത്തിലധികമാകും. ഇതിനു മുമ്പ് ഇതു പോലൊരു പ്രശ്നം ഏറ്റവും ഭംഗിയായി പരിഹരിക്കാൻ അപാരശക്തിയുള്ളൊരു കമ്പ്യൂട്ടർ (ക്രേ സൂപ്പർ കമ്പ്യൂട്ടർ) 18 മാസമെടുത്തു. പക്ഷേ, യൂറോപ്പിന്റെ ഒരു ഭൂപടത്തിലെ 50 നഗരങ്ങളിലേക്ക് സോഫ്റ്റ് വെയർ ഉറുമ്പുകളെ കെട്ടഴിച്ചുവിട്ട ഷാറ അമിൻ, ജോസ് ലൂയിസ് ഫെർനാൻഡസ് എന്നിവർ അതിന്റെ പത്തുമടങ്ങ് സങ്കീർണ്ണമായൊരു പ്രശ്നം കമ്പ്യൂട്ടറിനെക്കൊണ്ട് പരിഹരിപ്പിച്ചത് വെറും 44 മിനിറ്റുകൾക്കകത്താണ്.

ഉറുമ്പുകൾ ജന്മവാസനയെ ആശ്രയിക്കുന്നു. കമ്പ്യൂട്ടറിന് ആശ്രയം അതിനു കിട്ടുന്ന നിർദ്ദേശങ്ങൾ. പ്രോഗ്രാം സോഫ്റ്റ്‌വെയർ. ഉറുമ്പ് പരിണാമപരമായി നമ്മുടെ ഭൂതം, കമ്പ്യൂട്ടർ സാങ്കേതികശാസ്ത്രപരമായി നമ്മുടെ ഭാവി. സോഫ്റ്റ്‌വെയർ ഉറുമ്പുകളോ? അതിനുള്ള ഉത്തരമാണ് നിങ്ങൾ ഇതേവരെ കേട്ടത്.

വെർനർ ഹെർസോഗിന്റെ ഒരു ചലച്ചിത്രം ഒരു സ്വപ്നത്തിനെതിരെയുള്ള ഭീഷണിയാണ്. പക്ഷേ, അതുതന്നെ മറ്റൊരു സ്വപ്നത്തിന്റെ സാദ്ധ്യത സൂചിപ്പിക്കുന്നു. ശാസ്ത്രത്തിന് പലപ്പോഴും ഓരോരോ സമൂഹങ്ങളുടെ പരമ്പരാഗത ലോക വീക്ഷണങ്ങളുമായി ഇടയേണ്ടി വരുന്നു. ഐതിഹ്യങ്ങളിലെയും നാടോടിക്കഥകളിലെയും അന്ധവിശ്വാസങ്ങളിലെയും യാഥാർത്ഥ്യവ്യാഖ്യാനങ്ങൾ തള്ളിക്കളയേണ്ടി വരുന്നു. ഓസ്ട്രേലിയയെ ഉദാഹരണമായെടുത്താൽ ആദിവാസികളുടെ(അബൊറിജിനുകളുടെ)പതിനായിരക്കണക്കിന് വർഷങ്ങളുടെ പഴക്കമുള്ള വിശ്വാസ പ്രമാണങ്ങളും അതേ ഭൂഖണ്ഡത്തിന്റെ സാങ്കേതിക പുരോഗതിയുമായി ബന്ധപ്പെട്ട ശാസ്ത്രജ്ഞരുടെ താൽപ്പര്യങ്ങളും എവിടെയെല്ലാം ഏറ്റുമുട്ടിക്കൂടെന്നില്ല! പക്ഷേ, ഹെർസോഗിന്റെ ചിത്രത്തിലെ ആദിവാസികളും യഥാർത്ഥ ലോകത്തിലെ ശാസ്ത്രജ്ഞരും ഒരുമിച്ച് മറ്റൊന്നിനോട് ഏറ്റുമുട്ടുന്നു.

ഒരു സഖ്യശക്തി പോലെ.

ചരിവുകൾ: എഴുത്തിൽ, ഭൂമിയിൽ

വാസ്തു ശില്പിയായ ഫ്രാൻക്‌ലോയ്ഡ് റൈറ്റിന്റെ നിർമ്മിതികളെ എല്ലാവരും ജൈവമെന്ന് വിശേഷിപ്പിക്കുന്നു. ഭൂമിയുടെ ദൈഹികമായ തുടർച്ചകൾ. അവയൊരു നിയാമകരേഖയുടെ വികാസങ്ങളാണ്. റൈറ്റിന്റെ തന്നെ ഭാഷയിൽ 'ഭൂരേഖ' (എർത്-ലൈൻ)തിരശ്ചീനം, ഭൂമിക്ക് സമാന്തരം. കെട്ടിടങ്ങളെ കുത്തനെ പിടിച്ചുനിറുത്താൻ ബാധ്യസ്ഥനായൊരു വാസ്തു ശില്പിക്ക് ഇങ്ങനെ വിലങ്ങനെയൊരു ശാഠ്യം ഉണ്ടാകുന്നത് അസ്ഡാളിപ്പുണ്ടാക്കാം. പക്ഷേ, കെട്ടിടങ്ങളെ സംബന്ധിച്ച് തനിക്കുണ്ടായിരുന്ന ജനാധിപത്യ രാഷ്ട്രീയം തന്നെ ആ വരയിലാണ് അദ്ദേഹം വിന്യസിച്ചത്. ഒരു നാടിന്റെ രാഷ്ട്രീയ സ്വാതന്ത്ര്യം അതിന്റെ വാസ്തു ശില്പത്തിലാണ്. കാരണം ഭൂമിയിൽ തറയൂന്നിയൊരു പ്രത്യേക പാർപ്പിടമാണ് ജനാധിപത്യം. രാഷ്ട്രീയ സ്വാതന്ത്ര്യം ധ്വനിക്കുന്ന പാർപ്പിടങ്ങൾ 'മടക്കുനിവരുന്ന' കെട്ടിടങ്ങളാണ്. അങ്ങനെ ഭൂമിക്ക് സമാന്തരമായൊരു ശാഠ്യം?

നമ്മിലുമില്ലേ ഒരു വരശാഠ്യം?

ഭൂമിയിൽ നാം കുത്തനെ നിൽക്കുന്നു. ഒരർത്ഥത്തിൽ നാം ഒരു ചരിവോടെയായിരുന്നു നിൽക്കേണ്ടിയിരുന്നത്. പീസയിലെ ഗോപുരം പോലെ, കുളത്തിന്റെ ഉപരിതലത്തിൽ മുഖം ഉരുമ്മി നിൽക്കുന്ന മീനുകളെപ്പോലെ.

കൃത്യമായും23.5 ഡിഗ്രിയിൽ.

ഭൂമിയുടെ അക്ഷം പോലെ.

കൗതുകം നിറഞ്ഞൊരു ചരിവാണത്. ഈചരിവിനു കാരണം നിസ്സാരമല്ല. ഒരു സിദ്ധാന്തമനുസരിച്ച് ചൊവ്വയോളം വലുതായൊരു ഗ്രഹവുമായി കൂട്ടിയിടിച്ചപ്പോഴുണ്ടായൊരു മാറ്റമാണത്. പക്ഷേ,

കാരണമെന്തായാലും ഒരു കാര്യം നിസ്തർക്കമാണ്. അത് ഭൂമിക്ക് ഒരനുഗ്രഹമായി. അതുകൊണ്ടാണ് നമുക്ക് ഋതുക്കളും കാലാവസ്ഥകളും ഇപ്പോൾ ഉള്ളത്ര സൗകര്യത്തിലെങ്കിലും ഉണ്ടായത്. അതുകൊണ്ടുതന്നെയാണ് യുറാനസിലെന്നതുപോലെ വർഷങ്ങളോളം നീണ്ടുപോകുന്ന വേനലും ശൈത്യവും ഇവിടെ ഇല്ലാതെ പോയത്. നാം 23.5 ഡിഗ്രി ചരിഞ്ഞുനിന്നില്ലെങ്കിലും ഭൂമിയിൽ വെയിലും മഴയും മഞ്ഞുമുണ്ടാകും. നമുക്കങ്ങനെ നിൽക്കാൻ കഴിയുകയുമില്ല. നമ്മുടെ നിൽപ്പിനെ ഭൂമിയുടെ അക്ഷം നിയന്ത്രിക്കുന്നില്ല. ഭൂഗുരുത്വം പോലൊരു ദൈഹിക അനുഭവമാകാൻ, പരിണാമത്തിലൂടെ നമുക്ക് പൊരുത്തപ്പെടേണ്ടിയിരുന്നൊരു ശക്തിയാവാൻ ഭൂമിയുടെ ചരിഞ്ഞുള്ള കറക്കത്തിന് കഴിഞ്ഞില്ല.

പക്ഷേ, ചരിവുകൾ തുടരുന്നു.

സ്പെയിനിലെ ഒരു കവി, ഹ്വാൻ റെമോൺ യിമോനസ്, ഒരു ധിക്കാര പാഠമെഴുതി: നിങ്ങൾക്കെഴുതാൻ അവർ വരയിട്ട കടലാസ് തരികയാണെങ്കിൽ വരകൾക്ക് വിലങ്ങനെയെഴുതുക.

പക്ഷേ, അതും ഒരു വരയിലാവില്ലേ?

ലില്ലിപ്പുട്ടുകൾ എഴുതുന്നത് തന്റെ നാട്ടിലെ മാന്യസ്ത്രീകളെപ്പോലെ കോണോടുകോണായിട്ടാണെന്ന് ഗളിവർ പറയുന്നു. ചിലർ (ചൈനയിൽ, ജപ്പാനിൽ, കൊറിയയിൽ) മുകളിൽ നിന്ന് ചുവട്ടിലേക്കെഴുതുന്നു. പക്ഷേ, അതിലും വിലങ്ങനെ ഒരു നിഷ്കർഷയുണ്ട്. ഏതായാലും ലോകത്തിലെ ബഹുഭൂരിപക്ഷം ഭാഷകളും കടലാസിൽ തിരശ്ചീനമാണ്. ഭാഷകളുടെ നിർബ്ബന്ധമാണ് എഴുത്തിന്റെ ദിശ. പക്ഷേ, ഈ നിർബ്ബന്ധം തന്നെ ഉണ്ടായതെങ്ങനെ? വര വളയാം, ചരിയാം; പക്ഷേ, നേർവരയോട് അടുക്കാനുള്ള പ്രവണത ബോധപൂർവ്വമായും, ഫ്രാൻക് ലോയ്ഡ് റൈറ്റിന്റെ ഭൂരേഖ ബോധപൂർവ്വമല്ലാതെയും ഓരോ മനസ്സിലുമുണ്ട്. ലില്ലിപ്പുട്ടുകളുടെ എഴുത്ത് അൽപ്പം അവിശ്വസനീയമാണ്. അവരുടെ എഴുത്തിന്റെ കോണ് ഭൂമിയുടെ അക്ഷം പിടിച്ചായിരുന്നെങ്കിൽ അതൊരു അസാധാരണ കൗതുകമായിരുന്നു. ശാസ്ത്രജ്ഞൻമാർ ചൊവ്വയുടെ ചന്ദ്രൻമാരെ കണ്ടെത്തും മുൻപ് അതിനെക്കുറിച്ചെഴുതിയ സ്വിഫ്റ്റിന് അങ്ങനെയൊരു സങ്കൽപ്പം അസാദ്ധ്യമായിരുന്നിരിക്കില്ല. ഒരു പ്രത്യേക സമൂഹ വിഭാഗത്തോടുള്ള പരിഹാസം പ്രകടിപ്പിക്കാനാവും അദ്ദേഹം ലില്ലിപ്പുട്ടുകളുടെ പ്രത്യേക എഴുത്ത് ആവിഷ്കരിച്ചത്.

അക്ഷരങ്ങളുടെ ചരിച്ചെഴുത്തോ?

മസ്തിഷ്കം ഈ ചരിവ് തിരിച്ചറിയുമോ? അച്ചടിയിലായ ഒരു വാചകത്തിൽ ഒരു വാക്കിന്റെ വലത്തോട്ടുള്ള ചരിവ് (ഇറ്റാലിക്സ്) നാം ശ്രദ്ധിക്കാം; പക്ഷേ, ഒരു വാക്കിലല്ലാതെ ഒറ്റക്ക് ചരിഞ്ഞുനിൽക്കുന്ന അക്ഷരങ്ങളോ? ഡേവിഡ് വിറ്റാകർ, പോൾ മക്ഗ്രാ എന്നിവർ ഈ

വിഷയത്തിലെത്തിയത് ചില ബന്ധങ്ങൾ ക്രമപ്പെടുത്താൻ നമ്മുടെ മസ്തിഷ്കത്തിന് സ്വതഃസിദ്ധമായ ഒരു രീതിയുണ്ടോ എന്നറിയാൻ ശ്രമിക്കുന്നതിനിടയിലാണ്. ചരിച്ചെഴുതിയ അക്ഷരങ്ങളോടും അക്കങ്ങളോടും രണ്ടുമല്ലാത്ത ചിഹ്നങ്ങളോടും ആളുകൾ പ്രതികരിക്കുന്നതെങ്ങനെ? സുപരിചിതത്വം ഐന്ദ്രിയാവബോധത്തെ അലസമാക്കുന്നു. അച്ചടിയിലും പല ഡിജിറ്റൽ ഉപകരണങ്ങളിലും അക്കങ്ങളുടെയും അക്ഷരങ്ങളുടെയും വലത്തോട്ടുള്ള ചരിവ് അഞ്ചും പത്തും ഡിഗ്രികൾക്കിടയിലാണ്. മസ്തിഷ്കം, ഇടത്തോട്ടും വലത്തോട്ടുമായി ഒരേ തോതിൽ ചരിച്ചെഴുതിയ രണ്ട് അക്ഷരങ്ങളിൽ, ഇടത്തേത് കൂടുതൽ ചരിഞ്ഞതാണെന്ന് പൊതുവേ എല്ലാവർക്കും തോന്നുന്നു.

അക്കങ്ങളോ അക്ഷരങ്ങളോ അല്ലാത്ത ചിഹ്നങ്ങളെ സംബന്ധിച്ച് ഈ വ്യത്യാസം തോന്നുന്നില്ല. ഇടത്തോട്ടുള്ള അക്ഷരങ്ങളിൽ തോന്നുന്ന വ്യത്യാസത്തിന് കാരണവും സ്പഷ്ടം. ഇടത്തോട്ടുള്ള ചരിച്ചെഴുത്ത് എന്തിലും എവിടെയും നന്നേ ചുരുക്കമാണ്. അപരിചിതത്വം മസ്തിഷ്കത്തെ ഉണർത്തുന്നു. ചരിച്ചെഴുത്ത് ഒരിടത്തും പരിചയപ്പെട്ടിട്ടില്ലാത്ത സമൂഹങ്ങളുടെ പ്രതികരണം കൂടി പഠിച്ചാലേ അന്വേഷണം പൂർത്തിയാകൂ. പക്ഷേ, ഗവേഷകർ പറഞ്ഞു. ഒരു ഡിജിറ്റൽ വാച്ച് കണ്ടിട്ടില്ലാത്ത മനുഷ്യസമൂഹങ്ങളെ ലോകത്തിലെവിടെയാണ് ഞങ്ങൾ തിരക്കേണ്ടത്?

(കസാലകൾ ഉണ്ടാക്കി വിൽക്കുന്നൊരു സുഹൃത്തിനോട് ഒരിക്കൽ ഞാൻ ചോദിച്ചു: പിന്നോട്ടു ചായാനുള്ള ഭാഗത്തിന്റെ ചരിവ് 23.5 ഡിഗ്രിയിലാക്കിയാലോ? അയാൾ അന്തം വിട്ട് എന്നെ നോക്കി. തുടർന്നുണ്ടായ സംഭാഷണത്തിന്റെ ഓർമ്മയാണ് ഈ കുറിപ്പിന്റെ ഭ്രൂരേഖ)

ഗർഭിണി, ഒരു പെണ്ണെഴുത്ത്

ആണിന്റെ വാരിയെല്ലാണ് പെണ്ണെന്നത് ഒരു ബൈബിൾക്കഥ. ആണിനില്ലാത്ത ഒരു നട്ടെല്ല് പെണ്ണിനുണ്ടെന്നത് ഒരു ശാസ്ത്രീയ വസ്തുത.

ഐസക് ന്യൂട്ടൻ ഗർഭിണികളെയോർത്ത് ആശ്ചര്യപ്പെട്ടതായി അറിവില്ല. ന്യൂട്ടന് കുട്ടികൾ ഇല്ലായിരുന്നുവെന്നത് മതിയായൊരു കാരണമാവില്ല. ഭൂഗുരുത്വനിയമങ്ങൾ ആവിഷ്കരിച്ചൊരാൾ ഗർഭിണികളെ ശ്രദ്ധിക്കേണ്ടതായിരുന്നു. പക്ഷേ, ന്യൂട്ടനെന്നല്ല, പിൽക്കാലത്ത് ഭൂഗുരുത്വവുമായോ ഗർഭവുമായോ ബന്ധപ്പെട്ട വിഷയങ്ങളിലെ വിദഗ്ദ്ധകൾ പോലും ശ്രദ്ധിച്ചിട്ടില്ലാത്തൊരു വിഷയമാണിത്.

ഗർഭം ഭൂഗുരുത്വത്തോടിടയുന്നു.

ഗർഭിണികളുടെ മുൻഭാരം സമനില തെറ്റിക്കുന്നു. അവർ മുന്നോട്ട് വീഴേണ്ടതാണ്, വീഴുന്നില്ല.

ഗർഭിണികൾ പിറകോട്ടടിക്കുന്നു.

ആർക്കും ഊഹിക്കാവുന്നതേയുള്ളൂ, മുന്നോട്ട് വല്ലാതെ തള്ളിനിൽക്കുന്ന ഭാരത്തോടെ സമനില പാലിക്കണമെങ്കിൽ ഏതു ശരീരത്തിനും വസ്തുവിനും പിന്നോട്ട് അതിനൊത്തൊരു ചായ്‌വ് വേണം. ന്യൂട്ടന്റെ പേര് കേട്ടിട്ടില്ലാത്ത ഗർഭിണികൾ പോലും ചെയ്യുന്നത് അതു തന്നെ. പക്ഷേ, ശരീരശാസ്ത്രപരമായി അതിലൊരു അപകടമുണ്ട്. ആ പിന്നാക്കത്തിൽ പിൻവശത്തെ പേശികൾ വലിഞ്ഞുമുറുകുന്നതും അതു മൂലം മുതുകു വേദന ഉണ്ടാകുന്നതും സങ്കൽപ്പിക്കാൻ സാമാന്യബുദ്ധി മതി. പക്ഷേ, അതിനപ്പുറത്ത്, സാധാരണനിലക്ക്, കൂടുതൽ വലിയപ്രശ്നങ്ങളുണ്ട്. ചില ശക്തികൾ, കത്രിക്കുന്ന ശക്തികൾ, നട്ടെല്ലിനു നേർക്കു തിരിയുന്നു. നട്ടെല്ലിന്റെ ഒരു ഖണ്ഡം(ചില തവളകൾ ചെയ്യുന്നതുപോലെ) മറ്റൊന്നിനുമേൽ കയറിയിരിക്കുന്നു. ഖണ്ഡങ്ങൾക്കിടയിൽ എണ്ണയിട്ട യന്ത്രഭാഗങ്ങളെപ്പോലെ ഉരസലും കരച്ചിലുമില്ലാതെ പ്രവർത്തിക്കുന്ന ദ്രാവകഭരിതമായ തകിടുകൾ! ഉടലിന്റെ ഭൂഗുരുത്വകേന്ദ്രം പിന്നോട്ടുതള്ളുന്ന ഗർഭിണികൾ ഇത്തരം

ഭവിഷ്യത്തുകളെ അതിജീവിക്കുന്നതിന്റെ രഹസ്യം അവരുടെ നട്ടെല്ലിലാണ്. അതു സാദ്ധ്യമാക്കുന്നൊരു സവിശേഷഘടനയാണ് നട്ടെല്ലിന്റെ അടിഭാഗത്തിൽ സ്ത്രീകൾക്കുള്ളത്.

ആണുങ്ങളുടെ കാര്യമോ?

ഗർഭിണികളുടേതുപോലെ വലിയ വയറുള്ള ആണുങ്ങളുണ്ട്. സമനില പിടിച്ചെടുക്കാൻ ഗർഭിണികളുടെ ശാരീരിക തന്ത്രം അവർക്കും സ്വീകരിക്കാം. പക്ഷേ, സ്ത്രീ ശരീരത്തിന്റെ സവിശേഷ അനുയോജ്യ ഘടനയില്ലാത്തതുകൊണ്ട് അവരുടെ നട്ടെല്ല് ആ യത്നത്തിൽ താറുമാറാകും. ഒരു ഡോക്ടർ കാതറിൻ വേണ്ടിവന്നു ഇത്രയും നമുക്ക് മനസ്സിലാക്കിത്തരാൻ, അതും ഈ നൂറ്റാണ്ടിൽ. ഇതാണ് സാറേ സാക്ഷാൽ പെണ്ണെഴുത്ത്. സത്യത്തിൽ പെണ്ണ് എത്ര വ്യത്യസ്തയെന്നും എന്തതിശയമെന്നും തെളിയിക്കാൻ പെണ്ണെഴുത്തിന് ഒരിക്കലും കഴിഞ്ഞിട്ടില്ല. കഴിയുകയുമില്ല. അതു തെളിയിക്കാനുള്ള ഉത്തരവാദിത്തവും അതിനുള്ള കഴിവും ശാസ്ത്രത്തിന്റെ പ്രത്യേക അവകാശമാണ്. ഏതായാലും ഗർഭിണികൾക്ക് സ്തുതിയായിരിക്കട്ടെ. എപ്പോഴും എപ്പോഴും.

ഇമ ചിമ്മലുകൾക്കിടയിൽ... ക്ലിക്ക്!

നിക്ക് സെ്വൻസന്റെ ഒരു നിരീക്ഷണം പഴയ സ്കൂൾ/കോളജ് മുറ്റങ്ങളിലെ വർഷാന്ത ഛായാ ഗ്രാഹകനെ ഓർമ്മിപ്പിക്കുന്നു.

അയാളെ ഓർക്കുന്നോ?

മുക്കാലിക്കു മുകളിലെ അക്കോഡിയൻ കാമറ മൂടിയ ഇരുണ്ട തുണിക്കടിയിൽ തല തിരുകി കുറച്ചു നേരം അയാൾ ശ്രദ്ധിക്കുന്നു(മുന്നിലെ കൂട്ടം കൃത്യമായും ചതുരത്തിലായോ?); പിന്നെ ലെൻസിന്റെ തൊപ്പിയൂരി വീശി തിരിച്ചുവെക്കുന്നു. സാധാരണ നിലക്ക് അത് ആവർത്തിക്കലുണ്ടാവില്ല. ചെലവ്.

നിങ്ങൾ കണ്ണു ചിമ്മിയിരുന്നോ?

അയാളത് ശ്രദ്ധിക്കില്ല. ശ്രദ്ധിച്ചിരുന്നെങ്കിൽ, ശ്രദ്ധിക്കാൻ കഴിഞ്ഞിരുന്നെങ്കിൽ പണി ഒരിക്കലും പൂർത്തിയാവുമായിരുന്നില്ല. എല്ലാ പടമെടുപ്പുകാർക്കും കണ്ണിന്റെ ഭൗതിക രഹസ്യങ്ങളറിയില്ല.

എല്ലാവരും ഇടക്കിടെ കൺപോളകൾ അടയ്ക്കുന്നു, തുറക്കുന്നു. മിനിറ്റിൽ പത്തോ പതിനഞ്ചോ പ്രാവശ്യം. അങ്ങനെ നാം ഇമചിമ്മി തുറക്കുന്നതിനിടയിൽ ഇലയിൽ നിന്ന് ഇലയിലേക്ക് ചാടി മറയുന്നൊരു പച്ച ദൈവത്തെക്കുറിച്ച് ഒരു കവി പറഞ്ഞിരുന്നു. പക്ഷേ, അത് കവിത. സത്യത്തിൽ, ആ ഇടവേളയിൽ നമ്മുടെ കണ്ണുകളിൽ ഇരുട്ട് നിറയേണ്ടതാണ്, ലോകം കാഴ്ചയിൽനിന്ന് മറയേണ്ടതാണ്. ഇടവേളയുടെ ദൈർഘ്യം ഒരു നിമിഷത്തിന്റെ പത്തിലൊരംശമെങ്കിൽപ്പോലും ഇടക്കിടെയുള്ള കണ്ണടച്ചുതുറക്കൽ നമ്മുടെ കാഴ്ചയെ, ശ്രദ്ധയെ, സിരാകൂടത്തെ അലട്ടേണ്ടതാണ്. പക്ഷേ, അങ്ങനെയൊന്നും സംഭവിക്കുന്നില്ല. അവസാനമായി കണ്ട കാഴ്ച ഇടവേളയെ പൂരിപ്പിച്ച് ഒരു തുടർച്ച ഉണ്ടാക്കുകയാണെന്ന് എനിക്കു തോന്നിയിരുന്നു. അതല്ല സംഭവിക്കുന്നത്.

നാം ഇമകൾ പൂട്ടുമ്പോൾ മസ്തിഷ്കം സ്വയം അത്രയും നേരം കണ്ണടയ്ക്കുന്നു. അതായത്, അത്രയും നേരം ദൃശ്യസംജ്ഞകളുമായി ബന്ധപ്പെട്ട

മസ്തിഷ്ക ഭാഗത്തിന്റെ പ്രവർത്തനം നിലയ്ക്കുന്നു; അങ്ങനെ കണ്ണുകൾ ഇരുട്ടിലാവുന്നത് നമുക്കു തിരിച്ചറിയാതാകുന്നു.

കണ്ണടച്ച് വെളിച്ചമുണ്ടാക്കൽ.

നിക്ക് സെ്വൻസനെ ഇത് ശല്യപ്പെടുത്തുന്നത് താനൊരു ഭൗതികശാസ്ത്രജ്ഞനായതുകൊണ്ടു മാത്രമല്ല. പലപ്പോഴും അദ്ദേഹത്തിന് സഹപ്രവർത്തകരെ ഗ്രൂപ്പ് ഫോട്ടോവിലാക്കേണ്ടി വരുന്നു. പടങ്ങളിൽ ഒരാളും കണ്ണു ചിമ്മിയ അവസ്ഥയിലാകരുതെന്ന് നിക്ക് സെ്വൻസന് ശാഠ്യമുണ്ട്. പെട്ടെന്നു തോന്നുന്നതിലുമധികം കടുത്തൊരു ശാഠ്യമാണത്. കോട്ടുവായിടലിന്റെ സാമൂഹികത കൺവെട്ടലിനില്ല. ഒരു ആംഗ്യഭാഷയിൽ ഏർപ്പെട്ടിരിക്കയല്ലെങ്കിൽ ഒരാളുടേത് മറ്റൊരാളുടേതിനെ സ്വാധീനിക്കുന്നില്ല. പിന്നെ, ലോകത്തിലാരും നാലു നിമിഷം കൂടുമ്പോളൊരിക്കൽ, അല്ലെങ്കിൽ ആറു നിമിഷം കൂടുമ്പോളൊരിക്കൽ എന്ന നിരക്കിൽ കൃത്യമായി ഇമ തുറക്കാറില്ല. പല സംഭാവ്യതകൾക്ക് കാരണമായ ഇത്തരം വസ്തുതകൾ പരിഗണിച്ച്, ഒരാൾ പോലും കണ്ണടയ്ക്കാത്ത നിമിഷാംശങ്ങളിൽ 30 ആളുകളെ ചതുരത്തിലാക്കണമെങ്കിൽ എത്ര തവണ ശ്രമിക്കേണ്ടിവരും?

രണ്ട് ഘടകങ്ങൾ കൂടിയുണ്ട്.

വെളിച്ചത്തിന്റെ തോത്,

മൂടൽവേഗം (ഷട്ടർ സ്പീഡ്).

വിപുലമായ വിവരവ്യവസ്ഥകളൊന്നുമില്ലാതെ ഒരു മാതൃക തയാറാക്കാൻ ചില ശരാശരികളെടുക്കുക. ഒരു ഛായാഗ്രാഹിയെ നേരിടുന്നതുപോലെ അൽപ്പം മനഃസാന്നിധ്യം വേണ്ട ചുറ്റുപാടുകളിൽ ആളുകൾ കൺ ചിമ്മുന്നത് മിനിറ്റിൽ 10 പ്രാവശ്യം. കൺചിമ്മിത്തുറക്കലിന്റെ ശരാശരി ദൈർഘ്യം 0. 25 സെക്കൻഡുകൾ. വാതിലകത്ത് നല്ല വെളിച്ചമുള്ള അവസ്ഥയിൽ കാമറയുടെ മൂടി 0.008 സെക്കൻഡുകളോളം തുറന്നു കിടക്കും. കണക്കിന്റെ തുടക്കം ഒരാൾ മാത്രം കൺചിമ്മാത്ത ഛായാപടം.

സത്യത്തിൽ, മറ്റൊരു ഭൗതികശാസ്ത്രജ്ഞനായ ഡോക്ടർ ബാർനസാണ് ഇതിന്റെ ഗണിതം കുറിച്ചത്. അദ്ദേഹം നിക്ക് സെ്വൻസനോട് പറഞ്ഞു: വേണ്ടത്ര വെളിച്ചമില്ലാത്തപ്പോൾ, ആരും കൺ ചിമ്മാത്ത വിധം 30 ആളുകളെ ഗ്രഹിക്കണമെങ്കിൽ 30 ഛായാശ്രമങ്ങൾ വേണ്ടി വരും, ആളുകളുടെ എണ്ണം 50 ആയാൽ പരിപാടിയോട് 'ബൈ, ബൈ' പറയേണ്ടി വരും. നിക്ക് സെ്വൻസൻ ഇതിനെ തന്റെ പ്രത്യേക പശ്ചാത്തലത്തിലേക്ക് നീക്കി. ആളുകൾ ഇരുപതിൽ കുറവാണെങ്കിൽ ഛായാഗ്രഹണത്തിന്റെ പെരുവിരൽ ന്യായം ഇതാണ്: വെളിച്ചം വേണ്ടത്രയുണ്ടെങ്കിൽ ആളുകളുടെ എണ്ണത്തെ മൂന്നുകൊണ്ട് ഹരിക്കുക, മറിച്ചാണെങ്കിൽ രണ്ടുകൊണ്ട്

ഹരിക്കുക.

ക്ലിക്ക്!

ഛായാഗ്രഹണത്തിന്റെ പര്യായമായിത്തീർന്ന കൊഡാക്ക് ഒരിടത്തൊരു അദ്ധ്യാപികയെ അവതരിപ്പിക്കുന്നു. മാർത്ത ബാരറ്റ്. ഗണിതം ശുദ്ധമട്ടുപ്പും നൈരാശ്യവുമായ വിദ്യാർത്ഥികളുടെ മോചനം അവർ കണ്ടെത്തിയത് ഛായാഗ്രഹണത്തിലായിരുന്നു. ഗണിതത്തിലെ അമൂർത്തങ്ങൾ ഛായാഗ്രഹണത്തിലെ മൂർത്തങ്ങളാവുന്നേടത്ത് പുതിയൊരു 'പെഡഗോഗി' പിറക്കുന്നു. ബാരറ്റിന്റെ കുട്ടികൾ ബിംബങ്ങളിലൂടെ തത്വങ്ങളിലെത്തി, പിന്നെ മറ്റു കുട്ടികളെ അവിടെ എത്തിച്ചു.

ഉടുപ്പ് കീറിയതിന് കാരണം

പഴയൊരു അഞ്ചുവരി അസംബന്ധ കവിത (ലിമറിക്ക്)കീറിപ്പറിഞ്ഞ ഉടുപ്പുള്ളൊരു പെൺകുട്ടിയെക്കുറിച്ച് പറയുന്നു. ഉടുപ്പിന്റെ അവസ്ഥക്ക് അവൾ നൽകുന്ന വിശദീകരണമിതാണ്:

'ചൊറിച്ചിൽ തോന്നുമ്പോൾ ഞാൻ ചൊറിയുന്നു.'

സത്യത്തിൽ അവളുടെ ചൊറിച്ചിൽ വസ്ത്രവും ചർമ്മവും താണ്ടി ഏതോ മർമ്മത്തിൽ തൊടുന്നില്ലേ?

ഒരു ആശയത്തിൽ, ആശയക്കുഴപ്പത്തിൽ, ചിലർ തീപ്പെട്ടിക്കോലെടുത്ത് തല ചൊറിയുന്നതുപോലാണ് പുരാമനുഷ്യർ ആദ്യത്തെ ഗുഹാചിത്രങ്ങൾ കോറിവെക്കാൻ തുടങ്ങിയതെന്ന് മുമ്പൊരിടത്ത് ഞാൻ എഴുതിയിരുന്നു. ഇത് കൽപ്പന. സത്യത്തിൽ തല ചൊറിച്ചിലിനെ ചിന്താവ്യാപാരങ്ങളുമായി നേരിട്ട് ബന്ധിപ്പിക്കുന്നൊരു നിരീക്ഷണമുണ്ടായിട്ടില്ല. പക്ഷേ, നാം തല ചൊറിയുമ്പോൾ തലക്കകത്തും എന്തോ ഒന്ന് ശമിക്കുന്നുണ്ടെന്ന് ആർക്കോ എന്നോ തോന്നേണ്ടതായിരുന്നു. തോന്നിയില്ല. ഒരു ഡോക്ടർ യോസിപോവിച്ചിനു വേണ്ടി നാം 21-ാം നൂറ്റാണ്ടുവരെ കാത്തിരുന്നതുപോലുണ്ട്. ചൊറിയുമ്പോൾ തലക്കകത്ത് എന്ത് സംഭവിക്കുന്നെന്ന് പരിശോധിക്കാൻ ഈ ചർമ്മരോഗ വിദഗ്ദ്ധന് തോന്നി.

രണ്ടു കാര്യങ്ങളുണ്ട്.

ഒന്ന് : എത്ര വീറോടെ ഒരാൾ ചൊറിയുന്നുവോ അത്രത്തോളം അയാളുടെ മസ്തിഷ്കത്തിൽ ഓർമ്മിക്കലുമായും വേദനചുരുക്കലുമായി ബന്ധപ്പെട്ട ഭാഗങ്ങളുടെ പ്രവർത്തനം ചുരുങ്ങുന്നു.

രണ്ട്: ചൊറിച്ചിലിൽ തലക്കകത്ത് നിർബ്ബന്ധബുദ്ധിയുടെ ആസ്ഥാനമായ ഭാഗം കൂടുതൽ പ്രവർത്തനമുഖരമാകുന്നു. ഒരു ചൊറിച്ചിൽ അടുത്തതിന് പ്രലോഭനമാകുന്നു. ചൊറിയലിന്റെ സുഖം തൊലി കീറിയാലും തുടരുന്നു.

ചൊറിച്ചിലും വേദനയും.

ഇവ രണ്ടും ജനിതകമായി നമ്മുടെ മസ്തിഷ്കത്തിലെ പ്രതിദ്വന്ദികളാണെന്ന ആശയം ഉന്നയിച്ചത് ഡോക്ടർ ജെഫ്റി മോഗിൽ. വേദനക്ക് കൂടുതൽ വഴങ്ങിക്കൊടുക്കുന്നൊരു ശരീരത്തിൽ ചൊറിച്ചിൽ അത്ര ഏൽക്കില്ല; മറിച്ചും. വേദന ഒടുക്കാനുള്ള പല മരുന്നുകളും ചൊറിച്ചിലിന് കാരണമാവുന്നത് ഒരു പക്ഷേ ഇതു കൊണ്ടാവാം. പല മുഖങ്ങളിൽ സൗന്ദര്യ ശസ്ത്രക്രിയ നടത്തിയ ഡോക്ടർ ബ്റാഡൻ വിലമിയുടെ ഔദ്യോഗിക അനുഭവങ്ങളനുസരിച്ച് പെണ്ണിന്റെ ശരീരത്തിൽ ആണിന്റേതിനെ അപേക്ഷിച്ച് വേദനയും ചൊറിച്ചിലും കൂടുതൽ ശക്തമാണ്.

ആ ലിമറിക്കിൽ ഉട്ടപ്പ് കീറിയതിന് പെൺകുട്ടി പറയുന്ന കാരണം അത്യുക്തിയാവണമെന്നില്ല.

●